Anh Phương TRẦN VĂN NGÀ

TẬP I

TIẾNG GỌI TÌNH YÊU

CHÍNH VĂN XUẤT BẢN NĂM 2024

Liên lạc:
Anh Phương Trần Văn Ngà
10241 Ivy Hollow Lane
Elk Grove, CA. 95624
hoặc
6672 Spoerriwood Court
Sacramento, CA. 95828
Điện thoại:
916.519.8961
Emails:
tranvannga1935@gmail.com
tiengvangusa@yahoo.com

ISBN : 979-8-8693-6946-8

Published by Clover Leaves Publishing Printed in the United States of America

CHÍNH VĂN

Giới thiệu một cây bút mới mà cũ

ANH PHƯƠNG Trần Văn Ngà

Anh Phương Trần Văn Ngà là một nhà báo xuất thân từ trong làng báo tại Thủ Đô Sài Gòn thập niên 1960 và tiếp nối trong Quân Đội - Quân Lực Việt Nam Công Hoà với cương vị Sĩ quan Thông Tin Báo Chí cho đến ngày không còn cầm bút một thời gian dài. Anh Phương là thành viên của hai Nghiệp Đoàn Ký Giả Nam Việt và Việt Nam trước 30.4.1975.

Khi được định cư ở Hoa Kỳ theo diện tỵ nạn chính trị (HO), Anh Phương lại chọn nghề làm báo và viết báo mưu sinh. Anh Phương và ký giả Tô Ngọc (nguyên Tổng Thư Ký Nghiệp Đoàn Ký Giả Việt Nam) chủ trương Bán nguyệt san Tiếng Vang phát hành tại Sacramento từ năm 2000.

Trước năm 1999 Anh Phương cộng tác với tuần báo Sài Gòn Nhỏ của bà Hoàng Dược Thảo và tuần báo SaiGon Post ở miền Nam California của Trung tá Pháo Binh Lê Nguyên Phả.

Với cái duyên chuyên viết phóng sự chiến trường , xã hội, tin tức, bình luận... Đến trước năm 1999, Anh Phương viết trên Saigon Post hàng tuần nhiều bài các món ăn ngon, đặc sản của "Miền Tây Quê Tôi" và in thành sách phát hành năm 1999, may mắn được nhiều độc giả chiếu cố và Anh Phương dùng số tiền bán sách cùng với ký giả Tô Ngọc phát hành tạp chí Tiếng Vang USA.

Với chuyên nghiệp viết phóng sự, tin tức, bình luận cho báo, đài phát thanh Quân Đội, Anh Phương chuyển sang viết bút ký, ký sự, hồi ký... đã in thành sách **Chuyện Đồng Quê - 1999** (trong tiểu sử tác giả có ghi rõ tên các đầu sách).

Một tình cờ sau cơn mổ tim năm 2022, bị biến chứng, Anh Phương nằm bịnh viện gần 20 ngày, tưởng đâu "giả từ vũ khí", về nhà lại bị chứng mất ngủ trong lúc dưỡng bịnh. Anh Phương chữa bịnh mất ngủ bằng cách viết truyện dài theo cách viết dài dòng của người Miền Nam xưa. Quả thật trong vòng 8 tháng, Anh Phương viết Chuyện Tình Trên Đỉnh Núi, trọn bộ 3 tập gần 2 ngàn trang và cũng chữa dứt bịnh mất ngủ. Tập truyện dài **CHUYỆN TÌNH TRÊN ĐỈNH NÚI** chỉ có cốt truyện chính là thật còn lại hoàn toàn tưởng tượng nếu có trùng hợp với thực tế cũng là sự may mắn của tác giả.

CHÍNH VĂN trân trọng giới thiệu.

CHUYỆN TÌNH TRÊN ĐỈNH NÚI

Hình: Núi Sam với mùa nước nổi năm xưa

LỜI NÓI ĐẦU

Tác giả viết một bộ ba tập truyện dài tình cảm CHUYỆN TÌNH TRÊN ĐỈNH NÚI, dựa vào một câu chuyện tình bất hủ có thật trên đỉnh núi Sam - Châu Đốc, trước năm 1975.

Dù câu chuyện tình có thật, tác giả thêm thắt, dặm mắm dặm muối thành một bộ trường thiên tiểu thuyết có nhiều hư cấu tưởng tượng.

Một đôi tình nhân với nhiều thử thách éo le đầy kịch tính, tuổi tác lại chênh lệch khá cao và địa vị xã hội là chủ nhân ông giàu sụ với người ở đợ, giúp việc nghèo kiết xác.

Với tấm lòng hy sinh vô bờ bến của người chị cả mới mười tám cái xuân xanh đã sớm dấn thân vào đời sống xã hội cơ cực, hy sinh đời chị cứu giúp ba em và một bà mẹ quê mùa nghèo khổ. Bà là một goá phụ có chồng hy sinh vì Tổ Quốc, tông tích chìm vào quên lãng trong chế độ mới. Ba con nhỏ tiếp tục cắp sách đến trường trong một hoàn cảnh nghèo khổ cùng cực nghiệt ngã, bữa cơm, bữa cháo, bữa rau. Nhưng, ba con bà luôn đứng đầu lớp từ tiểu học đến trung đại học mà bà tin là con bà có nguồn gốc tinh thần yêu nước của người cha về phù trợ. Với một máy may chỉ may vá lặt vặt trong xóm nghèo kiếm tiền nuôi con và cô con cả mới mười hai tuổi phải nghỉ học với lý lịch nặng ngàn cân có họ cha mang tội ác với nhân dân, lớn lên chỉ còn có con đường giúp mẹ nuôi ba em nhỏ hiếu học bằng cách buôn gánh bán bưng làm thuê làm mướn hay đi ở đợ. Tội nghiệp cho một em bé dại khờ mới mười hai tuổi, con của một tử sĩ sanh lầm thế kỷ phải ra đời sớm tiếp giúp mẹ nuôi ba em.

Một may mắn kỳ diệu, không có tên cha trong khai sanh nên ba em sau thoát lọt qua được chính sách kỳ thị lý lịch độc hại làm thui chột, giết chết biết bao tương lai tươi sáng của thanh thiếu niên muốn dựa vào sự thăng hoa của học vấn có bằng này bằng nọ làm bàn đạp tiến thân để vươn lên với đời. Vốn con của một tử sĩ ẩn danh mai một, lại có gen thông minh học giỏi xuất sắc từ lớp một đến tốt nghiệp đại học sống trong một gia đình bần hàn mang danh là "Trần Minh khố chuối" đại bần cố nông trong ấp.

Nhờ phép mầu của Trời Phật và anh linh của cha sống khôn thác thiêng, chị cả từ một giai cấp người ở đợ nhảy phóc thành một phu nhân, làm vợ một công tử con của đại gia quyền quý.

May mắn thay, chị gặp một ông chủ đang lâm trọng bịnh cực kỳ nguy hiểm, lại hết lòng thương yêu và quý trọng.

Trong lúc đau nằm dưỡng bịnh trên đỉnh núi Sam chờ chết mà chẳng có một thân bằng quyến thuộc nào dám léo hánh đến thăm viếng hỏi han vì chứng bịnh nan y không có thuốc chữa trị dứt, dễ lây lan. Người giúp việc là người duy nhất hết lòng chăm sóc gần gũi ủi an người bịnh.

Nhờ sự hy sinh của một thiếu nữ gia đình tử sĩ cùng khổ không ngại hiểm nguy lây bịnh miễn có tiền trợ giúp ba em đang trên đường học vấn tiểu và trung đại học, nổi tiếng học sinh tiên tiến thông minh xuất sắc nhứt của lớp của trường.

Không phải ai giàu sang cũng có cùng bản chất bốc lột, hà hiếp giới nghèo khổ trong xã hội như một học thuyết sai lầm. Một thiếu nữ quá nghèo khổ phải làm thân ở đợ không nề hà nguy hiểm đến tính mạng chạm đến lòng thương người như thể thương thân của công tử con đại gia. Anh có một số tiền khá lớn gần cả triệu tiền franc của Pháp đang gởi trong một ngân hàng Pháp ở Sài Gòn. Nếu công tử qua đời thì số tiền trong ngân hàng sẽ là số tiền vô thừa nhận. Chàng công tử hào hoa vốn là một luật sư từng ăn chơi trác táng mang khổ lụy vào thân, nghĩ ra cách cứu một gia đình nghèo khổ có cả ba em tư chất thông minh hiếu học, cha là một tử sĩ, anh tỏ tình với người giúp việc là muốn cưới làm vợ.

Chàng công tử hào hoa chỉ nhỏ hơn cha của người giúp việc một tuổi mà trong tình trạng sức khoẻ lụi tàn dần không tự tắm rửa một mình phải có người giúp. Người giúp việc quá ngỡ ngàng, lo sợ mà cũng rất vui vì thân ở đợ nghèo khổ cũng có người giàu sang phú quý tỏ tình yêu mình. Nếu từ chối không chịu bằng lòng lấy ông chủ, bị đuổi việc, tiền đâu nuôi ba em, một em sẽ học đại học trường Y ở Cần Thơ và hai em kế còn học tại trường trung học Hoàng Diệu ở Sóc Trăng. Cô thiếu nữ vừa qua tuổi đôi mươi đành nhắm mắt cho con tạo xoay dần, đồng ý chịu làm vợ công tử. Cô thiếu nữ, đâu có biết một nhà trí thức, là một luật sư biết rõ số tiền lớn trong ngân hàng phải có người thừa kế hợp pháp khi anh qua đời sẽ được thừa hưởng trọn vẹn.

Anh còn tỏ ra một người anh kết nghĩa hào phóng với hai em cùng học trường Tây Chasseloup Laubat, sau anh gần mười năm. Một gốc người Áo, một gốc Phú Yên thất lạc với gia đình sau cuộc đổi đời năm 1975. Hai sinh viên Y thành kẻ vô gia gia cư, phải sống lang thang cơ cực sau khi rời bỏ đại học Y Sài Gòn, hết năm thứ ba. Tình cờ hai người em đó tìm thăm ông anh trên đỉnh núi Sam, anh vô cùng cảm động và hết lòng trợ giúp cho hai người em kết nghĩa.

Hai chàng sinh viên gặp cơ may có quới nhơn chỉ vẽ đường đi nước bước cho dự thi đặc biệt vào đại học Y Cần Thơ tiếp tục học cho đến ngày tốt nghiệp Y Khoa bác sĩ. Lúc đó, cũng là thời điểm anh ba Cường hết thuốc đặc trị từ Pháp gởi về và đang nằm chờ thần chết đến gọi ra đi.

Trong tập I, diễn tả lại sự hy sinh cao cả của người chị đã gây ảnh hưởng sâu sắc đến một gia đình tử sĩ bần hàn, ba em lại thành danh, em trai lớn là bác sĩ y khoa ra trường đỗ thủ khoa và cô em gái ở giữa cũng tốt nghiệp thủ khoa trường đại học sư phạm bốn năm, cậu em út đang học năm thứ ba trường đại học Y mà đã nộp bài luận văn tốt nghiệp ba năm cuối, được Hội Đồng Giáo Sư của trường chấm điểm tối ưu.

Một chuyện tình éo le của người chị dẫn đến một câu chuyện tình rất thơ mộng của chàng em út, một bác sĩ xuất sắc, một nhân tài của sự nghiên cứu Y học nổi tiếng trong lúc đang học năm thứ ba trường Y. Với một câu chuyện tình khúc khuỷu quanh co khác cũng gay cấn, lâm ly, khổ tâm và đầy tính nhân bản ở tập truyện thứ hai. Và tập truyện thứ ba, sự vinh quang, thành công to lớn của một nhân tài lỗi lạc của ngành Y Việt Nam với thế giới y học hiện đại và kết thúc hai truyện tình éo le trắc trở đầy tính nhân bản.

Một bộ ba tập chuyện tình có hậu vì thiện ác đáo đầu chung hữu báo. Thiện và ác đều được đèn trời soi rọi dù lưới trời lồng lộng, không ai thoát khỏi sự phán xét của trời đất.

Đây là một bộ trường thiên tiểu thuyết ba tập, rất dài, như là cái mắc xích kết nối cũng khá ly kỳ hấp dẫn và những cảnh làm tình sôi nổi, dữ dội như phim ảnh trong trí tưởng tượng của tác giả đượm đầy kịch tính ướt át đáng yêu.

Kết thúc truyện tình, sự tôn vinh tính nhân bản của con người, một nhà nghiên cứu Việt Nam, sinh quán tại miền Nam, đầy tính nhân ái vị tha giúp người với cứu cánh là mình sống cho đáng sống và yêu đời, mình vì mọi người.

Thú thật, tác giả chịu nhiều ảnh hưởng cách viết truyện và suy tư của học giả Hồ Hữu Tường qua bộ sách Phi Lạc Sang Tàu - Phi Lạc Đại Náo Hoa Kỳ, dựa vào thực tế thì ít mà tưởng tượng lại nhiều và tâng bốc tài năng đức hạnh của người Việt lên tận mây xanh cho thoả lòng tự ái dân tộc.

Với thầy Hồ Hữu Tường tôi rất kính trọng, ngưỡng mộ và học đòi cách viết truyện dài thành ba tập như bộ Thuốc Trường Sanh của học giả Hồ Hữu Tường.

Nhà văn thứ hai mà tôi yêu thích là Lê Xuyên với cách viết dong dài chân quê thật thà của người Miền Tây sông nước qua tập truyện dài tình cảm Chú Tư Cầu mà tôi đã tái bản tại Hoa Kỳ năm 2005. Tôi đã học hỏi cách viết dài dòng, vui sống và chịu nhiều ảnh hưởng suy tư của hai ông thầy Hồ Hữu Tường và Lê Xuyên.

Chuyện Tình Trên Đỉnh Núi, ba tập với những tình tiết ly kỳ được xem như một tiểu thuyết giả tưởng.

TẬP I - Tiếng Gọi Tình Yêu
TẬP II - Đường Tình Khúc Khuỷu
TẬP III - Tình Yêu Muôn Thuở

Sacramento 12 tháng 12 năm 2022.
Anh Phương Trần Văn Ngà

TIẾNG GỌI TÌNH YÊU

Từ Bố Thảo, gần thị xã Sóc Trăng, Mai Hạnh cùng dì sáu đón xe lam đi đến bến xe về Châu Đốc như một khách hành hương về viếng Điện Thờ Thánh Mẫu mà người dân quê gọi là Miếu Bà Chúa Xứ Núi Sam, rất linh hiển.

Dì Sáu là một người quen thân ở cùng ấp cùng làng gần nhà Mai Hạnh, giới thiệu em có chỗ làm, giúp việc cho một gia đình giàu có ở Núi Sam – Châu Đốc với tiền công hàng tháng rất hậu hĩnh, gấp đôi, gấp ba so với công việc làm giống như vậy ở Sóc Trăng.

Dì Sáu cho biết công việc rất đơn giản, nhắc nhở bịnh nhân uống thuốc, lo giặt giũ quần áo hay nấu thức ăn hoặc mang thức ăn nấu sẵn từ nhà mang lên, quét dọn nhà cửa. Mai Hạnh khá yên tâm vì công việc làm hàng ngày chỉ có chăm sóc một người bịnh đang tịnh dưỡng tại một ngôi nhà sang trọng, chỉ có một người ở, tối người giúp việc phải về nhà chủ ngủ ở triền núi.

Biết tổng quát như vậy, Mai Hạnh đã lượng sức mình, với tuổi mười tám, tự tin cho rằng quá dễ, dư sức chu toàn công việc có tiền công cao đủ giúp thêm cuộc sống cho mẹ và ba em Mai Hạnh, một em chuẩn bị vào đại học Y Cần Thơ, hai em học trung học.

Dì Sáu quá tốt bụng, thấy gia đình Mai Hạnh thiếu thốn, mẹ goá nghèo nàn có con đông đến bốn đứa nhỏ mà Mai Hạnh là con gái lớn nhứt. Cha Mai Hạnh chết ở mặt trận Quảng Trị trong một trận chiến ác liệt mà báo chí thường nói là Mùa Hè Đỏ Lửa năm 1972, chết mất xác.

Mẹ Mai Hạnh được đơn vị có hậu cứ ở Sài Gòn xác nhận nên cũng lãnh được tiền tử tuất mười hai tháng lương khá nhanh và dễ dàng. Với số tiền tử tuất đó, hai mẹ con làm vốn buôn bán nhỏ tại nhà, mua được một bàn máy may mới hiệu Singer, mẹ Mai Hạnh sửa quần áo người lớn và cắt may quần áo trẻ con. Công việc tương đối nhàn hạ, cũng tạm sống qua ngày. Ba đứa em của Mai Hạnh, có hai đứa em học giỏi ở trường làng đều thi đậu vào học trường trung học công lập Hoàng Diệu ở tỉnh lỵ. Em trai lớn niên học tới lên học cấp ba, em gái đang học lớp đệ ngũ và đứa em trai út còn học tiểu học ở Bố Thảo, trường học cũng không cách xa nhà, nên em út của Mai Hạnh đi bộ đến trường được.

Còn hai em học trung học ở tỉnh lỵ phải đi xe lam mỗi ngày từ Bố Thảo đến bến xe, gần toà Hành Chánh tỉnh và từ đó đi bộ đến trường học mất chừng mười, mười lăm phút. Cả hai em học trung học thêm tốn kém, nào tiền xe lam, quần áo đồng phục, giày giép phải chắc và đẹp nữa vì cuốc bộ hàng ngày từ bến xe đến trường và từ nhà đến bến xe làm hao mòn giày giép nhanh. Gia đình cố gắng dành dụm tiền mua một chiếc xe đạp mới mà bền chắc để anh đèo đứa em gái cùng đi học đỡ tốn tiền xe lam. Con đường đi xe đạp cũng khá xa trên năm cây số nên phải đi sớm. Nhưng, dự định và mong ước nhỏ nhoi đó, mà gần hết hai niên học của hai con, mẹ Mai Hạnh cũng chưa thực hiện được.

Hai mẹ con thầm mong có một số tiền đủ mua một chiếc xe đạp cho hai con đi học và làm phương tiện cho gia đình sử dụng đi đây đi đó cũng là diễm phúc cho một gia đình nghèo.

Chiến tranh càng ngày càng leo thang ở khắp mọi nơi và làng Bố Thảo, từ trước là làng an ninh, nay cũng thường có những cuộc chạm súng về đêm. Việc mua bán lặt vặt ở trong xóm cũng trở nên ế ẩm, chi tiêu trong gia đình, con càng lớn lại đi học xa thêm tốn kém. Số vốn ít ỏi càng ngày càng vơi dần, thâm hụt, sụt xuống, tiền ăn, tiêu xài càng gia tăng, vốn lại teo giảm mạnh. Hai mẹ con thở vắn than dài, không biết giải quyết làm sao cho các con tiếp tục học hay cho một đứa hoặc hai đứa đang học trung học nghỉ học đi làm công phụ giúp gia đình.

Mai Hạnh dù học ít còn nhỏ tuổi mà muốn cho các em mình, nhứt đứa em trai lớn học tới nơi tới chốn, đến tuổi nhập ngũ cũng vào được hàng sĩ quan, đở cực thân.

Trong lúc bối rối gần như bế tắc, may có dì sáu, người quen thân cùng xóm biết rõ hoàn cảnh đáng thương của mẹ con Mai Hạnh, bà giới thiệu Mai Hạnh giúp việc cho một gia đình giàu có ở Núi Sam, cũng là chỗ bà con xa với Dì Sáu. Bà ở gần nhà mẹ con Mai Hạnh và cũng cám cảnh mẹ goá con côi, lại là một gia đình tử sĩ cần phải giúp đỡ. Mai Hạnh với sức trẻ, khoẻ mạnh, đến tuổi mười tám, em lại là người tháo vát, đảm đang, từng trải nhiều nghề buôn thúng bán bưng và buôn bán lặt vặt trong nhà từ nhỏ hồi mười hai mười lăm tuổi. Em đã cật lực giúp mẹ nuôi dưỡng hai em đang học trung học ở tỉnh ly và đứa em út còn học tiểu học gần nhà. Tính tình em điềm đạm, hiền hoà, dễ thương, lúc nào cũng tươi cười vui vẻ với mọi người có dịp đến nhà chơi hay đến nhà mua mắm muối, tiêu, tỏi hành gì đó. Dì sáu đem lòng thương gia đình mẹ con Mai Hạnh.

Có dịp đi Núi Sam viếng cảnh, luôn tiện đến thăm viếng gia đình người bà con có một ngôi nhà cổ to lớn như là để làm "phủ thờ" cho dòng họ, ở triền Núi Sam, gần chợ Bến Đá.

Gia đình của người chủ nhà, nguyên là con của đại điền chủ giàu sụ cho con trai du học ở Pháp. Nay là một bác sĩ y khoa, tốt nghiệp ở Pháp, từng giữ chức vụ Trưởng Ty Y Tế tỉnh Châu Dốc nhiều năm. Ông còn kiêm Giám Đốc bệnh viện đa khoa tỉnh, có vi-la to lớn của chánh phủ cấp để gia đình ở, gần bệnh viện nên ông bà bác sĩ Nu ít về ngôi nhà cổ ở Bến Đá Núi Sam, có các cháu đang ở. Ông bà bác sĩ, chủ nhà khi nào về là lúc có giỗ chạp lớn. Nếu có về Núi Sam nghỉ ngơi cuối tuần, vợ chồng ông thường lên nhà mát ở đỉnh núi Sam. Ngoài ruộng lúa bạt ngàn, cơ ngơi làm ăn khai thác đá ở Núi Sam cha mẹ để lại, bác sĩ lại ăn nên làm ra với bằng bác sĩ y khoa có một không hai ở Châu Đốc thời thập niên 40 - 50.

Sự giàu có của ông còn biểu lộ qua công trình xây cất một ngôi biệt thự nghỉ mát đẹp đẽ sang trọng to rộng ở gần đỉnh Núi Sam. Có năm phòng ngủ chính trong nội thất, hai phòng ngủ phụ bên ngoài dành cho người giúp việc và cũng đầy đủ tiện nghi. Công việc xây cất ngôi biệt thự mất gần năm năm, rất tốn kém ngốn hàng đống tiền. Xây cất theo bản vẽ của các kiến trúc sư cũng tốt nghiêp ở Pháp. Với lối kiến trúc độc đáo mới mẻ của Pháp, ngôi biệt thự sừng sững giữa trời gần đỉnh Núi Sam chót vót, đầy đủ tiện nghi, Trong nội thất của một nhà mát có điện nước riêng. Hai bên hông nhà có hai hồ chứa nước lộ thiên to rộng, nước mưa từ trên cao đổ xuống. Một hồ nước hình bán nguyệt trước mặt tiền nhà được xây bằng đá tảng to rất đẹp, hứng hết nước mưa từ trên mái nhà đổ xuống, có trồng một ít bông súng hoa sen, không nuôi cá nhằm giữ nước cho trong sạch sử dụng trong nội thất quanh năm. Còn hai hồ hai bên nhà, nhô lên trên mặt đất đá, ở phần thấp, cao chênh lệch trên hai mét. Phần trên hồ ở thế đất cao có những đường rãnh để cho nước mưa từ trên đỉnh chảy xuống, như là hai hồ nước dự phòng có thể sử dụng được khi hữu sự. Hai hồ này thường trồng rau muống, rau ngổ, kể cả lục bình và nuôi cá tai tượng, cùng vài loại cá đồng khác.

Xung quanh hồ có đặt rải rác nhiều băng đá ngồi câu cá. Gia đình khi nghỉ mát ở đây, giải trí bằng cách câu cá và dùng cá câu được làm thức ăn tươi cho vui. Đây có thể nói theo ngôn ngữ du lịch ngày nay là một khu nghỉ dưỡng - một resort khá hiện đại của các đại gia lúc bây giờ.

Bác sĩ Nu, người gốc quê Núi Sam đã thực hiện trước thiên hạ trên ba mươi năm, trước năm 1975. Dù cách xa phố thị rất khó mua thức ăn, nhà mát luôn dự trữ nhiều thực phẩm khô có thể cung cấp cho năm sáu người sử dụng vài tuần.

Nhà mát dành cho những ngày nghỉ cuối tuần, ông bà bác sĩ từ tỉnh lỵ vào vui chơi giải trí với gia đình và còn mời bạn bè cũ ở Núi Sam. Bác sĩ Nu rất hào phóng, giao thiệp rộng nên ông có rất nhiều bạn bè ở xa hay gần, có đủ tây ta, tàu nữa. Mỗi khi có bạn bè ở xa đến thăm viếng gia đình bác sĩ ở tỉnh lỵ Châu Đốc. Ông giới thiệu ngôi nhà nghỉ mát trên đỉnh Núi Sam, nếu bạn bè muốn vui thú hưởng trọn vẹn cảnh đẹp thiên nhiên của Núi Sam thơ mộng và huyền bí vài ngày, cứ tự nhiên đến ở hay ông cho xe đưa đến.

Ông bà bác sĩ còn thuê một đôi vợ chồng không con nhỏ, chưa quá năm mươi, làm quản gia, chăm sóc giữ gìn nhà mát, cũng như nuôi thêm heo gà vịt để cho gia đình sử dụng khi cần. Cá có sẵn trong hồ, một vườn rau nhỏ xanh tươi đầy đủ quanh năm. Các thứ gia vị, nước mắm, muối hành tiêu tỏi, gạo ngon lúa sóc mua của người Miên, cũng luôn có trong nhà bếp. Gia đình nào có năm bảy người lên ở ngôi biệt thự cả tuần, hoặc hơn chẳng phải lo toan gì hết.

Các dịp nghỉ hè, con cái của ông bà bác sĩ, đang học ở Sài Gòn về, có cả bạn bè năm bảy đứa tha hồ cùng về Núi Sam sống với thiên nhiên cả tuần hay vài tuần cũng được. Hai vợ chồng ông quản gia hết lòng chăm sóc bếp núc, giặt giũ và cần mua thứ gì ở chợ Núi Sam, người quản gia không quản ngại đường lên xuống núi xa và mệt nhọc.

Núi Sam có chiều cao tới đỉnh, cách mặt biển gần 300 mét (284 m). Nếu đi đường tắt qua nhiều ghềnh đá và cây cỏ cản đường thì cũng gần, ít ngoằn ngoèo hơn, ước độ cũng chừng hơn hai cây số, từ nhà mát xuống thẳng chợ Bến Đá, gần ngôi nhà cổ của Bác sĩ Nu. Nếu có mang vác nặng hay gồng gánh đồ ăn cồng kềnh thì phải đi đường lộ bằng phẳng, có thể dùng xe đạp thồ, xe hơi, không thể đi đường tắt được. Đi đường lộ thì xa gấp bốn năm lần đường tắt vì có nhiều ngoằn ngoèo để cho xe ô tô chạy lên xuống không "tuột dốc". Người đi xe đạp hay đi bộ lên đỉnh núi, nếu mệt tìm chỗ ngồi nghỉ cho khoẻ rồi đi tiếp. Con đường lộ dẫn lên đỉnh núi, cách đầu bờ cũng khá gần, khoảng hơn một cây số, gọi là vùng Đá Chẹt. Ở Đầu Bờ có nhiều tiệm buôn bán đủ thứ đồ gia dụng kể cả cà phê hủ tiếu. Khu vực này có nhiều danh lam thắng cảnh và di tích lịch sử nên có nhiều khách vãng lai đến thăm viếng hay cúng bái quanh năm.

Chu vi chân Núi Sam trên năm cây số (5.200 mét) có con đường lộ đá tráng nhựa quanh chân núi, theo người địa phương cho biết, tiền chi phí bảo quản con lộ do tiền qũy của Miếu Bà Chúa Xứ cung cấp hàng năm cho ngân sách xã trách nhiệm quản lý. Con đường lộ cho mọi loại xe cộ lưu thông hai chiều rất tốt.

Trước năm 1975, với tiền hỷ cúng dồi dào, tiền chế độ cũ lên năm bảy triệu một năm. Ngoài xây dựng lại Miếu cho thêm đẹp đẽ, rộng rãi thoáng mát hơn trước, còn lo tu bổ đường xá xung quanh núi Sam và các công ích xã hội. Quỹ của Miếu Bà còn cấp tiền xây một trường trung học Đệ nhất cấp, một trạm y tế, một nhà bảo sanh cũng gần Miếu Bà. Riêng trường trung học nằm trong khuôn viên của Thánh Miếu. Khi đến Mùa Vía Bà từ 23 tháng tư âm lịch hàng năm, ngôi trường này được phép đóng cửa hơn hai tuần làm nhà vãng lai, nghỉ qua đêm cũng là nơi tiếp khách có nhu cầu cần sự giúp đỡ cho thập phương bá tánh về cúng bái. Gần chùa Tây An, cách Miếu Bà chừng trăm mét cũng có một trường học sơ tiểu, từ lớp một tới lớp ba.

Núi Sam trở thành một trung tâm du lịch cấp quốc gia, hàng năm có hàng nhiều triệu người đến Núi Sam du ngoạn cũng như cúng bái. Đầu năm 2022, công trình xây dựng hệ thống cáp treo đã hoàn tất và cáp treo đã được sử dụng cho khách du ngoạn từ triền núi lên gần đỉnh cao chót vót của ngọn núi Sam kỳ vĩ linh thiêng này. Khách du ngoạn tha hồ ngắm cảnh đẹp thiên nhiên có các đồng lúa bao la xanh tươi đến tận chân trời và đi sâu vào đất nước xứ Chùa Tháp Kampuchia.

Đến mùa nước nổi, trước năm 1975, các ruộng lúa bao quanh chân núi Sam, cách chừng trên dưới trăm mét bị nước ngập sâu như một biển cả mênh mông. Đó cũng là thời điểm mùa cá linh non vừa mới sinh sôi, một món ăn ngon đặc sản của vùng đất ngập sâu của tỉnh Châu Đốc. Thời điểm này cũng là mùa cá nước ngọt có hàng trăm loại từ vùng Biển Hồ của Xứ Chùa Tháp đổ xuống lan rộng khắp cả tỉnh đang đắm chìm trong biển nước bao la cũng là thời điểm các loại cá sanh sôi phát triển, chỗ nào có nước tràn đến là có nhiều cá.

Đến mùa cá, người dân Châu Đốc dùng lưới, đáy, vó càng, vó gạc, rọ, lọp, lờ... đánh bắt được nhiều loại cá mà cá linh nhiều nhứt. Cá ăn không hết, chở bán đi xa không kịp, cá ủ làm nước mắm, làm khô, làm mắm cũng dư thừa, người dân quê đành đổ cá linh thành đóng phơi khô làm phân để vun bón hoa màu.

Lên lưng chừng núi hay lên đến tận đỉnh cao chót vót của Núi Sam, du khách còn được dịp phóng tầm nhìn vào vùng bảy núi nên thơ kỳ bí với nhiều chuyện kể thần thoại, liêu trai. Có những tu sĩ ẩn dật, nhiều lãnh tụ Cần Vương thời xa xưa hay những nhà chánh trị trốn lánh sự theo dõi dòm ngó của công an mật vụ thời Pháp thuộc. Ngoài ra, vùng Thất Sơn-Bảy Núi còn đào tạo những võ sĩ luyện tập thành danh môn võ thuật chân truyền của môn phái Võ Thuật Thất Sơn vô địch.

Trên gần đỉnh Núi Sam có một ngôi biệt thự có một không hai kể luôn dưới triền núi, hay cả nước không có cái thứ hai xây cất "hoành tráng" như vậy. Sở dĩ phải tốn công xây cất khá lâu, gần năm năm vì phải vận chuyển xi măng, sắt đá cát, gạch ngói, kể cả máy phát điện, máy bơm nước. Những vật liệu nặng cồng kềnh từ triền núi lên gần đến đỉnh rất tốn kém, khó khăn và rất nguy hiểm vì lở xe tuột dốc hay người đi bộ mang vác lên xuống núi trợt té. Còn phải xây hồ, bồn chứa nước trước mùa mưa để sử dụng cả năm và khi xây dựng cũng phải chuẩn bị đủ nước mưa. Nhân công chỉ đâu làm đó được thuê mướn ở địa phương, hết giờ làm việc phải xuống núi về nhà tắm giặt. Nước dự trử chỉ dành riêng cho việc xây cất và những người có nhiệm vụ canh giữ vật liệu là được phép sử dụng mà thôi. Các chuyên viên từ Sài Gòn đưa xuống, chủ thầu có mướn một ngôi nhà khá lớn và tiện nghi ở ngay giữa tỉnh lỵ Châu Đốc để ngơi nghỉ sau một ngày lao động vất vả trên đỉnh núi.

Chủ thầu xây cất ngôi biệt thự này, đang làm chủ một công ty xây cất lớn ở Sài Gòn có nhiều uy tín lãnh thầu. Theo hợp đồng, từ công trình tiết mục một, trả công cho chủ thầu, còn vật liệu mang lên cho nhà thầu là chủ biệt thự chịu trách nhiệm mang lên tận chỗ. Một điều dễ hiểu và hợp lý, ông bác sĩ là người địa phương mướn người vận chuyển vật liệu dễ dàng hơn chủ thầu, gốc Sài Gòn. Chủ thầu không quen biết ai hết ở địa phương giúp mướn người làm nhứt là trong khâu vận chuyển vật liệu rất khó, nhiều khi còn thất thoát. Từ Sài Gòn, chủ thầu chỉ cần mang theo năm bảy người tâm phúc, tin cậy, có kinh nghiệm, chuyên viên thạo việc, từng chỉ huy nhân công xây cất nhiều công trình lớn của chánh phủ mà chủ thầu đấu giá được.

May mắn cho ông bà bác sĩ đã dự định từ khi mới từ Pháp về trước thập niên 1940, xây cất ngôi biệt thự nghỉ mát trên núi, gần đỉnh cao chót vót. Trong lúc ty Công Chánh tỉnh Châu Đốc cũng vừa hoàn thành trước đó không lâu một công trình lớn tạo dựng được một con đường lộ từ triền núi chạy ngòng ngoèo lên đến đỉnh núi. Nhờ vậy, chuyện vận chuyển bằng xe thồ cà rịch cà tang hay bằng sức người và cả xe tải ô tô nhỏ cũng khá thuận tiện.

Tại đỉnh núi, chánh quyền có xây một toà tháp nhỏ như là một đài quan sát có tầm nhìn bao quát chung quanh đến trên hàng chục cây số qua ống dòm. Thấy rõ mồn một, vượt qua biên giới chừng năm bảy cây số ở hướng Nam và thấy sâu vào đất Miên hơn năm cây số. Về hướng Tây, người ta quan sát rõ vùng Thất Sơn, nhất là đỉnh Núi Cấm cao trên bảy trăm mét so với mặt nước biển, thấy rất rõ khi trời trong, không mây mù. Hướng Đông nhìn về vùng biên giới thuộc quận An Phú và nhiều xã của quận Tân Châu và hướng Bắc nhìn về thị trấn Cái Dầu và tỉnh Long Xuyên.

Người Pháp có kế hoạch xây con đường lên đỉnh núi độc đáo này từ lâu lắm rồi, hoàn thành con lộ này trước Đệ Nhị Thế Chiến (1939-1945). Đây là cơ hội bằng vàng cho Bác sĩ Nu đã dự tính từ lâu xây một cái nhà nghỉ mát cho gia đình gần trên đỉnh núi Sam làm điểm nghỉ ngơi vui thú cảnh thiên nhiên sau giờ làm việc hay các ngày nghỉ. Mỗi chiều hè nóng bức lên nhà mát phóng tầm nhìn xa bao quanh Núi Sam và tỉnh lỵ Châu Đốc (cách đầu bờ hơn năm cây số). Nhờ có con đường lộ khá rộng đủ cho một chiếc xe hơi lớn chạy lên xuống dễ dàng và cứ chừng vài trăm thước có một chỗ đường mở rộng ra vào vách núi làm chỗ cho xe dưới chạy lên len vào tránh xe trên núi chạy xuống.

Để thực hiện dự tính với bản vẽ khá lâu của kiến trúc sư nổi tiếng cũng tốt nghiệp từ bên Pháp về. Nhân con đường lộ từ đỉnh núi chót vót chạy tới chân núi, giao lưu với đường lộ chạy quanh núi Sam, ở vùng gọi là Đá Chẹt vừa hoàn thành, Bác sĩ Nu tiếp tục xây cất ngôi biệt xinh đẹp này cũng hoàn tất.

Tầm quan trọng của đỉnh Núi Sam, sau này, thời chánh quyền Đệ Nhị Việt Nam Cộng Hoà, chiến tranh gia tăng cường độ ác liệt, giới quân sự có đưa hai khẩu đại bác 105 ly lên đặt tại địa điểm đỉnh núi nhằm bao phủ vùng hoả lực yểm trợ cho Tỉnh lỵ Châu Đốc, vùng bảy núi và vùng biên giới Việt Miên. Tại đây chánh quyền tỉnh có xây một cái sân rộng bằng phẳng được tráng xi măng trống trải bên phải "đài quan sát" đủ cho bốn chiếc trực thăng đậu và hai khẩu đại bác cũng được đặt tại đây. Ngoài công trình của tỉnh trên đỉnh núi chót vót, còn có một biệt thự của tư nhân, to đẹp nhứt của Núi Sam. Đó là ngôi biệt thự của gia đình bác sĩ Trần Văn Nu, nguyên quán sanh trưởng ở Núi Sam. Ngôi biệt thự là ngôi nhà nghỉ mát, bác sĩ giàu quá nên chơi sang. Nhà cất bỏ đó, cả tuần hay vài tuần, ông bà bác sĩ mới lên núi nghỉ mát hai ngày cuối tuần. Nhà mát gần đỉnh, chênh chếch với công trình của tỉnh như chỗ ngắm cảnh, quan sát do ty Công Chánh tỉnh xây cất, không xa lắm, biệt thự nghỉ mát thấp hơn đỉnh núi chừng hơn chục mét so với công trình của tỉnh có sân rộng có nơi quan sát.

Sau năm 1975, khu vực có hai khẩu đại bác 105 ly cũng dẹp bỏ kể cả ngôi biệt thự của tư nhân bỏ hoang không người ở. Nghe nói, Sở Du Lịch chánh quyền tỉnh An Giang trưng dụng cho thuê làm nhà hàng. Nhưng, kinh doanh thua lỗ, đành phải dẹp tiệm xuống núi. Hình như sau này có sửa chửa đôi chút làm nhà nghỉ mát, việc kinh doanh cũng thất bại cho nên vẫn phải đóng cửa mãi đến sau này. Bây giờ ngôi biệt thự của bác sĩ Trần Văn Nu vẫn còn sừng sững thi gan cùng tuế nguyệt, nhưng nội thất xuống cấp hư hại rất nhiều. Nếu muốn sửa chửa lại có đầy đủ tiện nghi của nhà nghỉ dưỡng, một resort đúng nghĩa phải tốn tiền chi phí lên nhiều triệu đô la vì đưa vật liệu đồ đạc trang trí nội thất lên núi khá vất vả. Phòng ngủ phải tân tiến đầy đủ tiện nghi. Máy phát điện phải có riêng, máy bơm nước, xây thêm hồ dự trữ nước mới hay nới rộng hai hồ cũ và làm sạch sẽ lòng hồ cũng như phải có hệ thống lọc nước mới... Việc tân trang lại các hồ cũ đòi hỏi phải chứa được nhiều nước mưa mới hy vọng đủ nước sạch phục vụ cho sinh hoạt của nhiều người đến thuê mướn. Vì không ai, tư nhân, đủ sức bỏ tiền ra kinh doanh mà lợi nhuận coi bộ quá khó khăn, sự lỗ lả nắm chắc trong tay. Chỉ có Nhà Nước muốn bảo tồn ngôi biệt thự này để thu hút khách du lịch đến thăm viếng đỉnh Núi Sam thu lợi về các mặt khác hơn là thu lợi nhuận về kinh doanh. Nếu muốn kinh doanh phải đầu tư cả khối tiền xây cất nhiều cơ ngơi mới vì ngôi biệt thự vỏn vẹn có diện tích cho năm phòng ngủ và phòng khách cũng không rộng và toilet lại ít nữa... Bây giờ đã có cáp treo (từ năm 2022), ngôi biệt thự đơn độc đó có hy vọng sẽ mua lại điện của cơ sở cáp treo cũng gần ngôi biệt thự. Như vậy cũng tiết kiệm, khỏi phải mua máy phát điện vận chuyển lên đỉnh núi khá tốn kém. Du khách muốn lên xuống từ nhà nghỉ mát đến triền núi không còn phân vân lo lắng nữa. Nhờ có cáp treo, việc lên xuống núi dễ dàng lại nhanh chóng chỉ mất chừng năm mười phút đi cáp treo thay vì phải đi đường lên núi bằng xe hay đi bộ mất nhiều thì giờ. Dù có cáp treo, du khách vẫn phải có con đường thông thoáng từ cáp treo lên ngôi biệt thự cổ kính lịch sử này (không biết từ địa điểm cáp treo đến ngôi biệt thự này xa hay gần, nếu gần hay cùng địa điểm lại càng thuận tiện hơn).

Mai Hạnh tên trong khai sanh, còn tên ngoài được mọi người thân quen gọi là Mai Liên, theo cách nói lái, có nghĩa là Miên lai, đúng với nguồn gốc em người Việt lai Miên chỉ có hai mươi lăm phần trăm. Ba em cũng có cha là người Miên lai giàu có, bà nội là người Việt sanh ra ba em. Mai Hạnh có nước da bánh mật, gương mặt trong sáng, mắt đen to, có thân hình đầy đặn, nở nang của tuổi con gái dậy thì đang phát triển lại là con gia đình tử sĩ nghèo khó siêng năng.

Mai Hạnh, chịu khó, thức khuya dậy sớm, tảo tần tất bật công việc tay chân, từ sáng tới tối, giúp mẹ nuôi ba em. Mai Hạnh cũng được học hết tiểu học, qua tuổi mười hai, cha tử trận, Mai Hạnh thôi học cùng với mẹ lo gánh vác việc gia đình cho đến tuổi mười bảy, hai mươi em cũng chưa biết nếm trải tình yêu lứa đôi như thế nào? Mai Hạnh hoàn toàn còn ngây thơ trong trắng.

Trong đời Mai Hạnh, em đi xa gia đình lần này cùng với Dì Sáu cũng là lần đầu tiên mà lại đi quá xa, từ nhà ở Bố Thảo Sóc Trăng đến Núi Sam Châu Đốc. Mai Hạnh cảm thấy cô đơn không có mẹ bên cạnh an ủi chở che giúp đỡ, em đang lạc lỏng giữa chợ đời nhiều cạm bẫy chông gai. Em tự hứa phải cố vượt qua tất cả để trưởng thành xứng đáng là một con người, người con gái lương thiện của gia đình nghèo. Nghèo cho sạch rách cho thơm mà mẹ em thường nhắc nhở em trong những đêm trường hiu quạnh chỉ có hai mẹ con nằm cạnh bên nhau tâm sự và em cũng chìm trong giấc ngủ ngon sau một ngày cực khổ mệt nhọc.

Từ bến xe Sóc Trăng, lúc khá sớm cùng với dì sáu giúp đưa Mai Hạnh đi Châu Đốc không quá bỡ ngỡ cho chuyến đi xa này. Xe đò chạy tài sớm nên đến bến xe Châu Đốc trước mười một giờ trưa. Thấy còn sớm mà cũng tới giờ cơm trưa, Dì Sáu thấy cháu Mai Hạnh thật thà ngây thơ rất dễ thương và luôn kính trọng Dì Sáu. Dì Sáu nói với Mai Hạnh:

- Dì bao bữa cơm trưa cho cháu ăn no tại nhà lồng chợ Châu Đốc. Sau đó, dẫn cháu đi dạo quanh khu chợ Châu Đốc và viếng Bồ Đề Đạo Tràng không xa đầu chợ. Dì Sáu đã đi chợ Châu Đốc nhiều lần nên rất rành quán nào nấu ăn ngon mà lại rẻ nữa. Đến nơi, Dì Sáu chọn bàn để cho cháu Hạnh ngồi nhìn ra đường phố đang buôn bán nhộn nhịp. Dì Sáu hỏi cháu ăn gì để Dì gọi, lần đầu tiên được ngồi ăn ở quán, tiệm cơm. Mai Hạnh rất rụt rè, không biết gọi ăn món gì, đang suy nghĩ lung tung. Dì Sáu lên tiếng, thôi được rồi, để Dì gọi ba món: canh chua bông sua đũa, cá bông lau, cá rô kho tộ và tép xào bông điên điển ăn với cơm thố, dì cháu ăn chung.

Trong lúc chờ đợi chủ quán làm thức ăn, Hạnh có dịp nhìn quanh khu chợ, dù trưa vẫn còn đông người buôn bán đủ thứ trái cây, nhứt là trái thốt nốt để cả buồng mấy chục trái trông rất đẹp mắt. Và nước thốt nốt có đến ba bốn quầy loại nước uống này mà Mai Hạnh cũng chưa bao giờ có dịp uống và ăn cái, có người gọi là cùi, phần trong cùng trái thốt nốt. Đối diện với quán ăn có đến mấy chục quày bán đủ thứ mắm từ mắm lớn con như mắm cá lóc, cá bông, cá rô đến mắm cá linh, cá sặc, cá chốt. Và đặc biệt là mắm thái, một loại mắm cá lóc xé nhỏ hay xắt nhỏ trộn với đu đủ xắt nhỏ, được trưng bày trên các thau nhựa to hay để trong lọ, hũ nhựa trông suốt với màu vàng sậm rất bắt mắt, thu hút khách sành điệu ăn mắm.

Đang ngây ngất, nhìn cái gì cũng lạ lẫm tại một ngôi chợ bán đủ thứ thức ăn, trái cây có thứ nhập từ Thái Lan, Cao Miên. Còn cá khô, mắm đầy dẫy mà có người gọi chợ Châu Đốc là "Thiên đường khô mắm", hay người ta cũng gọi Châu Đốc là xứ mắm, quê hương của mắm. Hàng chục loại mắm với nhiều giá cả khác nhau, được các người chủ sạp mời gọi khách vãng lai, đa số là khách du lịch hay khách hành hương Miếu Bà Chúa Xứ Núi Sam.

Đối với Mai Hạnh, một cô gái nhà nghèo lại ở vùng xa chợ, rất nhà quê cho nên không biết nhiều các sinh hoạt náo nhiệt của các ngôi chợ lớn lại không từng trải ăn uống ở quán ở tiệm, rất rụt rè e thẹn. Dì Sáu nhìn cử chỉ biết Mai Hạnh còn mắc cở, cứ lặng thinh, ngồi một chỗ như cưng đơ, chỉ dám sử dụng mắt nhìn xem thiên hạ dập dìu qua lại. Các người vào ngồi ăn cạnh bên Mai Hạnh sao cứ rất hồn nhiên vui cười, nói chuyện lớn tiếng rổn rảng, coi như không có ai chung quanh hết. Mai Hạnh không trách người ta mà tự cảm thấy mình mới ngồi tiệm ăn lần đầu thiếu tự nhiên. Mai Hạnh có cảm nhận xung quanh mình ai cũng nhìn mình, từ sau lưng, bên trái bên phải, trước mặt mình đều trống trải, ai nhìn cũng được. Mai Hạnh cũng muốn uống thử nước thốt nốt cho biết, nhưng không dám hé miệng nói với Dì Sáu, em thấy Dì Sáu, tự nhiên đi đến quày bán nước thốt nốt. Bỗng Dì Sáu nói đủ lớn cho Mai Hạnh nghe, dì sẽ mua nước thốt nốt cho dì cháu uống. Dì cũng thích uống nước thốt nốt mà ở chợ Bố Thảo hay các chợ ở Sóc Trăng không có bán. Dì kéo ghế cái rột, đứng lên đi đến quầy bán nước thốt nốt mua hai ly và có cái thốt nốt nữa, dì bảo người bán cho người mang đến quán cơm gần đó và chỉ bàn có người cháu của dì đang ngồi.

Sau bữa ăn trưa rất thịnh soạn trong lòng cháu Hạnh nghĩ như vậy, vì cuộc đời của cháu cho tới bây giờ, chưa hề biết ăn cơm ở tiệm hay có nhiều thức ăn ngon trong một bữa ăn như trưa nay. Hạnh thầm cám ơn Dì sáu, mong có ngày đền đáp lại công ơn của dì, ngoài việc giới thiệu chỗ làm còn bao ăn, hướng dẫn Hạnh từng ly từng tý một.

Sau khi ăn cơm xong, mới quá 12 giờ trưa mấy phút, thấy còn sớm, Dì Sáu dẫn Hạnh đi bộ vòng quanh chợ Châu Đốc để cháu thấy sinh hoạt của cái chợ lớn, chuyên mua bán các mặt hàng, đồ dùng, có nhiều thứ xuất xứ từ Cao Miên và Thái Lan mà ở chợ lớn của tỉnh lỵ Sóc Trăng cũng hiếm thấy. Đúng với tên chợ Châu Đốc chuyên bán sỉ các mặt hàng của vùng biên giới và cá mắm, khô cá nước ngọt dồi dào phong phú nhứt của Miền Nam.

Sau một vòng đi quanh chợ Châu Đốc. Đôi khi quen miệng, Hạnh gọi Dì Sáu là Ý Sáu vì ở Bố Thảo, cũng thường hay gọi như vậy. Ý là tiếng Tiều (Triều Châu) cũng có nghĩa là dì, như củ là cậu, hia là anh, chế là chị… mà các tỉnh có nhiều người Tiều sinh sống như Sóc Trăng, Bạc Liêu, Cà Mau, Rạch Giá…nghe cách gọi này cũng khá quen thuộc. Ý Sáu dẫn Mai hạnh đến Bồ Đề Đạo Tràng, cách đầu nhà lồng chợ Châu Đốc không xa, chưa tới hai trăm mét, hai Dì cháu vào nơi như một cái am cốc nhỏ có thờ Phật (chưa xây khá rộng như ngày nay), sát cạnh gốc cây Bồ Đề có tàng cây to rộng bao phủ cả một khu vực.

Cây Bồ Đề này được thỉnh từ nguồn gốc cây Bồ Đề mẹ ở Ấn Độ, nơi Đức Phật Thích Ca đắc đạo. Thầy Bạch Liên Phạm Ngọc Đa mang về Châu Đốc trồng từ năm 1950. Lúc bấy giờ Thầy Đa là Hội Trưởng Hội Thông Thiên Học Việt Nam cũng đang là Hiệu Trưởng Collège de Chaudoc (trường trung học Thủ Khoa Nghĩa sau này). Thầy, tiếp nối vị Hội Trưởng tiền nhiệm, sáng lập đầu tiên, Nguyễn Thị Hai, Hội Thông Thiên Học Việt Nam, cư ngụ ở Sài Gòn. Cả hai người cựu và tân Hội Trưởng cùng sang Ấn Độ dự Hội Nghị Quốc Tế Thông Thiên Học, thỉnh cây bồ đề từ Ấn Độ mang về Châu Đốc trồng.

Hai Dì cháu vào trong gần tượng Phật, thắp nhang cầu nguyện được bình an khoẻ mạnh và công việc đi làm của Mai Hạnh luôn được suôn sẻ…. Đảnh lễ Phật xong, hai Dì cháu đi đến bến xe lam đi Núi Sam gần đó, và chọn xe nào đến chợ Bến Đá. Hầu hết xe lam đi Núi Sam, họ đậu bến Đầu Bờ để khách đi hành hương ở Miếu Bà Chúa Xứ hay đi cúng ở Chùa Tây An hoặc đến chiêm bái Lăng Mộ Quan Thượng Đẳng Đại Thần Bảo Hộ Cao Miên Quốc Nguyễn Văn Thoại. Từ bến xe Bến Đá đến nhà gia đình ông bác sĩ Nu hơn trăm mét.

Cái nhà cổ xưa này của Bác sĩ Trần Văn Nu do cha mẹ để lại mà ông chỉ có sống hồi nhỏ. Lớn lên đi học xa ở Sài Gòn và sang Pháp học cả chục năm, tốt nghiệp bác sĩ y khoa và về nước xin đi làm việc. Có một thời gian khá dài, ông được bổ nhiệm về Châu Đốc với chức vụ Trưởng Ty Y Tế tỉnh kiêm Giám Đốc Bệnh Viện Châu Đốc. Nhà của ông bà Bác sĩ Nu ở Bến Đá vẫn có người ở, con cháu của ông bà. Ngôi nhà cổ này, nếu còn cho đến nay chắc có tuổi gần ngang bằng với việc Ngài Bảo Hộ Thoại đào con kinh Vĩnh Tế (1819-1824), trên dưới 200 năm.

Hai dì cháu, lửng thửng đi đến nhà Bác sĩ Nu, cả hai đều có xách tay mang theo quần áo và đồ dùng cá nhân, cái túi xách của Mai Hạnh coi bộ cũng khá nặng hơn của bà Dì vì chỉ đi Núi Sam có ít ngày, còn Mai Hạnh sẽ ở lại làm việc lâu dài. Đến nhà của ông bà bác sĩ Nu, trong nhà có con cháu của bác sĩ chạy ra vồn vã mời Dì Sáu và cháu Hạnh vào nhà ngơi nghỉ. Cả nhà của bác sĩ đều vui mừng vì tìm được người làm còn trẻ khoẻ mạnh đến chăm sóc cậu con trai lớn nhứt, là em cô chị trưởng nữ, có chồng cũng là bác sĩ. Chú em bị bịnh lao phổi nặng ở giai đoạn cuối của cuộc đời, từ nhà ở Sài Gòn được chuyển về nhà mát ở trên núi, đang sống một mình.

Gia đình đã bỏ tiền và công sức tìm người giúp việc ở địa phương, chăm sóc cho cậu ba Cường. Ở địa phương đã biết cậu ba đang bị bịnh lao phổi trầm trọng thời kỳ cuối, dù nghèo, cần tiền. Nhưng, sợ bị lây nhiễm vi trùng lao mà nhà nghèo đâu có đủ tiền điều trị nên không ai dám nhận dù việc làm có tiền công cao. Có nhiều người đã lên núi làm việc thử, đến nhà mát chăm sóc cậu ba, chỉ năm bảy ngày hay vài tháng đều chạy re vì cậu ba quá yếu phải cần giúp đỡ tất cả mọi việc. Từ khâu tắm gội, lo ăn ngày ba cữ, phải cho uống thuốc đúng liều lượng hàng ngày, lo vệ sinh nhà cửa, giặt giũ... Dù chiều tối được về nhà mình ở dưới triền núi, sáng hôm sau, mới leo lên núi lo nấu ăn sáng hay mua thức ăn sáng mang lên theo lời yêu cầu của Cậu Ba căn dặn chiều hôm trước.

Sáng vừa lên tới, phải lo nấu nước sôi pha sữa cho cậu ba uống và cả trưa chiều cũng làm y chang như vậy. Lên xuống núi hàng ngày rất mệt nhọc vất vả. Nếu chăm sóc cậu ba cả đêm nữa sẽ có thêm tiền, nhưng sợ bị lây nhiễm vi trùng lao, làm sao có đủ sức khoẻ chịu đựng lâu dài nên rất khó tìm mướn người ở Núi Sam.

Tình cờ gặp lại Cô Sáu, bà con xa với bác sĩ Nu đến thăm gia đình, nhân Cô Sáu đi hành hương Vía Bà Chúa Xứ tháng tư vừa qua. Gia đình bác sĩ Nu có nhờ cô Sáu về Sóc Trăng tìm người nào còn trẻ và khoẻ mạnh đưa lên chăm sóc dưỡng nuôi bịnh nhân chu đáo. May ra còn kéo dài thêm tuổi thọ cho Cậu Ba thêm được ngày, tháng nào cũng tốt. Cả gia đình không sợ tốn kém, chỉ sợ người chăm sóc không lâu bền như những người địa phương.

Cô Sáu giới thiệu cháu Hạnh với ba bốn đứa con cháu của Bác sĩ Nu đang ở trong nhà. Cả nhà có thiện cảm qua cái nhìn và gặp mặt lần đầu với cô gái nhà quê chất phác. Cả nhà ngầm hiểu chọn đúng người hiền lành, khoẻ mạnh và thấy đôi bàn tay rám nắng, gân guốc biết là người siêng năng giỏi giắn.

Cả nhà hoan nghênh tiếp nhận thêm một thành viên mới và cho biết với số tiền hàng tháng khá cao ngoài sức tưởng tượng của cháu Hạnh. Đại diện cho gia đình còn nói, khi Cô Sáu về Sóc Trăng cho gia đình gởi biếu thêm một số tiền bằng một tháng lương của Mai Hạnh cho gia đình cháu. Gia đình còn dúi cho cô sáu một số tiền gọi là hoàn tiền đi xe đò đưa cháu Hạnh lên đây cũng như đưa cho Hạnh một số tiền bỏ túi, muốn mua sắm gì cũng được.

Gia đình nói trước, sẽ đưa cho cháu Hạnh một số tiền bỏ túi nữa để mua thêm thức ăn hay đồ dùng cho cậu Ba có nhu cầu đòi hỏi. Cả nhà đều vui mừng có người còn trẻ mà là một cô gái dễ mến, cậu sẽ vui và hài lòng, may ra cậu còn kéo dài thêm sự sống trên thế gian này. Cô gái trẻ dịu dàng, dễ thương mến, chắc chắn sẽ chăm sóc chu đáo nhẹ nhàng hơn mấy cậu con trai trước đây. Dù biết anh mình, chú, cậu mình sống cô đơn rất tội nghiệp. Nhưng, chẳng một ai dám lên tận giường bịnh thăm cậu Ba sợ bị lây lan vi trùng Koch của bệnh lao phổi bất trị. Bác sĩ Nu đã căn dặn kỹ nhiều lần kể chị cả - chị hai, khi về Núi Sam cũng nhắc nhở em cháu mình phải cố gắng không tiếp xúc và sử dụng chung bất cứ thứ gì của cậu Ba đã dùng rồi. Tất cả đồ đạc, quần áo, mùng mền chiếu gối gì của cậu Ba dùng phải giặt giũ và phơi khô trên biệt thự, không được đem về nhà. Còn có người giúp việc chăm sóc cũng căn dặn kỹ không được ngủ lại trên núi dễ bị lây bịnh chỉ làm khổ cho gia đình mà thôi.

Nếu người giúp việc, không có chỗ ở, về nhà ở chung với gia đình chỉ ngủ nghỉ qua đêm và nấu thức ăn cho cậu Ba cũng phải ở phòng riêng, phòng dành cho người giúp việc ở phía ngoài, cũng gần sát nhà bếp, không dùng bếp chung mà phải mua sắm nồi niêu soong chảo riêng. Nhất nhất mọi thứ phải dùng riêng và còn yêu cầu người giúp việc phải tắm gội thay quần áo mỗi ngày. Mọi thứ được người chị cả luôn nhắc nhở trước.

Gia đình cũng có tình lý để Mai Hạnh nghỉ thêm một ngày, chuẩn bị tinh thần và mua sắm thêm cái gì cần thiết. Khi bắt tay vào việc là không có nhiều thì giờ vì đi lên xuống núi vất vả mệt nhọc, có ít dịp đi chợ mua thêm đồ dùng riêng cần thiết.

Gia đình cho biết trước, sáng mai có đứa cháu lớn hướng dẫn Mai Hạnh đi đường tắt từ triền núi sau chợ Bến Đá lên nhà mát và đi xuống cũng con đường này. Con đường tắt này đã thành con đường mòn dễ đi vì người dân ở đây lên đỉnh núi đều sử dụng. Cô Sáu cũng xung phong đưa cháu Hạnh cùng đi lên núi, luôn tiện thăm cậu Ba. Thấy vậy, một em trai út của cậu Ba chưa có gia đình cũng xin đi cùng với Cô Sáu cho có nhiều người thêm vui vẻ cho anh ba. Như vậy, sẽ mang lên núi được nhiều thức ăn kể cả cá khô, lạp xưởng, nhang, đèn cày, một bó hoa sen, trái cây, nhiều đồ gia vị cần thiết và cả chén dĩa mới nữa. Mọi thứ được cháu Hạnh chuẩn bị rất chu đáo, cả gia đình đều hân hoan vui vẻ và khen ngợi Mai Hạnh biết lo xa cũng như gia đình bảo mang thêm gạo lúa sóc ngon thơm nữa. Thấy đồ đạc nhiều thứ quá, lại có thêm một đứa cháu nữa cũng tình nguyện xin đi theo mà các cháu còn trẻ chỉ ở nhà ngoài, không được vào phòng ngủ của cậu Ba, chỉ có cô Sáu và Mai Hạnh mới được tiếp cận với cậu Ba.

Nhất nhất mọi chuyện đều bàn bạc kỹ trước ở nhà. Mai Hạnh còn đề nghị mua thịt heo quay, mắm thái, rau dưa mang lên núi để mọi người cùng với cậu Ba ăn một bữa cho vui. Cậu Ba vẫn ăn riêng một mình, ngồi một cái bàn khác cũng cách khá xa mà năm người ngồi một cái bàn kéo sát cửa để có gió lùa vào trong, cũng là hình thức tránh vi trùng lao bay lung tung vào không khí.

Cậu Ba đã biết thân phận mình, cậu là người có học thức cao, hiểu rõ sự lây lan của vi trùng Koch. Cậu đã không buồn, mà còn vui cười hớn hở vì hơn một năm về ở ngôi biệt sang trọng này, chỉ có một mình về đêm và ban ngày người giúp việc cũng thường né tránh, không dám tiếp xúc nhiều với cậu.

Lần đầu tiên, từ Sài Gòn về ở đây, cậu gặp lại đứa em trai út, nay cũng gần hai mươi tuổi, hai đứa cháu trai con của cô em gái kế cậu. Còn cô Sáu, quả tình cậu chưa gặp lần nào, khi cô đến nhà thăm viếng gia đình là lúc cậu đang học ở Sài Gòn. Còn cô giúp việc, gặp lần đầu, cậu có cảm tình ngay vì cô lanh lẹ, luôn tươi cười làm việc thoăn thoắt lại có gương mặt trái xoan mà cậu từng có người yêu với khuôn mặt này.

Khi lâm bịnh lao ở Sài Gòn, người yêu của cậu biết, cô ta lặng lẽ không còn đến nhà cậu nữa, cũng hơn bốn năm năm rồi. Nay gặp lại người con gái cũng với gương mặt dễ thương như người yêu năm xưa mà lại trẻ trung, liến thoắng, nhậm lẹ, dù nước da bánh mật, không trắng như người yêu của cậu. Nhưng, với dáng khoẻ mạnh, đầy đặn mà không mập cũng không ốm quá như người bạn gái cũ. Nói chung, Mai Hạnh cũng khá hấp dẫn dưới mắt của một thanh niên sành sõi trường đời. Từ bàn ngồi xa, cậu cứ dõi mắt về cô bé giúp việc dễ thương quá, bụng dạ cậu Ba như mở cờ hoan hỉ. Cậu chào đón cô Hạnh như một người bạn mới sẽ giúp cậu sống thêm dài lâu và biết đâu người bạn mới trẻ trung đầy nhựa sống như là một phép mầu giúp cậu hồi phục sức khoẻ nhanh và giúp cậu yêu đời hơn. Và biết đâu vi trùng Koch cũng chào thua, rút lui đi mất, hy vọng vươn lên trong một con người bị bịnh trầm kha, bất trị, đã biết số phận mình sẽ đi về đâu rồi. Đang nghĩ miên man với không khí gia đình ấm cúng vui vẻ, giúp cậu ăn rất ngon miệng. Thức ăn vừa vơi, Mai Hạnh lật đật mang thêm thức ăn cho cậu. Như bàn tay tiên, bao nhiêu thức ăn Mai Hạnh đem đến cậu từ từ ăn gần hết làm cho mọi người cũng vui lây với cậu. Đứa em trai út dí dỏm nói:

- Anh Ba hôm nay vui quá vì có người bạn gái mới tốt bụng đến chăm sóc anh nên anh Ba ăn ngon, anh Ba sớm bình phục sẽ dắt em đi Sài Gòn chơi nghe!
Cả sáu người cùng cười và tiếp tục ăn sạch các món ăn mang lên. Mai Hạnh không ngồi yên, cứ đi tới đi lui lo nấu nước sôi pha trà quạu mời cậu Ba uống thử và mọi người cùng uống và ăn trái cây cúng trên bàn thờ mang xuống.

Cả sáu người đều có niềm vui riêng, nhứt là cậu Ba có người bạn gái mới đảm đang, tốt bụng sẽ giúp cậu sớm hồi phục sức khoẻ, cậu có cảm nhận như vậy. Cô Sáu, đứa em út và hai đứa cháu đều vui mừng thấy cậu ăn ngon, hớn hở luôn tươi cười và có vẽ rất hài lòng cho rằng cô Sáu chọn giúp cậu đúng người mà cậu ao ước mong muốn. Còn những thanh niên trẻ ở địa phương vừa giúp việc vừa lo sợ cậu lây bịnh mà tánh tình, cử chỉ còn lóc chóc, giúp cậu không nhẹ nhàng, rất mạnh tay làm cho cậu thường đau chỗ này chỗ nọ, rất khó chịu. Cậu tin, Mai Hạnh, đỡ cậu ngồi dậy rất dịu dàng mát tay, dẫn cậu đến chỗ ngồi chầm chậm để cho cậu bước theo kịp, không vội vàng như các cậu con trai chăm sóc trước đây. Mai Hạnh có giọng nói trầm ấm dễ gây thiện cảm, rất dễ thương, giúp gắp thức ăn và cô nói như thủ thỉ bên tai, hỏi cậu cần việc gì cứ giơ tay lên là cô biết đi đến liền khỏi phải chờ đợi lâu.

Trước khi Cô Sáu và em cháu cậu Ba đi về, Mai Hạnh còn ở lại cho đến chiều mới về nhà sau, vì còn thu dọn lại đồ đạc ngổn ngang, cũng như nền nhà quá dơ cần phải quét dọn, mùng mền của cậu Ba phải thay cái khác. Quần áo cậu vứt tứ tung, Mai Hạnh thu dọn hết cho vào hai ba thau lớn sẽ đổ nước sôi vô ngâm để ngày mai giặt phơi. Mai Hạnh rất chu đáo, nấu một nồi nước sôi dùng một phần đổ vào thau có xà bông bột, khuấy cho xà bông tan hết. Mai

Hạnh dùng nước có xà bông rưới lên mấy thau ngâm quần áo và mùng mền, dùng tay kéo đè nhồi xuống cho xà bông thấm vào đồ giặt, sáng mai sẽ xả giặt sạch phơi khô. Mai Hạnh thử đưa một ngón tay vào nồi nước nóng coi xem có còn đủ nóng cho cô dùng khăn thấm nước nóng lau mình mẫy tay chân cho cậu Ba. Và thay bộ pyjama sọc còn mới cho cậu Ba, bộ đồ này mới mặc vài lần vì các cậu thanh niên cũng ít cho cậu mặc đồ mới sợ mau dơ, cứ phải giặt thường xuyên.

Để có thì giờ cho Mai Hạnh nấu thức ăn nào mà cậu Ba ưa thích, ra thực đơn chiều hôm trước đến sáng hôm sau mang lên núi, chỉ có hâm lại cho nóng là ăn ngon. Cả gia đình này bằng mọi giá muốn giữ Mai Hạnh ở giúp việc lâu dài để chăm sóc người con trai lớn nhứt mà ông bà bác sĩ yêu quý, chẳng may vướng căn bệnh nan y hiểm nghèo. Vấn đề tiền bạc là chuyện nhỏ và thuốc trị bịnh cũng như thuốc bổ, ông bà bác sĩ gởi tới tấp về gia đình cố gắng chăm sóc chu đáo cho cậu con trai quý tử của ông bà, may ra sẽ còn kéo dài thêm cuộc sống cho cậu Ba.

Trước khi cô Sáu và em cháu cậu Ba xuống núi ra về, cậu thò tay lần trong áo gối lấy ra một cọc tiền còn mới nguyên, cho Mai Hạnh một nửa, phân nửa còn lại chia hai, cô Sáu một phần, còn một phần chia cho đứa em và hai đứa cháu đã lên thăm cậu sáng nay. Cậu nói:

- Cậu đền ơn mọi người đã thương yêu lo lắng cho cậu và nhứt là cô Sáu lớn tuổi mà cũng cố gắng lên thăm hỏi sức khoẻ cậu. Cậu còn bảo Mai Hạnh nhờ cô Sáu chuyển hết số tiền cậu biếu về giúp gia đình. Mai Hạnh ở lại đây chăm sóc, cậu sẽ biếu thêm tiền. Vấn đề tiền bạc, ngoài gia đình ở nhà mỗi tháng trả tiền công giúp việc, cậu còn có tiền biếu tặng Mai Hạnh thêm… Mai Hạnh vô cùng cảm kích vì sự tin yêu giúp đỡ thật lòng của cậu Ba, chắc chắn sẽ giúp gia đình em thoát cảnh túng thiếu triền miên.

Dì Sáu mang tiền về cho mẹ, ngoài tiền được gia đình người bịnh tặng một tháng lương và số tiền cậu Ba cho, cộng lại gần mười ngàn đồng, một số tiền quá lớn đối với gia đình Mai Hạnh, dư mua một lúc hai ba chiếc xe đạp cho các em.

Chiều vừa tắt nắng, Mai Hạnh giăng mùng cho cậu Ba xong, còn xếp quần áo, mùng mền cất vào tủ, chăm dầu cho mấy ngọn đèn trước và trong nhà và đốt thêm một cái đèn nhỏ để trên bàn ăn cho nhà cửa thêm sáng sủa. Khi có mấy cậu trai giúp việc có khi lên đèn có lúc quên, chỉ khép kín và cài then khoá các cửa lớn. Chừa một cửa nhỏ bên hông, các cậu đi ra ngoài nhà và khoá lại bằng một ống khoá lớn. Cậu Ba ban đêm chỉ mở chiếc ra dô "transitor" nhỏ nghe nhạc và tin tức của đài phát thanh Sài Gòn, Cần Thơ, có khi cậu bắt nghe tin từ đài Tiếng Nói Hoa Kỳ VOA hay đài BBC của nước Anh. Cậu theo dõi thời cuộc, hiểu biết về cuộc chiến Việt Nam và thời sự thế giới cũng giúp cậu ngủ thiếp cho đến sáng. Tiểu tiện thì có cái "bô" để dưới gầm giường, cậu không phải đi xa, không vào phòng vệ sinh trong nhà ban đêm vì đèn đóm khi có khi không, tối thui. Cậu không dám tự một mình đi ban đêm sợ bị trượt té vì chân tay, thân xác cậu rất yếu, gầy còm.

Sau chừng gần một tháng, khi có Mai Hạnh đến chăm sóc hàng ngày, cậu Ba đem lòng yêu quý Mai Hạnh. Cậu coi như người tình hay người em gái của mình mà không dám nói ra, sợ nàng từ chối và bỏ đi, không còn ai giúp việc cho cậu được vừa lòng nữa.

Cậu đối xử với Mai Hạnh, trên danh nghĩa là người chủ của người giúp việc.

Mai Hạnh còn là "chuyên viên chăm sóc" bịnh nhân. Cô có một tinh thần nhân ái cao độ, đối xử với cậu như người bình thường, không phải là một bịnh lao mãn tính chỉ chờ ngày ra đi. Cậu Ba, có học thức cao, con một gia đình danh giá đã hấp thụ được các tinh hoa về khoa học, y học và đặc biệt biết rõ bịnh lao mãn tính đến thời kỳ chót. Cậu cũng muốn Mai Hạnh ở lại đêm với cậu trong ngôi biệt thự nghỉ mát này để giúp cậu đỡ cô đơn. Nhưng, cậu Ba sợ Mai Hạnh quá gần gũi với mình chăm sóc tận tình chu đáo cả ngày, nay lại ở cả đêm nữa, chắc chắn có thêm nhiều cơ hội bị lây lan nhiễm bịnh lao, rất tội nghiệp.

Mai Hạnh, so với cậu, trình độ hiểu biết về kiến thức, vệ sinh, y học, cách xa lắm, cô có thể không hiểu rõ tác hại sự lây lan của bịnh lao. Nhất nhất, cậu Ba dặn dò chỉ bảo cẩn thận, phân, nước tiểu và nước bọt, đàm cậu khạc ra dù cho vào bô ban đêm, cậu căn dặn kỹ:

- Khi bưng bô ra ngoài đổ, em nên đổ vào một cái hố nhỏ ở ngoài sân vườn sau, phải lấp kín lại. Cậu còn nhắc Mai Hạnh phải mua vôi trắng, rải lên các thứ dơ bẩn đó trước khi lấp hố vì vôi trắng sẽ có thể giết hết các loại vi trùng ở dưới mặt đất. Thật tình, cậu Ba vì có cảm tình đặc biệt với người lương thiện chăm sóc mình. Cậu Ba đưa trước cho Mai Hạnh hàng chục cái khẩu trang, bảo cất trong tủ. Khi sáng sớm, từ triền núi lên vào nhà, em phải mang khẩu trang như cậu mang suốt ngày. Trừ phi, ăn uống hay nằm ngủ ban đêm mới mở ra, cố đề phòng vi trùng lao bay lung tung. Cậu còn nhắc nhở, trong bô để cậu nhỗ nước bọt, đàm đã để dưới gầm giường phải cho vào trước một ít vôi trắng, cũng như đổ xuống hố rồi phải rửa bô cẩn thận bằng xà bông và tráng nước có pha nước tẩy trùng để diệt vi trùng và tay em lại phải luôn rửa thật kỹ nữa với xà phòng…

Cậu Ba biết Mai Hạnh không đọc được tên nước tẩy trùng có bán trong các tiệm chạp phô tại chợ Châu Đốc, cậu viết giấy tên thuốc, bảo Mai Hạnh đưa cho đứa em trai út của cậu mua giúp vài chai khi nào cần mang lên núi sử dụng. Cậu chỉ cách Mai Hạnh phải dùng một cóc nhỏ để pha chất tẩy trùng với nước trước khi sử dụng. Cậu còn cẩn thận, bảo Mai Hạnh lau phòng ngủ Cậu phải dùng nước có nước tẩy trùng kể cả chỗ Cậu ngồi ăn cơm và cả nhà tắm, cầu tiêu…

Mai Hạnh như là một đứa học trò ngoan, Thầy dạy cái gì học trò tuân hành làm theo răm rắp, cậu rất hài lòng và đem lòng yêu thương Mai Hạnh thêm đậm đà. Cô gái nghèo bé bỏng mà lại có tư chất thông minh lại rất ngoan hiền, có lòng nhân ái đối với người bị bịnh nan y, chỉ còn chờ ngày về với cát bụi.

Cái lo lắng nhứt của cậu Ba, tự nói trong lòng, Mai Hạnh vì nghèo, vì ít hiểu biết về y học về bịnh lao phổi lây lan khủng khiếp qua đường hô hấp, chấp nhận chăm sóc Cậu. Không những làm công vì tiền giúp mẹ có tiền trang trải trong gia đình và tiếp nuôi ba đứa em cho đi học đàng hoàng. Mai Hạnh còn vì lương tâm của một con người "nhơn chi sơ tính bổn thiện" nhân hậu, trung thành, không gian tham và rất thật thà chất phác, khó mà tìm mẫu người hoàn toàn tốt, cao đẹp như vậy. Tình yêu lứa đôi của người bịnh nhân cũng là chủ của người chăm sóc giúp việc cho mình, càng ngày càng thêm đơm hoa nở nhuỵ phát triển. Nhờ được chăm sóc từng miếng ăn ngon hợp khẩu vị, người phục vụ luôn biết nghe lời, chấp hành kỷ luật mệnh lệnh của cậu Ba như là một người lính ở mặt trận qua những lời chỉ bảo của sếp, cấp chỉ huy, người chủ.

Qua vài tháng với sự tận tuỵ chăm sóc của Mai Hạnh, quần áo, mùng mền của Cậu Ba luôn sạch có mùi thơm vì Mai Hạnh có xịt dầu thơm mà cậu có để sẵn trong tủ. Cậu Ba được tắm gội thường xuyên với xà bông thơm hảo hạng mà gia đình mua trước nhiều lố dự trữ, quần áo được thay mỗi ngày. Trước đây, cậu Ba rất sợ nước, sợ tắm vì thể tạng của người mắc bịnh lao rất sợ lạnh, sợ tắm, giống hệt những người nghiện ngập á phiền, xì ke ma tuý. Nhờ có bàn tay dịu dàng, biết kỳ cọ mỗi lần tắm làm cho chân tay của bịnh nhơn thấy cử động linh hoạt hơn trước, giúp có thêm giấc ngủ ngon.

Các buổi trưa, sau khi ăn uống nghỉ ngơi vài tiếng, Mai Hạnh, ban đầu phải dìu Cậu Ba ra ngoài, đứng trước ban công hóng gió, cậu Ba có dịp phóng tầm mắt nhìn xa đến tận chân trời qua đến đất nước Chùa Tháp Kampuchia và cậu nhìn vào vùng bảy núi, Thất Sơn huyền bí. Cậu có dịp hồi tưởng:

- Khi vừa đậu Tú Tài II Pháp, niên học 1954 – 1955, gia đình tưởng thưởng tặng cho một cây súng săn để cậu cùng bạn bè ở Sài Gòn xuống chơi, đi vào bảy núi săn cà khu (một họ với loài khỉ) hay các con chồn, cáo…thật là vui vì bấy giờ là thời bình. Tuổi thanh niên, trai trẻ của cậu, nay thật sự sống lại, cậu cảm thấy yêu đời hơn và ham sống hơn, không còn bi quan chán nản hay nằm liệt một chỗ, gân cốt như rã rời hết trước ngày Mai Hạnh đến chăm sóc. Cậu yếu sức đến độ một mình không tự ngồi dậy được. Nay, sức khoẻ của cậu đang hồi phục dần.

Các buổi sáng sau khi ăn điểm tâm uống sữa, cà phê xong, Mai Hạnh phải lo dọn dẹp, giặt giũ quần áo cậu mới thay chiều hôm qua, lau quét nhà cửa. Bây giờ, cậu Ba một mình có thể ra lan can hay ra ban công ngắm cảnh và phơi nắng sáng. Cậu Ba nhìn trộm Mai Hạnh đang khum lưng quét hay ngồi xuống lau nhà, đưa cái mông tròn ủm của cô gái đang tuổi dậy, phát triển thể chất, rất hấp dẫn gợi cảm. Hai tay Hạnh thoăn thoắt làm việc, điệu bộ, dáng dấp dễ yêu làm sao! Cậu còn nhìn quan sát khi Mai Hạnh giặt quần áo ngoài sân, đưa lên dây phơi phóng, Mai Hạnh phải nhón gót để hở hai vạt áo, mảng thịt trắng sậm hai bên hông lộ ra, quá hấp dẫn đối với người bịnh đang chờ chết. Các bác sĩ y khoa, tâm lý thường nói:

- Những người bị bịnh lao khi đang hồi phục, sư ham muốn sinh lý, tình dục cũng tăng trưởng theo mà tăng trưởng rất mãnh liệt nữa. Lúc này, cậu Ba khoẻ ra, đi đứng trong nhà không cần gậy hay có người dìu như trước, cậu cũng có thể tự tắm, gội đầu một mình được. Nhưng, Mai Hạnh không để cậu tự làm việc này, phải tự cô lo giúp cho cậu Ba, sợ rủi té sẽ còn làm phiền thêm. Cậu

Ba cũng có ý chí và tinh thần cũng muốn chia xẻ công việc lặt vặt với Mai Hạnh, giúp cho cô có thêm thì giờ lo chăm bón vun xới vườn rau, tỉa cây cối mọc um tùm cạnh các cầu thang từ dưới thấp lên nhà. Cô còn quét sạch các cầu thang hàng ngày để thỉnh thoảng cô dìu cậu Ba lên xuống cầu thang, như một hình thức tập thể dục hai chân cho thêm cứng cáp. Sau một thời gian, đi cầu thang năm bảy bậc, nay cậu có thể vịn lan can một mình đi xuống tới đất và đi ra sau vườn. Cậu ngồi nhìn xem Mai Hạnh nhổ cỏ, tưới bón phân vườn rau cho khuây khoả tâm thần.

Khi thấy Mai Hạnh làm việc liên tục ít ngơi nghỉ, cậu Ba lại càng có nhiều cảm tình yêu mến xem cô như người yêu bé bỏng của mình càng ngày càng sâu đậm thêm lên. Cậu chưa dám ngõ ý, thốt ra chính miệng mình lời yêu đương đó vì Mai Hạnh nhỏ hơn cậu gần hai mươi tuổi, cậu nhỏ tuổi hơn ba Mai Hạnh chỉ có một tuổi. Nhờ có người nuôi dưỡng cậu quá chu đáo, tận tuy với tất cả lòng nhân ái bao la và lương tâm chức nghiệp của người làm công có trách nhiệm. Vì vậy, trong nhà và phòng ngủ của cậu Ba có sự thay đổi trang trí, bày biện đồ đạc hoàn toàn mới, khởi sắc, có thêm sức sống với sinh khí mới. Từ sàn nhà cho đến vách, cả trên cao luôn được Hạnh quyét sạch hết gián nhện giăng mắc tứ tung khi Hạnh mới đến đây. Sàn nhà không còn bụi bặm, nền gạch sáng hẳn lên. Còn giếng nước, hồ nước không còn rong rêu cây lá bao phủ nữa. Vườn rau thì khỏi nói, nay có nhiều thứ rau mà cậu Ba ưa thích đều có đủ và luôn xanh tươi đẹp mắt. Cậu Ba rất hài lòng, tự nhủ, mình trúng số, gặp một người con gái trẻ vô tư và dễ thương hết lòng chăm sóc mình quá tuyệt vời. Cậu thích loại rau nào, Mai Hạnh cũng tìm giống trồng cho bằng được trong vườn rau sau nhà. Chỉ sau mùa mưa cuối tháng tám âm lịch, rau xanh lên ngập cả vườn trông rất bắt mắt. Mỗi bữa ăn, cậu Ba được Mai Hạnh cho ăn những thứ rau cậu ưa thích mà lại do chính bàn tay của Mai Hạnh trồng chăm sóc, ăn lại càng ngon thêm làm cho cậu ăn được nhiều cơm, mau lợi sức. Người xưa nói, có trong tự điển của học giả Paulus Huỳnh Tịnh Của, người bịnh lợi nghĩnh thay từ lợi sức, có nghĩa, như lúc này đối với sức khoẻ của cậu Ba, bao hàm phục hồi tốt sức khoẻ và tăng trưởng thần sắc luôn vui tươi, sức sống mãnh liệt của con người vươn lên thấy rõ.

Điều này rất đúng đối với thể lực của cậu Ba về mặt hồi phục sức khoẻ nhanh, có da có thịt thêm hồng hào không còn tái méc tái xanh của những người mắc bịnh lao mãn tính kinh niên, sợ nước, sợ tắm, không yêu đời, không ham sống nữa.

Nay, hoàn toàn thay đổi ý nghĩ bi quan đó, cậu Ba ham vui, thích sống và yêu đời hơn. Còn việc tắm gội hàng ngày, cậu không còn sợ nước sợ lạnh như trước, nay được bàn tay tiên của người đẹp Bố Thảo xoa gội đầu và kỳ cọ giúp cậu luôn sạch sẽ, thơm tho. Hai bàn tay tiên của Mai Hạnh chạm vào da thịt cậu làm tăng thêm sự kích thích, dậy lên sức sống mãnh liệt yêu đời hơn. Cậu Ba cho Mai Hạnh biết: - Khi mới về ở biệt thự này, ban đêm có cán bộ phía bên kia của địa phương đến tìm hiểu, điều tra coi xem lý do gì mà cậu về đây sống chỉ một mình trong ngôi biệt thự sang trọng. Cậu có thể trá hình làm điểm liên lạc tình báo với chánh quyền tỉnh hay chánh quyền trung ương phía bên này, báo cáo mọi hoạt động về đêm. Còn an ninh tình báo của nhà chức trách đương quyền, ban ngày cũng có cử nhân viên an ninh điều tra lên nhà cậu Ba coi xem, có làm tình báo "gián điệp" cho Việt cộng hay cho Trung cộng hoặc một thế lực ngoại bang nào chăng?

Sau nhiều lần an ninh chìm ban ngày đến điều tra tìm hiểu và quan sát coi xem cậu Ba có sử dụng máy móc gì không? Cán bộ về đêm đã đến tìm hiểu nhiều lần, dọ hỏi chỉ thấy cậu Ba bày trên kệ hay trong tủ hàng chục thứ thuốc trị bịnh lao phổi, xuất xứ từ Pháp, Mỹ và cả những loại thuốc do các la-bô trong nước bào chế sản xuất thuốc lao phổi ở Sài Gòn. Các nhân viên của hai phe ban ngày hoặc ban đêm đều biết, hiểu rõ không một ai trong gia đình đến thăm cậu Ba vì sợ bị lây nhiễm vi trùng Koch của bịnh lao phổi, một chứng bịnh nan y của xã hội. Tình báo ban ngày lại còn biết rõ, cậu Ba là con của một bác y khoa nổi tiếng từng làm Trưởng Ty Y Tế tỉnh Châu Đốc nhiều năm. Nay, con bị bịnh lao phổi, vướng phải một loại bịnh lao mới bất trị phải chịu sống đơn độc mà từ ngữ ngày nay gọi là sống "cách ly". Phải xa gia đình, không tiếp xúc với bất cứ ai sợ lây nhiễm bịnh lao cho người khác. Còn các cán bộ ban đêm cùng ở Núi Sam lại càng biết rất rõ, gia đình bác sĩ Trần Văn Nu, một gia đình giàu có nổi tiếng ở Núi Sam. Nhưng, họ cũng e dè, cảnh giác, sợ con bác sĩ sống lâu năm ở Sài Gòn, nay về quê mà không ở sống với gia đình, làm bộ "giã mù sa mưa" hay nói theo cách mạng là "nín thở qua sông" hay nói theo giới xe đò là "tắt thuốc qua cầu", hoạt động cho địch, làm tình báo thì sao? Giới cán bộ ban đêm, họ lo xa cũng có lý của họ.

Khi hay tin gia đình cần mướn người chăm sóc bịnh nhân đang tịnh dưỡng một mình trên núi, lãnh đạo cán bộ địa phương như là nhận được tin vui. Họ tức tốc tìm cán bộ giỏi về tình báo mà còn rất trẻ cài người mình vào lo chăm sóc cho cậu Ba. Tổ chức vừa làm kinh tài, có thêm tiền hàng tháng, gia đình bác sĩ Nu trả cho người chăm sóc khá hậu hĩnh. Hàng ngày, người chăm sóc đó cũng là người tinh báo theo dõi mọi sinh hoạt của cậu Ba suốt ngày cũng như có dịp lục lọi mọi ngõ ngách trong biệt thự, coi xem có cài đặt máy móc thông tin liên lạc gì không? Có ai đến thăm viếng cậu Ba, nhất nhất đều phải báo cáo cho Chi bộ đảng xã Vĩnh Tế. Cán bộ tình báo thứ thiệt hàng ngày lại phải liên lạc với gia đình của cậu Ba để nhận thức ăn tiếp tế nuôi dưỡng cậu Ba ở trên núi nên hiểu hết mọi chuyện, biết chắc cậu đang bị bịnh lao nặng đến thời kỳ cuối. Không một ai trong gia đình bác sĩ Nu dám lên thăm viếng cậu Ba, dù biết cậu là con cưng, công tử ruột của bác sĩ Nu. Cán bộ tình báo, báo cáo với cấp chỉ huy đầy đủ hết và xin không làm nhiệm vụ này nữa sợ bị lây nhiễm bịnh lao. Lãnh đạo chi bộ đảng cũng chưa tin, sợ cán bộ của tổ chức mình bị địch mua chuộc thì sao? Tổ chức cắt cử cán bộ khác thay thế, cũng chỉ hoạt động được vài tháng lại xin nghỉ không dám làm cho cậu Ba nữa sợ bị lây nhiễm bịnh lao với loại vi trùng lao mới không có thuốc trị. Trong vòng chưa tới một năm, đã thay đổi ba cán bộ, ai cũng khai báo gần như giống nhau trăm phần trăm. Đến lúc đó lãnh đạo đảng xã Vĩnh Tế mới tin là sự thật, thả nổi, không còn cho cán bộ nào theo dõi nữa, không ai dám léo hánh đến ngôi biệt thự này nữa. Lãnh đạo xã cũng có kế hoạch hay là không muốn có ai bén mảng đến chỗ cậu Ba đang an dưỡng chờ ngày ra đi. Người ta sợ có người móc nối với bịnh nhân hay mượn chỗ này, cài đặt tình báo, báo cáo mọi hoạt động bí mật về đêm của chi bộ đảng thường hoạt trên đỉnh núi. Họ tung tin là ngôi biệt thự của bác sĩ Nu có ma, một đồn mười, tin đồn tin giả biến thành tin thật.

Mãi đến sau này, sau cuộc đổi đời năm 1975 và nhiều năm sau đó, vẫn có người còn tin nhà bác sĩ Nu hay ngôi biệt thự sang trọng của bác sĩ Nu trên đỉnh núi Sam có ma, thành ngôi nhà ma hay ngôi biệt thư ma. Người hiếu kỳ lên Youtube hay Google tra cứu xem có nhiều bài viết gọi là phóng sự điều tra mà các nhà báo hay người tự xưng hiểu chuyện tha hồ mà tán phét. Nào là ngôi biệt này do một bác sĩ Pháp xây cất. Người viết không biết tên hay có người chỉ biết có tên Nu mà vẫn lầm là tên Pháp, không biết bác sĩ Nu sanh trưởng ở đâu. Họ gì mà các nhà báo nói láo ăn tiền tha hồ mà nói dóc, thêu dệt. Họ tự nhận là họ có tìm hiểu điều tra, lên núi vất vả mệt nhọc đến tận chỗ viết phóng sự láo khoét đáng kinh tởm. Thay vì đến chợ Bến Đá Núi Sam hỏi bất cứ ai lớn tuổi có thể nói vanh vách về gia đình bác sĩ Nu, hay đi đến ngôi nhà cổ, gần chợ Bến Đá gặp con cháu bác sĩ Nu tha hồ mà hỏi mà phỏng vấn.

Cho đến năm 2022, các phóng sự điều tra mắc dịch bậy bạ câu khách một cách rẻ tiền vẫn còn đầy trên Youtube và Google. Người ta thêu dệt, dựng chuyện không phải có một thứ ma là ngươi yêu bé bỏng của bác sĩ Nu được bác sĩ quý trọng cất ngôi biệt thự sang đẹp này cho nàng ở ẩn tích mai danh. Họ còn phóng bút viết tưởng tượng như chuyện liêu tra, rô măn tíc, bác sĩ "xây hồ bán nguyệt cho nàng rửa chân", giống những câu truyện liêu trai thời ông "Bành Tổ còn mặc quần xà lỏn". Thiên hạ thấy quả thật bác sĩ Nu có xây hồ bán nguyệt trước nhà trồng bông súng hoa sen. Thế mà có người tin mới là lạ mà người ta lại còn thêu dệt đồn thổi thêm. Ngôi biệt thự này sở dĩ không người ở vì có quá nhiều thứ ma khác nữa. Một người bình thường cho họ ở miễn phí hay mướn họ ở có trả tiền mà chỉ ở một mình ngày đêm, hay người đẹp, bồ nhí của bác sĩ ở có mướn thêm người phục vụ cũng chẳng có ai dám ở cả tuần hay ở lâu dài, buồn chán tận mạng, cho họ "ăn vàng" khối cũng chẳng ham.

Sự thật, ngôi biệt thự nghỉ mát của Bác sĩ Nu có kế hoạch xây dựng trước con đường lộ trải đá từ thập niên 40 do Ty Công Chánh của tỉnh đường Châu Đốc thực hiện. Khi bác sĩ Trần Văn Nu về nước, ông về quê Núi Sam thăm lại quê hương xưa, lên núi chơi nên ông có ý định xin phép khai khẩn mua lại của nhà nước một diện tích khá rộng cả mẫu tây, vùng sơn dã, toàn cát đá và cây cỏ. Có ai dám nghĩ là nơi này cất biệt thự nghỉ mát được. Sẵn có tài sản tiền bạc của cha mẹ để lại mà ông được thụ hưởng cũng đủ sức xây cất nhiều biệt thự to lớn hơn cũng chẳng nhằm nhò gì với khối tài sản kếch sù mà ông thừa kế. Ông xây bao nhiêu biệt thự to đẹp cũng không hết tiền, huống chi ông chỉ xây có một ngôi biệt thự trên đỉnh Núi Sam. Chưa kể đến, ông đi làm việc với bằng bác sĩ y khoa danh giá từ Pháp mang về cũng hái ra tiền.

Thời điểm năm 1940 – 1950 rất hiếm bác sĩ Việt Nam tốt nghiệp bên Pháp về phục vụ tại đất nước Việt Nam thuộc địa của đế quốc Pháp, họ dễ làm ra tiền. Ông thừa sức thực hiện mộng ước ấp ủ từ thuở thiếu thời còn học trung học ở Sài gòn trước khi du học sang Pháp cả chục năm. Đàng này, bác sĩ Nu thừa hưởng gia sản kếch sù của cha mẹ để lại, có nguồn tài chánh lớn của cha mẹ, ruộng lúa bạt ngàn và cơ sở khai thác đá to lớn tại Núi Sam. Ông sẽ bán bớt hay bán hết đất vì ông đâu có tha thiết về nghề nông hay cho tá điền thuê đất như gia tộc ông khi lập nghiệp đầu tiên tại Núi Sam này, nhờ có nhiều đất nên giàu to, cho con du học bên Pháp dễ dàng.

Trước thập niên 30, 40 ở Núi Sam có hai gia đình đại điền chủ, thuộc loại đại gia có nhà cửa to sầm ở hai bên sườn Núi Sam, gia đình bác sĩ Nu ở vùng Bến Đá, phía Tây của Núi Sam. Còn phía sườn Đông Núi Sam, hướng ra tỉnh lỵ Châu Đốc gọi là vùng Đầu Bờ có nhiều thắng cảnh, di tích lịch sử như chùa Tây An, Miếu Bà Chúa Xứ, Lăng Ngài Bảo Hộ Miên Quốc Thoại Ngọc Hầu…Tại Đầu Bờ, cách Chùa Tây An không xa về hướng Đá Chẹt có gia đình của Tiến sĩ luật khoa Phạm Văn Bạch cũng tốt nghiệp từ "mẫu quốc" Pháp về nước sau bác sĩ Nu, trước thế chiến thứ hai chấm dứt, năm 1945. Tiến sĩ Phạm Văn Bạch đã gia nhập đảng cộng sản Pháp và lao vào lãnh vực chánh trị từ lúc còn là sinh viên. Sau năm 1975, lúc ông đã về hưu từ chánh phủ miền Bắc với chức Chủ Tịch Tối Cao Pháp Viện, ông trở về Nam sống ở Sài cho hết cuộc đời trên thế gian.

Tiến sĩ luật khoa Phạm Văn Bạch có một thời gian (năm 1945, 1946) giữ chức vụ Chủ Tịch Uỷ Ban Hành Kháng Nam Bộ - trụ sở đặt tại Thành Phố Sài Gòn, hay thời thực dân Pháp trị vì, còn gọi là Thủ Đô của Xứ Nam Kỳ thuộc địa. Tiến sĩ Phạm Văn Bạch, sau Hiệp Định Genève năm 1954, ông tập kết ra Bắc và được bầu vào chức vụ Chủ Tịch Tối Cao Pháp Viện cho đến ngày ông về hưu và ông sống thọ cho đến sau ngày 30.4.1975.

Nghe nói, Tiến Sĩ Phạm Văn Bạch về sống ở Sài Gòn, ông có về thăm lại gia đình ở Đầu Bờ Núi Sam. Tại đây, còn có gia đình ông Cả Hãnh (anh hay em ruột của ông Bạch?), cũng là một đại gia đông con, ăn nên làm ra về thương mại. Con ông khai thác đá và buôn bán bò, mua bò từ bên Miên đưa qua có xe chở lên Sài Gòn, rất khấm khá.

Núi Sam quả là vùng đất lành chim đậu, địa linh nhơn kiệt, nơi đặt cơ quan đầu não, chỉ đạo, từ thời kỳ đào con Kinh Vĩnh Tế vô cùng gian khổ. Không có phương tiện cơ giới như sau này, chỉ dùng sức người với phương tiện thô sơ cuốc xẻng là chính. Nhưng, với óc tinh anh thông minh của tổ tiên, đào con Kinh Vĩnh Tế trên 80 cây số thẳng tắp như kẽ chỉ và mất thời gian năm năm (1819–1824). Với biết bao sanh mạng đã chết vì lao động tay chân quá cực khổ thiếu thốn và bị bịnh tật thời khí. Đại bản doanh chỉ huy, đôn đốc dân công đào kinh và mọi vật liệu hay phương tiện để đào kinh Kinh Vĩnh Tế đều để ở hai sườn Núi Sam Đông Tây, thuận tiện đường bộ cũng như đường thuỷ tiếp tế cho các đội, toán đào kinh, tránh mùa nước nổi.

Thời chánh quyền cũ, tại Đầu Bờ có chợ phiên chuyên mua bán trâu bò hay là gọi chợ trâu bò, có cơ quan thú y kiểm dịch, đóng dấu trên mông, trên mình từng con bò, con trâu mới được cho phép xuất bán lên Sài Gòn hay các tỉnh khác. Chợ mua bán trâu bò này mỗi tháng có ba phiên chợ vào ngày 10, 20 và 30 dương lịch, rất đông người tham gia. Tại chợ phiên thường có thịt bò non hay bò bị què, thương tật không được xuất, bán đi xa nên chủ lái bán rẻ cho dân địa phương xẻ thịt bán cho du khách đến đây vui chơi ăn nhậu và mua về làm quà cho gia đình. Thiên hạ tấp nập, nhộn nhịp, một tháng có ba ngày hội họp chợ phiên trâu bò thu hút du khách phương xa đi Núi Sam viếng cảnh hay chiêm bái chùa miếu cũng là những ngày ăn nên làm ra của cư dân vùng Đầu Bờ.

Cậu Ba hồi tưởng, một ngày đẹp trời, cậu ngồi phơi nắng sáng, theo dõi Mai Hạnh chăm bón vườn rau mà lòng cậu ngập tràn hạnh phúc, yêu đời, yêu cuộc sống hơn bao giờ hết. Cậu mong muốn sẽ sống mãi bên cạnh Mai Hạnh cho đến ngày cậu đi xa thế gian buồn thảm vì đã gậm nhấm tiêu phí một thời gian dài thời trai trẻ tươi vui và cậu chuốc lấy bịnh nan y bất trị.

Không có một người thân bên cạnh an ủi chở che hay giúp cậu những công việc nhỏ nhặt trong sinh hoạt hàng ngày của một người bịnh. Nay, chỉ có Mai Hạnh có lòng nhân ái chân thành, không nề hà mọi công việc, không sợ lây nhiễm bịnh đã dốc lòng giúp đỡ cậu trong hoàn cảnh đau yếu bịnh tật. Cậu biết sẽ không bao giờ lành bịnh trở lại thành con người bình thường. Học rộng, hiểu biết nhiều, theo dõi thời sự chính trị hàng ngày trên thế giới, cậu tiên đoán trước là cậu sẽ không còn có diễm phúc ở mãi ngôi biệt thự sang trọng xinh đẹp này cho đến ngày ra đi về thế giới khác.

Mới hôm qua, qua máy thu thanh, cậu nghe biết tình hình chiến sự sau Tết năm 1972, đã tăng cường độ leo thang chóng mặt trên khắp các mặt trận từ vùng hoả tuyến, Quảng Trị, Vùng I Chiến Thuật, đến Vùng II Chiến Thuật Cao Nguyên Kontum, Pleiku cho đến An Lộc, Bình Long, Phước Long, Bình Dương thuộc Vùng III… rất gần Thủ đô Sài Gòn. Mùa hè năm 1972, báo chí còn gọi là Mùa Hè Đỏ Lửa, chiến tranh leo thang đẫm máu và vô cùng ác liệt tại khắp các mặt trận. Cậu tiên đoán, ba vùng chiến thuật đã xảy cuộc chiến quá ác liệt nghiệt ngã đã giết biết bao chiến sĩ của hai phe và đồng bào vô tội chết oan, nằm la liệt trên đại lộ kinh hoàng, từ Quảng Trị về Thừa Thiên-Huế. Vùng IV chiến thuật mà Cậu đang sống, trong đó có Núi Sam là cái nôi ở địa phương của phía bên kia gọi là Mặt Trận Giải Phóng Miền Nam, cũng sẽ không yên. Chỗ ở của cậu trên đỉnh Núi Sam, chắc chắn sẽ bị dòm ngó, không phía bên này cũng phía bên kia trưng dụng, cậu sẽ không còn được ở đây an lành lâu dài nữa.

Phải mất nhiều thời gian, cậu suy nghĩ, nhiều đêm trằn trọc không nhắm mắt được, tính tới tính lui, bà con dòng họ kể cả chị em ruột thịt không có một ai dang tay cứu giúp nuôi dưỡng cậu trong lúc đau ốm nằm liệt giường như hiện nay. Ai cũng sợ cậu mang bịnh lao lây lan đến tàn hại gia đình riêng của họ.

Cậu cũng tự an ủi, chị em mình suy luận như vậy cũng đúng, không ai muốn chuốc lấy bịnh nan y, chỉ làm khổ thân mình mà còn liên luỵ đến hạnh phúc cuộc đời của người khác. Cậu Không trách ai hết mà chỉ than thân trách phận sao quá hẩm hiu, ông Trời sao nỡ cay nghiệt đoạ đày, cậu có tội tình gì, càng ngày càng tiều tuỵ, thân xác, con ve sầu như hiện nay. Ông Trời không cho cậu chết sớm để chấm dứt nợ đời của trần gian đau khổ quá nghiệt ngã này. Có phải ông Trời bắt cậu phải trả nợ đời vì tuổi trẻ con nhà giàu thường ngông nghênh ăn chơi trác táng xả láng, nay phải bị quả báo nhãn tiền, thân tàn ma dại, nằm chờ đợi Thần chết dẫn độ về bên kia thế giới.

Từ bạn bè, gia tộc và cả người yêu cũng đều tránh xa cậu, họ sợ mang hoạ vào thân. Nay hởi ôi! quanh đi quẩn lại, cậu chỉ một mình đang độc hành vào con đường cùng, không lối thoát. Cậu chết chẳng khác nào như một con chó ghẻ chết bên vệ đường, không có người thương tiếc khóc tiễn đưa.

Cậu nhớ lại, thời son trẻ, học trường Tây, nổi tiếng học giỏi, cậu đã tốt nghiệp đại học Luật, đã tập sự làm luật sư xong, tương lai rực sáng trước mặt. Cha mẹ cậu thuộc vào hạng giàu sang quyền quý. Ông nội cậu là một đại gia, giàu nứt đố đổ vách tại Núi Sam, cho con lên Sài gòn học trường Tây, mua nhà cho cha cậu ở. Khu nhà ngói đỏ này ở đường Nguyễn Trải, sau có nhà của học giả Hồ Hữu Tường, nổi tiếng cả nước Việt Nam đều nghe biết tiếng, gần nhà cậu. Khi cậu lên Sài Gòn ở ngôi nhà này và cũng đi học trường Tây như cha cậu trước đây học tại Sài Gòn. Mẹ là con gái rượu thuộc hàng thế phiệt trâm anh của một Bộ trưởng đương thời, bà cũng tốt nghiệp đại học Paris. Ba mẹ cậu đã yêu nhau từ thời còn là sinh viên. Hai người về nước, chỉ một thời gian ngắn cha mẹ hai bên tiến hành tổ chức lễ cưới ở Sài Gòn vô cùng long trọng có cả Thủ Tướng Chánh Phủ, gần đầy đủ các Bộ Trưởng trong Nội Các, giới tài phiệt, có đại diện chánh phủ Pháp tại Sài Gòn, nhiều nhà ngoại giao nước ngoài cũng đến dự.

Vì tánh bồng bột, ham vui thích làm anh cả, gọi là đại ca chi tiền rất thoải mái và cũng vì thế cậu có nhiều đào xịn làm cậu sa ngã vũng lầy truỵ lạc, không có lối ra. Cậu cặp bồ hết cô này đến cô khác, toàn gái thích ăn chơi cũng con nhà giàu sa ngã như cậu. Một ngày kia, có người cũng thuộc giới ăn chơi, giới thiệu cho cậu một vũ nữ chân dài, có thể nói là tuyệt thế giai nhân, là hoa hậu của các dancing, vũ trường sang trọng của Sài Thành hoa lệ thời đó. Cậu dùng tiền cha mẹ chu cấp dồi dào tung ra mua chuộc người đẹp, đánh bật các tay chơi khác khỏi vòng tay của cô vũ nữ Cécile Lê. Cậu đâm đầu vào đường rày xe lửa mà không biết, cậu mê say đắm người đẹp, sa vào vòng tay cô vũ nữ có thể nói là đẹp nhứt tại đất Sài Gòn. Cậu chưa hề biết người đẹp Cécile đã mắc bịnh lao từ thời còn đi học trung học, nay tuổi xấp xỉ với cậu.

Một phút sai lầm ngàn năm ân hận, người xưa có kinh nghiệm thường nói, thật đúng với cậu ba Cường. Cậu hay biết Cécile mắc bịnh lao quá muộn màng, khi Cécile qua đời ở nhà thương Đồn Đất. Cậu có đến đưa tiễn người đẹp, gặp lại một người bạn Pháp học cùng lớp cùng trường với cậu, trường Tây ChasseLoup. Nay là bác sĩ của bịnh viện Grall-Đồn Đất cho biết, Cécile vướng vào bịnh lao phổi từ thời còn con gái lúc đang học trung học được vài năm và nhờ có tiền uống thuốc trị bịnh lao liên tục nên sống được tới ngày nay.

Từ đó, trong nổi lo sợ bị ám ảnh bịnh lao phổi qua cái chết của người tình Cécile, cậu lại giấu nhẹm vụ Cécile chết vì bịnh lao mà cậu gần như chung sống với Cécile cũng trên hai năm. Nếu cậu "thành thật khai báo với cha mẹ", chắc chắn với bằng bác sĩ y khoa của Ba Cậu sẽ dễ tìm bác sĩ chuyên khoa trị bịnh lao phổi hay đưa cậu sang Pháp trị bịnh nan y vừa chớm nở, cũng thật dễ dàng thành công. Khi Ba Má cậu biết con vướng bịnh nan y đến thời kỳ sau cùng hơn ba năm vì cậu đã hoàn thành việc tập sư luật sư. Cha mẹ cậu muốn con mình đi vào con đường công danh rất thênh thang, giới thiệu con xin vào làm việc với chánh phủ và cậu sẽ được bổ nhiệm vào chức vụ cao cấp như Chánh Án một toà án cấp tỉnh hay làm việc ở Bộ Tư Pháp. Khi gặp lại con trai cưng của ông bà, sau mấy năm, cậu Ba đã vướng bịnh lao.

Cậu tìm mọi cách trốn lánh cha mẹ vì cha là bác sĩ dồi dào kinh nghiệm nhìn thân hình cậu có thể đoán cậu có vướng mắc bịnh gì rồi. Nay cậu không còn trốn lánh cha mẹ được, cha thấy cậu xanh xao tiều tuỵ không còn nhựa sống, ông đoán là cậu bị bịnh lao đến thời kỳ trầm trọng. Bảo tài xế lấy xe của ông đưa cậu ngay lập tức vào bịnh viện Đồn Đất có mang giấy giới thiệu của ông. Bác sĩ Nu có nhiều bạn bè người Pháp quen thân nhau từ bên Pháp, nay qua Việt Nam làm việc. Cậu Ba cũng có người bạn khá thân cùng trường lớp ở trường ChasseLoup cũng là bác sĩ đang làm việc tại đây. Cậu Ba được chụp hình phổi, lấy máu, đàm thử liền, sau hơn một giờ, Bác sĩ Giám Đốc Bịnh Viện Đồn Đất tức tốc gọi điện thoại ngay thông báo cho ba cậu biết, bịnh lao phổi của cậu rất trầm trọng, đến thời kỳ cuối. Ông Giám đốc đề nghị cậu làm thủ tục nhập viện trị bịnh lao tại nhà thương Đồn Đất rất nổi tiếng trong giới giàu sang quyền quý. May có thuốc đặc trị bịnh lao của Pháp vừa phát minh có thể trị dứt hay cắt bỏ một phần lá phổi.

Tin Cậu Ba bị lao phổi nặng, ông bà bác sĩ Nu như bị trời đánh, cả hai choáng váng cùng ôm đầu kêu trời. Bà khóc nức nở vì bao tâm huyết, tình thương của ông bà đều đổ trút xuống cho cậu con trai lớn, cậu vừa đẹp trai lại học giỏi vừa hiền lành lại dễ thương, nay ra nong nổi cớ sự này.

Ông bà bác sĩ Nu vội vào bịnh viện Đồn Đất ngay, gặp bác sĩ Giám Đốc và ký ngay đơn cho con nhập viện mà nhân viên vừa mang đến văn phòng Giám Đốc. Bác sĩ Nu mãi nói chuyện với Bác Sĩ Giám Đốc, bà thì lo thủ tục giấy tờ và đóng tiền nhập viện. Tất cả mọi việc xong xuôi. Cậu Ba phải vào phòng điều trị đặc biệt, tốn kém bao nhiêu cũng không thành vấn đề. Bà Nu đến bắt tay và cám ơn bác sĩ Giám Đốc đã quan tâm giúp đỡ gia đình. Bà không úp mở vô đề ngay:

- Xin bác sĩ giám đốc cứ mua thuốc đặc trị bịnh lao ở bên Pháp, tốn bao nhiêu cũng không sao cả. Bác sĩ Giám Đốc hiểu ý bà muốn gởi gắm con trai cưng của bà vào bịnh viện Đồn Đất và không nề hà tốn kém nhiều mà nhiều gia đình đại gia cỡ nhỏ cũng còn e ngại. Sau nhiều tháng trị liệu đặc biệt tại Đồn Đất, bịnh lao của Cậu Ba tạm thời không phát triển nhanh như trước. Nhưng, ác hại thay, vi trùng Koch không chỉ tràn đầy ở phổi mà còn đã vào máu nữa, lại càng khó trị. Bác sĩ chuyên khoa về phổi cho biết, các loại thuốc đặc trị chỉ có thể giúp làm cho con vi trùng Koch ngủ, không phát triển thêm mà không diệt chết được. Khi nào hết thuốc đặc trị, vi trùng lao Koch mới trở lại hoạt động và phát triển sẽ giết chết bịnh nhân.

Kết luận của bịnh viện Đồn Đất, cậu Ba Cường chỉ còn sống kéo dài năm năm hay hơn là phải có thuốc trị lao đặc biệt uống thường xuyên và phải có chỗ an dưỡng thật tốt, yên tịnh và không khí thoáng mát trong lành… Hơn nữa, phải có người chăm sóc chu đáo, nhứt là thuốc uống phải đúng liều lượng hàng ngày. Vấn đề chăm sóc chu đáo người bịnh có ảnh hưởng rất lớn đối sự sống thêm dài lâu.

Ông bà bác sĩ Nu, tức tốc cho người về Núi Sam, mang theo một số tiền lớn ra lệnh con cháu thuê mướn người sửa chửa lại ngôi biệt thự nghỉ mát trên đỉnh Núi Sam đã bỏ hoang nhiều năm, từ ngày ông bà bác sĩ về sống ở Sài Gòn vì Bác sĩ Nu không còn giữ chức vụ Trưởng Ty Y Tế tỉnh Châu Đốc. Bác sĩ còn dặn kỹ, số tiền còn lại sau sửa chửa và mua giường tủ mới cho cậu Ba, cất để dành lo mướn người đàng hoàng có lương tâm tận tuy với người bịnh, trả tiền hàng tháng cao thì mới hy vọng có người giúp việc tốt.

Biết rõ tình trạng bi đát, cuộc đời của cậu đi vào ngõ cụt, bước ngoặc mới, cậu riu ríu vâng lời cha mẹ, chuẩn bị tinh thần về quê hương Núi Sam an dưỡng và sẽ gởi nắm xương tàn tại mảnh đất thân yêu này.

Con cháu của bác sĩ ở Bến Đá đã biết rõ vụ cậu Ba về dưỡng bịnh trong toà biệt thự của gia đình trên đỉnh núi. Đồng thời gia đình phải tìm người giúp việc chăm sóc vì cậu ở đó đơn độc lâu dài. Chánh quyền xã Vĩnh Tế cấp phép sửa chửa chỗ ở trong nội thất thật sạch sẽ, thoáng mát xong trước vài ngày cậu ba về tới.

Người tài xế chạy lên núi rẽ vào ngôi biệt thự, đậu xe cũng cách vài chục mét. Từ đó phải đi lên từng bậc đá một cho đến chân cầu thang có tay vịn đi lên vào nội thất của ngôi biệt thự. Phải cực nhọc, người tài xế đi ba bốn lần mới mang hết đồ đạc, còn cậu Ba thì chỉ mang hai túi bạc gần bảy trăm ngàn cũng ná thở, lên tới phòng khách là đã mệt ngất rồi. Hai bao tiền cậu cho vào tủ đóng kín lại. Cậu ngồi nghỉ mệt, đợi người tài xế mang hết đồ đạc lên, cậu Ba bảo người tài xế xuống núi, đến nhà cậu ở Bến Đá thông báo là cậu đã về ở rồi. Em cháu ngày mai lên thu xếp giúp để đồ đạc cho ngăn nắp và mang thức ăn lên cho cậu ăn được vài ngày, chờ có người chăm sóc. Khi có người chăm sóc, em cháu cậu sẽ không cần mang thức ăn lên nữa. Cậu còn nói:

- Không biết nấu nướng và lại đau, yếu sức không thể tự nấu ăn cho mình được. Cậu móc trong bóp ra, biếu cho người tài xế hai chục ngàn, bằng tiền lương của một hạ sĩ quan có gia đình lãnh một tháng, người tài xế cám ơn rối rít. Cậu còn bảo, tối nay ra chợ Châu Đốc mướn khách sạn ở một đêm cho khoẻ rồi sớm ngày mai anh hãy về Sài Gòn. Khi người tài xế đến nhà thông báo và đưa thơ của bác sĩ Nu cho đứa con trai út, người tài xế còn hỏi xem có nhắn, gởi gì cho bác sĩ không để anh ta mang về Sài Gòn.

Khi người tài xế rời nơi đỉnh núi, cậu Ba đi xem coi các cửa có khoá cẩn thận hết chưa hay chỉ còn cửa chính có chìa khoá mới vô được. Cậu dự trù, nằm nghỉ cho thật khoẻ và chiều khỏi cần ăn cơm vì ăn bữa xế trưa ở Châu Đốc quá no, cậu còn mua thêm cả chục cái bánh bao lớn nữa. Cậu Ba suy nghĩ phải tìm cách dấu cất tiền thế nào cho thật an toàn hay đào chôn chỗ này một ít, chỗ kia một ít, rủi mất còn chỗ cất tiền khác. Một số tiền khá nhiều và giấy tờ gởi tiền ngân hàng Pháp ở Sài Gòn, cậu dấu dưới tấm nệm có miếng ván ép che khuất dưới nệm. Vì vậy, nhiều khi Cậu cũng giả bộ đi ra ngoài không được cứ nằm miết trên giường, đề phòng tránh có người lấy nệm ra làm vệ sinh phát hiện.

Cậu đã ở một mình trong ngôi biệt thự sang trọng của cha, cậu thầm cám ơn Ba Mẹ đã không có lời quở trách, ghét bỏ cậu mà tình thương yêu của cha mẹ, theo cậu nghĩ, tình thương yêu đó, nay là sự thương hại một đứa con đã hư hỏng. Cậu tự làm băng hoại tương lai tươi đẹp của chính mình. Cha Mẹ không những không có lời đay nghiến hay trách móc mà cha mẹ còn mở rộng hai tay cứu giúp cho cậu thật nhiều tiền để cậu làm gì thì làm cho các năm tháng sống ngắn ngủi. Khi biết cậu vướng bịnh lao thời kỳ cuối, cha mẹ đã dồn tâm sức mình cứu giúp đứa con với phương châm, còn nước còn tát, cố gắng làm cho con luôn vui, sống trên đóng tiền lớn để giúp trị bịnh may ra sẽ có cơ hội bình phục. Ông bà không quản ngại tốn kém mua thuốc đặc trị lao cho cậu một lần luôn trị bịnh năm năm, cả một số tiền lớn quy ra vàng có đến hàng trăm cây. Ngoài ra, cha mẹ còn ký thác ngân hàng Pháp cho thêm cậu năm trăm ngàn quan nữa cũng là một số tiền lớn.

Ông bà Nu, thấy tình hình chính trị và quân sự ở Việt Nam sẽ lâm vào ngõ cụt mà ông bà ngoại của cậu có ngôi biệt thự to rộng ở Paris. Ông bà muốn con gái và rể qua ở với ông bà ngoại cho thêm an tâm và gần gũi con trong lúc tuổi già xế bóng. Ba má cậu Ba chuẩn bị rời Sài Gòn sang sống ở Paris cho đến ngày về bên kia thế giới. Ba má cậu, phân chia tài sản cho các con đồng đều và phần cậu là ngoại lệ, lấy tiền riêng của ông bà cho thêm, cho nên cậu có nhiều tiền mặt mà mẹ cậu nói:

- Con về Núi Sam, nếu tiền bạc nhiều cũng nguy hiểm và khó cất dấu, mẹ sợ con đau yếu không đủ sức ra ngân hàng lãnh tiền và ở nhà quê, bà con mình ít có người biết xài chi phiếu, họ chỉ thường xài tiền mặt. Con mua vàng bán lấy tiền mặt cũng dễ dàng và cất lại tiện lợi hơn cũng như không sợ ẩm ướt và mối mọt gậm nhấm. Vì vậy cậu nhận tiền của cha mẹ cho, tiền mặt khá nhiều cho cậu mang theo. Mẹ cậu còn dặn dò con tiếp:

- Nếu ở trên đỉnh núi Sam bất tiện, con có thể mua hay cất một ngôi biệt thự nhỏ bất cứ chỗ nào, tiền bạc xây cất không đủ, Ba mẹ sẽ gởi cho con thêm, miễn sao con vừa lòng và chấp nhận ở riêng một mình để an dưỡng. Và tránh lây nhiễm vi trùng lao cho người khác. Lương tâm chức nghiệp của Ba con, một bác sĩ, không cho phép ông tắc trách không đề phòng cho các người khác có thể vướng vào vòng khổ luỵ của bịnh lao phổi. Cũng may, cậu ba có thuốc đặc trị làm cho vi trùng lao ngủ không còn tác oai tác quái dữ dội nữa. Nhưng, ai ở gần cậu hay chăm sóc cũng có thể dễ bị lây nhiễm. Vì vậy, Bác sĩ Nu nhắc đi nhắc lại nhiều với đứa con trai yêu quý của mình là cậu phải luôn đeo khẩu trang cả ngày, trừ khi cậu ăn uống hay ngủ lấy khẩu trang ra cho dễ thở. Còn người giúp việc chăm sóc cậu phải luôn mang khẩu trang cũng như ai đến thăm cậu, nhắc nhở họ đeo khẩu trang. Nếu họ không có cậu phải đưa khẩu trang còn mới chưa sử dụng cho họ dùng, sợ họ bị lây nhiễm sẽ huỷ hoại đời họ rất tội.

Khi đã yêu đậm đà Mai Hạnh, cậu Ba Cường tự hứa với lòng chỉ có em Hạnh mới là người xứng đáng cậu sẽ cho hết số tiền gần cả triệu tiền Việt và cũng có trên bảy trăm ngàn quan Pháp, chưa kể cậu còn một số tiền Ba Má cậu gởi cho gia đình giữ giúp cậu. Khi nào cậu đi ra khỏi biệt thự trên núi, có thêm tiền xây cất nhà mới cho khang trang đủ tiện nghi. Quả thật tất cả số tiền đó là cả một tài sản kết sù mà rất ít người có trong thời chiến. Mai Hạnh, nghe cậu nói, cả đời em không dám mơ ước em có được một phần ngàn số tài sản khổng lồ đó.

Thật ra, cậu rất mong em cháu ruột thịt nào hay bà con xa gần đến thăm viếng, cậu sẽ cho tiền để giúp họ cũng như trả công cho những người đó còn nhớ đến tình nghĩa gia tộc bà con. Cậu còn nghĩ xa, chắc chắn mình phải chết vì bịnh lao phổi không giết chết ngay bây giờ thì cũng vài năm nữa.

Tiền rừng bạc biển đối với cậu đều vô nghĩa, chết là hết, cậu không mang theo tài sản mà chỉ với hai bàn tay trắng mà thôi. Như kinh của nhà Phật nói: thượng lộ huỳnh tuyền lưỡng thủ không (về suối vàng chỉ mang theo hay bàn tay không). Cậu mõi mòn trông bà con đến thăm viếng mà cậu chờ đợi hết ngày này đến tháng nọ chẳng có một ai, đã qua hai năm rồi trên đỉnh núi Sam. Nay, cậu còn may mắn chỉ có một người, mà là người dưng nước lả, em Mai Hạnh, vì tình nghĩa, ân tình cậu giúp chút đỉnh lúc ban đầu khi mới vào giúp việc. Cô đã không quản ngại nguy hiểm lây lan bịnh lao, giúp đỡ, xem cậu như người thân ruột thịt hay tình nghĩa cha con mà cô phải trả hiếu.

Cậu Ba suy đi tính lại, cả gia tộc và người làm công giúp việc cho gia đình cậu hiện ở Núi Sam có thể nói trên dưới năm mươi người mà chẳng có một ai lên thăm hỏi bịnh tình, sức khoẻ làm cho cậu thêm chán ngán tình đời đen bạc, cậu chỉ biết mang sự đau khổ buồn tủi trong lòng.

Mới ngày nào đó hai mái đầu xanh và đầu hoa râm mới biết nhau mà nay Mai Hạnh chăm sóc cậu được hơn hai năm. Hàng ngày, sáng Mai Hạnh leo lên núi, chiều lại lội xuống triền núi, biết bao vất vả mệt nhọc mà em chẳng hề thốt một lời than với cậu. Cậu Ba Cường tự cảm nhận, đó là một chân tình cao thượng người đối với người mà cậu phải kính nể. Dù cậu thật lòng, tặng hết tài sản, tiền bạc cậu đang sở hữu cũng chưa đủ trả hết được ơn tình nghĩa. Vì Mai Hạnh đã hiến dâng cả cuộc đời con gái tươi đẹp của mình cho người mà mình đã chấp nhận chăm sóc dưỡng nuôi. Hơn nữa lòng nhân ái, tính nhân bản của người lương thiện như Mai Hạnh, dù cô nghèo khổ cùng cực cũng không hề thay đổi hay lợi dụng người chủ mình trong lúc đau bịnh mãn tính trầm kha vô phương cứu chữa, như cậu Ba thường nói với Hạnh.

Cậu chợt nghĩ đến người con gái quê mùa, mà lại thuộc giới nhà nghèo cùng khổ trong xã hội, thiếu đủ mọi thứ mà lại dư thừa tấm lòng nhân ái, thương người như thể thương thân quá cao cả. Hơn những gì mà cậu nghĩ hồi còn trai trẻ khoẻ mạnh, khi cậu sống trên nhung lụa, giàu sang, cậu không thể ngờ có tình nhân ái cao đẹp như Mai Hạnh đã thể hiện trong hơn hai năm qua.

Mai Hạnh sống trong xã hội của tầng lớp bần hàn, thấp kém so với gia đình cậu. Nhưng, những tinh hoa cao cả tốt đẹp giàu tính nhân bản vị tha qua công việc làm của Mai Hạnh đã dạy cho cậu một bài học đáng giá, giai tầng giàu có quyền cao chức trọng thường đánh giá thấp giới nghèo khổ này. Giàu nghèo đều có phẩm giá ngang bằng nhau, mỗi giai cấp có nhiệm vụ giúp xã hội cùng tiến lên theo khả năng sẵn có của mình. Mỗi giai tầng trong xã hội đều có bổn phận giúp tha nhân bằng phương tiện của mình một cách chân chính hữu hiệu, mới xứng đáng là con người giác ngộ như trong kinh Phật dạy.

Gần tới Tết Nguyên Dán, thấy em Mai Hạnh quá dễ thương, Cậu rút bớt một số tiền dưới nệm, gần hai trăm ngàn đem cất dưới gối nằm. Cơm nước chiều xong, cậu bảo Mai Hạnh đóng kín cửa lại hết, cho Mai Hạnh biết:

- Chiều em xuống núi, mang theo hết số tiền này và đưa thơ tay cho chú em út bảo sáng hôm sao cùng em đi chợ Châu Đốc nói là mua một ít đồ dùng. Em cho tiền chú em bảo đi ăn uống hay mua sắm gì chừng hai tiếng nữa chị em sẽ gặp lại chỗ hẹn cùng về Núi Sam. Em đi mua vàng một mình hết số tiền mang theo và em nên mua một cái đồng hồ đeo tay thật tốt, giây đeo đồng hồ bằng vàng thật, loại đồng hồ nào mà em thích để em biết rõ giờ cho công việc làm hàng ngày.

Nghe theo lời chỉ bảo của cậu Ba, khi đến chợ Châu Đốc, Mai Hạnh đưa tiền cho chú em bảo đi ăn, còn Mai Hạnh đi mua lặt vặt cho cậu Ba. Nói thế, chú em đi rồi, Hạnh vào tiệm vàng hỏi giá vàng y nguyên cây giá bao nhiêu, em đi hỏi hai ba tiệm coi xem tiệm nào giá thấp nhứt và cách đối xử của chủ tiệm có đáng tin cậy, tốt không? Dù còn quá trẻ mà Hạnh rất tinh khôn, cô nhẩm tính với số tiền mang theo cũng mua được cả chục cây vàng mà còn dư, không nên mua một tiệm mà nên mua ba bốn tiệm để chủ tiệm không chú ý nhiều.

Các tiệm vàng ở Châu Đốc thời bấy giờ mua bán vàng qua biên giới rất phổ biến, những cô gái trẻ cỡ tuổi Mai Hạnh họ mua vàng một lần cả chục cây để mang qua biên giới mua hàng hoá về bán kiếm lời, xảy ra như cơm bữa. Mai Hạnh vào tiệm đầu tiên mua hai cây, qua tiệm khác họ nói giá cao hơn, Mai Hạnh nói tiệm tên gì đó, đưa giá cho cô như vậy, nếu ở đây bán thấp hơn, tôi sẽ mua vài cây. Các tiệm vàng, như là có mật ước với nhau về giá cả bán vàng ra và mua vàng vào, kể như cùng giá hay xê xít chút ít mà thôi. Cô mua đủ mười cây vàng y và nhờ chủ tiệm cho đi vào nhà vệ sinh, cô dấu vàng vào túi quần mà cô đã may sẵn để cất tiền và vàng, không sợ bị rơi mất hay bị móc túi. Trở ra chỗ đợi cô thấy còn sớm vội đi ăn cho no để về còn lội lên núi. Cô không quên mua một lố bánh bao to ngon mà bà chủ tiệm cơm giới thiệu để cho cậu Ba ăn điểm tâm vì cậu thích ăn bánh bao uống cà phê buổi sáng. Cô còn thừa tiền mua một cái đồng hồ đeo tay như lời cậu Ba dặn bảo.

Xong xuôi mọi thứ, Mai Hạnh đến quầy bán nước thốt nốt mua hai bịt, cô một bịt để dành chú em một bịt. Vừa về đến chỗ hẹn, chú em út cũng vừa tới. Hai chị em vừa uống nước thốt nốt vừa thả bộ lại hướng Bồ Đề Đạo Tràng để lên xe lam về Bến Đá. Mai Hạnh về đến nhà, vội vã vào lấy thức ăn làm sẵn tối hôm qua mang lên núi cho cậu Ba.

Mai Hạnh thả bộ lửng thửng leo lên núi, lo bữa ăn trưa dù hơi muộn một chút.

- Cô đưa hết vàng cho cậu Ba và khoe đã mua đồng hồ đeo tay rồi, tiền còn dư em đưa lại cho cậu. Cô lại khoe tiếp:

- Cô có mua cho cậu mười hai cái bánh bao lớn loại thượng hảo hạng của chợ Châu Đốc mà bà chủ tiệm cơm nói. Nếu quả đúng như vậy, mỗi lần trong nhà có ai đi chợ Châu Đốc em sẽ gởi mua cho cậu Ba loại bánh bao ngon này. Nghe Mai Hạnh nói sao dễ thương quá, lúc nào cô cũng lo từng chút cho mình. Cậu bảo:

- Mai Hạnh cất hết vàng và tiền còn dư, em nói không biết cất ở đâu, cậu phải cất vì vàng là của cậu, rủi em làm mất thì rất phiền hà.

Thật tình, cậu Ba nghĩ xa, giấy bạc cất kỹ lâu quá sợ mối mọt sẽ làm huỷ hoại hay mục vì ẩm ướt, chỉ có vàng vừa gọn vừa dễ cất không sợ ẩm ướt hay bị mối mọt gặm nhấm. Cậu dự tính Tết năm nay sẽ cho Mai Hạnh về thăm nhà vài ngày, mang bớt tiền mặt về nhà cũng như đưa mười cây vàng cho mẹ cất và lo sửa nhà cũng như mua xe đạp mới cho cậu em út. Cậu còn nói, em Hạnh cho tiền đứa em trai đang học y khoa ở Cần Thơ, nhắc nhở cậu em kiếm nhà nào gần nhà thương Cần Thơ hay Viện Đại Học mua một cái nhà cũ ở tạm để đi học. Sau có em gái cũng vào đại học Cần Thơ ở chung, cậu sẽ cho thêm tiền sửa sang xây cất thêm, nhứt là đất quanh nhà phải rộng, đủ đất cất thêm nhà để che mưa nắng cho xe hơi. Cậu cũng gởi biếu cho Cô Sáu vài ngàn mà nói cô sáu là bà mai tốt bụng giúp cậu quen thân với Hạnh, chưa dám nói là người tình, người vợ của cậu. Cậu dự định sẽ nói trong một dịp khác khi có quần áo mới, nữ trang đầy đủ và hai người cùng đồng ý tuyên bố là vợ chồng, yêu nhau cho đến ngày cậu ra đi.

Cậu Ba nhớ như in trong đầu, làm sao quên được những giờ khắc đầu tiên khi cậu được dịp trở lại ngôi biệt thự nghỉ mát này, lúc còn học trung học về đây vui chơi với bạn bè. Mới ngày nào mà nay đã hơn mười năm dài rồi. Đêm đầu tiên trên đỉnh Núi Sam, thao thức trằn trọc, Cậu không chợp mắt được, hồi tưởng lại những gì vừa mới xảy ra, cách nay không lâu. Với mảnh bằng cử nhân luật khoa thời điểm đó rất quý hiếm và vô cùng có giá trị tại Việt Nam. Cậu còn là con của gia đình quyền thế, cực kỳ giàu có kể cả của cải của cha lẫn mẹ. Hơn nữa, sau gần ba năm tập sự luật sư đã hoàn tất. Cậu được cha giới thiệu vào Bộ Tư Pháp để được học bổ túc một thời gian ngắn tại Bộ. Sau đó sẽ nhận được sự vụ lệnh đi nhận nhiệm vụ Chánh Án một toà án ở tỉnh nào đó mà không phải chờ đợi có cuộc thi tuyển như người bình thường. Nhưng, cha cậu nghi ngờ cậu bị bịnh lao vì da tái méc hay ho khi ông gặp lại đứa con trai yêu quý. Ông bảo cậu phải chụp hình phổi thử máu thử đàm trước rồi mới gởi hồ sơ sang Bộ Tư Pháp.

Khi cha mẹ biết cậu mắc bệnh lao phổi trầm trọng đến thời kỳ cuối và phải điều trị nhiều tháng bằng các loại thuốc đặc trị mới phát minh ở Pháp vẫn không thể trị hết bịnh. Bịnh viện Grall chào thua và cậu được cha mẹ sắp xếp phải về Núi Sam tự cách ly an dưỡng một mình trên đỉnh núi Sam. Mọi việc làm của cậu như ơn trên đã an bày trước cuộc đời bất hạnh của cậu.

Tai biến về bịnh lao phổi đến thời kỳ cuối mà không có thuốc trị dứt bịnh. Mọi bất hạnh của cuộc đời sao ập xuống cậu quá bất ngờ, quá nhanh, quá phũ phàng, chấm dứt tương lai tươi sáng đang lấp ló trước mặt. Nay, tương lai ấy đã tan biến quá nhanh như bọt xà bông, chẳng khác nào một giấc mộng trong cuộc đời cậu. Cậu ôm mặt khóc, cái chết đau đớn về bịnh lao như là cái dao đang kề cổ, khi nào hết thuốc đặc trị, cái dao oan nghiệt đó sẽ cắt đứt đầu cậu. Tối hôm đó cậu ngủ với nhiều giấc mơ hãi hùng.

Tất cả tiền mặt gần cả triệu đồng, cậu cất dấu nhiều chỗ trong nhà. Ba má cậu đã tính trước, viết thơ dặn con cháu ở Núi Sam phải tìm gắp một thanh niên khoẻ mạnh lo chăm sóc Cậu Ba ở trên núi. Ông bà bác sĩ còn chuẩn bị mua thuốc đặc trị bịnh lao phổi từ bên Pháp dự trữ sử dụng cả năm năm và luôn có thuốc gởi qua trước gối đầu. Bác sĩ Nu đã uỷ quyền cho bịnh Grall-Đồn Đất lo giúp mua thuốc đặc trị lao cho cậu Ba và ông xin gởi tiền trước cho Grall luôn năm năm vì ông tính con ông cũng chỉ sống tới ngần năm đó thôi.

Lúc bấy giờ, đầu năm 1970, cậu còn sức khi lên đến nhà mát trên đỉnh núi leo hàng mấy chục nấc thang từ xe đi lên tới nhà cũng không khó khăn lắm. Cậu đủ sức mang hai túi bạc mà cậu không để cho người tài xế mang lên giúp, các túi đó toàn là tiền mới, mệnh giá lớn. Bây giờ, cậu đành phải chịu cảnh người tù khổ sai bị lưu đày, bị biệt giam, nhốt trong xà lim chỉ có một mình. Nhưng, xà lim nhà tù lại là một ngôi biệt thự nghỉ mát sang trọng bậc nhứt ở Việt Nam lúc bấy giờ mà có thể không có ngôi biệt thự thứ hai được xây cất trên đỉnh núi khang trang tráng lệ như vậy. Cậu tự nghĩ ở tù, mà là thứ tù cha, được nằm nệm êm và nằm cả trên đóng tiền kếch sù.

Trước khi rời khỏi Sài Gòn, mẹ cho cậu thêm bốn trăm ngàn tiền mặt và mang theo hai bao nhỏ đựng thuốc uống đặc trị bịnh lao và thuốc bổ cũng như bánh kẹo cũng gởi mua từ Paris. Mẹ cậu còn nói tiếp:

- Trong nhà băng Pháp, bà có ký gởi tiết kiệm tên cậu trên bảy trăm ngàn quan Pháp để cậu có tiền lời chi tiêu trong những năm tháng cuối đời hay cậu rút hết tiền ra xây nhà khác ở chỗ nào thị tứ mà cậu thích. Bà còn nhắc nhở cậu phải lo hậu sự trước khi qua đời. Mẹ không dấu diếm cậu, cho biết cậu chết không phải chết vì bệnh lao giết cậu mà chết vì cậu không còn sức sống vì vi trùng gậm nhấm thân xác cậu nhiều năm làm cho lục phủ ngũ tạng đã rệu rã. Lúc đó sức cùng lực tận, cậu không đủ sức sống nữa vì thân xác của cậu đã chết lần mòn vì khó ăn mất ngủ kéo dài. Cậu ba là người trí thức, học rộng, hiểu hết ý mẹ và cám ơn ba mẹ đã lo cho đứa con trai hư hỏng như cậu và cậu khóc thật. Hai mẹ con cùng khóc một hồi khá lâu cho vơi bớt chuyện đau buồn, trọn tình mẫu tử.

Ba Mẹ muốn cho cậu du học Pháp, cậu nói:

- Học đại học ở Việt Nam cũng được rồi. Khi nào cậu muốn học thêm lấy bằng Tiến sĩ luật sẽ xin Ba Mẹ cho sang Pháp học tiếp vài năm để Ba Mẹ ít tốn kém. Mẹ cậu nhớ lại lời nói như vậy, lại càng thương yêu con hơn, nước mắt lại tiếp tục chảy dài, Mẹ cậu không muốn rời xa đứa con trai yêu quý của mình. Mẹ sực nhớ lời dặn của Ba cậu là không được ôm con và gần sát con sợ bị lây nhiễm vi trùng lao. Chồng bà còn dặn dò kỹ, cậu tiếp xúc với ai phải mang khẩu trang cũng như người chăm sóc bắt họ phải mang khẩu trang. Chỉ có một người mang bịnh lao đã làm cho cả gia đình điêu đứng khổ luỵ rồi, tránh không cho lây lan sang người khác. Với lương tâm chức nghiệp lương y như từ mẫu, Bác sĩ Nụ còn an ủi đứa con trai lớn mà ông đã hết lòng thương yêu tin tưởng con sẽ nối nghiệp ông và mẹ làm rạng danh dòng họ Trần ở Núi Sam.

Nhớ lại lời cha, cậu đã dẫm đạp lên sự tin tưởng yêu qúy của cha mẹ, cậu lại xúc động, ôm mặt khóc nức nở làm cho Mẹ cậu khóc theo đến độ ngất xỉu. Chú tài xế phải dìu Bà ra xe, chạy thẳng một mạch về đến nhà, bà đi vội vào buồng ngủ lại tiếp tục khóc, thiếp đi đến lúc nào không hay biết, giựt mình thức dậy, thấy chồng mình đang ngồi bên cạnh buồn xo.

Mẹ đi rồi, tiền bạc và thuốc men để nguyên trong bao, cậu mở xem cái túi nhỏ thấy có hàng trăm cái khẩu trang của giới y khoa sử dụng mà Ba cậu đã nhờ bịnh viện Grall mua giúp mới gởi về tới Việt Nam trước đây vài ngày. Cậu Ba xem tài khoản ngân hàng của cậu. Người đẹp Cécille, trước khi qua đời có làm di chúc và giấy uỷ quyền tặng lại cậu Ba hai trăm ngàn trong Ngân hàng Việt Nam Thương Tín. Cécille như ngầm ý trả bớt lại số tiền cậu Ba cung phụng cho cô suốt mấy năm còn nhiều hơn hai trăm ngàn đó.

Cậu nhớ rõ, Mẹ dặn sáng mai, khoảng sáu giờ, có tài xế lái xe nhà đến đón cậu tại nhà này ở đường Nguyễn Trải. Ngay bây giờ, cậu phải lái xe đến ngân hàng lãnh hết hai trăm ngàn của Cécille tặng cậu. Luôn tiện, còn gần một trăm ngàn trong nhà băng của cậu, cũng đi lãnh luôn vì cậu tự nhũ không còn cơ may, trở lại Sài Gòn thân yêu nữa mà cậu đã sống ở đây gần hai mươi năm.

Về nhà, cậu gọi đứa em ở chung nhà với Cậu và người giúp việc đến, Cậu móc túi cho bà giúp việc hai chục ngàn và dặn bảo ngày mai đi chụp hình phổi và thử máu, thử đàm nếu mắc bịnh lao phải báo cho Mẹ cậu biết để nhờ Bà giúp đỡ. Cậu cho đứa em năm chục ngàn cũng dặn dò y chang như bà giúp việc và cậu còn làm giấy uỷ quyền tặng chiếc xe hơi của cậu đứng tên đang sử dụng. Mọi chuyên cậu Ba thu xếp, giải quyết xong sáng nay. Cậu lái xe đi ăn một mình ở tiệm, dặn em và người giúp việc đợi Cậu mang thức ăn về dùng bữa trưa mà ngầm ý là cậu muốn có bữa ăn ngon từ biệt hai người thân này, sẽ khó mà gặp lại.

Sáng ngày hôm sau, người tài xế lái xe đến nhà đưa cậu về dưỡng bịnh ở trên đỉnh Núi Sam rất đúng giờ. Từ Sài Gòn lái xe về Châu Đốc, nhờ không kẹt hai cái bắc Mỹ Thuận và Vàm Cống nên về đến Châu Đốc rất sớm sủa. Người tài xế, mang giấy giới thiệu của bác sĩ Nu gởi cho người cháu đang làm việc ở ty cảnh sát Châu Đốc nhờ giúp vận động cấp giấy phép cho cậu Ba được lên trị và dưỡng bịnh trên đỉnh núi Sam tại nhà mát của bác sĩ Nu, Ba của cậu.

Sau vụ Tết Mậu Thân, năm 1968, tình hình chiến sự diễn ra khá ác liệt đều khắp bốn vùng chiến thuật nên chánh quyền tỉnh và giới chức quân sự cấm người dân không được lên đỉnh núi cũng như bén mảng đến gần hai khẩu đại bác 105 ly. Hơn nữa, tại ngã ba, đường lộ quanh núi và đường lên đỉnh núi có một đại đội Công Binh của Quân Đoàn IV về đóng ở đây để khai thác đá cát cung cấp cho Quân đội nên có thiết lập trạm gác đường lộ lên đỉnh núi. Nếu người dân thường không có giấy phép đặc biệt của ngành an ninh cấp thì không thể sử dụng con lộ này lên đỉnh núi được. Nhờ có người cháu liên lạc với ty An Ninh Quân Đội tỉnh cấp phép cho xe chạy lên núi đưa người con của bác sĩ Nu đang bị bịnh lao phổi nặng từ Sài Gòn về, sẽ dưỡng bịnh lâu dài.

Sau hơn hai năm gần gũi, cậu có quyết định thú nhận với Mai Hạnh là cậu đã thật sự lột xác của một công tử con nhà giàu, nay đem lòng yêu thương cực độ một người con gái nhà nghèo mà lại có tư chất nhân bản cao đẹp tuyệt vời mà trong đời cậu mới gặp lần đầu tiên. Dù tuổi tác có cách biệt khá xa mà nếu Mai Hạnh bằng lòng, kể như tình yêu cao thượng không còn có ranh giới tuổi tác, giàu nghèo gì cả. Cậu đã đào sâu suy nghĩ khá lâu rồi, bây giờ sẽ đi đến quyết định cuối cùng trưa hôm nay. Sau cơm nước xong:

- Cậu mời Mai Hạnh ngồi ghế mà cậu dành sẵn cho nàng sát cạnh cậu để nghe trút bầu tâm sự mà cậu đè nén chôn chặt trong lòng suốt hai năm qua. Những tâm tư tình cảm đó của cậu chất chứa trong tâm can, nay nói ra hết để chờ quyết định cuối cùng của người đẹp Mai Hạnh, năm nay đã qua tuổi 20 đủ trí khôn.

Cái gì đến rồi cũng phải đến mà thôi. Sau bữa cơm trưa và dọn dẹp xong, cậu nhờ Mai Hạnh nấu một ấm nước pha trà với hai cái tách, một cái tách cậu dùng thường ngày và một cái tách cậu nhờ Mai Hạnh lấy từ trong tủ ra và nói cô rữa sạch.

Cậu kéo ghế mời Mai Hạnh ngồi gần cậu. Mai Hạnh có linh cảm chuyện gì quan trọng lắm làm cho cô có cảm giác hồi hộp run sợ, nhứt là sợ mất việc làm không có tiền lo giúp đỡ Mẹ và các em đang rất cần cô.

Chính cậu Ba rót nước trà ra tách của Mai Hạnh trước, rồi sau cậu mới rót đến tách của mình. Hai tách trà đều đầy ngang bằng nhau, có ngụ ý giữa cậu và Mai Hạnh không có gì chênh lệch khác biệt, hai người có phẩm giá ngang bằng nhau. Cậu mời Mai Hạnh nâng tách trà lên và cậu cũng làm như vậy, đưa tách trà lên chạm với tách trà của Mai Hạnh, làm cho Mai Hạnh thêm hồi hộp. Cô riu ríu làm theo những gì mà Cậu nói như là ra lệnh. Hai tách cụng nhau, nước trà trong tách sóng sánh, cậu nói:

- Hôm nay ngày vui của cậu, xin mời em Mai Hạnh, đây là tiếng gọi em ngọt xớt của cậu Ba lần đầu tiên sau hơn hai năm Mai Hạnh chăm sóc cậu. Cả hai người uống trà cùng lúc, chưa nuốt vội như để hạnh phúc ngấm dần vào miệng vào cổ và từ từ lăn xuống đến chỗ tận cùng của dạ dày đã mang nhiều hệ lụy bên nhau suốt hơn hai năm.

Khi uống xong ngụm nước trà đầu tiên, cậu Ba nhỏ nhẹ mở lời:

- Cho Mai Hạnh biết, Cô Sáu có nói hết hoàn cảnh của gia đình em, cha tử trận, mẹ thủ tiết thờ chồng nuôi con, nêu gương tốt đẹp cho con noi theo. Đó là một gia đình thanh bần, có đạo đức rất đáng trân trọng. Hiện tại, nhà của mẹ Mai Hạnh ở Bố Thảo xuống cấp trầm trọng, nhà dột cột xiêu cần phải xây cất lại hay phải tu bổ sửa sang. Cậu xuống thấp giọng như rót vào tai Mai Hạnh:

- Cậu có sẵn tiền mặt, cất lại nhà mới xây tường lợp ngói cho gia đình em, còn chuyện sửa sang tu bổ là chuyện nhỏ. Cậu còn nói tiếp:

- Xin mẹ của em và em cho phép anh xây thêm một phòng trong nhà, Nếu gia đình em đồng ý, cái phòng đó để dành cho anh về ở chung với gia đình em.

Ngôi biệt thự sang trọng này chúng ta sẽ không còn ở được nữa vì "người ta" bên này hay bên kia sẽ không cho mình ở hay nói nôm na là chúng ta bị đuổi ra khỏi nơi này. Nghe đến đây, Mai Hạnh rơm rớm nước mắt quá xúc động. Cậu Ba tiếp:

- Em về Bố Thảo thăm gia đình lần lượt mang tiền và vòng vàng mà mình đang có về đưa mẹ cất dùm chúng ta có đủ tiền sinh sống trong tương lai. Anh đưa thêm một số tiền xây cất nhà mới, nên nhớ là chúng ta không nên cất để dành tiền mặt dễ bị mục nát, cồng kềnh. Nên mua vàng dễ cất dấu hơn cũng như trị giá vàng thường chỉ lên giá, còn tiền mặt giá trị lên xuống bấp bênh, nhiều khi không còn giá trị đối với chế độ mới. Em về nói với mẹ kể cả cô Sáu:

- Dọ xem gần nhà mình có bán đất bán nhà mình mua. Đó cũng là hình thức để dành tiền chắc chắn còn sanh lời nữa. Cậu Ba thấy trước thời cuộc, nói tiếp:

- Hiện nay chuyện chánh trị, chiến sự diễn ra trên đất nước hàng ngày rất sôi nổi mà em không biết. Nhờ có cái ra dô nhỏ xíu này mà anh nắm bắt được nhiều tin tức đó đây kể cả trên thế giới càng ngày càng tăng tốc xoay chiều. Nay lại càng ngày càng rối ren, thay đổi, mình nên đề phòng chuẩn bị trước. Anh cho em biết tình hình chiến sự trong nước đang leo thang dữ dội khắp nơi. Nếu mình xây nhà mới trong lúc này, người ngoài họ dị nghị đàm tiếu. Chúng ta về Bố Thảo ở chắc chắn sẽ được nhiều người để ý theo dõi, không có lợi cho gia đình mình.

Nay, chi bằng, mình thay cột kèo mới vẫn lợp lá cho mát, mình cơi ra phía sau nhà bếp thêm một phòng ngủ khang trang, xây tường gạch tránh mối mọt bụi bặm cũng có nhà tắm, cầu tiêu riêng trong phòng. Trên nóc nhà vẫn lợp lá và có làm thêm trần nhà để giữ độ mát cho căn phòng. Nền nhà nên lót gạch bông cho mát, còn chuyện buôn bán lặt vặt trong nhà cũng như may, vắt xổ, sửa quần áo cho xóm giềng vẫn tiếp tục làm. Đó là cách mình che mắt thiên hạ, gia đình vẫn còn nghèo dù em có đi làm có tiền sửa lại nhà cửa "qua loa" vậy thôi. Còn tiền mặt anh đưa hết cho em mang về Bố Thảo. Em nhờ hai đứa em lớn cùng đi với Mẹ ra chợ lớn của tỉnh lỵ Sóc Trăng, mua vàng ở mỗi tiệm kim hoàn một vài cây. Không mua một tiệm, người chủ tiệm chú ý và mua từ từ không nên mua một ngày mà nên mua nhiều ngày, cất vào một cái hũ, đào chôn dưới đất.

Cậu Ba với kinh nghiệm dày dặn của người đã hơn bốn mươi tuổi, dặn dò từng ly từng tý cho Mai Hạnh còn trẻ, cậu còn nói:

- Em mang tiền về nhà lần này, mời Cô Sáu cùng ra chợ Sóc Trăng ăn một bữa cơm thịnh soạn và nhớ lì xì cho cô Sáu vài ngàn, nhờ Cô Sáu tìm giúp thợ sửa nhà lương thiện vì cô Sáu quen biết nhiều hơn mẹ.

Trước khi chấm dứt tâm tình, thố lộ hết ruột gan, cậu kéo Mai Hạnh vào lòng chỉ hôn trên mái tóc và nói là cậu đã yêu em với tất cả tấm lòng thành. Mai Hạnh quá ngỡ ngàng, không bao giờ nghĩ tới vì gia đình nghèo, thân ở đợ, làm sao có người giàu sang, học thức dòm ngó, tỏ tình yêu minh. Nay quá bất ngờ, ông chủ tỏ tình là yêu mình chân thành. Nếu mình từ chối bị ông chủ cho thôi việc thì sao? Gia đìmh sẽ trở lại nghèo túng, các em học dở dang... Cũng là lần đầu tiên trong đời có người đàn ông trí thức giàu sang tỏ tình, Mai Hạnh ngất ngây sung sướng, nghe một người đàn ông thốt lời yêu thương cô say đắm. Cô nhẹ nhàng mở tay cậu đang ôm chặt ra và tự nhiên hai dòng nước mắt nóng hổi nhỏ xuống tay cậu Ba. Mai Hạnh nhìn chầm chậm vào mắt cậu và ôm cậu khóc nức nở là em cũng quý mến kính trọng cậu cũng khá lâu rồi:

- Từ ngày em chăm sóc cậu trong ngôi nhà này đầy kỷ niệm hạnh phúc cho em tại đây. Mai Hạnh đổi cách xưng hô, gọi anh em ngọt xớt làm cho cậu Ba Cường thật sự ấm lòng, tràn đầy hạnh phúc. Anh có biết không:

- Tính tình anh dễ thương rộng rãi với người giúp việc, đã nhiều lần anh cho em thêm tiền để gởi về phụ giúp mẹ. Cậu Ba lại hôn nhẹ lên tóc người yêu một lần nữa, lần này để thật lâu, hai tay cậu nâng càm và mặt em Hạnh như vuốt ve mơn trớn, cô để yên như là tình yêu đang từ từ đến muộn của một người lớn tuổi.

Hai người ngồi yên lặng một hồi lâu, cậu nói thêm:

- Em nên may liền một cái túi vải rộng, chiều ngang vừa đủ để một cuộn giấy bạc một trăm hay năm trăm xếp đôi lại. Cái túi vải này, người phụ nữ Việt gốc Bắc di cư gọi là ruột tượng dùng để đựng tiền và giấy tờ tuỳ thân sợ bỏ túi dễ bị rớt hay bị móc túi. Cái ruột tượng chia nhiều ô và phải đủ dài choàng quanh bụng có dây hai đầu buột chặt, tránh bị tuột rớt xuống…

Mai Hạnh rất sáng trí, Cậu Ba nói như vậy, cô đã phác hoạ làm cái ruột tượng cách nào rồi mà phải chắc chắn an toàn. Người phụ nữ không có xài bóp nhỏ chỉ có dùng túi xách dễ làm cho giới lưu manh chú ý. Chúng biết tất cả giấy tờ tuỳ thân, tiền bạc kể cả nữ trang nữa thường để trong túi xách tay vì phụ nữ thường không có ví đựng tiền, nếu có cũng cho vào cái túi xách. Phụ nữ thường không giống như đàn ông, có cái bóp đựng tiền bạc và giấy tuỳ thân cho vào túi quần cài nút lại cũng khá an toàn.

Nếu mang bóp kè kè mà đi xe đò là làm mồi cho bọn cướp giựt, Mai Hạnh muốn đứng lên đi thực hiện liền. Nhưng, cậu Ba lại ghì chặt Mai Hạnh vào lòng và hôn lên tóc thêm ba bốn cái nữa, mới chịu buông tay. Mai Hạnh đi kiếm vải hay dùng một cái choàng tắm mà có người gọi khăn rằn may cái túi ruột tượng quá tốt bảo đảm không sợ bị lủng. Cái khổ vải khăn rằn lớn, mình xếp lại ba bốn lớp và may dính lại chia từng ô. Khi hết dùng chứa đựng nhiều thì tháo ra trả lại tình trạng nguyên thuỷ là cái khăn rằn.

Mất hơn một tiếng, Mai Hạnh mài mò may cho xong cái ruột tượng, đem đưa cho cậu Ba xem, coi có cần sửa đổi gì không? Cậu Ba lật qua lật lại xem kỹ, khen:

- Mai Hạnh rất thông minh biết may cái ruột tượng, các ô còn có nắp che kín có khuy cài chặt, không cho đồ đạc hay tiền bạc rớt ra được. Cậu nói với Mai Hạnh:

- Em đóng kín khoá lại các cửa để cậu chỉ chỗ để tiền, khi nào em về Bố Thảo lấy tiền ra cho vào ruột tượng. Cậu Ba dặn dò, ngày mai em xuống nhà sớm, đưa thơ tay cậu viết cho đứa em trai út. Cháu nào muốn đi chợ với em cùng đi cho vui, tụi nó làm người bảo vệ em đưa em vào các tiệm kim hoàn. Mua cho em một sợi dây chuyền cẩm thạch màu xanh ngọc, cùng màu với đôi bông đeo tai, mua thêm chiếc nhẫn vàng 24 cara, em một chiếc, anh một chiếc. Em tìm thêm chiếc vòng tay cũng bằng cẩm thạch màu xanh ngọc cùng màu với dây chuyền và đôi bông tai vì anh thích em diện như thế, trong ngày tân hôn, động phòng hoa chúc với anh. Cậu còn phác hoạ, em cùng với anh phải tắm rửa sạch sẽ, xịt dầu thơm khắp cơ thể, mặc quần áo mới toanh, mới đúng nghĩa lễ tân hôn của em. Cậu vuốt tóc Mai Hạnh với tất cả sự trìu mến. Cậu nói tiếp:

- Về màu sắc ba món nữ trang, bông tai, dây chuyền cổ, vòng tay phải cùng màu, em thích màu nào cũng được và miễn tiệm kim hoàn có đủ ba món nữ trang cùng màu mới nên mua. Nếu không có đủ thì em hẹn ngày khác đến lấy, còn hai chiếc nhẫn giống nhau, anh có đo ngón áp út tay trái của anh bằng sợi dây vải bỏ trong bao thơ đưa cho thợ kim hoàn làm đúng mẫu vòng tròn để anh đeo, còn em thì đo làm tại chỗ thì quá dễ. Em nên biết anh có nhờ thằng em út ướm thử quần áo, nó mua cho anh hai bộ đồ mới nữa, quần tây dài, áo sơ mi và vài chiếc áo pull mới. Em cho mỗi đứa đi theo em, ngoài đôi giày mới, cho thêm mỗi đứa một cái áo pull giống kiểu và màu áo anh thì càng tốt nữa. Em nói:

- Tiền mua giày và áo pull là anh gởi cho em mua cho chúng nó. Em đãi chúng nó ăn sang, em nói là tiền em mới lãnh lương để em cháu thêm quý mến kính trọng em.

Nghe đến đây, Mai Hạnh ngước mặt lên, thấy người yêu của mình quá vĩ đại cao đẹp mà cô chưa bao giờ có mơ ước được một người chồng tuyệt vời như vậy. Cô vội dùng hai tay ghì mặt người yêu xuống hôn hai má, tai thêm mấy cái nữa vì cậu Ba lúc nào cũng đeo khẩu trang và bắt buộc Mai Hạnh cũng đeo khẩu trang để tránh bị lây nhiễm vi trùng lao qua đường hô hấp. Cậu Ba rút kinh nghiệm vì yêu say đắm Cécile, mỗi lần gặp người đẹp là cậu hôn miệng còn để lưỡi thật lâu vào miệng Cécile, chưa kể mỗi lần lên giường ái ân, cậu đều có hôn môi, miệng nên vi trùng lao mới tự do xâm nhập đục khoét nhanh phổi cậu cho đến ngày hôm nay phải bó tay, vô phương cứu chửa. Cậu nói tiếp:

- Trong lúc chờ đợi thợ kim hoàn làm hai chiếc nhẫn hay kiếm đủ ba món nữ trang do em yêu cầu. Em dẫn chú cháu nó đi mua giày mới, chúng nó thích giày nào cũng mua dù giày đó đắt tiền, em đừng ngại tốn kém. Anh đủ sức lo cho em, gia đình em và tụi nó đi theo "hộ tống" em mang tiền đi nhiều và mang nữ trang quần áo cũng đồ ăn về. Cậu lại lên giọng:

- Khi có đủ nữ trang và quần áo, anh và em sẽ làm đám cưới ngay ngày hôm đó, dù đám cưới chỉ có hai người và hai trái tim cùng đập một nhịp và bốn mắt nhìn nhau mãi mãi như nói vạn lời yêu đương. Cậu Ba nhắc lại:

- Em nhớ dẫn tụi nó đi vào nhà hàng lớn ăn một bữa thật sang, tụi nó thích ăn món gì em cứ cho tụi nó gọi cũng như là em xuất tiền túi đãi tụi nó để em lấy cảm tình của chúng nó. Cậu Ba biết rõ người yêu bé bỏng của mình thật thà chất phác và lương thiện nên phải dặn kỹ mọi việc cũng như em nên nhét vào túi chúng nó mỗi đứa mấy trăm nói là nhờ trả giúp tiền xe cho em và đưa em lên núi bằng con đường lộ xe hơi chạy lên núi, em sẽ hiểu biết thêm đường lên núi rộng lớn. Muốn lên nhà mình trên đỉnh núi Sam, chúng ta có thể sử dụng được hai con đường, một đi hướng Đá Chẹt, con lộ này xe hơi chạy được, một con đường mòn mà em thường đi từ sau chợ Bến Đá. Người dân quê ở Núi Sam còn đi những con đường mòn khác cũng có thể tới nhà mình được. Em nói với đứa em út:

- Mua cho anh một chai rượu chát của Pháp sản xuất để anh cùng em cụng ly gọi là hiệp cẩn giao bôi trong ngày kỷ niệm đầu tiên của đôi vợ chồng mới cưới. Mua cho em vài bộ đồ mới phải là đồ tơ lụa mặc cho mát cho sang đêm tân hôn thêm ý nghĩa. Còn quần áo bằng vải thường khi nào về Bố Thảo mình mua thêm năm bảy bộ nữa.

Còn quần áo của anh và em đang dùng khi nào mình rời nơi này ra đi nên bỏ lại tất cả luôn mùng mền chiếu gối, đồ dùng cá nhân của anh của em nơi đây đều để lại hết. Khi em đem tiền về nhà đưa cho mẹ trước để sửa sang lại nhà cửa, em ra chợ Sóc Trăng mua quần áo cho anh và em cũng như cho các em và Mẹ nữa. Mọi đồ dùng riêng của chúng mình cũng sẽ mua ở Sóc Trăng vì anh cẩn thận lo xa. Khi mình đi về Bố Thảo mình chỉ mang theo tiền cũng đầy cả người rồi và thứ hai, cậu như ngập ngừng…

- Cậu Ba nhìn em Mai Hạnh cười xởi lởi rất tình tứ và kéo Hạnh vào lòng hôn chùn chục cho đã thèm khát vì cậu thiếu chất xúc tác êm dịu phụ nữ quá lâu rồi. Nay sự kích thích chất ham thích gần gũi phụ nữ lại trỗi dậy mãnh liệt. Cậu nói tỉnh bơ, cái thứ hai mà cậu nói là chúng ta mang theo hai trái tim yêu nhau gắn bó cả cuộc đời còn lại của cậu. Mai Hạnh, rất tình tứ nằm gọn trong đôi tay cậu và ghì mặt xuống hôn hai má ửng hồng của mình đang chờ đợi người yêu.

Cậu Ba còn nói thêm, anh lớn tuổi, có nhiều kinh nghiệm sống, chúng mình có nhiều tiền không nên tiếc các thứ dồ dùng cũ ở tại đây. Các thứ đó có thể dính nước bọt anh hay vi trùng lao bay vào không khí rơi bám vào đó mình phải tránh mang về gia đình ở Bố Thảo. Càng nghe người yêu nói, giải thích cặn kẽ:

- Hạnh càng yêu cậu Ba nhiều thêm lên. Và tự hứa với lòng, khi cậu qua đời rồi Hạnh ở vậy dù còn trẻ tuổi đi nữa, cũng giống gương mẹ mình thủ tiết thờ chồng khi bà chưa quá ba mươi tuổi, thề không tái giá. Cậu Ba đã đối xử với Mai Hạnh như bát nước đầy, như vầng trăng sáng vằng vặt trong đêm soi đường cho Hạnh đi đến đích tương lai hạnh phúc, từ những ngày mới tới chăm sóc cậu Ba.

Sau hơn hai năm, nay thành nghĩa "tào khang chi thê", tình nghĩa vợ chồng chung thuỷ, thủy chung, vui buồn sống chết có nhau. Hơn nữa, ngoài là người có tình yêu chân thật lại còn có tình nhân ái cao đẹp, còn là người thầy, người chủ, như người cha luôn hướng dẫn giúp đỡ dạy bảo Hạnh đủ mọi thứ. Nay từ tình nghĩa thiêng liêng đó trở thành tình yêu cao đẹp lứa đôi, dù tuổi tác có chênh lệch. Nhưng, tình yêu của hai người luôn tràn đầy hạnh phúc. Mai Hạnh cũng biết, dù chuyên gần gũi xác thịt cũng sẽ gặp khó khăn vì chàng không khoẻ mạnh. Mai Hạnh tự hứa chuyện đó không nhằm nhò gì. Mai Hạnh cảm nhận, ban ngày làm việc cật lực, tối mệt ngủ say không mơ tưởng đến chuyện ân ái chăn gối, có cũng đươc, không có cũng chẳng có sao cả.

Cậu Ba đáng kính phục, Mai Hạnh có bổn phận phải đền đáp ân tình đối với cậu vì đã hết lòng giúp đỡ gia đình Mai Hạnh có đủ tiền cho ba em học đến nơi đến chốn, đến thành tài, tốt nghiệp đại học. Cũng như cậu Ba còn rộng rãi lo giúp bạn bè, mọi người bà con xa gần. Vì ân tình cao đẹp của cậu Ba, Mai Hạnh phải có trách nhiệm chu toàn việc chăm sóc cho đến ngày cậu không còn ở trên thế gian này nữa. Dù ít học, nhờ sự chỉ bảo của cậu, Mai Hạnh như đứa em hay đứa học trò ngoan sáng dạ làm cho nàng lớn khôn thêm. Bây giờ lại là người yêu cũng là đại ân nhân của gia đình, còn hạnh phúc nào bằng. Mai Hạnh đang ngất ngây vui không tả xiết trong tâm thức và trái tim nóng bỏng của mình.

Mai Hạnh nhớ lại cảnh nghèo khổ thiếu thốn, bà con ruột thịt như muốn xa lánh, gia đình muốn mua một chiếc xe đạp cho hai đứa em đèo nhau cùng đi học mà mãi cả hai năm dành dùm không đủ tiền mua. Nay, không những có xe đạp mới xịn mà còn có xe gắn máy Honda mới toanh nữa và kể cả đứa em trai út đi học hàng ngày cũng có xe đạp mới. Còn tiền chi phí học đại học của hai em lớn cũng do tiền cậu Ba trợ giúp rất hào phóng, chắc chắn thoát được cảnh nghèo khổ thiếu thốn. Cậu Ba như một vị Bồ Tát cứu giúp gia đình như giúp chúng sanh thoát vòng khổ lụy có cơ hội vươn lên với đời.

Cậu Ba tình tứ vừa nói vừa ôm ghì Mai Hạnh vào ngực mình, nói trong hơi thở:

- Từ tối nay, em yêu của anh không phải về ngủ ở nhà dưới triền núi nữa mà ngủ cùng nhà với anh chỉ khác giường, khác mùng mà thôi. Mai Hạnh như ngất ngây trong hạnh phúc, thật quá bất ngờ trong đời của một người con gái nhà nghèo. Từ một người làm công ở đợ học ít, bỗng chốc nhảy phóc lên thành bà hoàng, vợ của một công tử giàu sang học thức. Mỗi người có số phận khác nhau, cậu Ba không ngờ mình bị bịnh nan y, không có thuốc chữa hết bịnh, chỉ nằm chờ chết. Còn Mai Hạnh cũng có số phận của mình, từ con một gia đình "bần cố nông" nghèo khổ. Nay bỗng chốc thành người có tiền có của có đủ thứ hết, giúp mẹ và các em học thành tài ngẩng mặt lên vui sống với đời.

Mai Hạnh về giúp việc cho Cậu Ba đã ăn bốn cái Tết Nguyên Đán tại ngôi biệt thự này, nay sắp ăn cái Tết thứ năm, có thêm người yêu cả đời mình may mắn tìm được. Cậu Ba đã chuẩn bị tất cả mọi thứ, chuẩn bị cho cuộc từ giả hay còn gọi là cậu vĩnh biệt ngôi biệt thự xinh đẹp yêu quý này. Nơi đây, ghi dấu bao kỷ niệm với người yêu bé bỏng Mai Hạnh, mối tình của nàng cũng là mối tình cuối của đời chàng, cậu Ba có ý nghĩ như vậy. Cậu dự trù cho Mai Hạnh về thăm gia đình sau Tết Nguyên Đán năm 1975 và có thể vài tháng sau đó, vợ chồng cậu sẽ về sống ở Bố Thảo vì mọi chuyện đã chuẩn bị hết rồi.

Nhưng, cậu vừa nghe tin tức các trận chiến và rút quân ở Vùng II, Vùng I của phía bên này coi bộ lộn tùng phèo, như là không có kế hoạch gì hết gây tác hại nặng nề trên toàn cục bộ chiến trường, báo hiệu chiến tranh sắp kết thúc và phần thắng chắc chắn về phía bên kia.

Sáng sớm thức dậy, Mai Hạnh lo cho Cậu uống sữa uống cà phê, ăn bánh bao xong, và uống thuốc. Mai Hạnh định quay lưng đi làm việc khác, cậu nắm tay ghì lại và đặt một nụ hôn nồng cháy lên mái tóc của người yêu và nói nhanh:

- Ngay sáng nay, em phải về Bố Thảo gấp, đem hết tiền anh đang giữ về trước, bảo đứa em trai sắp tốt nghiệp bằng bác sĩ, lợi dụng nhà cửa sụt giá và xe hơi người ta cũng bán rẻ chỉ mong thủ tiền hay vàng để dễ bề cất giữ hay họ di tản, trốn chạy ra nước ngoài. Em trai mua sắm được cái gì cho em trai chuẩn bị làm đám cưới cứ mua, thiếu tiền anh cho thêm sau khi em trai cưới cô bạn gái, học cùng lớp, cùng trường. Anh không muốn chúng ta giữ tiền mặt. Bây giờ mình cho em, khi mình túng thiếu các em sẽ giúp lại, anh nghĩ người có đạo đức sẽ làm như vậy. Cậu nói để Mai Hạnh hiểu thêm lòng dạ cậu:

- Cậu luôn nghĩ mọi người đều có lòng nhân, lương thiện như mình.

Còn tất cả nữ trang hay cái gì quý giá, em đem luôn về Bố Thảo trước. Khi ăn Tết lần thứ ba của chúng mình thành nghĩa vợ chồng và riêng anh là cái Tết thứ sáu tại đây rồi. Trước khi rời bỏ ngôi biệt thự vĩnh viễn, anh và em đã là chồng vợ còn phải xuống nhà lạy bàn thờ Tổ Tiên như là ra mắt và từ biệt Tổ Tiên. Anh về quê hương bên vợ ở Bố Thảo sống cuộc đời còn lại. Đồng thời chúng mình lấy hết số tiền Ba Má còn gởi cho anh cũng khá nhiều mà gia đình em cháu đang giữ. Em đi mua vàng tiếp dù vàng có lên giá cao mình vẫn phải mua vì trị giá vàng chỉ có tăng mà ít khi giảm. Anh sẽ nói với em cháu:

- Chúng mình về Bố Thảo cần dùng số tiền đó cất một cái nhà đủ tiện nghi để cho anh an dưỡng những ngày cuối đời. Cũng ngày hôm đó, em trở lên núi gom góp hết những gì quý giá và anh cũng còn dấu cất vài chỗ, anh đã chỉ trước cho em, mỗi chỗ năm ba chục ngàn nữa. Thu gom hết, em lại xuống núi, chúng mình sẽ đi ra bến xe Châu Đốc về Sóc Trăng bỏ lại quê hương Núi Sam yêu quý của anh và có thể nói như là anh vĩnh biệt Núi Sam, không còn cơ hội trở về nữa.

Chương trình kế hoạch về Bố Thảo sống những ngày cuối đời của cậu Ba, vợ chồng đã chuẩn bị trước mấy tháng để cho Mẹ Hạnh và Ý Sáu lo việc tân trang và xây thêm một phòng ngủ nữa có đầy đủ tiện nghi để dành cho người bịnh an dưỡng. Phòng của cậu Ba lớn nhứt, phòng Mai Hạnh nhỏ hơn cạnh bên, có chừa khoảng trống ở giữa là lối đi từ trước xuống nhà bếp cũng như Mai Hạnh qua phòng ngủ chồng và ra sân sau. Phía trước phòng ngủ của chồng là phòng dành cho thằng con trai út và phòng ngủ của mẹ Mai Hạnh cũng ngang với phòng con trai út ở phía trước phòng Hạnh. Cái nhà bếp thấp lè tè năm xưa, nay cũng được xây cất mới cao rộng hơn. Toàn bộ nền đất của ngôi nhà, nay cũng được lót gạch bông rất sạch sẽ mát mẻ. Bàn ghế tủ giường đều mua mới hết. Mai Hạnh còn mua sắm cho chồng ba bốn bộ pyjama, vài cái quần tây dài và áo sơ mi ngắn dài tay có đủ và mẹ Hạnh cũng may cho cậu con rể vài bộ quần áo bà ba lụa lèo. Riêng Mai Hạnh cũng mua trước vài bộ đồ bộ và quần áo bà ba do mẹ cắt may. Giày, giép, nón, guốc mua cho chồng, cũng đã lo trước hết kể cả đồ dùng cá nhân, khăn tắm, đồ dùng cạo râu, nhất nhất, Mai Hạnh đều mua sắm trước để sẵn trong tủ riêng của chồng.

Làm theo lời chồng, Mai Hạnh, phải đi về Sóc Trăng, thêm một lần nữa, trước khi về ở hẳn tại quê nhà.

Mai Hạnh vội vã xuống núi đi ra bến xe Châu Đốc đi ngay về Sóc Trăng, phải ăn cơm trưa ở bến xe Cần Thơ, chờ rước thêm khách, xe chạy về bến Sóc Trăng cũng chưa tới bốn giờ chiều, Mai Hạnh đi xe lôi gắn máy về Bố Thảo. Vừa về đến nhà, Mẹ và em trai rất ngạc nhiên, bà con xóm giềng cũng rất bất ngờ, chạy đến mừng rỡ rối rít. Mai Hạnh bảo thằng em chạy xe lên nhà rước Ý Sáu xuống cùng ăn cơm chiều với gia đình.

Bữa cơm chiều nay, Mai Hạnh đưa tiền cho đứa em ra chợ Sóc Trăng mua bốn món ăn ngon để đãi Mẹ và Ý Sáu. Sau khi cơm nước xong, Mai Hạnh nói:

- Anh Ba có gởi cho Ý Sáu năm ngàn bỏ túi. Khi anh Ba dọn về đây ở, anh Ba muốn mời Ý Sáu cũng về đây ở với Má con cho hai bà bạn già hủ hỉ với nhau, anh Ba còn nói sẽ lo hết cho Ý Sáu kể cả hậu sự của Ý Sáu sau này, anh cũng lo trước. Ý Sáu vô cùng hoan hỉ, không ngờ có đứa cháu tốt bụng đến như thế. Bà khen Mai Hạnh, nhờ phước đức của cha mà có người chồng quá tuyệt vời về mọi phương diện, lo bảo bọc hết gia đình, thoát được cảnh nghèo nàn cùng khổ. Hai em lớn học đến thành tài làm vẻ vang cho dòng họ.

Bữa cơm chiều rất ngon miệng, ngoài Ý Sáu, Mẹ Hạnh còn mời ba bạn thân chí cốt ở gần nhà. Bàn ăn, quanh đi quẩn lại toàn là phụ nữ, có đến sáu bà, chỉ có đứa em út của Mai Hạnh là đực rựa, để sai vặt. Đó là một hoạt cảnh khá hài hước, có phải đây cũng là phong trào phụ nữ vùng lên, giống như phong trào "Me Too" của Mỹ. Phong trào này có một dạo gây sự chú ý cho công luận làm cho giới đàn ông thích mèo mỡ bậy bạ, thích ăn phở hơn ăn cơm phải một phen lên ruột.

Nhắc lại chuyện xưa, thời chế độ cũ, bà Nhu là Dân Biểu của chế độ đã vận động tổ chức Phong Trào Phụ Nữ Liên Đới, bà ta cũng muốn trong xã hội phải có sự bình đẳng giữa nam và nữ và chế độ một vợ một chồng. Cấm người chồng có vợ đôi vợ ba như dưới thời phong kiến. Người phụ nữ cũng có bổn phận trách nhiệm đối với đất nước như nam giới thời chiến cũng như thời bình. Cũng trong ý nghĩa đó, Bà Nhu sáng lập đoàn thể Thanh Nữ Cộng Hoà hoạt động như nam giới. Bà cũng bị giới mày râu cười mỉa, nói phụ nữ làm trò trống gì mà bày đặt lắm điều. Họ còn "bình loạn" đàn bà đái không qua khỏi đầu ngọn cỏ mà làm nên tích sự gì. Thật ra, cái đám đàn ông thường xem nhẹ vai trò phụ nữ trong xã hội, kỳ thị phụ nữ ra mặt, không những ở Việt Nam mà kể cả các nước tiên tiến trên thế giới cũng có xảy ra.

Ở Việt Nam thời đó, một số người đàn ông thiếu hiểu biết chê trách bà Nhu lập Phong Trào Phụ Nữ Liên Đới là để phụ nữ cùng nhau hợp sức đánh ghen, chỉ có thế thôi. Họ mỉa mai, nói xỏ nói xiên, nói móc, liên đới theo chữ nho cùng liên quan trách nhiệm như nhau cũng viết thành liên đái. Đới và đái cùng nghĩa, người ta, mới nói mỉa gọi Phong Trào Phụ Nữ Liên Đới là Phong Trào Phụ Nữ Liên Đái. Bây giờ, chữ đái hiểu theo nghĩa thông thường, nghĩa chữ nôm là đi tiểu, có ý họ xem thường người phụ nữ. Những người không ưa không thích người phụ nữ vùng lên ngang hàng với nam giới vì họ mất đặc quyền chồng chúa vợ tôi đã có hàng ngàn năm trước đây trong xã hội phong kiến Việt Nam. Người đàn ông Việt Nam không có kinh nghiệm, hiểu biết về phụ nữ, họ chê người phụ nữ đái không qua đầu ngọn cỏ là thật quá sai lầm. Họ tưởng có giới đàn ông đứng đái được, họ quên khi có nhiều phụ nữ có ống quần rộng, đang buôn bán giữa chợ lại mắc đi tè, không có nhà vệ sinh dã chiến như các nước văn minh tiên tiến. Người phụ nữ Việt Nam sáng trí, nhờ vài chị em cùng đứng lên che chắn, chị kéo ống quần lên tống xuất cái nợ đời ra ngoài tại vòng rào hay cách chỗ bán không xa. Dù cái thứ nước nặng mùi đó có rơi rớt dính trong quần, trong chân về nhà tính sau. Chuyện có người tham dự đông đảo giữa trời phải có nhà sinh vô cùng cần thiết, không phải là chuyện nhỏ mà là chuyện đại sự. Ai cũng biết tứ khoái, cái khoái thứ tư của con người trần thế là khi sự đòi hỏi xả "bầu tâm sự" lên cao điểm. Điều cần và đủ là phải thoả mãn ngay lập tức, nếu không thì người ta cho đi trong quần, sự hôi thúi làm sao người xung quanh chịu nổi.

Thời xa xưa đó, chuyện người phụ nữ muốn vùng lên gặp phải sự đối kháng mãnh liệt của giới đàn ông hủ lậu, bằng cách này cách khác. Họ nói móc nói lái, mai mỉa giới phụ nữ nhiều thứ lắm. Như hảng hàng không Việt Nam thời chế độ cũ có tuyển nhiều tiếp đãi viên xinh đẹp đi trên các đường bay quốc tế kể cả nội địa, mà phải có ít nhứt bằng tú tài hai và phải nói được ít nhứt là một ngoại ngữ Anh hay Pháp hay biết hai ba ngoại ngữ càng được ưu tiên tuyển dụng với mức lương cao làm cho đám đàn ông "lục lục thường tài" trình độ học vấn lại thấp hơn ghen tức. Về mặt tổng quát, giới tiếp viên hàng không nữ đều trên cơ giới liền ông ít học, chỉ có sức yếu không mang giúp hành khách những túi nặng đưa lên cao. Trên máy bay chở khách bay đường xa, nếu tiếp viên toàn đàn ông đảm trách, có lẽ các hảng hàng không đó ế dài dài vì buồn tẽ, chán ngấy. Có tiếp viên hàng không nữ với y phục thời trang xinh đẹp và nói năng tiếp xúc dịu dàng tạo thêm nhiều sinh động vui vẻ đối với khách. Vì thế, mới nảy sinh ra những lời nói xiên, nói xỏ, nói móc, nói lái thô tục thiếu văn hoá.

Hồi xưa, trên thân máy bay Việt Nam hay đuôi máy bay có vẽ một con rồng uốn khúc rất đẹp và trên chiếc áo dài đồng phục của các tiếp viên hàng không nữ cũng có thêu một con rồng giống như vậy. Màu sắc hài hoà đẹp mắt, uốn lượn trên thân áo rất thu hút (tượng trưng truyền thuyết Việt Nam với con Rồng cháu Tiên). Giới đàn ông kỳ thị phụ nữ, nói là con rồng lộn. Nếu nói lái, có nghĩa rất thô bỉ mất dạy, là người con gái (phụ nữ nói chung) hết còn gin vì cái ấy to rộng ra rồi. Thế mới biết, sự tranh đấu của giới phụ nữ phải lâu dài phải kiên trì để chấm dứt sự kỳ thị giới tính một cách phi lý về mọi thứ trong xã hội.

Vợ chồng Mai Hạnh, ban đầu dự định rời Núi Sam về Bố Thảo trước Tết Nguyên Đán, năm 1975. Vì tiền bạc các em cháu mượn của Ba Cường đang kinh doanh mà chồng Mai Hạnh muốn lấy chưa có đủ, phải chờ sau Tết ta, mới có thể lấy lại mang về Bố Thảo. Chờ đợi nhiều tháng, loay hoay đến ngày "giải phóng 30.4.1975" mà cũng chưa có đủ. Lúc bấy giờ, chuyện đi về Bố Thảo lại gặp khó khăn nên phải ở lại thêm vài tháng nữa. Các em cháu chồng có bao nhiêu tiền gom lại cho chồng Mai Hạnh, các em còn thiếu kể như xù luôn. Vì vậy vợ chồng Mai Hạnh, hễ có tiền là mua vàng sau 30.4.1975 dù mắc hơn nhiều trước đây.

Cậu Ba Cường tiên đoán trước thế nào cũng có ngày đổi tiền chế độ cũ qua trị giá tiền của chế độ mới để lưu hành trong cả nước từ Bắc tới Nam, chắc chắn mệnh giá tiền mới cao hơn tiền cũ. Vì vậy, mua vàng, mua nhà đất, xe cộ sau ngày chế độ mới nắm quyền là thượng sách. Cậu Ba bảo vợ có tiền nhiều mua nguyên cây, ít tiền mua từng khâu vàng, sau sử dụng cũng dễ. Một cái may khác, trước 30.4.1975 chừng nửa tháng, Mai Hạnh nhờ Dì Sáu đem tờ khai gia đình xin ghi thêm tên chồng có hôn thú xã cấp đàng hoàng.

Sau 30.4.1975 chuyện chuyển đổi địa chỉ từ chỗ này đến chỗ khác rất khó khăn, nhứt là đổi chỗ tỉnh này sang tỉnh khác.

Mẹ của Mai Hạnh và Ý Sáu cũng đã tiên đoán từ lâu là ông chủ của Mai Hạnh đã có thể đem lòng yêu đương vì sự tận tâm chăm sóc chu đáo của Mai

Hạnh mà hai bà không thể tưởng tượng nổi lại là mối tình lớn của con bà. Cậu Ba Cường giao phó hết tài sản tiền bạc cũng như cuộc đời cậu cho người yêu định đoạt. Ý Sáu nghĩ, may mắn cậu gặp gia đình đạo đức, lương thiện đã quyết tâm giúp đỡ cậu cho đến ngày cuối cùng cậu về với cát bụi. Mai Hạnh đã hy sinh hết thời con gái mơn mởn tươi đẹp của mình cho người yêu lớn tuổi lại có bịnh mãn tính trầm kha.

Ba em của Mai Hạnh biết chuyện tình giữa chị mình với người anh rể lại càng kính trọng yêu quý chị hai mình. Đối với ông anh rể, ba em và gia đình cùng bà con gần xa, chòm xóm biết được mối tình hy hữu có một không hai ở cái vùng Bố Thảo này càng thêm nể trọng và ngưỡng mộ. Mọi người, ai cũng bái phục ông chồng của Mai Hạnh xử thế quá đẹp, rộng rãi với mọi người và còn tiên đoán thời cuộc, tính toán như thần rất đáng trân trọng.

Đến tháng năm năm 1978, người em kế Mai Hạnh sẽ tốt nghiệp đại học y khoa Đại học Cần Thơ, còn cô em gái cũng sẽ tốt nghiệp Đại học Sư Phạm Cần Thơ, xin về dạy ở trường học mà em đã học – trung học cấp ba Hoàng Diệu tại tỉnh ly Sóc Trăng, em trai út đang học trung học cấp ba.

Bốn chị em Mai Hạnh, cha đặt tên là Hạnh – Trung – Trinh - Hiếu. Một cái rủi lại có ba cái may cho ba anh chị em sau, chúng không có bị kỳ thị lý lịch vì không có tên cha trong khai sanh, là "nguỵ quân" của chế độ cũ như Mai Hạnh. Chị lớn của các em lại bị kỳ thị, nếu có điều kiện học lên cao cũng gặp nhiều khó khăn, nhưng với cái nghề ở đợ thuộc hạng "bần cố" thì người ta quên cái lý lịch đi. Chị gái lớn Mai Hạnh có họ Nguyễn trong khai sanh và nghề nghiệp của cha (quân nhân) mang họ cha, đã tử trận từ lâu. Khi làm khai sanh cho Mai Hạnh có giấy hôn thú nên được lấy họ cha, còn mẹ là họ Trần. Ba đứa em sau đều lấy họ mẹ vì khi làm khai sanh (ở miền Trung) không có giấy hôn thú của cha mẹ, Hội Đồng Xã không chịu cho con lấy họ cha để cha vô danh. Cả ba em của Mai Hạnh – Nguyễn Thị Mai Hạnh (mà người ta thường quen gọi là Mai Liên) : Trần Đức Trung – Trần Thị Tuyết Trinh và đứa em trai út là Trần Trọng Hiếu.

Cha của bốn em cũng có học, ông nội mấy em là đại điền chủ gốc Miên lai, mới cưới được mẹ là người Việt Nam thuộc gia đình trung lưu và có học thức.

Gia đình bên ngoại của Mai Hạnh đã mê thích truyện Lục Vân Tiên của Cụ Đồ Chiểu. Lục Vân Tiên là sách gối đầu giường của giới trung lưu và giới bình dân của người dân miền Nam nên mẹ em đã thường ngâm nga ru cho các con ngủ những vần thơ ý nghĩa của tác phẩm văn chương bình dân này. Giống như các bà mẹ Miền Bắc thích ngâm thơ Kiều của cụ Nguyễn Du với điệu ru hời cho con ngủ. Truyện Kiều của cụ Nguyễn Du, một tác phẩm văn chương bác học của Việt Nam, còn truyện Lục Vân Tiên, cũng là tác phẩm văn chương bình dân không thể thiếu được trong các gia đình Việt Nam.

Cha của bốn cháu đặt tên con: Hạnh, Trung, Trinh, Hiếu, với tên các con có nghĩa nằm gọn trong hai câu thơ lục bát của Cụ Đồ Chiểu (Nguyễn Đình Chiểu) chọn đặt tên con phải có ý nghĩa: Hạnh, Trung, Trinh, Hiếu:

Trai thời trung hiếu làm đầu,
Gái thời tiết hạnh là câu sửa mình.

Chữ tiết đổi qua tuyết (trinh) cho đúng âm điệu và ý nghĩa. Các tên này đi theo cuộc đời của các em là con người là phải có đức hạnh, trung trinh, hiếu thảo đủ mọi mặt mới xứng đáng là con người có đạo đức lương thiện "xứng đáng đứng trong trời đất và phải có danh gì với núi sông".

Chế độ mới rất quan tâm về lý lịch, ba em của Mai Hạnh không vướng phải rào cản lý lịch, các em lại ngoan học giỏi được nhà trường chứng nhận thì cơ may học tiếp lên bậc đại học khá dễ dàng. Em trai Đức Trung của Mai Hạnh thuộc loại học giỏi, tốp của trường Hoàng Diệu nên thi đậu vào đại học Y Khoa của Viện Đại học Cần Thơ khá suôn sẻ, dễ dàng. Chỉ cần có tiền ăn ở tại Cần Thơ, kể như là viên mãn, thành công.

Đứa em gái, Tuyết Trinh thích nghề dạy học, thi vào Đại học sư phạm Cần Thơ, đậu cũng khá cao, sẽ tốt nghiệp đại học không có gì trở ngại. Tuyết Trinh còn được anh chị mình làm mai mối với một người bạn tốt, gốc Áo - Âu Châu mà có thời gian làm việc trong kế hoạch với chánh quyền mới muốn biến đổi khu hồ nước Tịnh Tâm, thành khu vui chơi giải trí du lịch của tỉnh Sóc Trăng. Anh chàng mắt xanh Bernard này cũng sẽ tốt nghiệp bác sĩ y khoa cùng một lượt với anh Đức Trung và chị Minh Tâm là bạn gái của anh mình. Khi Bernard tốt nghiệp Y khoa, không có nguyên quán ở Việt Nam để về phục vụ vì nguyên quán của Bernard là nước Áo xa xôi bên Âu Châu. Bernard dự định sẽ xin về phục vụ ở tỉnh Sóc Trăng vì anh coi Sóc Trăng là quê hương thứ hai của anh. Bernard từng phục vụ ở đây, có hộ khẩu ở đây, anh về Sóc Trăng rất hợp lý đồng thời cũng là quê hương của vợ sắp cưới nữa.

Theo nguyên tắc chung, các bác sĩ sanh trưởng ở đâu hay cư ngụ ở đâu, sau khi tốt nghiệp phải về tỉnh nhà phục vụ.

Đến tháng tư năm 1975, cha mẹ bất ngờ vội vã về nước. Trong lúc đó, cậu con trai người Áo đang về Miền Tây kiếm người mà anh kính trọng vì là học giỏi số một của trường ChasseLoup, học trước anh gần mười niên học, nghe nói bị bịnh lao nặng thời kỳ cuối, đang an dưỡng ở Miền Tây. Vì quá hăm mộ người anh học giỏi mà anh ta có nhiều dịp đến chơi nhà anh Ba Cường. Cậu tây con này muốn đi tìm ông anh học giỏi khả kính đó thăm viếng. Thay vì đi Châu Đốc lại đi về Sóc Trăng nên kiếm không được. Loay hoay ở Sóc Trăng hơn một tuần đến ngày 30.4.1975, chánh quyền mới sau năm 1975 bắt cậu, tưởng cậu là người Mỹ, nhốt tù để tìm hiểu điều tra thêm coi có phải CIA cài đặt lại làm gián điệp?. Câu tây con này, không những rành sáu câu tiếng mẹ đẻ nước Áo, lại học trường Pháp từ nhỏ nên giống như người Pháp, học sinh ngữ tiếng Anh cũng nói tiếng Anh ào ào ngon lành như người Anh. Còn nói tiếng Việt lại rất sỏi, biết ăn nước mắm, phở, hủ tiếu, bánh xèo kể cả mắm thái vì khi ở Sài Gòn, Bernard cũng thường đến nhà Cậu Ba chơi, trong lúc cậu Ba Cường đã xong thực tập làm luật sư. Còn Bernard mới thi vào học đại học Y Khoa Sài Gòn và đến năm 1975, cậu tây con này đã thi đậu hết năm thứ ba của Đại Học Y Khoa Sài Gòn. Bernard có một người bạn tên Đức cùng lớp cùng trường ChasseLoup Laubat và cũng học y khoa.

Sau 30.4.1975, cậu Đức về quê Phú Yên hay một thành phố nào gần đó. Ngôi nhà xinh đẹp của cha mẹ cậu đã bị tịch thu vì nhà vắng chủ. Cha mẹ là thương gia giàu có cho con học trường tây, không có làm việc dính dấp gì với chế độ cũ nên Đức sống trong chế độ mới cũng không có gì trở ngại. Về quê không nhà cửa, bà con lối xóm cũng đi đâu hết, không chỗ nương tựa nên Đức đành trở vô Sài Gòn và biết bạn chí thân Bernard cũng kẹt lại Việt Nam, nay đang ở Sóc Trăng. Đức đang ở trong hoàn cảnh tứ cố vô thân, may còn dư tiền mua vé đò đi Sóc Trăng tìm bạn Bernard và gặp lại bạn tại một ngôi nhà nhỏ bên bờ hồ Tịnh Tâm, xin bạn cho ở tạm. Bernard xin phép với cơ quan xây dựng công trình mà Bernard đang làm, xin cho Đức cùng vào ở chung làm chung công việc với mình, cũng có tiền lương và tem phiếu lương thực cũng tạm sống được đối người độc thân.

Cơ quan xây dựng biết hai cậu trai này đều có học Đại học y khoa Sài Gòn, tiếng Pháp, tiếng Anh nói như gió nên nhờ hai cậu giúp dịch những tài liệu chữ Pháp Anh hay có những phái đoàn ngoại quốc đến viếng thăm công trình, hai cậu làm thông dịch viên hết sẩy, chức sắc lãnh đạo rất quý mến và có phần ưu ái giúp đỡ.

Một buổi trưa chủ nhựt, hai cậu thanh niên đang hướng dẫn khách du lịch ngoại quốc, tham quan khu du lịch Hồ Tịnh Tâm. Trung là người Sóc Trăng về thăm gia đình và có đưa người bạn gái cùng lớp cùng trường với mình từ Cần Thơ về thăm gia đình. Luôn tiện, Trung đưa bạn gái đi du ngoạn Hồ Tịnh Tâm và tình cờ đi ngang qua cái nhà nhỏ đơn sơ, trên bàn có để nhiều sách giáo khoa về ngành Y và hàng đóng bản sao bằng chữ Pháp cũng ngành Y. Hai người cũng tò mò đứng lại nhìn kỹ coi ai trong nhà để mình gợi chuyện. Trong lúc đó Bernard và Đức cũng vừa đưa phái đoàn ngoại quốc đi ra khỏi khu vực Hồ Tịnh Tâm. Hai người đang chuyện trò lửng thửng trở về nhà, tình cờ gặp hai người bạn trẻ Trung và Minh Tâm, Bernard gợi chuyện trước, nói tiếng Việt rất chuẩn làm cho cô bạn gái và cậu Trung ngạc nhiên muốn làm quen. Hai bên giới thiệu xong, Bernard mời hai người bạn mới ngồi chơi giây lát. Nhà chỉ có hai ghế chỉ đủ dành cho hai người khách, còn Bernard và Đức thì đứng, nói chuyện với hai bạn mới rất tâm đầu ý hợp. Bernard nói cậu có người quen thân cũng là người anh học cùng trường ChasseLoup trên cậu và Đức gần mười lớp, anh Ba Cường. Nghe tin anh Ba Cường bị bịnh lao nặng phải về nhà ở Miền Tây an dưỡng chờ ngày chết. Bernard quá xúc cảm nên rời Sài Gòn về Miền Tây kiếm anh Ba Cường, lúc bấy giờ cũng là ngày hai mươi mấy tháng tư năm 1975. Bernard đến Sóc Trăng hỏi tìm và loay hoay mấy ngày đến ngày 30.4.1975, bị nhà cầm quyền mới bắt giữ. Thế là bị kẹt lại đây và may mắn sau khi thả ra, công trình cần thông dịch viên Anh Pháp tôi xin vào đây làm. Và tôi còn giới thiệu người cùng học trường ChasseLoup và Đại học Y Khoa Sài Gòn hết năm thứ ba, quê miền Trung. Gia đình của bạn đi đâu hết, nhà cửa bị tịch thu, không có chỗ ở nên trở lại Sài Gòn và nghe tôi về ở Sóc Trăng, Đức xuống ở với Bernard và cùng làm việc một chỗ.

Nghe xong, Trung và người bạn gái vô cùng xúc động và hẹn thứ bảy tuần sau sẽ lái xe xuống đón hai người bạn mới đi thăm anh Ba Cường. Bernard và Đức vô cùng ngạc nhiên và cám ơn hai bạn mới rối rít. Hai người hỏi Trung và Minh Tâm anh Ba Cường ở đâu? Gần đây hay xa? Minh Tâm vội đáp:

- Anh Ba Cường đang ở một nơi thanh tịnh như người trần thoát tục đi tu trên đỉnh núi chờ ngày đắc đạo nhập Niết Bàn. Trung vội tiếp lời bạn mình:

- Anh Ba Cường đang ở cách đây cũng khá xa, hai chúng tôi sẽ đưa hai bạn đến đó thăm viếng anh Ba.

Thứ bảy tuần sau lại đến, từ sáng sớm Trung và bạn gái đã lái xe từ Cần Thơ xuống đón Bernard và Đức tại Hồ Tịnh Tâm. Người bạn gái của Trung đã mua trước các thức ăn sáng cho bốn người kể cả luôn cà phê sữa nữa và trái cây bỏ theo xe ăn vặt dọc đường. Khi bốn người lên xe xong, Trung nổ máy chạy được trên chục cây số đến ngã ba rẽ vào quận Kế Sách, xã Vũng Thơm, nơi đây có lò làm mè láu, bánh pía, lạp xưởng Quảng Trân thơm ngon nổi tiếng mà anh Ba Cường ưa thích. Lúc bấy giờ, Bernard và Đức lại vô cùng ngạc nhiên, trố mắt nhìn nhau và nhìn Trung. Đức hỏi ngay:

- Anh Trung biết hay có bà con gì với anh Ba, và anh Ba đang ở đâu?. Trung còn ỡm ờ, chúng ta phải lên tận Châu Đốc ăn cơm trưa cho no để có đủ sức leo núi...Trung chỉ nói tới đây lại ngừng làm cho hai bạn thêm thắc mắc. Cô bạn gái của Trung vội mời hai bạn ăn sáng uống cà phê, hai anh sẽ biết rõ anh Ba Cường đang ở đâu và anh Ba có liên hệ gì với chúng tôi, hồi sau phân giải nghe hai bạn! Cả bốn người cùng cười xoà vui vẻ.

Hai bạn Bernard và Đức vừa ăn vừa ngắm nhìn cảnh quang hai bên đường trên đường đi vô cùng thích thú vì lần đầu tiên cả hai bạn có dịp đi xe nhà đi qua hai ba tỉnh mới có cơ may ngắm nhìn cảnh thiên nhiên đồng quê Miền Tây không chán. Từ Sóc Trăng đi Châu Đốc cũng gần hai trăm cây số, mải mê ngắm cảnh sao mà nên thơ quá nên cũng quên không gặn hỏi tiếp hỏi anh Ba ở đâu?

Đến tỉnh lỵ Châu Đốc, Trung lái xe đến quán ăn nổi tiếng ngon của xứ mắm Châu Đốc là quán ăn Bảy Bồng, Trung đã đến đây ăn rồi. Ba bạn trai nhường chuyện đi chợ cho bạn gái Trung, gọi các món ăn cũng với bốn món : canh chua cá bông lau, cá rô mề khô tộ, bông điên điển xào tép bạc và món gỏi ngó sen tôm thịt.

Một bữa ăn có đủ bốn món ăn thiệt, không phải ăn chơi. Còn cơm là loại gạo lúa sóc thơm ngon số một của người Khơ Me. Bạn gái Trung giải thích cho hai bạn biết những món ăn bình dân mà lại ngon nữa tại quán này. Cô còn hỏi:

- Các bạn nên uống mỗi người một hay vài lon Heineken cho thêm ấm lòng để có sức leo lên chót vót đỉnh núi thăm viếng ông anh Ba đáng kính. Hai người bạn mới hiểu thêm, anh Ba Cường đang ở an dưỡng cách ly với gia đình và xã hội như một ẩn sĩ mai danh ẩn tích trên núi. Trung rất rành đường tắt lên biệt thự của anh Ba đang sống trên đỉnh núi.

Xe chạy vào Núi Sam và lái vòng qua chợ Bến Đá, Trung tìm chỗ đậu xe và đến nhà cô gái thường giúp chị mình mang đồ đạc lên núi mà chị đã giới thiệu trước vì sợ trẻ nhỏ tinh nghịch dùng cây, đá vẽ viết bậy bạ làm hư nước sơn xe mới. Cả bốn người leo núi, vừa đi vừa nói chuyện cũng vui mà tới thềm biệt thự của anh Ba Cường hồi nào cũng không hay. Cả bốn người bước lên từng bậc thang, riêng cô bạn gái, Trung phải dìu nắm tay tiếp sức đi lên. Khi gõ cửa:

- Chị Ba ra mở cửa gặp em mình và cả bạn gái cùng với hai người bạn lạ, trong đó lại có một người nước ngoài mắt xanh mũi lõ. Mai Hạnh nói lớn:

- Anh Ba có khách quý đến thăm viếng. Cậu Ba lật đật đứng dậy xỏ giép vội bước ra khỏi phòng ngủ. Vừa trông thấy Bernard, anh Ba nhớ liền bật máy nói tiếng tây ào ào và cả Đức anh cũng nhớ nữa vì hai cậu em thường đến nhà anh chơi và ăn cơm khi anh đang làm luật sư. Cả ba có cơ hội xổ tiếng tây cho đã miệng vì bao nhiêu năm qua, không ai dám nói tiếng tây ngoại trừ được cử làm thông dịch viên mới có dịp nói tiếng Pháp tiếng Anh.

Mai Hạnh, nấu nước sôi xong, châm vào bình trà ngon, mời các bạn cùng uống nước, người bạn gái của Trung mang ra bánh pía, mè láu mời anh chị Ba cùng hai bạn ăn và uống trà cho thêm bắt. Ba chị em Mai Hạnh kéo ra ngoài để ba người bạn năm xưa tha hồ nói chuyện. Anh Ba Cường không quên đưa hai người bạn hai cái khẩu trang ngăn ngừa vi trùng Koch lây nhiễm. Hai người bạn nhận khẩu trang và cám ơn anh Ba lo xa cho hai em. Hai người bạn cũng là hai người em đồng môn ChasseLoup Laubat cũng đã giải bày với anh Ba hết những uẩn khúc cuộc đời mình lưu lạc và may mắn gặp được hai em của anh Ba và được đưa đến đây thăm anh Ba. Anh Ba Cường ra hiệu bảo hai người em đến gần thêm để anh Ba nói vừa đủ nghe:

- Anh Ba có cách giúp hai em có cơ may tiếp tục học đại học y khoa của Viện Đại Học Cần Thơ. Còn chi phí ăn ở, anh Ba sẽ giúp hết cho hai em hoàn thành ba năm cuối, ra trường sẽ có việc làm và tiền lương cao, chừng đó anh Ba không giúp nữa. Anh Ba Cường còn thố lộ:

- Em dâu tương lai là con gái của một tỉnh uỷ viên đặc trách về giáo dục, y tế của Ban Bí Thư Thành phố Cần Thơ. Anh Ba sẽ bày kế cho em dâu trình bày với Ba giúp hai em.

Ba chị em nói chuyện gia đình và chuyện hai em chừng nào làm đám cưới, cô em dâu nói hai em tốt nghiệp xong, có chỗ làm rồi, hai em sẽ làm đám cưới cũng có thể vào lúc hết mùa mưa năm 1978. Cả ba chị em kéo nhau vào nhà và ba người bạn cũng bàn bạc xong chuyện tương lai. Anh Ba Cường nói trực tiếp với em dâu:

- Theo anh hiểu, các trường đại học y khoa Việt Nam rất cần người giỏi ngoại ngữ Anh Pháp giúp dịch những tài liệu giáo khoa mà trường cần có thêm để bổ túc việc giảng dạy mỗi ngày mỗi tiến bộ. Anh đề nghị với em Minh Tâm:

- Em về trình bày với Ba coi xem có giúp được gì cho hai người em dễ thương hiếu học này của anh Ba. Hai em này cũng là con nhà giàu, nay phải tìm cái ăn để sống còn rất vất vả và hai em còn muốn học tiếp đại học y khoa để nuôi thân và giúp đời đang cần nhiều bác sĩ có lòng nhân ái, yêu nghề.

Ba em có thể giúp giới thiệu với trường Y là hai em này sẽ xung phong dịch các tài liệu giảng dạy giúp cho nhà trường hay bên Tỉnh Uỷ cần thông dịch viên Anh Pháp khi tiếp đón các phái đoàn ngoại quốc, hai em cũng tự nguyện làm không cần trả thù lao. Anh Ba xuống giọng:

- Nếu cho thi lại vào trường Y chắc chắn hai người bạn thừa sức đậu cao nhưng uổng ba năm đã miệt mài học trường Y Sài Gòn. Anh Ba thấy giải pháp hay nhứt là giúp nhiệt tình hai bạn trẻ bằng cách cho hai em này thi bài thi của năm thứ nhứt. Nếu đậu cho thi tiếp năm thứ nhì, thứ ba. Nếu cả ba năm học y khoa, hai em này đều đậu thì niên học tới cho vào học năm thứ tư như hai em. Nếu thi rớt năm nào thì phải bắt đầu học lại từ lớp của năm đó. Hơn nữa kèm theo điều kiện hai em này phụ trách hai lớp ngoại ngữ dạy giúp sinh viên đang học trường Y vì ngoại ngữ Anh Pháp vô cùng cần thiết cho sinh viên để còn tra cứu học hỏi thêm các sách Anh Pháp. Bốn em nghe anh Ba nói có lý:

- Gật đầu tán thành gật đầu. Anh Ba còn nói tiếp;

- Anh chị Ba giúp hai em Bernard và Đức có tiền chi phí ăn học ba năm cuối này. Bây giờ cho hai em trước tiền để mua ngay một chiếc xe gắn máy mới và tiền dằn túi, đến khi nào được về Cần Thơ học tiếp, cũng là lúc anh chị Ba có thể về sống tại Bố Thảo, lại càng dễ dàng giúp hai em khi thiếu thốn. Bernard và Đức nghe xong vô cùng hoan hỉ và bái phục cao kiến của ông anh mình.

Anh Ba chỉ chỗ bảo chị Ba đến dưới bàn thờ ông Địa, anh Ba có cất bốn mươi ngàn, tặng hai người bạn ba chục ngàn và cho em vợ và em dâu tương lai mười ngàn tiêu vặt. Chừng anh chị về ở Bố Thảo, anh sẽ giúp các em thêm. Anh còn nói tiếp:

- Bernard và Đức về Sóc Trăng phải mua xe ngay vì xe người ta bán rẻ và tiền cũ còn có giá. Nếu tiền cũ mất giá khó mua xe lắm. Cả bọn đều vui mừng hớn hở đều nói anh Ba Cường chịu chơi, không hổ danh là Công Tử Núi Sam mà cả trường ChasseLoup Laubat đều nghe danh biết tiếng kể cả tiếng thơm là học sinh giỏi học trường tây mà còn giỏi hơn tây con mới đáng nể.

Ngồi chơi khá lâu, uống hết ba bốn bình trà. Trung nói với anh rể:

- Hôm nay anh Ba nói tiếng tây đã miệng lắm phải không anh Ba?

- Anh Ba cười vui vẻ và nói, không ngờ gặp lại hai chú em này, trái đất tròn thật, anh em mình còn hội ngộ, gặp nhau tại đây. Nếu Bernard không bị kẹt lại Việt Nam, em về Áo mất tiêu thì làm sao có ngày hội ngộ như hôm nay. Kể cả mong xừ Đức, nếu về quê hương có chỗ ở thì đâu có đến đỉnh núi Sam đìu hiu hút gió này làm gì phải không Đức? Đức cười và nói:

- Chúng em cám ơn anh Ba, với ba mươi ngàn anh Ba cho chúng em, Bernard sẽ đứng tên mua xe để hai anh em có xe đi chơi chung hay cùng đi học.

Đức nói, nếu em học xong, chắc chắn nhà trường bắt buộc em phải về quê hương phục vụ. Còn Bernard thì có quê hương thứ hai là Sóc Trăng, cũng sẽ về đó làm việc, còn quê hương nước Áo của Bernard thì tính sau, có phải vậy không anh Ba?

- Anh Ba Cường gật đầu, anh cũng hiểu chánh sách, nguyên tắc tuyển sinh trường Y, sau khi tốt nghiệp, nhà trường bắt buộc các tân bác sĩ phải về nguyên quán.

Trung cũng thấy không khí sinh hoạt, trò chuyện của các bạn mới rất vui và cũng xin hứa:

- Bạn Minh Tâm cố gắng hết mình vận động hai người bạn mới cùng học một trường, một lớp với chúng ta thì vui biết mấy. Trung xin phép anh chị Ba để cho các em về Cần Thơ hai người bạn quý ở chơi một đêm với em. Nếu may mắn, Minh Tâm, tên người bạn gái của Trung về nhà gặp Ba. Cô xin phép cho hai người bạn mới đến chào kính Ba thì càng tuyệt vời để cho ông Cụ xem mắt có phải vậy không ông anh rể, cả bọn cùng cười vui. Nếu gặp cơ may, thuận tiện, chúng em sẽ thưa luôn Ba về chuyện giúp đỡ hai người bạn mới hiếu học này. Nếu Ba đồng ý hứa thì chúng ta đã thành công lớn vậy, phải không hai bạn Bernard và Đức?. Mọi người như hoan hỉ lại vui cười thoải mái. Cả bốn người đều đứng dậy đến bắt tay anh Ba và chúc anh chị luôn hạnh phúc bên nhau.

Khi cả bốn người lên xe xong, Trung cho biết là sẽ lái xe chạy nửa vòng còn lại của xung quanh chân Núi Sam và lái về thẳng Cần Thơ, ăn cơm tối ở đó. Ăn cơm xong, Trung đưa Minh Tâm về nhà và hai người bạn trai về nhà Trung, tắm và thay quần áo ngủ qua đêm.

Cả ba lại bàn ăn, Minh Tâm có chuẩn bị sẵn mồi nhậu và có bia trong tủ lạnh, chuyện trò xung quanh chuyện học trường Y Sài Gòn năm xưa và chương trình học ba năm qua của Trường Y Cần Thơ, thấy có nhiều sự khác biệt. Trung cảm thấy chương trình trường Y Sài Gòn nổi trội hơn trường Y Cần Thơ rất nhiều vì Viện Đại học Cần Thơ sanh sau đẻ muộn, cách đến mấy chục năm. Sài gòn có trường Y trung ương số một của Miền Nam nên có nhiều phương tiện và mời, thỉnh giảng được nhiều giáo sư Y Khoa nổi tiếng trên thế giới về dạy. Trung nói:

- Nếu Ba của Minh Tâm giúp giới thiệu với trường Y Cần Thơ cho hai anh thi lại từng năm học, tôi nghĩ hai anh sẽ đạt điểm cao và trường Y Cần Thơ sẽ vui lòng chấp nhận hai sinh viên đặc biệt do chế độ cũ đào tạo. Trường còn được tiếng vang là không kỳ thị sinh viên chế độ cũ mới gì hết mà còn chấp nhận cho sinh viên ngoại quốc theo học trường Y Cần Thơ mà học tiếng Việt lại càng nổi tiếng trên toàn quốc.

Ba người bạn đang nhậu vừa hết một chai bia Heineken, bỗng nghe tiếng chuông bấm ở cửa nhà. Trung vội ra mở cửa vô cùng ngạc nhiên thấy có Ba Mẹ cùng Minh Tâm đến nhà. Trung vội chấp tay chào hai bác và mời hai bác vào nhà con nghỉ chốc lát. Hai ông bà tự nhiên vào nhà con rể tương lai của mình, hai bạn Trung vội đứng lên cũng chấp tay vái chào hai ông bà. Ba Má Trung cũng chào lại hai người bạn trẻ của Trung và con gái mình. Hai ông bà xem mặt hay còn gọi coi mắt hai chàng trai trẻ có lộ vẽ gì cao bồi, thiếu lễ phép không?

Khi nghe Bernard nói tiếng Việt rất rõ ràng, giọng rặt Nam Kỳ, hai ông bà lại có thêm cảm tình quý mến. Minh Tâm bưng thêm thức ăn, heo quay và vịt quay nữa cũng như có thêm mấy ổ bánh mì để anh Trung đãi khách quý.

Sau khi ông bà giới thiệu mình, hỏi sơ lý lịch hai cậu để ông giúp được gì thì hết lòng giúp và cũng nhờ hai cậu dạy ngoại ngữ cho Minh Tâm và Trung cùng vài cán bộ khác rất muốn trau dồi Anh Pháp văn. Bernard vội nói trước:

- Nguyện vọng của hai chúng cháu là tiếp tục học Y khoa, tốt nghiệp xong có cơ hội phục vụ đất nước Việt Nam mà Bernard luôn kính trọng. Hai ông bà biết rõ lý lịch của hai chàng thanh niên có quyết tâm học y khoa đến nơi đến chốn và Đức cũng bày tỏ lòng kính mến hai ông bà, mong giúp đỡ cho hai anh em tiếp tục học cùng lớp với Trung và Minh Tâm nếu vượt qua được những bài thi của nhà trường đưa ra từng năm một.

Cuộc thăm viếng bất ngờ của Ba Má Minh Tâm làm cho hai bạn mới của Trung thêm tin tưởng mình có cơ duyên học tiếp Y Khoa tại Cần Thơ. Ông bà còn hỏi về anh rể của Trung, Bernard nói anh Ba Cường học thật xuất sắc đến mấy thằng tây con còn phải bái phục tôn anh ấy là sư phụ. Anh Cường xài tiền rất rộng rãi, xài sang được bạn bè cùng trường gọi anh là công tử Miền Tây, cháu còn nghe có bạn gọi là Công Tử Núi Sam. Minh Tâm vọt miệng góp ý:

- Hôm nay chúng con có lên đỉnh Núi Sam thăm anh Ba vì anh bị bịnh nan y đến thời kỳ cuối. Gia đình bỏ ra mấy trăm cây vàng mua thuốc đặc trị bịnh lao mà anh vẫn không hết chỉ làm cho vi trùng lao ngủ, khi nào hết thuốc đặc trị bịnh lao thì vi trùng lao lại trỗi dậy kết liễu đời anh...Và sáng nay, anh Ba còn bốn chục ngàn cất dưới bàn thờ ông địa, anh bảo chị Ba lấy ra, cho hai người bạn nhỏ hơn anh Ba đến gần mười tuổi, cả hai người được ba chục ngàn, con và anh Trung, anh Ba cho mười ngàn gọi là để xài vặt. Trước đây, anh Ba cho tiền anh Trung mua xe hơi, cũng như mua nhà. Mọi chi phí học ở Cần Thơ, anh Ba đều chi trả hết cho anh Trung và em gái anh Trung đang học Đại học Sư Phạm Cần Thơ. Hai ông bà nghe con gái giới thiệu ông anh rể của Trung quá hào phóng, rất cảm phục và nói:

- Chị của Trung có phước gặp người chồng hào phóng rộng rãi không keo kiệt giúp hết gia đình bên vợ. Minh Tâm và Trung đều dấu không nói là chị Trung chỉ là người giúp việc tận tuỵ với công việc. Chị làm cho anh Ba thương yêu, không có hàng rào ngăn cách giàu nghèo và trình độ học vấn cao thấp giữa hai người quá chênh lệch mà lại trở thành tình nghĩa vợ chồng sắc son. Minh Tâm còn thưa:

- Ông anh rể Ba Cường, tháng này hay vài tháng tới anh ấy sẽ về Bố Thảo của anh Trung sống với gia đình bên vợ cho đến ngày anh ấy vĩnh biệt thế gian.

Hai ông bà ở chơi một lúc, rồi nói với Trung và hai bạn mới:

- Hai bác và Minh Tâm ra về, ba anh em tối nay nhậu thêm tha hồ mà tâm sự. Sáng mai, chủ nhựt, bác mời ba cháu cùng gia đình bác đi ăn sáng. Sau đó Trung và Minh Tâm đưa hai cháu về Sóc Trăng nghỉ ngơi và thứ hai còn phải đi làm.

Người tốt, lương thiện, có chí ham học dù cuộc đời bị ba chìm bảy nổi cũng có ngày gặp quới nhơn giúp đỡ. Đó là trường hợp của Bernard và Đức.

Khi về Sóc Trăng, cả hai Bernard và Đức thừa tiền mua xe Honda đàn ông còn tốt gần như xe mới, tiền anh Ba cho còn dư, để dành đó. Hai bạn vô cùng lạc quan nên ngày đêm có dịp là ôn lại bài học các năm thứ nhứt, thứ nhì, thứ ba, và đặc biệt chú ý các bài học năm thứ nhứt.

Chỉ mất hơn hai tuần, hai bạn trẻ với tinh thần cầu tiến hiếu học và muốn vươn lên thoát khỏi cảnh cơ hàn như hiện tại nên nhớ lại hết các bài học năm xưa. Hai bạn đã nắm vững những bịnh lý và cách điều trị mà mình đã học. Có gì thắc mắc hai bạn trao đổi nhau nên cả hai đều thông suốt các bài học, không có gì phải lo lắng nếu được dự thi ngay lúc này. Hai bạn chỉ có lo một điều là viết và suy nghĩ diễn tả bằng chữ Việt thì rất chậm. Vì vậy hai bạn trẻ, đã chuẩn bị đơn xin phép cho mình viết bằng chữ Pháp thì sẽ rút ngắn được nhiều thời giờ viết bài thi.

Hai tuần sau, hai bạn Bernard và Đức nhận được thơ mời của Đại học Y Khoa Cần Thơ hẹn ngày muốn gặp để thảo luận nguyện vọng của hai bạn. Vì hai bạn muốn tiếp tục học y khoa nhằm mục đích có cơ hội phục vụ đất nước hiệu quả và tốt đẹp. Nhận được tin mừng, hai bạn liền gọi điện thoại cho Trung biết và Trung hứa là sẽ về thăm gia đình và đón hai bạn lên Cần Thơ. Bernard cũng không quên nhờ Trung chuyển lời cám ơn của hai anh em đến bạn Minh Tâm và cũng nhờ Minh Tâm chuyển lời trân trọng biết ơn Ba Má Minh Tâm đã hết lòng cứu giúp hai bạn đang trong lúc chơi vơi giữa biển khơi nhiều sóng gió. Sự trợ giúp của hai bác là đại ân nhân cứu tử vì không có hai bác làm sao hai anh em chúng tôi ngoi lên và vượt qua được biển cả mênh mông đầy nguy hiểm. Minh Tâm ngồi cạnh Trung, nghe những lời cám ơn Ba Mẹ mình từ đáy lòng của hai bạn mới, không khỏi vui mừng mà còn hãnh diện Ba mẹ mình đã làm được một chuyện công đức lớn như vậy.

Đúng lời hứa, Trung và Minh Tâm lái xe về Sóc Trăng thăm Mẹ, ghé Hồ Tịnh Tâm trước đón hai bạn về Bố Thảo luôn tiện biết Mẹ mình và cùng ăn cơm với gia đình. Để cho Trung nghỉ và tiếp chuyện với bạn cũng như dẫn hai bạn đi bộ vòng vòng quanh ấp để cho hai bạn chiêm nghiệm cuộc sống của người dân quê còn trong khó khăn thiếu thốn đủ mọi thứ. Khi chúng ta có điều kiện phải hết lòng giúp đỡ người dân quê đáng thương vì họ luôn cần sự ngó xuống của người có quyền có chức hay những người có của ăn của để, giàu có...

Minh Tâm nhờ Hiếu chở chị dâu đi chợ Sóc Trăng mua thức ăn về đãi khách cùng với gia đình ăn bữa cơm trưa. Mẹ Trung thấy có khách nhờ con gái bà bạn cạnh bên mua giúp một con gà to về bà làm món gà xào sả gừng ớt thật cay mà Trung con trai bà thích ăn, là món ruột của Trung, khi còn ở nhà với Mẹ. Nếu bữa ăn trưa không dùng tới món gà xào gừng thì bà cho vào hộp để con trai bà mang về Cần Thơ ăn dần. Tình Mẹ lúc nào cũng thương con cũng lo cho con dù con không thiếu thốn và có cuộc sống còn đầy đủ hơn Mẹ. Tình Mẹ lai láng bao la như biển cả, các con phải luôn ghi nhớ.

Về đến Cần Thơ, hai bạn nhờ Minh Tâm liên lạc với Ba Mẹ coi xem hai ông bà có ở nhà không vì hai bạn muốn đến viếng và cám ơn Ba Mẹ Minh Tâm trước khi cả bốn người đi ra tiệm ăn chiều.

Sáng hôm sau, Trung đưa hai bạn vào gặp ông Khoa Trưởng. Khi chào hỏi giới thiệu xong, ông Khoa Trưởng hỏi Bernard và Đức học trung học và trường Y nào. Vừa nghe hai bạn nói là học trung học ở trường ChasseLoup Laubat và Đại học Y Khoa Sài Gòn. Ông Khoa Trưởng nói tiếp, dù hai em học sau chúng tôi đến gần cả chục năm mà có nghe danh công tử Núi Sam Ba Cường không? Anh ấy là học sinh xuất sắc nhứt của trường, bỏ xa mấy thằng tây con. Sực nhớ ông xin lỗi Bernard, anh chàng này cũng lanh miệng, đó là Thầy nói tây Pháp, còn con là tây Áo. Cả bốn người cùng cười. Duyên số đưa đẩy hai người bạn trẻ gặp lại đồng môn trường tây ChasseLoup mà ông cũng học Đại học Y khoa Sài Gòn. Sau ông sang Pháp học tiếp chuyên ngành về tim. Ông Khoa Trưởng còn nhấn mạnh, ông học cùng lớp với anh Cường. Sau này, ông có nghe bạn bè nói:

- Anh Cường bị bịnh lao phổi đến thời kỳ cuối. Gia đình anh Cường đã bỏ ra bao nhiêu tiền của cho anh ấy nằm bịnh viện Grall gần hơn sáu tháng và mua thuốc đặc trị bịnh lao mới phát minh ở bên Pháp vẫn trị không dứt bịnh. Thuốc đó chỉ làm cho vi trùng Koch ngủ, không phát triển nữa. Anh Cường kéo dài cuộc sống ngày nào, năm nào thì hay năm nấy. Nếu không có thuốc đặc trị thì anh ấy sẽ phải ra đi. Tôi cũng nghe nói anh Cường về an dưỡng trên đỉnh núi Sam trong cái biệt thự nghỉ mát xinh đẹp khang trang mà Ba anh ấy đã xây cất trước năm 1975 mấy chục năm. Ba anh Cường cũng là một bác sĩ nổi tiếng, tốt nghiệp ở Paris và bà Mẹ của Ba anh Cường cũng tốt nghiệp đại học Paris, là con một Bộ Trưởng đương quyền lúc đó. Cả Ba và Mẹ anh Cường đều là con đại gia giàu sụ và quyền thế lúc bấy giờ. Ba Mẹ anh Cường theo cha mẹ vợ về Pháp sống chung trong một dinh thự nguy nga tráng lệ như ông hoàng bà chúa và nghe nói ông bà ngoại và Ba Má anh Cường cũng đã qua đời hết rồi.

Ông Khoa Trưởng vừa ngưng câu chuyện hào hứng nói về gia đình anh Ba Cường. Đức vội khoe cách đây vài tuần, Trung và Minh Tâm có dẫn anh và Bernard lên đỉnh Núi Sam thăm anh Ba Cường đang an dưỡng trên đó mà vợ anh Ba Cường là chị ruột anh Trung đây. Ông Khoa Trưởng ồ lên một tiếng và nói:

- Trời đất tròn thật, đồng môn chúng ta lại gặp nhau. Chúng ta cùng là anh em một nhà, hôm nào em Trung đưa Thầy đi thăm ông anh rể quý của em và có thể mời Ba Mẹ Minh Tâm cùng đi thăm luôn, chắc vui lắm. Ông Khoa Trưởng vội xem hai đơn của hai sinh viên mới, ông trả lời không có gì hết, đó là chuyện nhỏ, tôi đọc bài hai em cũng được mà. Cả bốn người cùng vui và cùng nhìn về một hướng và tất cả đứng lên bắt tay từ giả và hẹn ngày gặp lại.

Hai bạn Bernard và Đức thay vì phải nửa năm mới thi lại đủ ba năm học ngành Y ở Sài Gòn. Nay được ông Khoa Trưởng đặc cách cho thi lại hàng tuần, chỉ mất ba tuần viết bài thi của ba năm ngành Y của Trường Y Sài Gòn trước năm 1975, nếu hai sinh viên mới này có đủ khả năng thực hiện. Rất may, hai bạn trẻ, nhờ ở chung và rối rảnh nhiều cũng như đã "gạo" trước các bài học của ba năm, nay chỉ mất một tuần ôn lại dự thi được liền. Để tránh dư luận, ông Khoa Trưởng lập ta Hội Đồng Đặc Biệt Chấm Thi, gồm bốn thành viên, trong đó có ông Khoa Trưởng và ba thành viên khác đều là cựu sinh viên trường Pháp nên chấm bài thi chữ Pháp, không có trở ngại gì hết vì hai sinh viên mới xin được phép viết bài thi bằng chữ Pháp cho nhanh.

Hậu ý của ông Khoa Trưởng muốn biết chắc hai sinh mới có đủ trình độ như hai sinh viên nói không. Nếu bài thi được Hội Đồng Giám Khảo chấm đậu hết ba năm, ông Khoa Trưởng tuyển dụng ngay hai sinh viên mới phụ trách hai lớp sinh ngữ Anh Pháp giúp trường nâng cao trình độ ngoại ngữ cho các sinh viên muốn nghiên cứu tài liệu sách báo viết về y khoa. Một hình thức, giúp trường Đại Học Y Khoa Cần Thơ càng ngày càng phát triển cũng như có nhiều sinh viên có thể gởi sang ngoại quốc du học.

Quả thật hai bạn Bernard và Đức tốt số, đẻ bọc điều, hết quới nhơn này đến quới nhơn khác giúp đỡ và tương lai của hai cậu rực rỡ đang chờ đợi ở phía trước.

Qua ba tuần thi về trình độ học vấn của Bernard và Đức của ba năm học Đại học Y khoa Sài Gòn, không những đậu mà lại đậu xuất sắc và có thể dùng bài viết đó làm thành đề cương giảng dạy.

Ông Khoa Trưởng rất hài lòng và xin với Bộ Giáo Dục tuyển hai sinh viên, đã qua ba năm đại học y khoa làm giáo viên dạy hai môn Anh Văn và Pháp Văn cho trường Đại học Y Cần Thơ. Niên học mới năm thứ tư bắt đầu, hai sinh viên này được theo học tại trường Y Cần Thơ và buổi tối dạy sinh ngữ với mức lương giáo viên dạy ngoại ngữ cho sinh viên hiện hành. Như vậy, Bernard và Đức phải trở về Sóc Trăng mang giấy chứng nhận và bổ nhiệm của ông Khoa Trưởng Đại học Y Cần Thơ trình cấp lãnh đạo của công trình xây dựng khu giải trí Hồ Tịnh Tâm.

Cả hai được ông Giám Đốc công trình đồng ý cho hai công nhân của cơ quan mình nghỉ việc, nhận nhiệm vụ khác. Bernard dùng nghệ thuật đắc nhân tâm, nói với ông Giám đốc công trình:

- Bernard rất yêu mến Sóc Trăng và sau khi tốt nghiệp bác sĩ Y Khoa, anh sẽ xin về phục vụ tỉnh Sóc Trăng để có cơ may chăm sóc sức khoẻ ông Giám Đốc và anh em trong tổ chức mà anh đã thọ ơn và luôn quý mến. Ông Giám Đốc được Bernard cho uống nước đường khoái chí, bảo nhân viên làm giấy tưởng thưởng mỗi người ba tháng lương. Nếu so sánh với số tiền anh Ba Cường cho, thua xa anh Ba Cường là người dân thường cho khơi khơi mà anh Ba là người đang lâm trọng bịnh đang an dưỡng và chờ chết.

Mùa khai giảng niên học mới bắt đầu, Bernard và Đức được vào học chánh thức năm thứ tư trường Y Cần Thơ. Có nhiều sinh viên con ông cháu cha hay thuộc diện chánh sách được nâng đỡ gièm pha nói hai sinh viên này nhờ có dù che, cậy nhờ có phe cánh được nâng đỡ cho vào học ngang xương năm thứ tư.

Một ngày kia có một phái Y Tế quốc tế đến thăm trường Y có hai chuyên gia quốc tế lên phát biểu bằng tiếng Anh có người phát biểu bằng tiếng Pháp mà họ dùng nhiều danh từ y khoa làm cho cán bộ thông dịch viên theo phái đoàn ú ớ, đỏ mặt tía tai, trông thấy rất tội. Bernard thấy vậy, rất tội nghiệp xin phép anh thông dịch để anh ta giúp dịch tiếng Anh sang tiếng Việt. Dù anh là người Âu Châu, thông dịch sang tiếng Việt trôi chảy mà lại có văn phong cao cũng như anh nói những danh từ chuyên môn của ngành y, lý giải thêm cho các sinh viên dễ hiểu. Phái đoàn y tế quốc tế vô cùng hoan hỉ, cám ơn Bernard làm rõ đề tài mà phái đoàn muốn truyền đạt.

Giáo sư và sinh viên trường Y cũng khoái quá, có sinh viên ngoại quốc mà dịch ra tiếng Việt vô cùng sắc bén và dễ thương như thế, cũng vỗ tay ào ào tán thưởng. Sau giờ mạn đàm giải lao, có nhân viên y tế quốc tế hỏi Bernard, quốc tịch nước nào mà lại học ở đây. Anh cho biết rõ lý lịch vì bị kẹt lại, cha mẹ người Áo về nước, anh phải đi làm thuê làm mướn sống qua ngày. May mắn anh gặp nhiều người tốt giúp đỡ được đi học lại, trong đó có ông Khoa Trưởng trường Y là đồng môn đàn anh với anh của trường trung học Pháp ChasseLoup Laubat ở Sài Gòn. Bernard nhờ cô đã hỏi làm quen với anh, nhờ cô chuyển tin về gia đình ở Áo, nói giúp anh còn sống và đang học năm thứ tư trường Y Cần Thơ. Nếu cha mẹ hay em của anh có điều kiện qua Việt Nam thăm anh vì anh chưa thể rời Việt Nam được, anh phải học xong lấy bằng bác sĩ y khoa, làm việc vài năm có tiền mới có thể về thăm gia đình anh ở nước Áo. Cô nói với Bernard, ghi tên họ cha mẹ và địa chỉ, may anh còn nhớ đại khái, không biết bây giờ có thay đổi không?

Vào lại giảng đường, một giáo sư Y khoa từ Pháp lên trình bày một đề tài về các chứng bịnh vùng nhiệt đới, anh thông dịch nói tiếng Pháp cũng dịch lưu loát, nhưng, gặp những tên bịnh và tên vi trùng anh cũng lọng cọng. Đức thấy vậy xin anh thông dịch và phái đoàn cũng như nhà trường cho phép anh thay làm thông dịch. Bác sĩ người Pháp thấy một anh mũi tẹt da vàng tình nguyện làm thông dịch, anh ta lại nổi hứng xổ ra những loại tiếng lóng bên ngành y và những danh từ y khoa hiện đại và cách chửa trị bịnh hiện đại. Cái ông bác sĩ Tây này càng khua môi ba hoa. Anh Đức như đi guốc trong bụng hắn, dịch lại một cách hóm hỉnh lưu loát. Sau cùng ông bác sĩ tây khen anh Đức giỏi. Anh Đức cám ơn và không quên vớt một câu làm cho cả giảng đường hả hê vì tự ái dân tộc, cười muốn bể bụng. Tôi chỉ là đàn em, học trò của anh Ba Cường, đàn anh tôi, tôi chỉ học lóm anh ấy thôi vì anh Cường học trường tây ChasseLoup Laubat ở Sài gòn năm xưa làm cho mấy anh tây con phải bái phục tôn làm sư phụ. Hiện anh Ba Cường đang bị bịnh lao thời kỳ cuối nằm an dưỡng chờ chết mà chúng tôi bốn người: Bernard, Trung , Minh Tâm và tôi lên tận đỉnh Núi Sam Châu Đốc thăm anh ấy.

Buổi hội thảo giữa các giáo sư của trường Y và phái đoàn quốc tế trước. Sau đó, mới có hai bài thuyết giảng vừa nói ở trên. Đến phần thứ ba là phần tiếp tân do nhà trường khoản đải phái đoàn Y Tế Quốc Tế cũng có Bernard, Đức, Trung, Minh Tâm và nhiều sinh viên y khoa khác trong Ban Tổ Chức tiếp đãi phái đoàn rất vui. Ông Khoa Trưởng ngỏ ý mời các sinh viên trong Ban Tổ Chức, chiều nay đến ăn tại tửu lầu MéKong, vợ chồng ông khoản đải và ông có mời ông bà Bí Thư, ông bà Chủ tịch tỉnh, ba má của Minh Tâm và vài vị giáo sư chủ nhiệm các môn học cùng tham dự đúng hai bàn hai.

Tại bàn ăn, ông Khoa Trưởng giới thiệu Bernard là người Áo mà em yêu quý Việt Nam, em học tiếng Việt, ăn những món ăn Việt, biết ăn nước mắm và mắm. Em rất giỏi ngoại ngữ Anh Pháp cũng như bạn của em là Đức, gốc miền Trung, sau ngày "giải phóng" 30.4.1975, em cùng với Bernard học Đại Học Y Khoa Sài Gòn hết năm thứ ba. Đức về quê, không còn nhà cửa vì Ba Má em đi đâu mất tiêu, nhà bị niêm phong, em không có chỗ ở, đành vào Sài Gòn tìm bạn chí thân Bernard và được tin Bernard đi kiếm việc làm ở Sóc Trăng. Gặp lại Bernard, hai bạn cùng làm việc tại công trình Hồ Tịnh Tâm cho đến ngày hai em làm bài thi các năm học trước rất xuất sắc tối ưu. Ông Khoa Trưởng còn nhấn mạnh, trường Y Cần Thơ sẽ dùng các bài thi đó làm tài liệu tham khảo cũng như sử dụng làm bài học chuyên ngành Y. Sáng nay hai em thấy hai thông dịch viên của Bộ Y Tế cử theo phái đoàn, hai em tự nguyện đứng ra làm thông dịch tiếng Anh tiếng Pháp vô cùng xuất sắc, phái đoàn Y tế Quốc Tế còn khen ngợi.

Em Đức vì tinh thần tự ái dân tộc Việt Nam làm cho một Giáo Sư Y Học gốc Pháp trong phái đoàn Y Tế Thế Giới phải tiu nghỉu vì anh chàng này xem thường các nước cựu thuộc địa Pháp. Chúng tôi rất hoan nghênh và cám ơn em Đức làm vẻ vang cho trường Đại Học Y Khoa Cần Thơ. Ông Bí Thư và Bà cùng với hai ông bà Chủ tịch tỉnh và Ba Má Minh Tâm là Thành Uỷ viên đặc trách về Giáo dục & Y tế rất hài lòng. Ông Khoa Trưởng còn hứa, khi nào bên thành uỷ cần có thông dịch viên tiếng Anh tiếng Pháp giỏi, trường Y sẽ gởi hai em này qua phục vụ khi có phái đoàn nước ngoài đến thăm viếng và giúp dịch thuật các tài liệu cho Thành Uỷ. Ông Khoa Trưởng vừa nói xong, hai em Bernard và Đức đứng dậy để tay vào ngực cúi đầu chào ông bà Bí Thư, ông bà Chủ tịch tỉnh và ông bà Thành Uỷ viên Giáo dục Y tế rất lễ phép. Cả hai bàn tiệc đều vỗ tay tán thưởng.

Hai sinh viên mới được ưu ái có chỗ ở riêng do Trường Đại học Y xin cho hai em cũng như có tiền lương hàng tháng như một nhân viên giảng huấn cấp đại học.

Từ môi trường sống ở đại học, Bernard và Đức chuyên dạy Anh và Pháp văn, không những cho trường Y mà các Phân Khoa đại học khác thuộc Viện Đại học Cần Thơ cũng được vào học. Minh Tâm đã giới thiệu em chồng tương lai Tuyết Trinh vào học lớp Bernard giảng dạy. Từ đó Tuyết Trinh thân quen với Bernard, còn Bernard cũng là bạn thân của Trung và Minh Tâm mà Bernad và Đức thường đến chơi nhà Trung, anh ruột của Tuyết Trinh, lửa gần rơm mau bén cháy đi đến tình yêu cũng rất gần.

Hai cô cậu cũng dự trù sẽ làm đám cưới sau khi nhận việc, có chỗ ở đàng hoàng. Còn người anh khi tốt nghiệp xong sẽ làm đám cưới với chị cùng lớp y khoa, cả hai xin làm việc ở bịnh viện Cần Thơ. Anh Trung của Tuyết Trinh theo lẽ về phục vụ ở Sóc Trăng, nay anh chọn nhiệm sở phục vụ theo vợ ở Cần Thơ.

Trung nhờ sự giúp đỡ của ông anh rể, từ việc mua nhà, mua xe cho đến những nữ trang cưới vợ, ông anh rể cũng cho tiền cho em mua trước. Tương lai của hai người em lớn đã được sắp xếp hết rồi và hy vọng sẽ đi đúng hướng như vậy. Còn cậu em út vẫn tiếp tục học trung học Hoàng Diệu, có xe gắn máy mới dễ dàng đi học, chiều về nhà Bố Thảo sống với Mẹ với chị và ông anh rể. Khi tốt nghiệp xong phổ thông, xin thi vào đai học Cần Thơ, em có "gin" thông minh học giỏi, không có rào cản thi vào đại học, chắc chắn em cũng sẽ thi đậu vào đại học Cần Thơ môn học nào mà em yêu thích. Còn nếu theo nghề nghiệp của anh chị, em xin thi vào ngành y khoa thì hai anh chị sẽ rất hoan nghênh sát cánh giúp em học đến ngày ra trường muốn làm việc ở Cần Thơ như anh chị hay về tỉnh nhà Sóc Trăng cũng có ông anh rể Bernard vận động giúp chắc chắn cậu em út sẽ hài lòng.

Nghe lời chồng, về đến Bố Thảo, tối hôm đó hai mẹ con Hạnh nói chuyện, tâm sự tới khuya lơ khuya lắc ngủ hồi nào không hay.

Sáng sớm, Mai Hạnh mời Mẹ đi chợ Sóc Trăng với em để mua mè láu, bánh pía, lạp xưởng Quảng Trân và đi chợ Bãi Xàu mua thêm một ít đuông chà là đã được rang chín rồi, mua thêm tôm lụi, tôm khô thượng hảo hạng, những đặc sản nổi tiếng của Sóc trăng mang về Núi Sam biếu cho chồng.

Hai mẹ con, mua sắm xong xuôi, đầy một giỏ xách, Mai Hạnh đưa Mẹ vào một tiệm ăn nổi tiếng ngon nhứt của tỉnh lỵ Sóc Trăng mà hồi còn bé, em thấy tiệm cơm này lúc nào cũng tấp nập, đông khách. Mai Hạnh mơ ước trúng số độc đắc sẽ dẫn gia đình vào đây ăn. Mơ ước vẫn còn là ước mơ vì em đâu có dư tiền để mua vé số may ra trúng độc đắc.

Ngày nay, Mai Hạnh không mua vé số mà lại trúng số độc đắc cả mấy chục vé một lúc, em sở hữu trên ba chục cây vàng và nhiều thứ quý kim khác, cũng như em được chồng làm giấy uỷ quyền để thụ hưởng hơn nửa triệu đồng quan Pháp gởi ngân hàng. Nếu quy ra tiền Việt Nam cũng hàng mấy triệu đồng trước năm 1975. Số tiền đó là đồng quan của Pháp, có giá trị lưu hành khắp thế giới. Số tiền đồng quan Pháp mà Ba Má chồng ký thác cho anh Ba qua trương mục tiết kiệm tại một ngân hàng Pháp ở Sài Gòn cũng trên mười năm, dù phân lời ít. Nhưng, với số tiền ký thác lớn và dài hạn, mười năm trở lên, chồng em tính nhẩm được hưởng tiền lời cũng được ba bốn chục ngàn quan, đổi thành tiền Việt Nam lúc bấy giờ cũng được khá nhiều tiền.

Việc tân trang lại nhà cửa, Mai Hạnh nhờ Ý Sáu lo giúp và nói:

- Vợ chồng cháu sẽ không quên ơn Ý Sáu. Thấy chưa quá mười một giờ trưa, cháu Hạnh xin phép Ý Sáu và Mẹ, nhờ em trai đưa ra bến xe, còn xe về Châu Đốc vì em sợ chồng ở nhà trên núi có một mình cô đơn trông nhớ em, tội nghiệp!

Lên xe đò, em cũng quá mệt, dựa vào ghế ngủ một giấc, xe chạy tới Long Xuyên, xe ngừng lại đổ khách xuống và cho khách mới lên đi Châu Đốc, em xem đồng hồ cũng mới hơn 2 giờ rưỡi. Từ Long Xuyên đi Châu Đốc cũng mất gần hai tiếng nữa. Khi tới bến xe Châu Đốc, em đi xe lôi đến chợ Châu Đốc mua thịt heo quay, bánh hỏi, bánh bao và vài hủ mắm thái và mắm cá trèn về cho chồng ăn. Chồng Mai Hạnh thích ăn hai loại mắm này cũng như thịt theo quay ăn với bánh hỏi cùng với rau và dưa leo. Mai Hạnh biết, thịt heo quay và bánh hỏi mua vào buổi chiều cũng nguội lạnh rồi. Nhưng, em có dự tính trước về đến nhà trên núi, có dư thời giờ em nướng lại cho nóng heo quay và bánh hỏi trụng nước sôi cũng nóng lại. Mai Hạnh cũng không quên mua một chai rượu vang của Pháp, giống như chai rượu em út đã mua cho anh Ba kỳ trước. Đầy đủ mọi thứ, Mai Hạnh, gọi xe lôi chở em đến bến xe lam gần đó, em mang nhiều thứ quá, cồng kềnh đi bộ không nhanh và em còn dành sức, khi về đến xe Lam Bến Đá, em phải lội lên núi, sợ trời sụp tối lại khó đi mà đồ đạc lại nhiều nữa.

Vừa đến bến xe lam chợ Bến Đá, Hạnh vội bước xuống móc tiền trả xong, định đi ngay, lại gặp một cô bé mười bốn mười lăm tuổi, thường giúp Hạnh mang đồ đạc lên núi nhiều lần mà Hạnh trả công cho em rất hậu hĩnh. Cô bé chạy đến chào chị và hỏi có cần em mang giúp đồ đạc lên núi không? Hạnh rất mừng, rất may có em gái quen mà lại dễ thương giúp mang đồ ăn lỉnh kỉnh nhiều thứ mà cũng nặng nữa. Hạnh đưa túi xách lớn mang từ Sóc Trăng về nhờ cô em gái mang lên núi hộ. Còn Hạnh mang hai túi xách thức ăn vừa mới mua ở chợ Châu Đốc. Cả hai vừa đi vừa chuyện vãn cũng vui, làm cho con đường leo núi lại gần, mau tới nhà hơn. Có dịp gần gũi, Hạnh nhắc nhở cô gái, thân gái như chị em mình còn nhỏ tuổi phải luôn dè dặt, đề phòng mọi bất trắc, cạm bẩy của giới đàn ông háo sắc không lương thiện, luôn nhìn giới phụ nữ thèm thuồng tình dục như muốn ăn tươi nuốt sống. Mình phải hết sức cẩn thận tránh xa mọi cạm bẩy, dụ dỗ qua lời nói đầu môi chót lưỡi giả dối. Nếu người phụ nữ mới bị sa ngã dù chỉ là lần đầu và bao nhiêu lần sau rồi cũng sẽ đến. Chẳng khác nào khi ta đi qua một vũng nước, cố giữ không cho bị ướt ống quần, xăn ống quần lên, chẳng may bị ướt, ta vẫn đi tiếp và không còn sợ ống quần bị ướt nữa. Chừng đó, ta có thể buông tay ra cho hai ống quần tự do ướt. Cuộc đời người con gái cũng giống như vậy, đã sa ngã một lần, chắc chắn lần sau, không còn giữ gìn cẩn thận trinh tiết nữa, cứ để cho sa ngã này nối tiếp sa ngã khác.

Khi em lấy chồng không còn trinh nguyên, chồng em sẽ xem thường từ lần ái ân đầu với họ. Hạnh nói nhiều cho em gái nghèo này biết phẩm giá của người con gái cao đẹp hay xuống giá cũng tuỳ sự giữ gìn bằng mọi giá tiết trinh và sự lương thiện, đạo đức của mình. Hạnh còn nói, thời của mẹ chị luôn giữ gìn phẩm giá như vậy, nay chị đang noi theo gương mẹ. Dù là nhà nghèo, đi làm công, chị đã phải thật cố gắng giữ gìn bằng mọi giá tiết hạnh của mình. Chúng ta không nên sống buông thả, sống vội như con thiêu thân.

Mai Hạnh nói nhiều không biết em gái hấp thụ được bao nhiêu. Mải mê nói chuyện, về tới thềm nhà Hạnh mới sực tỉnh, liền móc túi lấy ra số tiền gấp đôi các lần trước đưa cho em gái và nói lời cám ơn em. Hạnh còn căn dặn khi nào chị đi xa, em mang giúp đồ đạc chị ra bến xe Châu Đốc, chị cho em tiền xe tiền công.

Em gái rất vui và nói với chị Hạnh:

- Mẹ em đang đau nặng không có tiền mua thuốc cho Mẹ uống. Nhờ tiền chị cho em sẽ giúp Mẹ em có thuốc uống mau lành bịnh. Nghe nói thương tâm như vậy, Hạnh móc hết túi ra còn trên một trăm, cho hết em có tiền mua thuốc cho mẹ em uống. Hạnh có cảm nhận, giống cô hồi còn ở Bố Thảo, cha đi lính xa nhà, tiền lương gởi về cho mẹ có khi chậm nên gia đình Hạnh có bữa, năm mẹ con phải ăn cháo vì hết tiền mua gạo. Khi hay tin cha tử trận, mẹ muốn lên Sài Gòn lo thủ tục lãnh tiền tử tuất mà không tiền mua vé xe đò và tiền dằn túi cho chi phí ăn uống, đành phải tiền vay bạc hỏi. Mẹ Hạnh phải trả tiền lời kiểu cắt cổ "cinq six, dix douze", mượn năm đồng phải trả sáu đồng, mượn mười đồng phải trả mười hai đồng, như nghĩa chữ Pháp, bốn chữ trong ngoặc kép. Có người cho vay cắt cổ như vậy, tính lời từng tuần hay cả tháng cũng giống vậy.

Cảnh bần hàn có muôn vàn khó khăn, khổ sở nên Hạnh thông cảm sâu xa với cô gái giúp mình. Hạnh hỏi tên và địa chỉ nhà em để có dịp cần chuyện gì như đi chợ Châu Đốc mua đồ dùng nhờ em gái này giúp để được trả tiền công, em gái có tiền giúp gia đình.

Em gái xuống núi vừa khuất lưng, Hạnh đi đến cửa chánh, em lại quẹo qua cửa hông, mở khoá vào nhà, chồng em đang ngồi tại bàn ăn như trông đợi Hạnh mang thức ăn đến như mọi khi vì nắng chiều đã tắt, trời đang dần dần sụp tối.

Hạnh bước vào nhà làm chồng em giựt mình nhìn ra cửa bắt gặp vợ mình đang vào nhà mang nhiều túi quá. Anh ta vui ra mặt, lên tiếng chào mừng vợ đã về đến nhà mà anh ngóng đợi từng giờ.

- Mai Hạnh, vội vàng để các túi xuống, chạy đến ôm chồng hôn lên trán lên tóc chồng. Chồng em lại ôm ghì Hạnh hôn lên tóc lên tai em một cách say đắm vì nhớ nhung qua hai ngày xa cách. Chứng tỏ tình yêu lứa đôi của cặp vợ chồng này không bao giờ ngăn cách, đi xa quá nhớ, ở gần lại quá thương.

Hạnh dặn chồng, đợi em tắm nhanh và lo làm bếp đãi anh, em có mua nhiều thức ăn mà anh thích. Hạnh rất tâm lý, tinh khôn, không cho chồng biết trước món ăn gì để cho chồng đoán mò lại càng thôi thúc chồng thêm thèm món ăn ngon mà vợ chàng sắp đãi đó. Em vội lau và khui chai rượu chát, rót ra ly cho chồng nhậu với một dĩa tôm khô Sóc Trăng mà em mới đem về, để cho chồng đỡ sốt ruột đợi chờ em tắm và làm bếp cũng mất gần cả tiếng.

Dù nhỏ tuổi, Hạnh rất thông minh, bén nhạy về suy nghĩ tính toán, sớm hiểu đời như người phụ nữ trưởng thành mà có nhiều kinh nghiệm sống, không ai chỉ dạy, Hạnh tự nhiên biết mới đáng nể.

Tắm rửa xong, Hạnh lấy bộ quần áo mới chưa mặc lần nào mặc vào và nàng cũng không quên xịt dầu thơm thêm thu hút, hấp dẫn làm cho chàng mê mẩn người vợ trẻ. Hạnh nổi lửa bắt chão lên cho nóng, cho hết thịt heo quay vào, dùng cái dá đảo qua lại nhiều bận, thấy thịt heo quay lên khói nóng, nàng nhắc chão xuống, đưa nồi nước lên bếp, cho cái đồ dùng để hấp bánh hỏi lên. Khi nước sôi, Hạnh cho hết bánh hỏi vào, đậy kín nắp lại, nhắc nồi xuống, lấy bánh hỏi đợi cho ráo nước cho vào dĩa, bưng lên bàn ăn. Hồi nãy, Hạnh đã đem dĩa thịt heo quay lên trước để chàng có thể nhâm nhi uống rượu. Bây giờ có thêm bánh hỏi cùng với rau dưa đã chuẩn bị trước, cũng như nước mắm pha chế cho vừa miệng chồng cũng có sẵn trong chai. Hạnh mang lên hết, thêm một cái chén và một đôi đũa để nàng dùng, còn chén đũa riêng của chàng đã đem ra trước đầy đủ hết rồi.

Thịt quay, bánh hỏi, rau dưa đều đựng dĩa riêng vì cả hai sợ lây vi trùng Koch, Mai Hạnh bị bịnh còn ai chăm sóc chàng nữa? Vì vậy, chồng Hạnh luôn nhắc nhở vợ phải mang khẩu trang khi đứng hay ngồi, nằm gần chàng thì cũng phải đeo khẩu trang vì nó giúp hạn chế sự lây lan bịnh qua đường hô hấp. Cũng may là vi trùng Koch bị thuốc đặc trị làm cho ngủ không quậy mạnh nên cũng giảm thiểu sự lây lan bịnh. Nhưng, Hạnh cũng phải đề phòng tối đa rủi lâm bịnh thì chàng sẽ ra sao? Ngoài là người chủ, đại ân nhân vực dậy gia đình em trong vũng lầy tăm tối nghèo khổ nên em phải kính yêu mà còn thêm tình yêu vợ chồng sống chết có nhau.

Ngày nay gia đình em là một gia đình danh giá giàu có tại Bố Thảo, quê hương của em, chỉ sau hơn sáu năm. Tương lai gia đình Hạnh có em trai là Bác sĩ, em dâu em rể cũng là bác sĩ y khoa và em gái tốt nghiệp đại học sư phạm bốn năm, sẽ về làm giáo sư cấp ba của trường trung học Hoàng Diệu của tỉnh nhà. Tuyết Trinh cũng sẽ có chồng cũng là bác sĩ, còn cậu em út cũng sẽ là bác sĩ y khoa. Một gia đình danh giá như thế mà chỉ có một mình Mai Hạnh đi "ở đợ". Qua hơn sáu năm, gia đình em có cuộc đổi đời vĩ đại và em trở thành mệnh phụ phu nhân mới mấp mé hai mươi lăm tuổi được nhiều người trọng vọng, kính nể.

Tánh tình dễ thương bẩm sinh trời cho, biết thương và giúp người nghèo khổ, em còn dự định khi chồng em về định cư ở Bố Thảo, em sẽ xin phép nhà cầm quyền địa phương xây cất một trạm xá, có ba bác sĩ trong gia đình em luân phiên chẩn đoán trị bệnh trong ấp và các loại thuốc thông dụng, em xuất tiền túi bỏ ra mua phát lại cho người bịnh. Em sẽ đề nghị các chức sắc trong ấp cử người quản lý trạm xá, em tránh tiếng "ỷ" có tiền muốn làm sếp. Em tự hứa, mình đã sống gần hai mươi năm trong nghèo khó, quá khổ rồi. Nay, có của ăn của để phải nên bố thí giúp người nghèo như mình năm xưa để lương tâm không bị cắn rức. Nay có chút ít tiền do chồng em cho, em có thể thực hiện câu nói của người đời có lòng nhân ái bao la: Mình phải sống vì mọi người, không mưu cầu tư lợi riêng hay danh hão mà thương người như thể thương thân.

Em tự nguyện làm việc thiện tích đức cầu mong Trời Phật giúp em nuôi dưỡng chồng cho anh ấy sống thêm dài lâu và anh ấy sẽ về chốn hư không một cách bình an nhẹ nhàng dưới bàn tay nâng niu chăm sóc đến giây phút cuối cùng của em.

Một sáng chủ nhựt cuối tháng sáu, Bác Sĩ Khoa Trưởng trường Đại Học Y Khoa Cần Thơ có mời Ba Má Minh Tâm, Trung-Minh Tâm và Bernard Đức tháp tùng đi Núi Sam thăm người bạn học năm xưa cùng trường cùng lớp với Ba Cường. Ông Khoa Trưởng cũng có bà cùng đi nữa nên sử dụng xe riêng. Với ba xe trực chỉ đi về Núi Sam, đến tỉnh lỵ Châu Đốc cũng khá sớm mới có mười một giờ trưa, Trung cũng đến nhà hàng nổi tiếng ở địa phương Bảy Bồng quen thuộc đối với Trung và Minh Tâm. Trung chọn một bàn dài để ba má Minh Tâm và ông bà Khoa Trưởng ngồi đầu bàn, kế tiếp Minh Tâm và Trung ngồi gần mẹ ba, kế tiếp có Bernard, Đức và cuối cùng hai tài xế.

Ngồi vào bàn xong, tiếp viên mang đến khăn ướp lạnh để mọi người có thể lau mặt lau tay và hỏi uống nước giải khát gì để nhà hàng mang đến. Minh Tâm nói ở đây có nước thốt nốt hâm nóng uống rất ngon. Cả mười người đều muốn uống thử nước thốt nốt từng nổi tiếng thơm ngon, coi có đúng lời đồn của thiên hạ không? Minh Tâm lại xách giỏ đi chợ, hỏi:

- Ông bà Khoa Trưởng và Ba Má muốn ăn món gì có trong menu trên bàn. Bốn người lớn chưa biết chọn món nào, Minh Tâm mau mắn giới thiệu ở quán này có món canh chua lươn với bắp chuối hột hoặc canh chua cá (như cá bông lau, cá lóc, cá rô...). Về món mặn có cá rô mề, cá lóc kho tộ, món chiên có cá rô, cá trèn, cá kết chiên dòn ăn với nước mắm me và xoài nằm nhỏ. Về món xào có bông điển xào tôm thịt hay tép bạc và gõi có nhiều thứ. Chúng ta chọn ngó sen trộn với tôm càng nướng vì cả hai ngó sen và tôm càng ở Châu Đốc là cái nôi sinh sản của chúng. Hai ông bà Khoa Trưởng và Ba Má Minh Tâm nghe giới thiệu:

- Món món nào cũng ngon cũng hấp dẫn, không biết chọn món nào nên uỷ quyền cho Minh Tâm chọn món nào mà cô cho rằng ngon. Cần mang ra nhanh, chúng ta phải lên đỉnh núi Sam thăm viếng Ba Cường và còn thì giờ về Cần Thơ.

Minh Tâm gọi tiếp viên đến để đặt năm món ăn: Canh chua lươn, cá rô mề kho tộ, cá trèn chiên dòn, bông điên điển xào tép thịt ba rọi và gõi ngó sen tôm càng nướng. Còn món tráng miệng là món bánh bò đường thốt nốt với nước cốt dừa và cơm trắng gạo lúa sóc của Miên. Minh Tâm còn nói rõ:

- Món nào làm xong trước bưng lên ngay vì chúng tôi không thể ngồi ăn lâu được. Minh Tâm còn đặt thêm ba món ăn cho vào hộp kín để mang lên núi cho anh chị hai dùng bữa chiều với cá rô mề kho tộ và có thêm thit nạc dăm, bông điên điển xào tôm thịt và gõi ngó sen với tôm càng nướng và bốn cái bánh bò đường thốt nốt. Bà Khoa Trưởng khen Minh Tâm rất sành món ăn ngon hợp khẩu vị của người Miền Tây. Vừa đặt món ăn xong, tiếp viên mang lên nước thốt nốt nóng, khói nghi ngút bay ra từ các ống tre đựng nước thốt nốt. Với hai ống tre lớn, tiếp viên rót ra mười cái ly bưng đến từng người và mời khách uống liền còn nóng mới ngon. Tiếp viên còn nói:

- Nước thốt nốt của quán này chỉ đủ bán cho khách vào buổi sáng và quý khách đến đây, may mắn, chúng tôi còn có hai ống nước thốt nốt cuối cùng. Khi bốn người lớn uống đến ngụm thứ nhì, nước thốt nốt còn lại, tiếp viên rót tiếp cho đầy ly và kế đó rót tiếp các người ngồi phía dưới, đến không còn giọt nước thốt nốt nào, tiếp viên đem hai ống tre đi.

Khi cơm nước xong, ba xe đổ thêm xăng cho đầy bình, chạy thẳng vào Núi Sam, xe Trung lái chạy trước dẫn đường, đến Đầu Bờ rẽ trái, chạy chưa khoảng một cây số gặp đường lộ lên núi, rẽ phải. Lúc này, cổng gác dẹp bỏ rồi nên ba xe tiếp tục trường bò lên núi theo con đường quanh co, mất gần nửa tiếng đến đường xe chạy vào sân đậu xe của ngôi biệt thự.

Tất cả mọi người xuống xe, Minh Tâm nhờ Bernard giúp cho bà Khoa Trưởng leo lên từng bậc thang và Đức lo giúp dìu Mẹ Tâm đi lên cầu thang vào ngôi biệt thự. Hai ông, Ba của Tâm và ông Khoa Trưởng, đi một mình, rảnh tay nắm vào tay vịn lên cầu thang cho thêm dễ dàng. Trung và Minh Tâm đi trước và hai chú tài xế đi sau cùng. Đến cửa chánh vào nhà, Trung gõ cửa, chị hai của Trung ra mở cửa cũng diện quần áo mới, chào mọi người và mời vào nhà. Mai Hạnh cũng không quên đưa cho Trung đủ mười cái khẩu trang cho mười người khách và xin mọi người thông cảm phòng bịnh hơn trị bịnh vì chồng của Minh Hạnh bị bịnh lao nặng gần cả chục năm qua. Ông Khoa Trưởng thầm khen:

- Anh Ba Cường rất chu đáo. Ba Cường, hôm nay, diện đồ tây, áo dài tay, quần tây mới tinh, đã đứng sẵn tại bàn tiếp khách. Trên bàn đã bày biện trước, hai bình nước trà nóng, có mười cái tách trà loại thuộc đồ vật cổ xưa rất quý hiếm và vài dĩa bánh mè láu, bánh pía của quê hương Sóc Trăng và một hộp bánh bisquit của Pháp. Ba Cường cũng có bình trà riêng, tách riêng và bánh kẹo đựng chung một dĩa nhỏ, cách chỗ Ba Má Minh Tâm và ông bà Khoa Trưởng chừng một mét.

Ông Khoa Trưởng giới thiệu Ba Má Minh Tâm hiện là Thành Uỷ Viên của Thành Uỷ Thành Phố Cần Thơ và giới thiệu bà xã và ông cũng nói ông và anh Ba Cường cùng học một lớp Trường Tây ChasseLoup Laubat ở Sài Gòn, ông học tiếp ngành Y còn anh Ba Cường học ngành luật. Ba Cường đứng dậy bắt tay lần nữa ông Khoa Trưởng và cúi đầu chào kính Ba Má của Minh Tâm. Ông Khoa Trưởng nói:

- Tôi rất hân hoan được gặp lại bạn học cũ là nhờ có hai em Bernard và Đức cũng như em Trung và Minh Tâm nói về anh Ba ở ngôi biệt thự này đã được hơn năm năm rồi. Ba Cường ngõ lời:

- Cám ơn Ba Má Minh Tâm và ông bà gíao sư Khoa Trưởng dù tuổi cao chịu khó leo núi tìm thăm một ẩn sĩ đã chịu khổ sở nghiệt ngã gần suốt mười năm vướng vào cái bịnh nan y của xã hội, nay chỉ chờ thần chết đến dẫn độ về thế giới khác. Anh Ba Cường cũng thưa với Ba Má Minh Tâm và ông bà Khoa Trưởng là anh thu xếp mọi thứ xong sẽ rời nơi đây về Bố Thảo. Anh sống chung với gia đình vợ cho hết những ngày tháng còn lại trên thế gian này. Anh Ba Cường cho biết:

- Thuốc đặc trị về bệnh lao, năm 1971, bệnh viện Grall có mua giúp cho anh thuốc đủ uống trong năm năm. Ba Má của Ba Cường khi sang Pháp sống chỉ mua một lần chỉ có đủ uống một năm mà Ba Má Cường cũng đã gởi hai lần rồi, gia đình Cường đã nhận được trước 30.4.75 có mấy tháng.

Nay, Ba Má Cường đã qua đời, lại gặp lúc gởi thuốc rất khó khăn. Bạn bè của Ba Mẹ Cường nói, bây giờ gởi thuốc từ Paris về Việt Nam bị kiểm soát gắt gao, sợ e thuốc không đến được miền quê xa xôi như Núi Sam hay Bố Thảo. Mấy người bạn của Ba Má Cường nói:

- Nếu gởi thuốc không suôn sẻ, quý ông bà đó sẽ gởi hết tiền của Ba Má Cường gởi trước còn lại vào số trương mục của Cường ở ngân hàng Pháp. Vì vậy, Ba Cường tâm sự với người bạn cũ năm xưa, anh chỉ còn đủ thuốc uống đến năm 1978, hết thuốc anh phải ra đi về thế giới khác. Mọi người nghe anh Ba Cường giải bày tâm sự đều bùi ngùi xót xa cho số phận hẩm hiu của một người nằm trên đống tiền kếch sù mà vẫn buông tay về với cát bụi. Ba Cường còn thố lộ tiếp:

- Anh và vợ anh đã bàn bạc, trước khi anh ra đi về thế giới khác phải xây cất xong một trạm y xá ở ấp mà gia đình vợ đang sống để giúp dân quê chữa trị bịnh thông thường đều miễn phí. Các em của anh chị là bác sĩ y khoa thay phiên hàng tuần về khám bịnh phát thuốc. Thuốc nào y xá không có, viết toa cho bịnh nhân mua, vợ chồng Cường bảo trợ tiền thuốc. Ba Má Minh Tâm nghe Ba Cường nói:

- Ông vô cùng xúc động, đứng lên bắt tay anh Ba Cường và cầu chúc anh Ba bình an hạnh phúc và nhớ bảo trọng sức khoẻ. Ông còn hứa:

- Khi vợ chồng anh Cường về ở Bố Thảo hai ông bà sẽ đến thăm và coi có giúp được gì về việc cất một trạm y xá như anh Cường nói, ông bà sẽ sẵn sàng hỗ trợ.

Buổi thăm viếng của hai gia đình khách quý và các em. Anh chị hai của Trung rất vui mừng vì anh hai gặp lại người bạn học cũ năm xưa. Ba Cường nói với Trung hướng dẫn Ba Má Minh Tâm đi thưởng ngoạn khung cảnh quanh nhà. Ông bà Khoa Trưởng còn ở lại nói chuyện tiếp với Ba Cường. Lúc này hai người bạn năm xưa tha hồ nói tiếng tây cho đã cái miệng. Hai bạn gợi nhắc những kỷ niệm tuyệt đẹp của thời còn trai trẻ, nhứt là các lần đánh lộn với mấy thằng tây con. Nhà trường gọi hết học sinh có tham gia đánh lộn đến rầy la vào bảo chúng trình bày lý do. Ba Cường lúc nào cũng đứng đầu sổ học sinh gốc Việt:

- Đứng lên trình bày rõ ràng mạch lạc như một luật sư đứng cãi trước toà. Nêu lý do mấy thằng tây con ỷ là tây có cha mẹ là quan chức nhà nước coi thường khinh rẻ người gốc Việt nên mới xảy chuyện đánh lộn, phần phải luôn về phía học sinh gốc Việt. Ban Giám Thị nhà trường thường xứ huề, không phạt học sinh nào hết. Nếu học sinh có bị thương, chảy máu hay sưng, bầm thì xuống Y Xá của nhà trường có thuốc chửa trị. Hai bạn nói chuyện cũ rất tâm đắc.

- Ông Khoa Trưởng nói, khi anh Cường về quê vợ sống, tôi và nhà tôi sẽ thường đến thăm anh chị. Hai bạn nói chuyện cũng khá lâu, Ba Cường nhờ Bernard và Đức dẫn hai ông ra balcon đứng nhìn về biên giới Miên Việt hay hướng tầm nhìn về vùng Thất Sơn huyền bí theo truyền thuyết của dân gian.

Từ trên biệt thự, phóng tầm mắt đến đồng ruộng mênh mông nối tiếp nhau, bạt ngàn chạy tới tận chân trời. Quang cảnh dù nhìn từ xa vào vùng bảy núi, người thưởng ngoạn cũng cảm nhận sự vô cùng hùng vĩ của núi rừng mà cả miền Tây, chỉ tỉnh Châu Đốc mới có núi rừng nhiều mà thôi. Còn các tỉnh khác chỉ là đồng bằng và sông rạch chằn chịch. Ở tỉnh An Giang cũng chỉ có ngọn núi nhỏ xíu, gọi là Núi Sập, nếu so sánh núi Sập còn nhỏ hơn ngọn núi Bửu Long của tỉnh Biên Hoà. Cuộc thăm viếng anh chị hai của Trung trên đỉnh Núi Sam hơn một tiếng. Mọi người vào nhà, Ba Cường mời tất cả cùng uống nước trà và ăn mè láu, bánh pía đặc sản của Sóc Trăng trước khi rời biệt thự này.

Trong lòng mọi người cũng nao nao lưu luyến giả biệt ngôi biệt thự khang trang vô cùng đẹp đẽ và nghe lời tâm sự từ đáy lòng của Ba Cường mà không khỏi thương tâm bùi ngùi xúc động. Ba Cường là con đại gia không những bên cha mà bên mẹ cũng vậy, anh sống trên nhung lụa từ lúc mới sanh ra đời, được cưng yêu chiều chuộng, anh không hư hỏng, lại còn là một học sinh nổi tiếng ngoan, hào hoa, xuất sắc nhứt trường ChasseLoup, đậu Tú Tài II gọi là Bắc đơ hạng Ưu. Anh vào học trường Đại Học Luật Khoa Sài Gòn cũng xuất sắc, ra trường xong, anh xin vào tập sự tại một văn phòng luật sư nổi tiếng ở Sài Gòn. Trong thời gian tập sự, Ba Cường có nhiều thời giờ rồi rảnh nên đi chơi nhiều, thường la cà vào các hộp đêm, dancing, phòng trà. Ban đầu bạn bè rủ ren, sau Cường đi một mình, sa ngã nặng là khi anh vừa hoàn tất tập sự nghề luật sư. Ba Cường bị một vũ nữ chân dài, lai Pháp là một hoa khôi của các dancing. Có thể nói là tuyệt thế giai nhân trong giới ăn chơi, có học, nói tiếng Pháp giỏi nên Cường mê nàng Cécille như điếu đổ.

Nàng gốc lai Pháp, mắt to, da trắng nõn nà, ngực nở, bụng thon, mông lớn nhiều quyến rủ, anh bị vướng chân người đẹp chân dài hớp hồn không tài nào thoát ra được. Khi Cécille chết vì bịnh lao phổi tại bịnh viện Grall, đến lúc đó Ba Cường mới thoát khỏi vòng tay Cécille cũng là lúc quá muộn màng phát hiện ra bịnh lao phổi cực kỳ trầm trọng. Cuộc đời anh bị chìm ngập vào bóng tối, anh không còn có ánh sáng thoát ra khỏi đường hầm bệnh lao phổi do người tình Cécille tặng cho anh. Cha mẹ bỏ ra bao nhiêu tiền của trị bịnh cho anh, dù anh không chết bây giờ, đến lúc hết thuốc đặc trị, anh cũng phải ra đi.

Ba Má Minh Tâm và ông bà Khoa Trưởng Trường Y Cần Thơ biết rõ lý lịch Ba Cường không khỏi thương cảm và tiếc cho Ba Cường chỉ "một phút lỡ lầm, ngàn năm ân hận". Mọi người thấy tận mắt ngôi biệt thự của Ba Má anh Cường không khỏi bái phục một trí thức đại gia. Chọn nơi đỉnh núi Sam vô cùng nên thơ, phong cảnh hữu tình thu hút và hấp dẫn. Người thưởng ngoạn có dịp đứng trên balcon phóng tầm mắt nhìn bốn phương trời mới có cảm giác dạt dào, cõi lòng mình như mở rộng và nếu là thi sĩ sẽ lai láng hồn thơ. Ông Khoa Trưởng có cảm nhận:

- Ngôi biệt thự nghỉ mát dành riêng cho một gia đình hay vài gia đình thì quá tốt, đầy đủ tiện nghi. Nhưng, phục vụ cho đại chúng cho quá nhiều người như một khách sạn hay nhà hàng thì phải tốn rất nhiều tiền xây cất thêm phòng, phòng tiếp tân phải to rộng hoành tráng mới thu hút khách đến vui chơi. Đặc biệt là hệ thống nước phải xây thêm hồ chứa nước mưa và các hồ cũ phải tân trang lại to rộng hơn và phải có hệ thống lọc nước tốt cũng như phải có hệ thống điện riêng... Tại đây, nguồn nước, chỉ có nguồn nước mưa, may mắn vùng này mùa mưa kéo dài có khi đến trên sáu tháng. Vì vậy, phải xây nhiều hồ chứa nước đủ sử dụng trọn năm cho nhiều người.

Ngôi biệt thự xinh đẹp bị bỏ hoang suốt mấy chục năm, tư nhân hay nhà nước muốn khai thác ngôi biệt thự và khu vục xung quanh phải tốn nhiều triệu hay cả chục triệu đô la mới hy vọng xây dựng lại thành khu kinh doanh du lịch hiện đại. Chuyên chở mọi thứ từ triền núi lên đến đỉnh núi là một vấn đề lớn tốn phí nhiều. Nhưng lợi nhuận thu vào biết bao giờ mới hoàn lại vốn.

Đó là lý do ngôi biệt thự bị bỏ hoang lâu đến gần nửa thế kỷ rồi, may là ngôi biệt thự này xây toàn bằng đá tảng nên rất bền chắc, còn nội thất kể như không còn sử dụng được nữa.

Vì không người ở, chỉ có Ba Cường ở trong ngôi biệt thư hơn sáu năm. Vì vậy có nhiều "nhà báo nói láo ăn tiền" viết bài phóng lên YouTube hay Google hay các phương tiện truyền thông khác bày đặt vẽ vời thu hút khách hiếu kỳ, nói là ngôi biệt thự ma hay ngồi nhà ma. Họ quên chính người thừa kế sở hữu chủ ngôi biệt thự nghỉ mát của gia đình, anh Cường ở một mình suốt cả ngày đêm luôn nhiều năm, từ cuối năm 1969 đến giữa năm 1975. Hai năm sau cùng anh có vợ cùng ở chung, tổng cộng gần sáu năm mà chẳng thấy con ma nào đến làm bạn hay quấy rầy anh.

Sau này, anh Cường về sống ở quê vợ Bố Thảo – Sóc Trăng, có người hỏi anh có sợ ma không khi anh sống đơn độc một mình? Ba Cường nói, hồi nhỏ ở Núi Sam, cũng nghe người này người kia nói có ma hay là bị ma nhác mà ma thường là những cô gái bị chết oan hay những bà ghen chồng có vợ bé, tự vận, chết thành ma...Ba Cường nhớ lại, một mình anh trong ngôi biệt thự, những đêm khuya trằn trọc không ngủ được. Anh ao ước có ma đến chơi với anh cho đỡ buồn. Có lần anh mơ tưởng đến người đẹp chân dài Cécille đã làm tàn đời anh. Nay anh muốn gặp lại nàng tha hồ mà ôm ấp, không còn phải sợ bịnh lao phổi gì cả. Ba Cường vừa nói vừa cười với các bạn đến thăm viếng:

- Anh nghe nói có ma, anh ao ước gặp ma mà phải là ma con gái xinh đẹp để mình "giao lưu" cho đỡ buồn, ao ước đó cũng chỉ là ước ao mà thôi.

Đến tháng bảy Mai Hạnh nhắn em Trung cùng Minh Tâm lái xe đến Núi Sam, chạy lên đỉnh núi đón giúp anh Cường tại nhà, anh yếu đi bộ không nổi. Mai Hạnh đã xin chánh quyền cho xe được phép chạy lên núi đón bịnh nhân chuyển nơi cư trú về Bố Thảo, Sóc Trăng. Chánh quyền xã Vĩnh Tế (Núi Sam) đã cấp phép rồi. Ngày rời Núi Sam vào ngày thứ bảy để hai em gặp ngày nghỉ cuối tuần đi dễ dàng hơn ngày thường và đưa anh chị về luôn Bố Thảo. Hai em ở lại chơi với anh chị và gia đình một đêm và hôm sau chủ nhựt, hai em về lại Cần Thơ.

Trong thơ gởi cho em Trung, Mai Hạnh nói rất rõ, tháng bảy năm 1975, thứ bảy nào cũng được, anh chị đã thu xếp mọi thứ sẵn sàng vĩnh biệt Núi Sam. Nếu em cho biết rõ trước ngày giờ càng tốt, thơ gởi về địa chỉ nhà phủ thờ dòng họ Trần của anh Ba ở gần chợ Bến Đá. Ngoài phong bì em viết thêm nhờ gia đình giúp trao thơ này cho anh Ba Cường.

Trung nhận được thơ chị, sắp xếp ngày đi về Núi Sam và cho hai bạn Bernard và Đức biết, nếu tiện, hai bạn sáng chủ nhựt đi xuống Bố Thảo gặp anh chị Ba, chúng mình ăn cơm với anh chị Ba sáng chủ nhựt. Trung còn nói:

- Biết hai bạn có lớp dạy tối thứ bảy nên không rủ cùng về Châu Đốc đón anh chị Ba Cường đưa về Bố Thảo. Minh Tâm, còn nghĩ xa, miền Nam mới giải phóng có vài tháng, chánh quyền địa phương mỗi nơi có cách giải quyết riêng chưa thống nhứt, Minh Tâm xin Ba giúp nói văn phòng Thành Uỷ Cần Thơ cấp phép cho xe anh Trung về Núi Sam chở bệnh nhân Trần Văn Cường đang an dưỡng bịnh trên đỉnh Núi Sam về gia đình vợ ở Bố Thảo, Sóc Trăng trị bịnh.

Ba Minh Tâm, biết tin anh rể của Trung về quê của Trung an dưỡng cho đến ngày cuối cùng của Cường trên thế gian này. Ông rất vui mừng còn nói với Minh Tâm:

- Ông cho thêm một chiếc xe nữa bảng số của Thành Uỷ Cần Thơ. Nếu có bị xét hỏi xe công sẽ dễ dàng đi qua hơn xe thường. Ông còn nói, hai người bạn của Cường là Bernard, Đức xin phép nghỉ dạy một buổi cùng đi Châu Đốc giúp mang đồ đạc từ trên đỉnh núi qua xe. Minh Tâm nghe Cha mình nói như vậy, vô cùng cảm động và cảm tạ cha đã giúp đỡ Minh Tâm và Trung góp phần giúp anh chị Ba thêm vui lòng.

Biết tin, anh chị Ba Cường xuống núi không còn khổ công tu luyện trên đỉnh núi Sam, Bernard và Đức rất vui mừng. Bernard biết anh Ba xuống núi không có mang đồ đạc nhiều vì chị Ba đã về trước mang nhiều thứ hết rồi. Bernard nói:

- Bạn Trung cho Tuyết Trinh cùng đi theo để giúp chị Ba, chúng ta đi hai xe, mỗi xe có ba người còn thừa chỗ chở đồ lặt vặt.

Đến ngày hẹn tháng bảy, hai xe đi Châu Đốc, có đủ sáu người lái xe qua cầu Bình Thuỷ có tiệm bán bún mắm rất ngon. Hai xe tấp vào ăn sáng xong lái thẳng về Núi Sam chưa quá mười một giờ, chạy đến nhà phủ thờ của dòng họ Trần của anh Ba ở Bến Đá lấy giấy phép lái xe lên núi. Bận chạy vào từ tỉnh lỵ Châu Đốc chạy ngang qua chùa Tây An, Miếu Bà Chúa Xứ Núi Sam và Lăng Mộ Ngài Thoại Ngọc Hầu. Đến chợ Bến Đá Trung biết rõ vì đã đi nhiều lần xe đậu ở đây. Hỏi bà con gần đó ngôi nhà cổ của Bác sĩ Trần Văn Nu ở đâu? Bà con nói rất gần, quý ông đậu xe tại đây, tôi cho cháu nhỏ hướng dẫn đến tận nhà.

Thế là năm người xuống xe đến ngôi nhà cổ của bác sĩ Nu thừa hưởng của cha để lại, ngôi nhà cất cũng trên dưới hai trăm năm, cùng thời với việc đào con kinh Vĩnh Tế mới bắt đầu. Cột kèo đều là gỗ qúy rất to và bóng láng, toàn là Căm xe Cà chất của vùng Thất Sơn và các thứ gỗ quý từ miền Trung, miền Bắc chở vào.

Vừa đến sân nhà, có người chạy ra tiếp đón mời vào uống trà giải khát lại có đầy đủ bánh mứt nữa. Chị Ba Cường đã thông báo trước cho ngày này tháng này có gia đình chị lái xe vào đón anh chị chở về quê Bố Thảo của chị. Giấy phép xã Vĩnh Tế cấp cho phép xe chạy lên núi rước bịnh nhân. Em trai trong nhà đưa giấy phép cho Trung và tình nguyện hướng dẫn xe chạy lên núi. Khi xe xuống núi, để em lại, em đi đường tắt về nhà.

Ở chơi chừng mươi lăm phút. Minh Tâm hỏi một người trong nhà, chị Mai Hạnh hồi mới về đây, chị ở phòng nào? Đứa em trai dẫn hai cô Minh Tâm và Tuyết Trinh ra sau nhà chánh, chỉ nhà chị Hạnh ở là nhà dành cho đầu bếp, cũng khá rộng, thoáng mát, lợp ngói, nền lót gạch tàu, có đủ tiện nghi cầu tiêu nhà tắm và bếp nấu ăn riêng. Mai Hạnh không được vào nhà chánh vì chăm sóc người bị bịnh lao sợ mang theo vi trùng Koch lây nhiễm cho gia đình. Thật tội nghiệp chị hai, đã hy sinh cả cuộc đời son trẻ cho gia đình. Mang thân đi làm công "ở đợ" vô cùng vất vả khổ cực, mỗi ngày phải lên xuống núi quanh năm như vậy. Minh Tâm nói tiếp:

- Chị em mình, một chút nữa nếu em có dịp leo núi hay đi chừng vài chục bậc thang lên ngôi biệt thự sẽ biết đá vàng liền. Cả đời chị em mình chỉ leo một lần đã bở hơi tai, ná thở rồi. Còn chi hai, tối xuống núi sáng leo lên núi, về nhà phải nấu thức ăn cho ngày hôm, mang lên núi còn đút cho anh Hai ăn khi anh còn đau nặng. Lo giặt giũ quét nhà, lau nhà, còn phải tắm rửa cho anh hai mỗi ngày với nước nóng vì bịnh lao rất sợ nước lạnh. Chị hai còn nấu nước sôi pha sữa pha cà phê hay pha trà đủ thứ hết chị hai luôn tỏ ra kiên trì bền bĩ chu toàn nhiệm vụ một cách xuất sắc mà còn vui vẻ nữa. Anh hai là một công tử nhà giàu mới đem lòng ái mộ phục chị hai sát đất, Minh Tâm nhấn mạnh:

- Từ ái mộ, lửa gần rơm, và anh hai lên sức, khoẻ ra hơn trước nhiều. Anh yêu chị thật sự với tấm lòng biết ơn chị hai cứu giúp vực dậy cuộc sống, nên anh yêu đời và muốn sống dài lâu bên cạnh chị hai. Anh hai cho chị và anh Trung biết tâm sự của anh ấy khi anh chị đến thăm lần đầu tiên. Anh hai còn nhờ anh Trung về thưa lại với Mẹ, là anh chị đã yêu nhau thật sự nên cả hai đồng ý làm đám cưới tại ngôi biệt thự này. Có bông tai, vòng vàng, nhẫn cưới, quần áo mới nữa và có tiệc cưới đàng hoàng dù chỉ có hai người. Cũng có rượu uống hiệp cẩn giao bôi, cũng có động phòng hoa chúc dạ thật ly kỳ. Anh hai kể mà chị nghe nổi da gà vì tình tứ thơ mộng quá, đầy chất lãng mạn rô-măn-tíc. Em trai hướng dẫn cũng giải thích, nhà cạnh bên chị Ba, hơi nhỏ hơn một chút vì có cái kho để dụng cụ dính liền cạnh bên, dành cho người làm công giúp việc.

Từ giả ngôi nhà cổ, trong lòng mỗi người đều mang hoài niệm khó quên. Bạn Bernard nói nếu em có tiền nhiều, xin phép anh Ba Cường và chánh quyền địa phương biến ngôi nhà cổ, ngôi biệt thự trên đỉnh núi thành nhà lưu niệm của dòng họ Trần ở Núi Sam, cũng là điểm thu hút khách du lịch tham quan thăm viếng.

Hai xe lái vòng đường Đá Chẹt, người hướng dẫn ngồi xe trước có tài xế lái. Khi tới trạm gác đường xe chạy lên núi, người hướng dẫn đợi xe Trung đến lấy giấy phép của xã cấp trình cho nhân viên trạm gác. Cây cổng tre được kéo lên, hai xe nối đuôi chạy lên núi với đường dốc ngoằn ngòe rất khó lái xe, nên leo dốc cũng khá chậm. Khi đến đường rẽ vào ngôi biệt thự, xe chạy vào chừng hơn hai mươi thước, có chỗ đậu xe được chừng bốn chiếc xe nhỏ. Từ bãi đậu xe này, mọi người xuống xe đi theo đường lên nhà theo bậc cấp, lót từng viên đá tảng lớn thẳng tắp. Đến chân cầu thang, lên nhà phải leo lên các bậc thang có tay vịn cũng có chút ngoằn ngoèo, không thẳng đứng. Chị Ba Cường đã mở rộng cửa chờ đợi và trao cho bảy người bảy cái khẩu trang trước khi bước vào nhà. Tại bàn ăn dài chị hai của Tuyết Trinh đã bày biện thức ăn mà chị thức sớm lo nấu nướng đãi khách phương xa mà lại gần xịt. Còn hai ba chai rượu, chị hai của Trung mang hết ra mời mọi người uống cho đả để anh chị hai của mấy em giã từ như là vĩnh biệt ngôi biệt thự ngập tràn hạnh phúc của anh chị hai suốt bao năm qua.

Mọi người đều khen thầm, chị hai mình giỏi như thế, người đàn ông nào gặp chị không mê, không yêu. Hôm nay ba ông tây ChasseLoup tha hồ mà xổ tiếng tây cho đã cái miệng. Chị hai đã chuẩn bị trước, có đủ cá tôm thịt, chị làm đến năm món ăn đều là món ăn ngon của miền Tây. Anh Ba ngồi đầu bàn với thức ăn đựng trong tô dĩa riêng và mọi thứ đều dùng riêng. Chị Ba cho biết anh Ba căn dặn kỹ cái gì anh đã dùng cũng như chén tô đủa dĩa anh Ba dùng hôm nay phải bỏ xuống hố mà chị hai đã đào trước cho nhiều vôi trắng ở đáy hố và trên cũng đổ vôi trắng nữa và lấp đất lại vì anh hai nói với chị:

- Một mình anh bị bịnh lao cả đại gia đình anh đều bị khổ lây nên mọi người phải rất đề phòng cái bịnh dễ lây nhiễm cho người khác. Hàng tháng chị phải đi xét nghiệm máu và đàm nước bọt và ba tháng chụp quang tuyến một lần tại bịnh viện tỉnh Châu Đốc, coi xem chị hai có bị lây nhiễm bịnh không. Cũng may vi trùng lao anh hai mắc phải, nhờ có thuốc đặc trị do cha mẹ anh hai mua từ bên Pháp gởi về. Chúng không bị tiêu diệt mà chỉ ngủ, không phát tán ra ngoài nhiều qua đường hô hấp. Bốn bác sĩ tương lai nghe cách anh hai ngăn ngừa đề phòng bịnh lao quá chu đáo cũng khen thầm. Chị hai còn cho biết:

- Anh Ba còn bảo bỏ lại tất cả quần áo, đồ dùng gì của anh và chị cũng phải bỏ lại đây hết. Về Bố Thảo anh chị hoàn toàn xài toàn đồ mới mà chị đã mua sắm đủ hết rồi cho anh và cả chị hai nữa, anh đề phòng rất kỹ. Anh hai có viết sẵn một miếng giấy dán ngoài cửa. Khi chúng ta rời khỏi nơi đây, báo cho ai muốn lấy ngôi biệt thự phải đề phòng lây nhiễm bịnh lao vì ở đây là chỗ nuôi dưỡng chủ biệt thự bị bịnh lao bất trị nhiều năm.

Sau hơn một tiếng nhập tiệc, anh hai bảo chú em hướng dẫn gia đình chị Ba lên núi về trước qua đường tắt. Em về lo nhang đèn để anh chị Ba về cúng bái tổ tiên trước khi về thẳng Sóc Trăng. Vừa nói, anh bảo chú em đợi một chút, anh nói chị Ba lấy cái gối nằm anh lên, còn bốn chục ngàn ở dưới cho chú em mười ngàn và chú tài xế cũng mười ngàn. Anh Ba còn dặn tiền mặt bây giờ còn giá trị phải xài liền để sau này có lệnh đổi tiền, tiền của chế độ cũ đều vô giá trị. Cả sáu anh em cùng đi không ai nghĩ sẽ có đổi tiền mà anh hai đã tiên đoán trước. Khi chú em xuống núi rồi, anh Cường mới nói:

- Anh e sợ chú em tiếc của lấy đồ của anh chị dùng mang về nhà, có thể mang hoạ vì có thể có vi trùng lao bám trong đó. Mọi người đều bái phục anh hai cái gì anh cũng có thể tiên đoán đúng. Thật trớ trêu, anh không tiên đoán được anh mắc bịnh lao nặng hết thuốc chữa cũng vì tính mê gái đẹp chân dài, không nghĩ cô nàng đã mắc bịnh lao rồi.

Như vậy, giỏi cũng chết, dở cũng chết, giàu nghèo gì cũng phải chết phải vậy không anh hai? Bernard tiếp lời, làm cả tám người cùng cười vui và chuẩn bị lên đường, thu dọn đồ đạc vén khéo, các đồ dùng chén dĩa đều cho xuống hố lấp đất lại. Mùng mền chiếu gối, đồ đạc bày biện trong nhà để lại hết, nên hai xe chỉ chở người mà thôi.

Xe chạy xuống núi và đi vòng lại ngôi nhà phủ thờ tổ tiên của anh hai. Anh chị hai vào nhà, em cháu lên đèn, đốt nhang hai anh chị cầu nguyện và bái lạy tổ tiên phù hộ cho anh về quê vợ được bình an. Cả hai xe, Bernard và Đức cùng ngồi chung xe với anh Cường có tài xế lái xe. Còn xe của anh Trung có chị hai, Minh Tâm, Tuyết Trinh. Cả bốn chị em mặc sức mà tâm sự ngổn ngang, nhứt là cô Tuyết Trinh lần đầu mới lên đỉnh Núi Sam. Gặp anh hai lại càng có nhiều ấn tượng đẹp với ông anh rể quý của mình và rất kính phục ngưỡng mộ anh hai.

Còn chiếc xe kia cũng có bốn người toàn đực rựa, mấy anh tây trường ChasseLoup tha hồ mà nói tiếng tây, nhắc lại kỹ niệm thời còn học trung học và quãng đời khổ cực nghiệt ngã của hai người bạn trẻ tìm cái ăn, chỗ ở rất khó khăn.

Cả đoàn tám người lên xe, mỗi xe bốn người và xe lăn bánh theo con đường cũ từ Châu Đốc vào Núi Sam ban sáng. Trung nói, trước khi đi ngang Lăng Mộ Ngài Thoại Hầu, Miếu Bà Chúa Xứ và Tây An Tự. Chúng ta sẽ gặp đường lên chùa Hang, gần sát lộ và một địa danh khác gần đó gọi là Bến Vựa. Có lẽ thời đào kinh Vĩnh Tế, nơi đây là tổng kho dự trữ dụng cụ đào kinh và dự trữ lương thực, nằm gần đường vòng quanh núi và ruộng lúa? Phía đối diện, trên sườn núi có khu nghĩa địa rộng lớn, nơi đây là khu đất cúng chôn cất người Việt (thời kỳ đào kinh Vĩnh Tế, quý vị có trách nhiệm chỉ huy đôn đốc dân phu – kể cả dân phu đào kinh rủi bị bịnh chết cũng đem về đây chôn cất? và kể cả người dân địa phương qua đời cũng quy hoạch chôn cất ở khu đất này?).

Từ đây, đi trên con lộ quanh núi đến Bến Đá, là địa điểm phân phối chuyên chở đá cát có đường thuỷ và đường bộ đi khắp nơi. Tại đây có con kinh đào từ Bến Đá nối liền với kinh Vĩnh Tế giúp ghe tàu chở đá cát và ghe xuồng buôn bán lưu thông dễ dàng. Để đi tiếp vào vùng bảy núi, con kinh đào này chạy cập theo con đường lộ đá tráng nhựa đất ruộng gần chân núi như là con kinh dẫn thuỷ nhập điền, có một cây cầu bắt ngang gọi là Cầu Sắt thuộc vùng Nhà Bàn.

Chỗ gọi là Bến Vựa, từ triền núi đi lên núi, bên phải là nghĩa địa có nhiều ngôi mộ, bên trái có khu nhà dân, lại còn có một con đường bằng phẳng dẫn lên núi với mấy trăm bậc thang lên đến Bạch Vân Tịnh Xá do thầy Bạch Liên Phạm Ngọc Đa (từng giữ chức Hiệu Trưởng trường Collège de Chaudoc – nay là trung học cấp ba Thủ Khoa Nghĩa, và Thầy Bạch Liên còn đảm nhận chức Hội Trưởng Hội Thông Thiên Học Việt Nam) đứng mũi chịu sào xây dựng. Nơi đây có một vùng đá khá đẹp bằng phẳng không rộng lắm, có một nơi như là cái miếu nhỏ có chỗ cắm nhang... thu hút khách du lịch. Đứng tại đây có thể giúp cho người lên núi thưởng ngoạn cảnh đẹp núi non hùng vĩ hữu tình. Cái sân am Bạch Vân Tịnh Xá chỉ chứa một lúc chừng hai ba chục người. Cảnh quang, đứng ngắm nhìn từ Bạch Vân Tịnh Xá cũng thấy được xuyên sâu vào biên giới Kampuchia và vùng bảy núi, phía sau lưng của Bạch Vân Tịnh Xá bị chót vót núi che chắn. Bạch Vân Tịnh Xá ở vị trí lưng chừng núi, không phải ở trên cao chót vót của ngọn núi như ngôi biệt thự nghỉ mát xinh đẹp của Bác sĩ Nu, là Ba của anh hai Cường xây cất. Cả bọn lại có dịp biết thêm ba di tích nữa của Núi Sam, Chùa Hang, Bạch Vân Tịnh Xá và Bến Vựa.

Trước khi hai xe chạy vào thành phố Cần Thơ, phải dừng lại trước một trạm xét giấy tờ xe đang lưu thông vào thành phố. Cả hai xe đều có giấy của Tỉnh Uỷ cấp nên nhanh chóng được đi qua và trực chỉ chạy thẳng hướng tỉnh Sóc Trăng. Về đến Bố Thảo cũng khoản bảy giờ tối. Anh chị hai của Trung xuống xe có cả Minh Tâm và Tuyết Trinh cũng xuống. Hai cô nói là muốn ngủ lại với mẹ của hai cô một đêm, để mấy ông đàn ông ra chợ Sóc Trăng thuê khách sạn ngủ qua đêm và ăn tối luôn.

Chị hai lo dìu anh vào phòng riêng nằm nghỉ vì ngồi xe cả ngày cũng quá mệt mõi. Mai Hạnh nói với hai em, chị đi tắm trước để có thì giờ lo cho anh hai. Sau đó Mai Hạnh lo thu xếp chỗ ngủ cho hai em, ngủ phòng ngủ của Mẹ và Mẹ qua ngủ cùng với em Hiếu. Thức ăn chiều Mẹ của Mai Hạnh cũng chuẩn bị hết rồi cho cả gia đình ăn, nay chỉ thêm có mấy người. Mai Hạnh vo gạo, nấu cháu cho anh hai ăn vì đi đường xa mệt nhọc, anh hai ăn cháo với khô cá sặc nướng và còn có cá kho tiêu nữa, anh ăn cháo cho khoẻ và dễ tiêu nữa. Miệng nói công việc cứ làm, tay Mai Hạnh thoăn thắt làm hết cái này đến cái khác không hở tay. Tuyết Trinh thấy chị mình sao giỏi quá, chị nhờ em Tuyết Trinh trông giúp nồi cháo, Mai Hạnh có bắt một nồi nước, nay cũng đã sôi rồi, nhắc nồi nước vào phòng anh Hai, pha nước lau mình mẫy và thay quần áo mới cho anh hai xong. Mai Hạnh không quên xịt dầu thơm cho anh hai thêm khoan khoái, dìu anh hai ra phòng khách để chào Mẹ mình và cho em Hiếu đến chào anh hai. Hạnh nhờ em Hiếu vào bếp bưng nồi cá kho tiêu và khô cá sặc nướng ra trước, Mai Hạnh lấy tô múc cháo bưng ra và mang ra chén muỗng đũa đủ hết. Mai Hạnh xin phép để anh hai ăn trước còn phải uống thuốc nữa. Mẹ Mai Hạnh thấy con mình chỉ sau mấy năm xa nhà mà nay trưởng thành, mau lẹ, khôn lanh quá sức tưởng tượng của bà. Mẹ Mai Hạnh nói thầm, người xưa từng nói:

- Gần mực thì đen, gần đèn thì sáng, quá đúng. Mai Hạnh chưa tới hai mươi lăm tuổi mà đã trưởng thành như phụ nữ bốn năm mươi tuổi, thật quá nhanh. Gia đình mình rất có phước mà phước là cha của nó về phù hộ nó. Bà nghĩ nhớ đến chồng rơm rớm nước mắt, bà vội lấy khăn lau nhanh không muốn các con mình thấy.

Hai cô Minh Tâm và Tuyết Trinh lần lượt tắm và thay quần áo khác xong thì anh hai cũng đã ăn xong, chị hai dìu vào phòng, anh ngồi chơi mở ra dô nghe tin tức giải trí. Bây giờ còn có Mẹ, chị hai, hai cô em Minh Tâm, Tuyết Trinh và em Hiếu. Mai Hạnh hỏi Mẹ và ba em:

- Nếu muốn ăn cơm hay ăn cháo đều có đủ. Mẹ và các em cùng nói, nếu còn đủ cháo thì cả nhà cùng ăn cháo cho dễ tiêu hoá vì mình ăn chiều quá tối rồi. Tuyết Trinh và Hiếu mau mắng xuống bếp bưng nồi cháo trắng lên và cả nồi cá kho tiêu và mấy con khô sặc nướng nữa. Mai Hạnh vội nói:

- Để chị bắc lên bếp làm cho cá kho nóng lên và khô cũng nóng nữa, kể cả nồi cháo cũng hâm lại nữa ăn mới ngon. Cả nhà ồ lên, khen chị Mai Hạnh quá thông minh, ban đêm mà ăn thức ăn nguội lạnh mất ngon mà còn khó tiêu hơn ăn thức ăn nóng, nhứt là cá khô hay cá kho không còn nóng dễ có mùi tanh.

Cả bốn người xì xụp ăn hết nồi cháo cũng như nồi cá kho tiêu và khô nướng cũng ăn bay hết. Quả thật một bữa ăn quá ngon quá tuyệt vời vì trong bữa ăn còn mang thêm tình nghĩa gia đình sum họp nữa. Cả nhà ăn cùng món ăn với chàng rể làm cho anh chàng ở trong buồng nghe mẹ và các con to nhỏ chuyện trò rơm rả vui cười, ông anh rể cũng vui lây ngày đầu tiên đến ở nhà bà già vợ.

Hôm sau, chủ nhựt, các chàng thanh niên ngủ ở phòng ngủ thức trể vì ngày thứ bảy đi cả ngày cũng khá mệt mõi. Trung đã được bạn gái Minh Tâm dặn trước mua bánh bao, bánh tiêu, bánh mì thịt và cả cà phê sữa nữa mang về cả nhà cùng ăn sáng và ở chơi với anh hai, ăn cơm trưa xong tại nhà mới về lại Cần Thơ.

Sáng sớm, Hạnh nhờ em Hiếu chạy lên mời và rước Ý Sáu xuống chơi, nói anh chị hai mới về tối qua và có các anh chị ở Cần Thơ cũng có về nữa.

Mai Hạnh nhờ các bạn cùng lứa tuổi, ở gần nhà, đi chợ Sóc Trăng mua thức ăn giúp về làm bữa ăn cơm trưa, Hạnh ra món ăn để các bạn liệu mua cho đủ vật liệu, đồ dùng nấu nướng, dự trù có ba mươi thực khách. Hạnh nhờ Hiếu gọi vài bạn thân đến giúp Hiếu che một tấm bạt tránh nắng nóng và mượn ba cái bàn tròn cũng như ba chục cái ghế ngồi. Phần vụ này Hiếu phụ trách. Còn Minh Tâm, Tuyết Trinh đi chợ Bố Thảo mua hoa, nếu chợ này không có sẽ nhờ Trung mua ở chợ Sóc Trăng.

Dọn dẹp nhà cửa nhờ hai em gái lo giúp chị hai vì chị hai phải lo cho anh hai nhiều thứ lắc nhắc lắm. Khi Ý Sáu đến nhà vào thăm cậu em từ núi Sam mới về đây. Mai Hạnh nhờ Ý Sáu giúp chạy đến nhà ông Chủ tịch xã và ông Phó cũng ở gần nhau và hai ông chánh phó Trưởng Ấp mời đến ăn cơm trưa vì chồng Mai Hạnh từ núi Sam mới về. Hạnh bảo Hiếu chở Ý Sáu đi công tác này xong, về mới lo dựng bạt. Hạnh còn nói với Ý Sáu:

- Ăn trưa nay còn có nhiều anh em của trường Đại học Y khoa Cần Thơ dự nữa. Các bạn ấy đã cùng vợ chồng Minh Tâm đi Châu Đốc và đón anh chị hai đưa về đây, ăn trưa xong, các bạn đó sẽ trở về Cần Thơ. Mọi chuyện Minh Tâm nói với Ý Sáu và nhớ xin lỗi, mình mời cận quá vì từ xa mới về.

Ý Sáu lên xe Hiếu chở đi một vòng chừng nửa giờ, mời cả bốn ông Chánh Phó chủ Tịch xã và ấp, hứa là sẽ đến dự.

Từ chợ Sóc Trăng mua thức ăn sáng mang về, cả nhà quây quần ăn điểm tâm và uống cà phê sữa, lại có nước trà quạu, mè láu, bánh pía Vũng Thơm nữa.

Mọi người cười nói huyên thuyên rất vui. Người vui nhứt là Mẹ của Hạnh vì con mình và rể cùng về ở chung nhà và người vui thứ hai là Ý Sáu, bà luôn nở nụ cười hỏi chào các bạn mới của Hạnh cùng đi đón vợ chồng Hạnh ở Châu Đốc và đưa về nhà tận Bố Thảo nữa, thật quý hoá vô cùng.

Bữa ăn trưa đông vui, Trung giới thiệu từng người bạn ở Cần Thơ và không quên "giựt le" một chút với mấy ông chức sắc xã ấp là Tỉnh Uỷ Thành Phố Cần Thơ có cho mượn xe và tài xế lái xe đi Núi Sam, Châu Đốc đón vợ chồng Mai Hạnh. Luôn tiện Trung giới thiệu ông anh rể, hơi "nổ" một chút làm cho mấy ông lãnh đạo xã ấp "thán phục". Anh rể học trường Tây, Tây còn sợ tài học giỏi và từng làm luật sư giỏi trước năm 1970 ở Sài Gòn, nay anh bị bịnh phổi mãn tính trầm trọng đang dưỡng bịnh và anh uống hàng ngày thuốc đặc trị bịnh phổi từ Pháp gởi qua, rất mắc tiền. Anh rể Trung, ba Cường đứng dậy chào mọi người và xin phép được vào trong nghỉ vì sức khoẻ anh quá yếu không thể ngồi lâu được. Anh còn nói thêm:

- Trước ngày giải phóng mấy tháng, tôi có hôn thú với vợ Mai Hạnh, người Bố Thảo do cô Sáu giới thiệu làm mai, tôi đã nhập hộ khẩu từ lâu rồi, thời đó gọi là tờ khai gia đình.

Nói xong, anh rể Trung gật đầu chào và Mai Hạnh đến dìu chồng vào trong nhà. Trung và các bạn Trung đều biết anh hai mình khôn động trời. Nói như thế, có hộ khẩu trước khá lâu rồi, nên hợp pháp về ở Bố Thảo, vợ cưới cũng có bà mai là Ý Sáu ở Bố Thảo, có hôn thú ở Bố Thảo... Anh hai rào đón sợ "phép vua còn thua lệ làng" mấy ông xã ấp làm ẩu mình cũng chịu thua.

Chánh quyền địa phương dự tiệc mừng đón anh rể của Trung về quê vợ Bố Thảo cũng như đã kiểm chứng lý lịch người từ xa về ở xã nhà. Các chức sắc xã ấp đã biết rõ, Ba Cường yếu đau thật, họ không sợ bị cài gián điệp"xê i a" ở địa phương mình và để yên cho gia đình Mai Hạnh lo nuôi dưỡng người bịnh.

Sau 30.4.1975, nếu ai bị người láng giềng ghét, trả thù chuyên cãi vã gì đó chụp cho cái mũ là xê-i-a (CIA) thưa gởi lên chánh quyền xã ấp là kể như "tàn đời" bị hỏi thăm sức khoẻ ngay. Người ta không cần biết, cần hiểu tổ chức xịa (CIA) làm cái gì, ai muốn vô cũng được sao? Tội nghiệp có mấy thầy giáo trung học, sau khi thi hành lệnh tổng viên của chế độ cũ, đi học quân sự chín tuần hay có ông là sĩ quan tép riu được trả về Bộ Giáo Dục tiếp tục dạy học như trước gọi là quân nhân biệt phái về dạy học. Có địa phương, các thầy giáo dạng biệt phái đó bị ghép tội, thầy giáo giả, thầy giáo gian... xê i a của Mỹ nguỵ cài đặt làm gián điệp, cũng phải đi học tập cải tạo "mút mùa Lệ Thuỷ" tận miền Bắc Xã Hội chủ nghĩa, rất tội nghiệp.

Bất cứ một thể chế nào, giữa chế độ cũ và mới thường hay nghi ngờ, hiểu lầm, không tin nhau dù người ta nói thật, khai thật. Anh rể của Trung đã tiên đoán mọi thứ chẳng khác nào quân sư Khổng Minh thời "tam quốc chí" của Tàu giúp phe ta thắng địch vậy. Ba Cường bị bịnh nặng, không thể đi ra ngoài xa một mình được, thường nằm lì một chỗ. Sự hiểu biết thời cuộc của anh rất tinh tế, với đầu óc của một nhà trí thức sành đời, đọc nhiều sách báo, nghe các đài phát thanh quốc tế thường xuyên. Ba Cường rất bén nhạy tổng hợp và phân tích tin tức thời sự, thế cuộc khá chính xác nên tiên liệu mọi chuyện như thần.

Nhiều người chưa tin, nghĩ đến chuyện phải đổi tiền, Ba Cường nói với các em và người thân, như đinh đóng cột, thế nào chánh quyền mới cũng có lệnh đổi tiền không sớm thì muộn, chắc chắn điều này phải xảy ra tiền của chế độ cũ sẽ trở thành giấy lộn chỉ ném vào thùng rác. Lúc anh nói, có người không tin, nhưng, gia đình Mai Hạnh phải làm theo ý Ba Cường vì là tiền của anh. Sau vụ đổi tiền, gia đình Mai Hạnh như trúng số một lần nữa, tiền mặt không nhiều nên còn trong tiêu chuẩn mỗi người được đổi với số lượng mệnh giá tiền được đổi. Bây giờ, ngoài mấy chục cây vàng, nhà cửa sửa sang lại, mua sắm thêm nhiều đồ đạc mới. Ba Cường còn bảo vợ mua thêm gần hai trăm mét vuông đất giáp với đất nhà của Mai Hạnh. Chồng đã trù liệu trước, sau này sẽ cất thêm một ngôi nhà nhỏ chỉ có một phòng dành khi anh yếu quá, e sống không lâu, có ra đi không ảnh hưởng đến ngôi nhà chính. Còn đứa em gái của vợ, mới vào học Đại học sư phạm Cần Thơ năm thứ nhứt, anh cũng cho tiền mua được xe Honda mới tinh, em trai Út cũng mua xe gắn máy thay chiếc xe đạp cũng mới mua hơn hai năm. Từ nhà đi đến trường trung học Hoàng Diệu nhanh không còn đạp xe ná thở nếu hôm nào em thức trễ, sợ vào trường không đúng giờ, bị phạt.

Phải nói, Ba Cường thông minh thật, nếu anh còn khoẻ mạnh sống lâu còn bày vẽ cho vợ cách làm ăn vì có vốn đến mấy chục cây vàng và còn trên bảy trăm ngàn quan đang gởi ngân hàng Pháp ở Sài Gòn, không sợ bị mất như gởi tiền Việt vào các ngân hàng Việt của chế độ cũ thì đã tan tành theo mây khói, trắng tay.

Bữa ăn trưa dù tổ chức vội vàng trong một ngày. Dưới tài đạo diễn của nàng tiên Mai Hạnh, mọi việc đều suôn sẻ trôi chảy, có đến sáu món ăn, toàn là món ăn ngon lại có rượu chát, la de đãi khách, còn sang hơn tiệc một đám cưới trung bình ở nhà quê. Hai người bạn trẻ của anh Ba Cường – Bernard và Đức nói với các bạn ngồi chung bàn:

- Cô dâu tổ chức tiệc cưới có đủ hai họ và quan khách tham dự và có chánh quyền địa phương tham dự nữa. Cả bàn cùng cười, Bernard còn nói tiếp chỉ còn thiếu mâm rượu, mâm trầu cau và dâu rể phụ. Anh ta vừa nói vừa nhìn về Tuyết Trinh đá lông nheo cười mĩm và nhìn anh Trung chị Minh Tâm. Bernard tiếp:

- Anh Trung và chị Minh Tâm cũng là chuẩn dâu rể chánh không phải làm dâu rể phụ đâu. Cả bàn lại có dịp cười ngất vì Bernard nói chuyện bằng tiếng Việt rất dí dõm có duyên.

Tiệc vui kéo dài đến hơn hai giờ trưa. Các thực khách ở xa cùng đứng dậy, Trung đại diện anh em ở Cần Thơ có lời cám ơn chánh quyền xã ấp đã đến chung vui cùng với gia đình và đặc biệt với hai vợ chồng chị Mai Hạnh và anh Hai Cường. Trung cho biết chồng và chị Mai Hạnh có ý định xuất tiền túi xây cất một trạm y xá nhỏ, khi vợ chồng Trung tốt nghiệp ra trường Y và Bernard cũng tốt nghiệp trường Y Cần Thơ, chúng tôi sẽ luân phiên về đây khám bịnh cho bà con trong ấp. Và thuốc trị bịnh do anh chị tôi xuất tiền túi mua thuốc biếu tặng cho người bịnh. Bốn ông lãnh đạo xã ấp nghe tới đó thấy đã quá cùng vỗ tay tán thưởng. Trung nói thêm:

- Chị Hai tôi muốn trạm y xá đó giao trọn cho chánh quyền ấp quản lý mà gia đình chỉ lo phần chuyên môn và cung cấp thuốc miễn phí cho bịnh nhân những loại thuốc thông thường. Còn các thứ thuốc đặc trị mà trạm xá không có, chúng tôi viết toa để bịnh nhân đến các tiệm thuốc tây mua. Cả ba bàn tiệc nghe toàn bộ câu chuyện gia đình Mai Hạnh lo giữ gìn sức khoẻ bà con trong ấp, đồng loạt đứng lên hoan nghênh tinh thần bất vụ lợi đáng khen.

- Trung xin phép cho sáu người ở Cần Thơ về trước và mọi người lại vỗ tay tiễn đưa. Bữa tiệc tạm gọi là tiệc cưới dã chiến của vợ chồng Mai Hạnh trình làng cô dâu chú rể rất thân tình ấm cúng cũng là dịp làm nở mặt nở mày với xóm làng cho Mẹ và gia đình.

Chủ nhựt tuần sau, Ba Má Minh Tâm và ông bà Khoa Trưởng trường Đại Học Y Khoa Cần Thơ muốn đi Sóc Trăng thăm Ba Cường. Ba của Minh Tâm nói:

- Ba có người bạn thân đang làm Bí Thư Tỉnh Uỷ Sóc Trăng, Ba mời đồng chí đó đến xã Bố Thảo với Ba dự cơm trưa chủ nhựt. Ba cũng có mời ông bà Khoa Trưởng trường Y cùng đi nữa. Hai con cùng Bernard và Đức đi về Bố Thảo trước vào trưa thứ sáu giúp chị hai các con chuẩn bị chu đáo đón khách, có bữa cơm trưa thịnh soạn nữa đó.

Ba cho hai con Trung và Minh Tâm năm ngàn để giúp chị hai các con mua đồ dùng linh tinh và thức ăn đãi khách quý nghe. Nghe Ba mình nói như vậy làm Minh Tâm lo bấn xúc xích, cô còn lo có Bí Thư Tỉnh Uỷ đi thế nào cũng có ông Chủ Tịch Uỷ Ban Nhân Dân Tỉnh cũng đi theo và Bí Thư và Chủ Tịch Huyện sở tại chắc chắn cũng có mặt để tiếp đón cấp trên. Như vậy quan khách cấp cao phải chiếm hai ba bàn và chừng ba bàn còn lại mời chức sắc xã ấp và bà con xóm giềng đến chào mừng quan khách cùng dự tiệc nữa. Minh Tâm và Trung bàn ngay:

- Phải mua ba bốn bộ bàn mới có ghế nệm và lưng dựa. Còn ba bàn kia mượn lối xóm cũng được và còn phải mua một chai rượu xịn, rượu chát còn ở nhà nhiều, mua thêm vài thùng bia ngon. Chén dĩa ly tách cũng mua mới luôn để chị hai dành đãi khách đến thăm viếng anh hai.

Còn chuyện thức ăn phải do chị hai tính toán cho biết nên đãi khách quý những thức ăn thật ngon nữa. Ban đầu Trung và Minh Tâm dự trù đi trưa thứ sáu, nay đổi ý đi về Bố Thảo tối thứ năm, Bernard, Tuyết Trinh và Đức có thể về sáng thứ sáu bằng xe Honda. Bernard có một chiếc, Tuyết Trinh một chiếc, Bernard lái xe Tuyết Trinh và đèo theo ý trung nhân. Nếu Tuyết Trinh nghỉ thứ sáu được, cùng đi về Bố Thảo với anh Trung và chị Minh Tâm vào tối thứ năm. Mọi việc kể như bàn bạc trước đâu đó ổn thoả hết. Trung gọi cho Bernard và Đức cho biết chương trình về Bố Thảo cuối tuần này, hẹn chiều nay về nhà Trung ăn cơm rồi mấy anh em bàn tiếp. Tuyết Trinh trổ tài làm bếp đãi mấy ông anh và bà chị Minh Tâm, mọi người đều khen Tuyết Trinh nấu ăn ngon xứng đáng là em ruột chị hai Mai Hạnh. Tuyết Trinh nhoẻn miệng cười rất có duyên và cả bọn cùng cười theo. Tuyết Trinh nói, em sẽ đi cùng anh chị tối thứ năm, còn thứ sáu anh Bernard lái một chiếc xe, anh Đức lái một chiếc di chuyển nhanh gọn hơn hai người đi một chiếc xe gắn máy. Bernard và Đức nói hai người kẹt có giờ dạy sinh ngữ tối thứ năm và thứ sáu. Tối thứ năm, hai bạn nói với học viên vì bận đi xa ngày thứ sáu nên thứ năm dạy bù.

Bốn giờ chiều thứ năm, hết giờ học, Trung cùng Minh Tâm, Tuyết Trinh lên xe lái đến chợ mua vài ký thịt heo quay và bánh hỏi cùng vài món ăn vặt khác. Trung lái xe trực chỉ về Sóc Trăng, đến nhà Bố Thảo mới có sáu giờ. Cả nhà chưa ăn cơm chiều, Trung bảo Hiếu chạy gấp lên mời Ý Sáu xuống ăn cơm nói có anh chị của Hiếu ở Cần Thơ mới về tới. Nếu Ý Sáu nói ăn cơm rồi cũng mời Ý Sáu xuống chơi. Minh Tâm và Tuyết Trinh lo làm bếp, còn chị hai đang lau mình cho anh hai và thay quần mới để tiếp các em ở Cần Thơ về chơi. Chị hai nói với em Tuyết Trinh là chị đã nấu cơm và làm thức ăn chiều rồi, nếu bánh hỏi thịt quay ăn chưa no, mình có thức ăn với cơm tăng cường nữa.

Cũng may, Hiếu vừa đến nhà, thấy Ý Sáu vừa ngồi vào ghế ăn cơm chiều với gia đình, nó mời Ý Sáu như lời anh Trung dặn là Ý Sáu đến để anh Trung thưa một chuyện quan trọng và ăn cơm chiều luôn.

Nghe vậy, Ý Sáu lật đật đi thay quần áo, nói các con cháu cứ ăn tự nhiên để Má đi một chút, cháu Hiếu đưa về. Xe Hiếu đón Ý Sáu về tới cũng là lúc thức ăn bày sẵn trên bàn với bảy chỗ ngồi, còn anh hai của Trung cũng ngồi ăn một bàn riêng gần đó. Cả nhà ăn chung có đủ bốn con và có cả rể và dâu tương lai, có chế Sáu tham dự nữa làm cho Má của Hạnh vô cùng sung sướng như là buổi họp mặt gia đình. Vốn là người ít nói mà hôm nay, bà cười nói huyên thuyên, bà rất vui nhìn các con lớn khôn thành người lớn với tương lai vô cùng tươi sáng đang ở trước mặt. Mọi người ăn uống xong, dọn dẹp cũng xong xuôi hết, Mai Hạnh nấu nước sôi, pha trà hai bình, một bình nhỏ cho Ba Cường và một bình cho bảy người và cũng có kẹo đậu phộng ăn tráng miệng. Trung thưa với Mẹ, Ý Sáu, anh chị hai:

- Chủ nhựt này, Ba Má Tâm, ông bà Khoa Trưởng Trường Đại Học Y Khoa Cần Thơ và Ba của Tâm có mời ông Bí Thư Tỉnh Uỷ Sóc Trăng và vài người nữa đến thăm viếng anh hai từ Châu Đốc mới về nhập hộ khẩu xã Bố Thảo Sóc Trăng. Ba Má Minh Tâm có đưa cho con hai chục ngàn để phụ với chị hai mua thức ăn cũng như mua thêm bàn ghế, chén dĩa ly tách mới nữa. Trung nói tiếp:

- Ngày mai, thứ sáu hai bạn Bernard và Đức cũng xuống đây phụ với em đi mua ba bộ bàn ghế tốt, luôn em mua thêm một hay hai tấm bạt mới che nắng. Còn thức ăn chị hai muốn làm món ăn ngon lạ miệng đãi khách tuỳ chị. Em nghĩ Ba Má Minh Tâm và cả Bernard, Đức cũng ít có dịp ăn đuông chiên bơ, đặc sản của tỉnh Sóc Trăng, đúng hơn của huyện Châu Thành – Bãi Xàu.

Sáng mai, em lái xe đi Bãi Xàu mua đuông trả tiền trước, chừng hai trăm con, tính coi mấy bó chà là. Sáng chủ nhựt mình xuống lấy mang về có người chẽ chà là ra bắt đuông, rửa sạch, ngâm đuông với nước mắm nhỉ. Khi quan khách ngồi vào bàn ăn là mình chiên liền, đuông ăn nóng mới ngon. Mỗi dĩa chừng năm con, có bơ Brơ-ten của Pháp đun nóng cho chảy ra thành nước và đuông đã chiên chín rồi cho vào dĩa có bơ, bưng lên cho quan khách nhậu. Người có tâm hồn hay còn gọi là sành điệu ăn uống chắc chắn mê liền. Mấy bà ngại không ăn thì đưa qua các phu quân, mình có món ăn khác cho quý bà. Trung nói tiếp, hồi em học lớp mười một mười hai, em có đến nhà bạn có ăn món đuông này nhiều lần, béo ngon lắm. Một món ăn khác dễ làm là thịt heo xắt mỏng một miếng mỡ hay thịt ba rọi một miếng nạc, ở giữa hai miếng thịt để hai lát ớt đỏ và xanh và một lát hành tây nữa, cứ xen kẽ như vậy mình lụi trong que tre chừng sáu nhóm xỏ lụi trong que tre vót nhọn, to bằng cây nhang nhỏ. Mỗi thực khách một hay hai lụi thịt nướng như vậy thì cũng đủ cho món nhậu. Đó là hai món khai vị, quý bà thì có hai lụi thịt nướng, còn quý ông chỉ có một cây thịt nướng cũng được vì quý ông đã có ăn đuông chiên bơ rồi. Nhà bạn em thuộc đại gia họ đãi khách quý như vậy, em tò mò hỏi Má của bạn em, thịt heo nướng lâu mất thì giờ mà quan khách sốt ruột chờ đợi. Má bạn em nói thịt heo mình nên luộc hay hấp vừa chín tới rồi mới xắt mỏng, ướp gia vị, ngũ vị hương chờ cho thấm mất một hai tiếng... rồi mới lụi vào từng cây nướng trên lửa than chừng năm phút là vàng thơm lừng rồi. Đùi gà, sườn heo gì cũng làm như vậy rất nhanh mà mùi thơm của thịt nướng vẫn còn làm cho thực khách thêm thèm thuồng. Mỗi cây lụi thịt nướng có nhiều màu sắc xanh đỏ vàng của loại ớt to không cay, màu trắng của hành tây và sậm của thịt và màu đen của những chỗ bị cháy đen, món ăn này độc đáo là có đủ ngũ sắc. Minh Tâm khoái chí cười nói:

- Em yêu anh Trung nhiều năm mà không biết tài đầu bếp trứ danh học lóm ở Sóc Trăng của anh. Chị hai nghe qua coi có hợp lý, dễ thực hiện không?

- Còn đầu bếp thượng thặng Bố Thảo, lý thuyết coi bộ ngon lành mà thực hiện mới là quan trọng, Minh Tâm nói thêm. Chị hai của Trung khen em trai mình giỏi quá. Có các em về đông đủ luôn tiện mình làm một con heo trên tám mươi ký lô tha hồ mà làm món ăn và chị hai làm thêm món ăn để dành lâu được là thịt kho tàu với trứng vịt và nước dừa tươi để biếu Ba Má Minh Tâm và ông bà Khoa Trưởng cũng như các em mang về Cần Thơ ăn dần.

Chị hai của Trung trầm ngâm suy nghĩ rồi đưa ra thực đơn:

- Món khai vị, gồm có: đuông chiên bơ, thịt lụi có thêm tôm nhỏ, hành lát và ớt xanh đỏ vàng nữa. Trước khi vào món ăn chính, mỗi người ăn một chén súp măng tây, cua, món này đặt ở nhà hàng mình mang về hâm lại cho nóng.

- Món ăn chính: gõi ngó sen tôm thịt và mỗi dĩa gõi mình xé một con tôm càng nướng cho lên trên vừa đẹp mắt lại còn tăng thêm độ ngon của gõi cũng là mồi nhậu. Trong bữa cơm, món chiên như cá trê chiên hay nướng ăn với nước mắm gừng, món xào như rau muống xào tõi hay món xào bông điên điển hay cải làn, hay loại rau gì đó, món canh giò heo nấu măng tươi và món mặn có thịt kho trứng nước dừa ăn với dưa giá cải chua.

- Món tráng miệng, chị hai ra bến xe đò đi Châu Đốc nhờ họ đặt ở quán Bảy Bồng, loại bánh bò đặc biệt làm với đường thốt nốt loại đường ngon, gởi xe đò mang về trước chiều thứ bảy. Trưa chủ nhựt mình hấp nóng và chị thắng nước cốt dừa mới vì nước cốt dừa họ gởi kèm nếu không thiu mình cũng chỉ dùng để kho cá hay thịt, không nên ăn với bánh bò sợ ngộ độc.

Như vậy, chúng ta có hai món khai vị cũng là món nhậu. Trước khi ăn cơm có món súp và năm món ăn với cơm và có thể nhậu tiếp: món gõi, món rau xào, món cá chiên hay nướng, món canh và món kho. Mình dọn ra có cả bún và cơm, ai muốn ăn thứ nào cũng được. Nếu mua không được bánh bò đường thốt nốt ở Châu Đốc mình ăn bánh pía, mè láu và uống nước trà quạu nữa cũng được phải không? Con tính như vậy, Má và Ý Sáu thấy thế nào, còn các em có ý kiến gì không? Mai Hạnh nói tiếp:

- Cũng như các em nói, món ăn phải ngon và lạ đối với thực khách. Chị hai thấy món đuông chà là lạ đối Ba Má Minh Tâm và ông bà Khoa Trưởng. Còn món thịt lụi có kèm theo tôm cũng lạ vì món này thường tách riêng và hay ăn tại hội chợ hay các picnic ngoài trời. Giò heo nấu măng cũng ít có người làm và kể cả bánh bò đường thốt nốt làm gì có trong các bữa tiệc ở Sóc Trăng, Cần Thơ?.

Đến phân công, bốn em trai Trung, Bernard, Đức, Hiếu lo che bạt, xếp bàn ghế. Trung phụ trách lò nướng, Bernard lo phụ với Minh Tâm và Tuyết Trinh tiếp giúp quan khách nhứt là giúp qúy bà gắp thức ăn, rót rượu, mang thức ăn đến còn Đức và Hiếu bưng thức ăn tới mấy bàn còn lại. Con nhờ Ý Sáu nhắc anh chẽ chà là bắt đuông làm vén khéo vì quan khách nhìn cách làm của mình coi có sạch sẽ vệ sinh không cũng là một yếu tố làm cho món ăn tăng thêm sự hấp dẫn và ngon nữa. Đuông chiên với mỡ heo phi tõi, cho đuông vào chão mỡ đang sôi, đảo qua đảo lại là xúc ra liền cho vào dĩa có bơ đã hơ nóng chảy. Nếu chiên chín quá, con đuông bị teo lại xẹp lép, ăn mất ngon, hình dáng con đuông lại không đẹp.

Má giúp con coi chừng lửa chỉ liu riu cho nồi thịt kho trứng càng mềm càng ngon và nồi canh măng giò heo càng "rền" càng ngon. Món gõi và rau xào do hai em Minh Tâm và Tuyết Trinh lo. Còn nếu cá trê mà không chiên giao cho Trung lo nướng lửa than luôn. Còn các thứ khác như nước mắm chấm, rượu, nước đá, trà, bánh tráng miệng mình đều chuẩn bị trước. Chị hai Mai Hạnh phác hoạ chương trình, mọi người đều đồng ý. Mai Hạnh còn tiết lộ:

- Nếu bữa tiệc này mình mua thêm bàn ghế, chén dĩa mới nhiều mình phải có tủ cất. Và phải có chỗ chứa bàn ghế kềnh càng. Chị sẽ bàn với anh hai, mình sẽ cất một cái nhà riêng tiếp theo phía sau phòng anh hai trên lô đất mới mua hai trăm mét vuông, đất còn rộng, mình cất một cái nhà đơn giản thôi, phần sau làm kho để chứa bàn ghế, phần trước trống rộng như là một phòng ăn đặt được chừng sáu hay tám cái bàn để dành tổ chức đám cưới em Trung , Tuyết Trinh kể cả Hiếu sau này nữa. Như vậy, mình che thêm bạc có thêm từ sáu đến mười bàn ăn và vài bàn ăn trong nhà lớn, tổng cộng có trên dưới hai mươi bàn tiệc đều trên đất của mình. Đây có thể nói tạm đủ cho một đám cưới ở nhà quê có đến hai trăm người tham dự. Minh Tâm ồ lên một tiếng, chị hai tính xa quá rất cao kiến. Nếu mình mua bàn ghế chén dĩa mới chỉ dùng lần này rồi cất để đó cũng phí quá phải không chị hai? Mình dự trù có tới ba đám cưới trong gia đình sắp đến nữa, thật là nhứt cử mà tam tứ tiện. Cả nhà cùng cười vui vẻ như tán đồng ý kiến của Minh Tâm nói hữu lý mà có duyên nữa. Trung hỏi Ý Sáu:

- Xóm mình có ai có xe tải nhỏ, mình thuê chở bàn ghế hay là xe Daihatsu hoặc xe lam chở một chuyến không hết thì chở hai ba chuyến. Ý Sáu nói có hai ba người gần nhà Ý Sáu có xe chuyên chở mướn, Ý Sáu hỏi thuê chắc được. Sáng mai Ý Sáu sẽ ngồi xe đó chạy đến đây để chở mình đi chợ luôn.

Trung lái xe đến chỗ bán bàn ghế, lựa bàn ghế nào mà mình thích và trả giá cả xong. Trung và Minh Tâm chạy thẳng xuống Bãi Xàu mua đuông chà là, nếu không có mình sẽ làm món khác thay và hẹn gặp Trung tại tiệm bán bàn ghế. Ai mua đồ đạc xong cũng tập họp tại địa điểm này và coi xem còn thiếu gì, mua cho đủ hết càng tốt. Ý Sáu còn nói để Ý hỏi chủ tiệm chỗ nào bán các tấm bạt che mưa nắng, mình đến mua luôn. Mọi thứ đồ dùng mà mua xong sáng nay mình có thì giờ lo mua thức ăn sáng thứ bảy. Sau cơm trưa có thêm Bernard, Đức cùng với hai anh em Trung Hiếu và thêm vài người bạn gần nhà tiếp làm cái sườn dựng bạt cho chắc chắn, cũng như bàn ghế cũng sắp xếp đâu vào đó trước.

Chị hai Mai Hạnh nhờ người lối xóm làm heo để có thịt cho các em ăn cũng như lấy bộ lòng heo nấu cháo ăn chiều luôn. Chị hai Mai Hạnh nhờ em Tuyết Trinh ghi lại trên giấy những gì mình phải mua vì nhiều quá dễ quên lắm.

Phải nói bữa cơm trưa chủ nhựt này tại Bố Thảo cũng có thể nói là đại tiệc tại thôn quê. Hơn thế nữa còn có quý vị lãnh đạo đầu tỉnh Sóc Trăng và thành viên Thành Uỷ Cần Thơ cũng như cả Bác sĩ Khoa Trưởng Đại Học Y Khoa Cần Thơ cũng đến tham dự. Đây là một sự kiện rất lớn đối với xã Bố Thảo mà từ xưa tới nay chưa bao giờ xảy ra. Các giới chức đứng đầu xã ấp ở Bố Thảo và ngay cả các lãnh đạo huyện sở tại cũng quan tâm cho nhiều an ninh chìm nổi canh gác xa gần khu vực có quý vị lãnh đạo cấp cao của tỉnh. Cả nhà đang ăn sáng, Bernard và Đức từ Cần Thơ vừa về đến, đi rửa tay rửa mặt xong cũng ráp vào ăn sáng để cùng nhau lo đi mua bàn ghế và đuông chà là. Mai Hạnh nói:

- Trung và Minh Tâm sau khi trả giá mua xong bàn ghế, đi ngay xuống Bãi Xàu tìm mua đuông chà là, hẹn sáng chủ nhựt mình xuống lấy. Tuyết Trinh ở nhà giúp mẹ lo bữa ăn trưa cho mọi người cũng như lo nấu nước sôi sẵn cho ông đến lo giúp việc cạo lông heo và ra thịt. Mai Hạnh còn nói:

- Chị hai sẽ tiếp với em, mình phải để thịt nào làm món gì riêng ra để còn cắt nhỏ nữa. Bốn cái đùi phải cắt ra có nhiều thịt một chút để mình nấu canh măng và sẵn có người chuyên môn làm heo, có dao sắc bén mình nhờ họ xắt thịt heo ra từng cục để chị ướp kho với trứng vịt. Chị cũng nhờ ông thợ làm heo giúp làm bộ lòng heo để chiều mình nấu cháo lòng cho gia đình và bà con đến giúp mình cùng ăn. Minh Tâm nhờ Hiếu đến chỗ bán dừa tươi, nói mình mua bốn chục trái dừa ngon không non quá cũng không phải dừa cứng cại, chở giúp đến nhà lấy tiền luôn. Chiều nay, dừa đem tới cũng được vì mình mua số lượng nhiều, sợ không có đủ, chủ tiệm có thì giờ tìm dừa cho đủ cung cấp cho mình. Mai Hạnh còn đưa cho Ý Sáu một số tiền, coi xem cần mua gì thì mua, nhứt là chén dĩa, đũa muỗng, tô lớn, mua cho đủ dùng cho năm mươi người, lựa năm cái nắp bàn cho đẹp. Sẵn có xe mình thuê luôn cả ngày, có thể mua thêm năm cái bàn tròn và 50 cái ghế. Chị dự trù, sau tiệc, chị nhờ người lối xóm cất nhà kho, mình có chỗ để bàn ghế không sợ mưa nắng. Ý Sáu mua thêm vài cái nồi lớn, chão lớn cùng những cái xô và đồ gắp nước đá...Bernard và Đức, một em ở lại giúp Ý Sáu mang đồ dùng nặng mình mua đem về tập trung tại tiệm bán bàn ghế. Một em theo xe chở bàn ghế về có Hiếu ở nhà giúp mang vô sân. Chị nghĩ phải đi ba bốn lần mới chở hết đồ mình mua. Tuyết Trinh ở nhà, giúp ghi hết những gì mình đã mua hôm nay, chiều ăn cơm xong, mình coi lại cái gì thiếu, thứ bảy mua tiếp.

Mai Hạnh tính toán như một vị chỉ huy chiến trường phân bố chỉ định các đơn vị thi hành đâu vào đó rất bài bản khoa học. Mai Hạnh nói:

- Xe chở về lần đầu nên có hai tấm bạt để chị nhờ Hiếu căng ra rồi mình đào lổ chôn cột và coi kích thước tấm bạt để mua cây nữa. Việc này coi bộ cũng cực và phải có kinh nghiệm, Hiếu có thể tìm người nào từng làm mình trả công cho họ giúp mình làm trong ngày thứ sáu cho xong. Tối mình có thể ăn uống trong nhà bạt và mượn thêm vài cái ghế bố, mấy anh em đực rựa có thể ngủ tại đây, còn phụ nữ ngủ trong nhà. Lâu lâu, gia đình mình sum họp đầy đủ như mình cắm trại hai tối thứ sáu và thứ bảy. Dì Sáu giúp mua thêm vài cái mùng mới cũng như gối cho các em của chị hai nằm ngủ cho êm cái đầu. Bernard nói:

- Chị Hai cưng bọn trai mình quá trời, tối nay tụi em tha hồ nhậu cho đã rồi mới chịu đi ngủ đó Chị Hai ơi! Cả nhà cùng cười vang, chiếc xe Daihatsu, Ý Sáu mướn cũng đã chạy tới. Trung mời bác tài vào nhà uống nước trà nóng.

Minh Tâm, Bernard và Đức lên xe Trung lái ra tiệm bán bàn ghế trước, Ý Sáu đi xe Daihatsu chạy đến sau. Trung và hai bạn coi xem bàn ghế và trả giá mua đến năm bộ. Trung trả tiền xong, cùng với Minh Tâm đi Bãi Xàu mua sáu chục bó chà là, dự trù mỗi khúc chà là trên dưới tám con đuông cũng đủ dùng cho bữa tiệc và hẹn sáng sớm chủ nhựt tám giờ đến lấy. Tiền đặt cọc trước phân nửa, khi lấy hết các bó chà là sẽ trả tiếp. Việc mua đuông chà là kể như xong. Trung hỏi ông chủ bán đuông, tiệm nào bán tôm lụi ngon mua chừng 200 xâu làm mồi nhậu cũng rất bắt. Đến tiệm bán tôm xâu có sẵn, Trung trả tiền mua ngay cho vào cóp xe và chạy về nhà bán bàn ghế.

Tìm chỗ đậu xe an toàn xong, Trung và Minh Tâm đến phụ Ý Sáu và Đức đi mua hai tấm bạt lớn, chén dĩa... Bernard theo xe chở bàn ghế đợt đầu, chở ít nhứt cũng ba hay bốn chuyến và trên mui xe có ràng buộc một số ghế ngồi nữa. Trung nhờ Ý Sáu dẫn Minh Tâm cùng đi mua rau dưa, đồ gia vị, dao, thớt, chão, nồi lớn. Trung và Đức hỏi ông chủ bán bàn ghế, chỗ nào có bán những tấm bạt dày, Trung lái xe đến mua và cho lên xe, chở về nhà trước và Trung không quên mua dây căng tấm bạt cho thẳng. Về đến nhà, Đức ở lại cùng với Hiếu và mấy người bạn của Hiếu, coi xem mua tre, tầm vông căn bạt.

Đức phác hoạ, mình làm sườn nhà trước, ở giữa có đào chôn ba cây cột chánh, làm hai mái trước sau. Mình mua thêm mười cây thấp hơn cột chính chừng một mét, tầm vông làm đòn tay cho hai mái và gữa các đòn tay phải thả thêm tre mỏng để nâng tấm bạt. Như vậy khi lợp hai tấm bạt lên, ở trên phải có tầm vông đè lên tấm bạt chống gió thổi bay tấm bạt. Đức phác hoạ xong, tính cây và ước tính tiền mang theo, chị hai Mai Hạnh đưa cho Đức dư giả cũng như nhắc Đức mua thêm dây lạt hay dây kẽm để buộc bạt vào nhà.

Hiếu lấy xe Honda chở Đức đến cho bán cây cũng gần chợ Bố Thảo, giá cả xong xuôi, Đức nhờ chủ tiệm thuê cho xe lam hay Daihatsu chở giúp đến nhà. Đức thấy gần chỗ bán cây có bán dừa tươi, Đức hỏi mua hai mươi trái dừa ngon, nghĩa là dừa không non cũng như chưa già, cứng cạy. Bốn em bạn của Hiếu cũng vừa đào xong các hố chôn cột mà Đức đã chỉ trước khi đi mua cây. Xe Honda về tới nhà, xe chở cây và dừa tươi cũng vừa đến, cho cây và dừa xuống. Đức nói mấy anh em nghỉ tay, vào uống nước, ăn bánh kẹo, chừng nửa tiếng anh em mình dựng cột lên. Hiếu đã chuẩn bị ba cái thang để leo lên cột cây đòn dông dài ở hàng cột giữa. Chừng một tiếng ba hàng cột dựng xong có dây buộc ở trên dính với rui thả dài và ngang nữa. Đức coi lại lần chót, lổ đào sâu quá cho đất xuống, canh cho bằng chiều cao, Đức bảo mấy em lấp đất lại nện cho chắc.

Chuẩn bác sĩ Trần Minh Đức, nay thành "kiến trúc sư" xây nhà, công việc mới coi bộ Đức làm trơn tru. Với ba cái thang cho sáu người làm sườn nhà, chỉ trong vòng hơn một tiếng, sườn nhà lợp hai tấm bạt lên đã xong. Cả bọn đứng ngắm nghía coi bộ vừa ý. Đức tự khen mình cách làm nhanh mà chắc chắn nữa.

Đây cũng là lần đầu tiên trong đời Đức cũng như năm học sinh của trường Hoàng Diệu, Đức sai bảo đâu thì làm đó vì các em có biết gì đâu. Kể cả buộc dây kẽm hay dây lạt cho chặt, Đức cũng chỉ cho các em. Đã hơn mười hai giờ trưa, Tuyết Trinh dọn cơm mời mấy anh em nghỉ tay vào ăn cơm, chừng hơn một tiếng nữa sẽ đặt hai tấm bạt lên và có thời giờ ban mặt bằng nền đất cho phẳng. Đức dự trù mua thêm vài tấm bạt mỏng trải trên mặt đất tránh bụi bặm và sẽ đặt năm bàn tròn lên và năm mươi ghế ngồi coi xem thế nào. Trong lúc ăn cơm, Đức bảo Hiếu:

- Ăn cơm xong, chạy ra chợ Sóc Trăng gặp anh Trung nhắc mua cho mấy tấm bạc mỏng và nhỏ để ráp lại trải kín mặt đất. Sau này, mặt đất có thể lót gạch hay tráng xi măng cho sạch. Trên nóc có thể lợp tôn và hai tấm bạc làm trần nhà cho đỡ nóng, Đức tính tương lai làm như vậy mới có thể sử dụng lâu dài, sẽ bàn lại sau với Trung và Bernard.

Cơm nước xong, nghỉ chừng nửa tiếng, trong lúc Hiếu chạy ra chợ nói anh Trung mua chừng năm tấm bạc nhỏ trải dưới năm bàn và ghế và vài tấm nữa để coi chỗ nào chưa đậy kín đất phải làm cho kín tránh bụi bặm. Ba em dùng cuốc san bằng mặt đất, Đức và một em khác, xách hai thùng nước về rưới lên mặt bằng cho im đất, đợi Hiếu đem bạt về trải lên. Trong lúc chờ Hiếu về, mấy anh em xem lại các đầu mối buộc dây coi có thật chắc không và buộc tăng cường. Nhứt là các cây tầm vông đè hai tấm bạt phải buộc dây cẩn thận ở hai đầu vì tránh xỏ dây kẽm xuyên qua tấm bạt sẽ làm cho nước mưa theo đó mà chảy xuống. Chiều dọc sườn nhà cũng thả thêm hai cây tầm vông mỗi mái buộc dính lại thành ô vuông giữ chặt không cho tấm bạt bay lên. Như vậy, quá kỹ quá chu đáo, dù không có xỏ dây kẽm xuyên tấm bạt mà buộc chặt chung quanh cũng khá an toàn.

Hiếu đem mấy tấm bạt nhỏ về, trải trên mặt đất để bàn và ghế ngồi mới có bốn bàn, còn một bàn nữa sắp chở về tới. Nhờ hai tấm bạc lớn nên cũng đủ che cho năm bàn, có thể thêm một bàn nữa là sáu bàn vì hai mái, mỗi mái ba bàn. Tương lai, dựng thêm sườn một tấm bạt nối tiếp có thể đặt thêm bốn bàn nữa nhờ tiếp giáp với hai nhà chánh ở hai đầu. Như vậy, từ nhà chánh, đi ngang qua ba tấm bạt đặt được mười bàn và nối tiếp, nhà sẽ cất mới cho anh hai Cường, cũng kể là nhà chánh, giống chữ I ngắn, trên đầu và dưới có một gạch ngang, ngoài đường trông vào dãy nhà cũng thấy ngộ ngộ.

Gần bốn giờ chiều mọi người đều tụ hội về đủ, chị hai Mai Hạnh nhắc nhở:

- Các em lo đi tắm, chiều ăn cơm lúc sáu giờ, tối có nồi cháo lòng nữa tha hồ mà các em nhậu và ngủ ở nhà mới dựng nữa. Hiếu có hỏi nhà bạn của em kế cận cũng có phòng tắm tiện nghi cho Hiếu và hai anh Bernard và Đức sang tắm nhờ. Còn phòng tắm ở nhà dành cho mấy chị và anh Trung.

Con heo đã làm xong, Mai Hạnh nhờ xẻ thịt đủ kho cho hai nồi lớn cùng với năm mươi trứng vịt. Còn bốn đùi heo rửa sạch, chặt ra từng cục cũng được trên năm chục cục giò heo, dự trù mỗi người được một cục và còn có xương heo nữa. Phải nói, Mai Hạnh quả là đúng là một chỉ huy trưởng chiến trường, tính toán sít sao mọi chuyện, các em rất bái phục chị hai mình sao giỏi quá!

Mai Hạnh còn nhờ anh xẻ thịt cắt nhiều miếng thịt nuột lưng và các miếng ba rọi để chị khìa nước dừa để có thêm món ăn cho gia đình. Còn ăn buổi chiều này, có đậu ve xào với thịt ba rọi cũng như có món thịt kho tiêu và nồi canh bí đao, món thịt khìa để cho các em nhậu nữa. Mai Hạnh nhắc Tuyết Trinh ghi lại tất cả món đã mua, thực hiện rồi để tối ba chị em xem lại coi còn thiếu món gì, sáng thứ bảy mua tiếp.

Buổi cơm chiều đông đủ, mọi người thấy sảng khoái, công việc đã thực hiện hoàn tất đúng dự tính trước. Hiếu mời bốn đứa bạn phụ giúp làm mái lợp bạt cũng khá vất vả cùng ăn cơm chiều với gia đình. Hiếu dọn cơm trên hai bàn mới mua, có kéo dây điện sang với hai bóng đèn nê ông lớn sáng choang như là chuẩn bị làm đám cưới. Hiếu cũng có mượn được bốn cái ghế bố và Ý Sáu cũng mua thêm vài cái mùng và mùng có sẵn cũng đủ giăng chống muỗi. Giường ngủ của Hiếu để chị Minh Tâm và Tuyết Trinh ngủ. Trung, Bernard, Đức, Hiếu xếp bàn ghế lại và đặt ghế bố cho bốn người ngủ đêm nay và đêm thứ bảy. Các bạn trai tha hồ mà tâm sự, nói chuyện và nhậu cho đã rồi mới chịu đi ngủ. Ban đêm mắc tè, cứ ra sau nhà tưới mấy gốc cây xa nhà một chút.

Tối hôm đó ba chị em lo luộc trứng vịt, ướp thịt heo để cho thấm, sáng mai bắt đầu kho, xắt măng ngâm với nước muối chuẩn bị cho nồi canh măng giò heo. Mai Hạnh muốn hai nồi thịt kho và nồi canh măng, nấu từ từ lửa liu riu để cho thịt kho thật mềm cũng như giò heo cũng phải mềm ăn mới ngon. Ba chị em còn lo làm dưa giá chua để ăn với thịt heo kho tàu. Còn làm nước mắm chanh tỏi ớt và nước mắm gừng nữa. Theo bàn tính của ba chị em:

- Tất cả mọi món ăn phải làm xong hết chiều thứ bảy. Ngoại trừ đuông chà là, cá trê nướng, chừng 10 giờ sáng chúa nhựt mới bắt đầu làm. Mai Hạnh bảo

Hiếu mượn một cái bàn dài đặt sau lều bạt để rượu, nước đá, ly, tách uống trà và năm bình trà cùng bánh trái cây tráng miệng cũng dọn sẵn ra đó dùng tấm mặt bàn mới phủ lên che bụi che nắng. Bếp chiên nướng, cắt một cái thùng tròn ra làm hai miếng, làm hai bếp than cũng ở sau lều bạt. Một lò chiên đuông và một nướng tôm lụi và thịt tôm xỏ lụi làm món khai vị và nướng cá trê.

Chủ nhựt đến, ngày vui trọng đại của gia đình nghèo có tên đầy ấn tượng "Trần Minh Khố Chuối", nghèo vào bậc nhứt của xã Bố Thảo.

Với chiếc Daihatsu mướn chở bàn ghế ngày thứ sáu, nay đi Bãi Xàu chở hơn một trăm bó chà là, mỗi bó có mười hai đoạn chà là mà người ta đoán là có đuông sống ở bên trong. Những bó chà là về đến nhà, dựng lên trên bàn dài xịt nước rữa thật sạch, phơi cho ráo. Đến mười giờ, ông phụ trách chẻ chà là bắt đuông cho vào một cái thau nước lạnh rữa thật sạch, tránh dính bụi, đất bám vào con đuông. Và vớt đuông ra rổ có lổ cho nước chảy ra hết làm khô con đuông. Sau làm từng đợt đuông, khi khách tới ngồi vào bàn tiệc, đuông cho vào một dĩa nước mắm nhĩ thơm lừng. Đuông ngo ngoe uống nước mắm chừng một hai phút, gắp ra từng con cho vào chão nóng. Bỏ ý định chiên đuông bằng mỡ trước, sau đó mới cho đuông vào bơ đang nóng chảy. Nay đổi ý, chiên đuông bằng bơ ngon của Pháp đang chảy loảng ra và sôi cho đuông vào lăn qua lại chừng chục giây. Khi con đuông vàng và còn tròn trịa, gắp ra liền cho vào dĩa. Mỗi dĩa chỉ có hai con đợt đầu cho một người. Sở dĩ không để đuông lâu trong chão có bơ đang sôi, chín quá con đuông sẽ bị tóp lại xuống màu, không còn màu vàng bóng loang loáng rất đẹp mắt và thu hút khách nhậu.

Không cho đuông một lần vào dĩa nhiều quá, ăn chậm sẽ làm con đuông chiên nguội cũng ăn kém hấp dẫn. Lần sau đợt hai, mỗi dĩa thêm ba con, mỗi lần ăn một con đuông, thực khách nâng ly làm một ngụm khà một tiếng rồi tiếp ăn con thứ hai, cũng nâng và cụng ly.

Ăn đuông từ từ từng con một như vậy mới thấm mới đã. Con đuông chà là cũng nhỏ như con nhộng (dâu tằm dệt tơ lụa) hay nhỏ hơn một chút, không phải như đuông dừa, to con hơn nhiều vì đuông dừa sống lâu trong bọng dừa. Đuông chà là không kịp sống lâu là bị bắt chiên nhậu rồi. Theo tiêu chuẩn mỗi thực khách được ăn năm con mà xực chỉ một lần thì rất uổng công đãi khách món đuông chiên bơ. Ăn đuông phải từ từ từng con một và phải nóng đúng bài bản cho người sành điệu và người có tâm hồn thưởng thức món đuông ngon.

Tất cả khâu làm đuông đều thực hiện trước mắt quan khách đã ngồi đầy đủ bàn tiệc để cho quan khách thấy cách làm đuông có bài bản và kích thích thêm sự thòm thèm làm cho thực khách ăn đuông tăng thêm ngon miệng.

Những thực khách có dịp đến các quán nhậu ở vùng chợ Thủ Đức, trước những năm 1970, có các em bé và thỉnh thoảng cũng có cả người lớn mang những con ve sầu non, đựng trong các lọ không đậy nắp kín, còn sống, mời khách "lãng du" mua ve sầu non nhậu tại chỗ cũng với cách chiên bơ Pháp. Họ bán đếm từng con nhỏ xíu, chỉ bằng hạt lúa. Người sành điệu ăn nhậu rất quý trọng ve sầu non vì ve sầu non chỉ có sau một hay vài đám mưa đầu mùa. Trứng ve sầu từ các gốc tre, nở thành con non gọi là con nhộng cũng được khi chúng đã bị nước mưa làm vở vỏ trứng. Những con ve sầu non, chưa có cánh bay đi, chúng bò từ gốc lên trên. Lúc bấy giờ thiên hạ thắp đuốc hay để tim đèn trong một cái lon sữa bò có dầu, đốt sáng đưa vào các bụi tre, những con ve sầu non chưa trưởng thành chưa có cánh bay nên không thể bay hay leo đậu trên cao, chúng bò lên theo thân cây tre. Người ta dùng tay bắt từng con một cho vào lọ. Sáng hôm sau, người ta đem đi rao bán, chỉ trong một ngày nếu để ve sầu qua ngày thứ hai chúng có cánh sẽ bay đi hay không còn ăn ngon nữa. Ve sầu phải ăn lúc chúng chưa có đủ cánh mới là món nhậu độc đáo mà không phải ở đâu cũng có. Dù cũng có nhiều tre như Giồng Ông Tố (quận Thủ Đức) - đường lộ từ Cầu Rạch Chiết, đi ngang vùng Giồng Ông Tố và đến bờ sông Sài Gòn thuộc vùng Cát Lái, nơi này có thể nói là cái nôi của nghề bắt ve sầu non bán cho bợm nhậu. Có thể, ve sầu từ thế hệ này sang thế hệ khác sanh sản ở đây nhiều hơn bất cứ chỗ nào khác cũng có nhiều bụi tre. Sở dĩ ve sầu non rất quý hiếm vì bắt được một con ve non nhỏ xíu đó phải thò tay vào các bụi tre bị gai tre đâm xướt tay, chảy máu là chuyện thường.

Muốn đi bắt ve sầu non là phải đội mưa, lúc trời đang mưa lăm răm hay mưa nhỏ, ve non từ gốc tre mới bò lên. Một điều quan trọng nhứt là thời gian bắt ve sầu non tối đa khoảng một tuần có những trận mưa đầu mùa. Khi mưa già, ve sầu lớn nhanh, mình không kịp bắt, chúng có đủ cánh bay lên trên các lá xanh nằm hót nỉ non não nùng làm sao!

Đến mười một giờ trưa, quan khách nhỏ đã đến gần đông đủ hết, ngồi vào ba cái bàn dành sẵn còn đợi các quan khách lớn đến là bắt đầu nhập tiệc. Gia đình của Ba Cường yêu cầu ông Khoa Trưởng Đại Học Y Khoa Cần Thơ như là đại diện cho gia đình và địa phương mời quan khách nhập tiệc với ba món đuông chà là chiên bơ, thịt heo và tôm xỏ lụi nướng và kèm theo tôm thịt lụi nướng.

Xe của ông Khoa Trưởng đến trước chừng mười lăm phút, ông bà Khoa Trưởng đến thăm hỏi Ba Cường và mời anh ra ngồi ngoài bàn tiệc với anh em để tiếp đón ông Bí Thư Tỉnh và các giới chức cấp tỉnh cấp huyện Châu Thành.

Ba Cường cám ơn ông bà Khoa Trưởng đến đây chung vui ngày họp mặt gia đình và lại có nhiều khách quý nữa. Ba Cường vừa ngồi vào bàn, đoàn xe của ông Bí Thư tỉnh có xe cảnh sát dẫn đường chạy trước vừa qua khỏi nhà, dừng lại. Xe ông Bí Thư và xe của Ba Má Minh Tâm cũng ngừng lại và xuống xe vào các bàn tiệc, có ông bà Khoa Trưởng và vợ chồng Ba Cường đứng lên cúi đầu chào hỏi quan khách. Ông Khoa Trưởng mau mắn giới thiệu từng người xong và mời ngồi uống nước giải khát. Ông Khoa Trưởng đứng lên giới thiệu chương trình tiệc hôm nay:

- Có ba món khai vị trước: Đuông chiên bơ, thịt và tôm lụi xỏ xâu và tôm lụi cũng nướng, nhậu với rượu cognac của Pháp và bia của Hoà Lan hay nước ngọt coca. Trước khi vào phần ăn chính với nhiều món ăn đặc biệt của địa phương Bố Thảo: Súp măng cua, cá trê nướng, gõi ngó sen, rau muống xào tỏi, canh măng giò heo và thịt heo kho trứng nước dừa. Ông Bí Thư nói nghe ông Khoa Trưởng giới thiệu mấy món ăn làm tôi phát thèm. Ông Khoa Trưởng nói tiếp:

- Trước khi ăn súp để chuyển sang phần ăn cơm. Tôi sẽ nói lý do bữa tiệc hôm nay cũng như giới thiệu gia chủ của bữa tiệc là anh Ba Cường một cựu học sinh trường ChasseLoup Laubat ở Sài Gòn cùng lớp triết phi lô với tôi và cùng trường ChasseLoup còn có hai đàn em Bernard và Đức nữa. Tôi cũng xin giới thiệu với ông Bí Thư Tỉnh và quan khách. Tới đây, ông Bí Thư đứng vụt lên:

- Ông Khoa Trưởng quên giới thiệu, tôi cũng là cựu học sinh ChasseLoup cùng năm học với Ba Cường đây. Tôi học lớp toán–Math. Hèn chi, tôi nhớ Ba Cường gương mặt cũng quen quen vì có lần tôi và anh em gốc Việt đánh lộn với mấy thằng tây con, tụi nói bầm mặt, sưng tay. Tụi nó thưa với ông Tổng Giám Thị, anh Ba Cường, đại diện học sinh, cả trường ai cũng biết, anh Ba đứng ra bênh vực chúng tôi nên không có ai bị phạt gì hết, ông Tổng Giám Thị xử huề.

Cả năm bàn tiệc đều ồ lên một tiếng hỉ hạ vui vẻ. Ông Khoa Trưởng cười tươi và nói đây quả một bữa tiệc "tứ hải giai huynh đệ" có đến năm đồng môn của trường ChasseLoup, có ông tây con không phải thằng tây con nghe mông xừ Bernard vì Bernard là Tây Áo chớ không phải tây thực dân Pháp đâu nghen!

Mọi người đều cười vui. Ông Khoa Trưởng thưa với ông Bí Thư:

- Tôi xin nói vài lời phi lộ, lý do anh Ba Cường tổ chức bữa ăn hôm nay chào đón quan khách. Tôi kính mời ông Bí Thư có những lời tâm tình với chúng tôi, nhứt là đối anh bạn qúy của tôi, Ba Cường đau yếu hơn một chục năm rồi.

Ông Khoa Trưởng mời quan khách nhìn ra các lò nướng, anh em đang chiên bơ đuông chà là, nướng tôm thịt mùi thơm bay nực nồng. Ông ra lệnh Trung, Bernard và Đức mang rượu ra rót vào ly quan khách và đuông chà là chiên được con nào nóng hôi hổi bưng ra liền đãi khách.

Ông Bí Thư vừa cho một con đuông vào miệng, ông đã tấm tắt khen ngon tuyệt vời. Ông nâng ly mời anh em cùng cụng ly chức mừng Ba Cường sớm được bình phục. Ông Bí Thư còn nói:

- Tôi có mang hai chai Martell XO đóng góp với anh Ba Cường đãi khách nữa đó nghe. Hôm nay vui quá, gặp lại bạn cũ cách xa nhau mấy chục năm rồi, tha hồ mà nhậu mà vui vẻ với nhau, có phải vậy không anh Ba Cường. Ba Cường giơ hai tay lên tán thành lời nói chí tình của ông Bí Thư. Sau khi nhấm nháp với rượu ngon với ba món ăn khai vị. Ông Khoa Trưởng xin mời Ông Bí Thư và mọi người dùng một chén súp măng cua để chửa lửa vì qua mấy tua "dô – dô" rồi.

Ông Khoa Trưởng uống thêm một ngụm Martell lấy giọng và nói:

- Sở dĩ, có bữa tiệc hôm nay là anh Ba Cường vừa vô "Quốc tịch Bố Thảo" theo vợ về quê và anh cũng sẽ gởi nắm xương tàn ở quê vợ Bố Thảo. Anh Ba

Cường đã bỏ quê hương anh là Núi Sam Châu Đốc. Anh chị Ba Cường cũng muốn "trình làng" tình chồng vợ của anh chị trong buổi tiệc này hân hạnh có ông Bí Thư và quan chức tỉnh Sóc Trăng tham dự. Có cả ông bà Thành Uỷ Viên của Thành Phố Cần Thơ về đây tham dự vì ông bà đã chọn quê Bố Thảo gởi con gái rượu của ông bà về làm dâu ở Bố Thảo. Chỉ còn hơn một năm nữa, Minh Tâm, con gái của ông bà Thành Uỷ Viên Cần Thơ tốt nghiệp bác sĩ Y Khoa tại Đại Học Y khoa Cần Thơ và Trần Đức Trung cùng lớp với Minh Tâm, quê Bố Thảo sẽ chánh thức làm lễ cưới cũng tại ngôi nhà này. Như vậy, buổi tiệc hôm nay có hai mục đích là anh chị Ba Cường "ra mắt" ông Bí Thư và quan khách hai họ. Tui, đại diện họ nhà trai, còn quý vị là họ nhà gái. Cả năm bàn tiệc đều vỗ tay cười vang vui vẻ. Còn mục đích thứ hai:

- Chúng tôi cũng muốn giới thiệu trước con gái ông bà Thành Uỷ Viên Thành Phố Cần Thơ cũng sẽ làm sui với bà chị, mẹ của vợ anh Ba Cường. Như vậy, con đường Cần Thơ-Sóc Trăng là con đường ngắn nhứt của đôi vợ chồng trẻ. Nói vậy cũng chưa hết lý do của buổi tiệc hôm nay. Trường đại học Y của chúng tôi sẽ đưa rể về Sóc Trăng rước cô dâu về dinh. Đó là cặp Bernard-Tuyết Trinh, Bernard cũng sẽ tốt nghiệp bác sĩ cùng với Trung, Minh Tâm sẽ tổ chức lễ cưới cũng tại đây với cô giáo sư dạy trường Trung học Hoàng Diệu Sóc Trăng. Ông Bí Thư Tỉnh Uỷ Sóc Trăng nghe ông Khoa Trưởng giới thiệu con trai con gái quê Sóc Trăng đều ngon lành, học giỏi, tốt nghiệp đại học, làm cho ông rất vui. Ông Bí Thư bảo Trung rót thêm mỗi người một ít rượu và ông mời mọi người nâng ly:

- Chúc mừng dâu rể Sóc Trăng lập gia đình với ý trung nhân Châu Đốc, Cần Thơ và cả bên nước Áo xa xôi nữa. Mọi người đứng lên vỗ tay và nâng ly lên cụng ly nghe như có âm thanh du dương tình tứ.

Khi tất cả ngồi xuống hết rồi, ông Bí Thư vẫn còn đứng và nói:

- Trước nhứt tôi rất vui mừng sau mấy mươi năm gặp lại anh Ba Cường một người bạn cùng học một trường cùng lứa tuổi với tôi. Năm chúng tôi thi lấy bằng Tú Tài hai "đơ dèm bạt ty", trường ChasseLoup năm đó chỉ có anh Ba Cường đậu hạng Ưu, tôi đậu thứ nghĩa là đủ điểm đậu, ông Khoa Trưởng đậu hạng nào? Ông Khoa Trưởng, nói:

- Tôi học trối chết mà cũng chỉ đậu bình thứ, còn tôi thấy anh Ba Cường vì là đại diện học sinh cho cả trường nên anh rất bận rộn, đâu có nhiều thì giờ như tôi gạo bài quá trời mà anh thi đậu ưu rất dễ dàng còn có lời khen của Ban Giám Khảo nữa. Khi lên đại học, anh Ba Cường cũng rất xuất sắc, trong thời gian anh Cường tập sự luật sư, anh cãi giúp thân chủ thắng những trường hợp không ai ngờ tới, anh là luật sư giỏi của Sài Gòn. Chẳng may, anh Cường vướng bịnh lao mà ba anh là bác sĩ nổi tiếng, đưa anh vào bịnh viện Grall điều trị hơn sáu tháng mà không hết. Và may mắn có thuốc đặc trị bịnh lao vừa phát minh bên Pháp, Ba anh Cường nhờ bịnh viện Grall mua giúp luôn thuốc đặc trị bịnh lao năm

năm. Chi phí nằm bịnh viện và mua thuốc đặc trị tốn đến mấy trăm cây vàng mà cũng chỉ làm cho vi trùng Koch ngủ không phát triển.

Sau năm 1975, Ba Má anh Cường ở Paris đều qua đời, nay thuốc đặc trị lại mua rất khó. May cho anh Cường, Ba anh gởi cho anh được hai năm thuốc trước khi ông mất. Đến năm 1978, không còn thuốc đặc trị uống, anh Cường phải ra đi.

Bây giờ, tính tới năm 1978 còn hơn một năm không có thuốc đặc trị, anh phải xa rời trần thế, anh Cường vẫn còn yêu đời, yêu quê vợ Bố Thảo. Anh chị dự kiến xin phép cất một trạm y xá, một nhà bảo sanh giúp bà con quê vợ có nơi chăm sóc sức khoẻ, mọi chi phí xây cất cũng như thuốc uống cung cấp miễn phí do tiền của anh chị hiến tặng. Còn bác sĩ điều trị, anh chị có em ruột và em dâu, em rể, ba ngươi thay phiên về đây khám bịnh.

Khi nghe, ông Khoa Trưởng giới thiệu Ba Cường muốn xây trạm y xá, nhà bảo sanh giúp dân quê Bố Thảo, ông Bí Thư đăm chiêu suy nghĩ và ông gục gặt đầu như ông đang phác thảo một chương trình gì đó giúp Bố Thảo. Ông Bí Thư đứng lên xin ngắt lời ông Khoa Trưởng và nói:

- Ngoài tình bạn học cùng trường, tôi nhân danh Bí Thư Tỉnh Uỷ Sóc Trăng rất trân trọng cám ơn hai anh chị Ba Cường đã có nhã ý muốn xây cất cơ sở y tế phục vụ đồng bào ấp. Tôi rất hoan nghênh và tán thành thiện ý này. Hôm nay có cả chính quyền tỉnh, huyện và xã ấp có mặt nơi đây. Chúng ta cùng hợp tác với anh chị Cường xây dựng cơ sở y tế ấp thí điểm mẫu của toàn tỉnh với công thức dân và nhà nước hợp sức xây dựng và phục vụ. Bên chánh quyền cấp đất, chi phí xây dựng, bên dân, anh chị Cường lo cung cấp thuốc men và Bác sĩ khám bịnh. Cả năm bàn tiệc đồng loạt vỗ tay tán thưởng ý kiến dân-chính hợp tác phục vụ bà con xã ấp. Đến đây, ông Bí Thư mời bà con tiếp tục nhậu vì chúng ta vừa có một kế hoạch phục vụ dân sinh chắc chắn sẽ vô cùng hiệu quả.

Đợi cho không khí vui cười lắng đọng, ông Khoa Trưởng giới thiệu anh Cường có vài lời trình bày với ông Bí Thư và quan khách tham dự:

- Anh Cường được bà xã dìu đứng lên, anh chào mừng ông Bí Thư và các thân hữu đến chung vui, ăn mừng và như chứng nhận anh đã "nhập quốc tịch Bố Thao", quê vợ của anh, mọi người vỗ tay tán đồng ý kiến này. Ba Cường nói tiếp, trái đất tròn, trong những ngày anh nằm liệt một chỗ an dưỡng trên đỉnh Núi Sam, lại có người bạn cùng trường cùng lớp là anh Khoa Trưởng trường Đại Học Y Khoa Cần Thơ cùng bà xã và ông bà Thành Uỷ Viên Thành Phố Cần Thơ chịu khó leo tới tận đỉnh Núi Sam đến tệ xá thăm hỏi sức khoẻ tôi. Tấm thạnh tình đó mãi khắc sâu vào tâm khảm, tôi sẽ mang theo xuống tận tuyền đài. Cũng như hôm nay, tôi là cư dân Bố Thảo rất hân hoan chào đón ông Bí Thư Tỉnh Uỷ Sóc Trăng cũng là người bạn học năm xưa ở trường ChasseLoup, ông bà thành uỷ Cần Thơ và quý vị giới chức thẩm quyền tỉnh, huyện, xã ấp của Bố Thảo.

Gia đình chúng tôi vô cùng biết ơn sự chiếu cố của tất cả quý vị. Ba Cường ngừng lấy hơi, nói tiếp:

- Thưa ông Bí Thư và quý vị, ông Bí Thư đã vạch một chương trình kế hoạch chăm sóc sức khoẻ phục vụ dân của ấp và xã Bố Thảo, chúng tôi là dân địa phương vô cùng cảm tạ sự quan tâm của quý vị trưởng thượng. Như vậy, gia đình tôi chỉ mới đóng góp cho xã nhà còn rất khiêm nhường. Tôi xin đề nghị đóng góp tiếp:

- Ba Má tôi ở Paris trước khi ông bà qua đời có gởi vào ngân hàng Pháp cho tôi một ít tiền để tiêu xài. Tôi còn hiện hữu trên thế gian rất ngắn phải về với cát bụi, tiền bạc không thể mang theo được. Tôi xin phép ông Bí Thư và qúy vị xây một nhà lò thiêu đầy đủ tiện nghi gần Hội Đồng Xã Bố Thảo. Như quý vị biết, người Việt Nam mình thích chôn hơn thiêu xác như người Khơme. Dân Việt càng ngày càng đông mà người Việt lại tranh đua xây nhà mộ cho to, chiếm nhiều đất, đến một ngày nào đó, không còn đủ đất để chôn cất người chết và thiếu đất canh tác. Vì vậy, xã Bố Thảo nên làm thí điểm, xác thiêu chỉ để trong một hủ nhỏ đem về thờ cúng tại nhà hay để một nơi nào đó, trong chùa, trong vườn hoặc thả trôi sông rất tiện lợi. Hơn nữa, như các xác chết của những người mang những bịnh truyền nhiễm, mình chôn, vi trùng có thể còn sống luồn lách theo các mạch nước ngầm dẫn đến giếng hay sông rạch phát tán vi trùng bịnh sang cho người sống.

Như trường hợp tôi qua đời, thân xác tôi chứa đựng hơn mười năm biết bao vi trùng lao Koch thay vì chôn, mình thiêu giết chết sạch vi trùng lao mới có thể đóng góp vào chương trình bài lao của nhà nước.

Ông Bí Thư nghe Ba Cường phác hoạ cách thiêu xác tiện lợi và giữ vệ sinh cho môi trường sống hơn là chôn xác lại còn chiếm đất canh tác của dân. Ông hỏi lại mọi người thấy kế hoạch của anh Cường thế nào, mọi người vỗ tay nhứt trí.

Như vậy, thiêu xác đỡ tốn tiền xây cất mộ phần và không chiếm thêm, đất dành cho canh tác. Ban đầu người Việt chưa quen cách thiêu xác tiện lợi hơn chôn xác, dần dần sẽ quen. Chính quyền xã quản lý lò thiêu xác, lấy phí rẻ hơn tư nhân chỉ bằng một phần ba hay phân nữa cũng đủ tiền điều hành. Ông Bí Thư còn đề nghị:

- Lò thiêu xác đầu tiên của tỉnh Sóc Trăng do chánh quyền quản lý mà lại do tư nhân bỏ tiền ra xây cất cho nên sẽ đặt tên lò thiêu tên anh Trần Văn Cường để tưởng thưởng công đức anh. Khu xây lò thiêu phải đủ rộng để xây thêm nhà vãng sanh, chỗ quàn quan tài và làm lễ cúng theo các tôn giáo... phải có hai ba lò thiêu sát cạnh nhau, dự phòng trường hợp có hai ba người chết cùng một thời điểm.

Rất phấn khởi, hứng thú, ông Bí Thư nói tiếp:

- Cái gương học giỏi của anh Ba Cường nay mang về Bố Thảo. Năm xưa, anh Ba Cường nói tiếng tây giọng Paris và học giỏi đến mấy thằng tây con còn phải bái phục tôn là sư phụ. Sau khi tôi đậu tú tài hai Toán, tôi đi vào bưng biền theo cách mạng và lần lượt tôi về phục vụ ở trung ương và thường làm thông dịch viên cho các phái đoàn cách mạng tiếp đón các phái đoàn ngoại quốc nói tiếng Pháp. Lúc bấy giờ, tôi ước ao có anh Cường làm thông dịch viên chắc các phái đoàn ngoại quốc không phải là Tây mà nói tiếng Pháp chắc phải lé mắt phục anh sát đất.

Ông Khoa Trưởng xin giới thiệu tiếp:

- Hai đồng môn ChasseLoup đàn em là Bernard, gốc người nước Áo mà nói tiếng Việt và nhờ ý trung nhân cũng là người Bố Thảo dạy văn chương Việt Nam. Nay, Bernard thuộc truyện Kiều còn biết Chinh Phụ Ngâm, Lục Vân Tiên... không thua kém người Việt Nam. Anh còn biết ăn mắm sống, nước mắm và tất cả thức ăn Việt Nam. Còn một người bạn ChasseLoup nữa là Trần Minh Đức, gốc Phú Yên, nay cùng Bernard, Trung và Minh Tâm đang học năm thứ năm trường Đại Học Y Khoa Cần Thơ, chỉ còn một năm nữa là bốn bạn này đều tốt nghiệp Y Khoa Bác Sĩ. Riêng bạn Bernard chọn Sóc Trăng làm quê hương thứ hai cũng là quê hương của vợ tương lai. Ông Khoa Trưởng mời anh chị Cường, Trung và Minh Tâm cùng với Bernard và Tuyết Trinh và bạn Trần Minh Đức đứng lên.

- Gia đình chúng tôi xin trình diện cùng ông Bí Thư Tỉnh Uỷ Sóc Trăng và ông bà Thành Uỷ Viên Thành Phố Cần Thơ và tất quý quan khách. Tất cả mọi người cùng vỗ tay hân hoan chào đón đại gia đình và quan khách chung vui hôm nay.

Khi gia đình anh Ba Cường đã ngồi xuống, ông Bí Thư Tỉnh Uỷ nói tiếp:

- Trước đây Tỉnh Uỷ chúng tôi đã có làm việc với anh Bernard và Đức. Hai anh đã giúp tỉnh uỷ trong khâu tiếp tân và thông dịch khi có các phái đoàn ngoại quốc đến viếng tỉnh Sóc Trăng. Tỉnh Uỷ rất ngưỡng mộ hai bạn trẻ đã nhiệt tình phục vụ. Tôi hứa, bạn Bernard xin về phục vụ tại Sở Y Tế Tỉnh Sóc Trăng và cưới vợ cũng là người Sóc Trăng, chứng tỏ bạn Bernard đã chọn Sóc Trăng làm quê hương rồi. Tỉnh Uỷ sẽ hết lòng giúp Bernard như có chỗ ở đàng hoàng vì có an cư mới lạc nghiệp có phải vậy không các bạn? Mọi người vỗ tay tán thành ý kiến tốt của ông Bí Thư Tỉnh Uỷ. Còn bạn Đức nếu không về phục vụ được tại quê hương mình. Tỉnh Uỷ Sóc Trăng cũng xin Bộ Y Tế cho anh Đức về phục vụ ở Sóc Trăng vì anh Đức cũng như anh Bernard, trước khi được đi học lại Y Khoa cũng từng là công nhân viên của Sở Du Lịch và Xây Dựng tỉnh Sóc Trăng. Chúng tôi cũng lo chỗ ở cho anh Đức nữa. Hai bạn Đức và Bernard đứng lên cảm ơn tấm thạnh tình của ông Bí Thư Tỉnh Uỷ, chánh quyền Sóc Trăng. Hai bạn cùng hứa:

- Chúng tôi được phục vụ tại tỉnh nhà Sóc Trăng còn gì quý hoá cho bằng, chúng tôi xin hết lòng phục vụ công ích và chăm lo sức khoẻ của bà con tỉnh nhà Sóc Trăng thật chu đáo. Lại thêm một tràng pháo tay hoan nghênh, ông Bí Thư còn nói, tôi từng dự nhiều tiệc liên hoan chưa có lần nào vui như lần này.

Bây giờ, tôi xin mời tất cả các đồng chí và bà con "hai họ" cùng cạn ly kết thúc buổi tiệc vui hôm nay. Ông Khoa Trưởng nói tiếp:

- Trước khi ông Bí Thư và quý vị rời nơi đây, xin mời ông Bí Thư và quý vị nán lại uống chung trà ngon và và đặc biệt là ăn bánh bò làm với đường thốt nốt, đặc sản của Châu Đốc mà chị Ba Cường đã đặt trước. Quý vị có dịp thưởng thức bánh bò đường thốt nốt quả là một sáng kiến độc đáo của chị Ba Cường muốn đãi ông Bí Thư và quý vị món ăn bình dân mà tỉnh nhà Sóc Trăng không có. Ông Khoa Trưởng vừa dứt lời, năm dĩa bánh bò có thêm chén nước cốt dừa và dĩa mè rang để cạnh bên đã bưng lên còn bóc khói. Mọi người rất vui được thưởng thức món tráng miệng đặc biệt từ Châu Đốc mang về đây và uống trà quạo của Đà Lạt.

Ông Bí Thư đến tận chỗ ngồi của anh Ba Cường bắt tay và vỗ vai người bạn đồng môn mấy chục năm mới gặp lại, ông Bí Thư cũng cám ơn chị Cường đãi món bánh bò đặc biệt của Châu Đốc.

Tất cả quan khách ra về hết, anh Ba Cường cũng xin phép vào phòng ngơi nghỉ vì ngồi quá lâu. Hai bàn ăn cũng đã chuẩn bị sẵn sàng, Mai Hạnh nói với mấy em, bưng hết thức ăn lên để chúng ta ăn mà không cần phải đi vào bếp mang tiếp thức ăn. Mai Hạnh còn nhắc Hiếu qua mời hết các bạn của em và mấy chị bạn của chị hai qua nhà mình ăn cơm với gia đình, Mai Hạnh còn nói:

- Không ngờ bữa tiệc hôm nay vô cùng thành công và quá vui phải không Ý Sáu, Má và các em? Cả nhà cùng nói đúng quá, đúng quá. Mai Hạnh nói tiếp:

- Sau khi ăn uống xong, các em ở Cần Thơ chuẩn bị ra về và nhớ là mang thức ăn biếu hai bác, Ba Má của Minh Tâm, ông bà Khoa Trưởng và phải có phần của Bernard, Đức và Trung Trinh nữa đó nghe.! Tuyết Trinh vọt miệng góp ý:

- Chị hai bảo tụi em mang thức ăn về Cần Thơ, thật hết sẩy, cám ơn chị hai nhiều. Chị hai còn nói tiếp, các em ăn xong tự tiện ra về cho sớm, còn bàn ghế, đồ đạc để người Bố Thảo lo hết. Mọi người cười vui cùng ăn những món ăn mà cả nhà xúm xít làm cả hai ngày qua. Vì vậy, món ăn nào cũng ngon vì có công sức mình đóng góp.

Trung thay các bạn nói lời cám ơn chị hai, như là một nhạc trưởng điều khiển giàn hoà tấu với hàng chục nhạc công hoà tấu khúc nhạc sum vầy của gia đình thật hoàn hảo, thành công ngoài sức tưởng của tụi em.

Trước khi ra về, chúng em xin góp một tay, trong vòng mười phút làm sạch khu đặt bàn tiệc, bàn ghế chúng em chồng cất vào chỗ không bị chịu ảnh hưởng mưa nắng. Chúng em lấy mấy bạt còn dư phủ đắp lên bàn ghế, dùng dây buộc xung quanh tránh bị gió thổi tóc bay các tấm bạt. Còn phần vệ sinh quét dọn và hốt rác nhờ em Hiếu giúp anh chị. Còn vụ rữa chén dĩa nồi niêu son chão, chúng em nhờ chị hai giúp giải quyết nha!

Trung nói xong, các em rời Bố Thảo, lần lượt đến ôm Mẹ và Ý Sáu nói lời cám ơn và hai em gái đến ôm chị hai. Nhờ chị nói với anh hai:

- Chúng ta có tiệc vui và thành công to lớn này là do có anh hai và chị hai đứng ra tổ chức. Chúng em rất biết ơn anh chị hai nhiều lắm. Các em ở Cần Thơ từ giả gia đình xong lên xe về Cần Thơ. Tuyết Trinh nói anh Trung và chị Minh Tâm đi xe hơi chỉ có một cặp uyên ương cho rô măng tíc, còn em đi xe gắn máy với anh Bernard cho có bạn. Anh Bernard sẽ vui hơn không buồn ngủ phải không anh Bernard? Bernard gật đầu đồng ý và cũng ngầm cám ơn Tuyết Trinh rất thông minh lém lỉnh. Minh Tâm nói:

- Chị biết tẩy cô tư rồi, muốn đi với Bernard tha hồ mà ôm eo ếch chàng, lại nói anh chị đi cho có đủ cặp uyên ương. Còn cô tư với Bernard cũng đi đủ cặp ương uyên cũng rô măng tíc như ai vậy. Chỉ tội nghiệp cho anh chàng Đức lúc nào cũng vẫn solo đi một mình. Chúng ta cùng lên đường nghe!.

Về đến Cần Thơ cũng chiều tối rồi, Trung lái xe thẳng về nhà Minh Tâm, còn Tuyết Trinh, Bernard và Đức về nhà đợi Trung để cùng nhau ăn cơm chiều trước khi Bernard và Đức về nhà trọ. Tuyết Trinh vào bếp ngay lo vo gạo, bắt nồi lên bếp xong, gọi Bernard trông giúp nồi cơm để cô đi tắm và thay đồ, sẽ làm tiếp món ăn. Khi nồi cơm chín cũng là lúc Tuyết Trinh vào lại bếp bắt nồi thịt kho lên hăm nóng lại và xắt dưa leo và cải xà lách cho vào dĩa, bưng ra bàn ăn. Trung vừa về tới, vào nhà rữa mặt và ra bàn ăn cùng với Bernard, Đức và Trinh ngồi vào bàn ăn, ăn cũng vội vã để cho Bernard và Đức còn lái xe về nhà trọ ngơi nghỉ. Vừa ăn xong, Trinh nói với Đức và Bernard cứ đi về nhà đi, còn chuyện thu dọn và rữa chén dĩa để Trinh lo và cho anh Bernard nghỉ làm nhiệm vụ rữa chén một lần, Bernard cám ơn, cùng Đức lặng lẽ lấy xe lái về nhà trọ.

Ăn cơm xong, Trung vào phòng, tắm và thay quần áo ngủ, ngồi vào bộ ghế sofa nghỉ một chút. Trung gọi cho Minh Tâm biết, anh và các bạn ăn cơm xong và chuẩn bị đi ngủ liền, lúc đó mới hơn tám giờ dù còn sớm. Sau gần ba ngày về quê vui quá, nay cũng khá mệt mõi, Trung ngủ sớm lấy lại sức để sáng mai còn đến đón Minh Tâm đi học.

Minh Tâm và Trung hôm nay, đi học sớm, có mang theo quà thịt kho với trứng vịt và nước dừa của chị hai gởi biếu ông bà Khoa Trưởng. Thay vì mang đến nhà tối hôm qua, nay mang đến, bà Khoa Trưởng ra nhận, nhờ Minh Tâm chuyển lời cám ơn chị hai.

Như thường lệ, Mai Hạnh vào phòng chồng, lau mình mẫy và thay quần áo cho chồng xong. Ba Cường ôm Mai Hạnh vào lòng hôn lên tóc, mặt và nói:

- Cám ơn em đã tổ chức một bữa cơm rất đông vui và vô cùng có ý nghĩa. Hơn nữa, anh may mắn gặp lại bạn học năm xưa, nay anh ấy giữ chức vụ lớn, đầu tỉnh Sóc Trăng về mặt đảng lãnh đạo còn quan trọng hơn chức vị Tỉnh Trưởng, chuyên lo về chính quyền và phục vụ người dân. Mai Hạnh thật sự không rõ Bí Thư Đảng Tỉnh Uỷ và ông Chủ Tịch Uỷ Ban Nhân Dân Tỉnh (Tỉnh Trưởng) ai có quyền hơn ai. Ba Cường giải thích thêm:

- Đảng lãnh đạo tất cả mọi việc và chánh quyền, Uỷ Ban Nhân Dân chỉ là thừa hành, từ tỉnh cho đến huyện, xã ấp gì cũng vậy, đảng lãnh đạo. Anh Cường tiếp:

- Anh phải nói thật với em, anh cảm thấy lòng anh lo lắng vì vấn đề thuốc đặc trị anh chỉ còn đủ chưa tới một năm mà đến nay chưa có thuốc đặc trị gối đầu. Em còn nhớ, mình luôn có thuốc gối đầu trước hơn hai năm vì lúc đó Ba Má còn sống, hai ông bà phải xoay xở cố gắng mua thuốc gởi về trước. Nay, Ba Má đã qua đời hết, trong lúc nằm trên giường bịnh, Ba nhờ bạn thân tiếp tục mua thuốc gởi về cho anh. Cách đây mấy tháng, chúng mình còn ở trên đỉnh Núi Sam, em cháu anh có chuyển thơ người bạn của Ba nói là tại Pháp mua thuốc đặc trị đã rất khó vì phải qua nhiều thủ tục vì thuốc này rất khan hiếm trên thị trường thế giới.

Quan trọng hơn nữa là dưới chánh thể mới, việc gởi thuốc về Việt Nam kiểm soát chặt chẽ khó khăn hơn trước nhiều và loại thuốc này quý như vàng cho những người bịnh lao mãn tính như anh. Hơn nữa, thuốc này bán ra thị trường chợ đen giá cao gấp mấy lần giá gốc. Vì vậy, thuốc đặc trị lao rất dễ thất lạc và nếu gởi về Sài Gòn, may ra mình còn có thể nhận được. Nay gởi về thôn quê lại còn dễ thất lạc hơn vì chuyển qua nhiều cơ quan bưu điện kiểm soát.

Từ Núi Sam, trước khi mình di dời về sống ở Bố Thảo, anh có viết thơ nhờ em cháu đem thơ anh gởi sang Pháp qua Bưu điện tỉnh Châu Đốc. Ngày đứa em đưa mấy em mình lên núi đón đưa chúng mình về Bố Thảo, nó có trao cho anh thư mới nhứt của người bạn của Ba nói về việc gởi thuốc đặc trị về Việt Nam. Trong thư đã nói rõ, anh đã cho em biết đó, ông Chú, nhỏ tuổi hơn Ba nhiều, nói Ba gởi cho Chú hơn bốn trăm ngàn quan Pháp, nếu mua thuốc với giá như cũ, mình mua thuốc dùng trên dưới hai chục năm mới hết số tiền đó. Hồi trước, bịnh viện Grall là bịnh viện lớn của Pháp ở hải ngoại, mới mua thuốc đặc trị một lần cho năm năm trị liệu. Còn các bác sĩ không phải là đại diện của một bịnh viện lớn, chỉ mua thuốc đặc trị từng năm một. Cuối năm 1974, Chú có gởi về địa chỉ Núi Sam một năm thuốc mình không nhận được vì tình hình chiến sự ở Việt Nam lúc bấy giờ rất căng. Tháng tư năm 1975, Chú có gởi thêm một lần thuốc đặc trị nữa, đến nay mình cũng chưa nhận được. Qua năm 1976, Chú mới có thể mua được thuốc và gởi tiếp. Thuốc anh còn uống đến gần cuối năm 1977, nếu anh còn sống được qua năm 1978 là nhờ yêu em mà anh khoẻ thêm và không có thuốc, anh phải ra đi xa em mãi mãi. Mai Hạnh nghe chồng tâm sự như vậy thật quá buồn đau ngổn ngang trăm bề lo lắng cho cả hai người, làm thế nào có thuốc đặc trị nữa đây?.

Mai Hạnh vừa nghĩ đến chuyện phải xa chồng vĩnh viễn, nàng ôm ghì chồng xuống khóc thút thít như đứa trẻ lên ba. Trong lúc Ba Cường chỉ cầu nguyện có phép mầu của cha mẹ cứu giúp con, mua được thuốc và gởi về Việt Nam và đến Bố Thảo được suôn sẻ. Ba Cường cho vợ biết:

- Chú có viết thư cho anh nói rõ là hai lần gởi thuốc đó tốn có mấy trăm quan. Hiện Chú còn giữ số tiền khá nhiều Ba gởi cho Chú trên một trăm ngàn quan, gởi ngân hàng Pháp với số trương mục riêng. Nếu may mắn mình nhận được thuốc thì anh còn sống thêm qua năm 1978. Như vậy, nếu ở bên Pháp mua không được thuốc hoặc gởi đường bưu điện về Việt Nam bị trục trặc thì anh cũng không còn con đường sống. Chú còn nói rõ, cố mua thuốc từ đầu năm đến tháng sáu năm nay mà anh không có nhận được thuốc thì kể như vụ gởi thuốc từ bên Pháp đã bị tắt nghẽn. Chú sẽ không còn gởi thuốc nữa và Chú sẽ chuyển hết số tiền mà Ba gởi Chú đang giữ vào trương mục của anh. Ba có cho Chú số trương mục của anh ở ngân hàng Pháp có chi nhánh ở Sài Gòn để anh tuỳ nghi sử dụng vì đó là tiền của Ba cho anh mua thuốc. Chú mua không được, còn gởi về Việt Nam mà anh lại không nhận được thì biết làm sao đây.

Mai Hạnh biết rõ ngọn ngành vụ gởi thuốc đặc trị cho chồng mình gặp nhiều khó khăn hơn trước năm 1975 cho nên sự sống còn của chồng tính từng ngày từng tháng. Từ đây đến tháng mười năm 1977 chỉ được một năm, cho nên Ba Cường hối thúc Mai Hạnh cất nhà riêng để ra đi không có ảnh hưởng đến ngôi nhà chính và việc xây cất trạm xá & nhà bảo sanh tại ấp và xây lò thiêu xác phải tiến hành nhanh để anh còn trông thấy sự đóng góp của mình có ích lợi thế nào, ra làm sao?.

Trước mắt, ưu tiên số một, Ba Cường đã phác hoạ, xây một căn nhà, ngang chừng bốn mét, chiều sâu tối đa mười hai mét, bốn mét tiếp theo phần cuối nhà cất thêm nhà kho để cất giữ bàn khế và những đồ dùng cồng kềnh...Trong nhà, xây phòng ngủ một phòng lớn, hai phòng nhỏ. Một toilet trong phòng ngủ lớn, và một toilet cho hai phòng nhỏ. Một cái bếp nhỏ lấy một phần nhà kho vì nhà kho khá rộng, thừa diện tích để cất giữ bàn ghế. Ba Cường hoạch định như vậy:

- Nhờ Ý Sáu tìm thợ đến để Ba Cường hỏi giá và nói rõ cách xây cất theo ý anh và phải tiến hành nhanh. Anh sẽ đưa tiền trước một nửa để thợ xây cất có tiền mua vật liệu. Còn cái nhà ngang dùng đặt năm bàn tiệc vừa qua, vẫn để nguyên, còn dùng làm nơi đãi tiệc cưới của các em. Ba Cường cũng nói với thợ, tấm bạt bằng ny long sẽ dùng làm trần nhà, trên cao dựng thêm cột kèo, thả đòn tay và rui mè, lợp tôn vì mình có thể xây hai hồ nhỏ chứa nước trước sau để tích trữ nước mưa sẽ trong hơn.

Thợ xây cất rất thành thật, nói:

- Ông ta cho giá thấp nhứt, nếu gia chủ thấy công việc làm của ông tốt, lương thiện muốn cho thêm bao nhiêu cũng được. Ba Cường khen liền, anh nói điều đó tôi rất bằng lòng, anh yên chí tôi không những cho thêm tiền mà lại còn có tiền thưởng anh nữa đó. Ngày mai hay ngày nào sớm nhứt, anh vừa đắp nền nhà vừa cho thợ mua cây dựng ba cây cột giữa hai mái lên cao hơn chiều cao của tấm bạt và mái trước sau cũng dựng thêm cột. Ba Cường nói thay vì lợp lá nay mình lợp tôn vừa nhanh vừa không tốn nhiều cây. Đồ dùng xây cất của anh có thể để dưới nhà ngang này. Khi xây cất xong căn nhà, anh lót gạch cho hai nhà luôn. Nhà ngang lót gạch tàu, còn nhà ở thì lót gạch bông. Vụ tiền mua vật liệu và tiền công lót gạch chưa tính tới. Anh vẽ sơ đồ xây cất và tính coi cây, gạch xây tường, tất cả các cái là bao nhiêu. Tôi có thể đưa tiền trước cho anh đủ mua vật liệu, còn tiền công sẽ đưa cho anh khi mọi việc xong xuôi. Ông thợ xây nhà nói:

- Tôi chọn ngày tốt khởi công. Công việc san bằng nền nhà cho cao hơn mặt đất trong sân tránh bị nước mưa chảy vào nhà. Còn nhà ngang, dựng thêm cột cao hơn chừng một mét và mái trước sau, chỉ cao mái cũ chừng năm tấc, thay vì rút cột thấp xuống, Ba Cường nói cứ để nguyên, mình dựng thêm cột mới, dùng dây kẽm siết chặt hai cột cho thêm chắc.

Công việc làm rất chóng vánh, sau ba ngày, đắp nền nhà và lợp tôn nhà ngang cũng hoàn tất. Ông thợ cho biết, mái nhà lợp tôn thì nhanh và đỡ tốn kém hơn là lợp ngói, mình cũng làm trần nhà và trên vách hai bên, dưới mái tôn và trên trần nhà mình làm cửa thông hơi cho sức nóng có chỗ thoát ra, cũng như chung quanh nhà còn đất mình trồng thêm nhiều cây dừa hay cây ăn trái khác vừa có bóng mát và có thêm trái cây cho mình dùng. Ông thợ còn cho Ba Cường biết:

- Hai mái nhà ở và nhà ngang, ông sẽ đặt thợ làm máng xối để mình lấy nước mưa cho vào hai cái hồ chứa để sử dụng. Nơi đây mình không có đào thêm giếng và chỉ có một cái giếng cũ, mình vét cho sâu thêm cũng có đủ nước sạch dùng.

Sau hơn hai tuần, nhà ở cũng xây xong, chỉ còn xây tường gạch, làm bốn cái cửa sổ và cửa cái cũng như cửa sau, hai cửa trong hai phòng ngủ, cầu tiêu phòng tắm trong phòng lớn. Và lót gạch bông cho nhà ở, nhà ngang lót gạch tàu vì xung quanh trống trải, e sợ nước mưa tạt vào sẽ làm cho gạch bông dễ trơn trợt hơn gạch tàu. Công việc lắc nhắc này cũng phải mất thêm hai tuần nữa mới xong phần căn bản. Nếu trong nhà còn thiếu cái gì nữa chỉ cần một hai người thợ sẽ làm tiếp.

Uỷ Ban Nhân Dân ấp và Uỷ Ban Nhân Dân xã có đến tiếp xúc và thảo luận với Ba Cường về việc xây trạm y xá, nhà bảo sanh cũng như xây lò thiêu xác. Được biết, thủ tục xin đất cũng như kế hoạch xây cất với bao nhiêu chi phí mà quỹ của xã phải lo đang tiến hành khá thuận lợi. Còn xây lò thiêu, như ông Bí Thư Tỉnh Uỷ phác thảo phải có khu đất rộng, trống trải, xa nhà dân và phải nhờ Sở Xây Dựng tỉnh vẽ bản thiết kế thì mới tiến hành được, phải tốn nhiều thời gian. Như vậy việc xây cất trạm xá y tế và liên hợp với sự xây cất nhà bảo sanh, nằm trong khu vực ấp quản lý, thủ tục tương đối khá đơn giản. Hơn nữa, vợ chồng Mai Hạnh có hứa với ông Trưởng Ấp:

- Gia đình Mai Hạnh có thể tiếp sức với ấp về mặt tài chánh mua vật liệu xây cất nên tiến hành càng nhanh càng tốt. Thâm ý của vợ chồng Mai Hạnh, nếu việc xây cất theo kiểu của nhà nước chậm chạp sợ e công tác này sẽ không hoàn thành trước năm 1978 vì sự sống của Ba Cường. Nếu không có thuốc đặc trị bịnh lao từ Pháp gởi về, Ba Cường phải ra đi trong hoặc trước năm 1978, cho nên công việc hoàn thành càng sớm càng tốt.

Từ nhỏ, lúc còn ở Núi Sam, Châu Đốc, Ba Cường đã chứng kiến nhiều lần các người làm công cho gia đình anh. Khi sanh đẻ, ở địa phương không nhà bảo sanh, chở sản phụ bằng xe ngựa chỉ đi có sáu cây số đến nhà bảo sanh tỉnh mà còn đi không kịp, sản phụ phải sanh con trên xe ngựa bẩn thỉu, rất tội nghiệp cho người dân quê. Ba Cường khi lớn khôn, anh ao ước khi làm ra tiền, anh phải về quê hương anh xây cất trạm y xá, nhà bảo sanh giúp dân quê sống gần nhà anh có nơi giúp sơ cứu các bịnh thông thường và sanh đẻ. Nếu ở địa phương không cáng đáng xuể, chuyển đến bịnh viện lớn cũng an toàn hơn vì người bịnh đã có thời gian sơ cứu.

Nay, Ba Cường đã biết rõ bịnh trạng của anh, thay vì sống được năm năm như Ba anh nói với mẹ anh, giấu không cho anh biết, nay nếu anh còn sống đến năm 1978 thì thời gian sống của anh đã được trên mười hai năm rồi. Đó là đặc ân mà cha mẹ dành cho anh và đặc biệt anh có một thời gian sống "huy hoàng" vô cùng hạnh phục bên người vợ trẻ một lòng chung thuỷ không nề hà lo sợ sự lây lan bịnh lao, vô cùng nguy hiểm cho thân xác mình. Mai Hạnh đã nhiệt tình chăm sóc anh cũng như an ủi anh trong những đêm trường cô đơn giá lạnh trên đỉnh Núi Sam. Anh yêu đời hơn và ham sống hơn, mới kéo dài cuộc sống của anh đến ngày hôm nay, anh nghĩ như vậy. Lúc nào anh cũng yêu quý mến trọng vợ nhiều hơn nữa và muốn cho vợ anh đóng góp công sức và tài chánh phục vụ tha nhân, đang cần sự giúp đỡ thiết thực, vợ anh vui là anh có thêm hạnh phúc.

Vừa xây nhà riêng cho anh để anh sống những ngày cuối cùng của cuộc đời buồn khổ này mà tự anh gây ra cho số phận bi đát bịnh tật cho anh phải ở một chỗ, không dám tiếp xúc với người ngoài. Anh không khỏi lo sợ bịnh lao trầm kha của mình sẽ dễ lây lan cho người khác, anh cảm nhận đó cũng là một tội lỗi, anh tự nguyện cố tránh. Khi có ngôi nhà mới chính anh phác hoạ và do tiền của anh mướn công thợ xây cất theo ý anh. Ngôi nhà mới cũng trên đà hoàn tất các phần cuối cùng, xây tường, đặt các cửa và lót gạch, xây nhà bếp, toilet cũng như thiết đặt hệ thống nước và điện nữa là xong. Thời gian xây cất cũng khá nhanh vừa hơn một tháng. Anh còn bàn tính với vợ:

- Anh muốn trồng hàng cây hoa dâm bụt làm hàng rào trước nhà, bên hông và sau nhà trồng thêm nhiều cây dừa, trồng ngay bây giờ đón mùa mưa sắp tới và không sợ tốn kém phải mua dừa con mà người ta đã trồng được vài năm, cây cũng khá cao đã có nhiều lá, tốn thêm tiền công đào bứng nguyên cây và đặt xuống cũng phải có hố đào to nữa.

Anh còn nhờ Trung và Minh Tâm, mua giúp cho anh vài cuốn sách chỉ cách trồng hoa lan và vài loại hoa khác để anh đọc và giúp ý kiến cho vợ anh trồng lan treo theo hai mái nhà ngang trước sau cho thêm đẹp. Anh cũng dự tính nhắc vợ mua năm sáu cái võng, giăng mắc trong nhà ngang để gia đình, bạn bè đến chơi có võng nằm ngắm nhìn hoa, vườn. Đặt thêm một TV và hệ thống âm thanh tại phòng khách trong nhà mới, có kéo dây loa suốt nhà ngang còn thưởng thức âm nhạc.

Ba Cường tiên đoán, khi anh nhắm mắt ra đi vợ anh sẽ không có can đảm thực hiện những tiện nghi giải trí vì chồng chết mà vợ lại làm những chuyện trồng hoa, có võng có nhạc thưởng thức thì e bị búa rìu dư luận xỉa xói. Dư luận người đời cũng sẽ không buông tha, dị nghị, đàm tiếu những lời nói xấu Mai Hạnh.

Vì vậy, anh muốn làm ngay, song song với việc hoàn thành ngôi nhà mới để anh còn có thời gian thưởng ngoạn. Ba Cường còn nhắc nhở vợ:

- Em nói với Trung và Tuyết Trinh chuẩn bị trước lễ cưới, khi anh trở bịnh, còn tỉnh táo nên tiến hành ngay lễ cưới để anh còn chứng kiến, tham dự cùng gia đình lễ cưới của hai em. Anh còn nói:

- Anh cho Tuyết Trinh và Bernard đủ tiền mua một chiếc mới có bảy hay tám chỗ ngồi để dùng làm xe rước dâu, từ Thành Phố Cần Thơ về Bố Thảo và từ Bố Thảo về nhà của hai em ở tỉnh lỵ Sóc Trăng. Sở dĩ, anh tặng hai em Tuyết Trinh và Bernard xe mới vì mình chưa cho quà xứng đáng cho hai em, còn Trung và Minh Tâm mình đã cho tiền mua xe, mua nhà rồi. Hơn nữa Tuyết Trinh có xe mới, còn chở được em và gia đình kể cả Ý Sáu đi du lịch hay đi chùa trong những ngày có lễ lớn. Hai em Bernard và Tuyết Trinh, ông Bí Thư Tỉnh Uỷ Sóc Trăng đã có hứa cho Bernard nhà ở, anh đoán là nhà do Nhà Nước quản lý bán hoá giá mà hai em cũng đủ sức mua, nếu thiếu tiền mình giúp thêm. Anh nghe Trung nói:

= Ba Má Minh Tâm cũng đã hứa với hai em ra trường đi làm ở Cần Thơ, Ba của Minh Tâm cũng tìm một ngôi nhà thuộc diện Nhà Nước bán hoá giá mua cho hai em ở, chắc chắn ngôi nhà đó phải ở chỗ thị tứ, rộng đẹp hơn ngôi nhà hiện tại của Trung. Chừng Trung và Minh Tâm có nhà mới, em đề nghị với hai em, ngôi nhà cũ tặng lại cho Hiếu dùng để ở đi học. Nếu Hiếu học Y khoa như Trung-Tâm ít nhứt phải ở đó tối thiểu cũng mất sáu năm. Hiếu ở phòng lớn, còn hai phòng nhỏ cho sinh viên thuê cũng giúp em đủ tiền tiêu xài hàng tháng. Nếu Hiếu có thiếu chút ít thì em cho thêm hoặc anh chị nó cũng làm ra tiền có thể giúp em mình.

Ba Cường với lòng thành thật nói với vợ như là lời trăn trối, đề phòng trường hợp sức khoẻ của anh có vấn đề đột biến cũng như giúp vợ có cái nhìn toàn diện trong gia đình khi anh đã qua đời rồi.

Ngôi nhà mới đang tiến hành xây cất gần hoàn thành giai đoạn cuối, trong lúc đó Ý Sáu mướn người đào những hố trồng cây lớn quanh nhà theo bản vẽ của Ba Cường. Anh còn nhắc Ý Sau nên mua dừa lửa vì vỏ dừa màu vàng đẹp mắt xen kẽ với vỏ dừa màu xanh, cây đang ra hoa hay có trái nhỏ càng tốt vì đào bứng gốc tốn công đất tiền hơn dừa mới ươn hay còn nhỏ. Ba Cường nói với Ý Sáu:

- Mình trồng hơn chừng hai chục gốc dừa, tốn tiền thêm cũng không sao. Còn ở hai cửa, ngôi nhà chính nên trồng hai bên hai cây bông giấy màu đỏ. Sau này mình uốn vòng cung trên cửa ra vào cũng như bông giấy càng lớn mình cho chạy theo hàng rào cho thêm đẹp cùng khoe sắc với bông bụp đã trồng làm hàng rào, nay cho bông giấy bò leo lên trên. Còn các thứ bông hoa khác, mình trồng sau khi ngôi nhà mới đã cất xong hết, Ba Cường còn dặn Hiếu:

- Nhờ các bạn quét gom lá cây ở nhà các bạn đến đổ vào các hố trồng dừa hay trồng bông giấy hay hoa dâm bụt, lá cây mình làm phân lót ở đáy hố và cho thêm cứt bò đổ lên trên. Mình trả tiền công cho các bạn để cho các bạn cố gắng làm giúp. Hai thứ phân này khi xẹp xuống độ chừng một phần tư hay một phần năm hố, tưới nước cho ngập phân vài ngày mới đặt cây trồng xuống. Và lấp đất trong đó cũng có trộn với phân cứt bò và lá cây mà mình đã trộn trước làm phân lót. Ba Cường chỉ Hiếu rất tỉ mỉ cách trồng cây cho cây mau tốt mau lớn mà Ba Cường cũng chưa bao giờ làm. Với tính hiếu kỳ, Ba Cường chỉ thấy những người làm công cho gia đình trồng các cây ăn trái quanh ngôi biệt thự trên đỉnh Núi Sam làm như vậy nay chỉ lại người khác. Ba Cường mượn cóp cách làm của người khác chỉ lại em Hiếu như là mình rành lắm trong khâu trồng trọt cây ăn trái và bông hoa cây cảnh. Đây cũng là cách học lóm lại làm thầy chỉ bảo lại người khác mới oai làm sao?.

Ý Sáu nhờ Hiếu, mỗi buổi chiều, sau giờ đi học về, chở Ý đi vòng quanh trong ấp, xã coi xem chỗ nào có ươn dừa hay chỗ nào có trồng dừa vừa mới có bông hay có trái chiến, lần đầu, xin hỏi mua, đặc biệt là dừa lửa. Cũng may, ở làng này, bà con nông dân nhà nào cũng có đất rộng thường trồng năm mười cây dừa trong sân trước hay sau nhà, cho nên Ý Sáu cũng tìm mua được hàng chục cây dừa, đa số là dừa lửa cùng những bụi bông giấy màu đỏ màu vàng. Khi mua xong, Ý Sáu điều đình với người bán trả thêm tiền công đào bứng gốc, dùng bao bố tời bao quanh gốc và buộc chặt không cho đất rơi rớt ra ngoài. Ý Sáu cũng nhờ người hàng xóm có xe lam mà Ý Sáu đã mướn trước đây chở bàn ghế, nay có thể trong ngày chở hết mười mấy cây dừa và bốn bụi bông giấy. Một ngày chở không hết thì chở liên tiếp cho hết trong hai ba ngày cũng được. Ý Sáu còn dặn anh xe lam:

- Sau khi mình đặt các cây dừa xuống đất xong hết, anh xe lam nhớ mang những bao bố tời trả lại cho người bán dừa, Ý Sáu dặn kỹ gọi là mích lòng trước được lòng sau có cả người bán dừa nghe, ba mặt một lời.

Ý Sáu đi mua dừa đang trồng đang lớn đắt hơn rất nhiều dừa mới ươn giống, người bán dừa cứ thắc mắc hỏi tại sao mua dừa đang lớn làm chi cho mắc quá. Ý Sáu nói là nhà sắp có tổ chức đám cưới cho con trai cũng vừa đậu bằng Bác Sĩ Y Khoa và con gái tốt nghiệp Đại Học Sư Phạm Cần Thơ cũng làm đám cưới sau đám cưới của anh. Cô kết hôn với một Bác Sĩ Y Khoa, cặp này đều xin về làm việc ở tỉnh nhà và cậu con trai có vợ cũng tốt nghiệp Bác Sĩ Y Khoa như mình. Xin chồng về làm việc ở Cần Thơ là quê vợ. Vì có hai đám cưới gần nhau nên gia đình muốn có ngay dừa ra hoa hay có trái chiến trông thêm đẹp mắt nhân hai đám cưới con trai và con gái thời gian cận kề nhau.

Hơn nữa, thời điểm mua dừa trồng lúc này là thích hợp nhứt vì mùa mưa cận kề, mưa xuống liên tiếp nhiều tháng cây trồng dễ phát triển nhanh. Công việc mua cây trồng hoàn tất và các hố trồng cây đều có căng dây đo có khoảng cách chính xác bằng nhau. Ba Cường có đầu óc tính toán mọi thứ rất chu đáo. Trước đây, khi có khách đến thăm viếng gia đình, Ba Cường đều khoe là ý kiến của vợ mình:

- Mọi việc xây cất nhà hay trồng bông hoa cây kiểng, cay ăn trái đều là ý kiến của vợ anh. Còn anh chỉ có đồng ý với cách tính toán của vợ mà thôi.

Mấy đứa bạn của Hiếu rất nhiệt tình thực hiện làm đúng những chỉ dẫn của Ba Cường, các em rất thích và kính trọng Ba Cường lúc nào cũng dùng lời nói chỉ bảo nhỏ nhẹ và biếu các em với một số tiền hậu hĩnh. Tạo cho các em một dấu mốc mới tập tễnh vào đời làm việc được trả tiền công. Dù làm chưa tới một tuần mà tiền công còn nhiều hơn các người làm công khác nhận tiền chủ trả hơn một tháng. Đó cũng là cách Ba Cường tập các em còn trẻ phải có tinh thần tự lập, kiếm ra tiền lương thiện để vươn lên. Còn tiếp tục học đến thành tài, ra đời trong xã hội nhiều bon chen mà mình phải rèn luyện từ hồi còn trẻ. Khi vào trường đời lại còn khó khăn hơn, các em phải có đủ nghị lực khả năng vượt qua.

Nay, các em có tiền riêng không phải xin cha mẹ, mua sắm thêm sách vở, những đồ dùng cần thiết, mình cũng vui thêm có đầu óc tự lập.

Ba Cường xuất tiền, bảo Hiếu mua các dụng cụ xẻng, cuốc, cào, cưa, dao, kéo nhỏ lớn cắt tĩa bông lá cây kiểng, thùng xách nước có hoa sen, thùng lớn để đàn ông sử dụng, còn thùng nhỏ để cho phụ nữ dùng không quá sức. Em mua thêm một xe cút kít chở đất cát thay vì mình khiêng bưng vác những đồ dùng cồng kềnh thêm nặng. Mọi dụng cụ về làm vườn phải mua sắm trước cho gần như đầy đủ, sau này cần gì mình phải mua thêm. Ba Cường dự định trồng dừa, bông giấy, bông bụp làm hàng rào trước. Đất sau nhà cũng còn khá rộng, anh sẽ bàn tính với vợ nên trồng cây ăn trái loại nào ngon mỗi thứ một vài cây, đặc biệt là phải có trồng ít nhứt một cây chanh vì chanh gia đình nào cũng cần dùng như hàng ngày trong ẩm thực. Mua cây trồng ăn trái phải lựa giống kỹ vì khi mình trồng rồi, gặp trái cây đó ăn không ngon, lại tiếc của tiếc công không chặt bỏ mà cây đó chỉ làm choán đất của mảnh vườn của mình mà thôi. Song song với việc trồng dừa, Ba Cường bảo Hiếu lựa chỗ nào có nhiều nắng, đào một cái hố cạn, khoảng bốn mét vuông, sâu chừng năm tấc dùng làm vườn rau nhỏ cho gia đình sử dụng hàng ngày. Trồng các loại rau thơm dùng làm gia vị cho thức ăn cũng như rau sống...Cái hố này làm như cái hộp , bốn gốc đều đặt bốn cây cao hơn mặt tất chừng một hai tấc. Cái hố này đổ xuống nhiều phân chuồng, tro và lá cây quét vườn và đất nhuyễn, trộn đều, tưới nước đẫm để chừng một tuần cho đất phân "hoai", trồng các loại rau mới mau phát triển. Ngoài cái bốc rau thơm, cũng nên trồng vài bụi sả, nhiều cây ớt, là gia vị rất cần thiết cho việc nấu thức ăn. Anh Hai của Hiếu còn nói:

- Bây giờ có thợ xây cất mình mượn được dụng cụ, nhưng khi thợ xây cất không còn làm nữa thì mình mượn ai, và thợ đang làm mình cũng đang làm sẽ làm cho thợ gặp trở ngại. Vì vậy, trước sau mình cũng phải mua, nay mua trước, em nhờ thợ đóng mấy cái giá để mình dựng dụng cụ ở trong nhà kho cho ngăn nắp, mình bảo quản tốt tránh được mưa nắng ẩm ướt, dụng cụ sẽ dùng được lâu bền. Ba Cường nói với Hiếu:

- Em rủ bạn đi mua, tập cho bạn em quen công việc làm lặt vặt trong gia đình để sau này các em có kinh nghiệm làm cho gia đình riêng của mình. Còn anh mua những dụng cụ mới không phải mình dùng một lần này mà chị Hai có dụng cụ dùng chăm sóc hoa kiểng sau này hay em đi học về, em có phương tiện làm vườn phụ giúp chị Hai. Một điều em Hiếu nên nhớ:

- Em nhờ các bạn làm giúp em, mình phải mời anh em ăn uống đàng hoàng mình mới dễ dàng nhờ giúp mình lần khác. Khi nào các bạn làm công việc nặng và lâu mình phải trả tiền công để cho bạn thêm vui. Đó là cách hành xử khôn ngoan, đắc nhân tâm.

Cả ấp, cũng như bà con chòm xóm, thường đi qua đi lại sao thấy nhà cất chưa xong mà có hàng chục cây dừa tàng lá sum suê, có cây có bông, có trái chiến, ai cũng trầm trộ khen ngợi. Người ta thắc mắc là đa số người dân cất nhà xong xuôi đâu đó hết rồi, một thời gian sau mới tính chuyện trồng cây ăn trái hay bông hoa cây kiểng. Đàng này, gia đình Mai Hạnh có cách làm khác, lại trồng một số cây ăn trái và bông hoa cây kiểng trước, còn khâu cuối cùng của ngôi nhà cũng chưa xong. Còn nhiều công việc lắt nhắt phải làm cũng phải cả tháng nữa, như sơn, lót gạch, làm máng xối, đào rảnh thoát nước quanh nhà và còn xây hai hồ chứa nước mưa nữa. Gia đình Mai Hạnh lại còn lo làm vườn trồng rau thơm, sả, ớt... Mai Hạnh tính khi nhà mới xây cất xong cũng là lúc, cây ăn trái cũng có nhiều trái chiến và vườn rau thơm cũng thu hoạch sử dụng được, bông hoa cây kiểng cũng đã bén đất tốt tươi. Hai cái hồ cạnh hai ngôi nhà cũng phải khá rộng để chuẩn bị chứa nước mưa, khi nhà cất xong hoàn toàn cũng là đến lúc qua đầu mùa mưa tháng năm âm lịch. Hai hồ xây chứa nước mướn tốp thợ khác làm cũng khá nhanh, hoàn thành từ giữa tháng tư. Mai Hạnh bảo Hiếu nhờ các bạn xách nước giếng đổ cho đầy nước hai hồ ngâm hồ cho hết nặng mùi xi măng. Nước đó cũng không bỏ phí có thể gần đến mùa mưa sẽ mở vòi nước lấy hết nước trong hồ, dùng nước đó tưới thật đẫm các cây trồng khác cũng đang cần nước cũng đang chờ mùa mưa đến. Một công hai ba việc, khi lấy cạn gần hết nước ở đáy giếng, Hiếu tìm mướn một người chuyên đào giếng đến giúp, xuống giếng sâu, vét sạch bùn đất dơ bẩn đọng ở đáy giếng nhiều năm. Luôn tiện mướn thêm vài ngày công đào giếng sâu và rộng thêm và gọt sạch các loại cỏ từ trên miệng đến đáy giếng, rong rêu mọc trong giếng cũng dọn sạch.

Xung quanh miệng giếng, tráng xi măng cho rộng lớn thêm cũng như mua dụng cụ mới để lấy nước giếng bằng cách quay mang thùng nước lên. Không dùng tay, thùng có buộc dây cho vào giếng múc nước kéo lên vừa tốn nhiều sức mà nước thường ít không đầy thùng. Dùng sức người kéo lên làm cho nước văng tung toé, nay có cần quay tiện lợi hơn nhiều. Tất cả mọi chuyện Mai Hạnh đều tính trước, chưa tới một năm, hai em của Mai Hạnh sẽ lần lượt làm lễ cưới vì hai em sẽ tốt nghiệp ra trường, nhận công việc xong sẽ tính tới lễ thành hôn ngay.

Mai Hạnh muốn hai em tổ chức lễ cưới xong, có gia đình khi anh hai còn sống. Sau đó, Ba Cường có nhắm mắt ra đi cũng mãn nguyện vì đã được chứng kiến, tham dự được hai lễ cưới của hai em mà anh cũng có đóng góp nhiều công sức giúp hai em vợ.

Người ngoài không thấu hiểu ý muốn của vợ chồng Mai Hạnh là cái gì cũng muốn làm ngay, thực hiện ngay. Hoàn tất sớm khi chồng Mai Hạnh còn khoẻ còn minh mẫn. Tới nay, gần hết thuốc đặc trị bịnh lao mà hai vợ chồng cứ mõi mòn trông đợi. Không có thuốc đặc trị từ Pháp gởi về kịp hay không gởi được thì Ba Cường phải nhắm mắt ra đi. Anh sống đến hơn mười hai năm nay là hoàn toàn sống nhờ có thuốc đặc trị. Không còn thuốc đặc trị nghĩa là anh sẽ không còn sống trên trần gian này nữa.

Nguyện vọng của anh là từ nhỏ cho đến tận bây giờ, anh chưa làm chủ được một ngôi nhà dù nhỏ mà sống trong nhà do cha mẹ xây cất hay mua cho anh ở khi còn ở Sài Gòn. Về sống cô đơn an dưỡng trong ngôi biệt thự trên đỉnh Núi Sam cũng của cha mẹ xây cất từ lâu. Ngay cả hiện nay, anh cũng đang ở nhà bên vợ. Nghĩa là, dù anh có tiền mà cũng chưa xây cất được một ngôi nhà riêng cho anh, cho vợ chồng anh, tạm gọi là mái ấm gia đình. Vì vậy, anh hạ quyết tâm là phải xây cất riêng cho vợ chồng một ngôi nhà do anh phác hoạ cũng như trồng cây ăn trái, bông hoa cây kiểng, mọi thứ đều do vợ chồng bàn tính thực hiện. Mặt khác, anh cũng mong ước chuyện xây trạm y tế và nhà bảo sanh tại ấp anh đang ở và lò thiêu xác gần trụ sở Uỷ Ban Nhân Dân Xã cũng phải nhanh như anh đã hứa, cả ông Bí Thư Tỉnh Uỷ cũng hứa giúp nữa. Anh nói, nếu anh một mình bỏ tiền ra xây cất và điều hành thì anh thực hiện cũng phải nhanh, gấp rút trong vòng một năm trở lại, may mắn anh còn sống chứng kiến thành quả mà anh ao ước cống hiến cho xã hội. Còn công việc xây trạm Y tế, nhà bảo sanh và lò thiêu còn phải đợi chờ có quy hoạch mô hình của chánh quyền thực hiện. Việc xây cất phải trải qua nhiều thủ tục, chắc chắn ba công trình xây dựng này dù rất nhỏ cũng mất tối thiểu hai năm nữa, may ra mới hoàn tất, lúc ấy anh sẽ không còn sống để chứng kiến thành quả mà anh cũng có đóng góp công của.

Năm nay, Hiếu thi đậu lấy bằng tốt nghiệp cấp ba, còn phải thi vào Đại học Cần Thơ và anh chị của Hiếu khuyến khích em thi vào Đại học Y khoa vì em Hiếu cũng là một trong mười em học sinh giỏi nhứt của trường trung học Hoàng Diệu Sóc Trăng, có hy vọng thi đậu cao. Nếu học Y khoa thì em Hiếu được anh chị mình hướng dẫn giúp vì cả ba anh chị đã có kinh nghiệm, còn có nhiều sách y khoa mà em Hiếu còn học được khỏi phải mua sách mới. Hơn nữa, có gì em Hiếu cần tìm hiểu về y khoa, có anh chị cũng đang phục vụ tại Cần Thơ sẽ dễ dàng chỉ giúp.

Quả thật, người ta thường nói, Hiếu đẽ bọc điều. Từ hồi còn nhỏ đã có anh chị lo cho mọi thứ, lớn lên đi học ở Cần Thơ. Có nhà cửa, anh chị cho Hiếu ở và còn dư phòng cho thuê để có thêm tiền tiêu xài, Hiếu có xe gắn máy mới xịn mà có nhiều em cả đời mơ ước một chiếc xe gắn máy cũ mà mua cũng không nổi. Chẳng khác nào, như hồi Hiếu còn học trường làng, anh chị học trung học ao ước, cố dành dùm nhiều năm đủ tiền mua một chiếc xe đạp cũng không được. Hai anh em hy vọng có xe đạp đèo nhau đi học mà mãi mấy năm sau mới mua được.

Nhờ người chị hai hy sinh cuộc đời niên thiếu của mình đi làm công, giúp việc chăm sóc cho một người bịnh nan y ở Núi Sam mới có đủ tiền mua một chiếc xe đạp. Chị gởi tiền về, hai chị em quá đổi vui mừng, sung sướng mua được một chiếc xe đạp mới đèo nhau đi học. Với chiếc xe đạp, không phải chờ đợi đủ khách xe lam mới chạy, vừa nhanh vừa đỡ phải tốn tiền đi xe lam mỗi ngày hai lượt. Nay, Hiếu có hết đủ mọi thứ cần thiết cho cuộc sống khi còn là một học sinh, một sinh viên, em cố gắng chăm chỉ siêng năng học chắc chắn sẽ thành công.

Nhà mới cất xong, sơn tường, lót gạch, cầu tiêu, nhà tắm, nhà bếp, nhà kho, hồ chứa nước mưa, hệ thống điện trong nhà, các cái đều hoàn tất. Ba Cường nhờ bạn Hiếu cùng nhau đến ngày thứ bảy rữa sạch nền nhà mới cất, đem qua trước đồ đạc bàn ghế, tủ và hai giường ngủ của vợ chồng Ba Cường sẽ đem qua chiều chủ nhựt để tối hôm đó vợ chồng Ba Cường về ở nhà mới. Còn nhà chánh để cho Má, Hiếu và phòng của Mai Hạnh, dành cho Ý Sáu về ở. Còn phòng riêng của Ba Cường, phải để trống, mướn người đến rữa phòng, sơn lại và xịt thuốc sát trùng cho cẩn thận để sau này dùng phòng ngủ cho khách, cho các em của Mai Hạnh từ Cần Thơ về thăm gia đình có chỗ ngủ đàng hoàng. Ba Cường còn dặn Mai Hạnh mua giường tốt, mùng mền gối mới, có tủ quần áo và có bàn uống cà phê nữa, có cầu tiêu nhà tắm trong phòng như là ở khách sạn vậy. Tận dụng cái nhà ngang nối hai nhà chính và ngôi nhà mới, giữa ba cột chính của nhà ngang mái sau, cho thêm mỗi bên một cây cột phụ ở hai bên có thể giăng bốn cái võng. Nếu mái trước cũng trồng thêm hai cây cột phụ nữa cũng mắc được thêm bốn cái võng nữa. Ba Cường dự trù, ngày cưới của hai em sẽ có nhiều bà con ở xa đến dự có chỗ nghĩ qua đêm và ở lại với gia đình đông vui, tối có thể đốt lửa trại nữa vừa chống muỗi vừa có chỗ vui chơi ca hát...

Còn dọc nhà ngang có thể kê thêm nhiều ghế bố hay dùng những tấm ván lót trên nền gạch giăng mùng ngủ, gọi ngủ dã chiến cho vui. Đêm trước lễ cưới các bạn trẻ tha hồ mà có một đêm vừa ăn nhậu, ca hát vui chơi.

Mai Hạnh, gọi điện thoại cho các em ở Cần Thơ biết, sau gần ba tháng, nay việc cất nhà mới cho anh Hai ở riêng xong xuôi, anh chị sẽ về ở nhà mới vào chủ nhựt tuần tới, mời các em về chung vui với anh chị vào ngày thứ bảy và chủ nhựt.

Một tuần lễ qua nhanh, bốn em ở Cần Thơ và Đức hẹn nhau cùng đi một xe của Trung về đến Bố Thảo rất sớm, gần tám giờ sáng. Mai Hạnh đã chuẩn bị thức ăn sáng đầy đủ hết, còn có cà phê sữa nữa. Mấy anh em bày ra bàn ăn để giữa nhà, Hiếu chạy lên rước Ý Sáu xuống cùng gia đình ăn sáng. Ba Cường cũng tham gia uống cà phê, ngồi ở một bàn nhỏ gần bàn ăn chính. Khi ăn uống, anh em nói chuyện vui cười rất thoải mái, nức nở khen anh Hai:

- Dù bị bịnh, nhưng tính toán chỉ huy cho thợ xây cất nhà mới rất đẹp mắt, nhứt là nhà vừa mới cất xong lại có cây mới trồng mà đã có trái chiến rồi, thật bái phục anh Hai, Trung nói như vậy.

Mọi người cùng vỗ tay tán thưởng và cám ơn ơn anh chị Hai lo mọi việc thật xuất sắc. Ba Cường lên tiếng:

- Các em nói nhà vừa mới cất xong mà cây trồng đã có trái, không phải công của anh Hai mà công của Ý Sáu và em Hiếu. Các em vỗ tay hoan hô đi nào, cả bàn ăn lại vỗ tay tán đồng ý kiến của ba Cường. Bữa ăn sáng càng lúc càng thêm vui. Mai Hạnh khoe với các em:

- Chị Hai đã mua bốn cái võng, ăn xong mấy em trai treo võng thử coi có vừa, đúng khuôn mẫu anh Hai muốn như vậy và các em nằm nghe nhạc, máy và loa cũng mới mua, chưa dùng lần nào. Hôm nay nhờ các em khai trương cái gì cũng mới hết chỉ chị em mình là cũ xì thôi hà! Các em tha hồ mà cười vui và khen:

- Chị Hai nói có duyên quá, hèn chi anh Hai yêu chị Hai quá xá quà xa là phải. Cả nhà lại cười, như được khích lệ và cũng mời gọi "dụ khị", Mai Hạnh nói các em thường về chơi, thăm gia đình cho Má, Ý Sáu và gia đình thêm vui thêm ấm cúng hạnh phúc vì vài tháng có nước dừa lửa uống ngon lắm. Bây giờ thì dừa nhà mới trồng, đã có trái còn non chưa uống được, chị Hai có mua vài buồng dừa để phía sau hè thay thế cho dừa nhà đó nghe! Các em lại vỗ tay hoan nghênh, nói ý kiến của chị Hai quá tuyệt. Chúng em sẽ nằm võng thưởng thức nhạc, thưởng ngoạn vườn hoa cây kiểng và vườn rau xanh mới trồng đang phát triển xanh tươi

và còn uống nước dừa nữa, thật hết sẩy.

Các em uống nước dừa hay các em gái làm mồi cho các em trai nhậu lai rai chờ ăn bữa cơm trưa. Chị Hai đã chuẩn bị thức ăn đầy đủ hết, còn có cả bánh xèo nữa mà chị đã nhờ các bạn hàng xóm giúp chị đổ bánh xèo đãi cho các em ăn bể bụng luôn, ăn không hết, các em có quyền mang về Cần Thơ ăn tiếp.

Các em đi dạo quanh khu vườn sau, thấy những rãnh mới đào đắp đất lên hai bờ để trồng cây ăn trái, Ba Cường dự trù mua giống tốt trồng nhiều giống cây ăn trái như cam, quít, chanh, bưởi, xoài cát Hoà Lộc, xoài thanh ca, mãng cầu, ổi, mận đu đủ, chuối...mỗi thứ năm ba cây. Tất cả cây trồng phải cố tìm mua cho đủ nhiều loại, hy vọng quanh năm, lúc nào cũng có trái cây thứ này hay thứ khác tha hồ mà thưởng thức cây nhà trái vườn.

Khi giăng bốn chiếc võng xong, Bernard và Đức lại mời anh Hai ra nằm võng "khai trương", hai em bắt hai cái ghế đẩu, ngồi cạnh anh Hai tha hồ mà nói tiếng Tây cho đã cái miệng. Các chuyện học hành năm xưa ở trường ChasseLoup Laubat, anh Hai kể lại cho hai em nghe cũng như hai em thuật lại hoàn cảnh của hai em từ ngày mới vào học trường ChasseLoup cho đến những ngày tháng lao đao lận đận.

Sau 30.4.1975, các em phải lưu lạc giang hồ tìm kế mưu sinh và đi về Miền Tây đi tìm anh Hai vì nghe tin anh bị bịnh nặng mãn tính về thăm anh và luôn tiện kiếm việc làm mưu sinh cho qua giai đoạn đầu lưu lạc quá khó khăn. Không gặp anh Hai mà dung rủi về Sóc Trăng, hai em lại gặp nhau, giúp đỡ nhau để sinh tồn và may mắn nhờ gặp Trung và Minh Tâm, Ba Má Minh Tâm đã hết lòng giúp đỡ chúng em mới có được vận hội mới, cuộc sống mới như hôm nay.

Thời vận của hai em lại được đưa đẩy học lại trường Y - Đại học Y Khoa Cần Thơ và đến bây giờ, Bernard cũng sẵn sàng sắp ở cùng chung thuyền với anh Hai, anh chèo lái, còn Bernard chèo mũi thành anh em cột chèo, có phải vậy không anh Hai? Đức nói lớn bằng tiếng Việt để cho trong nhà đang làm bếp cùng nghe. - Minh Tâm nghe Đức nói như vậy, từ trong nhà bếp chạy ra, nói liền:

- Chúng tôi "nhất trí" với anh Đức đó, anh Hai thấy thế nào? Anh Hai gật đầu nở nụ cười tươi và đưa tay bắt tay Đức và Bernard như xác nhận lời nói chí lý, quá đúng của Đức.

Hiếu và hai ba bạn nữa chặt dừa, cho một người một ly và còn có nạo cơm dừa cho vào ly nữa và em có cho thêm chút xíu muối cho nước dừa thêm ngọt lịm. Mọi người cười nói không dứt, đặc biệt là Ba Cường hôm nay quá vui, nhà mới xây cất xong, có đông đủ các em ở Cần Thơ về tham dự bữa ăn tân gia và em nào cũng khen anh Hai nức nở. Bernard và Đức vào kho đem ra hai cái bàn tròn và Hiếu cùng các bạn Hiếu mang ra hai mươi ghế ngồi và lau chùi sạch sẽ. Hiếu trải lên nấp bàn cùng đem chén dĩa ra xong. Hiếu rủ một bạn cùng lên xe chạy ra chợ Bố Thảo mua nửa cây nước đá và một thùng bia, mặc dù ở nhà cũng còn gần một thùng bia đã mua trước đây mấy ngày rồi. Hiếu nghĩ các anh chị mình ở lại chơi đêm nay, thế nào cũng lai rai ba sợi cho đời lên hương vì chị Hai đã chuẩn bị nấu cháo gà mà đã mua trước hai con gà trống lớn và hai trái đu đủ mỏ vịt, có món gói đu đủ tha hồ mà làm mồi nhậu cả đêm. Chị Hai nói:

- Các em của chị thích món thịt kho trứng nước dừa ai ăn cũng đều khen ngon và Mai Hạnh còn kho nhiều nữa để các em mang về Cần Thơ ăn tiếp. Còn có món canh chua lươn với bắp chuối hột, cá rô kho tộ mà có thêm thịt ba rọi làm cho cá kho càng thêm béo, hấp dẫn. Món xào có đậu ve xào thịt và món gõi gà trộn với đu đủ mõ vịt, đủ bốn món ăn chơi và món nhậu sương sương. Sau bữa ăn trưa, tha hồ đánh một giấc, chiều nhậu tiếp cho thật đã, sáng mai cùng đi chợ lớn Sóc Trăng ăn sáng, mua thêm thức ăn về làm bữa cơm trưa chủ nhựt.

Sau khi ăn uống xong xuôi, trước khi về lại Cần Thơ, các em mỗi người giúp một tay khiên tủ giường, đồ đạc của anh chị Hai về nhà mới mà các em lại làm chứng nhân đưa anh chị về dinh. Từ đây về sau, chị Hai của các em vẫn nấu cơm ở nhà chính và qua lại hai nhà vừa chăm sóc chồng vừa lo cho Mẹ nữa. Nhà mới chỉ có nấu nước pha trà hay pha cà phê cho anh Hai uống vào buổi sáng và buổi trưa cũng như chiều sẽ nấu một nồi nước sôi pha nước tắm cho chồng. Còn nấu ăn đều sử dụng bếp nhà chính.

Bữa cơm trưa đã dọn lên hai bàn tròn, Mai Hạnh nhắc Hiếu:

- Mời mấy em trai giúp Hiếu cùng đến ăn cơm với gia đình. Bữa cơm gia đình cũng có thể gọi là bữa tiệc tân gia của anh chị Hai các em. Trong vườn nhà, chừng một năm nữa bắt đầu sẽ có nhiều trái cây vì cây giống, Ba Cường luôn dặn Ý Sáu và em Hiếu nên mua cây lớn đang có bông hay sắp có trái chiến vì Ba Cường muốn thấy cây có trái nhiều và anh sẽ thưởng thức cây nhà trái vườn của mình càng sớm càng tốt vì anh e sợ, anh ra đi trước khi cây có trái thì cũng uổng công thật.

Ba Cường mời các em trai, tối nay ngủ ở nhà mới với vợ chồng anh, nói chuyện đời cho nhau nghe, còn bên nhà chính để các chị gái ngủ. Còn phòng riêng của anh Hai phải đóng kín cửa lại, ngày thứ hai sẽ xịt nước rữa với thuốc sát trùng và có thuê người đến xịt thuốc diệt trùng và ruồi muỗi, đóng cửa để đó chừng một tuần. Sau này, phòng đó để cho Má ngủ, còn phòng ngủ của Mai Hạnh và phòng của má Hạnh để trống dùng làm phòng ngủ cho các khách quý từ Cần Thơ về thăm gia đình. Một ngày nào đó Ý Sáu muốn về ở chung với Má của Hạnh thì cũng còn thừa phòng. Năm tới, Hiếu cũng vào trường đại học ở Cần Thơ, lại dư thêm một phòng nữa, nhà lại vắng vẻ.

Các em nghe anh Hai nói mà lòng thêm xao xuyến làm sao, tình nghĩa của anh Hai đối với gia đình bên vợ thật nồng nàn.

Bữa cơm chiều xong, mấy em rủ nhau lên xe, chạy một vòng quanh thành phố Sóc Trăng "thăm dân cho biết sự tình", Bernard đề nghị Trung lái xe đi Bãi Xàu cho mọi người "rửa mắt" như là cỡi ngựa ngắm hoa.

Trời vừa tắt nắng xung quanh nhà lồng chợ, mọc lên mấy chục cái quán nhậu nhỏ với vài bàn và cái ghế nhỏ để cho khách nhăm nhi với "nước mắt quê hương" ba xi đế hay bia bọt, bia chai cùng với những món nhậu quen thuộc đuông chà là, thịt lụi nướng hay tôm cá nướng, bún nem nướng, nem chua. Chỉ có ngần thức ăn thông thường đó thôi mà sao thu hút khách quá xá đông, nhứt là vào các buổi chiều thứ bảy như chiều hôm nay.

Trung chạy mấy vòng mới kiếm được chỗ đậu xe mà cũng hơi xa, đi bộ cũng đến hàng trăm mét. Chỗ đậu xe ô tô đã khó tìm chỗ gần quán nhậu mà phải đậu xa và còn phải trả tiền cho người trông nom xe giúp vì sợ có người sao rảnh quá, đi qua lại thấy xe hơi mới thì hay tháy máy tay gở cái quạt nước hay có sẵn tuột nơ vít vặn lấy kiếng hai bên xe hay vặn cho gãy kiếng chiếu hậu chơi cho bỏ ghét. Chưa hết, đám con nít du thủ du thực quá rảnh còn dùng đá hay cây nhọn cào tróc nước sơn cho vui. Khi chúng hoàn thành "công tác" cùng nhau cười hô hố như vừa mới chiến thắng một cái gì đó ghê gớm lắm. Vì vậy, ở Việt Nam người nào có xe mới, xe xịn, cái thứ nhứt là phải mướn thêm tài xế vừa lái xe và trông nom xe khi ngừng lại, đậu chỗ nào cũng phải để mắt vào các thằng nhóc cứ cà rà tới lui, lấy tay rờ xe mà chúng lại dùng móng tay hay vật sắc bén dấu trong lòng bàn tay cào một đường như là trả thù hay ganh tức cái tội giàu có xe hơi tốt. Còn chúng lại lang thang đầu đường xó chợ kiếm cái ăn hàng ngày đã quá mệt rồi. Chúng thiếu học vấn mà có đi học, nhà trường lại thiếu không dạy môn công dân giáo dục từ lúc chúng còn con nít học mẫu giáo, cấp tiểu học hay trung đại học nữa. Nhà trường chỉ lo dạy những môn học gì quá cao siêu, quá lý tưởng mà xã hội ít khi cần đến mà xã hội cần nhứt là con người phải luôn có đạo đức, kính trên nhường dưới, phân biệt phải trái và phải có tinh thần mình vì mọi người.

Các bác tài, không lẽ cứ đứng gần, sát xe trông chừng hoài, chẳng may, gặp chủ xe đi ăn nhậu hay có chuyện đi lâu hàng giờ thì đứng lâu làm sao chịu nổi. Chi bằng bỏ ra một ít tiền trả tiền cho một tên nhóc nào đó có vẽ là lãnh tụ coi xe an toàn nhứt. Cách này chắc ăn, tốt nhứt cho các bác tài, còn có nhiều thì giờ mà la cà tán gái, đỡ phải dán mắt vào chiếc xe mà lại không chắc ăn, tíc tắc lơ đễnh là xe có thẹo, về nhà bị chủ xe nạo sát ván cho bằng thích.

Đức trong nhóm năm người, có thể nói là người tự do nhứt vì không bị kềm kẹp bởi các người đẹp, liếc, háy hay lườm lườm mắt làm cho bạn trai cũng e ngại, chưa nói là ngán, sợ phật lòng người đẹp. Đức độc thân vui tính, Trung và Bernard cũng độc thân mà không dám vui tính tán tỉnh và trêu chọc các cô chiêu đải lả lơi mời mọc.

Tội nghiệp cho đời con trai, các cô chiêu đãi viên lại mặc áo quần thiếu vải để hở tùm lum tà la như mời mọc mà không cho các cặp mắt các chàng trai dán vào các chỗ hở đó thì cũng phí của trời. Thật tình mà nói, các cặp mắt của các chàng trai lại thích lựa chỗ thiếu vải mà nhìn mà liếc tha hồ mà rửa mắt, ngắm người đẹp cho no mắt đã thèm. Các chàng trai sau khi đi một vòng ngắm cảnh hoàng hôn tại các quán cóc lộ thiên ở Bãi Xàu, không phải những con đuông trần trụi bất động nằm gọn trong dĩa chờ khách. Đây là các con đuông cũng như gần trần trụi mà lại thơm phức cái mùi nước hoa rẻ tiền mà nhún nha nhún nhẩy lượn qua lượn lại tranh dành mời gọi các anh chàng hào hoa vào quán em đi, quán em có đủ thứ hết, món nào cũng có, bá chấy.

Đó là cách giới thiệu khách hào hoa còn dốt, chưa sành đời, tưởng đâu chỉ món đuông nhậu cho khoái tỉ. Còn có các con đuông khác nõn nà chào đón khách nhàn du. Mời khách thưởng thức món ăn độc đáo tiền trao cháo múc ở cái nhà nào đó gần đó hay chở đến khách sạn mần việc liền vì còn phải chở nàng trở lại chỗ cũ để nàng còn phục vụ tiếp cho chủ quán, tiếp khách mới.

Minh Tâm và Tuyết Trinh, lần đầu tiên trong đời thấy cảnh các chiêu đãi viên ăn mặc hở hang hết biết đó rất là khó chịu cho cô giáo sư dạy môn Việt văn và cô Bác sĩ trẻ đẹp. Thế là hai cô khều hai chàng đực rựa Trung và Bernard, hai người giả bộ không hiểu không biết nên cứ tiếp tục nhai đậu phộng rang và nói cười huyên thuyên, đi quanh khu mua bán lộ thiên này cũng khá ồn ào náo nhiệt này cũng cảm thấy vui vui. Hai cô Tâm và Trinh bực mình, chịu hết nổi nắm tay người yêu ngắt một cái thật đau làm cho hai chàng giựt mình mới biết mình đã bị vòng kim cô siết rồi. Còn Đức cứ lại nhởn nhơ hết khen cô chiêu đải này mặc áo đẹp hở bạo, chân cô khác thon hết sẩy. Không phải Đức là người con trai can đảm đâu nhé, vì chàng chưa có người yêu xiềng xích tha hồ mà nói nhăng nói cuội. Minh Tâm nguýt một cái nói với Đức, cái anh này kỳ cục quá trời, cứ khen tào lao chán ngấy. Minh Tâm bảo Trung:

- Thôi mình đi về, không ăn uống gì ở đây nữa. Lái xe ra chợ chánh tìm sâm hố lượng hay chè gì đó ăn cho ngọt vì ở đây, miệng em sao mà đắng nghét vậy đó. Tuyết Trinh vội lên tiếng:

- Em hoan nghênh ý kiến hay của chị Minh Tâm. Đức cười ngặt nghẽo, hai bà chị đổ ghè tương ớt ra rồi. Như vậy, chúng ta đi quanh lại xe về ăn chè ngọt để hai người bạn của tôi không bị nhiều vết sẹo ngắt véo. Minh Tâm nói:

- Mới nghe anh Đức có đề nghị hay, tôi sẽ không mét khi anh có bạn gái về cái chuyện đi chơi ở Bãi Xàu chiều hôm nay đâu nhé!. Nếu tôi kể lại tỉ mỉ, bạn gái của anh Đức chắc còn ngắt véo bạo hơn hai chị em chúng tôi. Cả năm người cùng cười và giải hoà trong màn ăn chè ngọt miệng và còn nghe lời nói ngọt nữa lọt vào tai.

Sau khi ăn chè xong, các bạn lên xe chạy một vòng quanh thành phố Sóc Trăng về đêm cuối tuần coi thế nào.

Về đến nhà, các bạn trẻ thuộc giới trí thức, lại học cùng trường lớp nữa và toàn là những con mọt sách, đọc sách nhiều, ngồi quanh bàn với bình trà sen nóng hổi, còn có chất ngọt làm chất xúc tác nước trà lại thêm ngon với mè láu, bánh pía của quê hương Sóc Trăng. Ba Cường nói với vợ:

- Em ra nói với các em cứ vui chơi bàn luận tự nhiên, dù cười và nói lớn cũng không sao cả vì anh Hai cũng sẽ vui lây. Em nói rõ, các bạn chuyện trò tâm đắc, trong lúc anh hai của chúng đang nằm trong phòng ngủ không ra chơi góp ý với các em vì anh ba Cường, cảm thấy không được khoẻ. Ba Cường lập lại:

- Các em cứ tự nhiên nói chuyện, bàn luận bất cứ vấn đề nào, anh cũng chăm chú thích thú theo dõi, anh nghe và chờ dịp khác, anh cũng sẽ bàn luận với các em. Các em cứ tự nhiên, anh rất vui được các em cùng về ở chung nhà mới của vợ chồng anh chị trong đêm đầu tiên này. Nhờ anh Hai bắn tiếng nói trước như vậy, nên các anh em nói cười rất tự nhiên không lo sợ làm phiền anh Hai cần sự nghỉ ngơi. Chị Hai, hai em gái Minh Tâm và Tuyết Trinh cũng quây quần ngồi gần đó, cũng to nhỏ chuyện bếp núc, chuyên đời thường của giới phụ nữ và theo dõi cuộc bàn luận của ba bạn trẻ, thỉnh thoảng cũng có góp ý. Hai em Minh Tâm và Tuyết Trinh chốc chốc lại lo cho siêu nước luôn sôi để pha trà cho ba anh trai nhâm nhi. Đặc biệt đêm nay, các bạn trai chỉ uống nước trà ăn bánh ngọt, hoàn toàn không uống rượu. Cuộc bàn luận, chuyện trò suốt mấy tiếng đồng hồ mãi đến hơn mười giờ mới chấm dứt.

Các đề tài các em đề cập tới là luôn nói về thành phố Cần Thơ mà các em đang theo học trường Đại học Y khoa và Đại học Sư Phạm của Viện Đại học Cần Thơ mà năm em rất hãnh diện. Các em phân tích, so sánh thành phố Cần Thơ với các thành phố lớn khác của đất nước.

Nếu so sánh các nơi vui chơi giải trí thì ở vùng thành thị của một tỉnh thì Cần Thơ chỉ có thua Sài Gòn về số lượng người đi chơi hay các địa điểm tiệm ăn nhậu, ca nhạc, nhảy đầm... Còn Thủ Đô Hà Nội là một thành phố chính của đất nước mà lại là một thành cổ xưa so với Sài Gòn và đặc biệt so với thành phố trẻ Cần Thơ, không nhộn nhịp về đêm. Hơn nữa các em cũng chưa sống ở Hà Nội, nên các em không đề cập đến nhiều như thành phố Sài Gòn và Cần Thơ.

Thành phố Cần Thơ lại có chợ đêm mà ở Sài Gòn và đa số các thành phố khác lại không có khu chợ đêm đặc biệt. Đây là khu vui chơi giải trí và có hàng chục địa điểm quán ăn ngon, quán chuyên bán đặc sản Miền Tây hay là khu chuyên bán thức ăn nướng gọi là làng nướng, mùi thơm của thức ăn lan toả bay bay trong không khí lại càng thêm hấp dẫn thu hút khách nhàn du. Cần Thơ đã nổi tiếng từ thời xa xưa, ngày còn Pháp đô hộ Việt Nam và qua chế độ cũ, Cần Thơ được mệnh danh hay người ta phong tặng là Thủ Đô của Miền Tây hay nói gọn là Tây Đô. Cần Thơ, cái gì cũng có kể cả trường Đại học lớn đầu tiên của Miền Tây, nhựt báo phát hành tại Tây Đô, đài truyền hình, đài phát thanh có công suất lớn chỉ thua đài Sài Gòn mà thôi. Về quy mô các môn học chuyên ngành, Đại học Cần Thơ chỉ có đứng sau Viện Đại học Sài Gòn và Hà Nội. Sau này, từ năm 1975, Viện Đại Học Cần Thơ lại càng nổi danh được xếp ngang hàng với nhiều Viện Đại Học Quốc Tế trên thế giới, đặc biệt là ngành Nông

Nghiệp vì miền Tây là vựa lúa của cả nước Việt Nam. Viện Đại học Cần Thơ nếu so sánh toàn diện, dù sanh sau đẻ muộn, các môn ngành học chuyên sâu, chỉ có đứng sau hay ngang hàng với Viện Đại học Hà Nội và Viện Đại Học Sài Gòn, ca dao có câu:

Cần Thơ gạo trắng nước trong,
Ai đi đến đó lòng không muốn về.

Thành phố Cần Thơ còn thu hút các nhạc sĩ sáng tác những nhạc phẩm để đời, tạo ấn tượng tốt đẹp bám chặt vào tâm trí của người bản địa mà còn làm cho người Việt khắp ba miền Bắc Trung Nam và ở nước ngoài luôn dành cảm tình nồng ấm đặc biệt cho thành phố Cần Thơ, như nhạc phẩm: Qua Phà Hậu Giang của nhạc sĩ Nhật Ngân – Chiều Tây Đô của Lam Phương – Chiếc Áo Bà Ba của Trần Thiện Thanh...Và gần đây, Cần Thơ còn hãnh diện, xây dựng được một cây cầu bắc qua sông Hậu hiện đại, thẩm mỹ lập thành tích có chiều dài nhứt nước và dài nhứt Đông Nam Á.

Cần Thơ có nhiều sông rạch chằng chịt bao quanh với các ruộng lúa bạt ngàn, vườn cây ăn trái sum suê có nhiều trái cây ngon nổi tiếng, không thiếu bất cứ loại trái cây nào của vùng đồng bằng Nam Bộ. Nổi tiếng có thể kể đến trái vú sữa Cái Răng mà nhiều người so sánh trái vú sữa Cái Răng không những to mà có nhiều sữa như các bà mẹ mới sanh con đầu lòng cũng có nhiều sữa như vậy.

Cần Thơ có hai phi trường lớn: Cần Thơ và Trà Nóc. Từ phi trường Trà Nóc đi sâu vào đồng ruộng hay đi về quận Ô Môn , Thốt Nốt có nhiều vùng chuyên canh lúa và sản xuất nấm rơm, trái cây...

Hình: Chợ Nổi Cái Răng - Cần Thơ

Viện Lúa Đồng Bằng Sông Cửu Long, cách phi trường Trà Nóc cũng không xa. Cần Thơ còn nổi tiếng có chợ nổi Cái Răng, có thể nói là bề thế nhứt, đa dạng nhứt bán buôn sỉ lẻ các loại thổ sản của tỉnh nhà và các vùng lân cận của các tỉnh Sóc Trăng, Rạch Giá, Trà Vinh... Gần khu chợ nổi, chánh quyền địa phương còn khoanh vùng sinh thái. Du khách tha hồ mà thuê xuồng, ghe nhỏ đi tham quan bằng những chiếc tắc ráng, xuồng, ghe lườn len lách vào các vườn cây ăn trái ngon ngọt xanh tươi quanh năm. Những hồ nuôi cá để phục vụ khách du lịch muốn ăn món gì của đồng quê như cháo cá, hoặc cháo gà, vịt hay cá lóc nướng trui, cá hấp, đều phục vụ mau mắn có thể là chớp nhoáng là có món ăn đặc sản của đồng quê. Du khách muốn ăn trái cây tự hái hay chủ vườn hái sẵn cân bán với giá hữu nghị đặc biệt, mùa nào có trái cây mùa đó, nghĩa là quanh năm đều có đủ loại trái cây cung cấp cho khách du lịch.

Mỗi chuyến đi du lịch sinh thái như vậy, mất vài tiếng, từ chợ nổi đi vào hay từ Bến Ninh Kiều Cần Thơ, du khách mướn một chiếc xuồng cho riêng gia đình năm ba người. Có thể đi chung trong các chuyến du lịch bằng xuồng ghe có gắn máy đuôi tôm hay những chiếc tắc ráng có mui che chở khách từng tốp từ mười người đến hai ba chục người, đi một vòng tham quan trước hay ăn quà sáng tại khu chợ nổi Cái Răng. Ở đây khoảng nửa tiếng, các chiếc "du thuyền đồng quê" còn có nhiệm vụ đưa du khách đi tiếp vào các vùng sinh thái thưởng ngoạn cảnh sông nước hữu tình, vườn cây ăn trái xanh tươi, oằn trái chín thu hút.

Nơi đây có võng cho du khách nằm nghỉ và thưởng thức cải lương, vọng cổ hay tân cổ giao duyên hoặc nghe nhạc bolero não nuột, ai oán làm cho hồn mình lâng lâng bay bổng. Chúng ta đặt món ăn nhanh, chờ chừng hai chục phút, chúng ta có những món ăn trưa mà chúng ta đặt ăn mấy người đều được phục vụ nhanh chóng. Kông phải rề rà như ở các quán nhậu ở thành thị vì chủ quán muốn câu khách ở lâu, họ bán thêm các thức ăn nhanh hay uống thêm rượu, bia hay nước giải khát. Còn các nơi bán nhanh ăn dã chiến cho du khách, không có nhiều thì giờ, các xuồng ghe chở khách chỉ ở đó tối đa là một hai giờ hay hơn để còn đi chỗ khác hay tới giờ về lại Bến Ninh Kiều.

Cần Thơ đã nổi tiếng đất lành chim đậu từ xa xưa, thời kỳ sơ khai Nam tiến di dân từ miền Trung vào khai phá mở mang bờ cõi đầu tiên, trên hai trăm năm mươi năm. Cần Thơ với thế mạnh từ thủa đầu khai khẩn đất hoang đã hào phóng đón nhận di dân khai khẩn đất còn hoang dã dư thừa nuôi sống dân mới nhập cư. Vùng đất mới có đủ yếu tố thiên thời, địa lợi, nhân hoà với sông nước, kinh rạch chằn chịt chạy sâu vào đồng ruộng phì nhiêu màu mỡ. Mỗi năm có thêm đất phù sa từ thượng nguồn chảy theo dòng nước đổ xuống sông Hậu sông Tiền đưa về bồi đắp cả một vùng rộng lớn khắp vùng đồng bằng sông Cửu Long, trước khi dòng nước ngọt đó chảy ra Biển Đông. Khí hậu ở vùng này ôn hoà với hai mùa mưa nắng rõ rệt.

Nhờ sự giao thông dễ dàng bằng đường thuỷ, thời kỳ phôi thai chưa có nhiều những con lộ nhỏ, chưa nói đến là có đường lộ to rộng cho xe ô tô chạy được. Những di dân từ Miền Trung đến đây cắm dùi, cất nhà, tự do khoanh vùng canh tác cho riêng mình, tuỳ theo khả năng đông hay ít người trong một gia đình. Quan trọng nhứt vùng này có thể nói là vùng giải phóng trước các vùng đất khác giáp giới với nước láng giềng Cao Miên như các tỉnh địa đầu biên giới Châu Đốc – Hà Tiên – Kiến Phong – Kiến Tường... cuộc chiến giữa hai dân tộc Việt Miên tại các nơi đó chưa chấm dứt hẳn mà luôn ầm ĩ hận thù gây hấn tấn công lẫn nhau mãi cho đến sau này.

Cần Thơ lại còn cách xa biên giới Miên Việt trên dưới 150 cây số và người Miên bản địa không còn định cư đông như các tỉnh Sóc Trăng, Bạc Liêu, Rạch

Giá, Châu Đốc, Trà Vinh... cho nên vùng đất rộng lớn Cần Thơ luôn an bình và phát triển không ngừng về mọi mặt. Đặc biệt, nền nông nghiệp và ngư nghiệp làm giàu cho vùng đất mới Cần Thơ từ ngày đầu và cho đến thời kỳ bị Pháp đô hộ hơn tám mươi năm, đã biến đổi Cần Thơ thành một trung tâm, một thủ phủ của toàn lãnh địa Miền Tây. Sau này, thời Đệ Nhứt, Đệ Nhị Việt Nam Cộng Hoà và sau ngày 30 tháng tư năm 1975, dưới chánh thể mới cũng đã tôn vinh Cần Thơ là Thủ Đô của Miền Tây. Một vùng đồng bằng bao la với đồng ruộng phì nhiêu, vườn cây ăn trái sum suê bạt ngàn và thuỷ sản dồi dào của vùng sông nước hữu tình. Thế mạnh về mọi mặt của Cần Thơ từ kinh tế, giáo dục, nông nghiệp, có thể nói là không thua kém bất cứ tỉnh thành nào, chỉ đứng sau Sài Gòn và Hà Nội.

Cả vùng đất Miền Tây hồi xa xưa, hoàn toàn là đất đai của người Thủy Chân Lập ở vùng đất thấp và chính quốc ở vùng thế đất cao thành một nước rộng lớn Cao Miên. Nay di dân lấn đất mưu sinh, đúng với quy trình mở mang bờ cõi xuống sâu Miền Nam của đế chế phong kiến của tổ tiên ta.

Thời nào, bất cứ ở đâu trên thế giới này cũng vậy, cá lớn nuốt cá bé, kẻ mạnh đè bẹp, khuất phục kẻ yếu, đúng với thành ngữ "mạnh được yếu thua". Còn miền Bắc, tổ tiên ta làm sao dám Bắc Tiến với một đế quốc Trung Hoa to rộng "kếch sù", dân số và diện tích nhiều hơn nước Việt và lớn hơn nước Việt đến mấy chục lần. Cho nên, chúng ta bình tâm đọc lại lịch sử Việt mà lòng không thể không đau xót cho một dân tộc và đất nước Chiêm Thành từ Quảng Bình chạy dài đến Phan Rang. Thời xa xưa rất hùng mạnh và có nền văn hoá không thua kém bất cứ dân tộc nào trên thế giới. Cùng một thời điểm xa xưa huy hoàng đó, nay, dân tộc Chiêm Thành đã bị mai một, đất nước lần lần bị suy tàn và tiêu vong.

Hầu hết lãnh thổ miền Trung Việt Nam là phần đất đai của đế chế Chiêm Thành xa xưa đã góp phần làm cho nước Việt Nam thêm rộng lớn về phương Nam. Chiếm được toàn thể đất nước Chiêm Thành hoàn tất. Một dịp may khác, ngàn năm một thuở lại đến, khi nước Cao Miên có nội chiến tranh dành quyền lực giữa các nhà cai trị nước Cao Miên ở vùng cao và vùng đất thấp. Trong thế yếu, các nhà cai trị vùng đất thấp của nước Thuỷ Chân Lập mới khẩn khoản rước quân Nam tiến của Triều Đình Huế đang bình trị vùng đất mới chiếm được của nước Chiêm Thành, tiếp giúp họ đánh trả quân Miên ở vùng cao dành lại chủ quyền giúp họ. Với dồi dào kinh nghiệm chiến trận đánh với quân Chiêm Thành, nay có dịp thi thố tài năng và rèn luyện thêm kinh nghiệm chiến trận nên đoàn quân Nam tiến, đánh thắng quân "xâm lăng" giúp nhà nước Thuỷ Chân Chân Lập xua đuổi được quân Miên ở vùng cao phải rút quân, bỏ chạy. Đây cũng là cơ may đáp ứng tham vọng bành trướng về phương Nam của các triều đại đế chế phong kiến Việt Nam. Nhà nước Thuỷ Chân Lập cắt đất làm quà biếu đền ơn đáp nghĩa công trạng đoàn quân Nam tiến của Tổ Tiên ta hy sinh đổ máu cứu giúp họ khỏi mất đất. Vì vậy, cuộc Nam tiến có thêm chính nghĩa và sự gặm nhấm, như tằm ăn dâu, lần lần đoàn quân Nam tiến chiếm thêm nhiều phần đất khác vì dân Miên không muốn sống gần với dân Nam. Chúng di dời về vùng đất cao gần với Biển Hồ, bỏ trống nhiều vùng đất hoang hoá và những di dân mới chiếm luôn một phần đất mới làm đất canh tác mưu sinh.

Mãi cho đến thời kỳ quân Pháp đánh chiếm hoàn toàn Đông Dương đặt nền đô hộ trên ba nước Đông Dương Việt Miên Lào. Đến lúc đó thực dân Pháp cắm cọc quy hoạch các biên giới của ba nước mới ổn định được sự lấn chiếm đất của nước mạnh đối với nước yếu.

Dân tộc Cao Miên rất hiền hoà, sùng đạo Phật theo hệ phái Tiểu Thừa, người Miên có tâm lý sống co cụm trong bum sóc, nay có một dân tộc thích phiêu lưu mạo hiểm, có kinh nghiệm trong chiến trận và năng nổ trong các vấn đề mưu sinh, khai khẩn thêm đất canh tác. Người Miên hiền hoà này, không thích sống chung với người di dân Việt Nam, họ bỏ trống vùng đất hoang hoá ở vùng đất Miên Hạ (Khmer Krom) mà di dân Việt Nam có dịp, may mắn chiếm dần thêm, lập thành làng xã, ngoài đất đai chánh thức vua quan Miên cắt nhượng. Khi người Miên rút lên vùng đất cao hơn bỏ phế vùng đất thấp thành hoang dã cho nên miền Nam Việt Nam mới rộng lớn như ngày nay. Thời xa xưa đó, hai nước Chiêm Thành và Thuỷ Chân Lạp (Cao Miên) không đủ sức chống cự lại với một nước Việt Nam láng giềng quá mạnh và hiếu chiến lại có tham vọng mở mang bờ cõi.

Hơn nữa, dân Việt cũng muốn bành trướng càng rộng lớn và càng tránh xa nước Tàu càng tốt. Từ xa xưa, dân tộc Hoa còn tàn bạo hiếu chiến hơn các dân tộc khác với mộng làm bá chủ cả Á Châu và đồng hoá các dân tộc của các nước nhược tiểu ở vị trí bao quanh nước Tàu, nên chúng đã lộ liễu sự độc tôn, kiêu ngạo đặt tên nước là Trung Hoa, nghĩa là một nước tốt đẹp, một cái bông hoa nằm ở trung tâm các nước nhược tiểu "xấu xí". Tổ tiên ta có thêm lý do muốn tránh xa đất nước Tàu và dân tộc khổng lồ của một nước Trung Hoa với mộng bành trướng bá quyền nước lớn đã từng đô hộ nước Việt cộng chung cả ngàn năm Bắc thuộc. Dù ở trong thời kỳ bị trị, bị đô hộ hay thời kỳ tự chủ, độc lập, dân tộc Việt vô cùng hãnh diện giữ vững cho dân tộc mình một bản sắc truyền thống bất khuất, tinh thần yêu nước nồng nàn và biết uyển chuyển, chịu đựng vững bền không mất gốc khi bị xâm lăng đô hộ của ngoại bang. Và tổ tiên chỉ chờ thời cơ vùng dậy cho nên nước Việt Nam mới tồn tại không bị mất gốc, cội nguồn dân tộc trường tồn cho tới ngày nay.

Ba bạn trai và hai bạn gái luận bàn về lịch sử cuộc Nam tiến và hình thành Thành Phố sầm uất, trù phú nhứt Miền Tây – Thành Phố Cần Thơ - mà các bạn may mắn được sinh sống và học tập nhiều năm ở thành phố xinh đẹp này. Riêng Minh Tâm, Cần Thơ là nơi chôn nhau cắt rốn của mình nữa, cho nên cô đã chọn tấm chồng, dù sanh trưởng khác tỉnh và cũng phải về sinh sống với cô tại Tây Đô để vợ chồng trọn tình với quê hương yêu quý của cô.

Năm bạn tâm đầu ý hợp mãi nói chuyện, lạm bàn về một gốc lịch sử cuộc Nam tiến của tổ tiên ta, đồng hồ đã chỉ quá mười một giờ khuya, các bạn tạm ngừng đi ngủ. Các bạn cùng đồng ý, chờ một dịp khác khi anh Hai của các bạn khoẻ vì Ba Cường là nhà khoa bảng trí thức hiểu rộng biết nhiều, vấn đề lịch sử Nam tiến cũng như sự hình thành tỉnh biên thuỳ Châu Đốc với con kinh đào lịch sử Vĩnh Tế có chiều dài gần cả trăm cây số. Thời đó, dân công đào kinh chỉ dùng sức người với dụng cụ cuốc xẻng thô sơ, không có một mảy may kỹ thuật, sử dụng cơ giới như sau này. Phải mất trên năm năm mới đào xong với trên dưới mười ngàn người phải bỏ thây trên hai bờ kinh Vĩnh Tế, chạy dài từ đầu kinh với sông Hậu thuộc vành đai tỉnh lỵ Châu Đốc đến địa phận của quận Giang Thành của tỉnh Hà Tiên. Tại đây, có con kinh khác nối tiếp dẫn nước chảy ra Vịnh Xiêm La.

Tổ tiên ta trong cuộc Nam tiến đã làm được chuyện lịch sử với con kinh Vĩnh Tế thẳng tắp đã giúp sự phát triển về dẫn thuỷ nhập điền, giao thông đường thuỷ vô cùng thuận lợi cho môi trường thương mại ở vùng biên cương. Còn tạo thành một phòng tuyến phòng thủ quân sự vô cùng hiệu quả, đề phòng quân Miên "nổi khùng" với các vụ "cáp duồn" giết người Việt vì thù hận mất đất.

Các bạn về phòng ngủ làm một giấc ngon lành đến sáng sớm. Minh Tâm vào nhà tắm đánh răng, thấy trong bếp có nhiều than củi còn cháy, cô đến giở nắp nồi xem coi có gì không? Một con gà trống to đã chín trong nồi cháo gà, bốc khói. Minh Tâm lại càng nễ phục kính trọng chị chồng mình, sao giỏi quá, chị Hai cũng thức khuya như mình mà chị thức hồi nào nấu được nồi cháo gà thơm ngon hấp dẫn thế này. Chị Hai còn xắt hai cái bắp chuối hột để trộn gõi gà ăn với cháo vào buổi sáng, cùng với một bó rau răm để cạnh bên và một tô nước mắm gừng có ớt đỏ thắm làm cho tô nước mắm thêm hấp dẫn với món gõi gà bắp chuối hột.

Minh Tâm đi vệ sinh và đánh răng xong, vào phòng nắm bờ vai Tuyết Trinh gọi thức dậy, nói sáng rồi, chị Hai nấu cháo gà hồi nào mà đã chín còn để trên bếp lửa than, nóng bốc khói, chị em mình lo trộn gõi gà với bắp chuối hột, chị Hai đã chuẩn bị sẵn hết rồi.

Tuyết Trinh lật đật thu xếp mùng mền, làm vệ sinh để cùng chị Minh Tâm chuẩn bị nồi cháo gà ăn sáng. Ba chàng trai ngủ bên nhà mới cũng đã thức dậy cũng thu dọn mùng mền chiếu gối và lo vệ sinh cá nhân xong. Trên bàn của bộ sô pha, thấy có bình trà nóng và ly tách uống trà, cà phê và đường sữa, cà phê bột đã bày sẵn trên bàn. Trong bếp siêu nước nóng vẫn còn trên bếp lửa than, ba chàng trai vừa ngồi xuống bộ sô pha, chị Hai từ trong buồng bước ra nói mấy em pha cà phê cho vừa ý, còn trà chị đã pha sẵn trong bình tích rồi. Siêu nước vẫn còn nóng trên bếp lửa than, Mai Hạnh nhắc nhở các em uống cà phê trà xong còn ăn cháo gà lót lòng, hai em Tâm và Trinh đang chuẩn bị bên nhà lớn.

Lần đầu tiên ba chàng trai cảm nhận hạnh phúc đến với mình qua bàn tay thân ái đảm đang của người chị lo cho các em trai và lo cho cả gia đình. Mai Hạnh đã nhờ bạn ở lối xóm, mua gà về làm tối hôm qua, luộc chín, sáng sớm bưng qua nhà. Mai Hạnh vo gạo cho vào nồi nước luộc gà nấu lại thành cháo, khi cháo nhừ rồi, Mai Hạnh lại cho nguyên con gà vào nồi cháo nấu lại cho nóng, lấy ra để trong một cái thau lớn, đậy lại kỹ lưỡng. Mai Hạnh trở qua nhà mới, nấu nước pha trà cho mấy em trai còn ngủ nướng. Các em gái thức trước và ba em trai thức sau lo uống trà, cà phê, trong lúc hai em gái lo xé gà làm gõi.

Mọi thứ, Mai Hạnh không nói trước cho các em biết mà hai em gái thấy có nồi cháo to đã nấu nhừ, còn hai bắp chuối hột cũng đã xắt nhỏ và đang ngâm nước có pha muối để cho bắp chuối không bị nhuốm màu đen mất đẹp. Mai Hạnh, không cần nói mà hai em gái biết mình phải làm gì tiếp theo. Ba chàng trai sau một chầu cà phê pha tại nhà và uống trà quạu nữa. Cả ba lửng thửng qua nhà lớn lo xếp đặt bàn ghế và chén đũa cũng bày trên bàn.

Trung gọi Hiếu thức dậy, vệ sinh cá nhân xong, chạy lên nhà mời Ý Sáu xuống ăn sáng. Ba chàng trai, trong lúc chờ đợi Ý Sáu và hai em gái lo làm gõi gà, ra sân đi tới đi lui, cũng múa may tay chân, vặn mình mẫy, hít thở một chút như là tập thể dục buổi sáng vậy.

Chừng mười lăm phút sau, Hiếu chở Ý Sáu về đến nhà, em Hiếu phụ với hai chị, bưng cháo, mang gõi gà ra bàn ăn. Minh Tâm vào mời Mẹ ra ăn sáng và Tuyết Trinh vội bưng một tô cháo nóng và một dĩa gõi gà toàn là nạc và gan cật gà để cho anh Hai ăn cho dễ. Chị Hai cám ơn em Tuyết Trinh và nói, các em mời Má, Ý Sáu cùng ăn trước. Chị Hai sau khi lo xong cho anh Hai, chị Hai sẽ ăn sau, cháo có nguội chị sẽ hâm nóng lại.

Mọi người ngồi vào bàn vừa ăn vừa chuyện trò râm rang vui vẻ. Minh Tâm thưa chuyện với Mẹ và Ý Sáu, với giọng nói có nhiều xúc động:

- Chị Hai quá giỏi, cái gì chị cũng giỏi quán xuyến hết, tính toán trước. Tội nghiệp chị chỉ biết lo cho mọi người có hạnh phúc, đó cũng là hạnh phúc của chị. Sự hy sinh, chấp nhận thiệt thòi bản thân chị đã gồng gánh cho gia đình cho mọi người. Nếu không có chị Hai hết lòng lo cho gia đình, nhứt là anh Trung đi học xa thì làm sao anh Trung, em Tuyết Trinh được như ngày hôm nay. Vì vậy, con thưa với Má, Ý Sáu:

- Khi chúng con làm đám cưới xong cũng như em Tuyết Trinh đã yên bề gia thất. Chúng con có đi đâu chơi, du lịch, bổn phận các con là phải mời cho bằng được Má, Ý Sáu, Chị Hai cùng đi chung với gia đình chúng con cho trọn tình nghĩa gia đình vui buồn, hạnh phúc có nhau.

Sự hy sinh chịu thiệt thòi của chị Hai quả thật khó có người thứ hai sánh bằng. Bây giờ, chị Hai vì tình yêu, vì tình nhân ái cao đẹp của chị hai đã giúp anh Hai sống thêm cả chục năm. Khi anh Hai ra đi, chị ở lại đơn độc rất tội nghiệp, chúng ta cố gắng giúp đỡ và an ủi chị Hai. Anh Trung, Bernard, Tuyết Trinh có đồng ý tới Minh Tâm không? Vừa dứt lời:

- Minh Tâm được một tràng pháo tay của mọi người tán đồng. Bữa ăn sáng lại càng thêm ngon, Minh Tâm buột miệng hỏi Bernard:

- Ăn cháo gà sáng nay thế nào, có ngon hơn những lần mình ăn cháo gà ở ngoài tiệm?. Bernard tươi cười nói, cháo gà hôm nay, ngon quá xá, em ăn hoài không chán đó chị Ba ơi!

- Đúng rồi Bernard, nồi cháo gà này do em Tuyết Trinh nêm nếm, có bàn tay người đẹp Bố Thảo nên Bernard ăn ngon "nhứt xứ" đúng quá trời rồi ạ!

Cả bàn ăn kể cả em Hiếu, mọi người đều vui cười hả hê . Ban đầu mới ngồi vào bàn, Má của các con nói thầm nồi cháo này làm sao ăn cho hết. Bữa ăn quá vui, quá hạnh phúc nên nồi cháo cạn sạch và một thau gõi gà cũng hết nhẵn.

Ăn xong, bàn ghế mang vào kho, ba chàng trai như ba chàng Ngự Lâm Phào Thủ rủ nhau, lửng thửng thả bộ một vòng ra chợ Bố Thảo quan sát buổi chợ sáng sớm chủ nhựt coi cách sinh hoạt chợ quê cho biết. Hai cô em gái lo rữa chén dĩa, còn Hiếu quét lại sân trước sân sau.

Ai cũng có công việc làm của mình hết. Hai bà già vừa uống nước trà vừa nói chuyện này nọ và không quên khen Mai Hạnh sao giỏi quá, cái gì con cũng biết làm hết. Má của Mai Hạnh, từ đáy lòng, nói thật:

- Chế Sáu biết gia đình nghèo, nấu ăn rất đơn giản mà con đi chợ tìm cá nào rẻ tiền nhứt, con mới mua. Còn những con cá lớn, còn sống đang bơi lội trong chậu, trong thùng khá đắt làm gì con Hạnh có đủ tiền mua. Còn các loại thịt cũng rất hiếm, năm khi mười hoạ mới có đủ tiền mua. Thỉnh thoảng, lâu lâu làm thịt một con gà đang nuôi thả rong cũng chỉ biết luộc gà xé phay hay kho sả ớt hoặc lấy bộ đồ lòng gà xào đậu, xào cải làm sao biết nấu những món ăn cầu kỳ tốn nhiều gia vị nữa. Tôi có hỏi con Hạnh:

- Má đâu có dạy con nấu ăn vì gia đình lính, lương thấp, tiền lính là tính liền. May ra đầu tháng, mới lãnh lương còn có thể mua cá ngon một tí hay mua vài gam thịt ba rọi hay thịt nạc dăm làm món xào với rau hay đậu, còn các món ăn khác, mẹ con tôi làm gì biết nấu. Làm gì con Hạnh biết mà lúc đó nó còn quá nhỏ. Đến khi đi làm ở Núi Sam, nó cũng chưa tròn mười tám tuổi còn nhỏ quá, khi nó được chế Sáu giới thiệu chỗ làm xa. Chỉ qua năm sáu năm con Hạnh, không biết nó học cách nấu ăn với ai mà nó biết làm những món ăn ngon, nấu được các món ăn của Pháp, của nước ngoài, tôi mới phục con.

Thỉnh thoảng, tôi có hỏi nó con học cách nấu nướng với ai mà con biết nấu các ăn đặc biệt mà cả đời Má chưa có ăn lần nào. Con Hạnh nó cười tươi lắm, nó hỏi ngược lại tôi, đố Mẹ đoán con học nấu ăn với ai vì con ở trên núi chỉ có hai người. Chồng con đau rề rề kể như nằm một chỗ, anh chỉ có thể đi tới lui trong nhà mà thôi. Khi anh ấy muốn ra sau vườn coi con trồng rau cải, anh cũng phải nhờ con dìu anh đi lên xuống cầu thang. Chế Sáu có biết không:

- Tôi suy nghĩ mãi, không biết nó học nấu ăn với ai mà sao nó nấu ăn ngon quá, nó lại biết quá nhiều món ngon lạ miệng ăn rất bắt, chính mấy em nó cũng khen chị Hai nấu ăn ngon.

Một bữa cơm chiều xong, chồng Mai Hạnh vào phòng ngủ mở ra dô nghe tin tức. Có đủ mấy em, con Hạnh nó mới nói:

- Nó học nấu ăn do chồng nó chỉ dẫn cách nấu mấy món ngon độc đáo đó. Cả nhà lại thêm kinh ngạc, chồng con Hạnh là con nhà giàu, việc bếp núc có đầu bếp lo, việc trồng bông hoa cây kiếng cũng có người khác lo, chồng nó không "động móng tay" chỉ có đi học và đi chơi thôi làm gì biết nấu ăn mà chỉ dạy cách nấu ăn cho con Hạnh. Thế mới là lạ, con Hạnh chậm rãi nói:

- Anh ba Cường nhớ hồi nhỏ ở nhà đầu bếp nấu món ăn nào ngon, nếu là ngày nghỉ hay có giờ rảnh rang anh thường xuống bếp xem cách làm món ăn của đầu bếp, thường hỏi các gia vị trộn làm sao cho thịt, cá thấm rồi mới nấu. Chồng nó hỏi cho có, cũng quên đi vì nhà ở Sài Gòn hay nhà ở Núi Sam đều có thuê người làm bếp. Cường còn không biết xắt dưa leo hay lặt rau làm cho nhanh, cái dễ nhứt cũng chưa đụng tới.

Khi đau nằm một chỗ, lúc về trị bịnh trên đỉnh núi Sam, có Hạnh giúp việc, chỉ có hai người nên Cường muốn ăn những món ngon xa xưa hồi còn ở với gia đình ở Núi Sam hay nhà riêng ở Sài gòn đi học. Chồng Hạnh nhớ món ăn nào mà bây giờ nó thèm vì nằm dưỡng bịnh một chỗ cũng buồn cũng nhớ đủ thứ hết, nhứt là những món ăn mà chồng nó ưa thích.

Nay nó muốn Hạnh làm cho hai vợ chồng ăn vừa thay đổi món ăn vừa giết thì giờ vì Hạnh lại lội lên xuống Núi mấy tiếng đồng hồ mới mua được các nguyên liệu chế biến thành thức ăn. Nhiều khi chợ Bến Đá Núi Sam không có các nguyên vật liệu đó, nó gởi tiền trước cho chủ tiệm tạp hoá khi đi bổ hàng luôn tiện mua giúp, ngày mai ngày mốt nó xuống lấy. Hoặc có nhiều lần nó đi xe lam ra chợ Châu Đốc mua luôn những thức ăn khô khác để dành lâu, nhứt là lạp xưởng ngon, bánh tráng, bún khô, nấm đông cô, cá mặn, khô, mắm...

Lần đầu, con Hạnh làm theo lời chồng một món ăn, theo lời thuật lại tỉ mỉ. Ngoài cá thịt chính, còn có những phụ liệu, gia vị nữa, chồng Hạnh nhớ có cái đúng và cũng nhớ sai mà con Hạnh nó rất thông minh linh động, uyển chuyển thay đổi cách làm theo suy nghĩ của nó nữa.

Trường hợp món ăn làm lần đầu mà chưa thật ngon, chưa vừa ý, hai đứa bàn bạc thảo luận, góp ý thêm cho vui để lần sau món đó làm lại cần thêm những thứ gì như gia vị gì cho món ăn thêm ngon. Vợ chồng nó coi chuyện làm món ăn ngon là một thú vui, giải trí vì tụi nó đâu có chuyện gì làm khác, ngoại trừ chăm sóc một vườn rau nhỏ xíu cũng chỉ là làm ngoài trời vài tiếng để hít thở không khí trong lành trên đỉnh Núi Sam cũng như ngắm cảnh núi rừng, ruộng lúa xa xa cuối tận chân trời cho khuây khoả tâm hồn.

Còn nấu ăn mới là chuyện làm chính, trọng tâm của một ngày dài. Chồng ngồi nhìn, quan sát vợ làm món ăn, nhiều lúc, còn khen vợ làm khéo làm nhanh hơn các đầu bếp xịn của gia đình năm xưa. Thỉnh thoảng chồng nó cũng góp ý nữa, nhưng Hạnh thường làm theo suy nghĩ của mình, không lệ thuộc hẳn ý kiến của chồng. Chồng nó góp ý thêm bớt gia vị theo ý nghĩ của nó của một người không biết nấu ăn. Hạnh luôn tươi cười còn cám ơn chồng theo cách chinh tâm vi thượng sách, lấy lòng người. Hạnh nói chồng nó có ý kiến hay, thỉnh thoảng cũng liếc mắt đưa tình nữa làm cho chồng nó càng thương yêu nó thêm.

Đó quả là tánh bẩm sinh của con Hạnh, nó có học ai đâu mà tự nhiên nó biết mới hay làm sao, nên chồng lại còn mê nó nhiều nữa. Chồng nó đóng vai sếp cút - chef cook mà chẳng biết làm gì hết, chỉ là sếp bằng cái miệng thôi cũng làm cho con Hạnh làm không biết mệt mõi mới là ngộ. Chồng nó nói cho Hạnh biết:

- Nó nhớ món ăn đó phải lựa thịt loại nào ngon, ướp gia vị gì và ăn với rau dưa nào cho thích hợp nói cho Hạnh biết để đi chợ mua. Chồng chỉ nói lý thuyết về các món ăn, còn Hạnh muốn mua gì làm gì thì tuỳ ý nó. Đặc biệt, Hạnh nói muốn chinh phục lòng người:

- Mình phải nghe nhiều hơn nói, không nên đôi co, lý sự với người cho mình ý kiến dù ý kiến đúng hay sai, nhứt là người thân, người yêu của mình.

Mỗi tuần Hạnh đi chợ Bến Đá Núi Sam ít nhứt một lần hay thỉnh thoảng đi ra chợ lớn của tỉnh Châu Đốc mua thức ăn về làm món ăn này nọ do chồng nó ra thực đơn. Cái may mắn nhứt là tụi nó có thừa tiền mua thức ăn chớ không phải như chế và tôi mình nghèo muốn ăn ngon làm sao có đủ tiền mà mua. Tụi nó xem nấu thức ăn cho thêm vui, giải trí, lần này nấu không ăn vừa miệng, chồng nó nói chắc mình thiếu gia vị này hay gia vị nọ, cũng như thịt cũ không phải thịt heo mới xẻ thịt...Tụi nó rút kinh nghiệm, lần tới nấu lại món đó lại phải ngon hơn. Đặc biệt, con Hạnh học ít mà nó lại có tánh nhớ dai và luôn cầu tiến học hỏi, chồng nó nói cách nấu của đầu bếp năm xưa, nó lại biến chế cách nấu đó thành cách nấu riêng của vợ chồng nó. Chế Sáu và các con biết không:

- Mình có tiền muốn nấu ăn ngon thì không khó lắm, chỉ có chế biến các món ăn đó làm sao hợp khẩu vị cho mọi người. Chị Hai của các con cái gì nó học một lại biết mười nên mọi chuyện nó làm đều thành công. Nếu chị Hai các con không phải lo chăm sóc cho chồng, nó mà mở cửa hàng buôn bán nhỏ hay kinh doanh lớn, nó có thừa tiền làm vốn, Mẹ tin chắc chị Hai các con chẳng mấy chốc sẽ trở thành đại gia như người ta.

Mẹ nói cho các con biết:

- Cái món ăn làm dễ ợt là gà luộc rồi xé phay trộn với bắp chuối hay trộn với rau càng cua hay cải bắp, đu đủ mõ vịt... chị con chế biến, thêm thắt cái này cái nọ sao ăn ngon hơn món gõi gà Mẹ làm hay người khác làm. Mẹ thấy chị con rất chăm chú cách luộc gà không nên để chín quá, gà sẽ dai hơn kém ngon, thịt còn sống cũng không được. Còn gà xé phay là xé bằng tay không phải dùng dao chặt gà bụp bụp một cái vèo là xong, lại ăn không ngon bằng xé tay. Phải có rau răm cũng phải lựa rau răm có mùi vị và cay cũng như phải có thêm đậu phộng rang đâm nhuyễn rắc lên trên cùng với ớt chín đỏ xắt từng lát mỏng thêm phần thu hút hấp dẫn mọi người. Chị con nói:

- Chồng nó thường tâm sự trao đổi kinh nghiệm hiểu biết về thưởng thức ẩm thực là một cách tiếp thu một mảng văn hoá tốt đẹp của con người.

Người ta thưởng thức một món ăn ngon, ngoài miệng nhai thưởng thức ăn, còn có mắt chiêm nghiệm nhìn màu sắc của món ăn xanh trắng đỏ vàng, tím quyện vào món ăn tăng thêm sự thèm thuồng hấp dẫn. Tai còn nghe tiếng nhai sần sật, mũi bị mùi thơm của thức ăn cám dỗ, ngay cả tiếng món ăn chiên xèo xèo, ngọn lửa cháy râm rang cũng có tác động cho sự thôi thúc thưởng thức món ăn đã chờ đợi làm bụng thêm đói.

Đôi khi cả xúc giác nữa rờ mó đụng chạm đến món ăn và đặc biệt chỗ ăn phải thoáng mát, chén dĩa, bàn ghế cũng phải tươm tất đàng hoàng. Cảnh quang xung quanh đẹp mắt nữa lại càng tăng thêm sự kích thích thèm thuồng làm cho nước bọt trong miệng ứa ra trước khi thưởng thức món ăn.

Mọi thứ có đủ, từ món ăn ngon hấp dẫn đến ngoại cảnh hữu tình, các giác quan cùng lúc vận động thì món gõi gà dù là món ăn tầm thường dân dã ở nhà quê, nay cũng trở thành món ăn ngon độc đáo của dân thị thành. Chồng nó còn giải thích, tại làm sao người Pháp, người Tây Phương thích đi ăn ở nhà hàng, mỗi tuần cũng một vài lần vì ở nhà hàng họ chuyên nghiệp nấu ăn, biết cách chìu khách, phục vụ tới bến luôn. Nhiều khi các cô tiếp đãi viên xinh đẹp nữa lại hớp hồn thực khách mày râu làm cho món ăn thêm đậm đà.

Ăn ở nhà hàng không những mình không phải lo nấu nướng, bận rộn mang thức ăn đến bàn, bày biện bàn coi cho được. Điều khá lý thú quan trọng là phe mày râu có nhiệm vụ rửa chén được nghỉ xả hơi chỉ còn có thưởng thức món ăn và chén thù chén tạc thoải mái vui vẻ. Chỉ ngặt có một chút xíu là tốn nhiều tiền hơn ăn uống ở nhà. Những ai đi làm việc có tiền lương cao, các đại gia hay tiểu gia, doanh nhân mà không thường đi ăn ở nhà hàng thì phải nghèo mới đúng. Họ không cần phải hà tiện vì đồng tiền kiếm ra của giới nhà nghèo quá khó khăn nên họ không dám "léo hánh" đến các quán ăn, nhà hàng.

Nếu mình có tiền, không thích ăn uống thường xuyên ở nhà hàng sang trọng, chết quách cho rồi hay trở thành người nghèo ba cọc ba đồng tiền đâu dư dả mà ăn sang ở nhà hàng.

Chị Hai con nói nhiều về cách nấu các món ăn từ các món phổ thông bình thường của mọi người như món canh chua, cá kho, mắm kho, mắm chưng hay cá chiên, cá nướng...mình làm đúng quy trình kỹ thuật, chăm chút cẩn thận, những món ăn bình dân này trở thành những món ăn ngon độc đáo, ăn đi ăn lại, ăn hoài không chán. Chị Hai các con hứa:

- Hôm nào mua được thỏ, chị con sẽ nấu món ăn Pháp "civet lapin", thịt thỏ nấu với rượu chát mà phải ăn bánh mì ngon như bánh mì sản xuất ở Thủ Đô Sài Gòn, không phải loại bánh mì cứng ngắt ném chó cũng bể đầu ở cái xứ Sóc Trăng này. Ăn thịt thỏ nấu rượu chát hay nấu chao mà ăn với cơm thì trật đường rầy làm sao mà ngon mà hấp dẫn được thực khách.

- Các con ở Cần Thơ, mẹ nói, có dịp nào mua thỏ năm ba con đem về đây, Mẹ nhờ người hàng xóm làm giúp một cái chuồng nuôi thỏ để mình làm thịt nấu các món ăn Tây hay nướng kiểu mình nướng cá trên vĩ sắt. Chị Hai con nói, món ăn này mình ướp gia vị đúng cách, món thịt thỏ nướng ngon lắm. Nhưng, mẹ nuôi thỏ thì mẹ không cho làm thịt trong nhà mình đâu, đem nó đi đâu giết mẹ không thấy thì cũng đỡ đau lòng, hối hận vì tội sát sanh.

Mọi người đang tán gẫu râm rang vui vẻ, Mai Hạnh từ bên kia nhà mới đi sang, cả nhà đều ồ lên. Minh Tâm nói chị Hai đến đúng lúc quá:

- Ý Sáu, má và các em đang nói về chị Hai đó. Nói các món ăn chị nấu món nào cũng ăn ngon hết sẩy, chị truyền bí kiếp nấu ngon cho tụi em nối nghiệp chị, Mai Hạnh vội đính chính:

- Em Minh Tâm hôm nay cho chị Hai đi tàu bay giấy, đưa chị bay bổng lên mây xanh, chuyện nấu ăn trong gia đình không có gì khó đâu, các em học y khoa mới khó, Minh Tâm còn dư sức qua cầu, còn chuyện bếp núc chỉ là ba cái lẻ tẻ thôi. Tuyết Trinh xen vào:

- Em là em ruột của chị Hai mà em nấu ăn sao dở ẹc, em cảm thấy như vậy, chị Hai phải truyền nghề bí kíp nấu ăn cho em và chị Minh Tâm để tụi em còn lo phục vụ cho chồng nữa đó chị Hai. Minh Tâm cười nói:

- Em Tuyết Trinh nói nghe có "hiếu" với chồng quá trời, nếu Bernard nghe được chắc chắn hai mũi nó phồng lên, có phải vậy không anh Trung? Minh Tâm đá giò lái sang chồng tương lai, làm Trung cũng giựt mình chỉ còn biết vỗ tay tán thưởng, mọi người cùng cười vui như pháo Tết.

Một buổi ăn sáng rất ngon, hào hứng, quá vui mọi người cảm thấy lòng mình thơi thới hân hoan, Minh Tâm hỏi chị Hai:

- Trưa nay chúng em ăn gì đây. Mai Hạnh hỏi ý kiến Ý Sáu, Mẹ và các em muốn ăn món gì trưa nay mà ăn sớm để các em còn lái xe về Cần Thơ sớm một chút, có thì giờ làm chuyện lặt vặt cho cá nhân và chuẩn bị cho ngày mai còn đi vào trường học nữa. Mọi người nhìn qua nhìn lại, chưa ai có ý kiến gì hết. Mai Hạnh nói tiếp:

- Để khỏi mất thì giờ, hôm nay chúng ta chỉ nấu ăn một món thôi, Tuyết Trinh và Minh Tâm hỏi chị Hai liền:

- Ăn món gì hở chị Hai?

- Chị thấy nhà mình còn một hủ lớn mắm cá sặc, vậy chị em làm món mắm kho ăn cho đã thèm món ăn truyền thống của dân Miền Tây mình vì ăn mắm nó thấm về lâu đó!. Cả nhà vỗ tay hoan nghênh đồng ý, bữa cơm trưa nay ăn mắm kho theo đúng kiểu cách của con dâu xứ mắm Châu Đốc là bếp trưởng. Mai Hạnh nói:

- Bây giờ Cậu Ba lái xe chở hai em gái đi ra chợ lớn Sóc Trăng mua bún, cà tím, đâu bắp, rau dưa, khóm, xoài tượng, giá sống, rau muống chẽ và nếu có bông điển điển cũng mua luôn. Còn thịt heo thì mua thịt ba rọi, tôm, cá ba sa có nhiều mỡ kho mắm ăn mới bắt. Còn xoài tượng, hai em mua vài ba trái càng tốt mà phải lựa xoài tượng trái to mới ngon. Dù nói chỉ có làm một món ăn trưa nay, luôn tiện mình làm luôn món gõi xoài tượng với thịt ba rọi và tôm tươi luộc trộn vói nhiều rau răm và đậu rang đâm nhuyễn, ớt chín đỏ nữa cho cậu Ba nhậu độc diễn. Chị em mình chỉ ăn theo thôi, Minh Tâm thấy có được không?

- Chị Hai nói vậy, chắc anh Trung nghe chị em mình lo phục vụ cho anh món ăn đặc biệt của dân bợm nhậu, món gõi xoài tượng trộn với tôm thịt hay trộn với khô cá sặc, cá lóc nướng thì ăn bá chấy, chắc ảnh khoái chí lắm đó. Mai Hạnh nói:

- Cậu Mợ Trung Tâm có đôi, còn Tuyết Trinh hôm nay lẻ loi một mình thì có chị Hai hộ tống em đó. Cả bốn người cười ngất rất vui. Mai Hạnh nói ba em đi chợ, chị ở nhà lo kho mắm, em Hiếu chạy ra chợ mua trước cho chị Hai một vài trái khóm và mua thêm cà tím, đậu bắp về kho mắm mới đúng điệu và em Hiếu, nếu thấy có bắp chuối thì cũng mua chừng hai ba cái bắp chuối nếu có bắp chuối hột càng tốt.

- Ai cũng có công việc hết rồi đó, nhiệm vụ ai nấy làm nghe các em, chị hai nói. Còn tiền đi chợ, chị Hai có trong túi xách, trong phòng ngủ Má, các em cứ tự nhiên lấy mua bao nhiêu cũng được miễn mua cho đủ đồ "phụ tùng" cho việc kho mắm, ăn mới ngon, mới đúng sách vở nữ công gia chánh. Nấu mắm kho cho đúng bài bản mới ngon, phải có rất nhiều cái linh tinh như phải có cà tím trái dài, khóm hay cả đậu bắp nữa kho chung với mắm mới ngon. Nếu thiếu thứ này mình có nguyên liệu khác thay thế cũng được, nhưng không thể thiếu cà tím nghe, có cà tím làm cho nước kho mắm thêm ngọt và "lền lền".

Mai Hạnh dự trù món mắm kho cho bữa ăn trưa nay phải hoàn tất trước mười một giờ để còn có hơn một giờ các em ăn xong, còn dọn dẹp nữa. Các em có thể rời Bố Thảo về đến Cần Thơ trước bốn giờ. Mai Hạnh có bộ óc tính toán sít sao mọi chuyện đều hợp lý cho nên việc làm của Hạnh cái gì cũng thành công ít khi thất bại. Hạnh cũng dự trù, gởi mắm kho về cho Ba Má Minh Tâm thưởng thức coi tài nấu mắm kho của cô dâu Xứ Mắm Châu Đốc cộng với gốc người xứ đầu gà đít vịt - sóc sờ bai Sóc Trăng nữa coi có bằng các bà nội trợ ở Tây Đô không? Mai Hạnh tự nghĩ chuyện này cho vui vì cách nấu nướng, việc bếp núc tuỳ nơi, địa phương, khẩu vị của mỗi thực khách, không thể có cái chung sở thích giống nhau của tất cả mọi người. Tuy nhiên, cách nấu nướng đúng bài bản và có nhiều kinh nghiệm trong nêm nếm chế biến các thức ăn làm sao cho đa số người cùng ưa thích mới là quan trọng. Ít người chê cũng tốt rồi, an ủi thêm vui cho các bà các cô chuyên về chuyện bếp núc rất bộn bề, cực nhọc.

Ba em đi chợ mua thức ăn đủ hết các nguyên liệu mà chi Hai của các em căn dặn và Hiếu cũng mua đủ các thứ mà chị Hai của em bảo mua thêm, dùng không hết trưa nay thì để dành cho các ngày khác sẽ dùng tới.

Ở nhà, Mai Hạnh đã kho mắm xong xuôi, lượt sạch xương cá chỉ chờ có đủ các nguyên vật liệu, cá làm xong cạo rửa sạch cho vào rổ để cho ráo nước và thịt ba rọi cũng làm như vậy, xắt lát mỏng và cá cắt ra từng khúc. Nước mắm kho ban nảy, bây giờ bắt lên bếp nấu cho sôi, hớt sạch bọt rồi cho thịt vào trước năm phút, kế đến cho cá, tôm vào cùng với cà tím và khóm xắt nhỏ, bớt lửa vẫn để nồi mắm sôi riu riu và hớt bọt lần này thật kỹ cho nước thêm trong bắt mắt. Khi thịt thật chín, cá tôm cũng đã chín, cà tím, đậu bắp đã thật mềm nhừ, còn khóm như hoà tan với nước mắm kho. Làm cho nồi mắm kho ngọt dịu mà không phải cho thêm đường vì nước khóm và cà tím cũng giúp làm cho nước mắm kho đã ngon ngọt rồi. Trừ khi, gặp mắm cá sặc quá mặn, cà tím và khóm không đủ cho mắm ngọt dịu thì người đầu bếp cho thêm đường mà phải là đường thốt nốt của xứ mắm Châu Đốc càng tốt hay dùng đường phèn, không dùng đường cát trắng. Còn nước mắm kho muốn cho thêm "lền" người thợ nấu , ngoài cà tím, khóm còn cho thêm đậu bắp vì đậu bắp chín có nhiều nhựa.

Cái quan trọng nhứt là nồi mắm kho phải đủ độ đậm đặc của mắm, nếu kho mắm quá loảng vì kiêng cử mặn thì hương vị của mắm không đủ ma lực hấp dẫn, không đủ chất lượng làm mê hoặc mắt, mũi. Nhiều người sợ ăn mắm kho đậm đặc tác động bịnh cao máu, làm tăng huyết áp. Trong cách nấu ăn nếu kiêng cử nhiều, ít gia vị, món nào cũng lạt, loảng thì sao có thức ăn ngon được. Như vậy, mình ăn mắm kho, không những ăn thịt cá tôm trong nồi mắm. Mình còn dùng nước mắm kho để chan vào tô, chén ghém hay rau dưa đủ các cái và "lua" một miếng rau dưa. Kế tiếp "và" cơm nhốt chúng vào dạ dày cho thêm chắc bụng. Cứ lua một ngụm rau, có thêm cá thịt và một ít cơm, như thế mà tiến lên đến khi nào bụng no mới chịu gát đũa. Vì vậy, mắm kho cần phải kho có nhiều nước đủ chất mặn, ngọt mà nồi mắm không được loảng quá, mình sẽ còn ăn nhiều rau dưa, cá thịt tôm và bún hay cơm nữa thì độ mặn của nó cũng không ảnh hưởng nhiều đến huyết áp. Ai bị bịnh cao máu, ăn mắm vừa phải cũng chả hại sức khoẻ nhiều mà người ta suy luận, nên có nhiều người cao niên thường sợ tăng huyết áp nên kiêng cữ ăn mắm kho đúng nghĩa. Vì vậy, nhiều người sợ hay tránh ăn mắm kho mà chỉ muốn ăn bún mắm, nước kho mắm quá loãng không hội đủ tinh hoa của mắm.Người ta chan vào tô bún ngập nước mà nước mắm kho lại lạt nhách, dân sành điệu ăn bún mắm chê kiểu ăn này.

Nếu mắm kho đậm đặc dậy mùi mắm, mình ăn bún chỉ chan ít nước lên thôi, đâu cần phải chan nước ngập bún thì cũng tránh được cái mặn đáng yêu của mắm. Gia đình của chồng Mai Hạnh vốn sanh trưởng ở xứ mắm Châu Đốc qua bao thế hệ và hiện nay. Trước năm 1975, đa số anh chị em của chồng Mai Hạnh đều sinh sống ỏ Hòn Ngọc Viễn Đông Sài Gòn, thuộc tầng lớp trí thức giàu sang, nhà cao cửa rộng mà vẫn còn mê mắm. Món mắm kho hoặc mắm thái hay mắm cá trèn ăn với thịt heo ba rọi luộc cùng với rau nhiều loại, dưa leo, khóm, chuối chát, khế... và phải có ớt cay và gừng mới đủ bộ cho việc ăn món mắm sống.

Món mắm nói là món ăn bình dân dễ nấu, ít tốn kém khi ở nhà quê, các đồ phụ tùng ăn kèm với mắm kho hay mắm sống, nhứt là bông súng, rau dừa, rau nhúc, bông điên điển, cứ ra đồng hay sau nhà, tha hồ mà hái thoải mái. Dù kho mắm chỉ với cá linh, cá chốt, cá thiểu, cá mại, cá lòng tong cũng vẫn thơm ngon. Các loại cá này chỗ nào có nước là có cá tha hồ mà bắt bằng nhiều cách rất dễ và nhanh chóng. Ở nhà quê, món ăn mắm kho là món ăn rẻ tiền và bình dân nhứt cũng dễ thực hiện, ai làm cũng được. Nhưng, ở thành thị, món mắm kho đúng nghĩa là món ăn đặc sản và nhiều tốn kém về tiền bạc và công sức vì cái gì cũng phải mua mà đi chợ trễ lại mua không có nữa.

Nhân có bữa cơm ăn với mắm kho, Hạnh kể lại cho các em nghe cách kho mắm của Mẹ thuộc hệ phái nhà nghèo khác cách kho mắm theo hệ phái nhà giàu. Ở xứ mắm Châu Đốc và Sài Gòn kho mắm đúng kiểu kho như ở Núi Sam, mà chồng Mai Hạnh truyền bí quyết việc kho mắm ngon cho Mai Hạnh.

Thật tình mà nói, Mai Hạnh chưa bao giờ biết kho mắm kiểu nhà nghèo đừng nói đến cách kho mắm của giới nhà giàu. Khi ở nhà có kho mắm thì do Mẹ Hạnh thực hiện, Mai Hạnh chỉ có biết thưởng thức cách kho mắm nhà nghèo của mẹ. Mắm mua loại rẻ nhứt và cá thịt có qua loa đại khái, cần có nhiều nước mắm kho để chấm rau dưa hoặc chan vào cơm mà "lua" cho đầy bụng là hạnh phúc lắm rồi. Mai Hạnh còn kể chuyện xưa:

- Khi ở trên đỉnh núi với chồng, muốn kho mắm phải chuẩn bị trước cả tuần mới mua được vài thứ rau dưa, cà, khóm, thịt cá... còn mắm cá sặc luôn có dự trữ sẵn trong nhà cũng như mắm thái, mắm cá trèn và nhiều loại khô: cá lăng phồng, cá sặc bổi, cá lóc... Gia đình của anh Hai các em, cha mẹ đều thuộc loại đại gia, giàu sang, trí thức, có đầu bếp riêng nấu nhiều món Tây Tàu rất ngon, ăn thường xuyên. Nhưng, hai ông bà, dù đang ở Sài Gòn, khu giàu sang, đa số là người Pháp hoặc có quốc tịch Pháp hay công chức cao cấp, thương gia giàu sụ... có mấy ai ăn mắm kho. Thế mà ông bà Bác sĩ Nu muốn ăn mắm kho, bảo đầu bếp đem lên sân thượng kho mắm mà phải kho trong giờ làm việc vì hầu hết đều đi làm, không có ở nhà, còn những ngày nghỉ cuối tuần hay ngày nghỉ lễ không bao giờ kho mắm dù có thèm cách mấy cũng phải nhịn. Kho mắm trong lúc mọi người đều đi làm việc hoặc là đi học nên người ta không ngửi mùi mắm kho nặng chình chịch mà dân trí thức hay người ngoại quốc nói là mùi thúi của gia cầm chết... Nếu họ biết nhà mình kho mắm thì họ đến than phiền ngay. Để tránh tiếng đồn gia đình quyền quý, đại gia mà ăn mắm kho "thúi quắt". Ba của anh Hai các em còn nói:

- Hồi học ở bên Tây, ba của anh muốn ăn mắm kho lại càng khó, phải xuống khu chợ, nhà hàng của người Á Đông. Đa số là người Tàu và người Việt, đặt họ kho mắm trước, hẹn ngày giờ đến ăn và mua mang về để còn ăn tiếp vài lần nữa cho đã thèm lại càng nhớ quê hương, nhớ xứ mắm Châu Đốc quá.

Sau khi tốt nghiệp bác sĩ Y khoa ở Paris, về nước, thay vì có việc làm ở Sài Gòn. Với tinh thần yêu quê hương nguồn cội và món ngon mắm của Châu Đốc, Bác sĩ Nu lại xin về phục vụ ngành y của tỉnh Châu Đốc – quê hương xứ mắm của ông. Bác sĩ Trần Văn Nu là bác sĩ Việt Nam đầu tiên phục vụ với tư cách là Trưởng Y Tế và Giám Đốc Bệnh viện đa khoa của tỉnh Châu Đốc. Làm việc ở Châu Đốc nhiều năm nên ông mới xây cất một biệt thự nghỉ mát trên đỉnh Núi Sam mà anh chị Hai của các em ở trên đó trên sáu năm. Thiên hạ lúc bấy giờ cũng có thêu dệt là ngôi nhà ma vì trước khi anh Hai về ở dưỡng bịnh, đâu có ai ở.

Khi Bác sĩ Nu còn phục vụ ở tỉnh Châu Đốc, ông bà thường nghỉ cuối tuần ở ngôi nhà mát này. Sau này đổi về phục vụ chức vụ cao hơn ở Bộ Y Tế. Năm khi mười hoạ ông bà mới về thăm lại nhà ở Núi Sam và nghỉ mát trên ngôi biệt thự. Dù vậy, ông bà có mướn một đôi vợ chồng lớn tuổi ở đây giữ nhà và vườn cây ăn trái cũng như trông nom vườn rau và hồ bán nguyệt trồng sen. Hai ông bà này ở đây cả chục năm và lần lượt qua đời. Bác sĩ Nu cũng có mướn người lên ở giữ nhà. Nhưng, không có ai ở lâu vì quá buồn và quá xa rất mệt nhọc lên xuống núi mua thức ăn. Thời điểm này về sau, tiếng đồn râm rang là ngôi biệt thự này có ma, một điều dễ hiểu vì không có ai ở, cửa đóng im lìm, xung quanh cây cỏ tha hồ mà mọc đều khắp và những dây rừng leo phủ cả trên mái nhà làm cho cảnh tượng ngôi biệt thự thêm hoang phế âm u lạnh lẽo.

Mãi cho đến hết chiến tranh, hoà bình lập lại sau năm 1975, vợ chồng ba Cường về Sóc Trăng ở. Ngôi biệt thự hoang phế này, con cháu của Bác sĩ Nu không một ai lên ở vì có nhà riêng chỗ này chỗ nọ và cả dưới chân núi Sam nữa. Hình như có một lúc Sở Du Lịch An Giang có trưng dụng dùng làm chỗ nghỉ ngơi cho nhân viên một nhà hàng sang trọng hay dùng ngôi biệt thự này và xây cất thêm những gian nhà trệt quanh ngôi biệt thự làm nhà hàng và khu nghỉ mát. Nhưng tiếc thay, việc kinh doanh du lịch và nhà hàng quá ế ẩm, không ai thừa can đảm lên xuống núi mệt nhọc vất vả mà chỉ có ăn vài món ăn tầm thường mà lại mắc hơn các tiệm ăn, nhà hàng ở chân núi Sam, cho nên ngôi biệt thự này lại bỏ hoang phế cho đến tận bây giờ.

Thời điểm đó, có nhiều nhà báo loại báo giấy và báo online cũng như có phóng viên đài phát thanh lên ngôi biệt thự này, cảm nhận được sự hoang vắng âm u, không người ở lại phóng tin là ngôi biệt thự có ma. Mỗi nhà báo lại vẽ vời các thứ ma khác nhau, nào là người giúp việc chết oan, hay bồ nhí của Bác sĩ Nu bị nhốt trên đó, buồn bã, đau khổ sanh bịnh và chết trong ngôi biệt thự này. Thời còn Việt Minh hay thời cách mạng sau này, trước năm 1975 cũng đồn thổi tin ngôi biệt thự này có ma, về đêm có một cô gái xoả tóc dài đi tới đi lui trên nóc nhà và quanh khu ngôi biệt thự. Với tin đồn thổi đó nhằm mục đích chánh trị để cán bộ địa phương có nơi hội họp an toàn, nhứt là ban đêm. Tin đồn ngôi biệt thự sang trọng này có ma không phải mới đồn thổi mà là sự đồn thổi tăng tốc khủng khiếp sau này, đưa lên YouTube, Facebook, Google và nhiều báo online.

Sự đồn đoán ngôi biệt thự có ma hay ngôi nhà ma thêu dệt đủ điều càng ngày càng nhiều, không những thổi phồng quá đáng vô tội vạ rất vô lý mà có người lại tin mới đáng sợ.

Nếu ngôi biệt thự sang trọng này được tân trang dùng trong kinh doanh hay để ở thật sang trọng cũng phải mất nhiều triệu mỹ kim. Khi có người ở thường xuyên, tin đồn ngôi biệt thự có ma trên đỉnh Núi Sam sẽ chấm dứt.

Vừa ngồi ăn, cả gia đình nghe Mai Hạnh kể một chút xíu lai lịch ngôi biệt thự mà hai vợ chồng Mai Hạnh ở trên sáu năm, làm cho Minh Tâm và Tuyết Trinh nhiều lúc nổi da gà vì nghe tin có ma xoả tóc dài đi quanh nhà và đi nhởn nhơ trên mái ngói. Hai cô này cứ tưởng tượng như có ma thật nên cảm thấy lạnh tay chân, nổi da gà khiếp sợ. Và buột miệng khen chị Hai quá can đảm luôn ở cạnh với anh Hai là một bịnh nhân thường nằm một chỗ mà chị lại phải quán xuyến, đi tới đi lui cả ngày lẫn đêm, không biết sợ ma là gì, hai em bái phục chị Hai sát đất. Hạnh nói:

- Hai em nghĩ, chắc trên thế gian này khó có tìm người phụ nữ nào có bản lãnh như chị Hai, không nề hà nguy hiểm lây bịnh, an phận thủ thường. Chị dám ở chung với người bịnh nhiều năm trong một ngôi nhà hoang phế lại đã có tin đồn là ngôi biệt thự ma đáng sợ đó. Chỉ nghe tin đồn thổi là có đủ lý do để sợ ma rồi mà chị Hai lại ở đó ngày đêm.

Hàng tuần, chị đều có lên xuống núi mua thức ăn, di chuyển bao cây số vô cùng mệt mõi mà lại đi một mình nữa, không những chúng em sợ ma chết mà các ma sống mới đáng sợ hơn. Hơn nữa, nó thấy mình là con gái đơn độc lên xuống núi một mình, các con ma cà rồng dê chúa thích con gái, tha hồ mà vờn mà bắt con gái làm bậy trên núi, có ai cứu giúp mình đâu? Dù có kêu cứu chẳng có ai nghe, dù có nghe họ lên cứu giúp mình cũng mất nhiều thì giờ vì lên xuống núi quá vất vả, như thế đời con gái của mình đã tàn rồi.

Minh Tâm hỏi chị Hai có bí quyết gì giúp chị có đủ can đảm lên xuống núi chỉ có một mình mà không sợ ma sống làm hổn?

- Mai Hạnh ôn tồn nói, mình là gái phải biết đề phòng bất trắc, có má đây làm chứng má có dạy con khi bọn dê xồm đến tấn công làm hổn, mình phải làm gì chống trả? Má Hạnh nín thinh. Mai Hạnh nói tiếp:

- Chị Hai ở vào hoàn cảnh chẳng đặng đừng lên xuống núi sáng, trưa hoặc chiều một mình ên nên bắt buộc chị phải đề phòng chuyện xấu có thể xảy ra cho mình. Chị mặc quần không bao giờ dùng dây thun mà dùng dây vải chắc luồn làm dây thắt lưng, buộc chặt và còn buộc gút nữa.

Một tên dù có khoẻ cũng không thể vừa đè chị xuống phải mất một tay giữ chị vì chị sẽ vùng vẫy, đấm đá túi bụi. Chúng còn phải giữ thân nữa, không có cơ may tuột quần chị được vì không phải lưng dây thun dễ tuột. Chúng muốn tháo dây lưng quần phải dùng hai tay chưa chắc thành công nhanh vì dây lưng đã buộc gút rồi. Điều quan trọng là chúng không có nhiều thì giờ vì mình la cầu cứu, chúng sợ có người lên tiếp cứu thì nguy to.

Hơn nữa, trong túi áo chị luôn có cây kéo nhỏ rất nhọn và sắc bén, chị sẽ dùng cây kéo đó đâm vào tay hay vào lưng hoặc ngực hay bất cứ chỗ nào cũng được nhằm gây thương tích dấu vết chúng không thể chối tội khi bị bắt muộn... Còn nữa, ở Châu Đốc có bán loại cẩm tự dệt từ tơ lụa sản xuất tại quận Tân Châu thuộc tỉnh Châu Đốc vừa đẹp vừa dày và chắc chắn nữa.

Bọn đầu trâu mặt ngựa, dê xờm muốn xé rách quần làm chuyện ấy cũng không tài nào làm được vì không thể nào xé rách quần được.

Tóm lại, mình phải dự phòng trước mọi tình huống xấu có thể xảy ra cho giới phụ nữ. Nếu một thằng lưu manh, phụ nữ chúng ta chống chúng rất dễ, nếu chẳng may gặp bọn đó đông người thì sức phụ nữ làm sao chống cự hai ba bốn thằng lưu manh đó?. Mai Hạnh nói tiếp:

- Hai em nên nhớ, thông thường, đâu có ai chỉ cách mình đề phòng bất trắc mà tự nhiên chị nảy ra cách đề phòng đó. Hai em suy nghĩ thử coi:

- Cách chuẩn bị của chị chống bọn tội phạm hiếp dâm có hiệu quả không? Minh Tâm và Tuyết Trinh chấp tay xá dài, bái phục chị Hai, tôn chị Hai đại sư mẫu của tụi em đó. Cả nhà cùng cười vui và Má của Mai Hạnh nói con Hạnh bữa nay "lên lớp" cho hai em nó hay quá.

Còn mấy trái dừa, thằng Trung, thằng Hiếu nghe cọp có nhiệm vụ chặt dừa đãi mọi người đi. Sau một bữa cơm ăn mắm kho và rau tuyệt vời mà lại nghe

Mai Hạnh nói về chuyện ma và còn "thuyết trình" sơ sơ về cách phụ nữ chống bị cưỡng hiếp rất hấp dẫn làm cho gia đình thêm vui. Uống nước dừa xong cũng hơn một giờ trưa rồi.

Má của Mai Hạnh hối thúc các con chuẩn bị đồ đạc ra về và bà còn nhắc mang mắm kho về cho Ba Má Minh Tâm và hai bạn của các em là Bernad và Đức, cuối tuần này bận dạy thêm nên không về Bố Thảo cùng với các em của Mai Hạnh.

Ba em của Mai Hạnh ra về và Hiếu cũng đưa Ý Sáu về nhà ngơi nghỉ. Ngôi nhà lớn chỉ còn Má của Hạnh và thằng Hiếu cũng đi chơi đâu mất tiêu, thấy trống vắng làm sao.

Mai Hạnh về bên nhà riêng của vợ chồng Mai Hạnh lo chăm sóc cho chồng có buổi nghỉ trưa tốt. Mai Hạnh cũng nằm nghỉ và cũng thiếp đi chừng một tiếng, thức dậy thấy chồng mình đang ngồi uống trà coi bộ nhàn hạ lắm sau một giấc ngủ trưa. Mai Hạnh, kéo ghế gần chồng, hỏi:

- Hôm nay, anh có được khoẻ không? Chồng Mai Hạnh, nắm tay vợ và nói mời em ngồi sát gần anh chút nữa, nghe anh nói:

- Bịnh lao của anh, loại bịnh bất trị. Hiện trạng bịnh tình vẫn như cũ và thuốc uống đặc trị cũng sắp hết rồi mà thuốc mua từ Paris, nói là đã gởi về Việt Nam đã hơn ba tháng nay rồi mà chúng ta chưa thấy gì hết.

- Anh rất lo, nếu hết thuốc chống lại cái bịnh lao mãn tính của anh cũng sắp trải qua gần mười ba năm mà bác sĩ Trưởng Khoa lao của bệnh viện Grall (Đồn Đất) đã cho Ba Má biết là anh chỉ sống được năm năm mà thôi, khi anh đang điều trị tại bịnh viện Grall. Nếu không có thuốc đặc trị bịnh lao từ bên Pháp gởi về cho anh tiếp tục uống thì anh phải xuôi tay về cát bụi.

Vì đây là loại thuốc mới phát minh chuyên trị bịnh lao mãn tính rất quý hiếm và rất đắt tiền nên chưa có nơi nào khác bán rộng rãi trên thị trường thế giới. Dù không giết chết tận gốc vi trùng Koch (vi trùng lao) mà loại thuốc đặc trị lao chỉ làm cho vi trùng lao ngủ, không hoạt động tấn công, quậy phá người mang bịnh. Vì thế, chúng cũng giảm sự phóng vi trùng lao ra không khí nên em mới không bị nhiễm bịnh lao vì sự chung chạ gần nhau đã bước qua năm thứ bảy rồi. Anh lo xa, nhắc nhở em vẫn phải phòng ngừa chặt chẽ, em phải mang khẩu trang thường xuyên khi gần anh. Kể cả những lúc chúng mình đang trên giường làm tình cũng không lấy khẩu trang ra, thật không giống ai, không giống con giáp nào hết. Chồng Mai Hạnh luôn có tinh thần đề cao cảnh giác cao độ để người yêu chân chính mà anh đã hết lòng yêu thương trân quý không bị vạ lây vì cái chứng bịnh quái ác này dễ lây lan sang người khác. Mai Hạnh, nghe chồng lặp lại:

- Chứng bịnh này, từ ngày Mai Hạnh mới là người giúp việc, nuôi dưỡng bịnh nhân, anh đã trút hết bầu tâm sự. Nay nghe chồng lặp lại làm cho lòng của Mai Hạnh không khỏi thêm quặn thắt buồn lo. Dù Mai Hạnh đã hiểu tình nghĩa vợ chồng của hai người cũng là thứ tình yêu vợ chồng thực tế rất phũ phàng tạm bợ, nửa vời. Cả hai thiếu hạnh phúc đam mê yêu đương trọn vẹn và cũng không lâu bền sanh con đẻ cái và không được suôn sẻ như những cặp vợ chồng khoẻ mạnh.

Sự yêu đương tình chồng vợ nửa vời mà đời người thiếu nữ vừa qua tuổi dậy thì với thời con gái mạnh khoẻ sung mãn về tình dục cũng thiếu vắng đáng tiếc. Nàng nghĩ, nghĩa tình nhân ái cao cả của chàng đối xử với Mai Hạnh luôn như bát nước đầy của một người trí thức khoa bảng, giàu sang luôn có tinh thần yêu thương và giúp đỡ mọi người. Nhứt là gia đình của người mà chàng yêu vì nàng không quản ngại hiểm nguy chung sống với một người bị bịnh lao trầm kha mãn tính chờ ngày ra đi về với tổ tiên cha mẹ. Chồng của nàng lúc nào cũng luôn bảo bọc giúp đỡ gia đình vợ thoát cảnh nghèo nàn để còn ngẩng mặt lên với đời, với láng giềng hàng xóm và không bị mặc cảm nghèo hèn.

Hơn nữa, chồng Hạnh luôn nghĩ đến các em của Hạnh phải có cơ hội học đến nơi đến chốn giúp gia đình, giúp đời. Anh còn tin tưởng các em khi nên người sẽ nối tiếp tinh thần vị tha bác ái thương người của anh chị mình. Các em sẽ cứu giúp người cùng khổ cùng sống gần gũi quanh gia đình mình trong xã ấp, chưa nói đến cả xã hội nhỏ hay xã hội lớn nếu mình may mắn có đủ điều kiện.

- Nhiều lần, Mai Hạnh nghe chồng nói, nếu hết thuốc đặc trị bịnh lao, kể từ giờ phút đó, nằm chờ Thần chết đến dẫn độ đi về bên kia thế giới. Cũng là cơ may, thuốc đặc trị lao sẽ chấm hết sau hơn một tháng, ngày em Trung và Minh Tâm cùng hai bạn Bernard và Đức lãnh bằng Bác sĩ Y Khoa tại Viện Đại Học Cần Thơ. Chồng Mai Hạnh, qua hình ảnh, còn thấy áo mũ tốt nghiệp và mảnh bằng mà các em kể cả em gái Tuyết Trinh tốt nghiệp Đại Học Sư Phạm.

Các em đã phải cố gắng học tập miệt mài với thành quả nhận được bằng Tiến Sĩ Y khoa danh giá. Vợ chồng Mai Hạnh cùng vui lây với các em và chồng nàng cũng rất vui thấy sự giúp đỡ của mình cũng có đóng góp một phần nào đó dù nhỏ hay lớn cũng làm cho chồng nàng thêm hạnh phúc mà còn hy vọng kéo dài thêm một thời gian vui sống nữa mới lìa xa mãi mãi trần thế. Chồng Mai Hạnh nói:

- Chúng ta chuẩn bị tổ chức ăn mừng lớn ngày các em thành danh bác sĩ Y khoa để giúp đời. Tiệc mừng này cũng là ngày vui cuối đời của anh, sẽ có lời chào mừng ngày hạnh phúc của năm em và anh sẽ có lời vĩnh biệt với mọi người thân thương. Chồng Mai Hạnh nói tiếp:

- Vợ chồng mình chuẩn bị kỹ ngày vui của các em, anh muốn đãi bà con láng giềng tại ấp nhà, các giới chức của các xã ấp gần khu vực Bố Thảo. Một hình thức giới thiệu sự thành công của một gia đình cùng khổ có ý chí học hỏi vươn lên, nay đã thành công. Chúng ta khuyến khích các gia đình nông dân nghèo khổ cố gắng hy sinh cho con cái tiếp tục học rồi cũng sẽ có cơ may thành công như gia đình Mai Hạnh. Đúng với lời giáo huấn của những người đi trước: "Có chí thì nên và cố công mài sắt có ngày nên kim".

Ngày vui đó, chúng ta ăn mừng sự thành công của năm em nên anh cũng muốn mình chuẩn bị trước thức ăn qua các món làm từ thịt bò, thịt heo mà dân quê thích ăn và ngay giới trí thức, nhà giàu cũng chuộng. Những món ăn ngon làm từ thịt bò, thịt heo, em nên suy nghĩ và hỏi ý kiến bà con lớn tuổi giúp em, mình làm món ăn gì vừa ngon vừa dễ nấu vừa hợp khẩu vị với đại chúng nữa. Để cho sự tượng trưng tinh tế, anh đề nghị mình mua trước hai con bò và ba con heo như là năm phần thưởng cho năm em, mình gởi cho người bán nuôi tiếp thêm hai tháng nữa, trả thêm chi phí người ta mới vui.

Nghĩa là mình không đem bò và heo về nhà mà bò và heo làm thịt tại nhà các chủ bán, mình chỉ đem thịt về nhà. Hai ngày đầu giết mỗi ngày một con bò và một con heo, ngày thứ ba mình chỉ còn làm thịt một con heo. Anh dự trù ngày đầu mình đãi bà con địa phương, ngày thứ hai đãi các giới chức chánh quyền tỉnh Sóc Trăng, Sở Y tế và bệnh viện đa khoa mà Bernard sẽ phục vụ và bệnh viện đa khoa Cần Thơ mà Trung và Minh Tâm sẽ làm việc tại đó.

Chúng ta còn mời Ban Giáo sư và gia đình Bác sĩ Khoa Trưởng Y Khoa Cần Thơ, gia đình Minh Tâm. Ngày tiệc thứ ba là ngày chót, nhằm chủ nhựt, mình làm thêm một con heo cũng là ngày dành riêng cho gia đình mình.

- Chồng Mai Hạnh nhấn mạnh, từ đây đến ngày mình tổ chức đãi tiệc ba ngày chỉ hơn hai tháng nữa thôi, không còn lâu. Mình phải lo ngay bây giờ, em liên lạc với năm em ở Cần Thơ mời các em về nhà để thảo luận trước, cách mình đãi đằng thế nào cho đẹp lòng mọi người.

Ba ngày đại tiệc đó mà thành công trọn vẹn, anh thật sự hạnh phúc và khi anh nhắm mắt ra đi anh không còn gì ân hận nữa. Mai Hạnh ôm chầm chồng vào lòng và nước mắt tuôn trào chảy ướt trên má người yêu.

- Mai Hạnh cảm nhận ngày vui của mọi người là cái mốc thời gian rất ngắn ngủi của chồng nàng phải vĩnh biệt ra đi về thế giới khác. Mai Hạnh muốn nói nhiều với chồng mà không thể nào nói thành lời được vì quá nghẹn ngào, chỉ mượn nước mắt thay lời nói cám ơn chân thành của mình đối với chồng. Chồng Mai Hạnh hiểu tâm trạng vợ:

- Chẳng nói thêm lời nào, Ba Cường dùng hai tay xoa lên tóc, lên mặt và vỗ nhè nhẹ vào lưng Mai Hạnh tỏ sự đồng cảm với vợ. Chồng Hạnh còn nói tiếp:

- Anh sợ mẹ không vui khi mình giết bò giết heo tại nhà, mang tội sát sanh nên mình phải giết thịt ở chỗ khác, chịu một ít chi phí mà lại làm vui lòng mẹ.

Anh muốn em chuẩn bị các món ăn phải thật ngon, hợp khẩu vị cho nhiều người, còn quan khách em nên mời giới chức xã ấp nhà tham dự luôn hai ngày tiệc đầu và thứ hai, mình dành cho các ông Xã Trưởng, Trưởng Ấp có lời nói chân thành với dân địa phương.

Ngày tiệc thứ hai có nhiều giới chức chánh quyền của tỉnh của quận và quan khách ở Cần Thơ. Hai ông Xã Trưởng và Trưởng Ấp như là đại diện chánh quyền địa phương chào mừng quan khách, mình ghi vào chương trình đàng hoàng. Như vậy, mình dành cho hai ông ấy nhiều ưu đãi, chúng ta tâng bốc hai ông ấy một chút cũng là điều tốt, mình ở địa phương vì phép vua thua lệ làng.

Sau này gia đình mình sẽ còn nhờ chánh quyền dịa phương việc này việc nọ... Còn tiền bạc em đứng tên trong ngân hàng là của em, không phải là của anh nữa vì anh sẽ không bao giờ còn xài tiền của thế gian. Em muốn xài, muốn cho ai, làm gì thì làm, em đừng hỏi ý kiến anh như từ trước tới nay. Mai Hạnh nghe chồng nói như thế lại càng thêm mũi lòng, càng khóc nhiều ướt áo chồng.

Dù là mối tình không trọn vẹn, một người lớn tuổi lại đau ốm triền miên không còn sức khoẻ tráng kiện của một người đàn ông với một cô thôn nữ tràn đầy sức sống vừa mới đến tuổi đôi mươi nhiều mộng mơ và ham muốn. Thế mà phải dẹp bỏ mọi ham muốn về tình dục để chăm sóc làm vừa lòng người yêu.

Mai Hạnh vô cùng quý mến kính trọng lòng nhân ái cao đẹp của chồng và tính vị tha lại còn trân quý người nghèo khổ mà lại ít học như Mai Hạnh. Nhiều lúc Mai Hạnh thức giấc giữa đêm khuya với một không gian như huyền bí trên một ngọn núi đìu hiu quạnh quẻ. Chỉ có hai người, tiên ông và tiên cô có thể gọi là tiên bà cũng vẫn đúng đang vui hưởng một thứ hạnh phúc mỏng manh mà lại rất tuyệt vời. Mai Hạnh từng coi chồng mình là một đại ân nhân, một người cha có lòng từ ái cao cả, một người thầy thông minh truyền dạy lại cho đệ tử những bí kíp cách sống ở đời.

Chồng nàng còn gợi nhắc lại cách thực hiện những món ăn ngon sang trọng của những gia đình đại gia, những gia đình trí thức giàu có, như gia đình chồng Mai Hạnh đã sống từ thời còn bé cho đến tuổi bốn mươi. Ông thầy truyền lại những lý thuyết hay nói đúng hơn là ông thầy chỉ thấy những món ăn ngon có những nguyên vật liệu gì mà ông ta biết tên nói lại cho vợ biết, sàng lọc lại và tuỳ nơi tài ứng biến, sáng tạo, thực hiện món ăn ngon của vợ. Làm bếp, nấu thức ăn một lần không ngon, hai vợ chồng thảo luận cần phải thay món này món nọ làm lại nấu lại cũng chưa được vừa ý thì hai vợ chồng bàn luận tiếp và mua nguyên vật liệu làm tiếp.

Món ăn ngon nguyên thuỷ chắc chắn khác khá xa với cách nấu của hai vợ chồng Mai Hạnh hiện nay. Dù có lai căng không đúng với cách nấu của các thợ nấu truyền thống. Nhưng, món ăn này hợp với khẩu vị của hai vợ chồng Mai Hạnh, kể như là món ăn đó có thể dùng khai sanh tên cũ hay làm lại Thế Vì Khai Sanh tên mới. Nghề nấu ăn sau hơn sáu năm khổ công rèn luyện trên đỉnh Núi Sam đạt đến đỉnh cao do chồng Mai Hạnh chấm điểm. Vừa là người thầy gợi ý cách làm vừa là người thưởng thức các món ăn ngon của người sành điệu mà chẳng bao giờ vào bếp.

Cách nấu ăn của Mai Hạnh trên đỉnh núi Sam thực hành các lý thuyết nhiều khi rất mơ hồ của ông thầy. Nhưng, người học trò thông minh có đầu óc nhạy bén biết chế biến món ăn theo cảm tính của mình. Nếu món ăn nấu lần đầu chưa vừa ý, Mai Hạnh phải thực hiện lại món ăn đó đến khi nào ông thầy nhớ ba trật bốn vuột này, chấm điểm ưu, khen ngon, cô học trò mới ngừng và nàng cho vào bộ nhớ để sau này có dịp thực hiện lại.

Cái may mắn của cô học trò là làm món ăn không ngon, thầy cũng không dám chê trực tiếp vì sợ cô học trò buồn lòng tội nghiệp vì cô học trò chỉ lên xuống núi mua thực phẩm cũng ná thở rồi. Mua cá thịt và các nguyên liệu, phụ tùng nấu ăn mang vừa nặng vừa cồng kềnh lên núi rất mệt nhọc ngất ngư cho nên nếu có chế biến dở món ăn đó cũng trở nên món ăn không có ý kiến khen chê.

Cô học trò đã ngầm hiểu là món ăn đó cần phải thực hiện lại với các gia vị chế biến phải thay đổi... Nấu riết rồi có kinh nghiệm và nghề lại dạy nghề cho nên dù Mai Hạnh không có học nữ công gia chánh mà lại rành sáu câu cách chế biến thức ăn Tây Tàu theo kiểu nhà giàu, còn cách chế biến thức theo kiểu nhà nghèo lại quá dễ.

Tuy vậy, với điều kiện có đầy đủ gia vị, các món ăn nhà nghèo năm xưa mà mẹ của Hạnh nấu. Nay chế biền "tân trang"cũng làm cho các món ăn thêm khởi sắc ngon hấp dẫn. Các món ăn canh chua, cá kho, canh rau, mắm kho, mắm chưng, chiên xào hay các món nướng thông dụng của dân quê, Mai Hạnh đều chế biến theo kiểu nhà giàu. Nghĩa là chế biến món ăn với đầy đủ gia vị cũng như cá thịt lựa chọn cá tươi, thịt ngon cho nên các món ăn dân giả nhà quê, chồng Mai Hạnh ít có dịp ăn. Nay ăn qua cách chế biến của vợ, chồng Mai Hạnh với công tâm không thiên vị đều khen ngon.

Mai Hạnh còn có cái may khác rất quan trọng là có thừa tiền để mua thịt cá và nguyên liệu tươi, sống và xem việc nấu ăn là một việc vừa giải trí vừa học hỏi cách chế biến món ăn làm sao cho nhanh cho ngon, cũng là dịp "giết thì giờ nhàn rỗi". Mai Hạnh cứ nấu, chưa ngon, cải tiến cách nấu, thay đổi nguyên liệu và nấu cho đến khi ông thầy vừa ý và cô học trò cũng có chung cùng cảm nhận với ông thầy là chắc như bắp món ăn đó ngon miệng, hấp dẫn. Cả hai thầy trò coi chuyên nấu ăn là bí quyết vui sống, một đam mê làm thăng tiến cuộc sống buồn tênh biến thành cuộc sống sinh động.

Đó cũng là một hình thức vừa giải trí, vừa thoả mãn đam mê chuyện làm bếp và là nguồn sống là niềm tin sự hiện hữu của cả hai người rất hoà hợp hạnh phúc trên thế gian này. Chồng Mai Hạnh có quá nhiều thì giờ rỗi rãnh nếu không truyền bá sự hiểu biết của mình về các món ăn trong gia đình thì anh ta không biết phải làm gì cho hết thì giờ của một ngày.

Nếu thảo luận về tin thời sự, hay mạn đàm về chánh trị và các tín ngưỡng tôn giáo hay các tác phẩm văn học Việt Nam và của nước ngoài thì Mai Hạnh như vịt nghe sấm. Nàng không có đủ trình độ để thảo luận các vấn đề trí thức đó. Nàng chỉ có thể bàn luận về các món ăn thông thường của dân quê, giới nhà nghèo. Nay được nâng cấp biết thêm tên những món ăn mới sang trọng của giới thượng lưu giàu có với các món ăn Tây, Tàu, Ý... Chồng nàng nói về cách thức ăn uống hay là bàn về nghệ thuật ẩm thực, cách chế biến các món ăn thì nàng mới có sự sôi nổi góp ý với chồng, đúng tần số hiểu biết của Mai Hạnh. Nàng cảm thấy hạnh phúc khi bàn luận về nấu nướng làm thức ăn. Các món ăn được chồng khen là nàng vui như nàng trúng số, cả ngày gương mặt luôn tươi rói dù phải xách nước xa hay nhặt củi mang về nhà, mồ hôi ướt đẫm áo.

Hồi còn ở nhà với gia đình, Hạnh là con gái cũng chỉ làm bếp phụ, lặt rửa rau, rửa chén, kiếm củi hay mẹ sai bảo làm chuyện gì đó hoặc coi chừng củi lửa vì mẹ bận việc. Còn thức ăn mẹ nàng nấu lại vô cùng đơn giản, mỗi bữa ăn chủ yếu là rau muống, bí bầu hay các loại rau khác và các loại cá rẻ tiền vì đâu có đủ tiền mua cá tươi sống. Còn canh, nấu cho có nhiều nước gọi là canh đại dương vì ngay đến bột nêm khi có khi không, chỉ dùng một ít đường, nước mắm trong nêm nếm nhiều khi cũng thiếu, làm gì có thịt cá trong nồi canh.

Mỗi lần Mai Hạnh nhớ lại cảnh nghèo khổ bần hàn của gia đình mình mà thêm tủi thân. Gạo ăn cũng thường xuyên thiếu thốn, phải lo từng bữa, nói chi đến thức ăn thịt cá và cách ăn mặc xuề xoà, quần áo cũ mèm. Hai mẹ con Mai Hạnh cố gắng dành dụm được chút ít tiền mua vải về cắt may quần áo mới cho ba em, mỗi đứa một bộ khi mùa tựu trường đến. Mai Hạnh càng nghĩ càng xót xa cho thân phận của người mang chữ nghèo vào thân vào cuộc đời khó vùng vẫy thoát ra được. Nếu không có cơ may, quới nhơn ra tay tế độ như trường hợp gia đình Hạnh. Nếu không được Ba Cường cảm mến chiếu cố giúp đỡ gia đình Mai Hạnh, không biết đời kiếp nào mới thoát ra được cảnh nghèo khổ.

Sự hào sản của một công tử có tiền của biết sử dụng tiền đúng chỗ, đúng cách của một hiền nhơn quân tử nên đã giúp cho nhiều người bần hàn rất trân trọng. Thay vì trả tiền công hàng tháng cho Mai Hạnh đúng với giao ước cũng đã cao gấp đôi, gấp ba so người làm công tương tự ở các gia đình giàu có khác. Việc trả tiền hàng tháng cho Mai Hạnh do gia đình các chị em Ba Cường lo vì cha mẹ có gởi tiền cho gia đình lo tìm thuê người chăm sóc cho con trai yêu quý của ông bà.

Ba Cường, nghe Dì Sáu nói hoàn cảnh của Mai Hạnh, cha tử trận ở mặt trận miền Trung mất xác, Mai Hạnh vừa đến tuổi đôi chín và còn ba đứa em nhỏ đang đi học nữa. Gia đình Mai Hạnh thuộc gia đình cùng khổ, có thể nói là nghèo mạt rệp, nghèo nhứt trong ấp của gia đình đang ở. Ba Cường còn nghe Dì Sáu nói:

- Mai Hạnh rất thông minh, học giỏi mà vừa học xong bậc tiểu học ở tuổi 12, lúc cha mới tử trận, Mai Hạnh phải nghỉ học ngay, quán xuyến gia đình lo cho ba em để mẹ nàng lên Sài Gòn lo thủ tục xin lãnh tiền tử tuất và lo cơm nước cho ba em cả hơn một tuần lễ. Và cũng từ đó cuộc đời của Mai Hạnh bước qua một ngã rẽ mới vô cùng vất vả vừa giúp mẹ lo việc gia đình hàng ngày. Hạnh thức khuya dậy sớm mang trái cây đã mua chiều hôm trước các gia đình gần nhà đem ra chợ bán kiếm tiền lời, mua thức ăn chủ yếu là rau mang về, ngày nào cũng vậy suốt mấy năm liền.

Ba Cường nhớ lại từng chi tiết khi Dì Sáu giới thiệu một em gái còn quá trẻ ở Bố Thảo của tỉnh Sóc Trăng, gần nhà Dì Sáu, trông gương mặt quá dễ thương phúc hậu. Cô ta rất lễ phép, dạ thưa đàng hoàng và luôn vui vẻ tươi cười khi cậu Ba bảo cô ta làm việc này việc nọ. Cô ngoan ngoản vâng lời, không bao giờ tỏ vẽ buồn giận, càu nhàu, rất sốt sắng, mau mắn một cách tự nhiên. Không phải như ba cậu thanh niên trai trẻ trước, nhờ giúp việc, các cậu thường không vui, mặt to mặt nhỏ, nhăn nhó khó chịu.

Từ ngày, có Mai Hạnh giúp việc, cậu Ba cảm thấy như có một nàng Tiên dịu dàng, đôn hậu mang nước "cam lộ" của tiên cảnh đến cho mình uống hàng ngày và chăm sóc mình một cách vị tha nhân ái. Câu Ba lên tinh thần, yêu đời hơn, vui hơn, khoẻ hơn, có một cái gì đó vô hình làm cho cậu còn tin tưởng mình sẽ còn sống lâu không chết. Trước đây không lâu, cậu Ba tiên đoán với sự chăm sóc của mấy chàng thanh niên chỉ làm cho cậu thêm buồn lòng, chán nản, bi quan kể như không giúp ích gì cho cậu nên cậu Ba không còn tha thiết muốn sống thêm trên cõi đời này.

Khi có Mai Hạnh đến giúp việc chăm sóc như là một nàng tiên mang linh dược cứu độ bịnh nhơn với đôi bàn tay tiên linh hoạt làm cho cậu từ bi quan, nay vô cùng lạc quan yêu đời.

Cậu thấy ngày sao ngắn quá, không phải ngày dài lê thê như ba cậu thanh niên giúp việc trước đây. Mới sáng đó, lại đến chiều, Mai Hạnh phải xuống núi về nhà Ba Cường ngủ và sáng hôm sau, đi chợ mua thực phẩm xong mới lên núi. Từ đó, Ba Cường có nhiều cảm mến mới nãy ra ý kiến là mình phải hết lòng giúp đỡ gia đình Mai Hạnh, phải vực dậy gia đình đạo đức, con người có giáo dục và cao cả hơn nữa là có người cha đã hy sinh vì Tổ Quốc.

Từ những ngày đầu mới biết Mai Hạnh, là người giúp việc thứ tư chăm sóc cậu chỉ sau một thời gian chưa tới một năm từ ngày cậu Ba Cường từ Sài Gòn về nghỉ an dưỡng tại ngôi biệt thự này.

Ba Cường có cảm tình ngay với cô bé đã từng trải qua cuộc sống lầm than khổ cực và mồ côi cha, tánh tình rất chân thật, có giọng nói dễ thương và rất lễ phép. Tất cả sự lương thiện đã toát hiện trên khuôn mặt của em thật đáng quý. Cậu Ba biết rõ, đời Mai Hạnh kể như chấm dứt việc đến trường học tiếp mà em chỉ còn học trường đời rất nhiều bon chen cạm bẫy. Ba Cường lại còn suy nghĩ, được biết ba em của Mai Hạnh đều học giỏi, hiếu học mà con đường vươn lên nhanh và dễ nhứt cho một cuộc đổi đời. Muốn biến cải từ nghèo sang giàu, chỉ có ý chí ham học và học giỏi. Khi có nghề chuyên môn, có bằng cấp này nọ, chắc chắn sẽ biến đổi cuộc đời các em của Mai Hạnh trở thành người mới, công dân tốt rất hữu dụng cho gia đình và xã hội.

Ba Cường đã có suy nghĩ từ khi biết hoàn cảnh gia đình của Mai Hạnh, anh tự hứa với lòng mình, đang sống trên đống tiền kếch sù, cái chết lại kề cận mà anh không cứu giúp cho gia đình người giúp việc cho mình, cái bằng cấp cử nhân, luật sư của anh nên quăng vào sọt rác.

Ba Cường chưa bao giờ nói cho Mai Hạnh biết, anh như có nhiệm vụ phải hết sức giúp đỡ các em Mai Hạnh học đến nơi đến chốn chắc chắn sẽ thoát được cảnh nghèo khổ. Vì có ý nghĩ nhân bản đó, Ba Cường không nói gì hết với người giúp việc, làm như không biết là gia đình đã có trả tiền công cho Mai Hạnh hàng tháng.

Sau bữa cơm trưa, Mai Hạnh dọn dẹp xong xuôi Ba Cường gọi Mai Hạnh lại và nói, em cầm bao thơ này là tiền công anh trả cho em đó. Mai Hạnh lật đật nói:

- Thưa Cậu Ba, em đã có nhận tiền hàng tháng rồi, em không dám lấy thêm lần nữa, tội chết!.

Ba Cường, nghe một em bé nghèo khổ đi làm công kiếm từ đồng để giúp mẹ nuôi ba em ăn học mà từ chối không dám lấy tiền người chủ trả lương thêm một lần nữa, anh rất ngỡ ngàng mà vô cùng cảm kích. Mai Hạnh vội vàng cám ơn ông chủ, bỏ chạy đi để bao thơ tiền trên bàn và lo công việc bếp núc chuẩn bị cho bữa ăn chiều trước khi xuống núi về mái ấm, nghỉ qua đêm.

Ba Cường, ngồi trầm ngâm suy nghĩ, em gái này đúng là mẫu người tốt trên thế gian, em vẫn luôn giữ câu: nghèo cho sạch rách cho thơm. Em không tham lam, xin xỏ chủ cái này cái nọ. Ba Cường đã từng chứng kiến biết bao người làm công, giúp việc cho gia đình cậu cùng tâm lý có điểm chung với nhiều người khác, khi thấy tiền là sáng mắt, muốn có được nhiều. Trong khi đó em gái này, gia đình quá nghèo, muốn mua một chiếc xe đạp cho đứa anh trai đi học xa và còn chở thêm em gái học cùng trường. Gia đình em cố gắng để dành mãi cả mấy năm mà chưa có đủ tiền để mua.

Ba Cường biết chuyện này cũng do Ý Sáu nói hết cho cậu biết, cậu lại càng cảm kích muốn giúp ngay cho Mai Hạnh một số tiền đủ mua một lúc hai chiếc xe đạp mới cho hai em của Mai Hạnh đi học mà không phải làm tình làm tội anh đèo em gái cùng đi học, đạp xe đi và về, đường xa trên mười cây số.

Những ngày đầu tiên, Mai Hạnh lên xuống núi lo công việc như mọi ngày cũng thấy mệt vất vả, nhưng qua sự giúp đỡ cũng như những lời nói đứng đắn, dễ mến, chỉ bảo của ông chủ rõ ràng thân thiện làm cho Mai Hạnh thêm vui. Từ đó con đường núi dốc gần như thẳng đứng đối với Mai Hạnh sao lại quá gần và lên xuống núi không còn cảm thấy mõi mệt vất vả nữa.

Mai Hạnh nhớ rất rõ những ngày đầu mới lên đỉnh Núi Sam, lo công việc chăm sóc cho bịnh nhân từ mua thực phẩm mang lên núi, nấu ăn, giặt giũ, vun trồng vườn rau cũng như lo vệ sinh chung cho một ngôi biệt thự rộng lớn luôn tất bật. Mai Hạnh không dám ngơi nghỉ mà em cũng luôn cảm thấy vui vì mình đã thật sự giúp cho gia đình thoát ra sự thiếu thốn triền miên.

Đặc biệt, Má Hạnh, một quả phụ còn quá trẻ, thủ tiết, không dám bước thêm bước nữa, ở vậy nuôi bốn con thơ dại mà không hề than van, buồn tủi. Nay mẹ Hạnh không phải lo toan về tiền bạc chi tiêu hàng tháng mà chuyện đời cũng cắc cớ trớ trêu thật. Lúc gia đình có thừa tiền chi tiêu lại là lúc công việc cắt may làm không hết. Trước đây, nếu có thu nhập về nghề may thì ngày đó mới có đủ tiền mua gạo và mua rau về ăn. Nếu hai ba ngày không có may mướn thì gia đình phải nấu cháo ăn cho qua cơn đói. Thế mới biết, đồng tiền cũng biết nịnh người có của, còn người nghèo tiền bạc nó cũng chạy xa ra.

Hôm nay, Mai Hạnh nhớ lại rất rõ, một ngày trời quang mây tạnh, gió núi lồng lộng làm cho cây rừng lay động như chào mừng một ngày mới rất hữu tình nên thơ. Ngọn núi Sam như một con Sam biển khổng lồ trồi lên mặt nước chẳng khác nào ngọn núi hùng vĩ ở đây nổi bật nằm trên thảm lúa xanh bạt ngàn bất tận như nước biển của đại dương mênh mông.

Sau bữa cơm trưa của ông chủ xong, Mai Hạnh lo rửa chén đũa, quét dọn cho thêm sạch, châm cho đầy bình nước trà mới, Mai Hạnh định bước ra ngoài đi gom góp củi chuẩn bị cho những ngày tới.

Mai Hạnh, nhớ rất rõ dù đã qua hơn năm vì là ngày lịch sử của đời mình, thấy và có dịp sờ mó chạm vào một số tiền lớn nhứt trong đời em mà cũng như mới xảy ra đối với em hiện nay. Ông chủ gọi em đến gần và nói:

- Hôm nay, tôi biếu cho em đủ tiền mua hai chiếc xe đạp mới cho hai em học trung học ở tỉnh lỵ Sóc Trăng xa nhà, ngày mai em mang tiền về cho mẹ em và em đi mua hai chiếc xe đạp, em ở lại nhà chơi một ngày. Như thế em có ba ngày về Sóc Trăng, một ngày đi, một ngày về và một ngày em vui chơi với gia đình.

Cách cũng khá lâu, trên năm năm, lần về quê đầu tiên đó, Mai Hạnh nhớ rất rõ. Về Bố Thảo mang tiền lương và tiền ông chủ cho hai em mua hai chiếc xe đạp mà Mai Hạnh nhớ mãi và mang ơn suốt đời. Chuyện hai em của Hạnh có đủ tiền mua hai chiếc xe đạp mới cùng một lúc chẳng khác nào hai em trúng số độc đắc giúp cho đôi chân bé nhỏ của hai em đang đi vào một thế giới mới.

Bây giờ, em chuẩn bị thức ăn cho tôi, cơm và thức ăn nấu sẵn để vô "chạng", khi nào tôi đói tôi mang cơm và thức ăn hâm lại chốc lát ăn được rồi. Tôi gởi cho em thêm ít tiền để em mua lạp xưởng Quảng Trân, tôm lụi phơi khô cũng như bánh pía, mè láu ngon nổi tiếng của Sóc Trăng. Về đến chợ Châu Đốc, em mua thêm các loại khô và hai ba thứ mắm mà em thường mua trước đây, để dành có ngày mình sử dụng tới.

Mỗi lần Mai Hạnh mang tiền về quê, ông chủ đều đưa thêm tiền mua những thức ăn như là đặc sản của Sóc Trăng và đặc sản mắm khô của tỉnh Châu Đốc. Tiền ông chủ đưa chỉ mua bằng ấy thôi những gì ông chủ thích, mua ba bốn lần như vậy cũng chưa hết tiền, Mai Hạnh đều trịnh trọng trao số tiền dư đó cho ông chủ. Lần nào, ông chủ cũng gạc ngang, tiền em mua còn dư là tiền của em, cứ cất mà tiêu xài hay mang về cho gia đình.

Ban đầu, mỗi tháng Mai Hạnh xin phép ông chủ cho về thăm gia đình và mang tiền làm công và tiền ông chủ cho thêm, đi về đưa cho Mẹ giữ tiêu xài. Sở dĩ mỗi tháng Mai Hạnh phải xin phép về quê vì Mai Hạnh dốt và mẹ của Mai Hạnh cũng dốt không biết cách gởi tiền qua bưu điện. Mỗi lần về như vậy mất đến ba ngày, Mai Hạnh cảm thấy áy náy, tội nghiệp ông chủ đang đau yếu mà phải lọ mọ xuống bếp lo nhóm lửa, hâm thức ăn, rủi té thì sao? Mai Hạnh cảm thấy gia đình không còn thiếu thốn khó khăn nữa. Hai ba tháng Mai Hạnh mới xin phép đi về một lần mà rút lại chỉ có hai ngày, một ngày đi và một ngày về thôi.

Dường như có sợi dây vô hình cột chặt Mai Hạnh với ngôi biệt thự này dù ở trên đỉnh núi cao ngất đèo heo hút gió. Lần lần Mai Hạnh nghĩ ra cách một năm mình chỉ về nhà vài lần nhằm ngày cúng kiến đám giỗ ông bà nội, cha em, tránh về thăm nhà lâu quá, tội nghiệp cho ông chủ.

Mai Hạnh luôn nơm nớp lo sợ ông chủ té thì ai giúp đỡ ông chủ lúc đó. Để bù vào chỗ mang tiền về nhà nhiều lần, nay Mai Hạnh nghĩ:

- Một năm chừng hai ba lần nhờ Ý Sáu mang thức ăn lên cho ông chủ và mang tiền của mình về cho mẹ. Ý Sáu lại có dịp gần gũi ông chủ để ông chủ giúp đỡ hoàn cảnh khó khăn của Ý Sáu. Nghĩ được phương thức chuyển tiền về cho mẹ và mua thức ăn mang lên cho ông chủ, Mai Hạnh vô cùng mừng rỡ.

Lần tới về quê, Mai Hạnh sẽ bàn bạc với Ý Sáu giúp đỡ cho gia đình Mai Hạnh và cũng là dịp Ý Sáu thăm đứa em đang dưỡng bịnh và chắc chắn Ý Sáu cũng có thêm tiền bỏ túi để giúp con cháu. Còn tiền xe, tiêu vặt dọc đường Mai

Hạnh nhắc Má Hạnh đưa trước cho Ý Sáu. Mai Hạnh quá vui khi nghĩ cách đó là cao kiến nhứt vừa giúp mình, gia đình mình mà cũng vừa giúp Ý Sáu nữa, giúp đỡ một lúc ba bốn đối tượng...

Dù là quá khứ, trên năm năm, mà Mai Hạnh có cảm nhận chuyện giúp đỡ của ông chủ - chồng nàng hiện tại, như là một Thiên Thần độ mạng cứu giúp gia đình Mai

Hạnh, như mới xảy ra.

Sau cuộc đổi đời năm 1975, gia đình Mai Hạnh giấu biệt quá khứ, vợ con của một gia đình tử sĩ nguỵ quân để mong dễ tìm việc làm, nghe thê thảm làm sao đó! Gia đình nghèo quá cũng chẳng có bà con họ hàng giúp vì ai cũng nghèo, cũng khổ như nhau.

Trong đầu, Mai Hạnh luôn nghĩ có lẽ cha nàng chết vì nước, người ta còn gọi là hy sinh vì Tổ Quốc hay là Vị Quốc Vong Thân. Hồn của cha Hạnh rất thiêng, có lẽ lẩn quẩn đâu đây sẽ bao bọc chở che cho gia đình trong những khi gặp hoạn nạn khó khăn cơ hàn. Đầu óc còn non dại mãi nghĩ như thế:

- Mai Hạnh luôn cầu nguyện hồn thiêng của cha về giúp mẹ con Hạnh thoát cánh khổ nghèo này và các em tiếp tục cắp sách đến trường không bỏ ngang như Mai Hạnh. Còn Mẹ của Mai Hạnh lại khấn cầu nguyện linh hồn chồng về phù trợ cho các con thông minh học giỏi, may ra sẽ có dịp thay đổi cuộc đời đói nghèo.

Có phải nhờ mẹ và Mai Hạnh van vái cầu nguyện linh hồn cha về phù hộ cho các con thơ dại của ông, nên các em rất thông minh hiếu học? Dù con gia đình nghèo, mà các em đều học xuất sắc, luôn được nhà trường khen thưởng là học sinh ưu tú tiên tiến của xã của tỉnh và được kết nạp vào Đoàn Thiếu Nhi Khăn Quàng Đỏ.

Một chuyện trớ trêu, buồn cười trước cuộc đổi đời 1975, mà sau này lại là điểm son, đi học không bị kỳ thị lý lịch cha. Ba đứa em của Mai Hạnh không có tên họ cha, trong khai sanh viết là cha vô danh nên cái lý lịch trích ngang không có ghi con của một tử sĩ của chế độ cũ, thật hú vía, may mắn. Hơn nữa hồi trước, chỉ có Mai Hạnh có tên cha là quân nhân, còn ba em của Mai Hạnh vì ba Mai Hạnh cứ đổi đi xa từ đơn vị này đến đơn vị khác và làm thất lạc hôn thú nên các em Hạnh không có tên cha. Dù có ba con nhỏ mà không được lãnh lương theo cha, ba mẹ Hạnh cũng không quan tâm nhiều vì các con lớn được vài tuổi là ông bà nội nhận nuôi dưỡng và cho đi học đàng hoàng. Ở chung nhà với ông bà nội và rất được ông bà nội thương yêu chăm sóc. Chỉ có một đứa con trẻ nhứt được mẹ bồng bế theo chung sống với cha ở trại gia binh rày đây mai đó. Ông bà nội của Mai Hạnh ở một xã khác cách quê mẹ ở Bố Thảo vài chục cây số. Mai Hạnh nhớ:

- Mẹ kể vì để thất lạc Hôn Thú nên khi làm khai sinh, nhân viên hộ tịch không cho để tên cha mà phải để vô danh nên các em Hạnh không có tiền lương ăn theo với cha. Ba mẹ của Mai Hạnh cũng buồn và cũng quá thật thà không biết về quê làm lại khai sanh hay thế vì khai sanh cho các con. May mắn, nhờ cha mẹ chồng khá có ruộng đất cho thuê. Ba má Hạnh không lo về tiền bạc cho cháu ăn học ở nhà ông bà nội, ông bà bao tất cả. Lúc bấy giờ, ông bà nội của Mai Hạnh còn sống trong thời kỳ ở Sóc Trăng tương đối còn an ninh, ông nội của Mai Hạnh có nhiều đất cho thuê canh tác hoa màu và trồng lúa nên bảo bọc cho gia đình con thêm tiền hàng tháng. Dù là gia đình lính mà ba má Hạnh cũng có cuộc sống tương đối thoải mái mà có đến ba đứa con không được lãnh lương theo cha.

Khi Ba của Mai Hạnh tử trận, ông bà nội buồn rầu thêm sanh bịnh và hai ông bà nội lần lượt qua đời.

Sau năm 1975, các thửa ruộng cho thuê mướn, nay thuộc đất canh tác của nhà nước hay của hợp tác xã nên mẹ con Mai Hạnh trắng tay. Mẹ Mai Hạnh dự định về sống ở quê Bố Thảo vì có nhiều bà con họ hàng còn đang sinh sống ở đó, có thể giúp đỡ gia đình lúc ban đầu mới về. Còn ngôi nhà của cha mẹ chồng, mẹ Mai Hạnh mời bà con bên nội của các cháu đến bàn bạc và giao lại ngôi nhà này làm phủ thờ của giòng họ.

Cả họ nội của Mai Hạnh nghe tin gia đình Mai Hạnh muốn về quê Bố Thảo nương nhờ bên họ ngoại và có thể dễ tìm việc làm thích hợp nuôi bốn con còn quá nhỏ dại. Nghe mẹ Hạnh trình bày với lòng thành thật của mình về sự lo âu đường dài, không có phương tiện nuôi con. Mọi người nghe qua đều cảm kích và có cảm tình với mẹ con Mai Hạnh. Trong số bà con với ba má chồng, một ông cụ đã lớn tuổi, vai anh của ba chồng, ngoài tám mươi, xúc động nói:

- Bác sẽ bán một con bò, chừa lại chút ít, Bác sẽ tặng hết cho mẹ con cháu có tiền cất nhà ở quê cháu và làm vốn buôn bán lặt vặt kiếm sống. Cả chục người họ nội vô cùng cảm xúc, một ông cụ gần đất xa trời, tài sản chỉ có hai con bò nay bán một con tặng cho cháu. Ai nấy cũng đều cảm kích, kẻ ít người nhiều hứa giúp cho mẹ Mai Hạnh có một số tiền để về quê lo cất nhà và làm vốn mà có tiền nuôi dưỡng cho bốn con nhỏ tiếp tục việc học hành.

Mẹ Mai Hạnh cám ơn mọi người và sẽ thông báo ngày nào cả gia đình năm mẹ con bồng chống về quê Bố Thảo. Mẹ Hạnh còn thưa với bà con:

- Con may mắn có nghề may khi hồi còn con gái. Với số tiền bà con chung góp xây một căn nhà nhỏ đủ cho năm mẹ con ở trên đất của cha mẹ và mua một cái máy may làm kế mưu sinh lúc ban đầu. Mẹ Mai Hạnh tâm sự tiếp với nghề may vá quần áo trong xóm. Nếu thu nhập không đủ sống, bắt buộc con gái lớn Mai Hạnh phải theo bà con bạn bè mua trái cây trong xã ấp sáng sớm mang ra chợ bán kiếm tiền lời phụ với mẹ nuôi ba em. Như vậy, Mai Hạnh đành sẽ phải bỏ sách vở không còn đến trường học mà phải lăn lóc vào trường đời buôn bán lặt vặt phụ với mẹ kiếm sống cho qua ngày đoạn tháng ở lứa tuổi mười hai còn quá non trẻ.

Tất cả mọi người nghe qua sự trình bày của mẹ Hạnh, đều suýt xoa, chắc lưỡi, hoàn cảnh của gia đình năm mẹ con cũng sẽ gặp nhiều trở ngại khó khăn trên đường đời. Nếu không có cơ may dù siêng năng làm thuê ở mướn cực khổ trăm bề cũng đành chịu số phận bần cùng, khó cất đầu vượt thoát ra khỏi vòng kìm toả lầm than cả đời.

Mai Hạnh luôn nhớ những năm tháng nghiệt ngã khi em còn nhỏ, cha tử trận, đang được ông bà nội nuôi cho ăn học. Ông bà nội qua đời nên cả năm mẹ con Hạnh bơ vơ không còn chỗ nương tựa mà chung quanh dù có nhiều bà con bên cha cũng rất nghèo không ai cưu mang giúp đỡ lâu dài cho năm mẹ con. Mẹ của Hạnh lại không quen biết nhiều gia đình bên chồng nên cũng khó tiếp xúc gần gũi. Vì vậy, mẹ Hạnh phải gởi năm đứa con nhỏ vài ngày, mẹ Hạnh về lại quê Bố Thảo để xem coi có dọn về Bố Thảo ở liền được không vì các con đã bắt đầu nghỉ hè.

Khi về quê, dòng họ bà con chòm xóm, nghe tin mẹ Mai Hạnh muốn về quê định cư lâu dài, ai cũng niềm nở vui mừng hứa đón tiếp giúp đỡ. Mẹ Hạnh lại thấy tương lai với nghề may mà bà con chòm xóm đã biết mẹ Hạnh khi còn là thợ may duy nhứt ở cái ấp này. Mẹ có thể tiếp tục mưu sinh với cái nghề cũ đó, mẹ Hạnh quyết định nhờ em ruột và bà con chòm xóm cất tạm một ngôi nhà lá trong đất cha mẹ còn rất rộng, cạnh nhà cậu em trai.

Năm mẹ con dọn về Bố Thảo gấp trong mùa hè này để mùa tựu trường tới, các em của Hạnh còn tiếp tục xin theo học trường mới. Còn căn nhà xây cất lại tính sau khi đã về ở đây có được hộ khẩu, mới tính đến chuyện xây cất lại nhà cho đàng hoàng. Trước tiên, khi về quê cũ là mua ngay một máy may mới để làm kế sinh nhai. Mẹ của Hạnh đảm đang và tháo vát, chuyện gì bà cũng tính toán chu đáo kỹ lưỡng đều thành công mà Mai Hạnh học cách làm việc và xử thế của mẹ từ khi em còn bé mới tám chín tuổi.

Nghĩ nhớ đến đây, Mai Hạnh bật cười vì mình có cái gen của mẹ là tháo vát đảm đang, trên đường đời dù gặp nhiều chông gai, khó khăn chỉ với hai đức tính tháo vát, đảm đang đó cũng có thể làm bàn đạp vượt qua. Mai Hạnh lại còn có thêm tính chịu khó kiên trì cho nên chuyện gì cũng giải quyết suôn sẻ tốt đẹp.

Chồng Mai Hạnh, sau buổi cơm trưa, gọi vợ lại gần và nói:

- Tuần này, em Trung, Minh Tâm, Bernard và Đức, cả bốn bạn thân như trong một gia đình sẽ có những bài thi lý thuyết cuối cùng. Anh đoán các em sẽ đậu, vượt qua dễ dàng vì các em đều là sinh viên xuất sắc và là hạt giống đào tạo đầu tiên của trường Đại Học Y Khoa Cần Thơ sau năm 1975. Em nói với các em:

- Anh và em cùng gia đình mời các em cuối tuần về Bố Thảo, chúng mình làm tiệc thết đãi ăn mừng trước. Khi nào các em được nhà trường tổ chức phát bằng Bác sĩ Y Khoa, các em về đây, mình sẽ tổ chức tiệc mừng lớn. Mình đã từng tổ chức trước đây mà lần này còn mời thêm một số bác sĩ của hai bịnh viện Cần Thơ và Sóc Trăng mà các em sẽ cùng làm việc chung với các bác sĩ đó. Cũng nhân dịp này, mình cũng giới thiệu em Tuyết Trinh cũng làm vẻ vang cho trường trung học Hoàng Diệu, em đã tốt nghiệp thủ khoa môn Văn.

Em được nhà trường giữ lại làm giảng viên mà em phải làm đơn xin về dạy tại trường trung học cũ Hoàng Diệu. Em Tuyết Trinh thông minh thuyết phục rất giỏi nói là em hiểu biết là trường Đại học Sư Phạm Cần Thơ rất ưu ái giúp em tiến thân. Em Tuyết Trinh lại còn chạm mạnh đến trái tim của giới khoa bảng về sự cao đẹp trong sáng của môn Việt Văn nói chung trong các ngành học. Em còn nói, đã mang ơn công dạy dỗ ngôi trường trung học Hoàng Diệu yêu quý đầu đời của em nên em xin về dạy trường Hoàng Diệu. Nay em cảm nhận là có nhiệm vụ về phụ giúp trường nâng tầm học vấn văn chương Việt lên cao thêm.

Có nhiều người Việt làm như quên sự trong sáng cao đẹp của nền văn học, văn chương Việt Nam từ xa xưa cho tới hiện nay. Em Tuyết Trinh còn vớt một câu làm các vị lãnh đạo của trường Đại học Sư Phạm Cần Thơ khó từ chối lời xin của em. Em Tuyết Trinh nói, để em đền ơn đáp nghĩa với trường Hoàng Diệu một thời gian. Qua nghiên cứu thêm, em sẽ trưởng thành và có kinh nghiệm trong nghề truyền đạt chuyển tải văn chương Việt đến đại chúng. Đến lúc đó em làm đơn tự nguyện về phục vụ trường Đại học Sư Phạm thân thương của em.

- Anh thấu hiểu ruột gan của em Tuyết Trinh là em dấu nhẹm sẽ có chồng làm việc ở Sóc Trăng, vợ chồng mới cưới không thể ở nhà xa nhau. Sau này khi em được phục vụ dạy ở đại học Cần Thơ và chồng em cũng về theo em về làm việc ở Cần Thơ. Như vậy vợ đâu chồng đó luôn giữ hạnh phúc bền chặt, em có nhận thấy như thế không?

- Mai Hạnh gật đầu tán thành, vội đến ôm chồng vào lòng hôn lên tóc tỏ sự yêu thương kính trọng. Chồng lúc nào cũng quảng bác giải thích rõ ràng giúp cho vợ hiểu biết dù là một người ít chữ nghĩa, vẫn nắm bắt được vấn đề có nhiều khúc triết.

Sau một tuần làm bài thi, các em của Mai Hạnh cho biết là bài thi rất ngon lành, chắc chắn đậu. Mai Hạnh chúc mừng các em của chị giỏi quá. Anh chị dự định tuần này mời các em cùng về Bố Thảo báo tin vui với đại gia đình, anh chị có một tiệc nhỏ thết đãi các em sau những năm tháng miệt mài vật lộn với sách đèn và thức khuya dậy sớm thực tập hay trực các đêm ở các bịnh viện thực tập nội trú của ngành Y.

Nay, anh chị cùng chung hưởng niềm vui với các em đang "xả hơi" cho thêm phấn chấn tinh thần sau những năm tháng dài dằn dặt trong giảng đường và trong các bịnh viện, chị hai nói:

- Năm em cùng về nghe, chị đã chuẩn bị thức ăn đâu đó rồi và anh Hai của các em sẽ có lời nói tâm huyết với các em và anh cũng cho biết thuốc đặc trị bịnh lao của anh đang cạn kiệt gần hết rồi mà chưa nhận được thuốc mới từ Paris gởi về. Vì vậy, chị mong các em về thứ bảy này khi anh còn khoẻ, tinh thần còn tốt, nhận định chuyện đời hay thời sự bén nhạy, ít khi nào sai, anh Hai sẽ bàn luận với các em chuyện gia đình và chuyện đời thường của chúng ta. Nhân dịp này, anh sẽ trút nỗi lòng của anh cho cả năm em thông cảm hoàn cảnh đau yếu bịnh tật triền miên của anh. Theo chị Hai biết và anh đã có chuẩn bị trước các phần quà xứng đáng sau khi có lễ tốt nghiệp, nhận bằng bác sĩ Y Khoa. Anh chị sẽ tổ chức đại tiệc mà chị đã nhờ nuôi vỗ béo hai con bò và ba con heo, tượng trưng phần thưởng danh dự cho năm em. Anh Ba còn nói, lo hỉ sự chuyện thi cử sách đèn xong mới là chuyện tiểu đăng khoa. Kế tiếp, cả nhà phải lo chuyện đại sự cho các em, đại đăng khoa của bốn em Trung–Minh Tâm và

Tuyết Trinh–Bernard thành nghĩa tào khang vợ chồng, sau đó anh Hai có ra đi anh cũng mãn nguyện.

Khi Trung nhận được tin của chị Hai mình nói thật nói hết tâm sự chân thành của ông anh rể. Trung lật đật gọi điện thoại gấp cho Minh Tâm, Bernard, Đức biết và nói các em thu xếp mọi chuyện sáng thứ bảy, chúng ta về quê Bố Thảo sớm. Trung cũng nhắc nhở hai chị em Tâm – Trinh mua thêm trái cây hay thức ăn gì mà chị Hai không nấu, như thịt heo quay, bánh hỏi chẳng hạn vì chúng ta ở lại Bố Thảo hai ngày tha hồ mà vui chơi ăn mừng. Mình sẵn có xe mua thức ăn nhiều một chút, mình còn có thể làm thêm vài món mang về Cần Thơ ăn tiếp nữa, Trung vừa nói vừa cười ngất làm cho Minh Tâm thêm vội lái xe chạy đến liền.

Sáng sớm thứ bảy, mới năm giờ đã có mặt đủ năm người, Minh Tâm và Tuyết Trinh lo pha trà, cà phê cho các anh uống sơ sơ và chốc nữa trên đường đi, muốn ăn điểm tâm món gì thì tấp vô các quán ăn dọc đường từ Cần Thơ về Sóc Trăng tha hồ mà chọn lựa thức ăn hợp khẩu vị của mỗi người. Sau ăn điểm tâm và đổ xăng đầy bình, Trung lái một mạch đến nhà ở Bố Thảo chưa đến chín giờ sáng. Mẹ của Mai Hạnh rất vui chào hỏi các con cháu và nói có rước Ý Sáu xuống chơi và ăn trưa với mọi người.

Mai Hạnh nói các em có mua thêm thịt heo quay và bánh hỏi nữa thì bữa ăn trưa nay chúng ta ăn sớm một chút, trước mười một giờ để còn có nhiều thì giờ chúng ta tha hồ bàn thảo nhiều chuyện của gia đình. Anh Hai của các em nghe năm em về đông đủ, anh rất vui, bảo em Hiếu mua thêm mấy quày dừa lửa uống mới đã khát. Còn hai thùng bia đang ướp lạnh đãi ba chàng tân khoa bác sĩ còn hai cô thì uống nước dừa lửa cũng làm cho phừng phừng trong lòng sự vui mừng đã đỗ tiểu đăng khoa. Kế tiếp còn bàn chuyện tương lai đại đăng khoa luôn hôm nay nữa đó. Cả năm em vỗ tay tán thưởng khen nịnh chị Hai:

- Hôm nay chị hai nói có duyên quá cho nên anh Hai mê mệt chị là phải lắm rồi. Cả nhà vỗ tay hoan nghênh lời đáp của Minh Tâm.

Cả nhà cùng kéo qua nhà riêng của anh chị Hai, thăm ông anh rể. Anh đã ăn mặc tươm tất chỉnh tề, áo dài tay, bỏ vô quần đàng hoàng lại còn mang giày da đánh bóng láng coóng. Anh đang ngồi nhăm nhi ly cà phê sữa như một hiền triết đang suy ngẫm về một nhận thức, tư tưởng mới sáng tạo nào đó nhằm đóng góp cho xã hội, thế nhân. Minh Tâm lanh miệng nói:

- Chúng em chào mừng anh Hai và hôm nay chúng em cùng về đây báo cáo với "Thủ Trưởng" thành quả mà năm em đạt được. Bernard và Đức cùng nói tiếp:

- Anh Hai diện kẻng quá như là chú rể sắp chào quan khách hai họ, hai em sẽ bắt chước anh Hai khi hai em lên xe bông cũng diện mốt francais như anh Hai vậy đó! Mọi người có dịp vui cười hả hê. Mai Hạnh mời mẹ, Ý Sáu và các em ngồi vào bàn mà Mai Hạnh đã chuẩn trước từ hồi nào rồi, có cả hai bình trà nóng cùng bánh pía, mè láu của Vũng Thơm nổi tiếng cả nước. Cả nhà sum hợp đông đủ rất vui. Ông anh rể lên tiếng:

- Chào các em từ Cần Thơ về thăm gia đình và thăm anh chị Hai. Hôm nay, sau khi ăn trưa xong, anh xin gia đình cho anh Hai có đôi điều cần nói ra để các em của anh chị Hai biết rõ thêm một chút.

- Tương lai cuộc đời của anh Hai chưa biết sẽ đi về đâu? Anh Hai mong muốn các em sau khi có chỗ làm đàng hoàng và tiến tới làm đám cưới hai đôi uyên ương Trung–Minh Tâm và Tuyết Trinh–Bernard. Còn em Đức chừng nào bước lên bông anh chị Hai cũng có quà đặc biệt cho em rồi đó. Cả nhà ồ lên một tiếng như tán thành lời nói của anh Hai và hoan hỉ đón nhận tin vui, anh Hai sẽ công bố sau bữa ăn trưa nay. Mọi người uống trà ăn bánh ngọt và râm rang vài câu chuyện về thi cử về tương lai của mỗi người. Chồng Mai Hạnh nói tiếp:

- Anh chị Hai của các em có nghe tin vui là em Đức có một đứa em trai cũng bị thất lạc với cha mẹ trong chiến tranh trước năm 1975 giống như Đức. Đứa em trai này lúc bấy giờ đang qua thăm và ở chơi tại nhà ông chú ruột ở một tỉnh lân cận. Khi chiến tranh nổ bùng lớn, mọi giao thông bị cắt đứt, em không trở về nhà được. Trước ngày 30 tháng 4 năm 1975 không xa, cha mẹ em có điện thoại cho chú em, căn dặn chú em cố giúp anh chị nuôi cháu. Nếu anh chị phải vội ra đi do Mỹ bốc bằng máy bay mà thằng Thành không về kịp cùng đi với anh chị. Tên nó và anh nó thằng Đức đang học Y Khoa ở Sài Gòn anh chị cũng đã có ghi tên hai con vào danh sách xin Mỹ cho di tản theo diện ưu tiên.

Nếu không có hai con, anh chị cũng phải ra đi, không thể ở lại được vì anh chuyên thầu với Quân đội Mỹ xây cất doanh trại nên Vi xi khó để anh yên. Mặc dù anh cũng giúp một người bạn chí cốt, nghe nói bây giờ anh ấy làm chức gì lớn lắm, cũng khó bao che anh.

Vật đổi sao dời, sau cuộc đổi đời năm 1975, gia đình chú của Đức và Thành bám trụ ở quê hương sống rất chật vật vất vả mà cháu Thành, ông chú vẫn nuôi cho đi học đàng hoàng cùng với ba con của ông chú. Sau cuộc đời đó, ông chú của Đức không thể sống nổi với những chật vật khó khăn của địa phương vì gia đình bị kỳ thị, dù không giàu sụ, nhưng cũng khá giả nên bị chánh quyền mới để ý theo dõi. Khi biết có anh ruột được bốc đi Mỹ nên chú của Đức phải bị đuổi đi vùng kinh tế mới. Với tư chất bẩm sinh thông minh nhạy bén và tháo vát của anh em gia đình họ hàng của cha chú Đức. Ông chú nín thở qua sông gần cả năm, ba con của chú và thằng Thành đều được ông gởi cho hai gia đình bạn bè ở sát cạnh nhau, có nòi cách mạng nuôi dưỡng ăn học như trước kia. Ở vùng kinh tế mới một thời gian, chú thím Đức, nhờ còn cất giữ vài chục cây vàng, có ý định mua ghe đánh cá biển, đổi nghề mới mà mục đích chính là làm phương tiện vượt biên. Nghề đánh cá không phải nghề của ông mà chú của Đức đã có học đại học về ngành kỹ sư công chánh, học được ba năm bị bịnh phải bỏ học ở Sài Gòn về quê dưỡng bịnh. Khi khoẻ mạnh lại lập gia đình, có con cái nên bỏ học đại học luôn. Ông chú của Đức với sự hiểu biết cơ bản về xây cất nhà cửa, làm cầu đường... xoay chuyển qua nghề làm thầu khoán xây cất nhà cửa ở địa phương và ông chú cũng làm ăn khấm khá cho đến ngày đổi đời với chế độ mới nên nghề thầu khoán cũng đi theo chế độ cũ biến mất luôn.

Nay, Chú thím của Đức mua được ghe đánh cá biển loại tốt và nhờ hai người bạn chạy lo giấy phép đánh cá biển cũng như giấy chứng minh nhân dân đầy đủ. Nhiều người nói, ở gần biển mà ở miền Trung lại có tàu đánh cá hợp pháp mà muốn vượt biển tương đối cũng khá dễ dàng thành công. Nhưng, các con của chú thím và cháu Thành còn kẹt ở nhà bạn cũng có chức tước trong chế độ mới. Nếu dẫn bốn con cháu theo mình vượt biên thì tội nghiệp hai người bạn thân đã đùm bọc bao che nuôi dưỡng bốn con cháu sẽ bị liên luỵ. Lương tâm của một người hiền lương có đạo đức, không thể chỉ nghĩ có lợi cho mình mà lại di luỵ khổ đau mất mát cho người khác mà lại là người ân nữa. Vì lẽ đó, chú thím của Đức cứ nấn ná chờ có dịp thuận tiện mới đi vượt biên được.

Tình cờ có bạn rủ ren đi vào Nam tìm kế sinh sống mới vì bạn nói ở miền Nam, chế độ mới rộng mở hơn sự khép kín của nhiều địa phương ở miền Trung. Ở Miền Nam chính sách có cởi mở hơn, không cố chấp, không có tánh trả thù của một số ông cách mạng, cái gì của chế độ cũ kể cả con người nữa cũng đều xấu xa cần phải loại trừ. Chú thím Đức có ý định đi xa quê nhà lập nghiệp nói với hai người bạn thân, chừng nào có chỗ ở vững vàng sẽ đón con cháu về.

Hai người bạn hoan hỉ đồng ý biết chắc bạn mình không muốn vượt biên nên mau mắn nhận nuôi bốn đứa nhỏ và cho đi học đàng hoàng, chú thím của Đức cũng yên tâm. Thím của Đức cũng kín đáo đưa cho hai bà bạn mỗi người vài chỉ vàng để làm vốn buôn bán nuôi thêm bốn cháu nhỏ. Lúc bấy giờ, ai còn có giữ vàng dù vài chỉ vàng cũng là một nguồn vốn lớn hay một gia tài nho nhỏ.

Chú Thím Đức quyết thử thời vận xem sao và một điều may mắn và tự nhũ:
- Một liều, ba bảy cũng liều để xem số phận tương lai mình ra sao?. Đến thời điểm sau hai năm gọi là giải phóng, đời sống của người dân lại vẫn còn vô cùng khổ cực vất vả chỉ tìm cái ăn cũng đã ná thở rồi, ai cũng nghèo khổ rớt mồng tơi.

Khi vào đến Miền Nam, ghe đậu lại ở vùng Nhà Bè, gần Sài Gòn, ông chú của Đức lân la làm quen với địa phương tìm cách làm ăn mà chẳng ai dám giúp vì sợ hai ông bà này tổ chức vượt biên mà họ sẽ bị liên luỵ, khổ thân với nhà cầm quyền địa phương. Cũng may là cả hai ghe là loại tàu đánh cá biển có giấy phép đầy đủ của miền Trung của hai gia đình muốn vào Nam tìm kế mưu sinh lâu dài. Không có dấu hiệu tổ chức vượt biên nên địa phương để yên không làm khó dễ.

Sau một tuần, hai gia đình bàn tính, chúng ta về miền Tây, gạo trắng nước trong, rất cởi mở. Dân chúng đều có nguồn gốc di dân từ miền Trung, kể cả người Hoa nữa cũng về miền Tây lập nghiệp cho nên họ có tinh thần cầu tiến, cưu mang giúp đỡ người khác và tâm tính chân thật luôn rộng mở hơn mọi miền khác của đất nước.

Hai tàu đánh cá của hai gia đình, khi đã bàn thảo tính toán xong là họ nhổ neo xuôi về Miền Tây. Trước tiên vào địa phận tỉnh Đinh Tường – Mỹ Tho, chuyên nghề chở mướn trái cây cho thương lái mang về Sài Gòn. Tiền công chuyên chở cũng dư thừa cho cuộc sống khá tươm tất đầy đủ.

Chú thím của Đức có suy nghĩ, nếu mình mang bốn con cháu về mà cứ ở trong ghe hoài làm sao các con cháu đi học đến nơi đến chốn được. Tốt hơn hết phải lên bờ, cất nhà mới ổn định được nơi ăn ở, lúc đó mang con cháu về mới hợp lý.

Cái gì đến nó cũng sẽ đến cho những người có tâm huyết, đạo đức và lương thiện. Trong một chuyến chở trái cây về Sài Gòn mà người chủ gốc gác ở Cần Thơ, có bà con ruột thịt ở Cần Thơ nhắn giúp tìm xem một chiếc ghe hay tàu đánh cá còn tốt để gia đình tổ chức vượt biên an toàn. Người chủ các lần chở trái cây đều mướn chiếc tàu đánh cá của chú thím của Đức, thấy sự vận hành của máy tàu rất tốt. Bà ta nhắn cho anh nói là muốn mua tàu đánh cá tốt thì lên Mỹ Tho gặp bà để xem chiếc tàu đánh cá còn rất tốt, nếu muốn mua thì bà sẽ hỏi mua giúp.

Gia đình ông anh ở Cần Thơ vẫn còn ý định vượt biên, nghe tin em nhắn như vậy, vội đi Mỹ Tho ngay đến nhà cô em. Cũng rất tình cờ, chiều hôm đó, có chuyến chở trái cây lên Sài Gòn, ông anh nói cho tháp tùng theo chơi và đến Sài Gòn, anh sẽ còn làm vài việc xong lại đi xe bao về Cần Thơ.

Thật nực cười, trong đời ông anh sống trong nhung lụa, dù có ông anh ruột và bà con họ hàng cả hai bên chồng, bên vợ đều có góc cách mạng nòi bao che đủ mọi điều mà lại không muốn sống ở Việt Nam, muốn vượt biên cơ! Hơn nữa, các ông anh, nay đều làm lớn ở địa phương đã bao che hai ông bà lọt ra khỏi danh sách bị đánh tư sản mại bản ở địa phương. Mặc dù ông bà có hai ngôi nhà sang trọng và nhiều căn phố cho thuê ở Cần Thơ, vẫn còn nguyên vẹn.

Cũng trớ trêu, người ta thường nói: đứng núi này trông núi nọ, muốn tìm cảm giác mới khi vượt biên và ra nước ngoài định cư coi có hợp với bản tính của mình không? Nếu vượt biên thất bại, có mấy ông anh cách mạng chạy lo chắc cũng xong. Trước khi vượt biên bán hết nhà phố, mua vàng gởi mấy ông anh cất giúp. Khi vượt biên thành công sang Mỹ hay nước nào đó, khi có dịp trở lại quê hương và có thể các ông anh cũng đưa lại. Các ông anh bây giờ làm lớn, giàu sụ, vàng của em gởi sẽ được trả lại cho em.

Ông bà đại gia đó nghĩ như vậy, nên không ngại mua tàu đánh cá phải tốt, tốn kém bao nhiêu cũng chẳng đắn đo quan tâm.

Chuyến "quá giang" theo ghe chở trái cây của cô em nhằm mục đích "quan sát thực địa" như một người chỉ huy nơi tiền tuyến, coi xem khả năng vượt biển của chiếc tàu đánh cá biển này có bảo đảm cho gia đình "chắc cú" an toàn vượt trùng dương?. Khi ông đã đánh giá biết rõ thân con tàu, máy móc đều tốt dù với giá nào ông cũng mua vì không sợ hư hỏng máy móc hoặc ghe cũ mục nát tân trang dễ bị sóng to gió đánh vỡ. Khi ông đã chứng kiến tận mắt khả năng vận hành của chiếc tàu chở đầy trái cây và với lộ trình xa gần cả trăm cây số mà rất an toàn, không có bị trục trặt gì cả. Bề ngoài ghe còn mới, ông thử gõ mạnh vào thành tàu nghe tiếng vọng của gỗ để ông đánh giá sẽ trung thực hơn. Và máy móc nước sơn ngoài còn mới chứng tỏ máy tàu còn tốt, tiếng nổ ngon lành chắc chắn không sợ hư hỏng. Trong lúc ngồi trong ghe, ông anh thấy hai vợ chồng chủ ghe có vẻ bề ngoài rất trí thức và với một câu chuyện làm quen.

Ông biết chủ ghe đã từng học đại học ngành Công Chánh và từng làm thầu khoán nữa nên ông anh của bà chủ bán trái cây có cảm tình "kết" liền vì cùng nghề nghiệp kinh doanh như ông. Ông vội lấy giấy viết cho ông chủ tàu địa chỉ nhà, số điện thoại liên lạc ở Cần Thơ và còn đưa cho ông chủ tàu một số tiền làm lộ phí để cho hai ông bà có một chuyến về Cần Thơ ở chơi vài ngày. Ông còn nói, có dịp chúng ta cùng nhau bàn bạc chuyện làm ăn và ông nói tiếp:

- Sau ngày giải phóng, tôi còn tiếp tục nghề thầu khoán, chúng ta hợp tác làm ăn, bây giờ thấy có vẻ hợp gu rồi đó.

Sau chuyến đi theo ghe chở trái cây, ông anh của bà chủ vựa trái cây ở Mỹ Tho nói với em, anh rất tâm đắc về khả năng an toàn của chiếc tàu đánh cá này, anh sẽ cố mua cho bằng được.

Có dịp nghỉ ngơi vài ngày, ông chủ tàu gọi điện thoại báo cho ông thầu khoán ở Cần Thơ biết là ông muốn đến Cần Thơ thăm viếng gia đình. Và có thể ở lại vài ngày đi đó đây, tham quan những danh lam, thắng cảnh của thành phố Cần Thơ mà trước đây, ông ở miền Trung, đã nghe danh biết tiếng Cần Thơ là Tây Đô của miền Tây, đồng bằng sông Cửu Long. Ông thầu khoán nói:

- Không có gì trở ngại, ông bà đến Cần Thơ ở nhà tôi, có tài xế đưa đón ông bà đi du ngoạn, ngắm cảnh đẹp ở Cần Thơ, ở bao lâu cũng được, tôi sẽ lo hết các cái cho hai ông bà.

Nghe tin vui, mời mọc của ông thầu khoán, ông chủ tàu cũng biết ông thầu khoán khoái chiếc tàu đánh cá của mình. Ông còn thầm nghĩ không lẽ một đại gia như ông ta có chỗ dựa vững chắc của ông anh ruột và bà con họ hàng đều có nòi cách mạng, có chức vụ lớn ở địa phương, đâu có gì phải sợ nữa, ông chủ tàu mới nghi ngờ chưa chắc chắn điều mình thầm nghĩ.

Đến ngày hẹn đi Cần Thơ, ông bà chủ tàu gởi tàu lại cho cô em ông thầu khoán và còn nói cô em có gởi gì biếu cho ông anh ở Cần Thơ đưa cho hai ông bà mang về Cần Thơ. Cô em ông thầu khoán cũng có gởi cho ông bà hai gói quà, mỗi gói chừng ba bốn ký mang giúp về cho gia đình ông thầu khoán.

Từ thành phố Mỹ Tho, hai ông bà chủ tàu đi về Cần Thơ, mua vé xe nhỏ, đã có người rồi, chỉ cần thêm vài người nữa cho đầy xe là xe lăn bánh liền. Đường đi từ Mỹ Tho sáng sớm, tương đối xe chưa lưu thông nhiều, đường lộ còn trống trải và đường Quốc Lộ 4 về Hậu Giang đã được tân trang nới rộng và tráng nhựa tốt nên xe chạy êm và mau. Qua phà Mỹ Thuận và bắc Cần Thơ cũng khá nhanh, không bị kẹt xe vì xe chạy lên Sài Gòn thì nhiều mà xe từ Sài Gòn, Long An, Mỹ Tho chạy về tỉnh thì ít nên hai ông bà chủ tàu đến bến xe mới Cần Thơ rất sớm, chưa tới 10 giờ sáng. Hai ông bà cho địa chỉ, người lái xe lôi cho biết trước giá tiền và đạp hơn mười lăm phút đến đậu trước một ngôi biệt thự sang trọng, ông bà chủ tàu cũng có tiên đoán trước là ngôi nhà của ông thầu khoán chắc cũng lớn và đẹp. Nhưng, quả thật quá bất ngờ, một người đang kinh doanh và là thầu khoán tư nhân, lại có ngôi biệt thự không thua kém mà có thể nói là còn bề thế hơn ngôi biệt thự của ông Bí Thư ở Phú Yên. Ông bấm chuông, có người ra mở cổng, nói:

- Ông chủ mời hai ông bà vào nhà, ông chủ đang ở phòng khách.

Vừa bước lên tam cấp trước của biệt thự, ông chủ thầu khoán đã mở toang cửa rộng ra đón chào ông bà chủ tàu. Bà vợ của ông thầu khoán cũng tiến ra cửa đón bà chủ tàu. Cả bốn người vào phòng khách, an vị đâu đó xong, ông thầu khoán rót nước trà mời hai ông bà chủ tàu và nói liền:

- Bây giờ cũng trưa rồi, hai ông bà vào phòng ngơi nghỉ, chừng 11 giờ, chúng ta ăn cơm trưa sớm để hai ông bà còn đi dạo có tài xế lái xe đưa hai ông bà đi mà chú tài còn giải thích cho ông bà biết nhiều khu phố đặc biệt của Cần Thơ. Ông bà có dịp ngoạn cảnh thành phố Cần Thơ cho tới hai ba giờ về lại phòng ngơi nghỉ cho đến chiều.

- Chúng ta ăn cơm chiều trước sáu giờ, ông thầu khoán nói, chúng ta dành một ít thời giờ bàn bạc công việc. Sau đó vợ chồng tôi cùng hai ông bà đi dạo thành phố Cần Thơ về đêm. Chúng tôi mời hai ông ta thưởng thức những món ăn đặc sản của khu chợ đêm Cần Thơ. Theo tôi nghĩ:

- Lúc này ít có địa phương khác, tổ chức chợ đêm như thành phố Cần Thơ. Ngày mai nhằm ngày thứ bảy, tôi cho người hướng dẫn ông bà đi du ngoạn chợ nổi Cái Răng, Cần Thơ. Ông bà có dịp đến khu sinh thái gần chợ nổi tha hồ mà ăn trái cây và thưởng thức những món ăn nhanh của chủ vườn mà mình đến viếng như cá lóc nướng trui, rùa rang muối, chim rôti, gà xé phay, óc lác hấp... Nếu ông bà còn ở lại thêm ngày chủ nhựt, tôi sẽ đưa ông bà đi thăm viếng danh lam thắng cảnh trong thành phố Cần Thơ. Ông bà chủ tàu nghe ông thầu khoán giới thiệu những ngày ở Cần Thơ tha hồ mà viếng cảnh đẹp của Tây Đô trong lòng thấy quá vui, ông chủ tàu, buột miệng nói:

- Vợ chồng chúng tôi chưa đi ngắm cảnh, tham quan hay nói cách khác là du ngoạn nhiều danh lam thắng cảnh trong thành phố Cần Thơ và đi du ngoạn vùng sinh thái, khu chợ nổi Cái Răng. Mới nghe qua mà chúng tôi đã thích, đã mê rồi. Có lẽ chúng tôi sẽ di chuyển về đây ở luôn, xin "nhập tịch" vô hộ khẩu làm dân Tây Đô. Chừng lúc đó, chúng tôi xin nhờ ông thầu khoán giúp đỡ cho chúng tôi vào hộ khẩu ở Cần Thơ . Ông thầu khoán, nói liền:

- Cái chuyện ông bà về ở Cần Thơ, tôi hết lòng hoan nghênh giúp đỡ và chuyện nhập hộ khẩu ở địa phương này là chuyện nhỏ, hai ông bà yên tâm đừng có lo nghĩ gì hết về cái chuyện nhập hộ khẩu. Ở chỗ khác có thể ông bà gặp rất nhiều khó khăn, còn Cần Thơ là cái nôi của dòng họ tôi định cư sanh sống đã bao đời.

Cả hai ông mới đề cập sơ sơ về Cần Thơ, mỗi người có cách suy nghĩ khác nhau. Ông chủ tàu thì muốn lên ở trên đất liền có nhà cửa đàng hoàng, còn đưa bốn con cháu về ở chung và ông có thể tiếp tục nghề thầu khoán ở cái xứ Tây Đô màu mỡ, chẳng mấy hồi sẽ phát lên.

Ông thầu khoán dù sinh trưởng ở Cần Thơ và đã trở thành một đại gia mà lại có anh ruột và bà con trong gia tộc thuộc nòi cách mạnh, đang giữ những chức vụ lớn ở tỉnh và thành phố Cần Thơ lại muốn rời Cần Thơ đi sang Mỹ sinh sống.

Người đời thường đứng núi này trông núi nọ, gia đình ông thầu khoán đã sống trên nhung lụa mà lại muốn thay đổi cuộc đời mới, dù biết vượt biên bằng ghe ra biển khơi rất nguy hiểm nếu gặp sóng to biển động. Không ai biết trước chuyện gì sẽ xảy ra nếu máy móc trên ghe bị hư hỏng hoặc gặp vận xui bị hải tặc tấn công thì chẳng những mất hết tiền của tài sản mà mất cả tính mạng nữa.

Thế mà ông thầu khoán lại quyết tâm bỏ hết, chỉ thoả mãn được giấc mơ sang Mỹ sinh sống mà ông ấp ủ mơ ước từ hồi ông còn là sinh viên học ở Sài Gòn cuối thập niên 60.

Hai tâm hồn lớn của ông thầu khoán và ông chủ tàu đã gặp nhau, cũng có thể nói đều có ước mơ làm lại cuộc sống mới mà mình yêu thích dù một người muốn ra đi xứ khác lập nghiệp. Còn một người muốn về Cần Thơ tiến thân. Thế mới biết chuyện đời vô cùng lắc léo trớ trêu, người ta đã sống sung sướng trên nhung lụa lại muốn đi tìm cái mới mẻ của một quê hương mà hồi trai trẻ ấp ủ, dù ra đi có trót lọt, tương lai vẫn còn mù mịt. Nhưng, với tâm huyết muốn ra đi thì cứ ra đi bất chấp hiểm nguy khi lênh đênh trên biển cả hay tại trại tỵ nạn hoặc đã đến được xứ Hoa Kỳ với vốn liếng tiếng Mỹ ít ỏi. Những điều này ông thầu khoán đều có tính toán kỹ trước rồi, ông hy vọng, ông có tài sản một ít vàng và đô la mang theo cũng sống được vài năm.

Ông không biết diện di dân tỵ nạn chánh trị khi đến Mỹ sẽ có hưởng trợ cấp cho cuộc sống và có bảo hiểm y tế đầy đủ để gia đình ông khắc phục cái khó khăn ban đầu. Ông cố học thêm tiếng Mỹ vài năm, ông tin là ông có thể mở nhà hàng hay tiếp tục cái nghề xây cất dù nhỏ hay lớn cũng đều có thể ăn nên làm ra. Nếu cần mua nhà cửa, ông thầu khoán đã có gởi các ông anh cả trăm cây vàng nhờ các ông anh gởi lại tiếp giúp.

Dù các ông anh cũng có biết trước em trai mình chuẩn bị vượt biên mà các ông cũng có can ngăn, nhưng không thật lòng ngăn cản vì các ông anh quan niệm, giữ em mình ở lại Việt Nam thì quá dễ dàng. Nhưng, làm sao mà giữ tư tưởng, ý chí của em mình phục vụ cho chế độ mới mà em mình lại không thích như mình.

Cái ơn của em mình mà các anh luôn ghi nhớ, đã giúp vợ con của các anh có chỗ ăn ở đàng hoàng, các cháu đều được nuôi dưỡng cho đi học đến nơi đến chốn. Một mình ông thầu khoán, với uy tín của một thầu khoán lớn cho nên ông gánh vác bao che về mặt an ninh với chánh quyền địa phương tương đối dễ dàng. Ông cùng quan điểm với nhiều người có quyền có chức của chế độ cũ, cha vào bưng chống chánh quyền là tội cha làm cha chịu. Còn vợ con ở lại với địa phương chỉ biết lo làm ăn đàng hoàng là công dân tốt. Các con đi học chăm chỉ siêng năng, không còn liên lạc với cha thì các gia đình có gốc là vợ con của vixi vẫn là người quốc gia... Cái quan điểm nhân bản đó khác xa với chế độ mới sau này. Trong một gia đình chỉ có một người thuộc dạng phục vụ cho Mỹ Nguỵ thì lý lịch trích ngang của gia đình này kể như bị kỳ thị, bị theo dõi và luôn gặp rắc rối khó khăn, bị đì sát ván. Các con đi học bị xếp loại từ hạng mười trở lên đến hạng chót rất khó vào học đại học...

Sau bàn bạc hai ông đã đồng ý thoả thuận, không cần phải tính toán gì thêm nữa. Ông thầu khoán sẽ chuyển giao, trên giấy tờ bán nhà cho "vợ chồng người bạn" từ Miền Trung vào chở hàng mướn, có tên trong hộ khẩu, bán lại ngôi nhà với giá hữu nghị, một ngôi khá sang trọng, có một tầng lầu đúc, có năm phòng ngủ. Còn chiếc tàu đánh cá ông thầu khoán làm mai mối mua lại chiếc tàu cho đứa cháu đã từng có nghề đánh bắt cá biển tiếp tục nghề cũ. So sánh thời giá giữa tiền bán nhà và tiền bán tàu thì cái nhà có giá cao hơn cả chục cây vàng, đó là chuyện nhỏ đối với ông thầu khoán. Nhưng, ông thầu khoán còn cởi mở nói với ông chủ tàu, tôi sẽ biếu anh vài cây vàng để anh làm vốn lúc ban đầu khi anh lên bờ sinh sống. Ông thầu khoán còn nói tiếp:

- Bắt đầu tuần tới tôi cho hai đứa cháu theo ghe anh lo chuyên chở trái cây lên xuống Mỹ Tho-Sài Gòn chừng một tuần để cho chúng nó học nghề. Sau đó hai đứa cháu quen việc nhờ anh tận tình chỉ dẫn từ cách lái tàu cho đến máy móc sẽ hư hỏng sửa chửa làm sao. Anh để hai cháu lái tàu cùng vợ chồng anh về Cần Thơ và từ Cần Thơ lái ra biển đánh cá, anh cũng giúp các cháu chừng vài chuyến đánh bắt cá hợp pháp.

Trong lúc anh giúp hai cháu cùng đi chở mướn lên Sài Gòn. Ở nhà, giấy tờ vợ chồng anh nhập hộ khẩu, tôi đã lo xong hết rồi. Khi anh cùng hai cháu đi đánh cá ngoài biển, ở nhà tôi sẽ làm thủ tục bán nhà cho anh chị, người ở cùng hộ khẩu lại càng dễ, và lo cho anh chị làm chủ nhà có cả sổ đỏ luôn.

Mọi việc, tôi tiên liệu, đến tuần thứ ba thì anh có giấy tờ đầy đủ mua lại căn nhà có tờ khai hộ khẩu đàng hoàng. Vợ anh lên ở nhà mới, còn anh có thể ráng giúp các cháu vài chuyến đánh cá ngoài khơi nữa là hoàn tất mọi thứ hết. Ông thầu khoán còn nói tiếp:

- Chiều nay, vợ chồng tôi mời anh chị, chúng ta cùng xuống nhà hàng nổi Cửu Long ăn một bữa cho ngon. Có dịp hai anh chị ngắm cảnh hoàng hôn và ban đêm ở Bến Ninh Kiều. Trên dòng sông Hậu, nhà hàng Cửu Long thả trôi lênh đênh trên sông nước rất nên thơ hữu tình, lại còn thưởng thức nhạc sống nữa. Chúng ta ăn mừng công việc chúng ta đã bàn bạc và thoả thuận xong xuôi tốt đẹp.

Ngày hôm sau, ngày thứ hai, anh chị có thể về lại Mỹ Tho và nói với cô em tôi là chiều thứ ba sẽ có hai đứa cháu xuống Mỹ Tho cùng đi chung ghe chở trái cây lên Sài Gòn. Em tôi có thể cho trái cây xuống ghe trước, chở đi Sài Gòn vào tối thứ ba...

Tối nay, dù là tối chủ nhựt mà nhà hàng Cửu Long vẫn đông nghẹt khách, hai ông bà thầu khoán diện kẽng đưa khách quý đi ăn tiệc ở nhà hàng Cửu Long, mãi đến gần mười một giờ đêm mới về nhà.

Sáng hôm sau, ăn sáng xong, ông thầu khoán cho tài xế đưa hai ông bà chủ tàu đến bến xe đi Mỹ Tho mua vé. Ngồi trên xe mà lòng ông chủ tàu rất phơi phới hân hoan, nói với bà xã là ông không ngờ gặp người quá tốt quá rộng rãi và muốn đi Mỹ như ông muốn lấy bà hồi năm xưa, bà vợ véo yêu ông một cái cũng tỏ ý tán đồng lời nói có duyên của ông chồng.

Về đến ghe ở Mỹ Tho, vợ lo nấu cơm ăn trưa, còn ông lên vựa gặp cô em thuật lại mọi điều tốt đẹp, chỉ dấu là ông anh sẽ mua tàu đánh cá của ông và chuyện ông bà sẽ về định cư ở Cần Thơ cũng chưa cho biết vội, ông giả từ cái nghề chở mướn như hiện nay. Bà chủ vựa nói:

- Tôi cũng mới mang trái cây về đến vựa, ngày mai mình cho xuống ghe, đợi hai cháu đến cùng đi với ghe chở trái cây lên Sài Gòn giao mối vựa Cầu Ông Lãnh.

Sau ba chuyến lên xuống Sài Gòn, ông chủ tàu nói với bà chủ vựa trái cây:

- Ông anh của bà muốn mua chiếc tàu này cho đứa cháu đi đánh bắt cá biển. Vợ chồng tôi và hai cháu sẽ đưa tàu về Cần Thơ, ông chủ tàu cũng hết lời cám ơn bà chủ vựa tin cậy nhờ ông chở trái cây lên Sài Gòn giao mối lái tại vựa chánh ở Cầu Ông Lãnh cũng suôn sẻ... Bà chủ vựa cũng nói lời cám ơn ông bà chủ tàu đã hợp tác chân thật với bà và ông chủ ghe tiếp lời:.

- Về Cần Thơ, ông bà sẽ đổi nghề khác, bán tàu xong xuôi lên bờ sinh sống. Tại vựa còn vài quày chuối, một số ít đu đủ, xoài Hoà Lộc, chôm chôm, sầu riêng... có trái cây gì đang dú, tôi biếu hết cho ông bà về Cần Thơ dùng. Dù ở Tây Đô Cần Thơ các loại trái cây này cũng có ngập tràn bán ở các chợ. Nhưng, tôi biếu tặng thay lời cám ơn chân thật của tôi, chúng ta cũng sẽ có nhiều cơ hội gặp lại.

Ông bà chủ tàu thật sự cảm động lần lượt cũng nói lời cám ơn bà chủ vựa trái cây nổi tiếng nhân đức ở Mỹ Tho.

Chuyện đời cũng khá trớ trêu, bà chủ vựa trái cây vừa mới qua tuổi bốn mươi, còn quá trẻ lại cũng khá xinh đẹp mà lại giàu tiền bạc còn giàu lòng nhân ái từ thiện nữa. Bà có hai đứa con cho đi Sài Gòn học trường nổi tiếng, nay đã vào đại học. Thế mà ông chồng không biết ăn phải bùa mê thuốc lú gì lại ly dị vợ theo vợ bé về Vĩnh Long, ông cũng phải cật lực lao động mới có đủ tiền tiêu dùng.

Đang là ông chủ vựa, bà chủ quán xuyến hết mọi công việc buôn bán, còn ông chỉ "lỏng nhỏng" cho có mặt tại vựa giúp thay vợ tiếp khách, công việc quá nhàn mà lại sẵn có tiền rủng rỉnh trong túi nên cũng dễ sanh tật. Bà chủ vựa cũng có đôi lần tâm sự với bà chủ tàu khi hai bà rồi rảnh bàn luận chuyện làm ăn và chuyện thế sự nên bà chủ tàu lại càng có cảm tình đặc biệt với bà chủ vựa trái cây. Hai bà cũng có độ tuổi ngang nhau. Cả hai bà có nhều tâm sự ngổn ngang. Cả hai đều học trường đầm Marie Curie ở Sài Gòn hết bảy năm.

Bà chủ tàu ở xa, Phú Yên, có văn bằng Tú Tài đôi Pháp cùng quê với chồng. Chiến tranh lan rộng, gia đình bà không còn đủ sức cho bà vào Sài Gòn tiếp tục học cấp đại học mà phải ở nhà giúp gia đình buôn bán kiếm sống. Lại gặp duyên nợ với ông chồng cũng còn năm cuối thi ra trường kỹ sư công chánh Phú Thọ Sài Gòn, cũng dở dang như bà. Ông bị bịnh nhiều tưởng đâu đã qua đời rời, nghỉ học, ở nhà cha mẹ an dưỡng thật khoẻ rồi mới tính làm đơn xin học tiếp...

Chiến tranh lại đến thành phố, không còn nơi nào được an ninh trọn vẹn như trước, nếu ông không còn tiếp tục học đại học, ông sẽ bị gọi động viên nhập ngũ vào đầu năm 1975. Gia đình thấy con trai mình cũng 22 tuổi rồi và sắp đi lính nên nhờ làm mai mối cưới cô con gái xinh đẹp học trường đầm duy nhứt ở Phú Yên này làm dâu nhà mình.

Thời chiến tranh, cả hai cô cậu đều dở dang học vấn nên hai gia đình cũng muốn tác hợp nhanh giúp đôi trẻ có cơ may xây dựng tương lai vì cả hai đều có trình độ học vấn khá tại địa phương nhà. Cả hai làm đám cưới chưa trọn năm đã sanh được thằng con trai kháu khỉnh đầu lòng, được ba tháng tuổi, lúc sắp sửa kết thúc cuộc chiến. Cả hai gia đình phải bỏ xứ di tản vào Sài Gòn, ở được chừng hơn một tháng, lại đến ngày 30.4.1975, chánh phủ Sài Gòn đã đầu hàng chế độ mới vô điều kiện. Gia đình lật đật thu xếp trở về quê cũ. Khi di tản gấp rút vào Sài gòn, thằng Thành con của ông anh đang ở nhà ông bà nội. Khi trở lại Phú Yên, cha mẹ nó đã đi di tản sang Mỹ và gởi gắm cho chú, chồng tôi, trông nuôi giúp vì Thành cũng vừa học hết tiểu học, trong lúc đó anh của Thành là Đức đang học đại học Y khoa ở Sài Gòn.

Sau cuộc đổi đời 1975, Đức về quê, nhà cửa đã bị chánh quyền niêm phong vì chủ nhà trốn chạy ra nước ngoài. Đức phải về quê chú tìm lại em mình thì gia đình chú bị đuổi đi vùng kinh tế mới, không gặp em.

Mất một đêm ở trọ nhà người quen, Đức suy tính là phải trở vào Sài Gòn coi việc học ra sao, mình không thể trở về sống vì vận nước đã thay đổi. Cha mẹ Đức đã ra đi sang Mỹ không biết lành dữ ra sao. Nhà cửa tài sản của cha mẹ ở địa phương đã bị niêm phong kể như là bị tịch thu hết xung vào công quỹ của chính quyền mới. Đức làm sao sống được ở quê nhà, nhà cửa có đâu mà ở và làm gì để sinh sống. Đức đành phải trở lại Sài Gòn coi xem việc học Y Khoa có còn tiếp tục được học nữa hay không? Khi vào trường Y hỏi chuyện học thì nhà trường thẳng thừng cho biết cha mẹ ôm chân đế quốc Mỹ đã chạy theo Mỹ thì Đức không được thu nhận vào đại học tiếp tục học.

Đức biết được số phận mình rơi vào cảnh bi đát khốn cùng, cha mẹ đã cao bay xa chạy trốn thoát ra nước ngoài sống. Nhà cửa tài sản của cha mẹ bị tịch thu, đứa em trai ruột cũng thất lạc theo gia đình chú ở một một vùng kinh tế đèo heo hút gió khô cằn sỏi đá nào đó. Đức đi tìm lại một số bạn bè cùng trường cùng lớp có nhà cửa còn ở lại Sài Gòn không vượt biên sang Mỹ, may mắn nghe tin bạn chí thân của mình ở đại học Y Khoa Sài Gòn là Bernard, có công ăn việc làm ở Sóc Trăng. Đức quyết tâm về tá túc, sống chung với Bernard ở Sóc Trăng với bạn mình một thời gian rồi mới tính tiếp về tương lai, học vấn.

Chuyện đời rất khó lường trước chỉ có ơn trên cho cái gì thì mình hưởng cái đó, nếu "bắt phong trần là phải phong trần, cho thanh cao mới được thanh cao". Đó như là quy luật bất biến của tạo hoá an bày?. Nếu ai nặng về duy tâm thường suy nghĩ như vậy. Những gia đình lương thiện thường sinh ra những con người tốt, trồng cây gì thì ăn quả của cây đó. Cha mẹ trồng cây có trái ngọt thì con cái chắc chắn cũng sẽ hưởng quả ngọt dù có bị sâu mọt, đục, phá một phần của trái cây, nhưng chất ngọt vẫn còn mãi.

Chẳng khác nào cuộc đời của con người với cái gen nhân ái, hiền lương của giòng họ truyền thừa lại, con cháu cũng thừa hưởng cái gen đó. Dù có vật đổi sao dời, ba chìm bảy nổi, cũng là bài học của trường đời dạy cho mọi người bài học sống thực. Sống với kinh nghiệm đạo làm người lương thiện "chủng quả đắc quả, chủng đậu đắc đậu" như ông bà mình thường dạy con cái như vậy.

Gia đình chú của Đức trôi dạt về Cần Thơ, lúc mới đến Cần Thơ, hai ông bà chưa mang theo ba đứa con và đứa cháu, em ruột Đức. Khi tạo dựng được nhà cửa, nhờ sự rộng rãi của ông thầu khoán đổi nhà lấy tàu đánh cá còn mới chắc chắn. Dù tàu nhỏ, giá trị không sánh bằng ngôi nhà lầu ở mặt tiền đường lớn, thị tứ, có nhiều cơ sở buôn bán, kinh doanh. Nhà lầu đúc có năm phòng ngủ rộng rãi lại còn có một thửa đất trống phía sau nhà tha hồ mà trồng hoa quả. Ông thầu khoán còn chịu chơi tặng thêm cho Chú của Đức thêm ba cây vàng để làm vốn sinh nhai chỉ tốn công hướng dẫn hai đứa cháu của ông lái tàu từ Mỹ Tho đi Sài Gòn và vài chuyến từ Cần Thơ ra biển đánh bắt cá cho quen thao tác.

Ông thầu khoán tính xa, nếu tàu vượt biên rủi đi lạc hay còn lênh đênh trên biển cả, hết thực phẩm, các cháu của ông có thể bủa lưới giăng câu mưu sinh vì tàu của ông có đủ ngư cụ đánh bắt cá, tàu lại rộng chở theo nhiều xăng dầu, thực phẩm đủ nuôi ba mươi người hơn cả tháng. Thay vì chở thêm người, chủ tàu trục lợi, ông không tính tới, chỉ cầu mong đi trót lọt là ông mãn nguyện, chỉ có người thân chưa tới 30 người cùng với vợ chồng và ba đứa con.

Chú thím kể lại những tình tiết cho Đức biết rõ từ sau ngày 30.4.1075, từ quê nhà bị lưu đày đi vùng kinh tế mới cho đến nay, chú thím của Đức luôn gặp may mắn, có quới nhơn hỗ trợ. Về sống ở Cần Thơ ổn định cũng là lúc con cháu ở quê nhà nghỉ hè. Chú của Đức bay về quê nhận lại con cháu gởi cho hai gia đình bạn bè nuôi dưỡng mấy năm, đền ơn đáp nghĩa hai gia đình bạn mỗi gia đình hai cây vàng. Chỉ qua một thời gian ngắn ngủi, Chú của Đức sẵn có vàng của ông chủ thầu khoán biếu và vàng ông bà còn cất dấu, cộng chung trên mười cây vàng đủ làm vốn mua nhà cũ, tân trang lại, bán có giá và cứ thế tiếp tục tiền đẻ ra tiền, công việc đẻ ra công việc. Lãnh thầu sửa chửa hay xây cất lại cho nhiều căn nhà cũ, xiêu vẹo, công việc nhiều quá làm không kịp.

Bây giờ ông có một đội ngũ công nhân xây cất lành nghề cả chục người. Ông nói cũng phải học lại về ngành thầu khoán, có chứng chỉ xây dựng những công trình nhỏ và xin giấy phép hành nghề đầy đủ. Chú của Đức còn nói:

- Nhờ vong linh người khuất mặt khuất mày của dòng họ nội ngoại nhà mình về phù hộ, làm ăn còn có nhiều người thương giúp đỡ và luôn gặp may mắn.

Chú của Đức còn nói:

- Thằng Thành học quá giỏi, từ Phú Yên vào đây, nó thi vào Y khoa đậu rất cao dù nó cũng có bị gạn lọc về lý lịch. Nó viết đơn trình bày vì chiến tranh cha mẹ thất lạc, không biết sống chết ra sao, kể cả người anh ruột của nó đang học trường đại học Y Khoa Sài Gòn, sau 30.4.1975 cũng không biết trôi dạt nơi nào. Bây giờ nó như là đứa trẻ mồ côi, nương nhờ chú thím nuôi dưỡng học hết cấp một ở tỉnh Phú Yên. May mắn, nó về quê của chú thím tá túc và chú thím cưu mang cho đến ngày nay.

Sau năm thứ nhứt, tình cờ thằng Thành lên văn phòng trường đại học Y Khoa Cần Thơ thấy có tên Đức cùng họ và chữ lót trùng với Thành mà quê cũng ở Phú Yên đậu hạng ba tốt nghiệp Y khoa Bác Sĩ niên học đầu tiên của trường này. Nó mừng quá chạy về thưa với chú:

- Nhờ chú lên hỏi văn phòng trường coi có phải là anh Đức của nó không? Chú thím Đức không bao giờ nghĩ là Đức học ở Cần Thơ vì cháu đang học trường Y ở Sài Gòn. Sau biến cố 30.4.75, Đức có thể tiếp tục học thêm ba năm cuối hay là đã cao bay xa chạy ra nước ngoài, Đức rất giỏi về ngoại ngữ Pháp, Anh.

Đầy kịch tính, chú thím và Thành bâng khuâng lo lắng, từ nhà đến trường Y không quá hai cây số mà cả ba người cảm thấy sao đi xe gắn máy chậm quá, sợ văn phòng đóng cửa phải chờ đến hôm sau. Cũng may văn phòng còn làm việc, Chú của Thành đến văn phòng trình bày:

- Ông bà có thất lạc một cháu tên Đức với họ và chữ lót đầy đủ, kể cả ngày sanh tháng đẻ nữa, bà chánh văn phòng của trường Y xác nhận, là anh Đức vừa tốt nghiệp Bác Sĩ có tên trên danh sách niêm yết rồi đó. Bà chánh văn phòng nói:

- Hai ông bà và cháu vào phòng khách, ngồi quay mặt vô trong sẽ làm cho Bác sĩ Đức thật bất ngờ gặp chú thím và em ruột của mình sau bao năm tháng xa cách tưởng không bao giờ gặp lại. Bà còn nói:

- Bác sĩ Đức đến văn phòng để lấy thời khoá biểu dạy Anh văn và Pháp văn, chừng mười lăm phút nữa Bác sĩ Đức đến. Chúng ta có một sự bất ngờ thú vị phải không ông bà? Bà lại nói hình như Bác sĩ Đức đang đậu xe ngoài sân, sắp vô tới:

- Cả ba lật đật vào phòng khách, đúng lời dặn, cả ba người đều quay mặt vô trong. Đức còn chở Bernard cũng vào văn phòng lấy thời khóa biểu dạy ngoại ngữ tuần tới. Bà chánh văn phòng thấy Đức muốn đi ra, nắm tay Đức bảo anh vào phòng khách có người lạ ngồi đợi đòi nợ Bác sĩ đó nghe:

- Rất ngạc nhiên, Đức chẳng bao giờ thiếu nợ ai cả, anh xăm xăm bước vào phòng có Bernard đi theo sau như hộ tống bạn mình. Chỉ thấy lưng của ba người mà chưa thấy mặt, anh nói lớn:

- Bà chánh văn phòng nói quý vị đến đây đòi nợ tôi. Xin quý vị quay mặt ra giúp tôi nghe. Đồng loạt cả ba người quay mặt ra.

Đức như trên trời vừa mới rớt xuống, bàng hoàng xúc động khôn tả. Đức chạy đến ôm thím nghẹn ngào nói lời cám ơn chú Thím và em trai Thành đến tìm gặp Đức. Bernard cũng vội chạy đến ôm chú và em Thành. Chú thím, Đức Thành cả bốn người mừng vui, không cầm được nước mắt và Bernard cũng vui lây hy vọng là mình cũng có ngày trùng phùng với gia đình như bạn Đức. Bà chánh văn phòng cùng một số nhân viên của trường Y cũng chạy vào phòng chúc mừng sự sum họp của gia đình Đức. Sáng hôm sau cả trường Đại học Y khoa kể cả ông bà Khoa Trưởng đều có lời chúc mừng Đức.

Ngay chiều hôm đó, Đức thông báo cho Trung, Minh Tâm và Tuyết Trinh biết tin vui chuyện may mắn gặp lại em trai năm tới học năm thứ hai trường Y Cần Thơ. Đức mời các bạn đến nhà chú mình chơi, cùng nhau ăn mừng ngày đoàn tụ của gia đình Đức.

Chú thím Đức cho địa chỉ và số điện thoại nhà, căn dặn đúng bảy giờ tối, Đức và các bạn đến chơi và ăn một bữa cơm tao ngộ sốt dẽo chú cháu gặp nhau.

Mới hơn bốn giờ chiều, chú thím vội về nhà, gọi điện thoại nhà hàng Phong Dinh Lầu đặt ba thồi cho ba mươi người ăn, có một thồi dàng cho những người cộng tác xây dựng với ông. Bốn thùng bia, hai chai cô nhác Martell loại bốn chữ VSOP và một thùng sô đa Pháp perrier. Chú gọi đàn em đến che bạt, giăng đèn sân sau, đặt ba bàn lớn và bàn cà phê, thùng nước đá. Mọi việc chỉ trong chốc lát xong xuôi hết. Đức gọi điện thoại cho chú biết mời chưa đầy một bàn. Chú nhờ Đức mời luôn bà chánh văn phòng và cả ông xã của bà nữa. Ông nhấn mạnh là con phải mời đủ một bàn mười người. Gia đình ông chú có sáu người, chú mời thêm hai cặp người láng giềng khá thân đến chung vui.

Tối hôm đó, cả khu vườn sau nhà của ông chú, đèn màu sáng rực rất đẹp mắt. Đức và Bernard mới sáu giờ là có mặt ở nhà chú rồi, coi chú có cần cháu giúp gì không? Chú nói với Đức và Bernard:

- Hai cháu tự nhiên nhậu lai rai, có mồi sẵn do đầu bếp của chú chế biến. Đức coi lại, thấy bàn cháu còn thiếu thì mời bạn thân nào đến dự cũng được. Chú thím vui quá không cần ăn cũng no, chỉ lo tiếp khách thôi. Cháu mời hơn mười người cũng không có gì trở ngại, nhà chú còn nhiều bàn ghế, thiếu thức ăn mình gọi nhà hàng mang đến tiếp. Đúng bảy giờ, khách đã đến đông đủ mà lại có thêm mấy người bạn của Đức cũng đến chung vui.

Chú thím Đức cả thằng Thành và ba đứa con của chú đang học trung học cũng diện kẽng, thắt cà la quách trong cũng ngầu ra phết. Chú thím của Đức đứng ngoài cổng đón chào khách, còn Đức, Bernard và Thành cả ba bận rộn mời khách ngồi đúng bàn đã xếp đặt. Khi khách khứa đến đông đủ hết, chú của Đức bảo người giúp việc đóng cửa lại và đứng đợi xe của nhà hàng mang thức ăn tới, nói họ mang vào sân sau. Mọi người ra sau nhà vừa nói chuyện vừa nhăm nhi và nhìn quanh đều thầm nghĩ chú của Đức có cách trưng bày bông hoa cây kiểng rất đẹp mắt. Ai nấy cũng đều trầm trồ:

- Chú thím của Đức mới về sống ở Cần Thơ chưa được hai năm mà có cơ ngơi đồ sộ như thế này. Chứng tỏ ông là người có học thức lại chịu chơi không tiếc tiền mua sắm bông hoa cây cảnh.

Khi nhà hàng cho xe mang đến thức ăn và bia rượu nữa, dù ở nhà ông lúc nào cũng luôn có sẵn bia, rượu, cà phê, trà ngon để tiếp khách.

Đúng bảy giờ rưỡi bắt đầu nhập tiệc, chú và thím của Đức đứng lên nói lý do:

- Có bữa tiệc bất ngờ đột xuất ngày hôm nay vì gần cả chục năm, ông bà không gặp cháu Đức, tưởng cháu lưu lạc ra nước ngoài hay đã chết trong những ngày Sài Gòn đau thương ngập tràn khói lửa của tháng tư năm bảy lăm. Chúng tôi vô cùng lo lắng cho số phận của cháu và số phận của vợ chồng chúng tôi cùng ba con và thằng Thành em của Đức, được ba má cháu gởi đến tôi trông nuôi giúp. Ông anh tôi làm ăn lớn, giao thiệp rộng, tiền bạc để tứ tung cũng như gởi nhiều ngân hàng. Đến tháng ba bảy lăm, anh thu vén tiền bạc mà vẫn làm không xong. Anh thường đi xa nhà cả tuần hay hơn nên cháu Thành thường gởi về ở nhà ông bà nội hay nhà chú thím.

Cuộc đổi đời năm 1975, gia đình tôi bị đuổi đi vùng kinh tế mới và nhờ ơn trên và hồng phước của ông bà cha mẹ đã quá vãng, gia đình tôi may mắn cũng mua được tàu đánh cá mới nguyên nên đổi được ngôi nhà này. Tôi gặp may trong xây dựng, ăn nên làm ra cũng rất vui mừng thoát được cảnh nghèo khổ. Nhưng, tôi vui mừng nhứt là gặp lại cháu Đức đã học thành tài mà tôi cứ nghĩ mãi mãi sẽ không bao giờ gặp lại cháu. Nói đến đây cả hai chú thím của Đức quá xúc động đều rơi lệ làm cả ba bàn tiệc cũng đều ngậm ngùi xót xa. Các cô các bà cũng sụt sùi theo vì sự sung sướng có sự trùng phùng hy hữu này.

Đến đây, ông nhìn đến bà chánh văn phòng và nói lời cám ơn giúp ông bà gặp lại cháu Đức thật bất ngờ thú vị. Ông tươi cười giới thiệu tiếp bà xã cũng học trường đầm, chiến tranh ở miền Trung leo thang dữ dội năm 1970, 1971 bà vừa lấy xong bằng tú tài 2 phi lô (tú tài Triết). Gia đình không cho bà tiếp tục học nữa, bà có trách nhiệm quán xuyến công việc làm ăn của gia đình. Không biết bà hên hay tôi hên, khi tôi bị bịnh bỏ học ngang xương, chỉ còn năm cuối là ra trường kỹ sư công chánh. Tôi hết bịnh nhận bà học trường tôi dạy, chỉ có năm năm bà chiếm giải thủ khoa đào tạo ba tài năng mới, bây giờ còn đang học trung học. Mọi người cười vang lên, ông còn tiếp:

- Tôi với bà xã tôi khi nào giận hờn, tôi gọi bà là bà Marie và bà gọi lại ông Chasseloup, chúng tôi nhớ lại kỷ niệm xưa trường tây Chasseloup Laubat trường đầm Marie Curie cùng bật cười là hết giận liền.

Cả ba bàn tiệc vỗ tay hoan nghênh lời mở đầu thành thật đầy xúc động của chú thím, Đức vội chạy lại ôm chú thím và nói lời cám ơn chú thím đã dạy dỗ em Thành ngoan hiền và học giỏi, thi vào trường Y Cần Thơ cả ngàn học sinh mà em cùng đậu hạng nhứt với một em sinh trưởng ở Cần Thơ. Thật quá tuyệt vời, chúng con mang ơn chú thím đến trọn đời. Mọi người cùng vỗ tay tán thưởng. Đức lại nói tiếp:

- Sở dĩ con tiếp tục học lại ngành Y ở Cần Thơ mới thành lập, con mang ơn nặng đến bốn người, ba người bạn cùng học chung với con là Trung – Minh Tâm và Bernard, xin mời các bạn đứng lên để gia đình chúng tôi chiêm ngưỡng. Đức trầm giọng lại và nói người ơn thứ tư mới thật là người ơn vĩ đại của con. Anh là một bệnh nhân nan y chờ thần chết dẫn độ về thế giới khác mà tấm lòng nhân ái, thương người nghèo vô cùng bao la, giúp cho con và Bernard có tiền mua xe gắn máy mới đi học. Anh thường xuyên giúp đỡ con và Bernard học đến nơi đến chốn tốt nghiệp trường Y. Người ân nhân còn hứa khi con và bạn con Bernard làm lễ cưới, anh chị sẽ mua xe hơi tặng chúng con. Theo suy nghĩ của con:

- Trên đời khó tìm kiếm người giàu lòng nhân ái thứ hai. Anh giúp Bernard và con vì chúng con chỉ có học cùng trường Chasseloup và chúng con quyết tâm học tiếp ngành Y nên anh thương mến hết lòng giúp đỡ. Chú của Đức cắt ngang, anh ấy bây giờ ở đâu?

- Chú thím phải đến thăm và cám ơn anh ấy giúp cháu có đủ tiền ăn học thành công như hiện nay. Chú còn nói:

- Hồi chú học Chasseloup, chú học math (toán), học trên chú hai hay ba lớp, gốc gác của anh ta ở Châu Đốc, học phi lô (triết) rất xuất sắc cả trường đều biết tiếng khen ngợi, anh ấy còn được bầu chức đại diện học sinh cho toàn trường. Cả năm người: Đức, Bernad, Trung, Minh Tâm và Tuyết Trinh đều cùng ồ lên một tiếng, đúng rồi anh Ba Cường của chúng ta.

Tiệc hội ngộ lại càng vui thêm. Ông bà chủ nhà mời các anh em cùng cụng ly mừng cháu Đức gặp lại em ruột nó mà nó cũng học ngành Y như anh. Buổi tiệc chấm dứt đến khuya. Chú nói với Bernard:

- Cháu về nhà trọ ngủ cô đơn một đêm, để Đức ở lại ngủ chung phòng với em nó một đêm, tha hồ mà hai anh em tâm sự.

Sáng sớm thức dậy, Đức thấy thím đã pha bốn tách cà phê trong phin còn đang chảy. Từ trong phòng ra, Chú của Đức nói:

- Thím kéo ghế ngồi gần Đức và ông còn gọi Thành đến để nghe anh mình thuật lại một cách vắn tắt cuộc đời trôi nổi truân chuyên từ sau ngày đổi đời bảy lăm. Đức cho biết có về quê, thấy nhà bị niêm phong, có đi tìm chú thím, biết chú thím đi vùng kinh tế mới. Không có chỗ ở nên trở lại Sài Gòn ngay coi chuyện học trường Y ra sao. Không được tiếp tục học, bí quá, Đức phải cố công tìm cho ra người bạn chí thân Bernard.

Đức gặp lại Bernard, may mắn là Bernard có chỗ ở riêng dù chật hẹp và bạn hết lòng tiến cử Đức cùng làm việc có lương cùng một chỗ, một công ty. Từ may mắn này đến may mắn khác dù sống trong chế độ mới rất khắc khe kỳ thị lý lịch cũ mới. Cả Bernard là người ngoại quốc và Đức có cha mẹ ôm chân đế quốc Mỹ. Nhưng cả hai có lòng tốt, có thực tài nhứt là rất giỏi ngoại ngữ Anh Pháp mà công ty xây dựng của tỉnh Sóc Trăng rất cần người giỏi sinh ngữ để giao thiệp làm việc với các chuyên viên nước ngoài, cũng như phiên dịch những tài liệu cần thiết và thông dịch khi có phái đoàn ngoại quốc đến viếng thăm.

Công việc làm của Bernard và Đức rất ổn định và được công ty tín nhiệm và ông Giám Đốc Công Ty còn giới thiệu với văn phòng Tỉnh Uỷ Sóc Trăng tiếp giúp thông dịch các phái đoàn ngoại quốc cũng như văn phòng tỉnh uỷ đã nhờ Bernard và Đức dịch tài liệu cần thiết hay viết gíup thơ giao dịch với nước ngoài. Tất cả công việc làm thêm bên tỉnh ủy được trả tiền công còn cao hơn tiền lương của công ty và còn tặng thưởng thêm nhiều thực phẩm nữa. Đức nói:

- May mắn lớn nhứt của Bernard và Đức được tiếp tục cho thi lại vào học Y Khoa của trường Đại Học Y Khoa Cần Thơ vừa mới có khoá học đầu tiên đến niên học tới sẽ có năm học thứ tư. Đó cũng là năm mà Đức và Bernard chưa được học bị cho thôi học phải đi lang lang tìm kế mưu sinh sau cuộc đổi đời 1975, trôi dạt về Sóc Trăng. Được vào học lại trường Y, là công của đôi uyên ương Trung – Minh Tâm, chị Minh Tâm có bố làm trong Ban Bí Thư tỉnh Cần Thơ hết lòng giới thiệu vào đại học trường Y Khoa, mở khóa thi đặc biệt chỉ có hai sinh viên thi vào học năm thứ tư. Lúc bấy giờ, Đức và Bernard chỉ còn là mơ ước được thi vào học trường Y ở Cần Thơ, ông anh Ba Cường cảm kích sự hăm mộ của hai đàn em đã cố gắng tìm anh khắp miền Tây trước ngày 30.4.1975.

Nay lại đến thăm anh đang tịnh dưỡng, chờ chết trên đỉnh Núi Sam, trong lúc hai em còn lận đận đang làm cho công ty xây dựng tìm cái ăn chỗ ở nương thân, chưa có sự nghiệp vững chắc.

Ba Cường rất cảm kích tấm lòng chân thành của hai em chỉ là người dưng nước lả mà còn cố công tìm kiếm thăm viếng anh cho bằng được. Trong lúc gia đình dòng họ, những người thọ ơn của Ba Má mình ở ngay tại Núi Sam mà chẳng có một ai đến thăm hỏi mình cả.

Thế mới biết, chuyện đời luôn có nhiều bất ngờ! Ba Cường hết lòng giúp hai bạn trẻ thiếu thốn nhiều thứ và có ý chí học lại làm cho anh thêm vui. Anh bảo vợ lấy tiền ra cho hai em đủ tiền mua một chiếc xe Honda Nhựt mới làm phương tiện đi lại vì hai em còn ở chung. Anh bà Ba Cường còn cho thêm mỗi em một số tiền còn nhiều hơn tiền lương của cả một năm tiền lương. Ba Cường còn căn dặn hai em muốn tiếp tục học anh Ba rất hoan nghênh, hai em cần tiền đóng học phí nếu bắt buộc hay tiền chi tiêu mua sách hay ăn ở, anh chị sẽ giúp hai em học cho đến nơi đến chốn. Đúc thuật hết chuyện anh Ba Cường nhiệt tình giúp hai em Đức, Bernard. Hiện anh Ba sống tính bằng ngày bằng tháng, cao lắm là tính bằng từng năm, nếu thiếu thuốc đặc trị thì anh phải xa gia đình, xa các em và thế gian. Mọi người nghe thuật lại lời anh ba Cường, không ai cầm được nước mắt. Anh Ba Cường còn nói:

- May mắn, cha mẹ thương anh để lại cho anh một số tiền franc trong ngân hàng Pháp để giúp mua thuốc và có gì quá cần thiết thì anh nhờ chị các em rút ra sử dụng. Bây giờ thì anh còn tiền Việt Nam, anh sẽ giúp hai em và giúp cho gia đình bên vợ anh, như Trung phải có phương tiện học hành tốt cho đến ngày tốt nghiệp. Anh Ba hứa với vợ anh:

- Trung và hai em, anh sẽ giúp hết số tiền anh có để chúng ta cùng sống cho có cuộc đời đáng sống và đặc biệt các em học phải đến nơi đến chốn quyết tiến thân và giúp đời. Khi nào hai em cần tiền trong việc học cứ réo gọi vợ anh, Mai Hạnh sẽ giúp các em kể cả em Minh Tâm nữa nghen, khi cả bốn người đến thăm anh Ba trên đỉnh Núi Sam.

Cả bốn người em trong chuyến đi này đến thăm anh ba Cường như mang đến cho anh một luồng gió mát vì cả bốn em đều quyết chí học thành tài ngành Y mà xã hội Việt Nam ngày nay vô cùng cần.

Chú thím của Đức và em Thành, nghe đến đây đều cảm thấy vui mừng, Đức quả thật được thọ hưởng công đức của ông bà cha mẹ luôn làm lành lánh dữ vì có đức không sức mà ăn như ông bà mình thường nói. Chú của Đức nhấn mạnh:

- Hai cháu thành tài, nhứt là ngành Y là phải hết lòng phục vụ giúp tha nhân, bịnh nhân được lành bịnh, an vui, đó cũng là trách nhiệm của hai cháu vì lương y như từ mẫu. Cả hai cháu Đức và Thành cúi đầu thưa:

- Dạ vâng, chúng con làm đúng theo tôn ý chú thím dạy. Chú của Đức nói:

- Các con các cháu đang nghỉ hè, chú sắp xếp công việc, gia đình mình về thăm Phú Yên, đến ngôi biệt thự sang trọng của ba má hai cháu, coi bây giờ ai vào ở, cảnh cũ nhà xưa có gì thay đổi?

Nghe tin, gia đình chú thím của Đức dự định đưa cả gia đình về thăm lại quê hương. Trung , Minh Tâm, Bernard và Tuyết Trinh cũng muốn mướn thêm một chiếc xe cùng về thăm quê của Đức. Chú Thím Đức rất hoan nghênh ý tưởng hay của các bạn Đức. Còn Đức về quê lần này chẳng khác nào "bái tổ vinh quy" của quan Trạng hồi xưa. Nay Đức cũng lận lưng được một văn bằng, tốt nghiệp Bác Sĩ Y Khoa, cũng rất danh giá trong xã hội mới này.

Minh Tâm sau bữa tiệc đoàn tụ gia đình của Đức ở ngôi nhà đường tên gì đó cho ba má biết. Mẹ Minh Tâm vô cùng ngạc nhiên, nói:

- Ngôi nhà lầu đúc hai tầng đó là của chú ruột con, bán lại, chú chỉ đổi lấy một chiếc tàu đánh cá của người chủ gốc Miền Trung mà gia đình chú của con vượt biên an toàn. Nay nghe nói chú làm ăn rất thành công ở Thủ phủ Sacramento của bang California và ở thành phố biển San Diego.

Minh Tâm vô cùng ngỡ ngàng và rất vui mừng biết dòng họ mình cũng có người theo cách mạng và người không theo, đều chung sống hoà bình hạnh phúc, tình nghĩa gia tộc bất phân ly. Minh Tâm cho biết, gia đình chú của Đức định đưa cả gia đình và chúng con cùng Tuyết Trinh, Bernard về viếng quê nhà của Đức, mẹ Minh Tâm nói liền:

- Mẹ sẽ thu xếp với Ba của con cho mẹ đi theo các con và bảo Trung về mời chị sui cùng đi với mẹ cho thêm vui, gần gũi nhau hơn. Mẹ nghĩ, đây là lần đầu tiên mẹ và chị sui biết được miền Trung, làm thân quen thêm bạn bè cũng là một đều vui tốt cho hai bà già, nay đã về chiều cần thêm bạn bè an ủi nhau.

Tại nhà chú thím Đức, trong bữa cơm chiều. Trung buột miệng nói vui với Đức:

- Lần này gia đình chúng tôi và gia đình của Minh Tâm và cả Bernard nữa tiễn đưa người hùng Phú Yên về quê "bái tổ vinh quy" thêm một câu vọng cổ "bù lon": "cho rực rỡ môn đàng", tha hồ người hùng Phú Yên nhớ lại quê hương. Thời còn tấm mẵn học tiểu học, tắm mưa còn cỡi truồng. Biết đâu có cô bé láng giềng nào đó đứng ngắm chàng mê mệt tắm truồng cởi và bây giờ chắc cô nàng cũng đã học qua đại học bốn năm rồi, có còn muốn ngắm chàng tắm mưa nữa không? Cả nhà cùng cười vang rần.

Chú của Đức khen Trung nói có duyên quá xá và biết đâu cháu Đức lần về thăm quê hương này bị người đẹp nào đó lở ngắm cảnh tắm mưa nay cầm chân Đức không cho rời Phú Yên thì sao? Theo ông bà mình nói:

- Duyên nợ chồng vợ, biết đâu ông tơ bà nguyệt ở trên trời đã se sợi chỉ hồng "xích thằng"cho cháu Đức với một người đẹp nào thành lứa đôi chim liền cánh cây liền cành thì sao đây? Chắc chúng ta vui quá với Đức mà quên đường về nhà ở Cần Thơ và Sóc Trăng đó. Cả nhà có dịp cười vui tiếp tha hồ bàn ngang tán dọc cái vụ Đức tắm mưa truồng cỡi mà có giám khảo chấm đậu mới ngon đó nghe.!

Cả bốn bạn học cùng lớp, tốt nghiệp Y Khoa Bác Sĩ từ hạng nhứt đến hạng tư là những người bạn thâm giao chí cốt. Đến giờ phút này, bạn nào sống cũng có đôi, chuẩn bị sẵn sàng làm đám cưới sau khi nhận việc làm. Chỉ có Đức còn sống cô đơn gọi là sống cu ky một mình. Ba bạn đã có chỗ nhận, Trung và Minh Tâm về trình diện Sở Y Tế Thành Phố Cần Thơ. Còn Bernard, không thể về nước Áo ở Âu Châu phục vụ mà Bernard xin về Sở Y Tế tỉnh Sóc Trăng vì hộ khẩu của Bernard ở Sóc Trăng nên việc về trình diện Sở Y Tế Sóc Trăng phục vụ rất lôgic. Cái kẹt của Đức cũng có hộ khẩu ở Sóc Trăng như Bernard, nhưng nơi sanh là tỉnh Phú Yên, cũng là một tỉnh của nước Việt Nam nên Đức bắt buộc phải về lại quê hương chôn nhau cắt rốn của mình cũng phục vụ ngành Y. Chuyến về quê Phú Yên lần này của Đức cũng còn có mục đích coi xem chuyện trở về quê hương phục vụ có tốt đẹp hay trắc trở gì không?

Với hai chiếc xe van lớn mướn của công ty du lịch Cần Thơ, mỗi xe chở được bảy người không kể tài xế. Chiếc xe chở gia đình Chú của Đức đủ bảy người, chiếc xe chở hai bà má của Trung mới có sáu người, Trung cho em út Hiếu cùng đi luôn thăm viếng vài tỉnh Miền Trung như một tua du lịch suốt mười ngày, tưởng thưởng em học xuất sắc.

Trước khi về quê nhà, chú thím Đức xin phép mời hai má của Trung-Tâm và mọi người ăn một bữa cơm chiều tại nhà để sáng hôm sau, lên đường đi Phú Yên cho thật sớm, đến Phú Yên bút khách sạn trước khi trời tối. Chiều hôm đó, tại nhà chú thím Đức, má của Minh Tâm bật mí với chú thím của Đức:

- Ngôi nhà lầu hai tầng này là của chú ruột của Minh Tâm đổi với ông bà lấy chiếc tàu đánh cá từ miền Trung ông bà mang vào, vợ chồng tôi biết rõ, cũng không cản chú thím của Minh Tâm quyết đi vượt biên sang Mỹ lập nghiệp. Nghe nói bây giờ chú ấy rất thành công trong kinh doanh mở siêu thị, nhà hàng. Chúng tôi cũng mừng cho gia đình chú không uổng sức đứng núi này trông núi nọ và tiền mất mà tật mang như đã có xảy ra.

Nay gia đình của ông bà và gia đình chúng tôi cũng như gia đình chị sui tôi rất gần gũi thân thiện. Gia đình Bernard cũng có cơ may trùng phùng như hai ông bà với cháu Đức thì chúng ta có đến bốn gia đình được coi xem là một đại gia đình vậy. Cả nhà vỗ tay tán thưởng hoan nghênh lời nói chân tình của má Minh Tâm. Tiếng vỗ tay vừa dứt, bà quay sang cặp Bernard-Tuyết Trinh ngồi sát bên nhau, Bà nở nụ cười tươi rất hóm hỉnh:

- Cháu Bernard tìm gặp lại gia đình, khi nào về lại quê hương chắc chắn chúng tôi không những bốn người cùng chuyến đi còn có thêm vợ của Đức biết đâu chừng còn ba mẹ vợ của Đức kể cả ông xã tôi cũng như chị của Trung nếu có dịp cùng đi sang Áo một chuyến. Chúng tôi biết gia đình và nước Áo của Bernard sản sinh một Bernard rất giỏi về mọi khía cạnh kể cả hiền lành, đạo đức, giàu lòng nhân ái, chúng tôi vô cùng mến phục. Cả nhà lại có dịp vỗ tay tán thưởng và mọi cặp mắt đều đổ dồn về cặp Bernard-Tuyết Trinh đang e thẹn tươi cười. Bernard, chờ hết tiếng vỗ tay và má của Tâm ngồi xuống. Bernard đứng lên, hướng về bà:

- Thưa Bác gái, cháu và bạn Đức không nhờ công ơn của chị Minh Tâm giới thiệu chúng cháu với bác trai hết lòng giúp đỡ thì làm sao hai cháu tham dự được cuộc thi đặc biệt của trường Đai học Y Khoa Cần Thơ dành riêng cho hai cháu. Ơn đức của hai bác sánh như cha mẹ của hai cháu sanh hai cháu lần thứ hai và mới tiếp tục theo con đường học vấn đang dở dang, bế tắc đến thành công như ngày nay.

- Cháu và Đức đã có thảo luận, khi Đức không còn ở Cần Thơ phải về quê nhà nhận công tác, chúng cháu sẽ mở một dạ tiệc để chiêu đãi. Ngoài anh chị Ba Cường, các bạn chí thân Trung, Minh Tâm, Tuyết Trinh. Chúng cháu còn phải kính cẩn đa tạ hai bác, bác gái má của anh Trung và Tuyết Trinh cũng như Ban Giám Hiệu trường Đại Học Y Khoa Cần Thơ và ông bà Khoa Trưởng của trường Y đã hết lòng trợ giúp và yêu thương hai cháu.

- Thưa hai bác gái và chú thím, tại sao chúng cháu phải có tiệc tạ ơn này vì khi nói đến người ân mà hai chúng cháu Bernard Đức quên công ơn lớn đầu tiên của đội uyên ương Trung-Tâm thì không xứng đáng là con người đàng hoàng có văn hoá đứng trong trời đất. Nhờ có Trung-Tâm, hai cháu mới tiếp xúc được với hai bác, anh chị Hai của Trung tức anh ba Cường đã hết lòng trợ giúp khuyến khích. Chúng cháu có đủ can đảm chịu cực chịu khó, anh cho tiền mua xe, sách vỡ và tiền ăn học cho đến ngày đỗ đạt bằng Bác sĩ Y khoa, hai cháu hãnh diện vui mừng.

- Hai cháu sẽ sao hai bằng Bác sĩ Y Khoa này kính tặng anh chị hai như là bằng chứng là người đỡ đầu chân chính cho đến ngày hai cháu hoàn tất việc học với mảnh bằng Bác Sĩ Y Khoa của Trường Đại Học Y Khoa Cần Thơ, hai cháu mang ơn anh chị hai suốt đời. Mọi người vỗ tay khen ngợi Bernard, một người Áo không phải người gốc Việt mà nói giọng tiếng Việt như người Việt lại còn tràn đầy lễ giáo, tình nghĩa, có thuỷ có chung rất đáng trân trọng.

Sau khi chia tay, hẹn sáng mai, đúng năm giờ, chiếc xe chở gia đình của chú thím Đức sẽ đậu trước nhà má Tâm, hai chiếc xe cùng lăn bánh đi Phú Yên, xe của chú thím Đức chạy trước.

Hai xe ngừng nghỉ ở Phan Rang hơn nửa giờ ăn trưa, còn ăn sáng, tranh thủ thời gian, trên mỗi xe đều có đem theo đầy đủ thức ăn khô như bánh mì chả quế chả lụa, xôi tôm khô lạp xưởng, nước nóng, nước trà, cà phê, trái cây, bánh ngọt... đều có đủ hết.

Đến Phú Yên còn rất sớm mới hơn bốn giờ chiều, Chú của Đức hướng dẫn đường đi để tài xế chạy đến khu biệt thự của ba má Đức, toạ lạc một chỗ rất thị tứ ở trung tâm thành phố Phú Yên mà có diện tích gần nửa mẫu tây. Ngôi biệt này nổi nhứt của thành phố Phú Yên thời còn chiến tranh. Nay thì lép vế vì những cán bộ cao cấp của chế độ mới có đủ điền kiện, dư bạc tiền còn xây cất nhiều ngôi biệt thự to đẹp hoành tráng hơn rất nhiều.

Cách ngôi biệt thự này chừng hơn hai trăm mét, có một khách sạn mới xây sau này cũng rất bề thế sang trọng. Chú gọi Đức cùng đi vào khách sạn, đặt luôn sáu phòng gần nhau. Hai bà lớn tuổi một phòng, chú thím Đức một phòng, Trung – Tâm một phòng, Bernard- Tuyết Trinh một phòng. Năm anh em Đức, phòng to rộng còn có Hiếu nữa và hai bác tài một phòng. Chú Đức nói với cô tiếp tân của khách sạn, tôi đưa trước tiền phòng một ngày, hôm sau còn ở nữa, chúng tôi sẽ trả tiền tiếp. Lấy chìa khoá xong, hai chú cháu lửng thửng ra xe, bảo tài xế tìm chỗ nào đậu xe gần phòng ngủ. Hôm nay là thứ sáu, cũng là ngày cuối tuần cho nên cũng sẽ có nhiều người đến đây thuê phòng, nhờ đi thuê phòng sớm nên chọn được sáu phòng đâu mặt nhau. Trung hướng dẫn hai bà má vào phòng, còn có Đức và Bernard mang giúp hành lý. Còn phòng riêng của Trung, Bernard có ý trung nhân lo mang hành lý vào. Phòng của Đức thì có đứa em trai của Đức lo, còn chú thím Đức cũng có một thằng con lớn mang giúp hành lý vào.

Mấy anh em Trung, Bernard và Đức theo "hộ tống" hai bà lớn tuổi, vì ít khi quý bà ở phòng ngủ nên cũng có đôi lúc "lọng cọng", lạ lẫm làm những việc, khá buồn cười, không cần thiết. Vì vậy, các con cháu hướng dẫn trước lo từ chỗ ngủ, cách tắm nước nóng nước lạnh, chỗ cất đồ riêng của hai bà má. Trung còn nói rõ, khách sạn có để sẵn trong phòng tắm hàng chục chiếc khăn to nhỏ, mình dùng một lần rồi bỏ vào thùng để họ giặt hay thảy vào một góc trong phòng tắm, không cần dùng một cái khăn cả ngày cả đêm như mình dùng ở nhà. Còn ở khách sạn mười mấy cái khăn này họ đều tính tiền hết cho mình rồi, cho nên mình cùng không tiết kiệm được cái gì hết. Còn tấm trải giường hai má khỏi phải trải lại, có nhân viên ở đây lo hết, ngủ sáng dậy không cần hai má làm cái chi hết cho cái giường ngủ hay phòng tắm, toi lết mà chỉ lo riêng cho cá nhân mình thôi. Còn mọi thứ trong phòng ngủ có người lo.

Kinh nghiệm của Trung khi có dịp đi xa với mẹ mình, cứ thấy sáng sớm bà thức dậy cứ sắp xếp mền gối như ở nhà, có lần bà còn nói:

- Sao trong phòng ngủ không có chổi để bà quét dọn. Nghe mẹ nói quá thật thà đến ngây thơ mà thương cho các bà mẹ nhà nghèo có khi nào thuê phòng ngủ để làm gì. Nay theo con cũng biết thụ hưởng những tiện nghi của khách sạn, cũng có dịp rửa được hai chân còn dính phèn, bùn đất của nhà quê.

Khi mọi người nhận phòng xong. Chú của Đức đi một vòng căn dặn mọi người lo tắm giặt thay quần áo, Đức và thím của nó hướng dẫn cả đại gia đình đi bách bộ tham quan khu vực thương mại này cũng khá nhộn nhịp về chiều và chúng ta sẽ ăn tối ở khu này luôn. Còn tôi đến nhà cũ của Ba Má Đức coi xem có gặp chủ nhà hay không? Mọi người nghe xong, ai cũng phải lo vệ sinh cá nhân và ngơi nghỉ một chút sau một ngày đi xe đường xa cũng khá mệt và sẽ tắm gội thay đồ, trút bỏ bụi trần ai để tối có bữa ăn ngon và sẽ ngủ ngon nữa.

Chú Tín, tắm nhanh, thay đồ khác, thả bộ đến nhà anh hai Tài coi bây giờ ai làm chủ, xin vào xem, vì người ở chắc chắn cùng tỉnh cùng thành phố nữa?

Chú Tín bấm chuông, có một người thanh niên ra hỏi, bác cần gì, kiếm ai?

- Chú Tín tự giới thiệu, tôi là em ruột của chủ ngôi biệt thự này trước năm 1975. Xa quê hương lâu, nay có dịp về thăm lại, tôi xin phép đến thăm viếng ngôi nhà xưa và thăm viếng chủ nhà mới để làm quen.

- Bác đứng đợi một chút, cháu vào thưa lại với bác chủ nhà. Cậu thanh niên đi nhanh vào nhà báo trình ông Hai Mạnh, chủ của ngôi biệt thự sang trọng này. Hai ông bà đang ngồi nói chuyện kể lại chuyện xưa. Anh Hai Tài đã hết lòng giúp đỡ gia đình, ông bà thoát cảnh bị bắt nhốt tù và còn mua một căn phố lầu ở Nha Trang cho gia đình ông bà ở, cách xa Phú Yên cho đỡ bị an ninh theo dõi. Anh Tài còn giúp bốn năm cây vàng gọi là cho mượn để làm vốn mua bán kiếm sống. Ông Hai Mạnh, chỉ là bạn học từ tiểu học và trung học ở Phú Yên, không có bà con gần xa gì hết. Vợ con ông Hai Tài có nơi ăn chỗ ở, có bán buôn nữa nên có cuộc sống ổn định, ông mới yên tâm trốn vào bưng biền theo cách mạng mất cả chục năm mới về Phú Yên sau khi quân cách mạng thành công chiến thắng.

Vừa nghe có em Hai Tài là chú Tín, ông bà lật đật xỏ dép đi thoăn thoắt ra cổng, mở rộng cửa đón người em của bạn mình. Ông Hai Mạnh nói:

- Chào chú Tín, mạnh giỏi? Vợ chồng tôi đang nói chuyện với nhau về anh hai Tài, may quá có chú về lại quê mình. Mời chú vào nhà chơi, anh em mình còn tâm sự với nhau nhiều thứ lắm.

Chú Tín nhìn quanh phòng khách, anh Hai Mạnh không có thay đổi gì hết cứ để nguyên trạng như xưa. Anh Hai Mạnh hỏi chú Tín:

- Chú còn nhớ tôi với anh Tài học cùng lớp tiểu học và trung học ở đây cùng tuổi nữa. Còn chú học ở Sài Gòn, chúng tôi lớn hơn chú hai ba tuổi. Chú có tin tức gì anh Tài không? Chú Tín buột miệng:

- Thưa anh chị Hai, em chỉ mới nghe tin anh Tài được đến Mỹ bình an sau ngày 30.4.1975. Sau này có tin gì về anh Hai của em thì em trình báo anh chị Hai biết. Gia đình chúng em sau ngày cách mạng thành công, em bị đưa đi vùng kinh tế mới, mất gần hai năm. Em chịu không nổi, nhờ có bạn bè giúp đỡ mua được tàu đánh cá nhỏ, lo giúp đủ giấy phép đánh cá biển. Em cùng gia đình gồm có vợ em, ba con nhỏ và thằng Thành, con trai út của anh Hai Tài đã gởi em chăm nuôi từ tháng ba năm bảy lăm. Khi cả gia đình em trốn khỏi vùng kinh tế mới, chỉ có vợ chồng em xuống tàu đánh cá sống luôn mấy năm và em mạo hiểm vào Nam về sống vùng Mỹ Tho chỉ chuyên chở mướn trái cây lên xuống Sài Gòn Mỹ Tho. Chú Tín kể lại chuyện xuôi Nam tìm kế sinh nhai. Khi nào vợ chồng em có chỗ ở ổn định, em sẽ mang con cháu từ quê về nhà em. Nay mọi việc đã hoàn tất tốt đẹp. Anh chị Hai có biết vận may của dòng họ em lại đến:

- Thằng Thành lại đỗ đầu Đại học Y Khoa Cần Thơ, năm tới cháu lên học năm thứ hai, còn ba con của em còn học ở bậc trung học. Một may mắn to lớn khác, tình cờ mà chúng em không bao giờ nghĩ đến tưởng thằng Đức con anh Tài đã đi nước ngoài với ba má nó hay nó đã chết trong lúc Sài Gòn bị quân cách mạng bao vây, bị pháo kích thường xuyên. Chú Tín tiếp:

- Anh chị Hai có biết không, cháu Đức lưu lạc giang hồ, nó có về đây thấy nhà vắng chủ bị niêm phong, không chỗ ở, nó trở vào Sài Gòn ngày hôm sau, nó đến trường Đại học Y khoa Sài Gòn hỏi nó trở lại học được năm thứ tư niên học tới có được không? Nhà trường cho biết cháu không đủ điều kiện tiếp tục học. Thế là ở quê nó mất nhà, ở Sài Gòn không được tiếp tục học. Và nếu trường Y Sài Gòn cho cháu học, tiền ăn ở và nhiều chi phí khác đâu có ai chu cấp cũng là vấn nạn lớn. Cùng đường cháu đi tìm người bạn chí thân gốc quốc tịch Áo để ăn nhờ ở đậu một thời gian xem sao. May mắn cho cháu, Đức bây giờ là bác sĩ Y khoa. Bà Hai Mạnh nói cháu Đức ở Cần Thơ phải không?

- Đúng là cháu có hộ khẩu ở Cần Thơ, hiện Đức và em nó cùng bà xã em và ba đứa con, cùng vài người bạn của Đức kể cả cháu Bernard cùng đi về thăm quê hương lần này của gia đình em.

Đức nhận được giấy của trường bảo cháu phải về trình diện phục vụ ở quê gốc của cháu, đúng với quy định của Bộ Y Tế. Chuyến đi này cháu thăm lại quê hương và cháu Đức dọ hỏi coi xem việc về đây phục vụ thế nào?. Hai ông bà vỗ tay cười tươi như hoa xuân đầu mùa, nói liền:

- Bữa cơm chiều nay, tôi xin chú nói với bà con cùng đi với chú là vợ chồng tôi mời hết bà con ăn nhà hàng, cũng gần đây, đúng 8 giờ nhập tiệc. Tôi sẽ gọi điện thoại cho biết địa chỉ nhà hàng, xe lái thẳng đến đó, đưa bà con vào bàn tiệc nói là ông bà Hai Mạnh mời. Nếu tôi vì đợi bà con bên tôi có đến sau vài phút, xin bà con thông cảm vì vợ chồng tôi mừng quá mời bà con quá gấp rút.

Chú cho tôi số phòng, tôi sẽ gọi khách sạn cho tôi gặp chú. Ngay sau đây, vợ tôi gọi điện thoại, bảo hai chị em Thu Trang, Thu Hằng, ngày mai mua vé máy bay về liền có chuyện gấp rất đặc biệt. Năm tới cháu tốt nghiệp Y Khoa Bác Sĩ Trường Y Sài Gòn và em nó mới đậu vào trường Y niên học tới. Tôi nhờ bà xã tôi gọi nhà hàng đặt ba bàn tiệc, bên chú có 16 người, bà xã tôi mời thêm 14 người nữa cho đủ ba bàn. Chú nán lại một chút:

- Anh em mình nên giữ bí mật, tôi tạo điều kiện để hai đứa trẻ gặp nhau làm quen, nếu hạp nhãn và thích nhau thì cuối tuần tới tôi tổ chức đám hỏi liền trước khi chú thím trở về Cần Thơ. Chú thím có đến mười ngày ở đây, chúng ta có thừa thì giờ tổ chức lễ hỏi. Chú thím và phái đoàn mười sáu người đại diện bên nhà trai đó, rất xôm tụ mà từ Miền Tây về Phú Yên làm lễ hỏi thì quá tuyệt vời trên cả tuyệt vời phải không chú Tín?. Không để cho chú Tín nói, anh Hai Mạnh nói tiếp:

- Năm tới Thu Trang tốt nghiệp Y Khoa Bác Sĩ sẽ về Phú Yên phục vụ thì tôi phải lo đám cưới hai đứa nó thật chu đáo. Bây giờ, chúng ta tạm phải dấu kín, nếu đám trẻ biết người lớn sắp xếp trước, chúng có thể phản ứng ngược, vì ngày nay các cháu tự do hơn chúng mình ngày trước. Hồi xưa, các cụ thường áp đặt hôn nhân cho con cái, các cụ quan niệm: "áo mặc không khỏi đầu", cha mẹ đặt con đâu thì phải ngồi đó, tuyệt đối không được làm nghịch ý cha mẹ. Ngày nay thì khác, các con thường đặt đâu cha mẹ phải ngồi nghe lời con hết. Nếu may mắn, tôi, bạn Tài có duyên làm sui với nhau, đúng lời hứa hồi thời còn học trung học.

Chú Tín có biết không, hồi gia đình chúng tôi về ở Nha Trang, mỗi lần bạn Tài có công việc ở Nha Trang, thường ghé thăm chúng tôi, anh Tài thường giúp cho bà xã tôi một số tiền, thêm vốn buôn bán nuôi ba đứa con nhỏ. Anh Tài thường gọi con Thu Trang đến chào chú và Tài gọi Thu Trang là con dâu của chú cho tiền lì xì. Lúc đó, cháu còn con nít, mới vào học lớp một lớp hai, có biết con dâu là gì đâu? Chỉ khoanh tay cúi đầu nhận tiền của cha chồng cho, lí nhí nói lời cám ơn, rồi chạy lẹ vô trong. Nay mà cháu Đức và Thu Trang thành duyên cầm sắt thì quả thật có mối lương duyên tiền định, tôi hơi duy tâm một chút đó.

Tôi cầu mong chuyện vợ chồng của con anh của chú và con gái tôi và Hai Tài được quay về cố hương tham dự nữa, chắc chúng ta vui lắm chú Tín ơi!

Có dịp, chúng ta tha hồ mời bà con ở Cần Thơ, Sóc Trăng có xe đưa rước và có chỗ ngủ đàng hoàng. Tôi mời quý vị ở Cần Thơ và Sóc Trăng hai ba chục người tham dự càng tốt. Còn quan khách, bà con ruột thịt của hai họ ở Phú Yên hay ở xa tha hồ mà mời. Chuyện đó hồi sau phân giải phải không chú Tín?

Mình tính không bằng trời tính đâu, ủa tôi lại duy tâm quên duy vật rồi đó. Chú Tín thông cảm, tôi mừng sung sướng quá gặp lại chú thím, hai con trai của bạn Tài, đại ân nhân của tôi.

Bây giờ chú về khách sạn thông báo cho bà con biết chiều nay mình ăn nhà hàng, ngày mai đi du ngoạn, tối về nhà của thằng Đức ngủ, không ở khách sạn nữa. Mới nghe qua, chú Tín giựt mình, ngạc nhiên, nhưng sau tíc tắc chú hiểu nhà ông bà Mạnh đang ở là nhà của thằng Đức, tài sản của ba má nó để lại.

Trở lại khách sạn, hai bà chị và gia đình con cháu cũng vừa quay về cùng lúc, chú Tín thông báo ngay là gặp anh Hai Mạnh, chủ ngôi biệt thự, mời hết mười sáu người chúng ta đi ăn nhà hàng tối nay. Ngày mai có người hướng dẫn chúng ta sẽ đi du ngoạn nhiều danh lam thắng cảnh của địa phương. Chiều về ăn cơm ở nhà anh Hai Mạnh, chúng ta sẽ ở lại nhà này cho đến ngày rời Phú Yên về Cần Thơ.

Mọi người đều trố mắt nhìn Ba Tín, vô cùng ngạc nhiên, sao trên đời này lại có chuyện quá bất ngờ, không thể tưởng tượng.

Trước mười lăm phút, hai xe chạy đến nhà hàng, tìm chỗ đậu khá khó vì xe khách du lịch choán hết chỗ parking thường. Có nhân viên khách sạn hỏi hai xe du lịch của Cần Thơ phải là khách mời của ông cựu Bí Thư Tỉnh Uỷ Hai Mạnh, nhà hàng có dành chỗ đặc biệt. Thế là, cả phái đoàn Cần Thơ không ngờ được gia đình ông cựu Bí Thư mời dự tiệc tại một nhà hàng sang trọng nhứt của thành phố này. Vừa mới xuống xe, ba bốn xe của gia đình và quan khách của ông Hai Mạnh cũng chạy tới thẳng vào parking đặc biệt. Cả hai bên chào hỏi nhau và cùng nhau lửng thửng vào phòng ăn đặc biệt, trưng bày rất đẹp mắt có hoa lá làm tua vòng quanh phòng với đèn màu nhấp nháy như là bàn tiệc đám cưới.

Mỗi bàn ăn đều có một bình hoa tu líp rất có ý nghĩa vì như là hai họ đang nói chuyện, môi kề môi vậy. Tên hoa tu líp viết theo tiếng Anh của người hay lý sự cho vui, tu líp là hai môi chạm nhau (two lips). Người ta thường ví von nói, khi có ai tặng hoa tu lip là muốn tỏ tình yêu, thường người con trai tặng cho cô gái với ý nghĩ yêu thương, như chim liền cánh, cây liền cành, môi kề môi.

Chú Tín suy nghĩ mãi ý nghĩa tại sao phải có bình hoa tu líp thay vì hoa hồng hay các loại hoa khác trên mỗi bàn ăn, chú tự hứa sẽ hỏi anh Hai Mạnh coi xem anh Hai giải thích làm sao? Chú nói mấy ông già gân có nhiều kinh nghiệm, làm hay nói mỗi câu đều hàm chứa nhiều ý nghĩa. Bề ngoài coi mấy ông già như là người quê mùa dốt nát, mà tâm hồn, tri thức của các cụ cao siêu dễ sợ.

Ông bà Hai Mạnh mời hai bà lớn tuổi, vợ chồng chú Tín, vợ chồng ông Bí Thư Tỉnh, vợ chồng ông Chủ Tịch Uỷ Ban Nhân Dân tỉnh, bàn đủ mười người. Bàn thứ hai, ông Hai Mạnh mời vợ chồng Bác sĩ Giám Đốc Sở Y Tế Phú Yên có cặp Trung–Tâm, cặp Bernard– Tuyết Trinh, hai cặp cùng lớp với con Hai Tài. Thay vì bốn người, đủ mười người, thiếu một người, ông Hai Mạnh bảo Đức ngồi bàn đó cho đủ mười người. Bàn thứ ba số người còn lại kể cả Hiếu, ba con của chú Tín và bà con của ông bà Mạnh. Ông Hai Mạnh rất tế nhị đặt thêm một bàn mời các tài xế cùng ngồi ăn nhậu một bàn cũng đầy đủ cao lương mỹ vị như trong phòng ăn đặc biệt.

Trước khi nhập tiệc, ông Hai Mạnh giới thiệu:

- Ông bà Bí Thư Tỉnh Uỷ, ông bà Chủ Tịch Uỷ Ban Nhân Tỉnh Phú Yên, ông bà Bác sĩ Giám Đốc Sở Y Tế ngồi cùng bàn với bốn đứa cháu đều là Bác Sĩ Y Khoa cùng ngành Y với Bác Sĩ Giám Đốc, tha hồ mà nói chuyện cứu nhân độ thế với chức năng lương y như từ mẫu. Mọi người vỗ tay tán thưởng. Ông Hai Mạnh mời mọi người rót rượu nâng ly chúc mừng nhau.

Như xe được châm thêm xăng dầu, máy nổ ngon lành, ông Hai Mạnh xin phép dài dòng giới thiệu tiếp:

- Bà chị ngồi kế bà xã tôi, mẹ của Bác sĩ Minh Tâm, bà là vợ của đồng chí Mười Cường, anh có một thời gian dài và tôi cùng công tác phục vụ tại Trung Ương Cục Miền Nam, nay anh là thành viên của Ban Bí Thư Tỉnh Uỷ Cần Thơ, cũng sắp về hưu. Cạnh bên là bà sui của bà Mười Cường, một nhà nông chân chính ở Sóc Trăng đã sinh ra hai đứa con trai, một đã tốt nghiệp bác sĩ Y khoa, một cháu đang học trường Y Cần Thơ và một cháu gái là giáo sư tốt nghiệp đại học sư phạm bốn năm. Bây giờ tôi xin giới thiệu hai nhân vật chính buổi tiệc mừng tối nay là chú Ba Tín, em ruột anh Hai Tài, học trường tây và thím Tín học trường đầm nói tiếng tây như chim kêu vượn hót nghe rất khoái tai.

Hồi trước, ở quê mình có mấy ai đủ sức cho con học trường tây trường đầm. Nếu tôi nhớ không lầm lúc bấy giờ chỉ có vợ chồng chú Tín có diễm phúc học được hai trường danh giá đó. Sau ngày giải phóng từ thành phố Phú Yên, gia đình chú Tín bị bắt buộc đi vùng kinh tế mới, ông tây bà đầm đâu biết cầm cuốc, trồng khoai sắn quá khổ sở, cũng may vợ chồng chú gởi được ba con và thằng Thành con trai út của anh Hai Tài cho hai người bạn cũng từng theo cách mạng có công, nuôi dưỡng.

Sau gần hai năm ở vùng kinh tế, chú thím Tín gầy ốm chịu hết nổi mới nhắn hai người bạn lo giúp giấy tờ tuỳ thân, mua tàu đánh cá để mưu sinh chớ không phải có ý định vượt biên và xin gởi bốn đứa nhỏ đang học cấp một, khi nào chú thím lên bờ, tạo dựng được nhà cửa mới xin mang các cháu về ở với gia đình. Nay chú thím có cơ ngơi làm ăn về nghề xây cất ở Cần Thơ cũng khá bề thế thành công. Hôm nay, chú Tín đưa đại gia đình có hai bà chị cùng theo chú thím về Phú Yên thăm viếng lại quê hương và coi xem việc về phục vụ ở Phú Yên của cháu Đức xem sao.

Một chuyện thật bất ngờ, đột xuất, chú Tín muốn lại xem coi ngôi biệt thự to sầm của anh mình bây giờ ai ở và xin phép thăm chủ nhân mới của ngôi biệt thự này. Như là giấc mộng, tôi gặp lại chú Tín và hai anh em tôi bàn bạc có bữa ăn vội như tối hôm nay. Mọi người cùng tươi cười vỗ tay hướng về vợ chồng chú Tín.

Tới đây, tôi đã giới thiệu hết một bàn, xin mời các đồng chí và mọi người cùng nâng ly chúc khoẻ cho nhau và chúc ông tây bà đầm trăm năm hạnh phúc, lại một tràng vỗ tay vàng rần cả trong phòng ăn. Xin mời các đồng chí và mọi người nâng ly một lần nữa cho thêm nóng máy, tôi lấy trớn giới thiệu bàn thứ hai, thứ ba.

- Hồi nãy, tôi giới thiệu bà chị nhà nông, còn thiếu một chút chi tiết có đứa con gái là giáo sư và chồng là bác sĩ y khoa, gốc người nước Áo mà học Y khoa tiếng Việt mới đáng nể phục đang phục vụ ở Sóc Trăng và đứa con trai út của chị nông dân đang học Y Khoa năm thứ hai. Bác mời năm cháu Trung-Tâm và Bernard-Trinh và Hiếu ở bàn thứ ba đứng lên chào ông bà Bí Thư, ông bà Chủ Tịch Tỉnh, ông bà Giám Đốc Sở Y Tế và chào kính mọi người.

Đến đây, tôi xin giới thiệu đặc biệt, một điều mà vợ chồng tôi vô cùng ngạc nhiên, quá bất ngờ như nằm mơ, hai đứa con trai của đại ân nhân của gia đình chúng tôi là anh Hai Tài đã hết lòng bao che tôi tránh khỏi bị địch bắt, đưa vợ chồng chúng tôi và ba đứa con nhỏ trốn lánh về ở Nha Trang và sau đó tôi vào bưng biền cho đến ngày giải phóng.

Ngôi nhà của gia đình chúng tôi ở Nha Trang, anh Hai Tài bỏ ra mấy cả chục cây vàng mua mà vợ tôi lại đứng tên tại khu thị tứ rất sầm uất dễ làm ăn buôn bán, nuôi sống gia đình ổn định nên tôi mới thật sự yên tâm. Anh Tài còn nhiều lần biếu tiền bạc cho cơ sở còn hoạt động bí mật ở nội thành Phú Yên. Không có anh Tài bao che thì chúng tôi đã bị hốt trọn ổ, thoát được nhiều lần.

Lúc bấy giờ, anh Hai Tài làm ăn lớn, một thầu khoán tiếng tăm, anh giỏi tiếng Anh nên dễ giao du với Mỹ anh thường trúng những cuộc đấu thầu lớn ở Phú Yên và Nha Trang.

Anh Tài là người bạn thâm giao chí cốt với tôi nên khi tôi về Phú Yên vẫn giữ chức Bí Thư, cấp trên đã bổ nhiệm tôi chức Bí Thư khi chúng ta còn hoạt động trong bưng biền, mật khu. Khi tiếp thu Phú Yên, tôi biết nhà của anh Thành vắng chủ nên chính quyền địa phương niêm phong, tôi xin về ở ngôi nhà đó, thay vì tôi về ở dinh thự Tỉnh Trưởng.

Trong một buổi họp của Ban Bí Thư, tôi trình bày lý do tôi chọn ngôi nhà vắng chủ ở vì là nhà bạn của tôi cũng là một cơ sở nội thành mà tôi đã móc nối. Ý nghĩ lúc bấy giờ, tôi muốn giữ lại ngôi nhà đó sợ cấp cho cán bộ khác mà nơi đó, tôi thường trốn tránh nhiều tháng trong nhà anh Tài, biết bao kỹ niệm đẹp đẽ anh Tài đối với gia đình chúng tôi. Nay anh Tài không biết ra sao ở nước nào mà nay còn hai đứa con trai lạc loài bơ vơ không có nhà cửa nương thân.

Đứa lớn đã tốt nghiệp Bác Sĩ Y Khoa được trường Y Cần Thơ cấp giấy về trình diện Sở Y Tế Phú Yên, mời cháu Đức đứng lên. Và em trai nó đang học trường Y vừa qua năm thứ nhứt cũng có mặt hôm nay, mời cháu Thành đứng lên chào quan khách. Khi tốt nghiệp Y khoa, cháu Thành cũng về phục vụ ở quê nhà Phú Yên như anh của cháu. Cả ba bàn tiệc vỗ tay vang rần, anh Tài quá tốt lại có hai đứa con trai đều chọn ngành Y phục vụ quê hương Phú Yên của chúng ta. Ông Bí Thư đứng lên, xin bác Hai Mạnh cho phép cháu tiếp lời của bác:

- Cháu đoán, Bác Hai muốn trả lại ngôi nhà cho hai con anh Tài. Tôi nghĩ, Ban Bí Thư và Uỷ Ban Nhân Dân Tỉnh sẽ đồng ý và tìm cho Bác một ngôi nhà khác, nếu cũng ở gần nhà chú Hai Tài càng tốt, để có dịp chú về thăm lại quê hương, con cháu, bạn bè. Bác Hai sẽ thuận tiện lui tới hàn huyên với chú hai Tài cho vui tuổi già. Mọi người rất tán thành ý kiến tuyệt vời của ông Bí Thư Tỉnh Uỷ. Ông Hai Mạnh lại đứng lên nói tiếp:

- Tôi xin cám ơn tấm lòng tốt của Ban Bí Thư và Uỷ Ban Nhân Dân Tỉnh dành sự ưu ái đặc biệt đối với một cán bộ lão thành về hưu. Bây giờ xin qúy vị cùng nâng ly chúc mừng một tân bác sĩ về phục vụ quê nhà. Đặc biệt, Ban Bí Thư và Uỷ Ban Nhân Dân Tỉnh còn tán đồng cho tôi trả lại ngôi nhà xưa của anh chị Hai Tài cho cháu Đức có chỗ ở đàng hoàng. Hai Cháu Đức và Thành, cho gia đình bác "tạm trú" khi nào cháu thu xếp mọi việc xong, từ Cần Thơ về đây nhận công tác. Nếu Bác chưa có nhà khác, cháu cho hai bác tạm trú thêm vậy, mọi người lại có dịp cười nữa và một chầu dô dô tiếp.

Bàn thứ hai có vợ chồng Bác sĩ Giám Đốc Sở Y tế cùng bốn bác sĩ đồng nghiệp trẻ: Trung, Tâm, Bernard, Đức. và bà con của bác Hai Mạnh. Bàn ba, có ba đứa con của gia đình chú Tín, Thành em của Đức và Hiếu em của Trung, còn lại dòng họ ruột thịt của hai ông bà Hai Mạnh.

Buổi tiệc đột xuất quá gấp rút mà mọi chuyện ông Hai Mạnh suy tính và sắp xếp trước đều đạt kết quả tốt đẹp như mong muốn, nhà của Hai Tài trả lại cho con. Ông Hai, còn có một chiêu, là cách gián tiếp giới thiệu cháu Đức với Bác sĩ Giám Đốc mà lại có sự hiện diện hai ông đầu tỉnh quyền lực nhứt nữa thì chắc như bắp cháu Đức sẽ có chỗ làm tốt vừa ý.

Về lại phòng ngủ, Ba Tín mới hé lộ cho vợ mình biết là anh Hai Mạnh còn muốn gã con gái lớn cũng sẽ tốt nghiệp bác sĩ y khoa ở Sài Gòn vào niên học tới. Anh Hai Mạnh có chỉ hình cháu Thu Trang treo trên tường, rất xinh đẹp không thua các hoa hậu mà lại là một bác sĩ y khoa con của ông cựu Bí Thư tỉnh giàu có nữa, thật là "hữu duyên thiên lý năng tương ngộ - Vô duyên đối diện bất tương phùng". Anh Hai Mạnh muốn gã con gái mình cho cháu Đức còn có tiền hồi môn nữa. Anh Hai còn bật mí, căn phố lầu ở Nha Trang anh Hai mình mua cho gia đình anh Mạnh ở. Sau ngày giải phóng cho đến nay, căn phố lầu chị Hai Mạnh cho thuê, đến nay cũng được năm sáu chục cây vàng, anh chị để dành đó, chờ gặp gia đình anh Hai mình đưa hết số vàng cất giữ cho người đã bỏ tiền ra mua. Anh Hai Mạnh quả là người đạo đức rất kính phục.

Chị Hai Mạnh đã gọi điện thoại bảo hai đứa con gái mua vé máy bay về quê sáng ngày mai, hai anh chị gián tiếp cho hai cháu gặp nhau nếu hạp nhãn làm quen vài ngày. Nếu hai cháu thích mến nhau sẽ làm lễ hỏi luôn tuần này vì có đông đủ bên nhà trai từ Cần Thơ ra, còn bên nhà gái bao hết mọi cái.

Mình thấy ông già gân đầy bản lãnh trong thời chiến, nay về hưu cũng còn bản lãnh trong việc cưới chồng cho con gái. Chị Hai Mạnh còn nói, mỗi lần anh Hai ghé thăm gia đình, anh đều giúp chị tiền để có thêm vốn làm ăn và anh Hai thường gọi cháu Thu Trang đến chào chú Hai. Khi Thu Trang khoanh tay cúi đầu chào chú, chú kéo vào lòng thường nói con dâu của chú ngoan hiền quá, dễ thương làm sao! Chú lì xì mấy ngàn gần bằng tiền lương một năm của công nhân. Lúc bấy giờ Thu Trang mới học lớp một lớp hai có biết dâu rể gì đâu? Nếu cháu Đức và Thu Trang thành vợ chồng quả thật là có duyên tiền định đó. Thím Tín gật đầu đồng ý.

Ông Hai Mạnh gọi cho chú Tín biết có người đến hướng dẫn đi du ngoạn tham quan, trưa ăn cơm ngoài, chiều về nhà thằng Đức ăn cơm với gia đình chúng tôi có cả hai cháu và cô chú dì của chúng nó nữa và những đồng chí, năm xưa theo tôi trốn trong nhà của anh Hai chú.

Nay, các đồng chí đó đều đảm nhận những chức vụ lớn trong tỉnh, tôi tin các chú ấy sẽ giúp con anh Hai Tài nếu Đức cần gì thì có người chịu hàm ân cha mình lo cho Đức hết mọi thứ. Tối ngủ tại nhà Đức và luôn ở lại đây cho đến ngày về lại Cần Thơ. Nhà của bạn Tài có đến sáu phòng ngủ và hai phòng khách, phòng cho cho các cháu vui chơi, nghe ca nhạc... tha hồ có đủ chỗ ngủ cho phái đoàn của Cần Thơ. Hồi xưa, anh Tài cũng làm lưới chống muỗi nên không cần phải giăng mùng, khỏi lo sợ muỗi đốt. Tôi xin thím Tín:

- Tha hồ tìm hiểu phỏng vấn Thu Trang, coi xem cháu ứng phó làm sao có yêu thương thật sự cháu Đức hay nó có bồ bịch, hứa hôn với ai chưa?. Nếu Thu Trang thuận lấy Đức và chú Tín vận động với cháu Đức coi xem sao? Mấy ngày chung sống trong một mái gia đình ấm cúng, hai đứa có nhiều dịp tìm hiểu nhau và cả hai thật sự hiểu và yêu nhau thì chúng ta làm lễ hỏi ngay để qua năm tới làm đám cưới khi cháu tốt nghiệp xong trường Y và trở về phục vụ ở Phú Yên. Tôi sẽ lo cho chúng nó hết mọi thứ.

Riêng cháu Đức có mấy chục cây vàng bà xã tôi đang giữ, Đức tha hồ mà mua sắm nữ trang cho Thu Trang. Nếu mọi chuyện đều diễn tiến tốt đẹp, chú cố gắng tìm xem bạn Tài của tôi ở đâu, mình mời hai ông bà về chứng giám đám cưới con trai của hai ông bà. Chú nói:

- Hai vợ chồng Hai Tài không phải lo sợ, tôi chịu trách nhiệm về an ninh ông bà sui của chúng tôi.

Buổi đi du ngoạn, tham quan nhiều danh lam thắng cảnh đẹp của quê hương mình mà hai vợ chồng chú Tín, hồi trẻ đi xa Phú Yên vào Sài Gòn học trường tây trường đầm. Đến lúc chiến tranh ác liệt 73 – 74, hai người đâu có nhiều cơ hội đi du ngoạn. Nay hai ông bà, thấy cảnh quan của quê hương mình sao đẹp quá, cái gì cũng mới cũng lạ đối với hai người từng hơn nửa đời người sống ở Phú Yên. Nay mới biết, mới chiêm ngưỡng vô cùng sung sướng thích thú.

Bữa cơm trưa chú thím Tín đãi những món đặc sản toàn đồ biển nổi tiếng của Phú Yên, hai bà chị và tất cả các cháu đều thích thú, món ăn nào các cháu cũng đều khen ngon.

Gần bốn giờ chiều, phái đoàn Cần Thơ mới về tới nhà, bác Hai Mạnh dành hai phòng cho ông bà và cho hai cô con gái rượu. Còn lại bốn phòng ngủ dành cho hai bà chị một phòng, chú thím Tín một phòng, cặp Trung Tâm, cặp Bernard Trinh đều có phòng riêng. Bác Hai Mạnh vừa tươi cười vừa nói với mọi người:

- Chủ nhà Đức, Thành phải dành phòng cho khách nên hai cháu Đức Thành cùng với Hiếu em của Trung, con trai út của tôi và ba đứa con chú Tín chiếm phòng giải trí rất rộng có đủ ghế bố xếp cho mỗi người. Còn cô con gái út của chú thím Tín thì tạm ở cùng chung phòng với hai chị Thu Trang và Thu Hằng cho thêm quen tình chị em. Hai chú tài xế thì ở phòng nghe ca nhạc và còn phòng khách cũng rất rộng luôn có nước nóng, cà phê, trà, bánh ngọt và trái cây để cho mọi người muốn dùng lúc nào cũng có sẵn. Về mặt tổ chức, bác Hai Mạnh là bậc thầy, cái gì cũng chu đáo. Nhà của Hai Tài mỗi phòng ngủ đều có toi lết riêng. Ngoài ra còn có một toi lết dành riêng cho các người đầu bếp và tài xế và một toi lết ngoài vườn để khi nào có tiệc tùng, khách sử dụng.

Hồi xưa, phải nói anh Hai Tài có đi ra nước ngoài nhiều lần, anh đã rút kinh nghiệm cho việc xây cất nhà phải có nhiều toi lết cho tiện dụng chẳng khác nào như là khách sạn. Người Việt mình vì tiết kiệm cũng có và có người không mấy quan tâm phải có toi lết riêng mỗi phòng. Có thể nói Hai Tài là người thức thời đi trước thời cuộc, không những mỗi phòng phải có toi lết riêng mà ngoài sân vườn sau cũng có một toi lết đôi, một bên dành riêng cho nam, một bên nữ rất hài hoà tế nhị.

Mọi người vào phòng mình lo tắm và thay quần áo khác, hai chú tài xế ở Cần Thơ sẽ sử dụng toi lết dành riêng cho người đầu bếp và tài xế. Đức và các em đợi một chút có thể vào tắm ở phòng ông bà Hai Mạnh hoặc phòng của chú thím Tín. Bác Hai Mạnh nói cho mọi người biết mọi chuyện và thông báo.

Chiều nay chúng ta có thể ăn sớm một chút, khoảng năm giờ rưỡi vì mình ăn lai rai ở nhà không phải ăn ở nhà hàng, họ mang thức ăn ra nhanh mình phải ăn nhanh. Món ăn chiều nay rất đơn giản: đùi bò nướng than, tôm hùm nướng, cháo đuôi bò, bò tái lá chanh và thêm một món gõi sứa tôm càng. Chúng tôi đãi các em cháu và hai chú tài nhậu thoải mái, thuyền chìm tại bến không sao cả và chúng ta sẽ có giấc ngủ ngon. Sáng có dùng điểm tâm tại nhà và có thể ra bờ biển vui chơi tắm biển. Dù có lái xe hơi xa một chút, tôi có chuẩn bị đồ ăn trưa mang theo và chiều về ăn cơm tại nhà không có mời thêm khách. Chỉ có người đang ở trong nhà cùng thưởng thức các món ăn truyền thống của miền Tây như canh chua, cá kho tộ, một món xào và một món gõi gà với rau càng cua có nhiều trong vườn sau nhà. Thế là chúng ta có bữa cơm thân mật gia đình đúng nghĩa, mặc dù không cao lương mỹ vị mà trong bữa ăn này có những tình cảm thân thương và những dây ràng buộc người từ Cần Thơ, Sóc Trăng và người Phú Yên chúng tôi.

Bác để cử cháu Đức, là chủ nhà, vai chánh của bữa ăn chiều đầu tiên tại nhà, cháu muốn bộc bạch cái gì cứ nói huỵch tẹt ra, quý vị trưởng thượng, bạn bè và các em của Đức lắng nghe. Chúng tôi cùng chúc phúc bình an cho hai cháu Đức Thành nay có dịp về lại cố hương và được vui hưởng tại ngôi nhà xưa tràn đầy kỷ niệm ấu thơ của hai cháu.

Cháu Đức coi đây là nhà của cháu tổ chức bữa ăn hôm nay là hai bác giúp cháu vì cháu mới về quê sau nhiều năm dài xa quê hương, mọi thứ đều lạ lẫm hết. Trong bữa cơm chiều nay, bác giới thiệu bà con và ba đứa con của hai bác. Phần còn lại là cháu Đức đảm trách quán xuyến mọi thứ, cháu có thể mời các bạn hỗ trợ làm cho bữa cơm chiều nay thêm ý nghĩa.

Khi phái đoàn du ngoạn về nhà là ở khu vườn sau đã hoàn tất việc căng lều bạt đẹp mắt, nhiều dây đèn màu với bảy tám chiếc bàn tròn to có đầy đủ ghế nệm sắp đặt xa nhau để dễ đi tới lui lấy thức ăn và còn cà kê dê ngỗng tâm sự bốn phương.

Ở ngoài trời gần các bụi hoa, các líp hoa, cây kiểng, cây ăn trái có vài băng ghế dài và băng ghế chỉ có hai người ngồi tha hồ mà tâm sự riêng tư.

Bữa ăn chiều đầu tiên tại nhà, Bác Hai Mạnh tổ chức bữa ăn theo cách tự mình lấy thức ăn, những vị lớn tuổi cứ ngồi một chỗ có các cháu trẻ tiếp giúp phục vụ. Còn bữa ăn chiều thứ hai vì ăn canh chua, cá khô tộ nên ngồi tại bàn và ăn thức ăn còn nóng hôi hổi trên các bếp ga nhỏ. Bác Hai Mạnh tỉ mỉ từng chi tiết đúng là ông già giết giặc có nhiều kinh nghiệm trong cuộc sống.

Mới năm giờ mọi người đã tươm tất trong trang điểm, chưng diện, mặc những bộ đồ mới đẹp, nhứt là hai chị em Thu Trang Thu Hằng và con gái rượu của chú thím Tín rất xinh đẹp, cháu đang thời trổ mã mới 17 tuổi, học vừa xong lớp mười một. Hai bác trai và bác gái Hai Mạnh thấy con gái mình ăn diện tuyệt đẹp trong lòng thêm hãnh diện, hai ông bà hy vọng tối nay Thu Trang sẽ đốn tim cháu Đức. Chúng nó yêu nhau thì bác trai sẽ tuyên bố làm lễ hỏi liền ba bốn ngày tới, chánh thức đeo nhẫn hứa hôn một hình thức hoa đã có chủ, không còn nhiều chàng trai cứ giã bộ thăm viếng bác hoài. Nay Thu Trang có ý trung nhân và năm tới Thu Trang tốt nghiệp y khoa bác sĩ về phục vụ ở Phú Yên cùng với Đức. Hai bác sẽ tổ chức đám cưới thật rình rang hoành tráng. Cả vợ chồng đều là bác sĩ có tấm lòng nhân ái cứu giúp những người đau yếu, bịnh tật, nghèo khổ, một thiên chức của ngành y, quá tuyệt vời, Bác Hai Mạnh nghĩ như vậy.

Hai lò than đỏ rực, bác Hai Mạnh đã biến chế, cắt một cái thùng xăng không lớn làm hai cái bếp than, một cái đùi bò lớn treo lủng lẳng ở trên một tấm vĩ sắt ô vuông nhỏ để ai cắt miếng thịt bò xong muốn nướng cho chín thêm cứ để trên vĩ sắt chừng mười hai chục giây là vừa ý sẽ thấy miếng thịt bò có cháy thơm phức rất hấp dẫn. Còn cái bếp than thứ hai, lửa nóng vừa phải cho những con tôm hùm lên nướng xong có thể trét thêm bơ Pháp. Thịt bò nướng cũng vậy cũng phết thêm bơ và ăn với mù tạt xa lách cà chua dưa leo... và có nước ma gi cũng của Pháp, pha loảng có tõi ớt làm cho hai món nướng ăn thêm đậm đà. Bác Hai Mạnh đãi rượu mạnh cô nhac Martell của Pháp, rượu chát Pháp và bia hai ba thứ sản xuất trong nước hay nhập đều có đủ. Đệ tử cũ của Bác Hai Mạnh mang đến dàn âm thanh mới cáu cạnh và ban nhạc cây nhà lá vườn.

Buổi đầu tiên tại nhà, dù món ăn ít hơn nhà hàng, nhưng đều là món ăn ngon hấp dẫn tha hồ mà ăn hoài tới khuya cũng sẽ không hết. Thực khách không quá một trăm người mà có đến hai đùi bò lớn hàng mấy trăm tôm hùm loại khá to hơn tôm hùm ăn ở nhà hàng. Với món gõi bò tái chánh và gõi ngó sen sứa tôm càng và một nồi to cháo đuôi bò và nhiều dĩa bò tái để trên các thùng đá lạnh. Thực khách tha hồ mà cho bò tái vào tô cháo cho thêm chất lượng và ngon miệng.

Bữa tiệc cũng chật kín mười bàn và các nhân viên phụ trách nấu nướng, phục vụ cũng có hơn một chục người nữa lăn xăn đi đi lại lại. Tính chung, một bữa ăn tại nhà mà bác Hai Mạnh nói là khiêm nhường đạm bạc mà có thể nói là đạm bạc của giới đại gia quyền thế trong xã hội. Không có khách mời trong chánh quyền cao cấp như bữa tiệc ở nhà hàng mà bác chỉ mời vài giới chức dân phố, phường sở tại . Đặc biệt, Bác Hai mời năm sáu cán bộ đồng chí năm xưa với bác đã trốn cảnh sát trong ngôi nhà này và bà con cật ruột của hai bác cùng dự một bữa tiệc gia đình thân mật. Bác có dịp long trọng giới thiệu phái đoàn Cần Thơ trong số này có hai người con trai của chủ ngôi nhà ân nghĩa này.

Chưa tới năm giờ rưỡi mà mọi người đã đến gần như đông đủ, đang đi tới lui hàn huyên với nhau cũng như tay bắt mặt mừng vì lâu ngày mới có dịp gặp lại dù cùng ở trong một địa phương, ban nhạc đã bắt đầu chơi xập xình rồi. Mọi người đều hân hoan, tươi cười vui vẻ, lần lượt tìm chỗ ngồi vào bàn. Bác Hai rất chu đáo, biết ai bạn bè thân thích nhau hay là bà con ruột thịt, bác xếp cùng ngồi chung bàn. Trên mỗi bàn con gái rượu của bác đều có đặt một tờ giấy ghi rõ tên mỗi người và một thực đơn cũng có trên bàn. Còn khăn trải bàn cũng mới tinh và ở giữa bàn lại có một bình hoa tươi nữa. Thực khách chỉ mới trông thấy cách bố trí trưng bày các bàn tiệc đã mê thích rồi. Có lò nướng, nơi đặt nồi cháo đuôi bò, bàn để rượu, thùng nước đá, trái cây, bánh ngọt, bình cà phê nước trà, khăn lau... mọi thứ bày ra trước mắt thực khách. Nếu ai cần thứ gì cứ gọi mấy cháu phục vụ làm bổn phận giúp ngay. Bác Hai còn cho nhân viên căn ba tấm bạt bằng vải dù ba màu vàng trắng đỏ rất bắt mắt và còn giăng nhiều dây đèn màu chớp tắt rất ư là hoành tráng. Tất cả mọi thứ, bác Hai chỉ thực hiện có một buổi trưa là xong hết. Bác cho chú Tín biết:

- Cái chuyện tổ chức bữa ăn tối nay là chuyện nhỏ. Hồi xưa còn tại chức, Bác hai đón tiếp phái đoàn trung ương của đảng, chánh phủ và địa phương đến hàng ngàn người, bác Hai đã tổ chức nhiều lần lắm rồi trong bảy tám năm từ trong mật khu và ra thành phố nên bác có nhiều kinh nghiệm. Còn tổ chức dù thời gian quá ngắn mà tổ chức tại nhà mình cũng không có gì khó khăn.

Bữa cơm gia đình bắt đầu, ban nhạc hoà tấu một bản nhạc vui nhộn, nhạc vừa chấm dứt. Bác hai lên cái bục dã chiến, đứng trước máy vi âm bác dõng dạc nói:

- Tối nay là cái tối vui nhất của tôi từ ngày về hưu đến nay, tôi tiếp đón một phái đoàn hùng hậu cả mười sáu người ở Tây Đô Cần Thơ và tỉnh Sóc Trăng đến thăm viếng gia đình chúng tôi. Xin mời tất cả mọi người cùng vỗ tay chào mừng phái đoàn Cần Thơ và Sóc Trăng. Một chút nữa cháu Đức sẽ giới thiệu thành phần phái đoàn của miền Tây, bây giờ, tôi giới thiệu hai nhân vật quan trọng nhứt của bữa cơm hội ngộ tối nay. Hai nhân vật đó chẳng khác truyện châu về hợp phố của một nhà văn miền Nam thời tiền chiến.

Cái cơ may đột xuất và đầy bất ngờ hạnh phúc cho một cán bộ già đã về hưu như tôi. Nay có sự dung rủi, gia đình chúng tôi gặp lại hai người con của đại ân nhân của tôi và các đồng chí năm xưa có nhiều lần trốn thánh cảnh sát trong ngôi biệt thự này. Xin mời các đồng chí năm xưa từng trốn lánh tại đây, đứng lên, cả sáu ông cũng khá lớn tuổi đồng loạt đứng lên giơ cao hai tay chào mọi người. Tất cả mọi người dự tiệc thêm phấn khích vỗ tay hoan hô vang rần trong sân sau và ban nhạc còn đánh trống to âm chát chúa và trổi lên một bản nhạc vui tươi tạo thêm hào hứng cho Bác hai có thêm trớn, phát biểu tiếp:

- Thật may mắn và vui sướng, tình cờ tôi gặp lại hai đứa con của đại ân nhân sau cả chục năm các cháu lưu lạc giang hồ trăm bề khổ sở, thiếu vắng cha mẹ, không nhà cửa nương thân. Cháu lớn phải lang thang kiếm sống nhờ bạn bè giúp đỡ và cháu lớn đã phải ngậm đắng nuốt cay cố gắng tiếp tục học, nay trở thành một bác sĩ y khoa sẽ về phục vụ ở tỉnh nhà Phú Yên. Các bạn giúp cháu Đức đều có mặt tại bữa tiệc ân tình này. Mọi người vỗ tay hoan nghênh. Bác Hai nói tiếp:

- Xin mời đôi uyên ương Trung-Tâm, cháu Bernard và ý trung nhân Tuyết Trinh đứng lên. Tất cả mọi người nhiệt liệt hoan nghênh.

Tôi quá cảm xúc khi gặp hai đứa con của anh Hai Tài, chủ ngôi biệt thự này mà anh cả gan dám chứa chấp anh em chúng tôi cũng tại ngôi biệt thự ân tình đầy ắp kỷ niệm thân thương của anh em chúng tôi, tránh thoát cảnh bị bắt trọn ổ. Thế mới biết, tình đời cần sự yêu thương lương thiện giúp đỡ tha nhân, tạo đức vì có đức không sức mà ăn phải vậy không? Mọi người lại vỗ tay tán thưởng. Để chấm dứt phần giới thiệu của mình, bác Hai Mạnh xin giới thiệu tiếp chú thím Tín, là em ruột của anh Hai Tài và thím là một phụ nữ có một không hai ở Phú Yên năm xưa học trường đầm ở Sài Gòn và chú Tín học trường Tây. Đúng là ông tây lấy bà đầm mà sanh được ba con đều là người Việt chân chính, mời chú thím Tín, các cháu đứng lên cho mọi người chiêm ngưỡng ông tây bà đầm tỉnh Phú Yên.

Mọi người lại có dịp vỗ tay cười vang, bác Hai mạnh còn xin giới thiệu một nhân vật nữa là em ruột của Đức con của Hai Tài, nay đang học đại học y khoa ở Cần Thơ do gia đình chú thím Tín bảo bọc từ năm 1973 tới nay. Mời cháu Thành đứng lên trình diện bà con họ hàng của quê hương Phú Yên của chúng ta.

Ngoài phái đoàn Cần Thơ Sóc Trăng, các đồng chí của tôi năm xưa và quý vị chức trách của khu dân phố và phường. Còn lại đều là bà con ruột thịt của hai vợ chồng chúng tôi.

Tới đây tôi xin chấm dứt phần giới của tôi, còn giới thiệu thành phần phái đoàn miền Tây do cháu Đức đảm trách. Quý vị nghe tôi nói nhiều quá rồi, nay tôi xin chịu phạt xin mời quý vị và ban nhạc cùng các cháu phục vụ nâng ly "dô" một cái cho thật ngọt và nhâm nhi một chút mồi đưa cay và mần thêm một tua rượu nữa cho thật nóng máy nghe cháu Đức giới thiệu thành phần khách từ xa về thăm Phú Yên. Bác hai Mạnh quả xứng danh là bậc thầy của các buổi tổ chức lớn nhỏ, bác luôn hâm nóng vui tươi suốt buổi tiệc. Ban nhạc cũng đang trình bày một bản nhạc ngoại quốc khá quen thuộc rất nhẹ nhàng thanh thoát với tình cảm chan hoà dạt dào làm chúng ta như thả hồn theo bao kỷ niệm của mình đã trôi qua. Bản nhạc Dòng Sông Xanh – Danube Bleu vừa kết thúc.

Cháu Đức lên đứng trước máy vi âm, mọi cặp mắt đều đổ dồn về một ông tân bác sĩ, lưu lạc suốt hơn mười năm với nhiều cay đắng mới về lại thăm cố hương. Cặp mắt của người đẹp Thu Trang, con gái rượu của bác Hai Mạnh dán chặt vào gương mặt, đôi môi mấp máy phát biểu của Đức. Thu Trang như muốn nuốt hết những lời nói chân tình của người con trai mà thời còn bé, sáu bảy tuổi, Ba của chàng thường gọi Thu Trang đến cho tiền mà bác còn gọi là con dâu của bác một cách trìu mến đáng yêu làm sao!

Sau hơn mười lăm năm Thu Trang chưa từng gặp mặt Đức bao giờ mà trong lòng Thu Trang luôn mang hình bóng người con trai mà bác Hai Tài thường nói, gọi Thu Trang là con dâu. Thu Trang, khi lớn khôn luôn nghĩ sẽ không bao giờ gặp vì gia đình bác Hai Tài đã di tản theo đoàn người bỏ nước Việt Nam ra đi tháng tư năm 1975. Lời nói vui hay vô tình đó đã từng bám theo tâm hồn làm cho Thu Trang khi đủ tuổi trưởng thành vào đại học. Có nhiều đêm trằn trọc thao thức mơ tưởng đến một hình bóng mà chưa hề gặp lần nào. Thu Trang cũng cứ cầu mong gặp lại người con trai của bác Hai Tài coi xem tim mình có rung động không?. Cái gì đến rồi cũng sẽ đến với người có tâm nguyện nhiệt thành.

Mẹ Thu Trang cho biết có con bác Hai Tài đang ở trong nhà mình khi Thu Trang từ Sài Gòn về. Thật quá bất ngờ, quả là một cú sốc đáng yêu, gặp lại người con trai trong mơ tưởng đó, có phải là người yêu lý tưởng của mình?. Thu Trang tự nhũ, không uổng phí công sức, sự hy sinh và hy vọng mong đợi của mình nay thành hiện thực. Thu Trang từng luôn bỏ ngoài tai lời tán tỉnh của bao công tử giàu sang, con đại gia quyền chức trong xã hội. Thu Trang còn tâm sự với thím Ba Tín, đã tới tuổi hai mươi bốn rồi mà cháu chưa dám yêu ai hết vì cháu còn hy vọng dù hy vọng quá mong manh gặp lại con trai bác Hai Tài.

Nếu anh ấy đã yên bề gia thất, có gia đình vợ con rồi thì cháu mới có thể mở lòng ra yêu thương người con trai khác. Vì vậy, khi chưa gặp chàng trai lý tưởng trong tâm thức thơ ngây của mình dù còn bé tí mà Thu Trang vẫn hết sức giữ mình cho thanh cao, không dám yêu ai hết, ngoại trừ con trai của bác Hai Tài.

Lời nói đó qua những suy nghĩ của mình, Thu Trang cũng có thố lộ với con gái út Thu Hiền của chú thím, đang ở chung phòng với hai chị Thu Trang và Thu Hằng. Thu Hiền như là mật báo viên cho chú thím biết về tình cảm của Thu Trang đối với anh Hai Đức của cháu.

Phần vụ tìm hiểu Thu Trang kể như hoàn mãn tốt đẹp. Thu Trang thật sự yêu thương cháu Đức từ lúc còn trẻ dù chưa biết hình dáng Đức ra sao. Nay lại biết thêm Đức sống cảnh cơ hàn mà cố gắng vươn lên học rất xuất sắc, Đức chỉ lo có tiền ăn học cũng ná thở rồi, còn thời giờ đâu mà tán tỉnh cô này cô nọ hay có con rơi con rớt thì đành phải xa lìa mối tình cao đẹp mà Thu Trang tôn thờ. Nay thấy rõ với dáng người khoẻ mạnh, nhanh nhẹn, tháo vác, cao ráo lại đẹp trai có duyên mà lại học giỏi. Thu Trang thành thật tỏ bày với thím Ba Tín, nếu cháu được anh Đức để ý anh thương yêu con còn gì hạnh phúc cho bằng và cái hạnh phúc trước mắt, gần nhứt là anh lấy lại ngôi nhà này. Cháu không phải theo ba má cháu "di tản chiến thuật" xa ngôi nhà thân yêu này mà cùng anh Đức làm chủ ngôi nhà này có phải vậy không thím Ba?

- Đúng quá đi thôi cháu Thu Trang, thím Ba khen cháu thông minh, khôn ngoan, nói chuyện dễ thương làm sao đó!. Khi Thu Trang gặp cháu Đức, cả hai có dịp chánh thức tìm hiểu nhau, thím tin chắc là cháu Thu Trang sẽ đốn ngã quy tim con trai bác Hai Tài là cái chắc. Cả hai thím cháu ôm nhau cười tươi vui vẻ, thím Ba Tín nói tiếp:

- Cháu kể như bằng lòng lấy Đức rồi. Bây giờ tới nhiệm vụ của ông tây Ba Tín điều tra coi xem cháu Đức có con rơi con rớt đâu không hay có bồ bịch, hứa hôn với ai chưa? Vì cháu Đức có nhiều năm lưu lạc giang hồ khổ quá dễ sanh tật có mèo mỡ làm hại con gái người khác thì thím không đồng ý nó cưới cháu là cục vàng cục ngọc của thím. Đối với ba má cháu, Thu Trang là kim cương hột xoàn, quý lắm đó, không đời nào cho cháu làm kẻ đến sau, chua cay đau xót lắm. Thu Trang nghe thím Ba nói làm cho thêm xúc cảm mạnh, cháu ràng rụa nước mắt ôm chầm thím và nói lời cám ơn chân thành.

Thím Ba Tín cũng bật mí cho Thu Trang biết, bà đầm có nhiệm vụ tìm hiểu Thu Trang coi xem có hứa hôn yêu ai chưa? Còn ông tây ba Tín thì tìm hiểu thằng cháu ruột của ông ấy, dù các bạn của Đức cũng nói rất tội anh ta sống cô đơn một mình mà ba bạn của Đức cùng học một lớp đều có người yêu sẽ làm đám cưới trong năm nay. Đức chắc chắn được hai bạn Trung và Bernard mời làm rễ phụ. Tội nghiệp Đức lại càng thấy mình thêm lạnh lẽo cô đơn. Nếu có cháu Thu Trang làm dâu phụ nữa thì quá tuyệt vời, dâu rễ phụ cũng có đôi có thua ai đâu, phải không cháu Thu Trang?

- Dạ phải đó thím Ba.

Trước máy vi âm, Đức nói thao thao lại rất có duyên và lịch lãm trong nghệ thuật nói trước công chúng, cho biết tâm trạng của Đức gặp lại ngôi nhà xưa của ba má cháu xây cất, mà năm 1975 cháu về thăm lại thấy bị dán giấy niêm phong và ghi câu nhà vắng chủ. Đức tiu nghỉu buồn hiu, muốn bật khóc vì mình sẽ là người vô gia cư vô gia đình, sống làm sao đây, còn đâu nơi nương tựa chỉ cô đơn buồn tủi, nếu cố bám ở lại, tối ngủ đâu?

Đức nói đến đây, ngưng lại và đưa mắt nhìn khắp nơi và quét qua chỗ Thu Trang ngồi gần với thím Ba Tín và Thu Hằng. Hai mắt Đức dừng lại nhìn coi xem thái độ của người đẹp có phản ứng gì không? Đức nói tiếp:

- Cuộc đời lưu lạc bình bồng ba chìm bảy nổi, sáu cái linh đinh của cháu cũng khá ly kỳ, dài dòng lắm để chốc nữa cháu sẽ tường trình tiếp. Ngay bây giờ cháu muốn giới thiệu nhân vật chính trong chuyến về thăm lại quê Phú Yên. Đó là ông tây bà đầm là chú ruột của cháu cũng là đầu dây mối nhợ mà người xưa thường nói có ông tơ bà nguyệt se chỉ hồng cho tình nhân hay cho đôi trai gái bền duyên cầm sắt vậy.

Cháu kính mời chú thím Ba có vài lời phi lộ cho lần về thăm quê hương tràn đầy hạnh phúc của đại gia đình. Chú Ba ngồi gần ba má Thu Trang, còn thím ba ngồi cũng cách khá xa, sát bên Thu Trang, cả hai cùng đứng lên từ từ bước lên bục. Đức trịnh trọng dùng hai tay đưa cái máy nói micro cho chú Tín, Đức vội vàng bước xuống đi nhanh đến chỗ ghế trống thím Ba Tín vừa mới đi khỏi. Đức chào Thu Trang, Thu Trang rất lịch sự đứng lên đưa tay ra bắt và Thu Trang giới thiệu em gái Thu Hằng và con gái của chú Tín cũng đứng lên cùng chị Thu Hằng chào anh Đức. Một chàng trai từng theo học trường tây, rất ga lăng, Đức xin phép cho ngồi cái ghế trống cạnh Thu Trang, cô nàng mau mắn trả lời:

- Xin mời anh cứ tự nhiên. Thu Hằng quay qua con gái út chú Tín nói nhỏ, anh chị mình coi bộ chịu đèn rồi, cả hai cùng cười khúc khích. Đức tranh thủ vài phút đầu tiên gặp người đẹp mà chú thím Đức và ba má Thu Trang muốn tác thành hai đứa thành nghĩa vợ chồng và tiến hành lễ hỏi trước khi phái đoàn Cần Thơ từ giả Phú Yên. Trên bục, chú Tín làm nhiệm vụ là giới thiệu má của ba cháu Trung, Tuyết Trinh và Hiếu, gốc ở xã Bố Thảo, Sóc Trăng. Trung đậu Thủ Khoa tốt nghiệp ra trường Y Khoa Cần Thơ, Bernard kế tiếp và Đức đậu thứ ba và Băng Tâm vợ của Trung đậu hạng tư. Bốn cháu có số điểm đậu ra trường từ hạng này sang hạng kế chỉ cách nhau một hai điểm. Kể như bốn cháu bạn thân đều đổ thủ khoa chiếm hết bốn ngôi danh dự của trường Đại học Y Khoa Cần Thơ khoá đào tạo bác sĩ đầu tiên. Chúng ta vô cùng hãnh diện và hoan nghênh cũng như ngưỡng mộ các cháu. Chúc các cháu luôn phục vụ tha nhân, mình vì mọi người và luôn nhớ nằm lòng có đức không sức mà ăn với cái nghề nghiệp lương y như từ mẫu.

Bác hai Mạnh, cả hai ông bà đứng lên và mọi người cùng đứng lên theo, nhiệt liệt hoan hô lời giáo huấn đạo đức tốt đẹp của chú Ba Tín. Chú Ba xin cám ơn anh chị Hai Mạnh và bà con hoan nghênh lời chúc mừng của tôi với các cháu.

Các cháu có nghề nghiệp phục vụ tha nhân là nhờ công khó nhọc sanh thành nuôi dưỡng, giáo dục của bậc cha mẹ, như anh chị Hai Mạnh sinh ra ba con đều là những tài năng và mầm non của đất nước đang cần, đặc biệt là tỉnh Phú Yên của chúng ta. Mọi người cùng vỗ tay tán đồng.

- Chú Ba Tín hướng về hai bà chị từ Sóc Trăng, từ Cần Thơ theo con ủng hộ đưa chàng trai Phú Yên đã có cả chục năm tuyệt tích giang hồ nay về quê bái tổ vinh quy với mảnh bằng danh giá Bác Sĩ Y Khoa. Tàng lọng chàng đi trước còn võng nàng theo sau chúng tôi đang tìm. Nay đã gặp được rồi thật quý hoá cho phái đoàn của chúng tôi từ miền Tây xa xôi về Phú Yên đều thành công mỹ mãn, rất toại nguyện tự hào đưa chàng về dinh cũ mới thật là ngộ đó.

Thu Trang bấm tay Đức như đồng tình với chú Ba Tín và Đức quay lại tươi cười rạng rỡ với người đẹp.

Chú của Đức xin trân trọng giới thiệu, một trong hai chị cả của phái đoàn chúng tôi, gốc Sóc Trăng mẹ của bác sĩ Trung, cô giáo Tuyết Trinh và cháu Hiếu đang học Y Khoa năm thứ hai, coi xem cháu Đức như con của bà trong những năm tháng cháu Đức chưa thành đạt. Kính mời bà chị cùng ba cháu đứng lên cho mọi người chiêm ngưỡng.

Chú Tín xin giới thiệu tiếp bà chị cả là phu nhân của một thành viên Ban Bí Thư Tỉnh Cần Thơ và ông cũng là đồng chí với anh Hai Mạnh khi còn phục vụ ở Trung Ương Cục Miền Nam. Anh Mười Cường là đại ân nhân của cháu Đức và Bernard vận động nhiều cách để cho Đức và Bernard được tiếp tục học đại học y khoa Cần Thơ, vô học ngang xương năm thứ tư dù hai cháu cũng là sinh viên rất xuất sắc có thực tài nữa. Sở dĩ ông Mười Cường biết rõ lý lịch của Đức và Bernard do công đầu của người con gái làm liên lạc viên xuất sắc lại có người yêu hỗ trợ nữa, đó là cặp uyên ương Tâm-Trung. Xin mời chị Mười Cường cùng hai cháu Tâm-Trung đứng lên với mẹ để cho người Phú Yên chúng tôi cám ơn và ngưỡng mộ.

Đến đây, chú Ba Tín xin thưa luôn một chuyện vui chàng có tàng lọng đi trước lại có võng nàng theo sau.

Nguyên do như thế này, vợ chồng chúng tôi có "mission impossible" – nhiệm vụ quan trọng. Bà xã tôi như là điệp viên, mật báo viên dò la tin tức, tìm hiểu đối tượng và báo cáo về tổng hành dinh lưu trữ hồ sơ. Còn tôi cũng có nhiệm vụ cũng rất quan trọng là dò hỏi chi tiết thằng cháu ruột lúc phiêu bạt giang hồ có con rơi con rớt ở đâu không cũng như có bồ bịch hứa hôn với ai chưa? Nghe cháu kể lại tâm sự mà tôi rơi nước mắt, cháu nói cha mẹ bặt tin không biết sống chết ra sao và đứa em trai duy nhứt của cháu không biết lưu lạc phương nào hay nó đang bán vé số kiếm sống ở một xó xỉnh nào đó?.

Riêng cá nhân Đức sau bảy lăm, nhà cửa không có, tiền bạc không còn, cha mẹ và em ly tán không biết ở đâu? Cuộc sống hàng ngày Đức kiếm cái ăn đã khó khăn, vất vả may nhờ có bạn Bernard vô cùng tốt giúp đỡ nó. Vì quá khổ, quá lo lắng cho gia đình, Đức không có thời gian, tâm trí mà tán tỉnh kiếm bồ nên Đức vẫn còn cô đơn độc thân. Tin tức về cháu của tôi và tin về Thu Trang chúng tôi tổng hợp lại trình lên đại trưởng lão Hai Mạnh quyết định. Hai ông bà Hai Mạnh vui vẻ tươi cười trông dễ thương làm sao!. Anh Hai nói:

- Tôi đã qua 70 rồi mà lại hay đau sợ theo ông bà mà không bồng ẩm được cháu ngoại, cháu nội, nên tôi có quyết định ngay. Trước ngày chú và phái đoàn về lại Cần Thơ, nếu hai trẻ yêu nhau, chúng ta gấp rút tổ chức lễ hỏi ngay có nhẫn đính hôn đàng hoàng thì chứng tỏ hoa đẹp đã có chủ rồi. Các chàng trai hào hoa phong nhã không còn chàng ràng đến thăm viếng ông già này nữa này nghe, chỉ mất thì giờ vô ích. Chú thím Ba Tín nghe anh Hai trưởng lão phán như thế quá vui.

Bây giờ bác hỏi thật:

- Cháu Đức mới gặp con gái bác lần đầu, có bị Thu Trang hốp hồn đốn tim chưa và con gái Thu Trang có yêu Đức không?. Nếu cả hai con đã yêu nhau, cả hai đứng lên để Ba Má và Chú Thím Tín tổ chức gấp đám hỏi cho hai con vài ngày tới. Hai con đã có duyên nợ yêu nhau thật thì nắm tay đứng cho mọi người tham dự tiệc tối nay chứng giám.

Cả hai Đức và Thu Trang nắm tay nhau đứng lên cúi đầu chào. Cả mười bàn cùng đứng lên vỗ tay hoan hô vang dội. Ban nhạc trổi lên bản nhạc vui chúc mừng trai tài và gái tài sắc vẹn toàn. Ông Hai Mạnh mời mọi người nâng ly chúc mừng hai trẻ đã yêu nhau, mọi người lại hoan hỉ dzô dzô vang dội.

Bà Hai Mạnh đứng lên nói:

- Tôi còn giữ đến năm sáu chục cây vàng do tôi cho thuê nhà ở Nha Trang mà tiền mua nhà là của anh Hai Tài, bây giờ tôi gởi lại cho con anh Hai Tài có hợp lý không quý vị?

- Mọi người vỗ tay hoan nghênh tính lương thiện chung thuỷ của ông bà Hai Mạnh đối với người ân. Chị đưa vàng cho thím Ba, dẫn hai cháu vào các tiệm kim hoàn lớn ở đây lựa mua cái gì mà hai con thích, nhẫn hột xoàn thật giá trị cho Thu Trang và Đức. Khi đến ngày đám cưới chúng nó chỉ trao nhau thêm hai chiếc nhẫn vàng thường thôi cho có lễ.

Ngày mai để chú Tín hướng dẫn phái đoàn đi chơi xa, có thể đi Nha Trang cũng được. Chị em mình ở nhà lo mua nữ trang và nhiều thứ lỉnh kỉnh khác trong lễ hỏi. Anh Hai lo đặt trước nhà hàng vì cuối tuần các nhà hàng thường đông khách và anh Hai còn phải lên danh sách mời bà con quan khách chính quyền tỉnh tham dự. Anh phải soạn thảo gấp Thiệp Mời tối nay, mai đưa cho nhà in lo in liền gởi thiệp trước cũng phải ít nhứt ba bốn ngày.

Trong bữa ăn tối, Đức trình bày vắn tắt lý do vì sao phải lưu lạc giang hồ vô cùng khó khăn vất vả sau ngày 30.4.1975. Đức trở về quê coi xem sao, thấy nhà bị niêm phong với lý do nhà vắng chủ, nên Đức phải quày trở về lại Sài Gòn,

lại bơ vơ không có tiền ở trọ nữa. Bạn bè cho biết Bernard đang có công việc làm ở Sóc Trăng, Đức đi đại xuống Trăng tìm Bernard cũng khá dễ vì anh là người ngoại quốc duy nhứt đang phục vụ trong Sở Xây Dựng.

Đức sống nương tựa Bernard, chờ xin chỗ làm tại Sở Xây Dựng. Thế là hai bạn thân được ở chung một chỗ, được bố trí công tác tương tự nhau. Bernard tiết lộ chuyện khó tin mà có thật, thay vì đi tìm thăm anh Ba Cường ở tỉnh Châu Đốc ở miền Tây trước ngày giải phóng hơn một tuần, Bernard về Sóc cũng là miền Tây tìm thăm một người anh lớn tuổi đang bị bịnh nặng về quê an dưỡng. Anh ấy hơn chúng tôi cả chục tuổi mà anh là thần tượng của chúng tôi. Tội nghiệp cho Bernard cũng luôn tôn trọng tình đồng môn học một trường mà Bernard quá ngưỡng mộ nên bị kẹt ở lại Miền Tây sau ngày giải phóng. Nay nếu Bernard về lại Sài gòn sinh sống lại càng khó khăn hơn vì tiền không có, nhà cũng không, Bernard sẽ là kẻ vô gia cư như cháu. Đức chỉ giới thiệu ngắn gọn người bạn chí thân của mình và giới thiệu luôn cô giáo sư Tuyết Trinh là ý trung nhân của Bernard sẽ làm đám cưới tại Sóc Trăng năm nay.

Bernard thông báo cho gia đình bên vợ và bạn bè biết tin vui sum họp là Bernard cũng vừa tiếp xúc được với gia đình bên Áo, ba má và em gái của Bernard hứa sẽ sang Việt Nam dự lễ cưới của Bernard và Tuyết Trinh tại Sóc Trăng. Sau đó hai vợ chồng Bernard về Áo, gia đình cũng sẽ tổ chức thật rình rang đám cưới vì ai cũng tưởng Bernard đã qua đời rồi. Nay còn mang bằng Bác Sĩ Y Khoa của Việt Nam về khoe với bà con họ hàng.

Nhớ lại năm xưa, 1975, Ba Má Bernard rất đau khổ khi vội vã lên máy bay về nước lại thiếu vắng thằng con trai yêu quý của mình đang kẹt ở Miền Tây không về Sài Gòn được. Cả họ hàng của Bernard ở bên nước Áo đều nghĩ, thường nói, có lẽ Bernard trên đường chạy loạn Bernard đã về với cát bụi rồi. Nay biết Bernard không những còn sống mà còn tốt nghiệp Y Khoa bác sĩ lại lấy vợ Việt Nam xinh đẹp tài giỏi nữa, tin này gây cú sốc lớn cho gia đình bà con của nhà Bernard mà cũng là tin vui cho chính quyền địa phương sắp đón tiếp một cô dâu Việt Nam.

Tất cả mọi người đồng loạt vỗ tay hoan nghênh, Bernard và Tuyết Trinh tay trong tay đứng lên cúi đầu chào kính mọi người. Kế tiếp Đức giới thiệu đôi uyên ương ân nhân thuở ban đầu giúp Bernard và Đức được trường Y Cần Thơ tổ chức kỳ thi đặc biệt cho hai sinh viên, chưa bao giờ có bất cứ trường đại học nào mở kỳ thi tương tự như vậy. Cũng may, bạn Minh Tâm là ý trung nhân của anh Trung người Sóc Trăng, anh ruột của cô giáo Tuyết Trinh, chở Minh Tâm từ Cần Thơ về thăm gia đình của Trung. Tình cờ gặp hai chàng thanh niên lang bạc kỳ hồ có mong ước học lại đại học Y, niên học tới trường Y Cần Thơ mới có năm thứ tư.

Bạn Minh Tâm về nhà thủ thỉ với cha làm sao giúp hai người bạn này, học rất giỏi ngành Y mà còn giỏi ngoại ngữ Anh Pháp. Ba của Minh Tâm đang là thành viên trong Ban Bí Thư tỉnh Cần Thơ mà ông lại đặc trách về y khoa nên ông bàn bạc với Bác sĩ Khoa Trưởng trường Y tổ chức một cuộc thi đặc biệt dành cho riêng hai sinh thi lại các năm học, đặc biệt năm thứ ba, Hội đồng giám khảo chấm đậu thì trường Y Cần Thơ sẽ nhận cho hai sinh viên vào học năm tới là năm thứ tư của Trường mới mở.

Con đường vào đại học Y Cần Thơ lại mở ra, đón tiếp hai chàng công nhân đang sống với đồng lương ít ỏi, thành sinh viên năm thứ tư.

Hơn nữa, hai chúng tôi lại có phước lớn gặp một đại ân nhân dang tay giúp mọi chi phí ăn ở đi học tại Cần Thơ. Anh Ba Cường còn cho tiền chúng tôi mua xe gắn máy mới đèo nhau đi học. Tình cảnh của anh Ba Cường rất đáng thương tâm, anh bị loại bịnh lao không có thuốc chữa trị hết. Ba của anh Cường là một bác sĩ y khoa tài giỏi nổi tiếng lại rất thân quen với vị bác sĩ giám đốc bịnh viện Grall của Pháp nổi tiếng nhứt ở Đông Dương cũng đành bó tay. Nay ở Paris, Pháp quốc mới phát minh một loại thuốc đặc trị về bịnh lao quái ác này. Nhưng thuốc chỉ uống vào đủ sức ngăn chặn không cho vi trùng lao phát triển mà lại không trị được dứt căn bịnh lao. Thuốc đặc trị lại quá đắt mà chỉ có một nơi ở Paris bán mà thôi. Năm năm qua, anh uống thuốc này tốn không biết bao nhiêu ngàn đôla. Nay, thuốc mua từ Paris cũng rất khó khăn vì ba má anh Ba Cường đã lần lượt qua đời tại Paris. Và cách gởi thuốc về Việt Nam, sau ngày 30.4.1975 đến nay luôn bất cập, khi có khi không, khi chỉ còn cái hộp không, thuốc rơi rớt đâu không biết. Như vậy, thuốc không thể mua nhiều luôn một lúc uống hai ba năm như hồi ba của Cường vận động mua được. Nay mua thuốc từ Pháp đã khó khăn rồi, lại không thể gởi về Việt Nam dễ dàng.

Chỉ còn hai tháng thuốc và nếu anh Cường còn sức khoẻ cũng chỉ sống thêm vài tháng kế tiếp nữa thôi. Rất tội nghiệp một người có tấm lòng nhân ái bao la như anh Ba Cường học giỏi trường Tây mà tây còn nễ phục, thuốc dự phòng sắp hết, cuộc đời của anh cũng sắp tàn. Nhưng, anh vẫn luôn hối thúc khuyến khích chúng tôi lo cưới vợ gấp để anh còn chứng kiến và còn tặng quà cưới cho mỗi đứa một chiếc xe hơi mới. Mới đây có tin báo cháu sắp làm đám hỏi và làm đám cưới trong năm tới, anh vẫn hứa mua cho Đức một chiếc xe hơi mới. Anh nhắc tiếp, Bernard và cháu phải làm đám cưới gấp để anh còn chúc mừng.

Đến đây, cháu xin thưa, có lẽ trên thế gian này không có người dưng nước lả thứ hai có cách đối xử với đàn em quá tốt đẹp quá tuyệt vời trên cả tuyệt vời nữa. Xin bà con cho một tràng pháo tay thật lớn chúc lành chúc bình an anh Ba Cường sống thọ chứng kiến ngày Đức cưới vợ đẹp của tỉnh Phú Yên. Đức thật láu lỉnh và hóm hỉnh, nói đầu này quàng lại đầu kia khen vợ tương lai của mình đẹp làm cô nàng hai má phính lên thêm ửng hồng hạnh phúc. Anh Ba Cường cứ bảo anh em chúng tôi phải lo cưới vợ sớm để anh còn có dịp tiêu tiền để lâu trong nhà băng Pháp làm gì.

Nói đến anh Ba Cường, tôi không có lời nào thật xứng đáng kính mến, ca tụng anh mà hiện nay anh đang nằm, đếm thời gian chờ thần chết đến dẫn độ về thế giới khác, thoát cảnh ta bà ô trọc này.

Đức như hướng về Bố Thảo, Sóc Trăng anh Ba Cường đang ở dưỡng bịnh, chúng em luôn cầu nguyện ơn trên và linh hồn hai bác sanh thành phù hộ độ trì anh Ba sống thêm dài lâu bên một người vợ chung thuỷ, hy sinh cả cuộc đời mình cho anh Ba đó. Chị Ba cũng là một nữ lưu có một không hai trên cõi đời trần gian tạm bợ này. Tất cả bà con dòng họ chúng tôi ở Phú Yên xin ngưỡng mộ anh chị Ba bằng một tràng vỗ tay nghe anh chị Ba, dù anh chị ở quá xa chắc hai mắt anh chị cũng bị giựt lia lịa. Cả mười bàn tiệc cùng vỗ tay vang dội.

Xin thưa hai Bác trưởng thượng và bà con cô bác, chuyện của đời con và bạn con, Bernard là loại truyện dài nhiều tập kể hoài không hết, đợi có dịp khác, sẽ kể tiếp.

Tới đây, cháu kính cẩn tạ ơn hai Bác trưởng thượng chủ của ngôi nhà này. Hai bác chuyển quyền sử dụng cho con gái hai bác mà con rất hạnh phúc cũng được hưởng lây, ăn theo Thu Trang. Cả nhà vỗ tay la vang, Thu Hằng vọt miệng nói:

- Anh Đức, ăn nói có duyên quá đã đốn tim chị hai em rồi, Thu Hằng giả bộ đưa hai tay ra đón chị mình. Cả nhà có dịp lại cười to vỗ bàn ghế rầm rầm, khua ly muỗng nghe vang rền nữa.

Quý bà con đã thấy Bernard và cháu đi đến đâu cũng đều gặp may mắn có quới nhơn phù trợ nên mới có cơ may tốt nghiệp Y khoa bác sĩ như ngày hôm nay. Lại vang lên một chàng pháo tay, Đức xin mời hai ân nhân cũng là hai người bạn học cùng lớp cùng trường Y với Đức và Bernard là Trung và Minh Tâm đứng lên. Bác Hai Mạnh cũng quá phấn kích mời mọi người nâng ly dô dô cho vui vẻ cả nhà nghe. Đức nói tiếp kính mời chú thím Ba hứa là sẽ bật mí chuyên gì đó và có lời chỉ dạy chúng cháu. Cám ơn cháu Đức, chú nói:

- Hồi nãy chú thím đã bật mí rồi. Chú thím không học nghề tình báo mà đã làm điệp viên, thím theo dõi, tìm hiểu đối tượng nữ quan trọng nhứt. Còn chú bám theo chân của chàng lãng tử đã nắm rõ tình hình ta địch quá lộ liễu và chú đúc kết báo cáo lên trưởng lão hết mọi chuyện. Thủ Trưởng ban bố quyết định, cuối tuần là có lễ hỏi và con gái rượu của trưởng lão không di chuyển đi đâu hết mà cứ vẫn bám trụ ở đây và còn là đồng chủ nhân ngôi biệt thự này nữa, mới là ngộ đó!. Lại có tiếng vỗ tay cười vui nữa, quả thật chuyện quá vui tiền hậu đều diễn ra tốt đẹp vẹn toàn cả hai gia đình thật tuyệt vời, có phải vậy không? Bà con đồng ý xin cho thêm một tràng pháo tay thật to thật kêu, tiếng vỗ tay lại vang lên, Chú Tín tiếp:

- Em xin phép anh chị Hai trưởng lão cho phép các cháu mang thức ăn nóng đến cho những vị lớn tuổi, còn các bạn trẻ cứ tự nhiên đến lóc thịt cho vừa ý. Sau màn ăn thịt bò nướng ngoài trời rồi tới ăn món tôm hùm nướng. Cứ thế mà tiến tới, ăn thêm gõi, bò tái chanh xen kẽ nhau cho đỡ ngán.

Tôm hùm có sẵn trong các thùng đá, quý bạn trẻ cứ lấy ra, tự mình nướng trên bếp lửa than và ăn kèm với các loại sốt và rau cải và thịt bò nướng cũng nên có thêm các thứ sốt có sẵn trên bàn, thiếu sốt là miếng thịt bò khô cứng kém hấp dẫn. Có ba bốn thứ rượu bạn nào không lái xe cứ uống tự nhiên cho vui, chúng ta phải vui say vì chứng kiến một đôi trai tài gái sắc của tỉnh Phú Yên đã ký hợp đồng chung sống dưới ngôi nhà tình nghĩa này rồi.

Ba chàng trai nhanh nhẹ nhứt, Đức, Trung, Bernard, cầm dao nĩa, dĩa tiến tới lóc thịt bò còn để xuống vĩ sắt cho thêm chín một chút để các người đẹp không sợ thịt bò còn máu, còn sống. Ba bạn cũng mang dĩa thịt bò nướng đến trét thêm bơ thêm sốt, lấy thêm rau dưa đủ các thứ phụ tùng, dĩa thịt nào cũng cắt hai ba miếng. Ba chàng bác sĩ trẻ tuổi này khôn quá trời, nói là mang thức ăn đến người yêu để các chàng còn ăn theo với người yêu nữa. Cả sáu người ngồi gần nhau, tha hồ tán chuyện, Minh Tâm và Tuyết Trinh gợi chuyện làm quen với Thu Trang và luôn tán tụng sự trong sáng về tình ái của Đức, anh không có tính lăng nhăng, tán tỉnh gái lung tung của giới đàn ông. Cái gì Đức thường nói cũng ưu tiên cho người mình yêu thật sự. Lúc bấy giờ cũng có cả khối con gái mê mệt anh Đức mà anh có thèm để ý đến ai đâu, chúng tôi trông thấy mà tội nghiệp cho giới phụ nữ luôn bị thiệt thòi.

Hai cô cứ gợi chuyện nói hoài làm cho Đức chỉ còn biết lặng lẽ ngồi ăn cho thêm no. Thấy vậy, Bernard khều Tuyết Trinh nói cho Minh Tâm biết để cho người ta mới gặp nhau cần tìm hiểu nhau nhiều để cho Đức và Thu Trang có thời giờ nhiều mà tâm sự dạt dào còn ẩn chứa chưa có dịp thố lộ. Hai cô vội vã rút lui, còn nói: - Chúng tôi xin trả lại Thu Trang cho anh Đức đó.

Ba bạn trẻ rất vui vì ăn có người ngồi bên cạnh chăm chúc thức ăn và cũng có chút rượu vào cũng làm nóng máy, lăng xăng líu lo chăm sóc người yêu, cứ mời nài ép nhau nên mỗi cặp xực ba bốn con tôm hùm và luôn mấy lần lấy thịt bò nướng. Thu Trang thật thà nói:

- Thường khi em và Thu Hằng hai chị em chỉ ăn hết một con tôm hùm là quá no rồi.

Nay không biết cớ sao ngồi gần anh Đức, em thấy tràn đầy hạnh phúc, nên em ăn hết hẵn một con tôm hùm lớn hồi nào em không biết mà còn ăn thêm hết mấy lát thịt bò nướng nữa mà em cảm thấy chưa no lắm, còn ăn được nữa. Chúng ta vui quá phải không anh? Bây giờ em mong muốn thời gian qua mau, em tốt nghiệp xong là về quê làm đám cưới liền, anh chịu không?

- Đức ôm chầm siết chặt Thu Trang và đặt một nụ hôn nồng cháy lên mái tóc, lên môi người yêu. Bên cạnh hai bạn Bernard và Trung khều người yêu nói nhỏ cô cậu chịu đèn rồi, coi bộ tha thiết âu yếm lắm rồi đó. Cái điệu này, cứ đắm đuối mê say men tình hoài, chắc chắn Đức và Thu Trang sẽ có con sớm hơn bọn mình vì quá cử kiêng, yêu nhau lâu mới làm lễ cưới mới dám sanh con.

Ban nhạc vô tình hay cố ý, khi Đức ôm xà nẹo Thu Trang và hôn lên môi người yêu, một bản nhạc tình ca tha thiết được trổi lên nghe rất rõ măn tíc.

Ban nhạc được sắp xếp ăn trước có thì giờ biểu diễn khi thực khách đang ăn và thưởng thức nhạc làm tăng thêm sự vui vẻ. Bây giờ ban nhạc lên chương trình biểu diễn các bản hoà tấu xuất sắc và còn kêu gọi ai biết hát cứ tự nhiên lên hát cho thêm vui và lên xuống làm cho mau tiêu hoá sẽ còn ăn tiếp và chơi nhạc tới khuya lận đó.

Sáng sớm, Đức lo vệ sinh cá nhân xong rồi mà thấy mọi người còn ngủ say, Đức bồn chồn muốn biết người yêu của mình có thao thức như mình không? Đức nhẹ nhàng rón rén đi lại phòng Thu Trang gõ cửa nhè nhẹ. Thu Trang cũng nghĩ, anh chàng Đức si tình thế nào cũng đến sớm, cô ta còn trang điểm qua loa chảy tóc, xịt dầu thơm phức chờ đợi người yêu đến để hai người cùng dung dăng dung dẻ ra chơi sau vườn, thở hít không khí trong lành buổi ban mai. Hai người có dịp ngồi gần nhau tha hồ mà âu yếm vì giờ này mọi người còn ngủ say. Tối qua, ai cũng thức khuya nên dậy trễ chỉ có cặp tình nhân thao thức ngủ không trọn giấc thức sớm để gặp nhau trao nhau những nụ hôn nồng thắm, Đức nói với Thu Trang:

- Ngày mai, hai bác và các bạn tiếp tục đi du ngoạn xa một chút là đến bãi biển thành phố Nha Trang và bãi biển Đại Lãnh. Ở nhà, thím Ba dẫn hai chúng mình đi mua sắm nữ trang, còn Ba lo đặt nhà hàng đến năm chục bàn, còn lo in thiệp mời. Tội nghiệp ông già bị con gái yêu làm ông chạy vắt giò lên cổ, đủ thứ lo hết, sợ mời người này mà thiếu người khác, thiên hạ sẽ trách ông. Cái tội lớn là con gái cưng hại ông già lo ná thở. Thu Trang cướp lời:

- Không biết tại ai, em nghĩ tại anh hết mọi thứ. Vì có anh, ông già mới cực. Nếu anh không đến nhà này, thì ông già có sao đâu, khoẻ re, không có cực nhọc lo lắng gì hết có phải vậy anh Đức của em?

- Em của anh nói đúng quá trời và có lý luận sắc bén, hay quá, anh thưởng em cưng một nụ hôn đây nè. Đức vừa nói vừa ôm hôn môi người yêu và lần này Thu Trang mới biết hôn môi đáp lại với người yêu sao nó ngọt làm sao, Thu Trang không muốn rời môi người yêu. Thế mới đúng tình yêu là mật ngon, không cần uống rượu mà cả hai đều say tuý luý men tình. Hết ngồi tại băng, cả hai đứng lên, tay trong tay dìu nhau thả bách bộ quanh vườn cho thêm thư giản. Từ xa, hai cô cậu thấy ông bố mình cũng theo thói quen mỗi sáng sớm, ông thường lửng thửng ra vườn sau quơ tay quơ chân cho giản gân cốt. Hai đứa vội nắm tay đi nhanh đến bố cúi đầu chào. Ông Hai Mạnh chào lại và khen:

- Hai con tối qua ngủ ít vui quá phải không, sáng thức ra đây tâm sự nữa, Ba khen hai con đó. Tình yêu lứa đôi là phải có cơ hội gần nhau mới hiểu nhau và yêu nhau trọn đời trọn kiếp đó. Ba Thu Trang hỏi con có nghe mẹ con nói chưa:

- Hôm nay thím Ba dẫn hai con đến các tiệm kim hoàn ở đây lựa mua nữ trang. Hai con đừng tiết tiền, đời mình chỉ có một lần cưới vợ lấy chồng thôi, cứ lựa nữ trang nào vừa ý cứ mua cho cả hai con, Ba má đủ sức lo cho Thu Trang và thằng con trai của người bạn ân nhân của Ba. Đức đừng ái ngại gì hết tiền của ba cũng là tiền của vợ chồng con đó. Đức khoanh tay và Thu Trang cũng làm theo cúi đầu, Đức nói:

- Ba đã thương yêu Thu Trang nay thêm con, Ba cũng đều thương yêu như nhau, chúng con xin cúi đầu đa tạ công ơn Ba má suốt đời. Ông hai Mạnh nghe thằng con rể nói khoái cái lỗ tai quá. Chút nữa mọi ngươi lên xe đi du ngoạn Nha Trang, ở nhà Ba Má, Thím Ba và hai con chúng ta ra nhà ăn sáng một bữa để cho thằng con rể nhớ Phú Yên năm xưa rất nhộn nhịp. Bây giờ sau chiến tranh, Phú Yên cũng đã hồi phục lại như xưa rồi và vài năm nữa Phú Yên, theo quy hoạch của chánh phủ sẽ còn to rộng, sầm uất hơn xưa rất nhiều.

Hai con về phòng lo vệ sinh cá nhân và thay quần áo để hơn chín giờ có xe đến đón gia đình mình đi ăn sáng, Ba có mời hai vợ chồng ông Giám Đốc Sở Y tế cùng đi ăn với mình nữa và hỏi xem ông bố trí cho con rể Ba phục vụ ở vị trí nào.

Đức với với bố:

- Con phải trở về Cần Thơ ở chừng một tuần, giải quyết hết mọi thứ mới về đây làm việc. Bố nói tiếp:

- Thu Trang muốn theo con về Cần Thơ và Sóc Trăng, Ba Má cho phép Thu Trang theo Đức vì con và Đức có làm lễ hỏi, đính hôn chánh thức, có đeo nhẫn đính hôn rồi mình không còn e sợ người ngoài xầm xì dị nghị gì nữa. Đức nghe Bố vợ nói như vậy vui quá vội ôm Thu Trang, hỏi liền em có chịu theo anh về Cần Thơ chơi một tuần không? Nghe Đức hỏi Thu Trang như mở cờ trong bụng:

- Ba má cho phép em đâu dám cãi, Thu Trang nói khéo quá. Ông Hai Mạnh cũng phải bậc cười, con gái của Ba khôn đáo để đó, Ba có lời khen con gái cưng của ba. Đức và Thu Trang cúi đầu chào Bố, vội vã đi nhanh về phòng lo tắm để xua tan sự mệt mõi thiếu ngủ. Mọi người cũng đã thức sớm chuẩn bị xong đồ tắm và đi du ngoạn xa. Toi lết nào lúc này cũng trống, hai cô cậu không phải đợi chờ gì hết, tắm thoái mái, thay quần áo xong, ngồi ngơi nghỉ một chút. Đức đợi hai chiếc xe Cần Thơ lăn bánh. Nay, hai xe có hai em Thu Trang thay chỗ thím Ba và Đức, cũng được đi theo du ngoạn cho thêm vui.

Đến chín giờ rưỡi một chiếc Van loại bảy chỗ ngồi đến nhà ông Hai Mạnh, xe của một người bạn cho tài xế lái tới đón ông bà Hai Mạnh cùng đôi uyên ương Thu Trang-Đức và thím Ba đi ăn sáng. Sau buổi ăn sáng, ông Ba bảo tài xế đưa bốn người này đến khu tập trung nhiều tiệm kim hoàn Ông căn dặn kỹ:

- Nếu mua xong nữ trang mà ông chưa trở lại thì Đức đưa gia đình vào một tiệm nước ở khu vực đó giải khát. Ông phải hoàn tất hai việc gấp là tìm nhà hàng đủ rộng chứa được năm trăm thực khách và tìm một nhà in nào in ngay thiệp mời trong ngày và mang đến nhà cho ông. Trên đường đi tìm nhà hàng, bất chợt ông thấy một nhà in khá lớn, ông bảo chú tài xế tấp xe vô lề dừng lại.

Ông bước xuống xe, đi thẳng vào nhà in, cái may là nhà in do một đồng chí của ông năm xưa làm quản lý niềm nỡ hết lòng tiếp đón ông. Người quản lý lấy những mẫu thiệp khá cầu kỳ đẹp mắt và nhiều thiệp mời cũng khá đơn giản và giải thích tỉ mỉ cho ông hai biết. Nếu ông hai thích loại thiệp nào và muốn chỉnh sửa thay đổi đôi chút theo ý mình, nhà in cũng làm khá nhanh, in xong trong ba tiếng, giao hàng liền. Trong đời ông hai đến bảy mươi tuổi mới biết chọn thiệp cưới nào cho bắt mắt, ông hai chọn luôn bao bì để gởi thiệp. Ông hai nói với người đồng chí:

- Cho nhân viên đánh máy nội dung ông có sẵn trong một tờ giấy, bảo phải dùng kiểu chữ nào đẹp cho ông xem liền. Trong lúc ngồi chờ đợi, nhăm nhi tách trà nóng ngon thơm, ông hỏi người quản lý bây giờ gia cảnh ra sao? Ông này kể hết tỉ mỉ cho đồng chí thủ trưởng của mình năm xưa và ông hai cũng mời trước vợ chồng ông ấy tham dự lễ hỏi của con gái mình. Ông Hai hỏi tiếp:

- Anh em mình còn sống sót cho tới ngày hôm nay, ở trong nội thành Phú Yên hay những vùng lân cận còn bao nhiêu, em mời hết dùm anh nghe. Ông quản lý gật đầu để ông ghi tên các bạn xong sẽ báo cáo cho ông, ông để lại hai chục thiệp có anh quản lý nhà in lo giúp. Ông hỏi tiếp:

- Em có biết nhà hàng nào vừa sang trọng vừa rộng đủ chỗ chứa năm mươi bàn tiệc. Anh quản lý vọt miệng nói liền:

- Tên một một đồng chí thân cận với ông Hai trong những công tác nguy hiểm năm xưa. Nay, anh ta nhờ có ruộng đất của cha mẹ để lại, anh phất lên. Bây giờ, anh ấy vừa mua lại một cái nhà hàng khá rộng và anh tân trang lại rất hoành tráng tổ chức lễ hỏi lễ cưới thì quá đẹp mà lại là phe ta nữa. Chúng ta thông cảm giúp qua giúp lại, có tiệc lớn nhà hàng thêm nổi tiếng. Anh quản lý nhà in bóc điện thoại gọi ngay anh chủ nhà hàng, anh có đầu dây.

- Anh quản lý nhà in nói tôi trao lại máy, anh sẽ trực tiếp nói chuyện với người cần đặt nhà hàng tối thiểu năm mươi bàn tiệc. Ông Hai Mạnh cầm điện thoại, hỏi ông chủ nhà hàng có biết ai ở đầu dây không? Qua mấy giây, ông ta moi trong trí và nhớ ngay, giọng nói quen thuộc của đồng chí thủ trưởng năm xưa của anh, đồng chí niên trưởng Hai Mạnh phải không?

- Tôi khá khen em có trí nhớ quá tốt, anh Hai Mạnh đây. Chào em, qua sắp tổ chức lễ hỏi cho con gái đầu lòng của anh vào cuối tuần này, chỉ còn năm ngày nữa thôi, anh dự trù mời khách chừng năm mươi bàn trở lên, nhà hàng có đủ chỗ không?

- Thưa anh Hai, nhà hàng của em vừa mới tân trang lại có thể nói đẹp và rộng lớn nhứt của thành phố Phố Yên mình, sức chức trên bảy mươi bàn, còn nếu mình chỉ dùng năm mươi bàn thì các lối đi, khoảng cách các bàn tiệc sẽ rộng thêm, thực khách đi tới đi lui trò chuyện rất thoải mái. Dàn đầu bếp của em mới tuyển từ Nha Trang về đây, có những món ăn độc đáo lắm, em muốn làm cho nhà hàng mình nổi tiếng thu hút khách nên em không sợ tốn kém, nếu đãi trên ba mươi bàn em bao luôn ban nhạc sống nữa.

- Bây giờ đang ở nhà in, chốc nữa anh sẽ đến em đặt luôn năm mươi bàn và dự phòng thêm mười bàn nữa. Em tiếp với bạn em ở nhà in coi xem các đồng chí mình năm xưa ai còn mình mời đến dự tiệc lễ hỏi cho vui. Anh em mình mà nói chuyện trong thời kỳ trốn tránh địch, em còn nhớ nhà anh Hai Tài mà anh em mình trốn trong nhà bao nhiêu lần tránh được cảnh sát hốt. Em mời giúp anh tất cả anh em cùng anh phục vụ trong bao năm tháng xa xưa.

Nhà của anh Hai Tài, thuộc nhà vắng chủ, anh ấy ra nước ngoài nên tổ chức cấp cho anh ngôi biệt thự đó để ở. Nay tình cờ anh hai gặp lại hai đứa con của anh Tài lạc loài lang thang về sống ở Miền Tây. Nay thằng con trai lớn đỗ bằng Bác sĩ Y khoa được bổ nhiệm về phục vụ ở Phú Yên đến nhà cũ của mình xem sao lại gặp anh chị. Anh mừng quá, gọi con gái đang học bác sĩ ở Sài Gòn năm cuối cho hai đứa gặp nhau. Nếu chúng thương yêu nhau, anh làm lễ hỏi liền để cuối niên học tới, con anh tốt nghiệp y khoa cũng về Phú Yên phục vụ, anh làm lễ cưới. Bây giờ anh làm lễ hỏi quá gấp rút để chúng nó an tâm tìm hiểu xây dựng tương lai, ván đã đóng thuyền, hoa đã có chủ.

Bây giờ mọi chuyện ăn uống đãi đằng anh Hai giao hết cho em trách nhiệm đó, anh Hai đưa trước cho em một số tiền như là đặt cọc, còn giá cả, chi phí chung tính sau. Em và em ở nhà in ráng cố gắng mời hết anh em hồi xưa có công tác chung với anh em mình. Ông chủ nhà hàng tiếp lời ông Hai Mạnh:

- Em sẵn sàng lo giúp anh Hai, em xem con anh là cháu của em, em sẽ hết lòng lo giúp anh Hai lo làm lễ hỏi này vô cùng độc đáo có một không hai ở thành phố Phú Yên này. Trưa nay, em mời anh Hai và gia đình đến nhà hàng em dùng bữa trưa, em sẽ đãi chừng năm sáu món ăn đặc biệt trong bàn tiệc cưới, còn thêm vài món ăn thông thường nữa để hai cháu có thích chọn món nào cho tiệc lễ hỏi, em sẽ chu toàn. Ngay bây giờ, nhà hàng chúng em phải chuẩn bị liền, có nhiều thứ phải mua từ Nha Trang hay Sài Gòn mới có. Anh Hai cho biết gia đình anh sẽ đến tiệm em từ 12 giờ trưa, bây giờ hơn mười giờ rồi, em cho đầu bếp làm ngay. Anh Hai có mấy người cùng đi với anh:

- Có năm người và mời luôn em quản lý nhà in nữa là bên anh có sáu người và một chú tài xế.

Để bạn của em cho anh địa chỉ nhà hàng, nhớ giúp em là anh đến từ 12 giờ trưa hay trễ một chút lại càng tốt, các món mới làm kịp. Anh nhắc bạn em mang thiệp mời đến cho anh luôn, anh khỏi phải đến nhà in lấy.

Hai vụ việc in thiệp mời và đặt tiệc nhà hàng kể như xong đến 90 phần trăm rồi, ông Hai Mạnh thấy trong người khoẻ ra, vui ra mặt, bảo tài xế lái xe về khu kim hoàn coi xem mua nữ trang xong chưa? Xe vừa chạy tấp vô lề thấy bốn người từ trong một tiệm kim hoàn bước ra. Ông Hai mạnh nói lớn:

- Mua xong chưa? Nếu mua xong rồi thì mọi người lên xe về nhà nghỉ một chút rồi đi ăn nhà hàng có người mời đãi rồi.

- Thưa Bố, phái đoàn đã hoàn thành sứ mạng, thắng lợi vẻ vang, phe ta thắng phe địch thua.

- Bố mày chịu thua con gái cưng, chắc nó giống bà hồi còn con gái phải không? Cái ông này nó giống ông như khuôn hay học cách bố nói chuyện với các đồng chí của Bố đó, ta thắng, địch thua. Nó giống tôi in ít thôi, con lại giống ba nhiều nhứt có phải không con gái của mẹ?.

- Thưa mẹ, đúng 100% đó ạ! Cả năm người cùng cười vui, bước lên xe chạy về nhà ngơi nghỉ gần hai tiếng rồi mới đến nhà hàng ăn trưa. Đức cùng Thu

Trang vào phòng của Thu Trang còn phòng của Đức mênh mông không nồng ấm nên chàng theo nàng vào phòng cùng ngơi nghỉ cùng trên một cái giường chỉ có một cái gối kê đầu thôi, lại càng tốt, hai đầu kề sát nhau và ôm nhau xà nẹo cho thoả tình yêu mới chớm nở từ chiều hôm qua mà nay đã rút ngắn thời gian xa cách mong đợi. Hai tiếng đồng hồ trôi qua quá nhanh, cả hai rửa mặt chảy tóc lại, mặc lại quần áo chỉnh chu rồi tiến ra phòng khách chờ Ba Má và thím đủ mặt lên xe, chạy thẳng đến nhà hàng cũng gần đúng mười hai giờ rưỡi. Cái bàn tròn có tám ghế nệm, đã bày biện đầy đủ các cái chỉ chưa có thực khách nên chưa mang thức ăn ra. Ở gần ngoài cửa cũng có dành một bàn ăn cho người tài xế.

Vừa bước vô cửa đã có ông bà chủ nhà hàng cúi đầu chào đón tiếp ông Hai Mạnh và anh quản lý nhà in cũng có mặt trước với nhiều thùng đựng thiệp mời và bao bì. Mọi người ngồi vào bàn, ông chủ nhà hàng mời mọi người nhâm nhi chút bia hay nước ngọt giải khát và xem thiệp mời ai cũng tấm tắc khen thiệp mời quá đẹp lại làm quá nhanh chỉ trong vòng có ba bốn tiếng mà đã in xong năm trăm thiệp. Thiệp mời được cho vào thùng để cạnh bàn ăn. Ông Hai Mạnh hỏi tiền in bao nhiêu, Thu Trang vội móc bóp ra lấy đủ số tiền trả cho nhà in và cô ta không quên biếu một ít tiền trà nước cho ông quản lý. Nhân cơ hội đó, ông Hai Mạnh giới thiệu bà xã, thím Ba của chú rễ, chú rễ và con gái rượu của ông bà.

- Ông bà chủ nhà hàng và ông quản lý đều khen cô cậu dâu rể thật là trai tài gái sắc mà gái lại có tài không thua chồng mới đáng nể đó. Hai ông cho biết là đồng chí cũ của Thủ Trưởng Hai Mạnh và cũng từng trốn tránh cảnh sát vây bắt, trong nhà của Hai Tài. Nay hai cháu, con của anh Hai Tài và con của ông thủ trưởng của mấy chú năm xưa, cái gì cũng tính giá đặc biệt hết. Như in năm trăm thiệp trong sổ sách chú ghi in có ba trăm cái thôi. Còn tại nhà hàng, hôm nay, ông bà chủ nhà hàng đãi ăn không có tính tiền bạc gì hết nhằm giới thiệu với mọi người và đặc biệt là hai cháu biết vài món ăn gọi là ngon nhứt của nhà hàng coi xem có hợp gu với giới trẻ?

Anh chị hai, thím của chú rể và hai cháu cứ thẳng thắn cho biết món ăn nào ngon, mặn lạt thế nào, có hợp khẩu vị không? Còn vụ tính tiền bàn tiệc, tôi sẽ có giá đặc biệt cho sếp của chúng tôi năm xưa. Cũng như các bàn tiệc mời các đồng chí cũ dưới quyền Ba hai cháu năm xưa, chừng ba bốn bàn, chú chỉ tính nửa giá thôi, gọi là tình đồng chí tương trợ nhau, có dịp anh em họp mặt vì ai cũng lớn tuổi hết rồi, quỹ thời gian còn ở trên thế gian đã quá mỏng.

Ông chủ nhà hàng nói:

- Mình nên ăn từng món mới biết rõ phẩm chất của mỗi món, có sáu món chủ lực mà nhà hàng giới thiệu và thêm ba món ăn thông thường. Tất cả các món ăn còn dư, hai cháu mang về nhà cho người khác thưởng thức khen chê ra sao, để nhà hàng rút kinh nghiệm cho bữa tiệc chánh thức phải làm tốt hơn. Hôm đó sẽ có nhiều quan chức lớn tham dự nữa, nhà hàng phải làm sao tạo tiếng vang thu hút khách sộp đó. Chú nói hết từ ruột gan của chú để cho hai cháu rõ.

Đây là cơ hội bằng vàng chú giới thiệu, quảng cáo cho nhà hàng, nếu món ăn mà tệ quá làm sao thu hút khách. Chú nói thế anh chị và các cháu thông cảm phải giúp phê bình chỉ rõ những món nào cần phải chỉnh sửa làm sao hợp khẩu vị của nhiều giới nhiều người.

Ai cũng thấy, ông chủ nhà hàng người Việt không phải là người Hoa thường láu lĩnh trong nghề nhà hàng, món ăn dở cũng thường dàn dựng thành ngon, nguyên vật liệu rẻ của địa phương mà lại nói mua từ bên Hồng Kông, Đài Loan, mắc tiền... Còn ông chủ nhà hàng này lại còn có tình đồng chí với ông Hai nên ông thật thà nói hết tâm can mình . Vì vậy, cả nhà đồng ý chọn hết sáu món ngon mà nhà hàng giới thiệu cũng là sáu món ăn cao cấp đắt giá nhứt và thêm món gõi sen sứa tôm thịt và món súp đặc biệt của nhà hàng. Như vậy, chỉ có tám món ăn và hai dĩa lớn trái cây tráng miệng cũng như ai muốn uống cà phê nhà hàng cũng lo luôn và trà phải là trà thơm ngon nữa. Ông Hai Mạnh nói:

- Các em cứ tính giá nào mà các em có lời nhà hàng mới sống thì qua mới chịu. Nhà hàng đã đặc biệt giảm nửa giá ba bốn bàn rồi, đâu có lời, còn thâm vốn nữa đó. Ông Hai nói tiếp:

- Anh đã về hưu lâu rồi, đâu có nhiều cơ hội gặp lại bạn bè, chiến hữu, đồng chí cũ, nay là cơ hội anh đãi anh em phe ta một chầu, em cho các bàn anh em thêm nhiều thức ăn, nếu còn thức ăn để các bạn đó mang về cho vợ con. Anh ao ước một ngày nào đó, anh sẽ đãi hết anh em phe ta còn sống kể cả vợ con nữa, cũng đãi tại nhà hàng này một bữa cơm gia đình thật thân mật. Với những món ăn truyền thống, ngon miệng của anh em mình năm xưa như canh chua, cá kho tộ, giò heo hầm măng, cá nướng, tôm nướng, em nghĩ có được không? Hay bị các bạn nói là anh kẹo không dám đãi món ăn mắc tiền?. Anh nghĩ món ăn mắc tiền chưa chắc hợp khẩu vị, ngon hơn những món ăn dân dã mà những món ăn truyền thống đã thấm nhập trong máu anh em mình qua bao đời rồi.

- Cả hai đàn em đều tán đồng ý kiến của anh Hai. Chúng em hy vọng ngày anh em mình họp mặt thành ngày họp truyền thống của các đồng chí thời khói lửa năm xưa, nay còn sống , đã về hưu. Nghĩ đến đây mà chúng em đã bồi hồi xúc động, mới chỉ có hồi tưởng thôi của thời quá khứ mà thấy lòng mình đã xao xuyến vui sướng rồi phải không anh Hai?

Bữa ăn trưa cũng kết thúc lúc hơn hai giờ. Nhân viên nhà hàng cho hết những thức ăn còn lại cho vào hộp, đưa chú tài xế mang giúp ra xe. Xe về tới nhà, Thu Trang móc bóp tặng chú tài xế một ít tiền gọi lì xì cho các cháu.

Cả nhà vào phòng ngơi nghỉ chờ hai xe du ngoạn chạy về. Như có ma lực, nam châm thu hút, Đức cũng có chỗ riêng thế mà "bậu vào phòng trước, qua lẽo đẽo theo sau". Đức tranh thủ thời gian hai em chưa về, vào phòng Thu Trang du dương với người yêu vì Đức gần ba mươi tuổi mới có mối tình đầu. Thu Trang cũng vậy sắp qua đến hai mươi lăm mà cũng thật sự chưa có tình yêu trai gái, nên nó rạo rực, thiếu thốn thế nào đó!.

Nay, cũng là cơ hội các em di vắng nên nàng cũng thích có Đức bên cạnh trìu mến ve vuốt yêu đương. Cô cậu cả đêm thao thức mất ngủ, trưa nay lại ăn ngon và lại ăn nhiều, mơn trớn ve vuốt nhau thoả thích lại ngủ thiếp hồi nào không biết. Đến khi hai em gái về phòng làm cho cả hai giựt mình, thức dậy.

Thu Trang bẻn lẻn, mắc cở với hai em, còn Đức biết thân phận, chuồn êm về chỗ của mình ngủ tiếp.

Thu Trang mới biết Đức chánh thức ngày hôm qua và được gia đình chấp nhận cuộc hôn nhân của hai cô cậu, sẽ có lễ hỏi cuối tuần này và lễ cưới vào năm tới. Chuyện cưới hỏi đã quá nhanh. Nay cô cậu còn muốn đốt giai đoạn, tiến nhanh, tiến mạnh, tiến vững chắc đến xáp cà cận chiến trên giường. Như vậy cả hai cùng quyết tâm dù tình yêu đi sau mà lại về trước, mới đá lông nheo ngày hôm qua, còn chưa quen thân. Hôm nay cả hai cô cậu cùng với gia đình đi mua nhẫn đính hôn. Chàng cũng tự cho mình có lý do cùng lên giường nằm cạnh người yêu như là vợ chồng son vậy. Đúng là cuộc cách mạng hôn nhân, bỏ cái lễ tục cũ thay cái mới một cách nhanh lẹ về tình yêu lứa đôi. Hồi xưa khi có lễ hỏi, chú rễ khi đến nhà ông bà nhạc gia cũng đứng xớ rớ chỉ dám nhìn trộm người yêu thôi cũng là quá quắc lắm rồi. Còn bây giờ, chưa có lễ hỏi cô cậu đã xáp lá cà, có sao đâu, cũng ngồ ngộ đó.

Buổi chiều đầu bếp vốn có vợ gốc miền Tây nên rành "sáu câu" các món ăn đồng quê của miền đồng bằng sông Cửu Long. Anh đi chợ mua cá rô đồng tổ bà nái, cá lóc to, cá trê vàng béo ngậy và các phụ tùng cho ba món ăn chiều hôm nay. Canh chua cá lóc, cá rô kho tộ, cá trê vàng nướng ăn với nước mắm gừng cùng với đủ thứ rau dưa và món thứ tư là gõi đu đủ với tôm càng nướng.

Phái đoàn đi chơi xa, về đến nhà cũng uể oải cần nằm ngơi nghỉ cho khoẻ và để phòng tắm dành luân phiên cho người tắm trước tắm sau vì nếu tắm cùng một lúc thì thiếu chỗ. Vì vậy, mấy người lớn thì nghỉ ngơi trước, tắm rữa sau và các thanh niên thì làm ngược lại cũng khá có thứ lớp mà không ai nói hay chỉ bảo trước. Nghỉ ngơi và tắm rữa hơn hai tiếng, mọi người đi xa cũng cảm thấy thoải mái mà cũng tới giờ ăn cơm chiều. Ông Hai Mạnh ra lệnh, sắp bàn ghế dọn ăn ở vườn sau, ông bảo đầu bếp hâm lại thức ăn của nhà hàng mang về. Đem ra trước để mọi người thưởng thức và cho biết ý kiến coi xem món ăn thế nào.

Trong tiệc cuối tuần này cũng là tiệc mừng lễ hỏi của Thu Trang và Đức, có trên năm mươi bàn tiệc. Mọi người hân hoan tươi cười vào bàn ăn tự thưởng mình các thứ rượu hay nước ngọt mình thích. Buổi cơm này cũng có một bà cô, hai bà dì và một chú ở gần nhà cũng được mời đến ăn cho thêm ấm cúng hạnh phúc. Đây là lần đầu tiên, ông bà Hai Mạnh tổ chức lễ hỏi cho con gái cưng, anh vui sướng quá cũng muốn khoe cho các em của ông bà nữa.

Các món ăn của nhà hàng được mang ra dù không nhiều, mỗi người cũng gấp được vài đũa.

Ông Hai Mạnh nhắc nhở mọi người là ông bà cùng thím Ba và hai cháu chọn các món ăn này trong tiệc lễ hỏi cuối tuần này. Ông cũng cho biết luôn, tối nay phải viết xong thiệp mời gởi cho bà con, quan khách, bạn bè của gia đình và đặc biệt là các bạn của Thu Trang. Sau bữa cơm, mấy em giúp anh chị lên danh sách mời bà con hai họ nhà mình, thằng con trai út của anh chị làm thư ký ghi chép tên họ địa chỉ. Thu Trang cũng đưa tên bạn bè để em ghi vào danh sách, còn Ba lo mời quan khách, chánh quyền cũng như những thân hào nhân sĩ, các đại gia quen biết ở địa phương. Còn mời các đồng chí cũ của Ba chừng ba bốn bàn đã có chú em quản lý nhà in và chủ nhà hàng lo giúp cho Ba. Ông Hai nói:

- Chúng ta phải cố gắng viết cho xong danh sách để sáng mai là có thể gởi qua bưu điện hoặc Ba nhờ người mang tay đến tận nhà, tận cơ quan...Còn nhận xét các món ăn, chốc nữa mọi người cho ý kiến Thu Trang và Đức cố nhớ để truyền đạt lại cho chủ nhà hàng. Nếu có món ăn nào ngon nữa, ai biết giúp nhà hàng thực hiện thêm coi có được không? Ba không sợ tốn tiền:

- Ba Má quá mừng, quá vui sướng, con gái như thuyền đã có bến đậu rồi. Ba Má có thằng con rể mà ba má ưng ý nhứt, con của một đại ân nhân của gia đình. Cả nhà vỗ tay tán thưởng lời chí tình từ trong tâm can của một ông cha già. Cả cuộc đời luôn cận kề cái chết nay còn sống và có con gái lớn chọn gã đúng chỗ đúng người mà mình mong muốn. Quả thật không có hạnh phúc nào bằng, ông Hai Mạnh vừa nói vừa quá cảm kích cũng ươn ướt hai mắt, cả nhà lại vỗ tay tiếp hoan nghênh ông già gân.

Sau bữa cơm gia đình quá tươm tất rất ngon, lại hợp khẩu vị của người gốc Miền Tây xứ cá đồng tràn đầy sông rạch đến mùa nước nổi. Khi nhà bếp dọn dẹp sạch sẽ, mang trà bánh, trái cây ra lai xét. Ông Hai Mạnh bảo Thu Hằng , thằng con trai út và em của Đức mang bút giấy ra ghi chép danh sách tại chỗ, mỗi đứa ngồi gần một hai người bà con của ông bà Mạnh ghi tên bà con sẽ được mời cũng như Thu Trang có Đức phụ tá ghi những quan khách nào ông sẽ mời. Ông Hai Mạnh làm một công việc mà ông và các đồng chí của ông năm xưa gọi là công tác khẩn trương. Công việc quá gấp rút vì đến ngày mai mới gởi thiệp mời, không còn được đủ bốn ngày là tới tiệc hỏi rồi.

Vừa uống nước trà vừa cho con gái biết quan khách nào phải mời. Chốc nữa, bà con về hết, mọi người trong gia đình vào nhà đưa hết danh sách cho ông Hai xem lại coi cái nào trùng hợp hai ba lần thì gạch bỏ chừa lại một lần thôi. Còn danh sách chánh quyền ở tỉnh, thành phố Phú Yên. Ông Hai không nhớ tên mà nhớ chức vụ và chính quyền phường, khu phố và những thân hào nhân sĩ địa phương đều có thiệp mời. Đây là thiệp mời có người mang tới tại văn phòng trong ngày mai. Hầu hết thiệp mời dự tiệc đám hỏi đều được đưa tay đến người nhận. Chúng ta phải phục ông Hai Mạnh, dù lớn tuổi ông tính toán rất chi tiết và sít sao khó có ai bì kịp với ông. Chưa tới một tuần mà ông tổ chức bữa ăn tại nhà là lễ dạm hỏi, có chú thím Ba và phái đoàn Cần Thơ-SócTrăng như là đại diện nhà trai tuyên bố chính thức, ngỏ lời cầu hôn. Ngày hôm sau đã mua sắm xong nữ trang cũng như đặt đãi tiệc tại nhà lớn sang trọng vào bậc nhứt của Phú Yên. Còn Thiệp Mời in 500 cái chỉ mất hơn ba tiếng là xong hết.

Tối về nhà lên danh sách viết tên vào thiệp mời, suốt ngày sau có người tình nguyện mang đến từng nơi nhận để quan khách còn có thì giờ chuẩn bị tham dự. Những thiệp chưa viết, gởi kịp thì ngày hôm sau làm tiếp, được mang đi ngay. Thế mới biết, người có óc tổ chức tốt không cần phải có bằng cấp cao hay giới trí thức khoa bảng. Óc tổ chức hoàn thiện sẽ đến cho những người có kinh nghiệm, có tính tháo vát, lanh lợi nhạy bén. Chúng ta thử suy gẫm chuyện đời có mấy vị Tổng Thống hay Thủ Tướng Chánh phủ của các nước trên thế giới, có rất ít người có học vị cao, bằng tiến sĩ này bằng tiến sĩ nọ. Nhưng, dưới trướng của Tổng Thống, Thủ Tướng có biết bao tiến sĩ, các nhà khoa bảng nổi tiếng, đại trí thức chỉ là người thừa hành lệnh của cấp trên, phục vụ lãnh vực chuyên môn nào đó. Ông Hai Mạnh, từ trong mật khu tại Trung Ương Cục ông được chỉ định làm Trưởng Ban Tổ Chức của Mặt Trận của Trung Ương Cục kiêm Bí Thư Tỉnh Uỷ Phú Yên, kéo dài thêm bốn năm sau ngày giải phóng.

Ông Hai xin từ chức sau một cơn đau thập tử nhứt sanh, tưởng đâu đã xa lìa trần thế vì chứng bịnh sốt rét rừng tái phát. Vì vậy, uy tín của ông Hai Mạnh tại Phú Yên nổi như cồn không những ở địa phương mà ở trung ương cũng rất ái mộ.

Sau hai ngày, năm trăm thiệp mời đã gởi hết, ngoài ra ông còn mời miệng nữa, nhất là các đồng chí trong Ban Bí Thư và Uỷ Ban Nhân Dân Tỉnh, chuyện mời gấp rút này có thể là nói chưa bao giờ xảy ra ở địa phương. Được mời một cách khẩn trương này sẽ có người có chức có quyền tự ái vặt trách móc, hờn giận không đi dự nói mời dự tiệc không nghiêm túc. Ông Hai hiểu tâm lý đó nên ông bà cũng phải gọi giây nói thêm để người được mời khó từ chối, ai cũng vui vẻ nhận lời.

Chú thím Ba Tín là người sanh trưởng và làm ăn ở Phú Yên nên cũng biết nhiều danh lam thắng cảnh của tỉnh nhà hướng dẫn phái đoàn Cần Thơ đi tham quan, cũng đi từ sáng đến xế trưa mới về nhà ngơi nghỉ chờ bữa cơm tối. Ngày nào cũng vậy, các món ăn rất thịnh soạn tươm tất, phải nói ông Hai Mạnh chịu chơi thiệt, không sợ tốn kém, đãi xả láng bà con xa nay lại gần càng thêm vui.

Chỉ còn một ngày tới lễ hỏi, phái đoàn ở nhà không đi đâu, mọi người lăn xăn lo giúp ông bà Hai Mạnh trang hoàng nhà cửa. Mấy cậu trai, chùi lau, đánh bóng lại các bộ lư cũng như che rạp, trang hoàng cổng chính bằng các tàu dừa chẻ ra và có lá đủng đỉnh treo tua tủa và nhiều dây đèn màu giăng khắp chung quanh nhà. Tại cổng chính, ông Hai còn đặt cho người thợ chuyên môn vẽ làm một tấm biển đủ rộng bằng chiều ngang, che phần trên của cổng nhà, kẻ chữ to mạ vàng Lễ Đính Hôn. Chung quanh bảng cũng có giăng nhiều đèn màu chớp tắt cùng với nhiều chùm trái, lá đủng đỉnh đu đưa rất đẹp mắt.

Ông Hai đã tính trước nhờ các cháu ở xa thành phố có trồng dừa và tìm đủng đỉnh mọc hoang cũng khá dễ dàng mang cho ông xin một ít. Thế mà các cháu của ông đã chở ra biếu ông hàng mấy chục tàu dừa còn non và nhỏ dễ trưng bày và bông lá đủng đỉnh cũng rất nhiều, tha hồ mà trang hoàng. Mọi thứ có đầy đủ để trước nhà vào buổi tối hôm trước.

Sáng dậy các tàu dừa và bông lá đủng đỉnh còn tươi và còn có cả lạt buộc chặt các tàu lá với cổng và xung quanh. Sau ăn sáng chỉ hai ba tiếng các cháu đều làm xong mọi thứ, ông Hai đi quanh quan sát và khen mấy cháu trai theo tân học mà cũng còn nhớ cách trang hoàng nhà cửa khi có lễ cưới hỏi. Buổi trưa cũng ăn cơm tại nhà với những món ngon khác như lươn xào lăn, giò heo hầm măng, thịt heo kho trứng có thêm dưa giá dưa cải chua ăn kèm với thịt kho.

Ông bà Hai sắp xếp một dàn dâu rể phụ rất hùng hậu đến năm cặp ngồi đủ một bàn tiệc: Trung-Tâm, Bernard-Trinh, Tài-Hằng, Giỏi-Hiền và Hiếu em của Trung cũng được Thu Hằng giới thiệu một người bạn cùng lớp với mình, rất xinh đẹp con của một đại gia chuyên xuất khẩu hải sản sang nhiều nước Âu Châu. Như vậy, các bạn trẻ chỉ hai cặp Trung-Tâm, Bernard-Trinh tương đối đứng tuổi gần ba mươi sắp có lễ cưới những ngày sắp tới. Còn ba cặp dâu rể phụ kia mới qua tuổi hai mươi và dưới hai mươi, cặp nào cũng xứng đôi và rất xinh nữa. Chỉ chọn được năm cặp dâu rễ phụ cũng đủ ăn trùm các lễ hỏi lễ cưới khác ở cái xứ Phú Yên này rồi. Ông Hai Mạnh nói với hai bà chị lớn của Cần Thơ-Sóc Trăng và chú thím Ba Tín:

- Kỳ này tôi hy vọng sẽ lập kỷ lục mới tổ chức đám hỏi ở đây có đến năm cặp dâu rễ phụ vô cùng diễm lệ. Và biết đâu trong những cặp dâu rễ phụ trẻ sau này cũng có thể thành lứa đôi như anh chị Trung-Tâm và Bernard-Trinh của chúng nó với châm ngôn trai tài thì gái lại phải có sắc mới xứng hợp đó. Cả bốn người lớn tuổi chỉ nghe riêng lời anh Hai Mạnh cũng hiểu ý ông già giết giặc này muốn ám chỉ con cháu của ông trong tương lai.

Cả ngày không đi ra ngoài, gia đình bên đàng trai đàng gái ở chung một nhà nên hai bên tỏ ra vui vẻ bàn bạc rất thuận tiện. Ông bà Hai Mạnh còn nhắc lại cô con gái nhớ gọi điện thoại hỏi bà con có nhận được thiệp mời chưa? Nếu chưa có thiệp mời thì hai cô cho địa chỉ nhà hàng và giờ khai tiệc và mời đến tham dự. Ông Hai Mạnh gọi điện thoại với các đồng chí của ông giải thích phải tổ chức lễ hỏi gấp vì phái đoàn Cần Thơ ra về ngày hôm sau. Ông nói con gái ông như ván đã đóng thuyền, hoa đã có chủ, yên tâm mà học cho hết niên học tới ra trường về phục vụ ở tỉnh nhà cùng với chồng.

Các đồng chí của ông Hai rất thông cảm và hứa chắc sẽ tham dự vì ông đã lớn tuổi, về hưu lâu rồi. Nay làm lễ hỏi cho con gái đầu lòng, ông quá vui mừng muốn tổ chức lễ hỏi lớn có đông người tham dự, đặc biệt có đông đủ các đồng chí cũ năm xưa và các đồng chí mới sau này.

Ông Hai rất chu đáo hỏi hai rể phụ lớn Trung và Bernard, nếu không có mang theo bộ đồ lớn, Đức đưa hai bạn ra tiệm cho thuê đồ cưới lựa hai bộ cùng màu càng tốt và mua sáu chiếc cà vạt cùng màu cùng kiểu dành cho Đức và năm phụ rễ. Ông còn nhắc Thu Trang, Thu Hằng dẫn các em ra thẩm mỹ viện gần nhà lo làm đẹp và làm tóc cho các cô dâu phụ trẻ nhứt cần giống nhau càng tăng thêm vẽ đẹp trước khi ra nhà hàng. Ông còn nói:

- Các con phải tốn tiền cho trang điểm cho hai con, các bạn và các em, sẽ làm cho quan khách trố mắt nhìn. Và đặc biệt còn có một rể phụ là người nước ngoài, mắt xanh mũi cao, da trắng lại đẹp trai nữa làm cho phe ta có dịp lé mắt ngợi khen ông già gân tìm ra đâu một người ngoại quốc như vậy, ông vừa cười vừa nói với gia đình! Mọi việc kể như chuẩn bị xong.

Sáng sớm hôm sau, ông Hai thức rất sớm, đi xem lại những tàu dừa đủng đỉnh trang trí hôm qua coi xem có chỗ nào bị héo cần thay thế không? Tất cả đều tốt. Vào nhà, ông xem lại các bộ lư đèn, các mâm trái cây, bình bông..., sắp xếp bàn ghế, nhất nhất mọi thứ ông đều để mắt đến, chỗ nào không vừa ý, ông gọi quản gia đến phải sửa chửa lại. Dù ông Hai theo cách mạng mà ông lại không quên làm đám hỏi, đám cưới cho con cũng phải có đủ lễ nghi truyền thống dân tộc. Ông Hai lại còn chế biến ngày lễ đính hôn cũng rất long trọng, ông quan niệm rất đơn giản càng có lễ hỏi và gã cưới càng rườm rà càng cột chặt thêm tình nghĩa vợ chồng. Sáng nay, ông mời bà con hai họ bên nội bên ngoại và bạn bè rất thân với ông bà và bạn bè của các con ông đến cùng dự lễ gia tiên đúng 10 giờ. Sau đó dùng cơm gia đình xong trước 12 giờ trưa để có nhiều thì giờ làm đẹp cho cô dâu chú rễ và năm cặp dâu rễ phụ lo chỉnh chu lại quần áo, giày và những gì cần thiết. Hai thẩm mỹ viện gần nhà, ông Hai bảo Thu Hằng đến căn dặn kỹ như là đặt cọc trước vì làm đẹp mất rất nhiều thì giờ cho tất cả sáu người đẹp. Ông Hai còn nhắc nhở, các con cháu còn phải dành thì giờ nghỉ ngơi cho khoẻ, gương mặt mới tăng thêm sự tươi mát và linh hoạt. Ông Hai Mạnh lo cho các con cháu ông chẳng khác nào như năm xưa ông lo cho các đồng chí chiến hữu dưới quyền ông từng chi tiết.

Đúng 10 giờ bà con nội ngoại của cháu Thu Trang đã tề tựu đông đủ, ông bà Hai Mạnh lên đèn trước bàn thờ ông bà nội và ông bà ngoại cùng thờ chung một chỗ. Ông đốt nhang chỉ có hai cây tượng trưng cho hai gia đình nội ngoại. Ông đưa cho bà một nén nhang và ông một nén, đứng trước bàn thờ tổ tiên cha mẹ đưa nhang lên cao và cầu nguyện cho con gái Thu Trang hôm nay chánh thức làm lễ đính hôn với bạn trai Trọng Đức. Hai ông bà quỳ xuống lạy bốn lạy. Ông bà đứng lên lại xá thêm bốn xá. Bây giờ tới phiên nhân vật chánh là Thu Trang cầm bốn cây nhang xá bốn xá, có Bernard và Trung ở hai bên lấy nhang cắm lên lư hương bên nội và bên ngoại, tượng trưng như cúng bái bốn ông bà đã qua đời, Thu Trang qùy xuống lạy bốn lạy. Đứng lên cũng xá bốn xá. Qua hai lễ lạy của cha mẹ Thu Trang, một hình thức trình lên ông bà tổ tiên ngày lễ đính hôn của Thu Trang, mời ông bà chứng kiến.

Trước khi lên đèn ông Hai đã chăm rượu vào ly và rót trà vào tách. Ông Hai có cải cách chế biến lễ gia tiên theo cách ông nghĩ, cũng gọi là cách mạng cũng phải có thay đổi ít hay nhiều. Thu Trang bước ra ngoài, ông Hai bảo Đức cũng đứng vào chiếu, đốt bốn cây nhang cũng xá bốn xá và đưa nhang cho Trung và Bernard mỗi người hai cây cắm vào lư hương ông bà. Đức cũng xì xụp lạy bốn lạy xong, đứng lên bước ngoài chiếu. Tới đây, ông Hai dõng dạc tuyên bố là lễ gia tiên đính hôn con gái ông là Thu Trang cùng con rể Trọng Đức sẽ làm lễ cưới vào năm tới. Khi Thu Trang tốt nghiệp xong Y Khoa bác sĩ trở về phục vụ tại quê nhà Phú Yên. Mọi người hân hoan vui vẻ vỗ tay hoan nghênh và ông Hai mời ra vườn sau dùng bữa ăn trưa thân mật và bà con còn về nghỉ ngơi sửa soạn áo quần để chiều còn dự tiệc tại nhà hàng và chứng kiến cô dâu chú rễ trao nhau nhẩn đính hôn và đến lễ cưới là cô dâu chú rễ còn trao nhau nhẩn cưới rất long trọng nữa.

Hôm nay, ông Hai Mạnh đặt nhà hàng mang đến bảy thồi thức ăn cho bảy bàn, nhà hàng cho nhân viên mang đến rất đúng giờ. Khi xong lễ gia tiên trong nhà, bà con ra vườn sau đã thấy có đầy đủ thức ăn bày sẵn, ông Hai mời bà con muốn ngồi bàn nào cũng được riêng bàn danh dự có ông bà Hai Mạnh, hai bà chị bên đàng trai, chú thím Tín và bốn ông bạn già của ông Hai. Tất cả bảy bàn ngồi cũng gần kín, ai cũng muốn ăn cho xong sớm còn tranh thủ nghỉ ngơi và giới phụ nữ còn phải đi thẩm mỹ viện làm đẹp nữa.

Ông bà Hai Mạnh đến nhà hàng rất sớm mới hơn bốn giờ chiều, ông đi xem cách nhà hàng bố trí bàn tiệc có đúng ý?. Khu bàn danh dự dành cho VIP, nhô lên một chút gần sân khấu, quy tụ những giới chức có quyền đương thời cũng như những bậc trưởng lão, đàn anh đàn chị của ông Hai và đại diện nhà trai từ Cần Thơ, Sóc Trăng. Ông rất vừa ý, vì cách sắp xếp đó biểu lộ tôn ti trật tự, có chừa khoảng cách rộng những khu dành riêng khác tuỳ theo đối tượng mà ông tự đặt ra. Từ cửa nhà hàng bước vào là khu có đến mười bàn dành riêng cho các cựu đồng chí và các chiến hữu cùng chiến đấu gian khổ với ông Hai. Bàn kế sau chừng nửa bàn với khu bên cạnh, giới chức có quyền có chức hiện tại, và bên phải khu danh dự, có khoảng mười bàn dành riêng cho giới trẻ và cô dâu chú rể cùng những dâu rể phụ, ngang với khu dành cho những cựu đồng chí. Ba khu vực này đã chiếm gần ba mươi bàn, số bàn còn lại được xếp phía sau, chừa khoảng cách đi qua lại cũng không chật lắm. Nhà hàng đã sắp xếp đủ năm mươi bàn và còn mười bàn dự phòng cũng đã chuẩn bị sẵn sàng. Ông chủ nhà hàng nói với các đồng chí cũ:

- Ông rất hãnh diện là lần đầu tiên trong nghề làm nhà hàng tại Phú Yên, chưa có lần nào ông tổ chức có người đông đến thế. Ông lăn xăn chạy tới chạy lui nhắc nhở nhân viên luôn năng động cố gắng hoàn thành tốt đẹp buổi đại tiệc chiều nay để lấy tiếng. Đó cũng là hình thức quảng cáo cho nhà hàng. Riêng mười bàn dành riêng cho phe ta, ông chủ nhà hàng nói các bạn cứ tự nhiên coi như nhà hàng của bạn. Tôi có nhờ hai người bạn thân của tôi cũng là các chiến hữu cùng chiến đấu với anh em chúng ta, sẽ tiếp tôi phục vụ. Các bạn muốn uống rượu gì, nhà hàng sẽ đãi mà không tính tiền cho ông Hai Mạnh. Các bạn nghe chủ nhà hàng nói mà cảm thấy vui sướng vì chúng ta còn tình nghĩa anh em từng nói sống chết có nhau, nay vui sướng cũng phải có nhau.

Trong thiệp mời, đúng sáu giờ, mới hơn năm giờ rưỡi, nhà hàng gần chật kín năm mươi bàn, ông Hai bảo nhà hàng chuẩn bị thêm mười bàn nữa, sẵn sàng phục những khách đến muộn sau sáu giờ.

Đúng bon sáu giờ ban nhạc trổi lên một bản nhạc vui nhộn, trong lúc ông Bí Thư Tỉnh cùng phu nhân và bộ sậu của ông đến tham dự đông đủ. Còn các giới chức bên chánh quyền Uỷ Ban Nhân Dân Tỉnh đã đến trước bộ sậu của ông Bí Thư chừng năm phút. Ban nhạc vừa kết thúc bản hoà tấu, Ban Tổ Chức mời quan khách an vị, chương trình buổi Tiệc Đính Hôn con gái trưởng của ông Cựu Bí Thư Hai Mạnh được đọc lên xong Ban Tổ Chức mời quan khách dùng rượu hoặc nước giải khát. Sau vài phút, hai MC một nam một nữ rất duyên dáng trong cách giới thiệu quan khách tham dự. MC giới thiệu ông Hai Mạnh lên phát biểu ý nghĩa buổi tiệc Đính Hôn hôm nay.

Sau khi ông cám ơn các đồng chí đương quyền và các cựu các đồng chí cũng như bà con họ hàng, bạn bè. Ông xin phép nói vài phút về ý nghĩa đặc biệt tiệc đính hôn hôm nay, là ngày vui nhứt của vợ chồng ông tìm được rể quý, con của một người bạn chí thân ở Phú Yên. Cháu không biết cha mẹ và em ruột mình ở đâu sau cuộc đổi đời tháng tư bảy lăm. Nhà cháu ở Phú Yên bị niêm phong, không có chỗ ở, đại học Y Khoa Sài Gòn không cho tiếp tục học nữa – năm thứ tư Y Khoa. Cháu phải lang thang tìm nơi nương tựa, trôi dạt về Miền Tây - Sóc Trăng gặp lại người bạn chí thân cùng học chung trường trung học Tây và Đại Học Y Khoa Sài Gòn, gốc người nước Áo ở Âu Châu. Bạn Bernard hết lòng giúp đỡ tiến cử cháu vào làm công nhân viên cho công ty, xí nghiệp xây dựng, chuyên dịch thuật tài liệu và thông dịch tiếng Anh tiếng Pháp cho cơ quan và Ban Bí Thư Tỉnh Uỷ Sóc Trăng. Một may mắn khác là hai bạn đang học Y Khoa Cần Thơ, cô bạn gái giới thiệu với bố đang là thành viên của Ban Bí Thư Tỉnh Uỷ Cần Thơ, đặc trách về y tế, xã hội, giáo dục. Ông thấy hoàn cảnh của hai thanh niên, từng học xong năm thứ ba Y Khoa và rất giỏi ngoại ngữ. Nay hai cháu muốn tiếp tục học Y Khoa để có cơ hội giúp đời thiết thực. Ông thấy hoàn cảnh đáng thương của hai sinh Y Khoa dở dang, nay muốn học lại, ông thảo luận với Bác Sĩ Khoa Trưởng Đại Học Y Cần Thơ coi xem có cách nào giúp hai cháu. Bác sĩ Khoa Trưởng nói trường Y cũng rất cần sinh viên giỏi ngoại ngữ trong dịch thuật tài liệu y khoa mà hai cháu này đã học Y Khoa chắc chắn dịch sát nghĩa hơn những người chưa từng học Y Khoa. Thế là có cuộc thi đặc biệt tuyển sinh năm học thứ tư. Cả hai phải trải qua nhiều bài thi: năm học thứ nhứt, nhì và đặc biệt năm thứ ba có nhiều bài khảo hạch hơn hai năm đầu. Hai cháu xuất sắc được Hội Đồng Giám Khảo chấm điểm tối ưu, hai cháu được trường Đại Học Y thu nhận chẳng khác nào một giấc mơ kỳ diệu đổi thay cuộc đời làm công nhân viên nhà nước. Nay thành hiện thực, hai cháu đã tốt nghiệp văn bằng Bác Sĩ Y Khoa Cần Thơ thứ hạng cao trong số ba người đỗ đầu.

Đến đây tôi xin giới thiệu với các đồng chí và quan khách bà mười Cường là phu nhân của đồng chí trong Ban Bí Thư Tỉnh Uỷ Cần Thơ đã giúp cho Đức và Bernard vào học Trường Y Cần Thơ. Chị Mười Cường cùng với con là Bác sĩ Y Khoa Minh Tâm và chồng sắp cưới cũng là Bác sĩ Y Khoa Nguyễn Đức Trung. Xin chị Mười và cháu Minh Tâm, cháu Trung đứng tại chỗ. Tôi xin giới thiệu tiếp tạm gọi là chị nông dân ở Sóc Trăng có các con đã tốt nghiệp Y Khoa Bác sĩ, lại đỗ Thủ Khoa và một cháu trai út đang học Y Khoa năm thứ hai và cô con gái là giáo sư học đại học sư phạm bốn năm có chồng sắp cưới là Bác sĩ Bernard. Và sau cùng tôi giới thiệu chú thím Tín là em ruột của anh hai Tài. Chú Ba cũng học trường tây và vợ cũng là người Phú Yên lại học trường đầm nói tiếng Pháp như gió như chim hót.

Ba Tín đại diện chánh thức cho anh Hai Tài, đại diện bên nhà trai. Xin phái đoàn Cần Thơ và Sóc Trăng cùng đứng lên để chúng tôi quê Phú Yên chiêm ngưỡng, ông Hai lại nói tiếp còn một đại ân nhân của con rể tôi chỉ là tình đồng môn trường tây mà anh đã hết lòng giúp Đức có tiền mua xe gắn máy mới đi học và chu cấp có đủ tiền ăn học ở Cần Thơ. Nay vị ân nhân đó đã bị bịnh trầm trọng chờ ngày ra đi, nên không đến Phú Yên được, lại có bà mẹ vợ và gia đình bên vợ cũng có mặt trong phái đoàn vừa đứng lên. Cả sáu mươi bàn tiệc đều vỗ tay hoan hô vang dội cả nhà hàng và bên nhà trai đã được giới thiệu đầy đủ, ngồi xuống. Ban nhạc nổi hứng hoà tấu một bản vui nhộn chỉ trong hai phút.

Ông Hai Mạnh, hai mắt như nhìn xa xăm ôn nhớ lại thời quá khứ, ông cho biết nhiều đồng chí nay cũng về hưu như tôi, đã từng trốn lánh trong nhà anh Hai Tài nhiều lần, từng hoạt động nội thành cùng với ông trong nhà bạn chí thân của ông. Anh Hai Tài, một thầu khoán nổi tiếng ở Phú Yên thường trúng những gói thầu lớn về xây cất ở đây và ở phi trường Nha Trang. Anh Tài làm ăn với Mỹ nên rất giàu, có uy tín với chánh quyền địa phương nên bao che anh em chúng tôi rất dễ dàng. Có một lần, chúng tôi đang ở trong nhà anh Tài đang bị cảnh sát chìm nổi vây quanh, chúng chờ lệnh xông vào tóm hốt trọn ổ.

Tôi liên lạc được với anh Hai Tài thông báo tình thế rất nguy hiểm cho chúng tôi và cho cả uy tín của anh nữa. Đang ở trong một doanh trại đang xây cất, anh nhờ một chiếc của quân đội Mỹ, tài xế lính Mỹ, chạy vô sân nhà anh, chúng tôi leo lên xe và được chở ra ngoài thoát thân, tránh bị bắt. Xe chạy gần đến căn cứ quân sự Mỹ, tài xế cho chúng tôi xuống một quán ăn và từ đó anh em phe ta an toàn tản mác. Anh Tài còn mua nhà cho gia đình tôi ở thành phố Nha Trang, cách xa Phú Yên tránh bị mật vụ rình rập vây bắt.

Chuyện đó xảy ra cũng khá lâu đã qua trên hai mươi năm. Nay chuyện tình nghĩa năm xưa đó lại sống mãnh liệt trong lòng tôi khi tình cờ chú Ba Tín, em ruột anh Tài đưa cháu chú về Phú Yên nhận việc cũng như tìm chỗ ở. Tôi như trúng số độc đắc, con trai trưởng của đại ân nhân gia đình chúng tôi nay là rể quý của vợ chồng tôi. Vì vậy, xin tất cả quý vị thông cảm, chỉ trong vòng sáu ngày, tôi phải tìm nhà hàng, in thiệp mời nhờ gặp ông chủ nhà hàng này và ông quản lý nhà in là hai cựu đồng chí của tôi năm xưa đã hết lòng giúp tôi mời được gần cả trăm chiến hữu thời chiến tranh sống chết có nhau. Nay chúng tôi sum họp tình chiến hữu, tình đồng chí. Tôi quả thực rất vui mừng có rể là con trai trưởng của ân nhân, tổ chức tiệc Đính Hôn cho con gái mình, tôi nhờ hai bạn quý giúp mời gần được một trăm chiến hữu năm xưa.

Tới đây cũng là lúc khai tiệc, tôi kính mời các đồng chí, bà con hai họ và bạn bè xin nâng ly chúc mừng hạnh phúc cho hai cháu và tràn đầy sức khoẻ cho mọi người. Chúng ta cùng vui vẻ nâng ly đầy và đầy ly cạn. Kế tiếp tôi giới thiệu phần sau cùng trước khi nhà hàng mang thức đến từng bàn.

Chúng tôi xin giới thiệu với tất cả quý vị có đến năm cặp dâu rể phụ. Trong mười cô cậu có đến tám cô cậu là bác sĩ Y Khoa hoặc tương lai gần cũng là bác sĩ y khoa và đặc biệt hơn nữa, chúng tôi rất vinh dự có thêm một bác sĩ người nước ngoài mà nói tiếng Việt bình luận về tác phẩm văn chương truyện Kiều hay truyện Lục Vân Tiên không thua kém một người Việt Nam có học. Xin mời năm cặp dâu rể phụ đứng lên chào quan khách. Cả nhà hàng lại vỗ tay và khen các cô dâu quá đẹp, thật đúng là trai tài gái sắc. Sau cùng cô dâu chú rể đứng lên cúi đầu chào quan khách và dìu nhau đi về hướng sân khấu, tiếp theo có năm cặp dâu rể phụ tiếp bước.

Cô Dâu chú rể đứng giữa, phía bên cô dâu có năm cô dâu phụ tuyệt đẹp đứng cạnh bên và bên chú rể có năm chàng rể phụ diện kẽng rất bảnh bao. Cô dâu chính cầm một bó hoa tươi to nhất hơn năm cô dâu phụ. Cô dâu chính xinh đẹp nổi tiếng ở trường Y Sài Gòn và chú rể cao ráo đẹp trai, học giỏi rất xứng đôi với cô dâu tài sắc. Cả mười hai cô cậu cúi đầu chào quan khách. MC giới thiệu đại diện họ nhà trai là thím ruột của chú rể lên đeo nhẫn đính hôn cho nàng dâu và mẹ của cô dâu, đại diện họ nhà gái đeo nhẫn đính hôn cho chàng rể. Cả hai bà đại diện hai họ cùng vào đứng chung với con cháu chụp hình lưu niệm. Lúc này một tràng pháo tay vang to và cũng kết thúc phần đầu của buổi tiệc hứa hôn rất long trọng.

Buổi tiệc đính hôn tại một nhà hàng sang trọng, có thể nói là nhà hàng có sức chứa đông nhứt của thành phố Phú Yên do người Việt làm chủ. Đây quả là một tiệc đính hôn hoành tráng nhứt với kỷ lục là dâu rể và dâu rể phụ có đến mười người trong mười hai người là bác sĩ và sắp làm bác sĩ và có cả bác sĩ người nước ngoài làm rể phụ. Một điều lưu ý khác, thông qua tiệc đính hôn, các cựu đồng chí của ông Hai Mạnh đã vận động thành công thành lập một Hội cựu chiến binh, những cựu trào sống chết có nhau trong thời chiến.

Nay đã về hưu và sống âm thầm với tuổi già và bịnh tật gậm nhấm, cần có nơi trút bầu tâm sự và tương trợ giúp đỡ nhau. Ông Hai Mạnh được các đồng chí cho biết tin sốt dẽo này, ông rất vui và hứa sẽ tích cực giúp Hội sau khi có giấy phép hoạt động, ông sẽ ủng hộ một số hiện kim để Hội chi phí lúc ban đầu.

Các vị đang tại chức đều có lời ca ngợi một lão tướng đã tổ chức rất thành công có đến sáu mươi bàn tiệc, đông đảo nhứt từ trước tới lúc này có đến sáu trăm người tham dự. Đặc biệt tổ chức quá gấp rút, khẩn trương để đại diện nhà trai phải về lại Cần Thơ sáng hôm sau. Từ chuẩn bị đến ngày khai tiệc chỉ có sáu ngày, một kỷ lục hiếm có vì tổ chức tiệc lớn như vậy phải mất thời gian cả tháng trở lên. Một điều đáng nể khác, ông Hai Mạnh cũng không ngờ các giới chức đương quyền và bà con cảm kích thấy “thương” ông già gân nên bỏ phòng bì kín đáo giúp ông một số tiền khá lớn trả cho nhà hàng mà ông Hai còn dư nữa.

Ở đời, người có lòng hào hiệp, lương thiện không bao giờ cô đơn, thu phục nhân tâm luôn được những người tốt nhiều hiểu biết nhiệt tình tương trợ.

Suốt nhiều tiếng tiếp khách, ông Hai Mạnh không có ăn gì hết mà ông cũng cảm thấy no vì tình người vì tình chiến hữu, tình đồng chí hiểu và thân nhau thêm khắn khít và vui nhứt là con gái rượu của ông đã gá nghĩa vợ chồng đúng thằng con trai yêu quý của một người bạn mà ông luôn kính trọng nhớ ơn.

Tại nhà hàng, ông vô cùng vui nên không đói không mệt, về đến nhà, ông mới cảm thấy mệt và đói. Bà Hai Mạnh biết ý chồng, vui quá hay buồn quá thì ông không ăn được. Bà có dặn nhà hàng cho bà thêm một phần ăn một người mang về nhà. Bà bảo người giúp việc dọn ra cho ông ăn và cạnh bên một bàn dài, bà Hai mời phái đoàn Cần Thơ uống nước đàm đạo để ngày mai về lại Cần Thơ. Bà Hai cũng cho biết, vừa cười vừa liếc về chàng rể, ngày mai chúng tôi đưa chàng rể về dinh – về Cần Thơ có thêm xe hộ tống. Cả nhà cùng cười vui to, không ngờ bà Hai lớn tuổi mà còn nói pha trò chọc cười rất dí dỏm, ai cũng khen bà nói sao có duyên quá. Bà mướn một chiếc xe du lịch của Phú Yên đưa phái đoàn đến tận Miền Tây. Bận đi phái đoàn Cần Thơ đi có hai xe, bận về thêm một xe và có các em cô dâu hộ tống chị mình về Cần Thơ. Ngoài ba chị em cô dâu, có thêm hai bạn thân của hai cô con gái và bắt buộc xe của Phú Yên phải có chú rể nữa vì từ đây Trọng Đức và Thu Trang như chim liền cánh, cây liền cành không thể xa nhau, chiếc xe Phú Yên ngoài tài xế còn có sáu người.

Ông bà Hai Mạnh muốn các con ông và hai bạn cùng đi Cần Thơ có xe bao của mình tha hồ muốn đi chơi đâu cũng thuận tiện. Ông Hai còn căn dặn con gái và con rể. Khi đến Cần Thơ, còn sớm chiều hôm đó:

- Các con đến thăm viếng ngay và cám ơn bác trai, Ba của Minh Tâm và sau đó đến thăm và cám ơn ông bà Khoa Trưởng trường Đại Học Y Khoa Cần Thơ. Sáng hôm sau, các con cùng đưa bác gái Mẹ của cháu Trung, Tuyết Trinh và Hiếu về Sóc Trăng thăm anh Ba Cường nói ba má kính lời chúc sức khoẻ anh Ba Cường và bà xã. Các con phải kính cẩn cám ơn anh chị Ba Cường đã hết lòng giúp đỡ Đức trong lúc gian khổ túng thiếu và khuyến khích Đức học đến thành tài.

Các con có thể ở lại chơi với gia đình anh chị Ba Cường và cho các em có dịp du ngoạn một số danh lam thắng cảnh của Sóc Trăng cũng như thưởng thức những thức ăn độc đáo và cũng là đặc sản của tỉnh. Khi trở lại Cần Thơ hai con đặt vài bàn tiệc mời gia đình bác Mười Cường, gia đình ông bà Khoa Trưởng trường Y và những giáo sư và bạn bè thân và nhân viên của trường. Các con nhờ Minh Tâm trình với cha mẹ là các con xin mời gia đình hai bác và hai bác mời ai thêm cũng được và bàn của ông bà Khoa Trưởng cùng giáo sư, nhân viên của trường vài bàn như vậy. Đặc biệt, hai con dành sự quý trọng của hai con đối với gia đình chú thím Ba, xin chú thím mời thêm bạn bè và những người quen biết trong kinh doanh với chú. Vì đây là lần từ giả Cần Thơ của Đức và giới thiệu người bạn đời của mình, Ba muốn hai con phải tổ chức một dạ tiệc có ý nghĩa.

Chuyến đi này, ba má bao hết vì hai con cưng của Ba chưa làm việc, tiền đâu có mà tổ chức tiệc với tùng. Các con biết mọi chi phí trong lễ đính hôn của hai con, Ba Má đã dự trù mọi chi phí và mọi quan khách bà con tham dự không phải đóng góp, quà cáp gì hết.

Quá bất ngờ, các bạn của Ba quý mến tình nghĩa của Ba đối xử với các đồng chí cũ hay nói theo kiểu bình dân là đàn em của Ba năm xưa cùng chiến đấu sống chết có nhau của các năm chiến tranh khói lửa ngập tràn trên đất nước. Vì tình nghĩa chân thật của Ba, các bạn Ba cũng như các đồng chí đương quyền cảm kích, âm thầm nhét vào túi Ba hay đưa phong bì cho Mẹ các con, cộng chung thành một số tiền khá lớn trả hết tiền nhà hàng sáu mươi bàn mà còn dư.

Vì vậy, cuộc tiễn đưa phái đoàn Cần Thơ và chàng rể quý đi về lại Cần Thơ nhằm nói lời cám ơn các vị ân nhân giúp đỡ Đức suốt thời gian theo học Y Khoa ở Cần Thơ. Hai con tha hồ sử dụng số tiền đặc biệt đó cũng là tiền của hai con. Cả nhà vỗ tay tán thưởng ông bố cho con tiền tiêu xài thoải mái vì các con chưa làm ra tiền. Ông Hai Mạnh còn dặn:

- Ngày mai nên đi sớm vì từ Phú Yên về đến Cần Thơ trên dưới năm trăm cây số. Ba xe hẹn nhau dừng lại chỗ nào ăn sáng và ăn trưa. Còn ăn tối, ba xe kéo róc ra ăn nhà hàng sau khi về đến Cần Thơ. Ba lưu ý hai con, ưu tiên số một, mọi người, nhứt là hai bà chị lớn tuổi cần có thì giờ nghỉ ngơi. Hai con còn trẻ, có sức khoẻ và còn có trách nhiệm phải đến chào kính Ba của Minh Tâm và đưa Má của Minh Tâm về nhà. Khi hai con Đức và Thu Trang đến chào bác trai và nhớ mời bác trai cùng đi với bác gái ăn cơm tối với mọi người.

Kế tiếp Đức chở Thu Trang đến chào ông bà Khoa Trưởng và hai con đi thẳng ra nhà hàng đã có hẹn giờ rồi. Mọi việc, ông Hai Mạnh phác hoạ giúp hai con và tuỳ hoàn cảnh mà thực hiện. Ông Hai nhấn mạnh:

- Ba Má biết các con không có tiền, Ba Má bao hết nghe, các con của Ba Mẹ cứ thoải mái đừng lo nghĩ gì hết, khi Ba Mẹ ra đi theo ông bà, Ba Mẹ đâu có mang theo tiền được.

Ông Hai Mạnh quả thật một người đã từng trải, lăn lóc trong tình người và trường đời. Dù ông với bản chất nông dân mà ông lại có tính khác người cùng thời, rất dễ thương, không ôm chặt cái lý tưởng mơ hồ mà ông sống với thực tế với tình nhân ái bao la, hoà hợp với đại thể dân tộc hơn quá tự cao tự mãn. Ông Hai được mọi người từ các đồng chí cũ, mới, cựu thù đều trọng vọng. Trên môi ông luôn dùng hai chữ cám ơn và xin lỗi, như người tây phương.

Khi mình nhờ ai, hàm ơn hay làm điều gì đó không được đúng phải biết nói lời cám ơn hay lời xin lỗi chân thành từ đáy lòng mình. Một trong những cái dở mà nhiều người Việt Nam là không biết cám ơn dù đó là kẻ thù đã có cử chỉ hành động tốt đối với tha nhân. Dù quyền cao chức trọng tột đỉnh cũng phải biết ý nghĩa của hai chữ xin lỗi hay sửa sai những điều gì mà mình làm không đúng hay mình tự đánh lừa cho đó là khách sáo lại càng sai, thiếu phép xử thế thu phục nhân tâm. Ông Hai dạy con ông thật chi li vì ông đã trải nghiệm, nếu hai con để ngày hôm sau, vì đi xa cả ngày cũng có mệt mỏi, đến chào hỏi Ba của Minh Tâm và hai ông bà Khoa Trưởng thì cũng đúng phép lễ giáo. Nhưng, nếu Đức và Thu Trang đi đến chào kính ngay khi về đến Cần Thơ thì lời cám ơn chân tình đó sẽ tăng thêm trọng lượng, ý nghĩa.

Khi Đức và Thu Trang đến chào kính Ba Minh Tâm, ông rất vui và khen Đức chọn được người phối ngẫu có diện mạo ngoan hiền, dễ thương mà lại còn đẹp và học giỏi nữa. Ông cười nói xởi lởi;

- "Hoa" biết bà xã của Hoa về chiều nay, bác đợi bà về mời bà đi nhà hàng ăn tối. Bây giờ Đức ngõ ý mời hai bác dùng cơm tối tại nhà hàng Phong Dinh Lầu, ông nhận lời liền. Đức và Thu Trang cúi đầu chào bác trai và chúng con sẽ đón tiếp hai bác và chị Minh Tâm tại nhà hàng. Cả hai vội vàng lên xe gắn máy, Đức lái xe chạy thẳng đến nhà ông bà Khoa Trưởng trường Y, bấm chuông, có người ra mở cổng, Đức hỏi liền có ông bà Khoa Trưởng ở nhà không? Ông bà Khoa Trưởng đang đứng trước nhà ngắm hoa mới nở, ông bà thấy Đức từ ngoài cổng gọi bảo Đức vào có bác đợi. Đức dựng xe trong sân, hôm nay, Đức có dẫn theo một cô gái, từ từ đi vào nhà, ông bà đã thấy từ xa vóc dáng và gương mặt xinh đẹp của cô gái. Ông bà Khoa Trưởng cũng tiến ra cổng đón chào hai người trẻ, ông nói liền chào hai cháu:

- Vợ chồng bác cũng biết cháu Đức đi về Phú Yên coi xem chỗ làm việc và tìm chỗ ở sau khi rời Cần Thơ. Đức và Thu Trang cúi đầu chào kính.

Ông Khoa Trưởng vội đến nắm tay Đức và bà nắm tay Thu Trang dẫn vào nhà. Ông nói, hai bác rất vui nghe tin Đức đã về quê, được ở nhà xưa của gia đình và Đức có ý muốn từ giả câu lạc bộ độc thân của Đức có phải vậy không? Đức nắm tay Thu Trang đứng lên cúi đầu chào lần nữa và giới thiệu Thu Trang là người phối phẫu của Đức cũng vừa có lễ đính hôn ngày hôm qua.

Chúng con vừa về đến Cần Thơ hai con vội vàng đến xin trình diện hai ông bà, vừa nói Đức vừa đưa lên bàn tay trái có đeo nhẫn đính hôn và Thu Trang cũng bắt chước đưa tay đeo nhẫn lên. Hai ông bà Khoa Trưởng cũng đứng lên chúc mừng hai cháu luôn tràn đầy hạnh phúc.

- Từ nay Đức hết cô đơn, giả từ vĩnh viễn câu lạc bộ độc thân và trường Y Cần Thơ thiếu vắng Đức làm cho chúng tôi cũng cảm thấy buồn buồn. Bác cứ mong Đức không về phục vụ được ở Phú Yên vì không có nhà ở, bác xin Bộ Y Tế cho Đức ở lại trường phụ giảng với chúng tôi. Đức cám ơn lời nói tốt đẹp thiện cảm của ông Khoa Trưởng. Đức vừa cười vừa nhìn Thu Trang và nói:

- Thưa ông Khoa Trưởng và thưa Bà, con bị bắt phải ở nhà cô này nên con đành xin cô cho con tạm trú mà cô không chịu, bắt con phải định cư vĩnh viễn, con đành phải chịu lép vế nghe theo. Ông bà nghe Đức tâm tình cũng khá vui:

- Khen Đức mới về Phú Yên có mấy ngày mà tiến bộ thấy rõ. Thu Trang cũng vội thưa:

- Con bây giờ lại phải tạm trú nhà anh Đức vì chánh quyền đồng ý lời Ba con trả lại nhà cho chủ cũ. Nhà của Ba Má anh Đức nay trả lại cho con. Bây giờ, con lại trở thành kẻ ở trọ mà anh Đức và anh ác quá không cho con tạm trú mà bảo con phải nhập vô hộ khẩu và định cư mãi mãi trong ngôi nhà của anh làm chủ mà trước đó ba con làm chủ. Vì vậy, thân gái mười hai bến nước con đành phải phó thác cuộc đời con cho anh Đức từ đây.

Hai ông bà Khoa Trưởng khen Thu Trang nói chuyện quá có duyên nên đã đốn tim cháu Đức rồi và ông bà hỏi chừng nào làm lễ cưới:

- Thu Trang cho biết năm tới Thu Trang tốt nghiệp trường Y Sài Gòn về phục vụ ở Phú Yên. Chúng con làm lễ cưới liền và chúng con trân trọng kính mời Hai Bác cùng tham dự với hai đại gia đình chúng con ở Phú Yên. Ông Bà Khoa Trưởng tươi cười nhận lời và tin rằng hai bác sẽ sớm nhận được thiệp hồng của hai cháu.

Đến đây Đức và Thu Trang kiếu từ ra về và nói ngày mai con và Thu Trang đi Sóc Trăng thăm và trình diện anh chị Ba Cường và khi trở về Cần Thơ hai con xin phép trình diện ông bà một lần nữa. Ông Khoa Trưởng tỏ vẽ vui mừng:

- Bắt tay Đức và nhờ Đức chuyển lời ông bà chúc bình an anh Ba Cường. Cả hai dẫn xe ra cổng chạy về đến nhà mà còn gần hai tiếng nữa mới tới giờ hẹn ở Phong Dinh Lầu. Hai cô cậu lên phòng riêng ngơi nghỉ chốc lát để cùng gia đình ra nhà hàng.

Sáng hôm sau, ăn điểm tâm ở nhà xong, đợi xe của Trung chạy tới cùng đi về Sóc Trăng. Hiếu, em Trung, phải lái xe gắn máy đi về Sóc Trăng trước vì xe Trung chỉ có năm người. Còn xe của Đức cũng dư một người chịu khó ngồi chật một chút, có chú thím Ba, hai bạn và con của chú thím Ba cùng đi thăm anh Ba Cường. Sắp xếp như vậy, vẫn còn thiếu hai chỗ, em trai Thu Hằng là Giỏi cũng đã qua 18 tuổi, một học sinh lái xe gắn máy thuộc loại khá của trường trung học cấp ba Phú Yên xung phong lái xe chở đứa em trai lớn kế Thu Hiền cùng tháp tùng theo xe hơi đi Sóc Trăng. Như vậy nhà chú thím Ba của Đức có ba con đều được đi theo trong chuyến đi Sóc Trăng đầu tiên trong đời của các em.

Mai Hạnh đã được Minh Tâm thông báo trước nên biết có gia đình chú thím Ba của Đức và các bạn ở Phú Yên cùng về thăm viếng anh Hai. Mới tám giờ sáng Hiếu đã về đến nhà, chạy vào chào anh Hai xong. Hiếu hỏi chị Hai có cần mua gì thêm cứ bảo em chạy đi mua. Bây giờ em mang ra hai bàn tròn lớn, hai mươi ghế ngồi và một bàn để riêng cho anh chị Hai ngồi gần nói chuyện cho dễ. Mai Hạnh khen Hiếu quá nhanh nhẹn sắp xếp mọi chuyện cần phải làm trước đâu đó đã xong hết. Hai nhà bên cạnh mang đến cho gia đình ba bốn quày dừa lửa nước uống rất ngọt để đãi khách. Hiếu còn chạy ra chợ Bố Thảo mua nguyên một cây nước đá về chặt ra làm tư vùi trong thùng trấu và ba két bia Heineken, mua ba bó hoa về chưng trên ba bàn...những cái lặt vặt linh tinh Hiếu lo xong hết. Còn thức ăn làm bảy tám món chủ lực có món để lâu được như thịt kho trứng, giò heo hầm măng Mạnh Tông, dưa cải chua. Kể cả lạp xưởng Quảng Trân nổi tiếng của tỉnh Sóc Trăng, khô cá lóc, khô cá sặc và còn rộng ba bốn con cá lóc lớn và cả chục con cá trê vàng và mua thêm gà vịt nhốt sẵn trong chuồng. Muốn ăn món gì dù đêm tối, ở nhà có thể làm món ăn ngay. Mọi việc chuẩn bị thật chu đáo cho bất kỳ tiệc tùng tại nhà đãi khách. Mọi người đã nghe danh đảm đang chu đáo của bà chị Mai Hạnh. Minh Tâm luôn kính mến tôn vinh là sư mẫu của việc bếp núc, rất nể phục bà chị chồng mình, Minh Tâm thường nói như vậy khi có tổ chức tiệc tại nhà. Chị chồng của Minh Tâm chuẩn bị thức ăn cho hai ba ngày với thực khách chừng hai ba mươi người. Mai Hạnh còn dự trù làm thêm các món đặc biệt cho mỗi bữa ăn nữa, tất cả đều làm trước. Hôm qua, có hai người bạn thân ở gần đến giúp suốt cả ngày, sáng nay còn làm tiếp, khách có bữa ăn trưa thật tươm tất.

Khoảng mười giờ, mọi người đã đến nhà Trung, vào nhà ngơi nghỉ, Hiếu đã chuẩn bị thêm ba bốn chỗ rữa mặt rữa tay ở ngoài trời, giăng mắc bốn năm cái võng và có thêm nhiều ghế xếp nằm nghe nhạc cũng như nghỉ một chút cho khoẻ và thưởng thức nước dừa lửa của Bố Thảo-Sóc Trăng coi xem có bằng nước dừa tươi của Phú Yên hay không?

Mọi người sau khi đi vệ sinh, rữa mặt rữa tay và chải lại tóc, các cô tô thêm một chút son cho môi thêm hồng và uống nước dừa tươi xong cảm thấy vui khoẻ trong người. Đức mời chú thím, các bạn và các em qua nhà anh chị Hai chào anh chị, đàm đạo một chút cho vui. Mai Hạnh đã chuẩn bị đầy đủ hai chục chiếc ghế nệm cho mọi người và tách uống nước trà và ba bình trà nóng bốc dậy mùi thơm. Anh Ba Cường của Đức và Bernard đang ngồi trên ghế, không thể đứng lên được, anh có lời xin lỗi mọi người vì sức khoẻ của anh đến ngày hôm nay quá bết bát.

Không lâu, chưa tới một tháng mà anh Ba Cường gầy ốm thêm, da thêm xanh xao, đôi mắt tinh anh của anh cũng giảm mất sự linh hoạt và giọng nói của anh cũng yếu ớt thêm nhiều. Chị chồng của Minh Tâm đỡ lời cho anh Ba mời bà con ngồi và uống nước. Mai Hạnh nói:

- Cả tháng nay, anh Hai trông ngóng thuốc đặc trị từ Paris gởi về mà chưa thấy gì hết. Anh Hai lo vì hết thuốc anh chỉ còn sống thêm được vài tháng hay Trời Phật thương anh sống thêm sáu tháng trở lại. Vì vậy, anh có phần lo nên mất ngủ, anh thường nói với chị, các em có biết không?

- Anh nói cuộc đời quả là vô thường. Anh sống trên nhung lụa từ thuở lọt lòng mẹ đến lớn khôn học trường Tây, được đi làm luật sư toà thượng thẩm Sài Gòn và nhiều toà án khác trên toàn quốc.

Anh bị ngã bịnh vì trác táng của tuổi trẻ, anh mắc chứng bịnh trầm kha của thời đại. Bịnh lao quái ác không có thuốc trị dứt mà gia đình anh tốn có thể nói cả một núi tiền lên đến trên trăm ngàn đô la mà nay anh đếm thời gian chờ thần chết dẫn độ về thế giới khác. Anh bảo chị:

- Mua đất xây một lò thiêu xác anh vì anh không muốn chôn sợ cái giống vi trùng lao quái ác này, vi trùng lao Koch sống trong lòng đất sẽ có thể luồn lách theo các mạch nước ngầm mà có thể lây lan cho người khác. Vì vậy các em và chú thím của Đức, ngoài cửa trước khi bước vào nhà anh Ba yêu cầu mọi người phải mang khẩu trang ngừa bịnh, dù hiện nay còn thuốc vi trùng lao không bay thoát ra ngoài không khí. Lý thuyết nói vậy mà biết đâu vi trùng độc hại này thoát ra, làm sao ai biết được nên anh Ba nói ngừa bịnh hơn trị bịnh. Anh Ba sẽ ngồi nghỉ một chút thấy có chú thím Ba của Đức và cả gia đình chú thím Và đặc biệt là anh Ba nói:

- Em Đức có dẫn theo người bạn gái là phối ngẫu của em từ Phú Yên về thăm anh chị, anh rất vui mừng. Chốc nữa anh sẽ cố sức nói những lời mà có thể là anh nói lời sau cùng đối với Đức và hôn thê của em:

- Vì ngày anh ra đi về thế giới khác sẽ không có Đức ở gần anh. Còn bạn chí thân của Đức là Bernard, nay trở thành bạn cột chèo với anh mà em Bernard lại làm việc ở Sóc Trăng, chắc chắn giờ lâm chung của anh Ba sẽ có Bernard và các em của vợ anh chứng kiến, anh Ba tin như vậy. Mọi người nghe Mai Hạnh thuật sơ lược bịnh tình và tâm sự ngổn ngang của anh Ba Cường mà không khỏi mủi lòng bùi ngùi cảm động. Mọi người chúc sức khoẻ anh Ba và chuyển lời thăm hỏi của Ba Má Minh Tâm và ông bà Khoa Trưởng trường Y Cần Thơ.

- Anh nói lời cám ơn và mời mọi người ra ngoài vào bàn ăn mà các bữa ăn tại đây có chú thím Ba của Đức và các con, cũng như đôi uyên ương Đức-Thu Trang và các em các bạn của Thu Trang theo hộ tống chị từ Phú Yên về Cần Thơ. Đối với em Đức cứ xem là anh có tiệc chia tay với Đức mà không dám nói là tiệc vĩnh biệt, nghe ông anh nói buồn làm sao đó, dù là sự thật sẽ diễn ra như vậy mà anh cố tránh hai chữ vĩnh biệt. Mọi người cảm thấy xót xa cho số phận hẩm hiu bi đát cho người trí thức giàu có và tấm lòng nhân ái cao độ cũng phải bó tay tuân theo định mệnh đã an bày.

Mọi người lần lượt ra bàn ăn ngồi, anh Ba Cường ngồi trên xe lăn chị Mai Hạnh đẩy xe lăn ra ngồi vào bàn chỉ có hai người. Mọi người được Hiếu và bạn của em mang đến cho mỗi người một ly nhỏ nước dừa lửa uống giải khát. Hiếu không dám làm ly lớn sợ uống nước nhiều no bụng sẽ không thưởng thức trọn vẹn cái độc đáo các món ăn ngon của chị Hai em có công thực hiện suốt hai ngày. Đức rất sành tâm lý cái túi khôn của bà chị cả của Hiếu, em cũng học lóm của chị rất nhiều, nên Hiếu ngoài tính khôn ngoan, thông minh, em lại tháo vác nhanh nhẹ đến với em lúc tuổi còn nhỏ hồi học tiểu trung học.

Khi mọi người giải lao nước dừa xong, trông chờ nhà bếp mang thức ra. Ba Cường xin phép chú thím Ba của Đức và mọi người cho anh Ba bộc bạch tâm sự thật của anh. Anh mong muốn Trung-Minh Tâm và Bernard-Tuyết Trinh tổ chức ngay trong tháng này một đám cưới và đầu tháng tới tổ chức thêm đám cưới thứ hai, chắc chắn anh Hai còn sống còn tham dự được. Anh chị trực tiếp trao tặng quà cưới cho hai đôi uyên ương này. Còn đôi uyên ương thứ ba Đức-Thu Trang mãi hết niên học tới hai em mới làm đám cưới ở Phú Yên, anh chị cũng có quà cưới cho hai em. Lúc đó anh đã không còn trên thế gian này, chỉ có vợ anh và gia đình sẽ đại diện ra Phú Yên cùng đi với vợ chồng Trung Bernard và nhiều người khác nữa kể cả ba má Minh Tâm ông bà Khoa Trưởng trường Y cũng hứa dự lễ cưới của hai em Đức và Thu Trang.

Bây giờ anh chúc hai em Đức và Thu Trang: Sắt cầm hảo hiệp và trăm năm hạnh phúc. Cả nhà vỗ tay tán thưởng gần như mọi người quên một người sắp về thế giới khác để di chúc miệng lại cho các em. Đến đây không khí bắt đầu vui lên. Ba Cường nói:

- Đặc biệt hôm nay, gia đình chúng tôi biết có một bà đầm giọng Paris cùng ông tây Phú Yên và gia đình tôi. Chúng ta hôm nay có đến bốn ông tây Chasseloup có giọng vịt đực còn gọi là vịt què nữa mà chỉ một bà đầm giọng Paris nói giọng líu lo du dương như chim hót đã từng đốn ông tây Phú Yên ngã vào lòng. Cả nhà phá lên cười, anh Hai hết bịnh rồi, Minh Tâm la lớn.

Trước bữa ăn hôm nay, tôi sẽ gợi kỷ niệm thời chúng ta còn học trường tây Chasseloup Laubat và trường đầm Marie Curie. Tôi vừa đậu Tú Tài phần I, tôi có làm quen một cô đầm cùng vào thi oral một lúc với tôi, tôi mê ngay cô đầm có giọng nói như chim hót. Đúng giọng Paris như các giọng đọc của các cô xướng ngôn của các đài phát thanh France 1,2,3 ở Paris. Tôi nghe sướng cái lỗ tai làm sao, tôi làm quen liền khi cô ta đối đáp xong với ông Tây giám khảo già, đi xuống bàn ngồi nghỉ xả hơi để còn qua các phòng khác thi tiếp. Cô tên là Nicole, thuộc gái đẹp chân dài, mắt xanh biếc như nước hồ Than Thở Đà Lạt, vóc dáng cân đối đầy thu hút cám dỗ giới con trai. Cô là con của một viên chức có quyền có chức ở cái xứ Đông Dương thuộc địa của chúng, đang làm việc tại toà Thống Sứ Sài Gòn. Tôi đá lông nheo với Nicole và cô ta cũng có cảm tình với tôi nên tôi thường tới lui trường Marie Curie khi chúng tôi học lớp 12 chuẩn bị thi tú tài phần II. Cái thuận lợi của tôi là tôi có xe hơi riêng nên giờ nào cô ta rảnh hay cả buổi trưa cô không về nhà cùng tôi la cà ăn uống tại nhà hàng sang trọng của Sài Gòn hoa lệ năm xưa. Cô ta tỏ lòng chú ý đến tôi, chưa dám nói là yêu tôi. Cô biết rõ tôi về học vấn cũng như gia thế và tướng tá cũng dễ coi. Chúng tôi thích nói chuyện, bàn luận về học hành, tình yêu, văn hoá nghệ thuật và thưởng thức ẩm thực... Chúng tôi rất tâm đầu ý hợp, tôi chưa dám sỗ sàng vật lộn với cô ta, chỉ ôm nhau nhảy đầm cùng đi ăn chung đủ làm cho tôi mê mệt. Khi chúng tôi đổ Tú Tài 2, tôi đổ hạng Ưu, Nicole đổ thứ hạng cũng khá assez bien, nghĩa là trên trung bình. Cô lại càng thích tôi hơn, cô rủ tôi sang Pháp học chung với cô và cũng có thể, cô ta chấm tôi đậu là chồng của Nicole, cô sẽ nói bố giúp đưa tôi sang Pháp. Thú thật, Má tôi cũng muốn tôi đi du học Pháp có tương lai chắc chắn hơn học ở Việt Nam, gia đình tôi thừa sức lo cho tôi du học Pháp mà Nicole không phải giúp gì hết. Ba Má tôi đã có mua một ngôi biệt thự ở ngoại ô Paris, có khuôn viên quanh nhà gần cả mẫu tây. Lúc bấy giờ tôi cũng muốn có vợ đầm thật mà phải ở Việt Nam và làm luật sư vài năm mới xin du học Pháp lấy bằng cao hơn và cũng trở về Việt Nam làm việc để tôi không mất gốc. Và món nước mắm của quê mình Maggie của Tây không thể thay thế được. Chuyện chồng vợ là phải có duyên:

Hữu duyên thiên lý năng tương ngộ,
Vô duyên đối diện bất tương phùng.

Hai câu này đã quyện vào tôi suốt mấy chục năm, tôi có yêu Nicole và vài cô bạn gái Việt Nam hay lai Pháp cũng có, đều đạt tiêu chuẩn: chân dài, cổ cao, da trắng, mắt to. Xin lỗi, nói theo dân chơi, ngực tấn công, mông phòng thủ, vóc dáng ngon lành. Thế nên vì thiếu duyên nợ tiền định, không có ông tơ bà nguyệt se duyên dù có chung sống như vợ chồng dài hoặc ngắn rồi cũng trớt quớt không đi đến hôn nhân.

Đúng một cái vì quá yêu say đắm một cô Pháp lai sắc đẹp ăn trùm thiên hạ thuộc loại chim sa cá lặn không ai tranh nổi sắc đẹp với cô ta. Cô ta cũng mê tôi còn tôi mê cô ta quá cở thợ mộc. Kết cục mối tình sâu đậm này đưa đến cái chết đột ngột của cô ta tại bịnh viện hàng đầu tại Việt Nam thời đó là bệnh viện Đồn Đất – Grall. Tôi và một số đại gia công tử giàu có say đắm mê say cô cùng đưa tiễn cô đến nơi an nghỉ cuối cùng ở nghĩa trang Mạc Đĩnh Chi Sài Gòn. Tôi bỏ ăn mất ngủ mấy ngày, Má tôi biết tin qua thăm. Tội nghiệp, Má tôi quá thương dù con lớn chồng ngồng mà không biết giữ gìn sức khoẻ. Má thấy thân xác tôi tiều tuy, nước da xanh méc trông thấy dễ sợ. Ngày hôm sau, má tôi ra lệnh, tài xế lái thẳng đưa tôi đến bịnh viện Grall. Đến phòng tiếp nhận bệnh nhân, bà mượn điện gọi Bác sĩ Giám Đốc, ông Giám Đốc nghe bà gọi nói con bà đang bệnh nặng xin cho làm thủ tục nhập viện. Ông lật đật xuống phòng nhận bịnh. Ông ra lệnh làm thủ tục cho con trai bà nhập viện ngay và đóng bao nhiêu chi phí, bác sĩ Giám Đớc nói, tôi bảo lãnh để bà trả tiền sau. Nhân viên tức tốc tiến hành cho xét nghiệm máu, chụp hình quang tuyến X phổi và vài bộ phận khác, có kết quả nhanh. Vì là tình bạn bè từ cùng học ở Paris, ông gọi cho bác sĩ Nu, bố của Cường biết trước và sau đó ông cho bà biết bịnh tình của con trai bà.

Hình phổi vi trùng lao đã phá nát hết, chứng tỏ bệnh nhân mắc chứng lao phổi lâu ngày rồi mà không có chửa trị thuốc thang gì hết. Ông ra lệnh cho nhân viên đưa bịnh nhân tới khu điều trị bệnh lao mãn tính phải chửa trị ở khu đặc biệt. Từ đó cuộc đời tôi kể như chấm dứt đua đòi ăn chơi trác táng xả láng và kéo dài cho tới ngày hôm nay.

May mắn, tôi gặp một quới nhơn vì hoàn cảnh gia đình thúc bách lên tận đỉnh Núi Sam chăm sóc tôi mà bà con dòng họ tôi, không một người dám bén mảng đến thăm viếng tôi đừng nói đến là chăm sóc tôi. Ở Núi Sam mướn nhiều người lên xuống núi hàng ngày cũng chỉ ở đó, giúp tôi vài tháng hoặc vài tuần cũng kêu khổ bỏ chạy dù tiền chăm sóc tôi trả gấp nhiều lần hơn làm công việc khác. Cho đến một ngày đẹp trời, Mai Hạnh lên núi lo chăm sóc, cám cảnh bịnh hoạn của tôi, không có ai chăm sóc nương tựa làm sao mà sống. Mai Hạnh như một vị bồ tát hy sinh cả đời con gái của cô ta chỉ lo chăm sóc tôi, sống thêm ngày nào hay ngày nấy. Đó quả là trên thiên đình, ông tơ bà nguyệt đã se mối lương duyên tiền định.

Đúng là hữu duyên thiên lý năng tương ngộ - có duyên ngàn dặm xa còn gặp. Còn vô duyên đối diện bất tương phùng – Không duyên đối mặt vẫn cách lòng. Hai câu này của người xưa rất ứng hợp với vợ chồng chúng tôi. Mai Hạnh không ngờ và tôi cũng không ngờ chúng tôi thành vợ chồng thật sự có trên giấy tờ. Mai Hạnh có lòng nhân ái bao la như tâm bồ tát cứu giúp kẻ trầm luân đau khổ như tôi nên tôi có bổn phận lo giúp cho gia đình bên vợ có cuộc sống mới như bao người lương thiện khác. Vì vậy, Mai Hạnh hiểu tôi thương tôi với tâm bồ tát, cứu giúp tôi sống thêm tám năm rồi vì bịnh viện Grall đã chẩn đoán dù là tôi được chửa trị nhiều thứ thuốc đắt tiền mà cũng chỉ sống tối đa năm năm.

Nay sang năm thứ mười ba rồi, tám năm do công sức của Mai Hạnh trực tiếp giúp tôi thêm vui vượt khổ để mà sống, cả nhà vỗ tay hoan nghênh Mai Hạnh.

Ba Cường còn nhấn mạnh, Bịnh viện Grall còn nói:

- Cở đại gia bậc trung cũng không trả nổi tiền thuốc đặc trị mua từ Paris và qua nhiều thủ tục cũng rất khó khăn. Tới đây, tôi xin tạm ngưng, tự nảy giờ tôi nói nhiều một lịch sử tình yêu của tôi – Histoire d'un amour mà tiền hung hậu kiết, ban đầu tôi yêu lung tung buông thả cho đến tàn đời và kết cục có vị bồ tát nhân ái ra tay cứu độ kẻ trầm luân sống thêm được tám năm. Nay, tôi muốn sống thêm vài tháng nữa để dự lễ cưới của hai đôi uyên ương Đức Trung và Minh Tâm cũng như Bernard và Tuyết Trinh sẽ làm lễ thành hôn tại ngôi nhà của gia đình.

Tôi xin phép có dịp lần cuối cùng nói chuyện bằng tiếng Pháp với bà đầm Marie Curie Phú Yên, bên phe Tây Chasseloup Laubat có đến bốn người có vẽ ăn hiếp bà đầm Marie Curie. Anh Hai đừng có lo, Minh Tâm nói lớn:

- Chúng em còn tám thiếu nữ ủng hộ, theo phe bà đầm Phú Yên và chỉ để một bà đầm Phú Yên cũng đủ thắng bốn ông Tây rồi ạ. Cả nhà vỗ tay tán thưởng hoan hô "dậy sóc".

Anh Hai nói, tôi nói xong phần câu chuyện tôi mê Nicole, cô đầm Marie Curie, nay xin hỏi bà đầm Phú Yên có thể nói một histoire d'un amour làm cho anh tây Ba Tín chiêm ngưỡng và chúng tôi xin ăn theo và có em Đức lược dịch cho các bạn khác nghe chơi cho vui. Bà đầm Phú Yên như chấp nhận liền nói :

- "Quy, mông xừ" (Oui, monsieur). Anh Hai nói lại câu hỏi bằng tiếng Việt ban nảy, nay chuyển sang tiếng Pháp. Gặp bà đầm Phú Yên nhạy bén và nhanh nhẹn, xứng danh là một nữ sinh Phú Yên nói giỏi tiếng Pháp, thời của bà học hết tiểu học ở tỉnh.

Bà cất lên nói tiếng Pháp qua giọng đặc sệt Paris, tiếng nói trong trẻo, thanh âm có phần du dương chẳng khác nào tiếng nhạc vàng vừa bay lượn trong sương mù của một buổi bình minh trên đỉnh núi. Lần đầu tiên, Thu Hiền, con gái bà nghe mẹ nói tiếng Pháp hay làm sao đó, em chạy đến nói lớn con hoan nghênh mẹ.

Con hết lòng ủng hộ mẹ, cả nhà có dịp vui cười hả hê. Bà nói một tràng dài líu lo như chim hót, giọng thanh thoát trong sáng như pha lê, Đức tạm tóm dịch:

- Bà đầm Marie Curie cho biết, bà quá chăm chỉ học khi vào học trường đầm Marie Curie chuyên dạy con gái, con các đại gia, tài phiệt hay con các người Việt Nam có quyền có chức mà lại giàu có nữa hoặc con tây thật hay con các quan chức các toà đại sứ nước ngoài, có con gái cho vào học. Còn bà nhờ học giỏi Pháp Văn ở tỉnh nhà nên bà phải cố gắng luôn bảy năm không dám lơ đểnh và cũng không có môi trường cơ may gặp nhiều bạn trai, nên tình yêu trai gái, bà như quên đi cho đến khi bà đậu tú tài hai. Bà về quê, gặp lúc chiến tranh leo thang ác liệt, bà được cha mẹ giữ lại giúp quán xuyến sổ sách buôn bán và bà cũng vì quá bận việc cũng ít thời giờ tham dự hội họp vui chơi với bạn bè nên chẳng có ma nào gợi chuyện làm quen với bà. Thế là bà cũng là bà sơ, một nhà tu cũng không có bạn bè với bất cứ người con trai nào.

Bỗng một ngày đẹp trời, có một bác đến rù rì với bố mẹ chuyện gì đó. Ba mẹ giữ bí mật, sáng sớm hôm sau, trong lúc ăn sáng, mẹ thông báo cho con gái biết là mười một giờ trưa nay, con gái của mẹ diện làm đẹp thêm một chút có người đến coi mắt. Đã qua khỏi tuổi hai mươi mà bà cũng không biết coi mắt là cái gì mà bà lại phải diện đẹp?. Bà cũng dửng dưng chẳng hỏi mẹ gì thêm, cứ nghe lời mẹ bảo phải ăn diện làm đẹp thêm một chút cũng không có gì phải quan tâm. Con gái chưng diện làm đẹp cũng là chuyện bình thường và cũng không cần biết mục đích chính tại sao phải ăn diện làm đẹp thêm hơn các ngày khác.

Từ buổi sơ ngộ đầu tiên, tôi biết ông tây Chasseloup cũng dở dang đang học ngành kỹ sư công chánh năm cuối trường Phú Thọ ở Sài Gòn. Ông Tây bị bịnh luôn nhiều tháng phải nghỉ học về nhà dưỡng bịnh và gặp chiến tranh dữ dội sau Tết Mậu Thân, ông Tây cũng phải gác bút ở nhà giúp gia đình. Khi ông tây khoẻ mạnh lại, ông tây ăn khoẻ, nhảy ra làm thầu khoán xây cất, dù tay nghề còn non mà vẫn làm ra tiền. Có tiền biết kinh doanh lại đẻ ra tiền, lúc bấy giờ ông khoảng hai lăm tuổi, ông lại muốn vợ qúa chời.

Chuyện đáng nói, ông nghe thiên hạ đồn rùm có cô đầm Marie Curie đang bị ế độ có sắc đẹp mà ba má rất lo như hủ mắm treo đầu giàn, không biết bể lúc nào thì rõ khổ cho gia đình dòng họ. Cô đầm Marie Curie cũng có tự ái, biết mình cũng dễ coi, sắc diện cũng khá, lại học trường đầm mà lại con của gia đình khá giả nữa. Cô đầm cũng có tánh tự cao tự đại, cô chẳng lo ế chồng, cô nghĩ có cả khối thằng con trai trông thấy nàng mà không khỏi đứng tim mà còn rõ dãi nữa. Cô còn làm tàng nói:

- Mẹ bảo con không lo kiếm chồng. Cô nói, nếu con muốn lấy chồng là có liền, lo gì, má đừng quá lo cho con. Kinh nghiệm của bà, nhiều người con gái học cao, con nhà giàu mà đẹp nữa lại khó kiếm chồng vì các chàng trai ít học hơn dù giàu có cũng sợ có vợ học cao hơn mình, không dám mon men tới. Còn con gái của bà là đứa con gái duy nhứt của tỉnh lỵ Phú Yên học trường đầm nói tiếng tây như gió. Bọn con trai dốt tiếng tây sợ khiếp rồi, đâu dám mon men đến làm quen, sợ nàng bật tiếng Tây thì phe học trường Việt chỉ có nín thinh mà nghe nàng líu lo như chim hót, đành phải chạy nhanh.

Thế thì, cũng có lý do cha mẹ sợ nàng ế độ thì cũng tan nát hết một đời hoa. Ông tây Chasseloup cũng ở Phú Yên nên cũng biết ít nhiều chuyện cha mẹ nàng sợ con bị ế. Ông Tây cũng có tánh làm phách, tự cao, cứ tưởng ta đây học trường tây là ngon có sợ gì nàng nói tiếng Phá Lăng Xa. Ông tây tìm cách lui tới chỗ làm ăn buôn bán của người ta. Ông làm bộ hỏi mua cái này cái nọ hay bật ra vài món hàng của Pháp coi xem tiếng tây của nàng ra sao mà làm eo làm xách với đám con trai chỉ biết nói tiếng Việt thôi. Ông tây này còn tự cao là học hơn nàng vì có học đại học hết mấy năm cơ!

Buổi coi mắt cũng khá vui, nàng có nhiệm vụ mang nước trà ra đãi khách thay vì để cho người làm mang ra như thường lệ, mẹ nàng muốn cho họ coi mắt xem tướng đi của nàng có bị cà thọt tật nguyền gì không, cách để bình nước xuống bàn và cách rót nước mời khách, mẹ nàng đã sắp xếp căn dặn trước. Chỉ qua một lần coi mắt chánh thức có cả người lớn nữa, ông tây đã mê mệt cô đầm rồi. Cứ ngày một ngày hai, ông tây lại đến gợi chuyện với nàng bằng tiếng Pháp và nàng có dịp trổ tài nói tiếng Pháp cho chàng lác mắt chơi. Nàng nổi tiếng ở trường đầm có giọng nói giọng đọc tiếng Pháp làm cho mấy cô đầm rặt cũng như đầm lai phải trầm trồ khen là nàng có giọng nói chuẩn của Pháp ở Paris. Như ở Việt Nam có giọng chuẩn của Hà Nội và Sài Gòn, giọng Việt ở các tỉnh miền quê càng xa thành phố như ở vùng sâu vùng xa, vùng cao nguyên, biên giới hay ở vài tỉnh miền Tây, con cá rô nói là con cá gô bỏ trong gổ nó nhảy gột ghẹt...

Gặp nàng thêm nhiều lần, ông tây thú thiệt với nàng yêu nàng. Nàng hỏi lại mẹ có chấm anh ấy không, mẹ nàng nắm tay con nói nghẹn lời:

- Mẹ quá sung sướng vì sợ con ế. Nay, gặp cậu ấy cũng dễ coi, vóc dáng cao ráo, cũng nói tiếng tây như gió và tuổi lại hơn con đến năm tuổi, học cao hơn con, chắc chắn sẽ có nhiều kinh nghiệm trường đời hơn con. Tôi nói áo mặc không qua khỏi đầu, anh cậy mai mối đến cầu hôn, ba má em gật đầu thì chúng ta tiến hành hôn lễ. Chàng dùng tiếng cám ơn - merci, merci beaucoup luôn ba bốn lần mới chịu ra khỏi tiệm. Chàng lên xe vội vã phóng nhanh chứng tỏ là thời điểm chàng muốn vợ quá chời chời đó.

Ngày hôm sau có bà mai cũng bà con của chàng lại quen với má nàng đến xin cho gia đình nhà trai cầu hôn và tiến hành thủ tục bỏ hàng rào thưa với nhà gái trong tuần đó. Bước kế tiếp là làm lễ đính hôn và lễ cưới trong năm nay, chỉ có sáu tháng vì là năm tốt, hạp với tuổi cho cả cô dâu chú rể.

Bà mai nói cái gì mẹ của nàng cũng đều đồng ý hết vì bà đã quá vui mừng hết lo sợ con gái bà cao số dễ ế chồng. Cô đầm này trở thành bà đầm vì theo học tại trường của ông tây mở lớp đặc biệt. Đúng năm năm sau, bà đầm tốt nghiệp với ba mảnh bằng đại học dân gian mà cả ba bằng đó là ba tác phẩm xuất sắc của bà cũng hiện diện tại đây. Chúng tôi xin trình diện ba mảnh bằng là ba con của chúng tôi ngày hôm nay. Ba con của mẹ đứng lên xem nào và cúi chào mọi người.

Đến đây đã kết thúc một chuyện tình – l'histoire d'un amour của tôi. Cả nhà vỗ tay hoan nghênh, ai cũng vui vì chuyện tình của bà đầm rất có hậu. Mọi người vui quá cùng nâng ly chúc mừng kể cả chuyện tình của anh Ba Cường nữa, anh Ba Cường tiếp lời:

- Anh Ba Cường cũng nói bằng tiếng Pháp có Bernard tóm lược bằng tiếng Việt. Cả hai chuyện tình của tôi và của chị Ba Tín qua hai dạng khác nhau mà chung cuộc rất có hậu, anh Ba Cường vừa nói xong nâng ly lên mời mọi người cạn ly và chúc mừng hạnh phúc cho tất cả mọi người. Anh còn nói:

- Hôm nay tôi vui quá, được nghe bà đầm Tín của trường nữ sinh Marie Curie năm xưa nói tiếng tây như gió, như chim hót líu lo gợi cho tôi bao kỷ niệm đẹp. Tôi hồi tưởng như là một giấc mơ mà tôi đã từng trồng cây si tại trường Marie Curie thân yêu này. Tôi hy vọng qua câu chuyện tình của chị Ba Tín, tôi sẽ sống thêm vài tháng nữa. Anh Ba Cường hướng về Ba Tín, xin ông

Tây Chasseloup có vài lời và xác nhận lời bà đầm nói về ông tây vì mới gặp cô đầm Marie Curie lần đầu mà ông tây Tín muốn đánh xáp lá cà với cô đầm rồi. Cô đầm nhận xét lúc bấy giờ ông tây Tín muốn vợ quá chời phải không? Xin ông tây xác nhận liền cho các em và các cháu biết, cả nhà lại vỗ tay vang dậy. Bernard thông dịch lại tiếng Việt và ông tây Tín cũng parler francais ào ào, Bernard dịch lại rất chuẩn tiếng Việt là các em các cháu vô cùng ngạc nhiên không ngờ một ông tây thiệt – gốc Áo mà nói tiếng Việt quá chuẩn và phát âm như người Việt. Cả nhà vổ tay tán thưởng tài phiên dịch của ông Tây Bernard cũng là lúc các món ăn ngon đang bốc khói đã bày xong trên bàn. Anh Ba Cường vội mời:

- Mọi người cầm đũa, bắt đầu thưởng thức các món ăn mà chúng tôi rước thợ nấu từ đỉnh núi Sam về Bố Thảo nấu các món ăn đãi khách quý hôm nay. Xin mời mọi người ăn thiệt tình nghe! Lại có tiếng khua ly chén và cám ơn đầu bếp xịn.

Trong lúc cả nhà cao hứng quá vui, nói tiếng tây búa xua, có nhiều bà con ở gần và người vãng lai qua lại, cũng ghé mắt đứng lại nghe bà đầm Việt nói tiếng tây quá ngọt như mía thơm rơm như tiếng chim hót. Đứng ở ngoài nhìn và nghe bà đầm Phú Yên xổ tiếng Tây mà quý cụ lớn tuổi nói rằng cả đời mới nghe nói tiếng tây của một phụ nữ Việt, tóc bới (búi), quần áo lèn xèn cũng áo bà ba mà nói tiếng tây sao qua tuyệt vời, rất bái phục. Dù đứng xa, ngoài sân có nhiều trẻ nhỏ chen chút xung quanh nữa và các bà con lớn tuổi có biết bà đầm Việt nói cái gì đâu mà thỉnh thoảng cứ vỗ tay vì nghe bà đầm Việt Nam nói tiếng tây thao thao bất tận, nghe đã cái lỗ tai quá. Khi trong nhà bắt đầu quơ đũa, đám đông ở ngoài sân mới chịu tản mác đi .

Cũng trong ngày hôm đó, chiều ông Bí Thư tỉnh có người báo cáo nói là có một bà gốc Phú Yên học trường đầm Marie Curie nói tiếng tây làm cho cả xóm nghe mê mệt. Dù không biết bà nói cái giống gì mà bà lên bổng xuống trầm như gió thổi mây bay, có lúc như chim hót líu lo, ai cũng mê thích nghe bà nói tiếng Tây. Ông Bí Thư nghe qua cũng muốn gặp bà đầm Marie Curie vì hồi ông đi học trường tây ông cũng có yêu mê mệt một cô đầm lai của trường Marie Curie.

Nay, ông cũng nhớ trường cũ người xưa, nhớ giọng nói các cô nữ sinh học Marie Curie. Ông vội tính liền, tối mai mời cả phái đoàn đang thăm anh Ba Cường ăn bữa tối tại nhà hàng sang trọng của tỉnh để có dịp ông nghe lại giọng nói ngọt ngào của nữ sinh Marie Curie. Ông cho nhân viên chạy đến nhà anh Ba Cường nói là ông Bí Thư nghe tin có nhiều bà con ở xa về Bố Thảo thăm anh Ba Cường. Ông Bí Thư rất cảm kích, anh Ba Cường cũng là đồng môn trường tây Chasseloup, ông học cùng thời với anh Cường chỉ có khác lớp, ông học toán còn anh Ba Cường học triết và cùng tuổi nữa. Ông Bí Thư có nhã ý xin mời tất cả mọi người đến nhà hàng cùng chung vui trong một bữa ăn vào sáu giờ chiều mai. Ba Tín, thay mặt cả nhà nói:

- Ông Bí Thư dành sự ưu ái đặc biệt mời thì chúng tôi xin nhận lời và nhờ ông chuyển giúp lời cám ơn của tôi và nói có Ba Tín ở Phú Yên cũng học toán dưới ông ba lớp nên có biết ông, cả phái đoàn chúng tôi đi ăn cho vui, chừng hai mươi người.

Cả nhà cũng vui vì ông Bí Thư Tỉnh biết có nhiều người từ xa đến thăm viếng anh Ba Cường, ông có hảo ý mời ăn tối xã giao. Đâu có ai biết thâm ý, ruột gan của ông Bí Thư vì ông nghe báo cáo có bà đầm mũi tẹt da vàng mà nói tiếng tây líu lo như gió như chim hót là ông mê thích ngay. Ông muốn có dịp đối thoại tiếng tây với người đẹp cho vui vì giới thanh niên Việt học trường tây khá đông, còn thanh thiếu nữ Việt đi học trường đầm rất hiếm hoi. Ông vụt nhớ lại thời học trò ông mê giọng nói thánh thót của một nữ sinh Marie Curie mà ông cũng có trồng cây si ngoài cổng trường. Nay có dịp may rất hiếm có, ông tiếp xúc với cựu nữ sinh Marie Curie nghe nói tiếng tây sẽ giúp ông nhớ lại bao kỷ niệm năm xưa. Ông từng học trường tây, yêu văn chương chữ nghĩa Tây nói tiếng tây như pháo nổ mà ông lại ghét Tây chống Tây mới là chuyện lạ.

Một ngày vui qua mau. Sáng hôm sau, Đức hướng dẫn chú thím Ba và các em các bạn ở Phú Yên dù ngồi chật ních trong xe mà lại rất vui cho tuổi trẻ có dịp đi dạo một vòng tỉnh lỵ Sóc Trăng, thăm viếng vài ngôi chùa Miên nổi tiếng nhứt. Đức cũng không quên đưa đi đến xã Phú Tâm - Vũng Thơm, nơi sản xuất bánh pía, mè láu nổi tiếng trong cả nước. Và đến chợ huyện Cái Sách, may chợ còn đông người, Đức thấy có bán con ba ba, nom giống như con rùa, một đặc sản của địa phương, Đức ghé mua vài con lớn để chiều nay nhờ thợ nấu gần nhà giúp làm món ăn ngon đặc sản của Sóc Trăng thêm dấu ấn kỷ niệm. Gần mười một giờ, xe chạy về chợ chánh của tỉnh Sóc Trăng, bà bán bún mắm mà Đức đánh giá là bún mắm ngon nhứt của Sóc Trăng và sát cạnh bên có bà bán bún nước lèo cũng nổi tiếng ngon. Cũng may, bún mắm, bún nước lèo còn ít nước mà nó sắc lại càng thêm ngon. Đức mời chú thím và các em ngồi xuống chọn hai loại bún này hay ăn cả hai vì mình ít có dịp trở lại đây ăn nữa. Nghe Đức nói có lý, vì cả món bún nước ở đây đều ngon và nổi tiếng thì cứ hai người ăn hai tô khác nhau và chia qua lại mỗi người một nửa. Như vậy, chỉ một bữa ăn trưa mà một người ăn được cả hai loại bún nước ngon mới là vui. Mọi người ngồi xuống xong, Đức nói hai bà chị bán bún, có lẽ bán cho chúng tôi là những người sau cùng, xin mang hết cá thịt tôm còn lại đun lại cho nóng, nước lèo cũng đun lại cho sôi, ăn mới ngon. Nếu thiếu rau giá xin cho người đi mua gấp, chúng tôi sẵn sàng ngồi chờ sẽ ăn bún của hai bà chị hết sạch sành sanh mới chịu về.

Nếu còn nhiều quá, chúng tôi cũng mua mảo luôn mang về có người cũng theo đạo bún, mê hai món bún ngon này. Hai bà bán bún, nghe khoái quá có người mua mảo hết thì hai bà không phải, bún bán không hết, đem về nhà. Trong lúc ngồi chờ đợi cá thịt hâm nóng, nước lèo đun sôi và có đủ rau giá, ớt hiểm đỏ nữa. Đức gọi xe bán nước dừa tươi gần đó, và nói, chặt một trái dừa cho hai ly, khi chúng tôi ăn bún xong cũng làm như vậy. Có nước dừa tươi giải khát mà ngồi chờ tô bún mắm nóng hôi hổi, thời gian lại qua mau. Nước dừa uống cạn ly, trên bàn có đầy đủ rau giá, ghém, ớt. Năm tô bún nước lèo mang ra trước đều có kèm theo một tô không cũng có muỗng đũa.

Lúc này cũng khá trưa gần mười hai giờ, không nghe ai nói gì hết vì bụng đói mà gặp món bún ngon nóng thơm hấp dẫn. Không lãng phí thì giờ, mọi người phải ăn nhanh, cứ im lặng mà ăn cho thoả thích, Bún mắm hay bún nước lèo cũng nêm mắm bò hóc (một loại mắm của người Khờ Me rất nặng mùi hơn cả mắm Việt) mà ăn chậm, nguội sẽ mất ngon, nhiều khi còn có mùi tanh của mắm, cá nữa. Vì vậy, muốn thưởng thức món ăn ngon món bún nước cho đúng điệu hay nói là người sành điệu trong cách thưởng thức món ăn. Các món ăn phải nóng hoặc thật nóng mới ngon, lại có món ăn lạnh hay đông lạnh mới hấp dẫn. Những người sành điệu ăn uống hay nói văn vẻ một chút là có tâm hồn ăn uống, thưởng thức ẩm thực phải có hiểu biết sâu sát về văn hoá ẩm thực của một dân tộc, một nước hay từng địa phương có những sắc thái, đặc thù khác nhau.

Chỉ mất thời gian một chút xíu chừng năm bảy phút mỗi người ăn nửa tô bún hết sạch, ai cũng tấm tắt khen ngon, cảm thấy chưa thấm chưa no. Đức nói chờ chừng năm phút nữa chúng ta sẽ thưởng thức tô thứ hai. Đức đưa thêm tiền nhờ bà bán bún cho người đi mua thịt quay cũng gần đó và yêu cầu xắt hơi nhỏ một chút. Đức muốn câu thêm giờ chờ đợi thêm lâu một chút ăn tô bún thứ hai mới ngon. Thịt quay mang về, Đức còn nhờ bà bán mắm cho một cái chảo hay cái nồi lên lửa đang cháy hừng hực nóng. Đức nói với bà bán bún, từ sáng đến bây giờ, thịt quay còn lại là thịt bán ế và sợ có dính bụi bặm hay ruồi bu, mình rang lại nếu có vi trùng trong đó nó cũng ngủm cù đeo hay lắc lư con tàu đi nó sẽ không đủ sức truyền bịnh. Mọi người cùng cười ồ và Thu Trang nhéo yêu một cái, Đức la oai oái. Thím Ba nói đúng là bác sĩ có khác ăn uống phải có vệ sinh mới tránh được bịnh vì bịnh do miệng mà vào và một vế nữa cũng là bài học thường thức răn đời "hoạ do miệng mà ra". Thu Trang và các em vỗ tay khen thím Ba hay giỏi quá mà tiếng tây thì nói rôm rốp ào ào lại như gió thổi mây bay. Đức buột miệng khen người yêu Thu Trang:

- Em của anh mới biết thím Ba có mấy ngày mà móc túi khôn của thím rồi, cũng biết nói có văn chương chữ nghĩa, thật bái phục bà thầy và đệ tử chân truyền Thu Trang. Mọi người cùng cười vui làm tăng thêm sự ngon miệng cho món bún mắm là món ruột của Đức và các bạn mỗi lần về Sóc Trăng, thường ra đây ăn sáng. Bây giờ lại ăn trưa mà bụng vẫn còn đói tha hồ mà thưởng thức. Một dĩa to thịt quay bốc khói và tô bún mắm thật nóng được xớt ra chia đôi. Mạnh ai nấy lo cho thêm rau giá hay ghém và đặc biệt là ớt hiểm cay bá cháy líu lưỡi, sưng môi luôn nếu ăn ớt quá nhiều. Cái khổ cũng là cái sung sướng nhứt của người ăn mắm nói chung mà không ăn được ớt - chết còn sướng hơn - nhiều tín đồ thích ăn ớt thường nói như vậy! Trong vòng chừng mười phút các tô bún mắm và dĩa thịt quay tăng cường cũng hết sạch. Thật đáng nể các cô cậu trai tráng thanh niên, thiếu nữ ăn khoẻ mà người ta thường ví von ăn mạnh như thế chẳng khác nào tằm ăn dâu. Mới thấy một nia lá dâu đầy, thoáng một cái các con tằm ăn lá dâu rào rào hết sạch sành sanh mới đáng nói. Gần chỗ bán bún cũng có một tiệm bán đồ nhà bếp, nồi niêu son chảo, tô, thố có nắp đủ hết, Đức nói với Thu Trang đến tiệm lựa mua cho đủ nồi hay thố đựng hết hai hai món bún còn lại mang về nhà. Đức còn đưa tiền bảo Thành rủ Giỏi, đi lại quày thịt quay mua chừng hai ký, nếu còn xương cũng mua hết đem về xào dưa cải chua hay hầm măng ăn ngon hết sẩy. Đức nói: Thành và Giỏi hai em đem ly nước dừa theo vừa uống vừa đi đến thớt bán thịt quay. Nếu chậm trể họ dẹp, đóng cửa mang hết thịt còn lại về nhà. Trong vòng mười phút tốp con gái và hai thằng con trai mua đủ hết mang lại bàn ăn. Đức trả tiền bún xong, mọi người lên xe về lại nhà. Nghỉ ngơi cũng được vài tiếng, Đức nhắc các bạn luân phiên đi tắm và thay quần áo đẹp đi dự tiệc tại nhà hàng sang trọng nhứt tại đây do ông Bí Thư Tỉnh Sóc Trăng khoản đãi chú thím Ba và chúng ta ăn theo.

Tối nay bà đầm Marie Curie lại gặp ông tây già Chasseloup học cùng thời với anh Hai, ông học toán, cao hơn chú Ba vài lớp cùng khối toán với nhau, thường xuyên gặp nhau. Bây giờ xin mời chú thím vào phòng này tắm xong, vừa nói, tay của Đức chỉ phòng tắm, chú thím tắm thoải mái rồi mới tới chúng cháu.

Ông Bí Thư mời sáu giờ chiều nhập tiệc, mình sửa soạn xong trước năm giờ mà hiện nay vừa đúng ba giờ, các em đã tắm lai rai từ hai giờ. Vì vậy chú thím cứ tự nhiên thoải mái mình còn dư nhiều thời giờ, không lo đi đến trể vì mình đi dự tiệc trể coi cũng không được lịch sự, cũng kỳ kỳ làm sao.

Hai ba xe gắn máy và hai chiếc hơi, rời nhà lúc hơn năm giờ một chút. Đến nhà hàng còn rất sớm, cả hai mươi người thả bộ quanh khu vực nhà hàng "thăm dân cho biết sự tình" có hai ba cái nhà hàng lớn đều do gốc người Hoa làm chủ và có một nhà hàng cũng khá sang trọng do chủ nhân là một người Hoa có chồng gốc Miên từng mở nhà hàng ở Thủ Đô Nam Vang–Pnom Penh. Người Việt chúng ta, gốc dân gian miệt vườn thường gọi những người không đồng chủng như người Hoa lấy người Miên hay người Miên lấy người Việt, nghĩa là vợ chồng không cùng một sắc dân, được gọi là đầu gà đít vịt. Đặc biệt có nhiều tỉnh Miền Tây như Sóc Trăng, Bạc Liêu là hai tỉnh có nhiều cư dân thuộc dạng đầu gà đít vịt vì có ba sắc dân: Việt, Miên và Hoa (gốc sanh trưởng ở huyện Triều Châu thuộc tỉnh Quảng Đông bên Tàu) sống hoà hợp thân thiện, không có tính kỳ thị. Họ lấy nhau búa xua nên có rất nhiều người dân lai không những hai dòng máu mà đến ba dòng máu. Ngoài hai tỉnh này, các tỉnh Cà Mau, Rạch Giá, Trà Vinh, Châu Đốc kể cả Cần Thơ, ba sắc dân Việt, Triều Châu, Miên cũng sống chung hoà bình thành vợ chồng. Tỉnh Châu Đốc, ngoài ba sắc dân Việt Hoa Miên còn có thêm sắc dân thứ tư là Chăm-Champa, người Châu Đốc thường gọi là người Chà Châu Giang (tên một xã của tỉnh Châu Đốc, trong bảy xã có nhiều cư dân gốc Chăm hay Chàm).

Đang đi, thấy từ xa bốn năm chiếc xe con nối đuôi nhau quẹo vào nhà hàng, Đức nói lớn, chúng ta trở lại nhà hàng đón chào ông bà Bí Thư và những vị tháp tùng theo ông bà. Mọi người vội vã đi nhanh trở lại nhà hàng, thấy phái đoàn của ông bà Bí Thư đứng chờ trước của nhà hàng vì ông Bí Thư, ngồi trên xe đã thấy trước phái đoàn Phú Yên rồi. Khi gặp ông Bí Thư Đức cúi đầu chào và chào tất cả mọi người, Đức giới thiệu ông tây bà đầm Phú Yên là chú thím ruột của Đức. Ông Bí Thư vừa vui cười vừa bật tiếng tây:

- Bonsoir madame, bonsoir monsieur – Chào bà, chào ông (buổi chiều). Ông tây bà đàm Phú Yên cũng đáp nhanh:

- Grand merci monsieur, bà đầm nói và ông tây tiếp: Merci beaucoup monsieur – Cám ơn-đa tạ rối rít rồi.

Thế là, mới tới cửa nhà hàng mà không khí trước buổi tiệc đã tạo được thật quá vui tưng bừng rồi. Hai phái đoàn khoảng ba mươi người ai cũng tươi cười hỉ hả. Ông Bí thư rất ga-lăng đưa tay chỉ vào cửa nhà hàng mời bà đầm đi trước kế có bà Bí Thư. Tiếp theo, ông Bí Thư rất thân mật nắm tay chú Ba Tín dẫn vào nhà hàng, phái đoàn Phú Yên nối tiếp và phái đoàn của ông Bí Thư sau cùng. Ông Bí Thư biết trước, chú Ba Tín cũng học khối toán gọi là khối math cùng khối với ông ở trường tây Chasseloup. Sau ông vài lớp nên ông tỏ rất thân thiện chân tình gặp lại người bạn đồng môn cũ. Vừa đi tay trong tay với ông Bí Thư, Chú Ba nói hồi xưa, em đã biết anh, lớp học của anh cùng dãy và các lớp toán có ba phòng học nên em thường gặp anh, anh còn nhớ em không? Còn em nhớ anh rất rõ và bây giờ, em đang sống lại thời xa xưa đó. Ông Bí Thư nghe chú Ba nói:

- Ông rất cảm kích, vòng tay qua ngang lưng chú Ba đưa vào bàn ăn. Ông Bí Thư mời chú thím Ba ngồi chung bàn với vợ chồng ông cùng với các đồng chí trong Ban Bí Thư Tỉnh, cũng đủ mười người. Còn hai bàn kia cũng kể như đủ hai mươi người, chỉ có một bàn tám người thôi. Ông Bí Thư nói lớn:

- Hôm nay, vợ chồng tôi mời chú thím Ba của bác sĩ Đức từ Phú Yên cùng với con cháu đến viếng thăm bạn đồng môn của tôi ở Bố Thảo là Ba Cường. Tôi rất cảm kích tấm lòng nhân ái của mọi người còn thương tưởng đến một người bịnh sắp xa rời chúng ta về thế giới khác. Hôm nay, anh chị Tín cùng các cháu cứ tự nhiên chung vui dự tiệc với vợ chồng và các đồng chí của tôi tại nhà hàng này tối nay. Các cháu cứ thoải mái, món ăn ngon hợp khẩu vị có quyền gọi thêm hay các cháu mang về nhà ăn tiếp. Các cháu đừng có mắc cở e ngại gì hết vì là chỗ tình nghĩa anh em với nhau giữa chú Ba và tôi cùng học một trường, cùng khối toán. Các cháu là cháu của chú thím Ba kể như là cháu của vợ chồng chúng tôi. Cả ba bàn đều vỗ tay tán thưởng.

Hôm qua, tôi còn được báo cáo là có một bà Việt Nam, diện bà ba, đầu búi củ hành củ tỏi, dáng dấp như nông dân mà nói tiếng tây thao thao bất tuyệt, như chim hót, như gió thổi mây bay, nghe quá đã. Bà con lối xóm gần đó đến nghe và khoái quá và nói:

- Trong đời họ chưa bao giờ nghe một người phụ nữ Việt nào nói tiếng Tây hay như thế. Tôi nghe tin này, làm tôi gợi nhớ lại năm xưa, lúc tôi đang học chuẩn bị thi tú tài một, tôi mê giọng nói một nữ sinh tây lai có giọng nói Paris làm tim tôi muốn ngừng đập để mà nghe cho đã. Giọng nói của nàng nó ngọt lịm làm sao chẳng khác nào nó ngọt như mía thơm rơm. Các cháu biết không:

- Tôi học trường tây, hiểu lịch sử địa lý nước Pháp còn rành hơn lịch sử nước Việt mình. Tôi mê thích văn chương Pháp, văn hoá phong tục tập quán của người Pháp văn minh. Tôi lại ghét cay ghét đắng, thù cái đám thực dân Pháp cai trị bất nhân dân tộc mình. Khi tôi đổ xong bằng tú tài hai toán, tôi thoát ly vào bưng kháng chiến cho đến tận bây giờ.

Tới đây, tôi mạn phép, tâm sự với các cháu đều thuộc giới có học, trí thức, thời vàng son của chúng ta là thời gian còn đi học, lại biết yêu nữa của tuổi hoa niên đầy mơ mộng có phải vậy không?

- Các em vỗ tay hoan nghênh lời nói thật chân tình của bậc trưởng thượng đi trước. Ông Bí Thư nói tiếp:

- Không biết những đàn em học kế tiếp như Bernard, Đức có đi ngang qua trường Marie Curie, có thấy ngoài cổng rào xa xa có một cây si to mọc đơn lẻ, đó là cây si tôi trồng hồi năm xưa đó. Cô đầm lai đã đốn ngã con tim tôi vì cô nói tiếng Tây như rót vào tai, tôi nghe đả quá mê mẩn yêu cô ta mà cô ta đâu có biết mới là ngộ và kỳ cục quá chừng. Cả ba bàn đều vô tay cười vui. Ông lại nói tiếp:

- Vì vậy, tôi nghe có bà đầm Marie Curie mà cả tỉnh Sóc Trăng hiện nay không còn một người nào hết. Nay lại có một bà đầm Marie Curie đột xuất đang có mặt ở Sóc Trăng. Thật tình tôi muốn có dịp nghe lại giọng đầm Marie Curie, tôi yêu cầu để bà đầm Marie Curie Phú Yên giới thiệu hết thành phần của phái đoàn Phú Yên có xen lẫn người gốc Bố Thảo và Cần Thơ nữa. Bác sĩ Bernard thông dịch lại tiếng Việt để cho bà con không hiểu tiếng Pháp biết bà đầm nói gì. Ông vừa ngồi xuống, cả ba bàn lại vỗ tay vui cười, ông Bí Thư mời mọi người nâng ly chúc mừng bình an cho nhau nhân buổi tiệc đặc biệt này.

Thấm giọng xong, bà đầm Marie Curie Phú Yên, đứng lên bật tiếng Pháp thánh thót như chim hót. Mà nhiều người nói tiếng tây như vậy rất đúng giọng đầm Paris. Vì nói tiếng Pháp phải là người gốc Paris nói mới chuẩn mực, cũng như giọng Việt gốc Bắc phải là giọng của xứ ngàn năm văn vật Hà Nội nói mới chuẩn mới ngọt lịm đáng yêu. Còn giọng ở miền núi, vùng biên giới, vùng sâu vùng xa của đất Bắc cũng có người nói đớt đát như con trâu trắng nằm trong bụi tre, thành con tâu tắng nằm tong bụi te. Và chúng ta thường bắt gặp dân quê miền Bắc, chữ l họ nói thành chữ n, như Lê Lai, Lê Lợi họ nói thành Nê Nai Nê Nợi... Ở miền Nam cũng vậy, giọng miền Nam chuẩn phải là giọng Sài Gòn, các tỉnh càng xa Sài Gòn lại cũng nói ngọng nghịu đớt đát như ở miền tây hồi xa xưa, nay cũng có nhiều tiến bộ (Rạch Giá, Cà Mau, Bạc Liêu, Sóc Trăng...): bắt con cá rô bỏ trong rổ nó nhảy rột rẹt trở thành: bắt con cá gô, bỏ chong gổ nó nhảy gột ghẹt. Chữ r nó thành chữ g hay tr thành ch. Còn cách nói của miền Trung chúng ta phải chào thua vì hình như mỗi tỉnh có giọng và cách nói khác nhau nặng chình chịch và quá nhanh hay nuốt chữ. Nhiều khi nghe mấy bà ở nhà quê của tỉnh Quảng Ngãi, Quảng Nam, Huế cho đến Quảng Trị, Quảng Bình Nghệ An Hà Tĩnh, mỗi nơi có giọng nói khác nhau và rất nặng không giống giọng miền Nam miền Bắc âm thanh thanh thoát nhẹ nhàng hơn. Nhiều người ở miền Nam hay miền Bắc, nếu lần đầu gặp người dân quê Miền Trung nói kể như là chúng ta nghe tiếng người nước ngoài, không hiểu gì nhiều. Không phải chỉ có nước Việt, các nước khác, vùng xa thành phố cũng có nhiều từ và cách phát âm, nói khác nhau mà hai người ở hai miền khác nhau cũng có nhiều từ không thông hiểu nhau. Cũng như nước Tàu, tỉnh Quảng Đông, như là một thí dụ điển hình, có quận, huyện Triều Châu. Nếu người dân ở Triều Châu mà đối thoại với người thuộc thành phố Quảng Đông, kể như hai người ngoại quốc nói chuyện với nhau, không ai hiểu một tí ti gì. Muốn hiểu nhau phải bút đàm. Vì vậy có trường hợp khá khôi hài, có một người Việt, một người Tiều (Triều Châu) và một người Tàu thứ hai sanh ở thành phố Quảng Đông. Hai người Tàu không thể nói chuyện với nhau mà phải qua thông dịch của người Việt vì người Việt biết cả tiếng Tiều và tiếng Quảng. Đó là vấn nạn của nước Tàu quá rộng, gần như mỗi tỉnh (so sánh với tiểu bang Hoa Kỳ) không phải có một thứ tiếng nói khác nhau mà họ có đến hàng chục tiếng nói ở các địa phương khác nhau dù cùng một sắc dân. Cái may của nước Tàu, họ có chung một chữ viết, nếu nói không hiểu nhau còn có thể chuyển đổi qua viết, bút đàm thì sẽ hiểu nhau liền. Để thống nhứt ngôn ngữ trong đàm thoại nên từ cuộc Cách Mạng Tân Hợi của Tàu (1911? Thời Tổng Thống Tôn Dật Tiên) với lệnh của trung ương (Bắc Kinh) bắt ép các tỉnh trên toàn quốc nói một thứ tiếng thống nhất, gọi là tiếng Bắc Kinh (quan thoại, phổ thông, quốc ngữ). Các vùng đất hải ngoài của nước Tàu, người Tàu thường sử dụng tiếng Quảng Đông trong giao tiếp, thương trường. Người gốc Quảng Đông lại đông nhất của giới Hoa kiều phiêu bạt làm ăn khắp nơi và rất thành công nên tiếng Quảng được sử dụng rộng rãi hơn cả tiếng quan thoại.

Người Hoa tại Mỹ, trong giao tiếp thương trường họ cũng thường nói tiếng Quảng hơn quan thoại. Đảo Đài Loan, từ lục địa Trung Hoa, quân Quốc Dân Đảng của Tổng Thống Tưởng Giới Thạch, từ năm 1949, bị quân cộng sản Tàu Mao Trạch Đông đánh bại và rượt quân Tưởng Tổng Thống chạy thoát ra đảo Đài Loan lánh nạn. Quân của Tưởng Tổng Tài mang tiếng phổ thông Bắc Kinh ra Đài Loan sử dụng nên lấn át hay nói cách khác là cưỡng bức tiếng Đài Loan thành một thổ âm, tiếng nói riêng của Đài Loan lần lần bị đồng hoá. Còn đảo Hồng Kông cũng là của nước Tàu, một thuộc địa còn gọi tô giới thuộc người Anh cai trị, ngoài nói tiếng Anh còn nói tiếng Quảng mà ít sử dụng tiếng "quốc ngữ" (phổ thông – quan thoại - tiếng Bắc Kinh) cũng là một nghịch lý.

Bữa ăn tối do do ông Bí Thư Tỉnh Uỷ Sóc Trăng khoản đãi rất vui từ lúc mới nhập tiệc và suốt bữa ăn rất sống động, không ngớt tiếng cười nói của mọi người. Ông Bí Thư lại biết con gái của ông cựu Bí Thư Phú Yên Hai Mạnh là ý trung nhân của bác sĩ Đức mà ông rất mến thương cũng như bác sĩ Bernard. Ông Bí Thư gọi Đức và Thu Trang đến gần, ông đứng lên bắt tay hai cháu và nói:

- Đến ngày đám cưới của hai cháu phải có hồng thiệp gởi đến chú thím sẽ thu xếp công việc ra Phú Yên tham dự và thăm ông anh Hai Mạnh. Chú rất cảm mến khi chú và anh Hai cùng dự họp ở trung ương. Đồng chí Hai Mạnh luôn có tư duy mới về cách tổ chức làm cho trung ương và các đồng chí Bí Thư các tỉnh thành toàn quốc phải chú ý lắng nghe và khen đồng chí Hai Mạnh đã trưởng thành trong chiến tranh nay lại trưởng thành khi đất nước đã thống nhất. Theo lẽ đồng chí Hai Mạnh đã là Uỷ Viên Trung Ương đảng rồi vì đồng chí bị bịnh nặng và phải xin từ nhiệm để chữa trị bịnh. Hai cháu về thưa:

- Hai cháu nói là đã gặp chú và nói hộ, chú kính lời thăm hỏi sức khoẻ đồng chí lão thành Hai Mạnh. Chú cũng đại diện bên nhà trai của cháu Bernard sẽ giúp cháu Bernard tổ chức đám cưới với cháu Tuyết Trinh thật chu đáo. Gia đình của Bernard từ Áo cũng có thể sẽ qua tham dự. Nay, chú mạn phép chuyển lời mời đến Ba Mẹ của cháu Thu Trang và gia đình của cháu Đức đến chung vui với gia đình Bernard, chỗ nghỉ ngơi và phương tiện đi lại chú sẽ lo hết cho gia đình Bernard, gia đình của hai cháu Đức-Thu Trang. Cả ba bàn tiệc đồng loạt vỗ tay hoan nghênh lời mời chân thành của ông Bí Thư. Bernard và Tuyết Trinh vội vàng đứng lên cám ông bà Bí Thư. Tuyết Trinh nói tiếng Việt trước và Bernard nói tiếng Pháp lại càng làm cho ông Bí Thư thêm vui. Kế tiếp chú thím Tín cũng có lời cám ơn ông Bí Thư mời hai gia đình cháu Đức và Thu Trang, chú nói tiếng Việt, thím bật tiếng Tây ào ào như gió thổi mây bay lại càng làm cho ông Bí thêm vui thích. Ông đứng lên bắt tay chú thím Tín và nói:

- Chúng tôi mời phái đoàn Sóc Trăng, Cần Thơ, Phú Yên và mời mọi người dùng bữa ăn sáng mai cũng tại đây.

Sau những chuyện trò qua lại, ông Bí Thư biết chú Ba Tín nay đã về định cư và lập nghiệp tại Cần Thơ. Ông lại càng vui và hứa với chú Tín khi nào có dịp về tỉnh Sóc Trăng đấu thầu xây cất, ông sẽ giúp trong khả năng của mình. Chú thím Tín cũng sẽ được Ban Bí Thư mời về giúp thông dịch khi có phái đoàn nước ngoài đến Sóc Trăng. Nếu là giới phụ nữ nhờ thím Tín giúp thì lại càng tuyệt vời làm các phụ nữ ngoại quốc thêm nể phục phụ nữ Việt Nam nói tiếng Pháp không thua kém các bà đầm của Paris. Mọi người lại vỗ tay hoan nghênh sự cởi mở chân tình của ông Bí Thư. Đến đây bữa ăn tối cũng chấm dứt trong sự chan hoà nhân ái vui tươi và đặc biệt chú thím Đức có thêm địa bàn giao tiếp kinh doanh.

Bernard nhận được tin gia đình thông báo, rất vui mừng biết Bernard còn sống, đã tốt nghiệp Y Khoa Bác Sĩ và sắp cưới vợ tại Sóc Trăng. Em gái của Bernard thường xuyên viết thơ cho anh mình cho biết mọi chuyện sinh hoạt của gia đình. Cha mẹ già trên bảy mươi về hưu không còn kinh doanh đi xa nhà như trước, cuộc sống của gia đình rất trầm lắng bình yên.

Em gái của Bernard nghe tin anh cưới vợ, cha mẹ bảo em tìm cách gởi tiền cho Bernard để có tiền lo lễ cưới cho chu toàn. Cha mẹ và em sẽ thu xếp mọi việc nhà để sang Việt Nam một tháng dự lễ cưới của anh Bernard theo phong tục tập quán của người Việt Nam. Em của Bernard cho biết:

- Cha mẹ của hai anh em rất vui mừng thường đi nhà thờ xin lễ tạ ơn Chúa và Đức Mẹ Maria. Hai ông bà còn khoe với Cha xứ và những người trong thân tộc và bạn hữu, không những con mình còn sống sau mười mấy năm không có tin tức. Ông bà tưởng con đã chết trong chiến tranh Việt Nam, nay lại khoẻ mạnh bình an. Mọi người góp vui chúc mừng ông bà khi biết tin con trai của ông bà còn sống mà còn làm vẻ vang cho gia tộc với bằng bác sĩ Y Khoa của Việt Nam.

Ông Bà bàn bạc với cô con gái là phải đi dự lễ cưới của Bernard và còn cho Bernard biết là hai vợ chồng cũng sẽ về Áo làm lễ cưới tại nhà thờ của họ đạo địa phương. Ba má sẽ có xin lễ Tạ ơn Chúa Kytô và Đức Mẹ Maria đã chở che cho con. Ông bà sẽ có tiệc đãi bà con và bạn bè tại nhà thờ sau Thánh lễ của một chúa nhựt nào đó khi vợ chồng Bernard về đến Áo.

Gia đình Bernard ở Áo, thu xếp, có kế hoạch đi Việt Nam và tổ chức lễ cưới cho Bernard tại quê nhà, mọi thứ đã hoàn tất, hai ông bà rất hân hoan phấn khởi, nhắc nhở con gái xin visa đi Việt Nam càng sớm càng tốt. Bernard cho biết làm lễ cưới tại Sóc Trăng Việt Nam trong vòng tháng tới. Có visa mới mua được vé máy bay, thời gian quá ngắn, ông bà và con gái dự tính sang Việt Nam phải đến trước ngày cưới của Bernard ít nhứt một tuần lễ. Còn lại ba tuần, cả gia đình bốn người nay thêm có cô dâu là năm người, sẽ đưa vợ chồng mới cưới đi hưởng tuần trăng mật nhiều danh lam thắng cảnh ở Việt Nam, từ Nam ra Bắc và trở lại Sóc Trăng trước vài ngày lên Sài Gòn và đi về lại nước Áo.

Cha mẹ của Bernard là một thương gia thành công, dù nay về hưu nhiều năm mà khối tài sản của ông bà có thể tính bằng số triệu Euro, ông bà có một ngôi biệt thự to ở bờ sông lớn, cách ngôi biệt thự đang ở chừng một trăm cây số. Ông bà sẽ để lại di chúc cho hai con khi ông bà qua đời, con gái ở ngôi nhà hiện tại và ngôi biệt thự nghỉ mát ở gần sông dành cho Bernard, giá trị ngôi biệt thự này cao hơn nhiều so với ngôi biệt thự đang ở. Những tài sản còn rải rác trên nhiều nước ngoài Áo, hiện kim ông còn gởi trong ngân hàng cũng được mấy triệu Euro, cũng chia cho Bernard nhiều hơn em gái. Ông bà lý luận, con gái có chồng còn có tài sản của chồng cộng lại. Hơn nữa Bernard lưu lạc xa nhà kể như là chết hay mất tích với biết bao gian khổ khốn cùng. Nay cho con hưởng những vật chất sang giàu mà ông bà cả đời chỉ lo kinh doanh, có rất ít thời giờ hưởng thụ mà mục đích chính là để lại tài sản cho hai con. Cô con gái đã tốt nghiệp đại học, lại còn đi học tiếp cao học về bang giao quốc tế. Cô đã xin đi làm việc ở Bộ Ngoại Giao Áo được hơn năm và cũng có hùn hạp làm ăn cùng bạn bè, có sinh ra lời nên cũng có để dành một số tiền khá lớn trên bốn trăm ngàn Euro.

Nay, nghe cha mẹ nói cho anh hai mười ngàn tổ chức đám cưới ở Việt Nam, cô em Caroline nói với cha mẹ, cô xin đóng góp thêm mười ngàn Euro nữa. Cô nói:

- Di chúc tài sản, cha mẹ cứ chia cho anh Bernard nhiều gấp đôi hơn con, con rất vui vì đó là cha mẹ và con rất thương mến anh Bernard đã trải qua nhiền trầm luân đau khổ. Tưởng anh chết mà nay còn sống thì gia đình còn gì hạnh phúc cho bằng! Caroline còn nói:

- Khi anh Bernard đưa vợ anh về Áo, gia đình mình đứng ra tổ chức lễ cưới ở nhà thờ. Con xin phép Ba Má cho con tổ chức thêm tiệc ăn mừng anh Bernard khoẻ mạnh mà còn học giỏi làm vẻ vang cho dòng họ. Tiệc mừng đó tổ chức tại nhà, con nhờ bạn bè của con tiếp sức lo với con vì mình sẽ mời hết cả làng này và bà con bạn bè ở xa về chung vui nữa. Ba Má Caroline đã có tính toán trước, nay nghe con gái còn dự kiến tổ chức to lớn hoành tráng hơn, hai ông bà vô cùng hoan nghênh.

Trong lúc chờ đợi có Passport mới, cô con gái dẫn cha mẹ đến tiệm may nổi tiếng của thành phố, đo cắt may mỗi người ba bốn bộ toàn vải thượng hảo hạng. Cô con gái còn lựa cho Bố mấy chiếc nơ và cà vạt mới, mua cho mẹ thêm giày, mấy cái khăn quàng cổ màu sắc hài hoà bắt mắt cũng như mua thêm túi xách hàng hiệu đắt tiền. Kể như trong đời ông bà lần đầu tiên mua sắm nhiều thứ một lúc, quần áo, đồ dùng mà ông bà không đắn đo, sợ tốn kém gì hết. Con trai yêu thương của ông bà còn sống nếu ông bà phải bỏ ra hết tài sản để đổi lấy con, ông bà cũng không ngần ngại. Ông bà tâm sự với bà con họ hàng, đời ông bà về hưu cho đến nay là lúc ông bà cảm thấy hạnh phúc nhứt trần đời.

Trong lúc chánh thể dân chủ miền Nam Việt Nam đang hấp hối, ông bà và cô con gái vội vã lên máy bay Air France của Pháp cũng là chuyến cuối cùng rời khỏi Thủ đô Sài Gòn. Trong lúc đó Bernard đang đi về Miền Tây tìm một ông anh là đồng môn đang đau nặng, lớn hơn Bernard gần mười tuổi. Anh ấy là thần tượng của biết bao học sinh dân tây chính gốc vẫn mê anh vì anh quá giỏi, một học sinh xuất sắc nhứt của trường Chasseloup Laubat qua nhiều thế hệ. Đến các giáo sư dạy anh cũng phải nễ phục sự thông minh và chăm chỉ dễ thương của anh. Đặc biệt, anh lại là cậu ấm sống trong nhung lụa, cha mẹ cực kỳ giàu có và quyền thế. Dù sống trong nôi của một gia đình đại gia bao nhiêu đời của cha lẫn mẹ mà anh không bê tha lêu lỏng chơi bời trác táng bỏ bê chuyện học hành như nhiều con cái của các đại gia khác. Nhưng, đến khi ra đời lại vướng vào hố truy lạc...

Hai ông bà suy nghĩ đến tình trạng người anh đồng môn của Bernard mà con mình kính yêu làm cho ông cũng mến thương người này. Ông bà tự hứa với lòng, nhân chuyến đi Việt Nam cả tháng, sau đám cưới con trai, ông bà sẽ nhờ con tìm cách đưa ông bà đến thăm viếng anh bạn đồng môn thần tượng của con trai mình.

Ông bà đâu có ngờ, chuyện khó tin mà có thật, người anh thần tượng đó chính là đại ân nhân của Bernard đã bảo trợ tiền bạc cho Bernard trong lúc đi học. Anh luôn khuyến khích Bernard cố gắng không bỏ cuộc, tiếp tục học cho đến ngày thành tài, ra giúp đời, giúp xã hội đang cần người có tinh thần phục vụ cho tha nhân. Cả hai người của hai thế hệ cách nhau mười năm mà có cùng chí hướng, hai tâm hồn lớn gặp nhau, Bernard được ông anh kết nghĩa hết lòng giúp đỡ, anh còn hứa ngày Bernard làm lễ cưới anh sẽ tặng cho vợ chồng Bernard một chiếc xe hơi mới.

Khi Bernard đã chọn ngày cưới theo sự thúc hối của ông anh kết nghĩa vì anh sợ chết trước ngày em mình cưới vợ thì quá hối tiếc vì anh muốn em kết nghĩa của mình đã hoàn tất tiểu đăng khoa có bằng Y Khoa Bác Sĩ và phải tiến nhanh đến đại đăng khoa có gia đình hạnh phúc. Sau khi chung vui trong lễ cưới với em kết nghĩa Bernard, anh có nhắm mắt lìa đời anh cũng không có gì phải nuối tiếc ân hận, anh đã được toại nguyện. Anh thực sự thương yêu Bernard vì em là một người ngoại quốc mà lại có sự ưu ái đặc biệt kính mến anh tìm thăm anh khi anh đang đau nặng phải xa Sài Gòn về quê lên núi an dưỡng và chờ ngày chết.

Trong lúc đó Ba Mẹ Bernard và cô em gái đứng ngồi không yên vì sắp đến ngày lên máy bay về lại quê nhà mà không thấy Bernard trở lại Sài Gòn. Cả gia đình phải chịu nhiều buồn tủi đau khổ để Bernard ở lại Việt Nam.

Sau một tuần chờ đợi, cả gia đình có Passport mới và visa nhập cảnh Việt Nam. Caroline liên lạc với anh mình hỏi lại ngày nào làm đám cưới, lại biết thời gian quá cận kề chỉ còn hơn ba tuần nữa thôi. Bernard cho em gái biết, chuyện anh phải làm đám cưới gấp rút như vậy, có lý do bất khả kháng. Bernard hứa khi em gái và Ba Má qua đến Sóc Trăng, anh sẽ kể lại cho gia đình biết trường họp nào mà anh phải lo tổ chức đám cưới càng sớm càng tốt.

Biết chắc cha mẹ mình qua Việt Nam làm chủ lễ họ nhà trai và có cô em gái cùng đi nữa. Bernard quá đổi vui mừng thông báo với mọi người và đặc biệt là trình báo với ông Bí Thư Tỉnh Sóc Trăng là gia đình từ Áo sang. Em gái của Bernard đang phục vụ tại Bộ Ngoại Giao Áo. Ông Tổng Lãnh Sự Áo tại Sài Gòn là chỗ quen biết thân vì con gái của ông bà Tổng Lãnh Sự là bạn học cùng lớp rất thân nên Caroline cũng có mời ông bà Tổng Lãnh Sự cùng vài viên chức trong lãnh sự quán xuống Sóc Trăng dự lễ cưới. Ông bà Tổng Lãnh Sự hứa sẽ tham dự và ở lại đến trưa hôm sau, chủ nhựt, về lại Sài Gòn. Ông Tổng Lãnh Sự cũng cho Caroline biết ông bà có nhiều điều muốn gặp Ba Má Bernard chuyện trò cho vui.

Ông Bí Thư được Bernard trình mọi việc, ông hứa cho phép Bernard sử dụng nhà khách sang trọng của Ban Bí Thư tỉnh suốt một tuần, Nhà khách có đầy đủ tiện nghi có cả hồ bơi nữa và có sáu phòng ngủ, nhà ăn, phòng khách rất rộng thoáng mát, sắp xếp cho ai ở phòng nào là tuỳ ý kiến của Bernard.

Ông Bí Thư còn nói trước, sáng hôm sau, ông mời đại gia đình của Bernard bên nhà trai, nhà gái cũng như ông bà Tổng Lãnh Sự ăn sáng tại nhà khách. Ông dự trù có khoảng bốn mươi người tham dự có cả Uỷ Ban Nhân Dân Tỉnh tham dự nữa. Ông bà Tổng Lãnh Sự Áo và Gia đình Bernard từ Áo đến Sóc Trăng, đánh dấu lần đầu tiên Ban Bí Thư Tỉnh hân hạnh tiếp đón một phái đoàn có nhiều người nước ngoài đến ở tại nhà khách của tỉnh. Ông Bí Thư còn nhắc chương lễ cưới Bernard phải nói trước cho ông Tổng Lãnh Sự biết, ông có lên phát biểu cũng như Ba của Bernard. Chương trình dự trù:

- Ông Bí Thư với tư cách là người bảo trợ tiệc cưới, ông nói vài lời mở đầu bằng tiếng Việt và tiếng Pháp, Bernard dịch tóm tắt tiếng Áo. Kế tiếp lần lượt, đại diện nhà trai, Ba của Bernard và đại diện nhà gái là bác sĩ Trung, quyền huynh thế phụ – Ông Tổng Lãnh Sự - ông cựu Bí Thư Phú Yên, Ba của bác sĩ Minh Tâm ở Cần Thơ, ông Khoa Trưởng Trường Y Cần Thơ. Chú hoặc thím của Đức lên phát biểu chúc mừng tiệc cưới cùng chúc bình an cho nhau.

Sau cùng hai cháu Bernard và Tuyết Trinh lên chào mừng hai họ và cám ơn quan khách, cháu nói bằng tiếng Áo trước, kế là tiếng Việt còn Tuyết Trinh có thể nói vài câu tiếng Pháp và tiếng Anh chào mừng và cám ơn.

Tiếp nối, cháu xướng danh những ân nhân đã hết lòng trợ giúp như anh chị Hai tức là anh Ba Cường kết nghĩa với Bernard tặng cho đôi vợ chồng mới cưới một chiếc xe Van mua từ bên Nhật. Ba Mẹ Bernard tặng cho con hai mươi ngàn Euro, em gái Caroline kính tặng anh chị mười ngàn Euro, còn ai tặng gì mà Bernard biết cũng nên xướng danh luôn. Những quan khách và bà con tặng tiền trong phong bì hay tặng quà, Bernard cũng lựa lời nói cám ơn chung.

Vợ chồng Bernard nên nói ba hoặc bốn thứ tiếng: Áo, Việt, Anh, Pháp, chứng tỏ đây là một đám cưới quốc tế mà lại theo truyền thống Việt Nam. Nếu Bernard mặc được áo dài và đội khăn đóng cùng vợ mặc áo cưới lại càng tuyệt vời. Đến giờ nhập tiệc, hai vợ chồng Bernard có thể thay đồ khác cho gọn gàng hơn. Đây là ý kiến của Bác tuỳ cháu thu xếp cho gọn, miễn sao hai cháu tươi vui hưởng trọn vẹn hạnh phúc ngày cưới là bác cảm thấy vui mừng rồi đó. Còn làm MC nhờ vợ chồng Đức, vợ nói tiếng Việt, Đức nói tiếng Pháp, Anh.

Ông Bí Thư rất chu đáo, bảo Bernard về soạn thảo chương trình nhờ chú thím Ba Tín góp ý và đem đến cho Bác xem lại coi có gì thêm bớt không vì đây là một đám cưới quốc tế cũng là một tiệc cưới lịch sử có nhiều người nước ngoài tham dự tại tỉnh nhà Sóc Trăng. Ông Bí Thư cũng cho Bernard biết:

- Sở Nhà Đất của tỉnh đã gấp rút làm thủ tục bán đấu giá cho Bernard và Tuyết Trinh một ngôi nhà vắng chủ cũng khá lâu. Chủ cũ đã vượt biên, một ngôi khá rộng lớn của đại gia người Hoa mà vợ chồng của Bernard cả hai đều phục vụ cho xã hội của nước Việt Nam Xã Hội Chủ Nghĩa rất xứng đáng thụ hưởng. Đặc biệt Bernard đã từng giúp Ban Bí Thư và Uỷ Ban Nhân Dân Tỉnh Sóc Trăng về thông phiên dịch các tài liệu tiếng nước ngoài quan trọng cũng như hướng dẫn và thông dịch các cuộc tiếp xúc của người nước ngoài với nhiều cơ quan công quyền tỉnh. Chỉ bằng thành quả của sự phục vụ của hai vợ chồng Bernard và Tuyết Trinh cũng đủ tiêu chuẩn để được cấp nhà bằng cách Sở Nhà Đất bán hoá giá càng sớm càng tốt để Bernard có nhà tiếp gia đình từ bên nước Áo sang.

Bernard hiểu lòng tốt của ông Bí Thư và Uỷ Ban Nhân Dân Tỉnh đã có nhiều cảm tình với Bernard từ hồi lúc Bernard còn khố rách, áo ôm có cuộc cuộc sống nghèo khổ khi Bernard lưu lạc đến tỉnh Sóc Trăng bị nghi ngờ là người Mỹ là nhân viên tình báo CIA cài lại sau ngày 30.4.1975. Bernard bị bắt bị nhốt tù. Dù biết cha mẹ Bernard đã về nước trước ngày giải phóng, nhưng bài học vỡ lòng "giết lầm hơn tha lầm" của công an luôn ghi nhớ. Sau khi công an tỉnh điều tra cẩn thận có đủ bằng chứng giấy tờ Bernard đang học Y Khoa ở Sài Gòn. Nhưng, Bernard cũng phải qua một thời gian quản chế, chánh quyền theo dõi ở địa phương rồi sẽ được giải quyết sau.

May mắn lại đến Bernard xin được việc làm tại Sở Xây Dựng và cấp cho Bernard một căn phòng nhỏ như là nhà của quản gia trông nom giữ gìn vật dụng xây dựng tại công trường. Nhờ vậy mà Bernard có chỗ ở, có tiền lương hàng tháng nên cuộc sống xa cách gia đình cũng tạm ổn. Có nhiều thì giờ rồi rảnh, Bernard có xin phép về Sài Gòn đến Đại Học Y Khoa xin bản sao hồ sơ và xin mua hết tài liệu Y khoa mà Bernard đã học hết ba năm. Bernard mang về Sóc Trăng nghiền ngẫm đọc và học lại như là một cách giải trí giết thì giờ nhàn rỗi.

Ông Bí Thư biết rõ hoàn cảnh đáng thương của Bernard vì thương mến ông anh người Việt kết nghĩa mà bị kẹt lại ở Việt Nam trong khi cha mẹ và em gái rời Sài Gòn về lại nước Áo trước giải phóng chỉ có mấy ngày. Một điều đáng quý nữa là Bernard có ý chí muốn tiếp tục việc học cho đến nơi đến chốn để giúp đời giúp xã hội. Đây cũng là một tấm gương tốt tính hiếu học cho con cán bộ bắt chước noi theo. Bây giờ, Bernard lại được về tỉnh Sóc Trăng phục vụ ngành Y sau khi tốt nghiệp bằng Bác Sĩ Y Khoa do trường Đại Học Y Khoa Cần Thơ cấp.

Vợ của Bernard là người sanh trưởng ở Sóc Trăng cũng là một giáo sư tốt nghiệp bằng Sư Phạm đầu tiên của trường Đại Học Sư Phạm Cần Thơ, sau ngày giải phóng. Dù được trường Đại Học Sư Phạm muốn giữ lại xung vào ban giảng huấn của trường vì Tuyết Trinh đậu Thủ Khoa khoá học đầu tiên của trường. Ông Bí Thư rất ngưỡng mộ Tuyết Trinh có tinh thần yêu quê xưa, yêu trường học cũ. Tuyết Trinh xin về dạy tại trường học cũ Hoàng Diệu ở Sóc Trăng. Đối với trường Đại học Sư Phạm, Tuyết Trinh phải lựa lời khôn khéo bằng cách hứa sau khi có gia đình, có thêm kinh nghiệm giảng huấn, Tuyết Trinh sẽ nộp đơn xin về phục ở trường đại học. Cô còn nói có phục vụ trong môi trường giáo dục tốt của trường Đại Học Sư Phạm Cần Thơ, cô còn học hỏi thêm nhiều... Trong đơn cô viết như vậy làm vị Khoa Trưởng và Ban Giảng Huấn của trường cũng có thiện cảm nên để cho Tuyết Trinh về Sóc Trăng. Thực ra nhà trường có quyền giữ cô lại để bổ sung cho Ban Giảng Huấn đang còn thiếu nhiều giáo sư. Cô sợ bị giữ lại trường không được về dạy ở Sóc Trăng mà chồng cô chắc chắn là phải về phục vụ ngành Y của tỉnh Sóc Trăng, không thể hai vợ chồng mới cưới mà một người phục vụ ở Sóc Trăng, một người ở Cần Thơ.

Sau khi ông Bí Thư cho Bernard biết là tỉnh đang tìm nhà có thể bán hoá giá cho vợ chồng Bernard để chuẩn bị làm lễ cưới và đón cha mẹ và em gái từ nước Áo sang tham dự.

Bốn ngày sau đó, Bernard nhận được thư mời tới Sở Nhà Đất về việc xem nhà tỉnh bán hoá giá một ngôi biệt thự ở gần bệnh viện, nơi phục vụ của Bernard. Hai vợ chồng vội vã đến Sở Nhà Đất, được ông Giám Đốc mời ngồi:

- Ông nói về lai lịch của ngôi nhà do một người là sở hữu chủ thuộc diện tư sản mại bản phải đi vùng kinh tế mới. Cả gia đình người Hoa này chưa thi hành lệnh, họ đã móc nối đường đi vượt biên nên tỉnh đã niêm phong nhà này cũng khá lâu. Nay theo lệnh của cấp trên làm thủ tục bán hoá giá cho bác sĩ Bernard và và cô giáo Tuyết Trinh.

Đây quả là một tin vui lớn đối với Bernard vì Bernard từng lang thang rày đây mai đó nhiều năm không nhà, vô gia cư (homeless), nay lại có nhà cửa đàng hoàng. Không phải là một căn hộ của một công nhân viên bình thường mà là một ngôi biệt sang trọng đứng vào hàng top của thành phố Sóc Trăng thời đó. Ông Giám Đốc đưa chìa khoá và cho địa chỉ để hai vợ chồng đi đến đó cứ tự nhiên mở cổng và mở cửa nhà vào xem bên trong và sân sau. Xem xong, hai ông bà có đồng ý hay không cho tôi biết ý kiến. Nếu đồng ý thì trở lại văn phòng làm thủ tục cần thiết ký ngay giấy tờ mua nhà hoá giá của tỉnh bán lại cho công nhân viên nhà nước. Ông Giám Đốc còn nói:

- Chính ông Bí Thư tỉnh có gọi điện cho biết, hai ông bà sắp làm đám cưới nên có nhà càng sớm càng tốt. Hai ông bà còn phải sửa sang đôi chút trước khi về ở. Bernard nói lời cám ơn ông Giám Đốc và xin ông Giám Đốc giúp chuyển lời đa tạ của hai vợ chồng Bernard với ông Bí Thư và Uỷ Ban Nhân Dân Tỉnh.

Bernard vừa nói xong, Tuyết Trinh tươi cười đứng lên cám ơn ông Giám Đốc và cô nói tiếp:

- Ông bà Giám Đốc có một cháu gái đang học lớp mười một, tôi đang dạy em, em rất xinh đẹp mà lại học giỏi nhứt nhì trong lớp nữa. Tuyết Trinh luôn nhớ câu nói như là khuôn vàng thước ngọc của Tôn Tử: "chinh tâm vi thượng sách". Chúng tôi xin chúc mừng ông bà có con ngoan đẹp và học giỏi nữa. Xin xem chúng tôi như người thân trong gia đình, tôi sẽ hướng dẫn giúp em thi vào đại học năm tới. - Ông Giám Đốc quá cảm kích lời cô giáo Tuyết Trinh và cũng cám ơn hai ông bà bác sĩ. Tuyết Trinh vội mở bóp ra trao Thiệp Mời dự tiệc cưới tại nhà hàng. Cô còn nói tiếp:

- Khi chúng tôi có nhà mới, ông bà Giám Đốc cho phép em học trò của tôi đến nhà tôi chơi và em muốn hỏi gì tôi biết tôi sẽ giúp em, nhứt là ngoại ngữ. Em còn là học sinh giỏi môn văn mà cũng giỏi môn ngoại ngữ nữa. Chúng tôi sẽ luyện giọng giúp em phát âm đúng. Ông Giám Đốc vội bắt tay Tuyết Trinh thêm lần nữa nói lời cám ơn. Ông thành thật nói với hai vợ chồng Tuyết Trinh:

- Hai ông bà muốn sửa chửa gì cứ ghi nhu cầu vào một tờ giấy gởi cho tôi. Còn ngay bây giờ, tôi sẽ cho nhân viên đến làm vệ sinh toàn bộ trong ngoài nhà và sơn lại cho đẹp, ông bà muốn sơn màu gì cho nhân viên tôi biết, sẽ làm như là một công ốc của tỉnh. Ông bà khỏi phải lo tiền bạc gì cả, có quỹ công ốc đài thọ và tôi ra lệnh là phải sửa sang làm mới lại trong một tuần thôi.

Ông bà còn phải mua sắm thêm vật dụng cần thiết dù nhà này kể như toàn bộ trong nhà toàn là đồ dùng thượng hảo hạng vì họ là đại gia. Vật dụng trong nhà để lâu bụi bặm bám đầy trông cũ xấu, mình lau chùi đánh bóng lại, chắc chắn trở thành như đồ mới mua. Bernard cúi đầu và tự đáy lòng nói lời cám ơn chân tình và xin phép ông bà Giám Đốc cho vợ chồng Bernard gọi là anh chị, còn ông bà gọi chúng tôi, là em cho thêm thân tình.

Chỉ một lần gặp ông Giám Đốc Sở Nhà Đất mà vợ chồng Bernard giải quyết chuyện nhà cửa quá chóng vánh. Từ nội thất đến ngoài nhà trước sau còn sửa sang tân trang như mới chẳng có tốn kém gì hết.

Hơn nữa, Sở Nhà Đất ra lệnh cấp dưới phải làm xong trong một tuần, một kỷ lục tân trang nhà ở hay công ốc rất đáng nể.

Hai vợ chồng Bernard quá vui mừng vội gọi báo cho vợ chồng Trung biết:

- Vụ xin nhà cửa đã được ông Bí Thư và ông Giám Đốc Sở Nhà Đất đã hết lòng giúp đỡ kể như mọi thủ tục cần thiết đều xong, rất tốt, chỉ còn chờ ngày tân trang xong là có thể dọn về nhà mới ở ngay. Trong nhà mọi vật dụng, cái gì cũng còn tốt chỉ phải làm vệ sinh, thay nệm mới, phun thuốc sát trùng, rửa hoặc lau chùi cho sạch vì nhà vắng chủ lâu ngày. Còn các đồ dùng cần thiết khác, khi nào mình về ở có nhu cầu sẽ mua sắm sau.

Vợ chồng Trung biết rõ việc Bernard -Tuyết Trinh có nhà mới, xe mới trước khi làm lễ cưới, hai em giải quyết hai vấn đề quan trọng của cuộc sống lứa đôi. Minh Tâm gọi điện cho Tuyết Trinh:

- Cô Ba đã có nhà mới trước lễ cưới trong một tháng, không phải là ngôi nhà tầm thường mà là một ngôi biệt thự sang trọng được tân trang như ngôi biệt thự mới trước khi về ở, quả là hạnh phúc tuyệt vời. Chị nghĩ chắc gia đình mình có vong linh hay hương hồn Ba luôn theo phù hộ nên cô dượng Ba gặp may mắn quá lớn lao, chúng ta không bao giờ nghĩ đến. Nên duy tâm một chút, khi cô dượng về nhà mới nên làm một bữa cơm cúng Ba và ông bà mình. Khi chị và anh Trung có nhà mới cũng làm mâm cơm cúng Ba và ông bà nữa.

Chị là con duy nhứt của một người cha cộng sản vô thần mà chị lại luôn nghĩ đến cúng kiến ông bà hay cha chồng đã mất khá lâu rồi vì đó hiếu hạnh của một người Việt Nam bình thường có giáo dục truyền thống dân tộc. Tuyết Trinh cám ơn chị ba có lời nhắc nhở:

- Em còn nguyện có nhà cửa riêng, em cũng làm một bàn thờ Ba để có dịp Mẹ đến chơi cũng làm cho Mẹ thêm vui lòng và còn sống lâu với con cháu.

Còn vụ mua chiếc xe Van cũng trải qua nhiều sự vận động của Bernard với Toà Tổng Lãnh Sự Áo ở Sài Gòn, xe mua tại nước Nhật sản xuất, giá gốc và hảng bán xe giúp gởi sang Việt Nam theo đường ngoại giao giảm rất nhiều chi phí. Thuế quan của Việt Nam tính vào chiếc xe, nhiều khi đội giá xe lên bán ra thị trường gấp đôi giá gốc. Bernard hiểu và biết rõ, giá xe bao nhiêu, mắc rẽ gì anh Ba Cường cũng mua tặng cho đứa em kết nghĩa theo lời anh hứa lúc Bernard còn quá hàn vi, chưa học thành tài như ngày hôm nay.

Dù là tiền của ông anh cho, Bernard cũng phải tiết kiệm tối đa chứng tỏ mình là một người trí thức lương thiện, không để ông anh kết nghĩa của mình tốn tiền thêm nhiều mà chính bản thân mình phải cố gắng làm số tiền mua xe càng thấp càng tốt. Nếu mua xe tại Việt Nam có đầy đủ thuế quan của xe tư nhân, giá sẽ đội lên đủ mua thêm chiếc thứ hai, cách biệt khá xa theo chế độ mua xe của ngoại giao đoàn. Vợ chồng Ba Cường hiểu rõ thâm ý của Bernard lại càng mến yêu em mình càng nhiều thêm. Ba Cường cũng đã hứa với Đức cùng lúc với Bernard là hai em cố gắng học thành tài để giúp đời khi có lễ cưới, mỗi đứa anh tặng một chiếc xe mới.

Nhân tặng xe mới cho vợ chồng Bernard, khi Đức và Thu Trang từ Phú Yên về thăm, anh biết còn hơn một năm nữa Đức mới làm lễ cưới, anh có nói với Đức:

- Bernard làm lễ cưới trong tháng tới, còn Đức phải sau mùa hè năm tới mới làm lễ cưới, lúc bấy giờ anh không còn trên thế gian này nữa. Nhân mua xe cho Bernard, nay mua luôn cho Đức và Thu Trang vì anh đã hứa với hai em Đức và Bernard anh phải giữ lời. Cả hai em Đức và Thu Trang nghe anh kết nghĩa nói như lời trối trăn, hai em vô cùng xúc cảm:

- Cả hai ôm chầm ông anh mình mà nước mắt Thu Trang tuông rơi. Mai Hạnh đứng kế bên cũng khóc theo Thu Trang. Đây quả là môt cảnh tượng hiếm thấy, những con người tốt, tâm hồn lớn gặp nhau. Thu Trang nghẹn ngào nói lời cám anh chị Hai:

- Trường hợp Bernard và Tuyết Trinh, ngay bây giờ làm sao có đủ tiền mua xe làm phương tiện đi lại trong lễ cưới. Chúng em còn hơn một năm nữa, hai em có thời gian chuẩn bị, có thể mua được xe. Đức tiếp lời Thu Trang:

- Chúng em rất cám ơn anh chị Hai. Ơn của anh chị sánh như non cao, chúng em không bao giờ quên ơn anh chị. Còn chuyện anh chị cho em tiền để mua xe như Bernard và Tuyết Trinh mà ngày cưới còn xa, hơn một năm nữa, thật chưa cần, xin lỗi anh chị hai, chúng em không dám nhận. Anh Hai nói:

- Anh chị cám ơn hai em đã có những lời nói thành thật và nhứt là em Thu Trang theo Đức đi về tới đây thăm anh chị, cũng là một nghĩa cử tốt đẹp, anh chị rất trân trọng hai em. Khi hai em trở lại Phú Yên, nói giúp anh chị kính chúc sức khoẻ Ba má Thu Trang và có lời mời hai ông bà nếu cùng hai em dự lễ cưới Bernard xin mời đến tệ xá anh chị đàm đạo uống trà.

Thời gian thấm thoát thoi đưa, ngày đám cưới của Bernard-Tuyết Trinh, chỉ còn chưa đầy một tuần nữa, nhà cửa của gia đình Tuyết Trinh cũng đã tân trang hoàn tất, có xây thêm phòng ngủ, đường đi thông thương hai nhà nới ra thêm rộng và lót lại gạch bông rất bắt mắt và nhà của vợ chồng anh chị Hai cũng sửa sang đôi chút. Mai Hạnh nhờ người đến giúp trồng thêm bông hoa và làm vệ sinh toàn bộ vườn cây kiểng và cây ăn trái cũng như xây thêm một chỗ chuyên dùng nấu nướng lộ thiên, tránh gây hoả hoạn.

Em Hiếu còn mua thêm mấy thước củi để đêm tối anh em có thể vui chơi đốt lửa trại ca hát và ăn nhậu nữa. Mọi việc bếp núc, lo nấu ăn, Mai Hạnh đều chuẩn bị đầy đủ như mua bò, heo gởi lại chủ khi nào làm thịt thì cũng nhờ chủ bán xẻ thịt giúp. Còn tại vườn sau nhà, Mai Hạnh mua gà vịt nhốt riêng hai chuồng, có nguyên liệu sẵn lúc nào cần dùng thì có liền vì đám cưới Tuyết Trinh bà con ở xa cũng về khá đông cần thêm chỗ ngủ. Mai Hạnh cũng có căn thêm lều bạt có lưới chống muỗi ở phía sau nhà và cũng có đủ chỗ tắm rữa và vệ sinh... Tất cả mọi thứ, Mai Hạnh chuẩn bị trước rất chu đáo. Hai em Minh Tâm và Tuyết Trinh thấy chị Hai mình có đầu óc tổ chức quá chu đáo lại thêm ngưỡng mộ kính yêu chị.

Đến ngày gia đình tứ Áo đến Việt Nam, Bernard lái xe lên Sài Gòn đón, vợ chồng Trung cùng tháp tùng với vợ chồng Bernard đón chào Ba má và em gái Caroline tại sân bay Tân Sơn Nhứt. Chuyến đi Việt Nam lần này lo giúp đám cưới anh chị, có một người bạn gái xin đi theo dự lễ cưới của anh Caroline. Cô là con gái ông bà Tổng Lãnh Sự Áo ở Sài Gòn, học cao học về Bang Giao Quốc Tế cùng lớp với Caroline tại Thủ Đô Áo. Hai ông bà Tổng Lãnh Sự cũng ra sân bay đón con gái. Và có mời Bernard lái xe theo ông bà về tư dinh của ông bà cũng ở trong khuôn viên Toà Tổng Lãnh Sự, nghỉ ngơi và kết tình nghĩa giữa gia đình Bernard và gia đình ông bà Tổng Lãnh Sự. Ông Bà Tổng Lãnh Sự cũng đã cho Bernard biết trước, ngoài gia đình ông bà ba người, ông bà còn có nhân viên cũng muốn tham dự một đám cưới đúng truyền thống Việt Nam:

- Đây là một dịp may hiếm có, một người con trai Áo cưới một cô gái Việt Nam tại một tỉnh cách xa Sài Gòn. Ông Bà Tổng Lãnh Sự còn cho biết, sau khi dự tiệc cưới xong, bảy người nhân viên của Toà Tổng lãnh Sự Áo lái xe về Sài Gòn. Còn ông bà và cô con gái ngủ qua đêm ở Sóc Trăng để có dịp chuyện trò với bố mẹ của Bernard, tới trưa chủ nhựt mới trở về Sài Gòn.

Ông bà Tổng Lãnh Sự và vợ chồng Bernard, Trung cùng ngồi đợi tại phòng VIP của phi trường dành riêng cho các phái đoàn quan khách nước ngoài tới Sài Gòn. Bốn người Áo vừa xuống phi cơ có người hướng dẫn đến phòng khách VIP và hành lý cũng có người đẩy xe theo. Bernard vội móc bóp lấy tiền tặng tiền típ cho ba người đẩy ba xe hành lý. Mọi thủ tục hải quan xong rất nhanh vì là gia đình của ông Tổng Lãnh Sự Áo. Mọi người lên xe chạy thẳng về Toà Tổng Lãnh Sự Áo, vào nhà ông bà Tổng Lãnh Sự nghỉ ngơi và ăn uống qua loa để còn phải lái xe về lại Sóc Trăng.

Ba Má và vợ chồng Bernard, vợ chồng Trung và cô em gái Caroline từ giả ông bà Tổng Lãnh Sự và cô con gái, hẹn gặp lại ngày đám cưới của Bernard tại Sóc Trăng. Khi xe chạy khỏi thành phố Sài Gòn, Bernard tấp xe vào trạm đổ xăng đầy bình và Bernard đề nghị nhờ Trung lái xe về Sóc Trăng để Bernard ngồi gần cha mẹ ở băng sau tài xế tâm tình cho tiện. Minh Tâm lên ngồi ngang Trung và băng cuối chỉ có chị dâu và em chồng chuyện trò bằng tiếng Anh cũng khá vui và hạp ý nhau. Ba Má Bernard nhường chỗ cho con trai ngồi giữa, Mẹ Bernard nắm tay con và ôm hôn con trai mà bà đã đổ biết bao nước mắt. Bà đã nghĩ rằng con bà đã chết trong thời kỳ Sài Gòn đang hấp hối bất an, chiến tranh tràn lan khắp nơi. Vòng đai chung quanh Sài Gòn cũng đã có đoàn quân cộng sản từ miền Bắc tràn qua vĩ tuyến chia cắt, xe bỏ Hiệp Định Ba Lê, họ đã đến đây rồi mà con bà không cùng gia đình rời Sài Gòn trong chuyến bay cuối cùng dành cho ngoại kiều Âu Châu. Từ đó đến nay cả chục năm mà gia đình bà không có tin tức gì về con và bà lại càng nghĩ là con trai của mình không còn sống. Bà vừa ôm con hôn:

- Nước mắt chảy ràn rụa. Bernard ôm hôn mẹ và quay sang ôm hôn Ba, Bernard nắm chặt hai tay của cha mẹ lại để lên môi lên mũi mình chứng tỏ lòng kính yêu của con đối với bậc sanh thành mình. Bernard nói trong thổn thức, nghẹn ngào:

- Trong lúc con quá khổ quá nghèo, vô gia cư hằng đêm con thường thao thức và cầu nguyện Chúa Kitô và Mẹ Maria ban bố hồng ân cho gia đình mình luôn bình an và được trùng phùng. Nay gia đình mình trùng phùng mà con đã lưu lạc giang hồ như một kẻ ăn xin nay đã thành nhơn chi mỹ. Con còn thoả nguyện trở thành một người hữu ích trong xã hội ngày nay có quá nhiều khổ đau bịnh tật.

Trong lúc Bernard vừa nói vừa khóc làm cha mẹ cũng khóc theo. Hai con ở phía sau cũng như Minh Tâm, ngồi ở ghế trước không hiểu Bernard nói gì mà cả ba cha mẹ và Bernard cùng khóc và cô em ngồi băng sau cũng thúc thích khóc làm cho Minh Tâm, Tuyết Trinh cũng xúc động rơi nước mắt. Trung biết mọi người trên xe cùng khóc cho số phận nghiệt ngã trong một con đường hầm tăm tối nay đã ra ánh sáng trong sự chan hoà tình yêu thương của gia đình.

Trung tìm được chỗ có tiệm bán đồ dùng, bật đèn xi nhan tấp vào, ngừng xe lại, Trung vội vào tiệm mua luôn mấy hộp giấy để cho mọi người dùng và Trung cũng mua cho mỗi người một chai nước ngọt ướp lạnh. Trung quày quả ra xe và tiếp tục chạy một mạch về đến Cần Thơ, trời cũng gần tối rồi. Trung nói với Bernard, nhà của anh chị còn rộng, dư hai phòng, nay anh đưa gia đình Bernard về nhà anh chị nghỉ, sáng mai mình sẽ về Sóc Trăng. Phòng ngủ của anh chị thì vợ chồng Bernard sử dụng tạm một đêm, anh chị về nhà báo cáo với Ba Má Minh Tâm. Bây giờ, vợ chồng Bernard sắp xếp chỗ ngủ cho gia đình và để cho Ba Má ngơi nghỉ, chừng hơn một tiếng nữa, anh chị sẽ trở lại, đưa gia đình đi ăn ở nhà hàng nổi Mê Kông, anh chị sẽ gọi đặt bàn ăn trước.

Mình ăn tối ở trên sông, có gió mát chắc chắn cũng làm cho Ba Má Bernard đỡ mệt. Anh chị cũng sẽ mời Ba Má Minh Tâm cùng đi ăn chung nữa để Ba Má Minh Tâm chào mừng gia đình Bernard từ Áo sang. Mọi chuyện sắp xếp của Trung, Bernard đều đồng ý.

Sau khi chuyển mấy cái vali quần áo vào phòng xong, vợ chồng Trung ra xe về nhà. Ba Má Bernard cũng cảm thấy mệt nằm ngơi nghỉ, Caroline vào phòng riêng lo tắm trước xong rồi, thay quần áo nằm ngơi nghỉ. Vợ chồng Bernard cũng lo tắm thay quần áo và coi lại mọi thứ và hỏi Ba Má có cần Bernard giúp gì, con sẵn sàng, Má Bernard vội nắm tay con kéo về bà:

- Má khen con quá giỏi quá ngoan và làm mọi công việc nhanh lẹ. Má rất thích tính chu đáo của con, má khen con đó. Bernard hôn và nói lời cám ơn Mẹ. Bà cũng khen vợ Bernard lại quá dễ thương, hiền lành, lễ phép:

- Mẹ rất vừa ý con chọn lựa vợ đúng ý Mẹ đó. Bernard mời Ba đi tắm trước xong đến Mẹ đi tắm và thay quần áo, tối nay, anh vợ con mời cả nhà đi ăn ở một nhà hàng sang trọng mà là nhà hàng nổi trên một chiếc tàu neo tại bến. Trung cũng cho biết có Ba Má vợ của anh vợ tham dự bữa ăn tối và chào mừng gia đình mình đến Cần Thơ. Ba vợ của anh Trung giữ chức vụ lớn trong đảng cộng sản ở Cần Thơ và nhờ ông mà con và Đức đang sống thui thủi cùi bơ cùi bất được thi vào năm thứ tư trường Y tiếp tục học cho hết chương trình Y Khoa Bác Sĩ.

Theo lẽ, phải có vận động, con và Đức mới có thể thi vào học lại Y Khoa năm thứ nhứt. Qua sự giới thiệu chân thành của vợ chồng anh Trung muốn giúp chúng con, ông vận động cho trường Đại học Y Khoa Cần Thơ tổ chức một cuộc thi đặc biệt chỉ dành cho con và Đức thi các môn học năm thứ nhứt, nhì và ba. Chúng con đều làm bài thi xuất sắc nên được nhận vào học năm thứ tư cùng với anh Trung và chị Minh Tâm là con của ông bà. Ông bà mà Ba Má chốc nữa đây gặp mặt cùng ăn tối với gia đình mình, là đại ân nhân của con.

Không có ông thì làm sao con được tiếp tục học Y Khoa cho đến ngày ra trường như hiện nay. Ba của Bernard nghe kể về sự nhiệt tình giúp đỡ của Bố vợ anh Trung, ông gật đầu và nói con may mắn gặp người quá nhân hậu đạo đức rất đáng kính trọng. Ba phải có món gì quý giá làm quà tặng cho ông bà ân nhân của con cũng là đại ân nhân của gia đình mình.

Đúng 8 giờ tối, Trung và Minh Tâm đã chở Ba Mẹ đến chào mừng Ba Má và cô em gái Bernard từ Áo mới đến Sài Gòn sáng nay. Sự thân tình và thành tâm của ông bà đối với Bố Mẹ của Bernard lại càng làm tăng thêm sự kính trọng lẫn nhau làm cho Bố của Bernard lại càng cảm kích. Trung để cho Bernard lái, còn Trung phải lấy xe gắn máy chạy theo vì xe chỉ có tám chỗ ngồi. Trung đến nhà hàng Cửu Long trước, đứng đợi tại cầu lên nhà hàng nổi. Khi mọi người lên tàu vào bàn ngồi, vài món khai vị Trung đã chọn trước để cho thực khách nhâm nhi uống rượu khai vị và mỗi người tự chọn món theo kiểu cách của nhà hàng có thức ăn của Pháp hay nói chung là phương Tây. Trung hỏi Ba Má và em gái của Bernard:

- Xin chọn thức uống, và Trung cũng gọi một chai rượu chát Pháp mà Bố vợ của Trung rất thích. Trong lúc chờ đợi món ăn chính, Bố vợ của Trung hồi còn trẻ, ở miền Nam học trung học là hoàn toàn học bằng chữ Pháp vì là xứ thuộc địa của đế quốc Pháp. Dù trải qua mấy chục năm không có sử dụng tiếng Pháp, nay ông cũng còn nhớ nói lai rai được vì thế cuộc nói chuyện giữa hai người lớn tuổi lại càng thân mật hơn. Còn Má của Tâm, ngồi gần với Mẹ và em gái Caroline, Tuyết Trinh và Minh Tâm thông dịch, hai bà cũng cảm thông và cảm thấy gần gũi nhau hơn. Cô em Caroline rất mê thích cảnh trí trên sóng nước ven con sông to đang chảy chầm chậm ngang qua nhà hàng mang theo những giề lục bình xanh tươi đẹp mắt đang lững lờ trôi theo dòng nước, cảnh trí rất nên thơ hữu tình. Caroline nói với hai chị:

- Em rất thích cảnh trí này, em ước ao có nhiều dịp về đây tận hưởng vùng yên bình trên sông nước Miền Tây Việt Nam. Tuyết Trinh vội nói:

- Em Caroline muốn thưởng thức cảnh đẹp vùng sông nước, sau đám cưới anh chị sẽ hướng dẫn em và Ba má đi du ngoạn cảnh trên bến dưới thuyền và thuyền tràn ra giữa sông. Ở đó với sự buôn bán sỉ các thổ sản rất tấp nập vui nhộn vào các buổi sáng. Đó là, vùng chợ nổi Cái Răng, cách nhà hàng này chỉ hơn ba cây số mà thôi. Anh chị còn hướng dẫn gia đình vào tham quan vùng sinh thái tự nhiên tha hồ mà ăn trái cây cũng như mình sẽ thưởng thức những món ăn ngon của đồng quê mà người sành điệu ăn uống gọi đó là các đặc sản miệt vườn.

- Caroline nghe chị dâu mình kể lại càng mê thích quá, em xin anh chị giúp đưa Ba Mẹ và em đến đó nghe! Tuyết Trinh gật đầu và Minh Tâm cũng gật đầu nữa, chứng tỏ có gia đình Minh Tâm cùng đi đông cho thêm vui.

Sáng hôm sau, Ba Má Minh Tâm có mời gia đình Bernard ăn sáng trước khi về Sóc Trăng. Caroline chưa có nhiều dịp ở Việt Nam, nay lại được về miền Tây gạo trắng nước trong mà là vùng thôn quê sông nước cá tôm nước ngọt ê hề. Còn trái cây có đủ thứ mà loại trái cây nào được đưa ra bán đều là những thứ trái cây của vùng nhiệt đới thơm ngon ngọt rất đặc biệt lại càng thu hút một cô con gái trẻ ở nước ngoài, xứ lạnh.

Xe chạy từ Cần Thơ về Sóc Trăng, có những thửa ruộng vàng chín ngút ngàn và thỉnh thoảng bên vệ đường có những cây dừa cao vút mà lại có nhiều buồng trái nặng trĩu trông rất đẹp mắt. Với tính hiếu kỳ của tuổi trẻ, Caroline thỏ thẻ với chị dâu mình:

- Em thích cảnh trí và lối sống nhàn hạ của người Việt Nam ở vùng này, em rất có thiện cảm. Bây giờ em chờ ngày lấy xong bằng Cao Học em sẽ xin qua Việt Nam phục vụ trong Toà Tổng Lãnh Sự Áo tại Sài Gòn để có dịp về thăm lại Miền Tây của anh chị. Và em cũng dự kiến, sau Cao Học có thể em sẽ học tiếp lấy bằng tiến sĩ về ngoại giao mà em sẽ chọn đề tài viết về Việt Nam vì miền quê hương đất nước Việt Nam đang ngự trị trong trái tim em rồi.

Hai chị em cứ mải mê nói chuyện này chuyện nọ, đủ thứ chuyện. Từ nước Áo, quê nhà của Caroline đến chuyện Việt Nam trước ngày 30.4.1975 và chuyện miền Tây hiện nay.

Bỗng xe giảm tốc độ và quẹo qua tay trái vào Vũng Thơm, một cái xã nhỏ của quận Kế Sách, tỉnh Sóc Trăng, quê hương của món ăn chơi mà lại ngon tuyệt. Mè láu và bánh Pía, đặc sản nổi tiếng thơm ngon của cả tỉnh và cả miền Nam, nay cả nước và theo chân di dân ra nước ngoài nữa. Bernard quẹo vào rồi mới nói lớn cho Ba Mẹ và em, vợ nghe:

- Bernard muốn vào mua một ít mè láu và bánh pía để cho Ba Mẹ và em gái mình thưởng thức món bánh ngon đặc biệt của tỉnh Sóc Trăng và cũng để cho cha mẹ và em gái mình có dịp quan sát cách sinh hoạt buôn bán đơn giản của một xã nhà quê của tỉnh, có dịp biết thêm nền văn minh miệt vườn của nước Việt Nam.

Khi xe đậu lại cách chợ chồm hổm cũng không xa, đang họp chợ rất náo nhiệt. Mọi người xuống xe, tất cả mọi cặp mắt của kẻ buôn người bán và khách vãng lai cứ tập chú nhìn bốn người nước ngoài, tóc vàng hoe và mũi cao mắt xanh, da trắng khác xa sắc diện dân chúng địa phương. Đa số có da ngăm ngăm, thuộc đầu gà đít vịt, Việt lai Miên lai Tàu, Tàu lai Miên, nghĩa là lai búa xua cũng là một cách hoà hợp mọi sắc dân, dân tộc hài hoà rất dễ thương.

Bernard hướng dẫn gia đình đến nơi đang sản xuất bánh nóng hôi hổi vào mua mỗi thứ vài kí lô để dành tại nhà riêng và làm quà cho gia đình ở Bố Thảo. Ba Má và em Caroline của Bernard có dịp vào tận các máy đang vận hành, các công nhân đang làm bột, đưa vào máy làm thành từng loại, đưa vào lò nướng bánh. Công đoạn cuối cùng, bánh mới ra lò, làm xong bán cho khách hàng đang chờ.

Sau khi mua hai loại bánh xong, cả năm người thủng thỉnh cuốc bộ đến chợ chồm hổm, chưa tới mười giờ sáng, chợ còn đông, thịt heo, thịt bò cả thịt dê nữa còn nhiều và cá sống đang còn bơi lội trong thùng nước hay cá chết đang ướp nước đá cũng còn ê hề. Tuyết Trinh hỏi Caroline:

- Em muốn ăn loại cá nào cứ chỉ, chị mua về đãi em và Ba Mẹ. Còn ba loại thịt chị cũng đều có mua nhứt là thịt heo, Tuyết Trinh mua nhiều định trổ tài kho một nồi thịt kho trứng và Tuyết Trinh không quên mua đủ thứ gia vị tươi cũng mua măng tươi xắt từng lát nhuyễn rồi cũng như măng chua và mua thêm vài cái giò heo về nấu món giò heo hầm măng. Trong lúc hai chị em đợi cân thịt cá và các loại linh tinh cần thiết trong bếp núc, Bernard đưa Ba Mẹ đi một vòng quan sát các sinh hoạt của chợ ở nhà quê. Có người Việt hỏi với nhau:

- Không biết mấy người nước ngoài này ở đâu tới đây mà đi chợ. Bernard vội trả lời thắc mắc đó ngay bằng tiếng Việt làm cho mọi người trố mắt nhìn Bernard tỏ vẽ ngưỡng phục, không những nói được tiếng Việt mà nói rất đúng giọng "Nam Kỳ Quốc". Cả buổi họp chợ Vũng Thơm hôm đó hầu hết mọi người đi chợ có dịp thấy bốn người nước ngoài mà chỉ có một cô gái Việt Nam mà cô ta không làm thông dịch viên, trái lại một thanh niên có bề ngoài rất trí thức lịch lãm nói tiếng Việt lưu loát làm thông dịch cho cha mẹ và cô em gái khi có người hỏi.

Lần đi chợ buổi sáng ở xã Vũng Thơm cũng là một kỷ niệm khó quên của Caroline. Lên xe, mọi người cảm thấy vẫn còn vui vui, khi xe lăn bánh chạy ra quốc lộ để về tỉnh lỵ Sóc Trăng không còn xa, trên dưới mười cây số. Tuyết Trinh mở bọc mè láu ra trước, mời Ba Mẹ, Bernard và cô em chồng ngồi cạnh bên thưởng thức bánh mè láu coi xem có ngon miệng không. Ông bà vừa cho một miếng mè láu vào miệng có cảm tưởng như món ăn vừa ngọt vừa thơm này nó tan biến theo nước bọt chưa cần phải nhai. Caroline ngồi cạnh bên chị dâu khen ngon quá. Ăn xong một miếng bánh mè láu vừa xong làm thêm một ngụm nước lọc nó lại càng ngon làm sao. Tuyết Trinh lại bẻ cái bánh pía ra làm bốn đưa cho ba mẹ và chồng, còn lại một phần hai chị em lại bẻ ra làm đôi chia mỗi người một nửa, ăn cho biết mùi vị của bánh pía nó ngon làm sao. Không phải ăn nhiều, thơm ngọt quá lại uống nước nhiều, bụng không bị đói để mà còn thưởng thức món ăn ngon trưa nay do chị hai Mai Hạnh đãi tại nhà. Tuyết Trinh vừa cười vừa nói, ngầm ý cho Ba Má chồng, Caroline biết, trưa nay thưởng thức món ăn đặc biệt do chị Hai mình đãi khi Bernard đưa đến chào kính anh kết nghĩa cũng là đại ân nhân của Bernard.

Ba má Bernard vào phòng ngơi nghỉ một chút, trong lúc Caroline đi một vòng quan sát nhà của anh chị, cô tấm tắt khen sang trọng, sạch sẽ lại còn quá đẹp và rộng rãi khang trang, đầy đủ tiện nghi còn hơn ngôi biệt thự của Ba Má ở Áo. Trung tiếp giúp Bernard mang mấy vali đồ dùng của Ba Má và cô em gái vào phòng xong. Mọi người nghỉ ngơi.

Vợ chồng Trung cũng lái xe chạy theo xe gia đình Bernard. Cả hai bàn tính chiều nay đưa gia đình đi ăn ở nhà hàng nào và còn mời Mẹ, Ý Sáu, chị Hai, em Hiếu cùng đi ăn nữa. Minh Tâm gọi điện thoại cho chị Hai biết là gia đình Bernard đã đến Sóc Trăng rồi, đúng giờ ăn trưa đã hẹn. Chúng em sẽ đưa gia đình Bernard về thăm Mẹ và anh chị Hai. Ba Má Bernard nằm nghỉ hơn một tiếng, cảm thấy khoẻ, vội tắm và thay quần áo xong ngồi chờ các con cháu đưa đi thăm anh kết nghĩa của Bernard. Anh cũng là một đại ân nhân trong suốt thời gian Bernard theo học trường thuốc ở Cần Thơ.

Theo lời hứa khi Bernard còn hàn vi, nay anh tặng quà cưới cho Bernard cũng gần ngang bằng với tiền của Ba Má và em gái Caroline cộng lại tặng cho Bernard trong lễ cưới này. Nếu chiếc xe mới đó mua trên thị trường tự do ở Sài Gòn, giá sẽ tăng lên gấp đôi. Thế mới biết, anh kết nghĩa của Bernard có lòng nhân ái và hào hiệp biết cở nào mà mô tả.

Ba Má Bernard đã có thiện cảm khi nghe con thuật nghĩa cử "thi ân bất cầu báo", giúp đỡ người khác không bao giờ nghĩ sẽ được báo đáp lại. Đó mới là một nghĩa cử cao đẹp thật hiếm thấy trên cõi đời này.

Vợ chồng Bernard và vợ chồng Trung cùng Caroline đã ra phòng khách đông đủ, mời Ba Má Bernard lên xe trước, Trung lái, Bernard cũng xen vào ngồi giữa Ba Mẹ như muốn tận hưởng hơi ấm của gia đình mà Bernard đã thiếu vắng cả chục năm nay. Còn xe Trung để lại trong nhà Bernard, chiều mới dùng tới. Hai chị em dâu Tuyết Trinh và Caroline vẫn ngồi hàng ghế sau Ba Mẹ, Trung lái xe có bà xã ngồi ngang giúp nhắc nhở Trung lái xe thêm an toàn. Khoảng mười lăm phút sau, xe chạy vô sân nhà ở Bố Thảo, dừng xe lại, trong nhà ùa ra đón khách, có Má của Trung, Ý Sáu, Chị Hai Mai Hạnh và cả Hiếu và vài người bạn của Hiếu nữa. Đợi mọi người trên xe xuống hết, Tuyết Trinh vội giới thiệu Ba Má và cô em chồng từ nước Áo đến Sài Gòn ngày hôm qua. Tuyết Trinh quay sang giới thiệu Má, Ý Sáu, chị Hai, em trai út và các bạn của Hiếu. Mọi người tay bắt mặt mừng và dìu nhau vào nhà, ngồi nghỉ ở phòng khách. Trong lúc đó Mai Hạnh chạy về nhà dìu anh Cường ra ngồi đợi ở phòng khách cũng trà bánh đủ lễ tiếp khách. Khi Mai Hạnh trở qua nhà chính mời mọi người đến nhà mình uống trà, trước khi dùng bữa trưa. Anh Cường cũng cố gắng đứng lên chào mừng Ba Má và cô em gái của Bernard, anh sử dụng tiếng Pháp rất chuẩn dù đau yếu quá xanh xao tiều tuy, mà giọng nói tiếng Pháp của anh vẫn sang sảng cũng gây thêm thiện cảm cho Ba Má Bernard. Anh Cường xin phép ngồi xuống vì không còn sức đứng thêm lâu nữa. Anh nói là bữa cơm trưa nay, do vợ chồng anh khoản đãi hai ông bà khách quý và cô con gái Caroline những món ăn truyền thống của người dân quê Miền Tây - Việt Nam. Chắc chắn những món ăn này cũng tạo thêm ấn tượng tốt đẹp về văn hoá ẩm thực của vùng nông thôn Việt Nam. Xin mời:

- Ông bà và cô Caroline cứ tự nhiên, còn tôi chỉ ngồi ăn theo chế độ ăn kiêng cữ của người bịnh, xin ông bà và cô Caroline thông cảm. Mọi người vỗ tay hoan nghênh lời chân tình của ông anh kết nghĩa của Bernard. Ông Bà tỏ ra xúc động thấy tình cảnh đau yếu lâu ngày của anh Cường như thế này, mà anh luôn thương mến giúp đỡ con trai ông bà học đến thành tài . Trong lễ cưới của Bernard, anh kết nghĩa của Bernard còn tặng quà cưới quá vĩ đại cho em một chiếc xe hơi mới cáu cạnh. Bố của Bernard nói:

- Vợ chồng chúng tôi vô cùng biết ơn anh chị và trong lần đến Việt Nam này, chúng tôi vô cùng hạnh phúc gặp lại đứa con trai yêu quý của chúng tôi. Một hạnh phúc to lớn nữa, chúng tôi gặp đại ân nhân của con chúng tôi, thật quý hoá. Nhân dịp vui này, vợ chồng tôi xin kính biếu anh chị một tấm lắc và một sợi dây chuyền với ý nghĩa là chúng ta siết chặt thêm tình thân ái. Cả nhà vỗ tay hoan hô, mẹ của Bernard lấy từ trong cái túi xách của Caroline hai món quà giá trị này đã thực hiện từ bên nước Áo mà ông bà giấu nhẹm không cho vợ chồng Bernard biết.

Đây là việc làm tạo sự bất ngờ đáng yêu, hai vợ chồng Bernard xin phép mang hai món quà này đến tặng tận tay anh chị Hai. Anh Cường cám ơn nhã ý tốt đẹp của ông bà và cháu Caroline từ xa xôi đến thăm viếng mà còn tặng quà nữa. Anh nhờ Bernard mở hộp lấy tấm lắc có gắn nhiều hạt kim cương nằm dọc theo chiều dài của nước Việt Nam, bên cạnh có một nước Áo nhỏ nằm trong Âu Châu. Thực hiện tấm lắc theo sáng kiến của cô con gái Caroline, cô có thưa với bố mẹ:

- Cô đã phác hoạ một mối tình cũng là một sự bang giao quốc tế giữa Việt Nam và nước Áo trong một luận án tiến sĩ sau này mà cô hy vọng sẽ hoàn thành.

Tuyết Trinh mở cái hộp thứ hai là một trang sức cho phụ nữ, gói qua nhiều lớp giấy, khi hộp vừa mở bung nắp ra, ánh sáng lấp lánh toả sáng cả một vùng trong nhà. Đây là một sợi giây chuyền được cẩn hàng chục hột xoàn khá lớn có nhiều màu sắc quanh một trái tim có nhiều hột xoàn nhỏ li ti màu trắng toả chiếu ánh sáng lung linh lên tận nóc nhà.

Chỉ trông bề ngoài hai món quà quý giá này có thể thực hiện hàng chục ngàn Euro vì có quá nhiều hột xoàn và công thực hiện rất chuyên nghiệp. Tuyết Trinh vội đeo lên cổ chị Hai mình, mọi người vỗ tay hoan nghênh vang dội. Mỗi cử chỉ từ khi xuống xe vào thăm anh Hai cũng như tặng quà, Caroline đều có chụp hình và ghi âm để có thêm tài liệu sống động trong luận án tiến sĩ của cô sau này.

Chị Hai của Tuyết Trinh muốn cỡi sợi dây chuyền ra vì từ nhỏ tới giờ Mai Hạnh vốn con nhà nghèo làm gì có đeo dây chuyền bao giờ đâu nên cũng thấy ái ngại, mắc cở và cũng cảm thấy khó chịu cái cổ một chút. Tuyết Trinh nói nhỏ với chị:

- Để khách đi về rồi chị sẽ cỡi ra và cất luôn. Đến đây kết thúc chuyện tặng quà cáp vô cùng bất ngờ này cho anh chị đại ân nhân của Bernard. Anh Hai của Bernard ân cần mời mọi người vào ngồi vào hai bàn ăn. Một bàn dành cho người lớn, một bạn dành cho các bạn trẻ mà Hiếu là đại diện cho gia đình và em mời cô Caroline cùng ngồi cạnh em để em làm thông dịch cho vài bạn em còn yếu ngoại ngữ. Caroline thích tính lanh lợi vui vẻ bặt thiệp của một thanh niên trẻ Việt Nam mà cô mới tiếp xúc lần đầu ở Việt Nam.

Lần trước cô ở Sài Gòn với cha mẹ lúc cô vừa học hết tiểu học, nay lớn khôn đang đi làm việc và còn tiếp tục học cao học. Caroline có thể lớn hơn Hiếu chừng hai tuổi, tỏ ra già dặn, dạn dĩ nên cô rất tự nhiên tiếp xúc nói chuyện với các bạn trai mới quen biết. Khi Hiếu mời các bạn cầm đũa, cô Caroline coi bộ cầm đũa lọng cọng chưa quen, nên Hiếu vội vàng chạy vào nhà bếp lấy thêm một cái dĩa, cái chén nữa và hai nĩa muỗng cho Caroline. Cô rất cảm động tánh mau mắn và hiểu biết của Hiếu. Người nước ngoài khi ăn thường có nhiều dĩa chén hơn người Việt Nam vì người Việt mình khi ăn chỉ có một đôi đũa và một cái chén cho suốt bữa ăn cho đến ăn tráng miệng mới có thể dùng ly chén, đĩa, nĩa khác.

Bàn ăn của các bạn trẻ rất vui, nói cười huyên thuyên vì các bạn của của Hiếu cũng đang học đại học hay tốt nghiệp bốn năm rồi nên có em biết tiếng Anh hay tiếng Pháp cũng trao đổi chuyện trò được với người nước ngoài, dù nói còn nhiều ngọng nghịu lúc ban đầu. Sau quen dần, các em tỏ ra ga lăng trước một người đẹp nước ngoài, ngoại hình rất thu hút, kèm theo lời nói là có nụ cười duyên lại càng dễ mến hơn nên các em rất tự nhiên nói cười thoải mái. Hai chị Minh Tâm và Tuyết Trinh thấy không khí của bàn ăn của các em rất sinh động lúc nào cũng có tiếng cười. Hai chị đến đứng gần Caroline và Hiếu cũng vui lây và hỏi các em cần thêm món nào cho hai chị biết tiếp tế cho các em vui thích trong bữa ăn trưa này. Caroline nói với hai chị:

- Món ăn nào đối với em cũng đều lạ, ngon, là món ăn đầu tiên trong đời em. Caroline muốn biết người nấu các món ăn để em cám ơn, hai chị đưa Caroline qua gặp chị Hai:

- Chị cũng đứng lên bắt tay Caroline, em nắm chặt tay chi Mai Hạnh và nói bằng tiếng Pháp, thỉnh thoảng pha tiếng Anh cho những bạn trẻ không nghe được tiếng Pháp. Caroline nói:

- Caroline rất cám ơn gia đình bên vợ anh Bernard đã hết lòng thương yêu giúp đỡ anh Bernard của em trong một thời gian dài lưu lạc lang thang nghèo khổ. May mắn đến với anh Bernard tìm được một chỗ tựa vững chắc trên đường đời và đặc biệt hơn nữa, tìm được người vợ tuyệt vời như chị dâu em đây. Caroline vừa nói, tay nắm chị Hai, tay nắm tay chị dâu đưa lên cao. Mọi người vỗ tay hoan nghênh, Cô nói tiếp:

- Caroline xin cám ơn bà chị kính yêu của anh chị Bernard và của riêng cá nhân em, Caroline đưa cao tay chị Mai Hạnh. Hôm nay, chị Mai Hạnh trổ tài nấu những món ăn ngon tuyệt vời trên cả tuyệt vời mà trong đời cô mới thưởng thức lần đầu. Cô xin lỗi chị Mai Hạnh, em nắm chặt tay chị khô cứng của một phụ nữ mới gần đến tuổi ba mươi, chứng tỏ cuộc đời của chị hy sinh nhiều hơn hưởng thụ.

Em rất kính trọng và cảm phục sự hy sinh của chị đối với gia đình đối với tha nhân, chị lại còn một mực yêu thương anh đang đau nhiều trên cả chục năm mà chị vẫn một lòng luôn hy sinh cho chồng không nề hà hiểm nguy. Một đặc biệt khác mà em vô cùng bái phục, chị không qua trường lớp nấu ăn nào hết mà chỉ có tài thiên bẩm làm món ăn gọi bình dân tầm thường thành món ăn ngon tuyệt vời. Em xin phép chị:

- Trong luận án tiến sĩ tương lai, em sẽ viết về đức tính chung thuỷ, hy sinh, nhân ái của người phụ nữ Việt Nam mà chị Mai Hạnh là điển hình. Em sẽ kèm theo hình của chị chụp chung với anh Cường và gia đình, đặc biệt là với gia đình em tại đây. Khi Caroline vừa dứt lời thêm một tràng pháo tay hoan hô.

Anh Cường nắm tay Mai Hạnh kéo lại gần anh, Caroline cũng nhích theo chị kể cả Tuyết Trinh nữa. Anh Cường, dù sắc diện của anh nay dần dần mất thần, xuống sắc vì thuốc đặc trị bịnh lao của anh đã hết mấy tuần rồi cũng là thời điểm báo hiệu cuộc đời anh cũng sẽ chấm dứt, xa lìa trần thế một ngày không xa. Anh Cường ôn tồn nói với Caroline cũng như nhắn gởi mọi người:

- Tôi xin cám ơn cô Caroline mới gặp Mai Hạnh lần đầu mà đã ngưỡng mộ rồi, còn tôi ở gần bên Mai hạnh hơn mười năm, không những tôi ngưỡng mộ mà bái phục kính trọng nữa. Mai Hạnh có tính vị tha bác ái không quản khó nhọc giúp tôi mọi việc mà Mai Hạnh có lòng nhân ái bao la thương yêu mọi chúng sanh. Mai Hạnh lại còn có tình nghĩa mặn nồng với Mẹ, Ý Sáu và các em của Mai Hạnh. Tôi rất bái phục sự hy sinh cao cả của Mai Hạnh và tôi muốn mượn dịp này, còn chút sức khoẻ của những ngày tàn tạ sắp đến, không biết tôi còn đủ sức nói lời chân thành tự đáy lòng mình vô cùng biết ơn Mai Hạnh nữa hay không?.

- Kiếp này tôi chưa đền đáp đủ xin nguyện kiếp sau có cơ may đền đáp em Mai Hạnh tiếp. Mọi người nghe anh Cường nói đều xúc động. Anh Cường mời mọi người ngồi nói chuyện cho vui, đợi thêm chốc lát, nhà bếp sẽ bưng ra những món nóng hổi tha hồ mà thưởng thức tài nghệ nấu ăn của Mai Hạnh hiền thê của tôi. Mọi người lại vỗ tay tán thưởng anh Cường. Trong lúc em Caroline và anh Cường nói tiếng nước ngoài Mẹ và Ý Sáu của Bernard nhờ sự thông dịch nhanh của Bernard mà hai bà hiểu cũng khá rõ ràng.

Ba Má Bernard cũng tỏ vẽ hài lòng vì Bernard chọn được vợ ngoan hiền và sống trong gia đình lễ giáo, đạo đức rất đáng tôn vinh. Ông Bà thưởng thức tất cả các món ăn, món nào cũng hợp khẩu vị nêm nếm đúng ý thích. Ông bà, tỏ bày sự biết ơn đối với Mai Hạnh cho ông bà một bữa ăn ngon hơn ông bà ăn tại những nhà hàng sang trọng trên nhiều nước mà ông bà đã từng trải đi qua.

Bữa ăn trưa kéo dài gần hai tiếng, mọi người bắt tay từ giả và hẹn gặp lại trong tiệc cưới của Bernard-Tuyết Trinh.

Bernard lái xe về nhà, để vợ chồng Trung ở lại nhà mẹ. Cả gia đình về đến nhà cũng khá mệt và có chút buồn ngủ nên cả năm người vào phòng, thay quần áo xong là vào giường đánh một giấc ngon lành. Vừa thức dậy, Bernard nhận được điện thoại của ông Bí Thư mời sáng mai, Bernard đưa gia đình đến văn phòng Bí Thư gặp ông và một số khách như ông Chủ Tịch Uỷ Ban Nhân Dân Tỉnh, ông bà Giám Đốc Sở Y Tế và ông bà Giám Đốc Sở Nhà Đất muốn chào mừng khách quý từ phương xa đến.

Sau đó, vợ chồng ông Giám Đốc Y Tế mời tất cả mọi ăn sáng tại nhà hàng. Buổi chiều, ông Bí Thư mời tất cả mọi người dự cơm chiều với vợ chồng ông tại nhà hàng quen thuộc từng ăn trước đây. Bernard xin cám ơn ông Bí Thư có lòng ưu ái đối với gia đình từ Áo sang và xin tuân hành ý kiến của ông Bí Thư.

Vừa chấm dứt điện đàm với với ông Bí Thư, Bernard vội bàn với vợ, mình phải mua bốn món quà tặng cho ông Bí Thư, ông Chủ Tịch tỉnh, ông Giám Đốc Sở Y Tế và Sở Nhà Đất. Caroline vừa đi ngang phòng anh chị thấy cửa mở và nghe tiếng hai vợ chồng đang nói chuyện gì đó. Caroline vội đến gõ cửa:

- Tuyết Trinh ra nắm tay em kéo vào phòng cho biết sáng mai, có hai ông lớn nhứt của tỉnh này và hai ông giám đốc là chỗ mà anh Bernard chịu nhiều hàm ân mời gia đình mình ăn sáng, anh chị muốn mua quà tặng cho bốn vị chức sắc này. Caroline nói ngay:

- Trước khi đi sang Việt Nam dự lễ cưới anh chị, em có dự trù mua nhiều quà tặng cho phụ nữ và cho quý ông rất ít cũng đủ cho bốn ông, để em lấy ra cho anh chị xem trước coi xem có bằng lòng không? Cả hai vợ chồng Bernard khen em gái mình quá chu đáo. Bernard nói để anh đến tiếp em xách va li quà tặng mang ra phòng khách mình mở đèn sáng ra xem coi món nào tặng ai cho xứng hợp.

Ba Má Bernard nghe tiếng động, vội mở ra xem, thấy con trai mình khệ nệ mang va li ra phòng khách, ông bà cũng ra xem các con mình làm gì coi bộ khá rộn ràng.

Khi biết con gái Caroline, có đầu óc bén nhạy tính toán trước biết anh mình thọ ơn nhiều người trong thời gian lưu lạc nghèo khổ. Caroline chuẩn bị sẵn một số quà lưu niệm tặng làm quà cũng là biểu lộ lòng cám ơn của gia đình mà quà từ một đất nước xa xôi tặng lại có thêm ý nghĩa. Bốn ông có bốn cái cà vạt đẹp mắt mà lại có cây kẹp trên cà vạt có đính hột xoàn. Cái cà vạt đính hột xoàn to nhứt dành riêng cho ông Bí Thư còn ba cái cà vạt khác cũng có ba cái kẹp cẩn hột xoàn, nhưng loại hột xoàn nhỏ hơn ít chiếu sáng. Bốn cái cà vạt để trong bốn cái hộp gói lại bằng giấy màu và ngoài cùng có thắt nơ trông rất bắt mắt và có một tấm cạt của hảng sản xuất, chừa trống chỗ điền tên người nhận. Còn bốn bà, mỗi bà có một bộ trang sức đầy đủ phấn son và còn kèm một chiếc khăn quàng cổ rất sang trọng quý phái. Quý ông chỉ có một quà lưu niệm, còn quý bà lại có hai quà lưu niệm cũng có ý nghĩa đề cao vai trò phụ nữ trong gia đình.

Mỗi phần quà của quý bà được gói trong bọc giấy kiếng màu đỏ màu xanh màu vàng và màu trắng, bốn bà bốn màu khác nhau và cũng có viết tên người nhận. Ba Má và anh chị xem kỹ các quà lưu niệm vô cùng ngạc nhiên, không ngờ em gái mình mới ra đời mà rất sành sõi trong cách chọn quà biếu và đặc biệt là màu sắc vô cùng thu hút. Vợ chồng Bernard thở phào nhẹ nhõm vì em gái mình rất tinh tế, cái gì cũng tính trước. Vợ chồng Bernard rất vui mừng vì đang nghĩ không biết món quà gì mới hợp, mới làm vừa lòng người nhận.

Ở Sóc Trăng kiếm các món quà tặng sang trọng và có ý nghĩa không phải dễ mà lại tìm kiếm mua chỉ trong một buổi, chắc chắn vô cùng khó khăn. Em gái mình mang quà theo, giải quyết một cách quá tốt đẹp, quà từ ngoại quốc mang sang lại càng có thêm ý nghĩa hơn quà trong nước. Bernard phấn kích trong lòng, liền gọi Trung, chiều nay, Bernard mời anh chị Ba và em Hiếu cùng đi ăn với gia đình.

Ba Má và em gái có thêm thì giờ nghỉ ngơi và đi quan sát khắp trong nhà, thấy các vật dụng đều bằng gỗ quý, tủ giường, bàn ghế, nệm drap đều mới tinh. Đồ dùng nhà bếp hoàn toàn mới vì Tuyết Trinh mới mua và cũng chỉ có mua thêm nệm và drap mới. Các thứ còn lại đều của người chủ cũ vốn là một đại gia nên trong nội thất trang trí toàn đồ xịn mua từ ngoại quốc. Ông khều bà nói:

- Vợ chồng Bernard thật có phước lớn, mua được ngôi biệt thự như là chánh quyền tỉnh cho không mà lại vô cùng rộng lớn sang trọng. Nếu so sánh tiện nghi và đồ dùng trong nhà này với hai nhà mình, hơn gấp đôi gấp ba, bà gật đầu đồng ý với chồng. Hơn nữa, vòng ngoài rất rộng gấp ba bốn lần nhà mình, lại có vườn bông cùng cây ăn trái quanh nhà được chăm sóc kỹ lưỡng rất đẹp mắt. Từ trong nội thất ra sân sau, chung quanh nhà và sân trước, hai ông bà vừa thủng thẳng đi vừa quan sát, không ngớt lời khen ngôi biệt thự quá sang trọng. Ông bà chưa bao giờ có ý nghĩ sẽ cất một ngôi biệt thự sang trọng như thế này trong lúc ông bà kinh doanh có lợi tức cao. Chớ không phải tiền lương của một bác sĩ Y khoa như Bernard lãnh hàng tháng, không đủ trả tiền cho hai người giúp việc trong ngoài nhà. Con mình làm việc bao đời cũng không đủ tiền mua hay xây cất một ngôi biệt thự xoàng xỉnh chứ không thể có ngôi biệt thự sang trọng như thế nầy.

Hai ông bà quá vui thích thấy con trai thật hạnh phúc được ở nhà cao cửa rộng sang trọng. Bernard có người vợ ngoan hiền đảm đang và gia đình bên vợ như một bức tranh khảm xa cừ tuyệt đẹp, ông bà vô cùng ngưỡng mộ. Ông bà bàn tính, đến chừng Bernard có con đầu lòng, hai ông bà sẽ qua thăm con ở chơi nhiều tháng vì ở đây có đầy đủ tiện nghi không thua gì nước Áo không có chiến tranh mà Việt Nam vừa trải qua mấy chục năm chiến tranh ngút ngàn lửa đạn.

Cả hai cũng có mơ ước con gái mình có tấm chồng cũng có lòng nhân ái và đạo đức như ông anh rể của Bernard. Đúng thật một người đàn ông mẫu mực biết hy sinh cho mọi người biết an ủi che chở cho người nghèo khó. Hai ông bà đi lang thang cả tiếng từ trong nhà ra vườn sau và đi chung quanh quan sát mọi thứ, cái gì ông cũng thấy lạ đẹp mắt mà ông rất ưa thích. Trong vườn hoa có nhiều thứ ông không biết tên gì vì vùng ôn đới không có. Ông còn thấy có bụi tre vàng có sọc xanh dưới ánh nắng của mùa hè chói chang nó đẹp làm sao mà lại trồng trong cái bồn xây vuông hoặc xây tròn mà không trồng lan trên đất. Ông nghĩ mãi không ra, tại sao người ta trồng như vậy tốn thêm công sức và tốn thêm tiền.

Khi vào phòng khách uống nước, Bernard đi tới hỏi Bố quan sát cây cảnh xung quanh nhà Bố thấy thế nào:

- Ông nức nở khen cách bố trí cây kiểng và bông hoa rất hài hoà đẹp, ông rất mê thích. Ông hỏi Bernard liền, tại sao người ta trồng tre vàng, tre đen làm cây cảnh mà không trồng luôn ở trong đất mà phải xây bồn tròn, vuông thêm tốn công của. Bernard giải thích:

- Lý do chánh người ta không muốn các loại tre cảnh đó mọc tự do trong đất vì rễ của nó bò ra xa lan toả làm chết những loại cây trồng khác vì đất không rộng và tre mọc lên lung tung không có trật tự ngăn nắp như mình muốn. Rễ tre mạnh lắm, phát triển nhanh sẽ lấn áp mọi thứ cây trồng khác cho nên người ta thường nói tre rất phá đất. Còn mình xây từng bồn lớn nhỏ vuông hay tròn do mình thích, cây chỉ sống và phát triển trong bồn đó và nhờ có bồn, mình quét lá khô cứ cho vào bồn cũng là một thứ phân rất tốt cho cây trồng.

Nghe con giải thích cách trồng tre làm cây cảnh, không phải trồng tre để cho nó tự do phát triển càng nhiều càng có lợi, còn tre kiểng thì sự phát triển của nó phải được đóng khung trông mới đẹp, rễ tre không phá đất.

Lúc năm giờ, Bernard gọi điện thoại nhắc vợ sửa soạn, khoảng sáu giờ anh về tới cùng nhau đi ăn chiều, còn nghe nói Ba Má đã chuẩn bị sẵn sàng từ hai ba giờ rồi

Sáng mai, ông Giám Đốc Sở Y tế mời ăn điểm tâm, chiều ông Bí Thư Tỉnh mời ăn cơm tối, chương trình coi bộ khá dầy rồi. Qua đám cưới theo lẽ em lo phát ốm mà trái lại đi ăn tiệc nhiều quá chắc cũng lên cân. Bernard nhắc anh chị Trung và Hiếu chạy qua nhà cùng đi ăn chiều và có chị hai đứng cạnh Trung, chị tiếp lời:

- Mai Hạnh vừa cười vừa nói, em Bernard không ăn cũng no rồi phải không vì cưới được vợ tha hồ mà có người chăm chút cái ăn cái mặc nữa. Cả bốn chị em cùng cười vui, Bernard nhờ chị nói với anh hai là lúc nào em cũng nhớ và cám ơn anh Hai nhiều lắm.

Cả hai gia đình lái ra nhà hàng gần bờ sông, đường xuống kho dầu, có một nhà hàng khá lớn vừa mới khai trương tuần trước, vào ăn thử xem coi có món ăn nào lạ không? Vào nhà hàng mới biết rõ nhà hàng này không phải chuyên nấu món ăn Tàu mà đa số món ăn là những món ngon đồng quê như cá lóc nướng than thay vì ở nhà quê là cá lóc nướng trui, để nguyên con không đánh vãy, xỏ một que tre từ miệng tới đuôi cá cắm xuống đất chất rơm hay củi nhỏ lên đốt. Người sành điệu ăn với mắm nêm được chế biến ngon ngọt cùng với rau dưa, và bún tươi. Bernard hỏi ý kiến anh chị Ba là em gọi món cá lóc nướng vỉ lửa than, cái đầu to và bộ đồ lòng cá nấu một nồi canh chua, món này phải đặt trước vì làm cá mất thì giờ. Các món kế tiếp là ếch chiên bơ, cá rô kho tộ, món gõi ngó sen với tôm càng nướng. Còn món khai vị có gõi cuống tôm thịt và một dĩa bò lúc lắc, một chai rượu vang đỏ của Pháp. Bernard hỏi Trung:

- Bao nhiêu món có đủ ăn không?. Trung nói, mình có tám người mà có đến bốn phụ nữ, chỉ bao nhiêu món không thể ăn hết, còn dư mình mang về, đừng đặt thêm món ăn nào nữa. Còn nước mắm ăn cá lóc nướng, mình nói nhà hàng cho luôn ba thứ, nào là mắm nêm, nước mắm me và nước mắm pha chế thường ăn món nào cũng được. Cả hai anh em nhứt trí, nói nhà hàng cho ra trước tiên là món bò lúc lắc và gõi cuống. Kế tiếp món nào làm xong trước cứ bưng ra và tiệm này có cơm thố, mang ra hai thố trước sợ nhiều ăn không hết. Tráng miệng cho đu đủ và và sầu riêng coi Ba mẹ và em gái có ăn được không?

Vừa đặt món ăn xong, vài phút sau, nhân viên phục vụ bưng ra một dĩa gõi cuống ăn với loại nước chấm đặc biệt, mỗi người một cuống cũng vừa phải không lớn để còn chừa bụng ăn những món khác. Kế tiếp một dĩa bò lúc lắc với cải xà lách soong cũng đủ cho mỗi người vài gấp, gọi là thưởng thức hương hoa cho đỡ dạ vì còn đến năm món ăn chủ lực, cá lóc nướng than, canh chua đầu cá lóc, cá rô kho tộ, ếch chiên bơ, gõi ngó sen tôm thịt. Ba má Bernard vừa cười vừa nói với vợ chồng Trung:

- Thằng con Bernard gọi toàn là món ăn lạ mà Bác có thể chưa có ăn lần nào vì hai bác khi làm việc trong kinh doanh ở Sài Gòn trước năm 1975, hai bác toàn đi nhà hàng Pháp, chỉ gọi một hai món trong một bữa ăn. Nay, Bernard gọi quá nhiều món, chắc chắn món ăn nào cũng ngon làm cho bác háo hức muốn thưởng thức xem sao. Cũng như bữa ăn tại nhà Trung, món ăn nào cũng lạ miệng đều ngon tuyệt hết, bác rất ngưỡng mộ các món bình dân Việt Nam.

Chừng mười lăm phút sau, hai món gõi ngó sen và ếch chiên bơ đã bưng ra, mọi người lai rai. Hiếu thấy Caroline coi bộ cầm đũa hơi lọng cọng, em gọi nhà hàng cho thêm ba cái dĩa và nĩa để cho hai bác và Caroline lấy thức ăn cho dễ. Hiếu ngồi cạnh Caroline, tiếp giúp lấy thức ăn, còn Bernard và Tuyết Trinh thì lo giúp gắp thức ăn cho Ba Mẹ. Còn vợ chồng Trung thì rất thoải mái chồng gắp thức ăn cho vợ và vợ lấy thức ăn cho chồng thêm thân ái âu yếm rất hạnh phúc.

Sau bữa ăn tối với gia đình Bernard, ngồi gần Caroline, Hiếu mới thấy rõ nước da mặt trắng mịn của Caroline rất dễ thương thu hút. Caroline lớn hơn Hiếu hai tuổi mà trông quá trẻ hơn Hiếu rất nhiều, mới trông qua, người ta sẽ đoán sai là Hiếu phải lớn Caroline ít nhứt cũng ba bốn tuổi.

Tuyết Trinh để ý theo dõi Hiếu cách tiếp xúc và bắt chuyện với một cô gái nước ngoài lịch lãm thường đi đây đó. Hiếu nói tiếng Anh cũng tạm được vì còn nhiều giọng Việt, có lẽ nước mắm Phú Quốc làm giọng nói tiếng Anh còn cứng quá. Hiếu rất ưa thích ăn cơm với nước mắm trong, nguyên chất, khi gia đình còn nghèo, Hiếu chỉ chan nước mắm mà cũng ăn một hơi ba bốn chén cơm hết sạch nồi vì đi chơi đá banh mới về đói quá, ăn cơm trước, nghỉ một chặp sau mới đi tắm để học bài cho ngày hôm sau.

Nay, có sự đổi đời, Hiếu đã học trường Y vừa hết năm thứ ba mà là một sinh viên xuất sắc nhứt của lớp trường Y Hiếu đang học và tất cả giáo sư, ai cũng thương mến. Hiếu nhớ lại năm xưa, vừa học hết tiểu học chưa tròn mười hai tuổi, Hiếu cũng đã từng đi làm mướn, phụ hồ cho các ông thầu xây cất thiếu người sai vặt. Bản tính của Hiếu rất siêng năng trong học tập hay đi làm thuê mướn cho nên được mấy ông thầu xây cất nhỏ rất thích, thường tranh nhau mướn Hiếu nên tiền công nhựt của em cũng ngang với các thợ lớn tuổi. Vì vậy, mấy tháng nghỉ hè cũng là lúc Hiếu kiếm ra tiền đưa mẹ phụ giúp gia đình. Lối xóm, bạn bè nhờ Hiếu việc gì, em cũng nhiệt tình làm hết mình nên mọi người ai cũng thương mến.

Tuyết Trinh thấy Caroline, cô em chồng cũng ngoan hiền, đảm đang giống hệt tánh Hiếu nên cũng muốn tạo điều kiện cho Hiếu và Caroline quen nhau. Nếu hai đứa hạp tánh tình nhau về nhiều vấn đề và cùng ham học tiến thân thì hai cô cậu có thể tiến xa hơn trên đường tình yêu lứa đôi. Còn chuyện tuổi tác, Hiếu nhỏ tuổi hơn Caroline không có nhằm nhò gì, người xưa từng nói vợ chồng xứng đôi: “nhứt gái lớn hai, nhì trai lớn một”. Hơn nữa, hai cô cậu cố gắng nói tiếng Anh làm sao cho càng dễ hiểu, dễ thông cảm, còn tiếng mẹ đẻ để dành đó khi nào thành vợ chồng rồi sẽ học sau.

Bữa ăn tối kéo dài đến hơn mười giờ mới chấm dứt. Trên đường về, Ba Má Bernard không ngớt tấm tắt khen món ăn Việt Nam nào cũng đều ngon, giống như bữa ăn đầu tiên tại nhà chị Hai của Tuyết Trinh cũng là bữa ăn các món ăn Việt đầu tiên trong cuộc đời của hai ông bà. Ngồi băng sau, Caroline cũng góp ý, sao con cảm thấy các món ăn Việt ngon bổ quá chừng và cô em gái đá giò lái qua anh mình, hèn chi anh Bernard mê món ăn Việt nên phải cưới vợ Việt để chị Tuyết Trinh lo phục vụ anh hai món ăn Việt Nam suốt đời, có phải vậy không anh Bernard?

- Phải, phải đó em Caroline, Bernard nói.

Vợ chồng Trung cũng nhao nhao tán đồng ý kiến của Caroline! Cả xe cười vang. Caroline đề nghị anh Trung lái về nhà anh trước và anh Bernard sẽ lái về nhà anh chị sau, để có dịp Ba Má và em nhìn xem quang cảnh ban đêm từ nhà hàng đến nhà anh chị Trung. Tuyết Trinh vọt miệng nói tiếp không phải chỉ nhà anh chị Trung mà của Hiếu nữa đó. Ai cũng hiểu ý nghĩa thâm thuý của lời nói Tuyết Trinh, mọi người cùng cười vui. Xe ngừng lại trước sân, vợ chồng Trung, Hiếu vội từ giả Caroline, chúc ngủ ngon.

Hẹn ngay mai, sau lúc ăn sáng với quan khách xong, Hiếu sẽ lái xe gắn máy đưa Caroline đi chơi thăm viếng vài ngôi chùa Miên nổi tiếng ở địa phương. Hiếu nói, để Ba Má ở nhà ngơi nghỉ và anh chị Bernard còn phải lo nhiều thứ cho lễ cưới cuối tuần này và chiều còn đi ăn tiệc ở nhà hàng do ông Bí Thư đãi.

Nếu Caroline đồng ý, anh đến chở, chúng ta cùng đi chơi du ngoạn, đi xe hai bánh rất mát mẻ rất tiện lợi, mình ngừng đâu cũng được. Trong lúc Caroline ăn sáng, anh chạy loanh quanh chợ mua vài món cần thiết để mình đi chơi cho thêm tiện nghi vui vẻ. Caroline OK và ôm chầm Hiếu hôn và nói cám ơn Hiếu có đề nghị quá hay quá hấp dẫn, Hiếu hôn đáp lại. Mọi người thấy cô cậu này coi bộ khắn khít chịu đèn rồi, cũng cảm thấy vui vui vì hai anh em ruột mà lấy hai chị em ruột thì lại quá đẹp, sanh con đẻ cái, chúng lại càng thân thích gần gũi trong gia tộc tăng gấp đôi. Ba năm nữa sẽ có một đám cưới Việt Áo ở Sóc Trăng này nữa, Tuyết Trinh và vợ chồng Trung cùng nghĩ như vậy.

Sáng hôm sau, Caroline kiểm soát lại các món quà cho vào túi xách mang ra xe trước, trở vào nhà lấy túi xách để sau bữa ăn sáng cùng Hiếu đi du ngoạn đến xế trưa mới về nghỉ và tắm, thay đồ đẹp đi dự tiệc chiều. Sau một bữa ăn no và có một giấc ngủ ngon. Caroline mới bốn giờ sáng đã thức dậy rồi, trong lòng rạo rực nhớ đến cái hôn xã giao của Hiếu sao mà ngọt ngào, tình tứ. Con gái tân thời Tây phương rất phóng túng mà cũng có những chàng trai hôn mình rồi mà Caroline xem như là một làn gió mơn trớn rồi vụt biến nhanh. Nhưng, cái hôn nhanh của một người con trai Việt nó lại đọng trong mặt trong tim làm mình phải suy nghĩ, nhớ nhung mông lung. Caroline ước ao, ngay bây giờ có Hiếu cô sẽ ôm siết chặt chàng và hôn miệng không phải là hôn má phớt qua như tối hôm qua.

Caroline, xem lại quà tặng coi cái gì quý giá và có ý nghĩa nhứt sẽ tặng Hiếu. Trong buổi hẹn đi chơi chung đầu tiên trong đời mình với một chàng trai Việt xa lạ mới quen mà mình đã thích. Tim mình bị chàng đốn ngã rồi và Caroline cảm thấy đời con gái của mình dù có giàu sang học giỏi đến đâu, nay cũng đã bắt đầu tuân thủ theo trái tim sai khiến.

Caroline tự vấn lương tâm, mình đã chọn đúng người yêu lý tưởng mà mình mong đợi cho mãi đến tuổi hai mươi ba mới gặp và gần gũi tìm hiểu nhau cho đến lúc nàng hai mươi sáu tuổi thì chàng tốt nghiệp Y Khoa Bác Sĩ thuộc giới trẻ nhứt ở tuổi hai mươi bốn, tương lai rực rỡ ở phía trước. Khi làm đám cưới xong, nàng sẽ cố vận động tìm cho chàng một học bổng học ở Mỹ về chuyên khoa để khi trở về lại Việt Nam, nàng cũng có thể trình xong luận án tiến sĩ về bang giao Việt – Úc. Những phong tục tập quán của hai dân tộc của hai nước cách quá xa mà lại gặp nhau, hội tụ trong tình thương bất diệt của những người có lòng nhân ái muốn giúp ích cho đời cho xã hội.

Vừa suy nghĩ lan man, Caroline tìm được một cái nơ có cẩn một hột xoàn thật to màu xanh nhạt mà nàng dự trù sẽ để cho anh Bernard, sau anh Hai Cường. Những ai mà anh chịu ơn nhiều nữa cũng sẽ tặng những cái nơ quý giá khác. Còn cái nơi này lại là cái nơ quý nhứt còn lại, chỉ cái hột xoàn cũng trên một ngàn Euro rồi. Nay, Caroline đổi ý, trên đời này không ai xứng đáng bằng anh Hiếu của cô nên trưa nay cô sẽ tặng riêng anh Hiếu của cô. Chiều nay anh đi dự dạ tiệc cùng nắm tay cô chắc xứng đôi lứa lắm vì cô cũng diện kẽng, đeo một sợi dây chuyền cẩn hột xoàn lấp lánh. Cô nói thầm, anh Hiếu sẽ thắt cái nơ có một không hai ở Sóc Trăng sẽ làm cho mọi người lác mắt, một ông đốc tờ tương lai lại có một cái nơ sang đẹp nhứt của buổi dạ tiệc.

Caroline vừa nghĩ vừa mơ tưởng đến ngày lễ cưới của cô vô cùng đặc biệt cũng làm cho gia đình anh Hiếu cũng nở mày mặt với xóm làng. Cô cảm thấy vui trong lòng vội hát một bài tình ca rất mùi của người Áo, Tuyết Trinh đi ngang qua bắt gặp em mình rất phấn khích và còn hát nữa. Đứng lại ngoài phòng nghe cho hết bài ca, cô gõ cửa và bước vào phòng em gái coi xem có chuyện gì mà em vui quá vậy. Caroline vội khoe với chị, em sẽ tặng anh Hiếu cái nơ này, vừa nói Caroline vừa cầm đưa lên, chiều nay anh Hiếu có cái nơ mới đi dự dạ tiệc, chắc anh Hiếu vui lắm hả chị?

- Tuyết Trinh gật đầu tán đồng, cô vô cùng ngạc nhiên thấy cái hột xoàn to gấp đôi và ánh sáng lấp lánh hơn cái cà vạt có cẩn hột xoàn tặng cho ông Bí Thư.

Caroline thấy chị mình có vẻ ngẩn ngơ thắc mắc, Caroline vội giải thích, cái nơ giá hơn gấp đôi cái cà vạt. Caroline vừa cười vừa nói, nói theo kiểu người Việt, trời xui phật khiến cho em phải mua chiếc nơ này không biết tặng cho ai. Nay em có người tặng nên em quá vui vừa hát một bài tình ca của người Áo, chắc chị ở ngoài cửa cũng có nghe thoáng qua phải không?

- Không những chị nghe thoáng qua mà chị đứng lại thưởng thức hết bản nhạc qua lời ca tình tứ mà chị không hiểu tiếng Áo nhiều, nhưng chị cảm nhận như em đang yêu ai đó và quá vui phải không? Caroline nói chị quả là sư mẫu của em, đúng là một cô giáo sành tâm lý, em thú nhận với chị, em đang chú ý và lòng em như mở rộng đón nhận hình ảnh anh Hiếu vào lòng em. Tuyết Trinh nghe Caroline bộc bạch tâm sự của em và nói về cái nơ "hữu duyên thiên lý năng tương ngộ" này. Như vậy, một hình thức Caroline trải lòng cho chị mình biết là em đã bắt đầu yêu khá đậm Hiếu và tìm hiểu nhau.

Sau khi Hiếu tốt nghiệp Y Khoa và em cũng có thể hoàn thành trình luận án tiến sĩ về bang giao Việt Áo và lồng trong sự hoà hợp hai nền văn hoá đông tây mà điển hình là anh chị và anh chị hai Cường. Tuyết Trinh ôm chặt Caroline vào lòng, nói anh chị hiểu em và Hiếu đều là người tốt:

- Anh chị cũng muốn hai em thành nghĩa vợ chồng chắc hai gia đình mình vui thích lắm, tha hồ mà sanh con đẻ cái cho thật đông để ông bà có cháu nội cháu ngoại cùng gốc mà ra. Chị giữ kín tâm sự của em vì mình là con gái làm cao cho con trai nó nể, nếu mình dễ dãi quá, con trai sẽ coi xem thường, đến ngày thành nghĩa vợ chồng mình mới buông thả hết cho chồng.

Caroline nghe chị dâu mình cũng là chị ruột của Hiếu nói những lời chân thành, có ý khuyên em chồng phải biết đè nén ham muốn, đúng thời cơ mình mới chấp nhận sự gần gũi xác thịt. Caroline nghe thật thấm thía.

Con gái đời nay có cuộc sống quá tự do, phóng túng, buông thả, không còn coi trọng tiết trinh như xưa. Nhưng, giấy rách phải giữ lấy lề, khi hai người trai gái hiểu nhau và yêu nhau thật sự, chuyện gần gũi xác thịt không cần phải gìn giữ quá cẩn thận khắc khe, nhưng cũng có giới hạn. Đó là sự linh động sáng suốt giữ tình yêu cho nhau cũng là một sáng kiến mới mẻ. Hai chị em đi ra phòng khách, nấu nước sôi pha trà và chốc nữa Ba má thức dậy ra uống trà và uống cà phê cho thêm sảng khoái.

Mới hơn sáu giờ sáng, cả nhà đông đủ quây quần tại phòng khách nhâm nhi cà phê, trà và ăn bánh bisquit cũng như mè láu và bánh pía của Sóc Trăng. Cả nhà kéo nhau ra vườn sau hít thở không khí trong lành, dạo quanh các khóm cây kiểng, bông hoa đã nở khoe màu sắc rực rỡ trông rất vui mắt. Ba Má Bernard đi một chặp lại ngồi nghỉ. Vợ chồng Bernard và Caroline vào phòng riêng lo vệ sinh và còn tắm rửa, sấy lại tóc, bôi kem da mặt, xịt chút nước hoa và cũng trang điểm thêm son phấn, thay quần áo đẹp gọn, chiều mới diện kẽng. Mọi thứ sửa soạn xong cũng mất cả giờ, ăn sáng được mời đúng chín giờ tại nhà hàng có thể nói là sang trọng nổi tiếng của tỉnh.

Ông bà Giám Đốc Sở Y Tế mời đãi phái đoàn từ Áo sang, có đến ba bàn, đa số là nhân viên của Sở Y Tế, ông bà Giám Đốc bệnh viện tỉnh Sóc Trăng và nhiều vị bác sĩ trưởng ngành. Về quan khách có ông Bí Thư và phu nhân, ông bà Chủ Tịch Uỷ Ban Nhân Dân tỉnh, ông bà Giám Đốc Sở Nhà Đất và nhiều nhân viên thuộc Uỷ Ban Nhân Dân tỉnh.

Sở dĩ, ông Giám Đốc Sở Y Tế mời ăn sáng vì ăn chiều lại bận rộn cho gia đình Bernard vì còn ba ngày nữa là đến lễ cưới rồi nhằm ngày thứ bảy. Còn chiều nay, chiều thứ tư, ông Bí Thư có mở tiệc đãi ông bà, là ba má của Bernard và gia đình Bernard mà ông Bí Thư có mời hầu hết các ông thành viên trong Ban Bí Thư, Uỷ Ban Nhân Dân Tỉnh và nhiều đầu ngành các Sở thuộc Uỷ Ban tỉnh. Ông Bí Thư đã thông báo cho ông Chủ Tịch Uỷ Ban Nhân Dân tỉnh biết là tỉnh nhà vô cùng may mắn có bác sĩ Bernard người nước ngoài đang phục vụ cho Sở Y Tế tỉnh có vợ là giáo sư của trường trung học cấp ba Hoàng Diệu.

Trong tiệc cưới. gia đình Bernard từ Áo sang có mời một phái đoàn mười người của Toà Tổng Lãnh Sự Áo đến dự. Đây là cơ hội, tỉnh làm quen kết nối công tác với Toà Tổng Lãnh Sự Áo tại Thành Phố Hồ Chí Minh (Sài Gòn) để có thể trợ giúp tỉnh phát triển nhứt là phát triển ngành Y Tế mà tỉnh nhà đang rất cần thiết giúp dân quê hiểu rõ cách phòng bịnh và trị bịnh.

Bernard đưa Ba má, Caroline và Tuyết Trinh ra nhà hàng đúng chín giờ, quan khách đang chuyện trò râm rang tại phòng tiếp tân. Gia đình Bernard đến, mọi người tay bắt mặt mừng kéo nhau lại bàn. Trong lúc đó ông bà Bí Thư và ông bà chủ Tịch Tỉnh đến đang đi vào, mọi người đứng lại chờ hai ông đầu tỉnh lớn nhứt của Sóc Trăng đến chào bắt tay mọi người. Ba bàn xếp theo hình tam giác nên giới thiệu nhau hay phát biểu không cần hệ thống âm Thanh.

Khi vào bàn an vị, ông bà Bí thư, ông bà Chủ tịch tỉnh ngồi hai bên ông bà Bố mẹ Bernard, hai ông bà Giám Đốc Sở Y Tế và hai vợ Bernard và Caroline cùng ngồi một bàn. Trước khi ăn sáng, ông Giám Đốc Sở Y Tế giới thiệu ông bà Bí Thư, ông bà Chủ Tịch và bà xã của ông bằng tiếng Việt, Bernard dịch sang tiếng Áo và tiếng Pháp để cho Ba Má và cô em gái hiểu rõ quan khách. Ba Má Bernard, một lần nữa đứng lên bắt tay từng quan khách. Kế tiếp Bernard giới thiệu thân phụ mẫu và em gái của Bernard từ Áo mới đến Việt Nam và về tỉnh nhà có hai ngày, còn ba ngày nữa đến lễ cưới. Ông bà và cô em gái ở lại Sóc Trăng và hai vợ chồng mới cưới đi hưởng tuần trăng mặt ở Đà Lạt. Sau đó về lại tỉnh nhà, Bác sĩ Bernard và bà xã tiếp tục công việc làm hàng ngày.

Ba Má và cô em gái của Bernard còn hai tuần ở lại Sóc Trăng vui chơi với gia đình con trai, cuối tuần có thể đi du ngoạn các tỉnh khác của Miền tây. Đặc biệt là đến Châu Đốc ở chơi hai ngày để Ba Má Bernard đi tham quan Núi Sam, vùng Thất Sơn núi Cấm, khu du lịch rừng tràm Trà Sư... Đặc biệt, tại tỉnh nhà chúng tôi có người hướng dẫn tham quan các chùa chiền nổi tiếng của người

Khơ Me, du ngoạn vùng chợ nổi Ngã Năm và chợ nổi Cái Răng của tỉnh Cần Thơ để cho Ba Má tôi đến xem cho biết . Đặc biệt, cô em gái của tôi có dự kiến viết một bản luận án tiến sĩ về sự bang giao giữa Việt Nam và nước Áo. Em sẽ còn lòng về văn hoá miệt vườn, đồng quê, và sông nước của Miền Tây, Việt Nam.

Đi Châu Đốc, em sẽ nghiên cứ thêm văn hoá ẩm thực và đặc thù về hệ sinh thái rừng tràm Trà Sư, tín ngưỡng thờ cúng ở Núi Sam và đặc sản mắm sống của Châu Đốc. Em có dịp quan sát hai chợ nổi để có một ý niệm về họp chợ buôn bán sỉ lẻ trên sông nước miền Tây. Ba Má và em gái tôi hứa:

- Sẽ còn nhiều dịp về miền Tây ở chơi hàng tháng và còn giới thiệu với Toà Tổng Lãnh Sự ở Sài Gòn và Toà Đại Sứ Áo ở Thủ Đô Hà Nội cũng như bà con, bạn bè thân ở Áo nên sang du lịch Việt Nam, đặc biệt là tỉnh Sóc Trăng rất hiếu khách và có nhiều món ăn ngon nữa.

Bernard cảm thấy mình nói nhiều quá bằng tiếng Việt, xin phép tóm dịch lại bằng tiếng mẹ đẻ cho Ba Má và cô em biết rõ Bernard nói gì. Mọi người vỗ tay hoan nghênh bác sĩ Bernard có thể làm vẻ vang cho tỉnh Sóc Trăng dưới con mắt của nhiều người Áo và Toà Đại Sứ Áo ở Việt Nam.

Bữa ăn sáng cũng chóng vánh chỉ hơn một tiếng là xong, vì là ngày làm việc nên phải trở lại văn phòng và hẹn chiều gặp trong dạ tiệc của ông bà Bí Thư khoản đãi có nhiều thì giờ tha hồ mà chuyện trò tâm sự.

Từ tám giờ sáng, các cửa hàng vừa mở cửa, Hiếu đi tìm mua một mũ che đầu khi đi xe gắn máy, kem chống nắng, khẩu trang, khăn choàng cổ bao tay và một cái nón nhẹ có vành to che nắng. Hiếu thấy chị mình hàng ngày đi học hay đi dạy học đều có trang phục giống hệt vậy, như một bác sĩ đang chửa trị bịnh nhân ở ngoài trời. Lần đầu tiên đi chơi với bạn gái bằng xe gắn máy giữa cơn nắng gắt chói chang. Hiếu phải lo chu toàn cho người đẹp mà người đẹp là người nước ngoài mới quen biết mà lại có nhiều thiện cảm càng phải thật chu đáo thận trọng không làm mất lòng nàng.

Sau hơn một tiếng, Hiếu mua đầy đủ các thứ cần thiết đã dự trù trước, vội chạy đến nhà hàng sợ trễ, mới hơn chín giờ rưỡi, còn sớm, Hiếu cũng gọi một tô hủ tiếu ăn sáng chờ đợi người đẹp. Hiếu chỉ lo là mình không khéo xử thế, tiếp bạn dễ làm phật lòng người đẹp mà Hiếu đã có nhiều thiện cảm chỉ sau một lần nói chuyện thân mật. Nay có dịp hướng dẫn bạn gái đi du ngoạn loanh quanh trong tỉnh lỵ và có thể đi xa một chút đến Bãi Xàu ăn đuông chiên bơ hay món ăn khác mà Caroline chọn, có nhiều thì giờ gần bên nhau mà tâm sự và tìm hiểu nhau. Lựa chọn một cái bàn trong góc nhìn rõ ba bàn quan khách đang ăn sáng, trong đó Caroline nổi bật nhứt vì diện Âu phục của giới nữ rất thu hút, trang điểm có vẽ khác người phụ nữ địa phương. Ăn sáng xong, mà thấy ba bàn phía trong chưa có dấu hiệu gì chấm dứt, Hiếu gọi thêm một ly cà phê sữa đá và một cái bánh flanc cho có thêm thì giời nhâm nhi mà không quá sốt ruột đợi chờ.

Qua mười giờ, Hiếu thấy có báo hiệu bữa ăn sáng chấm dứt cũng lật đật gọi tính tiền xong vào toilet rửa lại mặt mũi, tay, còn súc miệng cho thật sạch để đón tiếp người đẹp. Lần đầu tiên trong cuộc đời, Hiếu mới có cuộc hẹn hò đi chơi với bạn gái vào buổi gần trưa như thế này.

Từ tuổi thơ, Hiếu không có thì giờ thụ hưởng vui chơi hồn nhiên của tuổi trẻ mà luôn tâm nguyện phải miệt mài học giỏi, có bằng cấp cao có tiền lương hậu hĩnh mới mong thoát được cảnh nghèo khổ, giúp đỡ lúc Mẹ tuổi già lắm bịnh tật. Đầu óc luôn nghĩ chỉ có học nên em Hiếu không có bạn gái để hàn huyên, đừng nói đến chuyện rủ bạn gái đi chơi. Hiếu chỉ học cũng là thú vui của tuổi trẻ, nên em luôn là học sinh xuất sắc của trường trung học Hoàng Diệu suốt bảy năm liền. Vốn tính siêng năng hiếu học mà lại thông minh và may mắn em có sức khoẻ nên tạo cho mình luôn có trình độ học vấn căn bản vững chắc. Hiếu thi vào đại học Y Khoa không mấy khó khăn. Dù cuộc thi có trên một ngàn thí sinh tranh nhau một trăm năm mươi chỗ chánh thức và năm mươi chỗ dự khuyết của đại học Y Cần Thơ. Hiếu thi đậu hạng nhứt cùng với một học sinh đồng hạng của Cần Thơ, Hiếu làm vẻ vang cho trường trung học Hoàng Diệu Sóc Trăng. Vì vậy cuộc du ngoạn với người đẹp lần đầu tiên trong đời, Hiếu bồn chồn lo lắng sợ làm không vừa lòng người bạn gái của mình vì chàng cũng cảm thấy có một tia sét ái tình giáng vào tim vào óc.

Từ trong nhà hàng đi ra gần Ba Má và anh chị, Caroline rất liến thoắng nói cười với mọi người. Hiếu đứng nép trong góc bàn đợi gia đình Caroline sắp đi tới, Hiếu vội ra chào Ba Má Caroline cùng anh chị và bắt tay Caroline, nắm tay cùng ra khỏi nhà hàng, đi đến xe. Hiếu đứng nghiêm xin phép Ba Má Caroline cho phép Hiếu đưa Caroline đi du ngoạn quanh thành phố, trưa sẽ đưa Caroline về. Ba Má Caroline cười tươi, gật đầu, Ba Caroline đến bắt tay Hiếu khen "gút bồi". Anh chị Bernard thấy vậy cũng vui, hy vọng cô cậu hợp ý nhau thì sẽ tới hôn nhân chánh thức không phải là chuyện khó, anh chị luôn tạo điều kiện tốt cho hai em hàn huyên, gặp gỡ tại nhà anh chị.

Được cha mẹ ngầm ý cho phép đi chơi với bạn trai qua lời xin của Hiếu, Caroline nắm tay Hiếu vội kéo đi về chỗ Hiếu gởi xe. Hiếu lấy từ túi xách một cái mũ an toàn, một đôi bao tay và Hiếu bảo Caroline thử dùng coi xem sao, Hiếu sẽ chụp một tấm hình cho Caroline đứng cạnh chiếc xe gắn máy của Hiếu. Kế tiếp lấy ra một lọ kem chống nắng để xoa mặt xoa cổ, chống bị rám nắng. Hiếu lấy một xấp giấy ướt đưa cho Caroline lau tay và Hiếu cũng lau tay để bôi kem chống nắng lên mặt mũi, giúp Caroline xoa cổ và ngực vì mặc áo hở phần trên của ngực.

Tay Hiếu khi vừa chạm vào vai, cổ của Caroline mà chàng cảm thấy tay mình rung dù chưa chạm vào ngực, đừng nói chi chạm vào "đôi gò bồng đảo sương còn ngậm". Caroline cũng rất ngạc nhiên, có cảm giác biết bạn trai tay rung thật, Caroline thật thà hỏi, tay anh sao rung, anh có bị bịnh gì không?

- Hiếu thành thật nói, anh chưa hề biết đụng chạm vào da thịt người con gái nào, lần đầu tiên đụng vào vai, cổ Caroline, tự nhiên tay anh rung, anh kềm hãm mà tay vẫn rung, không hiểu tại sao?

- Caroline vô cùng cảm động, vội nắm chặt tay Hiếu đè mạnh vào ngực mình, cả hai đều có cảm giác đê mê lần đầu chạm đụng vào chỗ nhạy cảm của người phụ nữ, thật tuyệt vời rung cảm của người mới biết yêu thật sự. Caroline nói thật:

- Em cảm thấy tay anh vẫn còn rung khi xoa kem nhè nhẹ lên ngực em, có phải vậy không anh? Hiếu hơi mắc cở, đỏ mặt, nói đúng vậy.

Anh xoa kem rất tự nhiên mà sao tay anh rung mới lạ kỳ, anh không thể giải thích được. Caroline nghe Hiếu nói, không phải đầu môi chót lưỡi mà Hiếu nói thật làm cho cô lại yêu anh thêm nhiều. Caroline vội nói trong hơi thở:

- Em cám ơn anh và xin tặng một nụ hôn nồng thắm của đời em. Vừa nói xong Caroline vội ôm hôn miệng, Hiếu mở rộng miệng đón nhận nụ hôn nồng thắm của người bạn gái mà mình đã thật sự yêu nàng. Hai môi của hai người gắn chặt nhau cũng khá lâu, sau cùng cả hai đều nuốt nước bọt một cách ngon lành vì trong nước bọt đó đã hoà lẫn tình yêu của đôi tài gái sắc.

Nhân có phút giây hạnh phúc, Caroline lấy từ trong bóp ra một chiếc nơ màu xanh nhạt có đính một hột kim cương to sáng chói phơn phớt màu xanh mạ non, đưa vào cổ Hiếu làm nổi bật gương mặt thông minh của một thanh niên vốn con nhà bình dân nghèo khổ. Hiếu quá cảm xúc:

- Nói lời cám ơn chân thành từ trái tim mình, chàng kéo Caroline sát ngực, chạm ngực, môi chạm môi với một nụ hôn thật say đắm. Hiếu nói buổi hẹn hò đi chơi chung với nhau đầu tiên mà anh nhận được ngoài nụ hôn nồng cháy, anh còn nhận thêm một món quà kỷ niệm vô giá của em tặng anh với chiếc nơ đính hột xoàn cũng màu xanh lợt như anh và em đều yêu thích màu xanh này, thêm ấn tượng tràn đầy hạnh phúc.

Anh cũng có mang theo một món mà không phải là quà mà là cái mà người phụ nữ đi xe hai bánh cần phải có để che nắng tránh bụi bám vào tay khi mặc áo ngắn, chốc nữa em sẽ thấy trên đường đa số phụ nữ đi xe hai bánh phải trang bị các thứ cần thiết như anh chuẩn bị cho em hôm nay. Vừa nói như là giải thích cái món quà tầm thường của mình là chiếc áo dài tay có sọc xanh nhạt mà Hiếu mới mặc một lần và Hiếu vừa cười vừa nói:

- Chiếc áo này cũng tạm gọi là một món quà cần thiết cho em khi đi chơi với anh bằng xe gắn máy vì khi em mặc vào cũng mang hơi ấm của anh vào người em thật là rô măng tíc phải không Caroline? Anh nghĩ chiếc áo này cũng là món quà kỷ niệm vô giá, khi em nằm ngủ một mình em lấy áo anh đắp lên mình em cũng như có anh đang ôm em ngủ đó.

- Anh của em nói nghe hay quá, em thưởng anh một nụ hôn nữa nghe!. Chỉ có tặng hai món quà cho nhau mà loay hoay cũng mất cả nửa tiếng, may là cô cậu đứng sâu nơi chỗ để xe, không có người qua lại nên cô cậu tha hồ mùi mẫn. Hiếu lấy áo mình mặc cho Caroline để tránh nắng khi xe chạy dưới trời nắng chói chang. Khi đến một chỗ nào mà Hiếu dừng xe để cả hai đi tham quan, Hiếu lấy nón, áo và bao tay cho vào một cái túi vải, máng lên ghi đông và gởi xe có người trông nom. Hiếu đưa Caroline đi thăm viếng ba bốn chùa Miên nổi tiếng cũng đã qua gần một giờ trưa. Hiếu nói, anh đưa em đi ăn một món ăn gọi đặc sản của Sóc Trăng mà khắp cả nước Việt Nam không có nhà hàng nào bất cứ ở đâu cũng khó tìm gặp. Ở nhà hàng ngoài món đuông chiên bơ brơ–tan của Pháp còn có nhiều món ăn khác. Tới đó em thích món ăn nào mình sẽ gọi tiếp.

Anh đố em, trong lúc mình ngồi chơi chờ đợi nhà hàng mang thức ăn ra, anh sẽ làm gì và cả em nữa, em mà đoán trúng anh bái phục em. Caroline nói:

- Em chịu thua. Hiếu nhìn thẳng vào mắt vào mặt Caroline và cười nói:

- Anh nhìn em đá lông nheo mệt nghỉ đó. Caroline không hiểu đá lông nheo có nghĩa làm sao? Hiếu giải thích:

- Người Việt thường ví von khi trai gái bắt đầu yêu nhau, không biết tỏ tình bằng cách nào, cứ nhìn nhau trân trối, hai hàng lông mi còn gọi lông nheo của cô cậu tha hồ dương lên cụp xuống dễ thương làm sao!. Hai người nhìn nhau mà không nói, bốn mắt nhìn nhau lại như nói vạn lời yêu đương tha thiết trong im lặng mới là tuyệt vời! Caroline nói:

- Anh sao sành đời quá vậy, em càng phục càng yêu anh thêm nhiều nữa. Anh hãy dừng xe lại bên vệ đường trước mặt, anh "ngoáy" đầu lại hãy đá lông nheo với em. Caroline vừa nói vừa thực hành ngay cách đá lông nheo còn thần sầu quỷ khóc nữa. Em chồm lên kéo ghịt mặt anh xuống hôn môi chàng giữa trời để cho trời cao chứng giám mối tình của chúng ta không bao giờ xa nhau nghe anh!

Cái bản chất nhát gái của Hiếu lúc bấy giờ cũng tan biến theo mây khói, chàng cũng lấy làm lạ không hiểu sao nàng lại nổi hứng bất tử, không e thẹn người đi đường trông thấy. Khi xe tấp xe vào lề, nhanh như cắt nàng thực hiện đúng bài bản, lại trao nhau thêm một nụ hôn nồng ấm. Vì ở giữa đường xe cộ qua lại nên cô cậu chỉ có dám liếm môi nhau thật nhanh rồi tiếp tục lái xe đi.

Lúc ban đầu mới lên ngồi yên sau, Caroline để hai chân một bên, một tay nắm giữ ở yên xe, một tay choàn vào bụng Hiếu chỉ dám nắm vào khoen dây thắt lưng. Ngồi kiểu đó lâu cũng mõi chân và xương sống bị vẹo qua một bên mà cũng không vững vàng khi xe thắng nhanh, chưa nói khi hai xe va chạm nhau. Hiếu bảo Caroline:

- Sửa lại thế cách ngồi, hai chân hai bên, hai tay ôm chặt eo ếch Hiếu sẽ vững vàng hơn và rô măng tíc hơn. Hiếu nói Caroline thử ngồi kiểu đó:

- Coi xem có dễ chịu thoải mái và an toàn hơn không?. Nghe lời người yêu, Caroline đổi thế ngồi, cằm và ngực mình dính chặt tấm lưng thớt của Hiếu và mũi tha hồ mà hôn lưng chàng, mỗi khi nàng hứng thú rạo rực vì mới hưởng cảm khoái hương vị tình yêu lần đầu. Ngồi kiểu ôm eo ếch Caroline cảm thấy thoải mái an toàn hơn trước và nói nũng với người yêu:

- Suốt đời em ngồi xe hai bánh đi chơi với anh theo kiểu ngồi này em rất mê thích, không bao giờ xa anh để em có dịp ôm eo ếch anh mãi mãi. Miệng Caroline vừa nói tay bấm mạnh vào bụng của Hiếu như có luồng không khí ấm áp lan toả vào tâm hồn Hiếu. Chàng cũng hứng khởi lại lái xe cẩn thận, sợ lái ẩu sẽ mất cơ hội được người yêu ôm sát vào người và đôi gò bồng đảo của nàng lại đụng chạm mạnh hay nhẹ vào lưng sao mà êm như đụng vào nhung gấm mỗi lần giảm tốc độ hay thắng gấp.

Từ nhà Bưu Điện, trên tỉnh lộ đi Bạc Liêu Cà Mau, gần đó có một con đường tráng nhựa bên trái, đi khoảng gần hai cây số, ngang qua đài Phát Thanh Ba Xuyên cũ, năm xưa. Chạy thêm cũng trên một cây số, đến ngã ba lại rẽ trái chạy đến chợ Bãi Xàu cũng gần chỉ trên một cây số. Ngôi chợ này cũng gần chỗ làm việc của văn phòng quận châu thành tức là quận Bãi Xàu, gần sông và vùng này cũng có nhiều chành gạo, nhà máy xay lúa rất phồn thịnh.

Trước năm 1975, gần nhà lồng chợ Bãi Xàu có một khu đất trống rất rộng, khi trời chiều mát dần, nam thanh nữ tú, nhứt là các bợm nhậu thích la cà đến các quán cóc lộ thiên bán đủ thứ hết, nhứt là món đuông chà là chiên bơ nhậu bá cháy với đế, còn gọi là nước mắt quê hương, bia hay nếp than đưa cay, trời đất cũng lăn quay. Ngoài các quán lộ thiên hai bên chợ cũng có phố xá buôn bán thượng vàng hạ cám, đồ dùng các cái đều có đủ. Hơn nữa, ở đây có vài nhà hàng quán nhậu khá nổi tiếng các món ăn ngon đặc sản của Bãi Xàu như tôm lụi, tôm nướng, ba ba, rùa khìa hay rang muối, chim rôti, cá lóc nướng... đủ món ăn ngon hấp dẫn dân nhậu nên các buổi chiều cuối tuần, thứ sáu, thứ bảy, dân nhậu về đây đông.

Hiếu vừa lái xe vừa giới thiệu sơ sơ vùng Bãi Xàu cho người yêu biết. Hiếu tấp vào một nhà hàng, bề ngoài trông có vẽ sang trọng nhứt khu vực này, gởi xe gắn máy và các thứ trang bị của người đi xe gắn máy. Nắm tay Caroline dẫn đi thẳng vào trong, gần quầy tính tiền có cô thu ngân kiêm luôn tiếp tân cũng khá xinh chào đón khách. Vừa ngồi xong, có nhân viên nhà hàng mang ra hai cái khăn lạnh có tẩm chút nước hoa để trên một cái khai khá đẹp. Hiếu vắt khăn cho ráo nước đưa cho Caroline một cái và Hiếu cũng một khăn lau mặt, lau trán mồi hôi, đưa cho Caroline xem, cái khăn dính đầy bụi quá dơ và nói, đi xe gắn máy là phải đeo mặt nạ là như vậy đó. Còn Caroline đâu dám lau mặt vì mặt có đánh phấn, lau nó sẽ làm mặt thêm lem luốc, chỉ dám lau tay thôi.

Hiếu gọi một dĩa đuông chiên và yêu cầu nhà hàng mang cái bếp điện và đủ đồ dùng chiên đuông, nhà hàng tính thêm tiền cũng không sao vì tôi muốn cho người bạn nước ngoài hiểu rõ cách ăn đuông chà là chiên của quê mình. Khi cô ta về nước sẽ nói cho bạn bè cô ta, khi đến Sóc Trăng phải đến nhà hàng này ăn đuông chà là. Đây là một hình thức tôi quảng cáo cho nhà hàng của cô đó. Người đẹp thu ngân nghe Hiếu nói làm cô cũng vui lòng, bảo đầu bếp lo cho đủ đồ dùng đem ra chiên đuông. Trong lúc chờ đợi, Hiếu gọi một chai bia Sài Gòn với hai ly đá. Hiếu nói cô bạn tôi cũng không có uống bia nhiều và tôi cũng vậy, ăn đuông khơi khơi thiếu có chất cay cũng ăn mất ngon phải không, cô chủ? Đúng vậy anh! cô thu ngân đáp.

Hiếu gọi một xâu tôm lụi, một con tôm càng nướng còn có món gì ngon nhứt của nhà hàng, cô cho thêm món đó. Nhưng các món ăn cũng ít thôi vì chiều nay chúng tôi có dự dạ tiệc nên còn để dành bụng ăn tiệc nữa. Cô bạn tôi còn ở

Sóc Trăng đến tuần tới mới về nước. Nếu cô ta thích món ăn ở quán này, có thể nhiều buổi chiều tôi đưa cả gia đình cô ta xuống đây ăn cho vui mà ở nhà chúng tôi khỏi phải nấu nướng gì cả. Cô chủ nhà hàng cảm thấy vui thích quá, đến gần đon đả chào Caroline và chỉ nói được câu tiếng Anh ruột là chào cô, bà hay ông và tiếng cám ơn, chỉ có bấy nhiêu thôi. Cô nhờ Hiếu thông dịch là cô trẻ đẹp quá, tôi là phụ nữ cũng mê sắc đẹp của cô.

Caroline nghe Hiếu thông dịch lại làm má Caroline thêm hồng, e thẹn giống hệt như các cô gái Việt Nam, ai khen đẹp rất vui thích mà cũng e thẹn như là làm duyên. Caroline cũng cố rặn ra tiếng cám ơn nói với cô chủ quán, trông cái miệng Caroline nói tiếng Việt dễ thương làm sao! Caroline vội bắt tay cô chủ thêm và nói thêm hai tiếng thank you.

Món tôm lụi nướng mang ra trước và hai con chim rô ti trông rất hấp dẫn. Hiếu bóc vỏ tôm đưa Caroline ăn thử coi có ngon vừa miệng không. Nếu lạt có nước chấm đặc biệt kế bên. Caroline vừa ăn vừa khen ngon, Hiếu mời Caroline cụng ly. Cô nhấm một chút bia, còn Hiếu cũng uống một ngụm và khà một tiếng khe khẻ tỏ ra khoái chí, đá lông nheo với người yêu, Caroline mĩm cười như rất hài lòng cử chỉ của Hiếu bày tỏ tình yêu với cô rất kín đáo. Một lụi tôm chỉ có bốn con đủ cho hai người, mỗi người hai con. Còn chim rô ti có hai con, Hiếu đề nghị lấy bớt lại một con vì một con hai người thưởng thức cũng đủ rồi, còn tôm càng nướng cũng chỉ ăn không cần kèm theo bún và rau chỉ ăn thêm vài miếng dưa, khế hay khóm cũng đủ. Khi người phục vụ đem ra một con tôm càng nướng nóng hôi hổi kèm theo một dĩa bơ của Pháp và một dĩa ma-don-ne cùng hai cái nĩa và hai con dao. Trong lúc đó, một thanh niên phụ trách chiên đuông cũng đem ra một bó chà là cắt ngắn từng khúc đã róc lá, rữa thật sạch trước rồi. Hiếu nói:

- Em đứng lên, nhìn qua bàn họ chiên, em xem thao tác của họ làm món đuông chiên bơ. Từ thân ngắn của cành lá chà là, người ta chẽ ra làm đôi và gắp bắt ra từng con đuông còn sống ngo ngoe cho vào một chén rượu để kế bên như rữa sạch sát trùng xong, họ gắp bỏ qua một chén nước mắm thơm ngon cho đuông "bơi lội" uống nước mắm cho đã cho đến khi con đuông lăn quay hết bơi có nghĩa là đuông đã ngủm cũ tõi rồi không còn sống.

Người ta cho đuông vào một cái chão nhỏ xíu có bơ đã tan và sôi lên, từng con đuông cho vào chão chừng hơn mười giây con đuông đã vàng rồi, gắp ra dĩa từng con còn nóng. Mỗi con là một miếng ăn, vào miệng chỉ cắn nhẹ, tạm gọi là sữa – một chất lỏng trắng đục trong con đuông chảy ra rất béo và vô cùng bổ dưỡng. Thực khách chỉ cần nhai qua loa xác con đuông hay gọi là cái vỏ cũng được cùng chất lỏng tan nhanh trong miệng. Thực khách chỉ nuốt nhẹ cũng chạy vô cuống họng và đi tuột xuống dạ dày rất nhanh và vô một ngụm rượu tiễn đưa con đuông chiên bơ vào cõi hư vô thật êm ái nhẹ nhàng.

Một tiệc nhậu, mỗi người thường ăn chừng năm con, đôi khi có đuông nhiều thực khách có thể ăn gấp đôi. Dân bợm nhậu đồn rùm, ăn từ năm con đuông trở lên, ông ăn khoái khẩu tối được bà khen thưởng chắc như bắp.

Khi chiên được hai con, Hiếu lấy đem qua bàn, gắp một con đút cho Caroline ăn thử, nàng rất rụt rè e ngại món ăn côn trùng thấy mà sợ. Caroline bấm bụng nhắm mắt ăn liều, con đuông vừa vào miệng Hiếu nhắc nhai nhè nhẹ cũng đủ làm cho con đuông hoà tan với nước bọt rồi hãy nuốt một cách sảng khoái mới tận hưởng hết cái ngon của con đuông. Caroline chỉ ăn theo cách hướng dẫn của người yêu, dù không có mùi gì khó chịu mà lại có mùi thơm ngon và béo ngậy, cũng tạo một cảm giác là lạ, không có gì phải lo lắng mà thật sự có hơi ghê sợ. Nếu không có Hiếu, Caroline không tài nào dám ăn một con đuông một cách vô tư như thế.

Hiếu mời ép ăn thêm một con đuông nữa, Caroline lắc đầu cám ơn rối rít và quay sang định ăn tôm càng nướng. Hiếu thấy hơi nguội, nhờ cô chủ gọi nhân viên đem vào nướng lại một chút cho nóng. Hiếu bảo nhà hàng chiên đuông chỉ chiên tám con thôi vì chiên nhiều ăn không hết. Nhiều người thích ăn đuông từ đuông chà là đến đuông dừa và con nhộng trong cái kén của tơ tằm.

Giữa con đuông và nhộng có sự giống nhau là chúng ký sinh trong một loài thực vật khác nhau, chỉ khác là con nhộng của tằm ăn lá dâu, người ta phải luộc kén chín mới lấy con nhộng ra từ trong cái kén. Như vậy gọi tên đuông hay con nhộng cùng họ hàng nhau, đuông bắt từ bọng trong thân cây chà là ở vùng nước lợ hay con đuông trong củ hủ dừa.

Khi lấy ra được con nhộng phải luộc kén cho con nhộng chết trong kén mới bảo toàn được còn nguyên vẹn sợi tơ không bị nhộng cắn đứt, kéo thành chỉ dệt thành sản phẩm tơ lụa. Như vậy, con đuông chà là, con đuông dừa và con nhộng của cây dâu lấy lá làm thức ăn nuôi tằm. Cả ba loại sinh vật này như là loại côn trùng ăn được cùng ở trong môi trường sống rất tinh khiết. Cả ba sống ký sinh trong chà là, củ hủ dừa hay trong kén tằm, chúng trở thành một đặc sản thức ăn có giá trị bổ dưỡng cao vì tương đối hiếm, ở vùng này có mà ở vùng khác thì không.

Ở miền Nam Việt Nam, nhộng chỉ thấy có bán ở vùng tỉnh lỵ Châu Đốc và quận lỵ Tân Châu, theo mùa, không có bán quanh năm. Tại quận lỵ Tân Châu và nhiều xã lân cận là cái nôi trồng dâu nuôi tằm một cách đại trà chuyên nghiệp, kéo tơ thành sợi dệt thành những thành phẩm tơ lụa và sáng chế thành các sản phẩm tơ lụa có giá trị kinh tế cao. Vì vậy, món ăn nhộng cũng rất hiếm vì khi có thì lại quá nhiều mà lại không ngon bằng đuông chà là, thân xác chúng cũng to hơn đuông chà là nên ăn nhiều cũng ngán và có người bị dị ứng nổi mề đay. Đuông chà là thường sống vùng nước lợ, các vùng biển nên ở tỉnh nào có ven biển thường có nhiều chà là sinh trưởng thành những khóm hay rừng chà là mọc trong môi trường nước lợ hay nước mặn.

Còn đuông dừa nơi nào có trồng dừa, củ hủ dừa bị côn trùng "đục" làm cây không trái hay chết. Người làm vườn hạ, đốn cây dừa nằm xuống, mới bắt được con đuông trong củ hủ dừa. Chính loại ký sinh đuông dừa là thủ phạm giết chết cây dừa. Đuông dừa to xác nhứt hơn hai loại côn trùng ký sinh kia.

Cách làm món nhậu đuông hay nhộng rất đơn giản, khi có chúng, chỉ có chiên dầu, mỡ hay sang là chiên bơ có thêm hành tỏi cho thơm, nêm nếm cho vừa ăn làm mồi nhậu liền. Còn ở nhà hàng họ làm cầu kỳ, thu hút thực khách mới có dịp tính tiền cao. Khi làm món ăn đuông chiên bơ trước người nước ngoài người ta còn vẽ vời mới thêm khâu rửa con đuông bằng rượu một hình thức sát trùng. Con phe nhậu, lấy con đuông ra chỉ cho vào nước mắm hay không cần cho vào nước mắm chiên liền, bỏ cái khâu rửa sạch bằng rượu và ngâm nước mắm chỉ thêm mất thì giờ của các tay bợm nhậu thứ thiệt. Chiên đuông chà là khi bơ (hay dầu, mỡ) đang sôi, nếu có con vi khuẩn nào dính vào con đuông nó cũng ngủm cù đeo theo con đuông rồi, đừng có lo sợ gì cả, có phải vậy không các ông thần lưu linh? Bợm nhậu thứ thiệt không ke ba cái vệ sinh phòng ngừa gì cả. Nếu con vi khuẩn có dính trong con đuông chiên chưa chết mới lắc lư con tàu đi, cho vào miệng sẽ có đế hay li cơ đốt tiếp thì chắc như bắp, nó vào đến dạ dày đã tắt thở từ khuya.

Bữa ăn trưa ngắn ngủi mà rất vui và rất hạnh phúc của hai người trẻ mới biết yêu thật sự lần đầu. Caroline nói:

- Em rất cám ơn anh Hiếu cho em thưởng thức món đuông chiên bơ mà cả đời em không có anh, em chẳng bao giờ biết món ngon đặc sản này của Bãi Xàu. Lần tới, có ăn món này nữa, em sẽ ăn ngon hơn vì trông thấy anh ăn mà em đã nuốt nước bọt rồi. Chắc anh ăn món đuông này thường lắm phải không, Hiếu lại đăm chiêu có vẽ hững hờ nói thật với Caroline:

- Thời trai trẻ của anh sống trong sự nghèo khó tột cùng chỉ cái gì rẻ nhứt anh mới dám mua ăn, còn món đuông là món ăn đặc sản dành cho người giàu sang, nên anh mới biết ăn gần đây khi anh thi đậu vào đại học. Anh Trung, Bernard và anh Đức đãi chúc mừng, anh mới biết ăn cái món lạ kỳ này mà lại đắt tiền nữa. Em nghe anh nói thật lòng, em có cười có chê anh quê anh chịu.

Nghe Hiếu nói mà đôi mắt của cô đầm trẻ lại ươn ướt vì xúc động, lại càng yêu thương Hiếu nhiều. Caroline nói, bây giờ anh học đại học Y ra trường thành bác sĩ có tiền, anh làm một cuộc đổi đời vĩ đại phải không anh?

- Hiếu không trả lời mà dùng đầu mình chồm qua đụng đầu Caroline, một biểu trưng tán đồng ý kiến của người yêu. Để làm bữa ăn thật vui và hạnh phúc vì Hiếu nói thật với người yêu, gia đình mình nghèo lắm, làm bác sĩ cũng là cuộc đổi đời rồi. Hiếu lại ga lăng vói nắm tay Caroline và nói tự đáy lòng mình:

- Hiếu cưới được Caroline anh sẽ có một sự đổi đời vĩ đại nhứt trong đời Hiếu. Caroline quá cảm động và quá hạnh phúc nắm chặt tay Hiếu gặt gặt ba bốn lần. Hiếu gọi tính tiền và cả hai nắm tay nhau lửng thửng ra lấy xe chạy một mạch về đến nhà cũng khoảng trên ba giờ, Hiếu dẫn Caroline vào nhà và đến chào Ba Má Caroline và cám ơn ông bà cho phép đưa Caroline đi dạo quanh thành phố Sóc Trăng và ăn trưa xong, chúng con về đây. Xin phép hai bác cho con về nhà và hẹn chiều con gặp lại hai bác. Ba Má Caroline tỏ vẽ rất hài lòng một thanh niên Việt Nam nói tiếng Anh khá và lịch lãm, có lễ phép, biết cách xả giao biết chinh tâm như thượng sách rất đáng khen. Hai ông bà nói với nhau, con Caroline kén bạn trai quá, nay gặp Hiếu coi bộ nó thích Hiếu cũng là điều tốt hai anh em ruột lấy hai chị em ruột lại càng vui thêm. Bà nói với chồng:

- Khi Caroline về đến nhà, ông có thấy nó có trang phục lạ, đầu đội nón vành to lại còn có một nón an toàn che đầu cầm tay, mặc áo đàn ông dài tay, trông lạ quá, chắc cháu Hiếu mua sắm cho nó trang phục chống nắng của địa phương.

- Tôi cũng thấy có nhiều thiện cảm với cháu Hiếu, tôi sẽ khuyến khích nó làm quen và tìm hiểu thêm. Nếu chúng hạp yêu thích nhau thì ba năm nữa hai đứa đều tốt nghiệp bằng cấp cao, tha hồ mình làm đám cưới lớn hơn thằng Bernard. Đám cưới Bernard quá bất ngờ, vợ chồng mình không kịp lo tính gì cho con hết. Cũng may, Caroline rất bén nhạy nghĩ đến cách mua quà tặng nhiều người cũng sẽ làm cho mình nở mặt nở mày rồi. Đám cưới Caroline, tôi sẽ giúp con lo trước cho vẹn toàn hơn, ông chồng nắm chặt tay bà gật gật đồng ý.

Dạ tiệc chiều nay do ông bà Bí Thư mời, ngoài gia đình Bernard năm người, ông Bí Thư còn mời cả gia đình bên vợ Bernard, dự trù cũng năm người. Ông Bí Thư chỉ mời giới hạn mà cũng đầy năm bàn tại nhà hàng lớn và sang trọng nhứt của tỉnh Sóc Trăng. Là nhà hàng quen thuộc mỗi lần ông Bí Thư đặt tiệc đãi khách quan trọng thường tổ chức tại đây. Nhà hàng này có một hệ thống âm thanh hiện đại, có sân khấu trang hoàng cũng đẹp dù không lớn, nhưng phục vụ trong các buổi dạ tiệc không có trình diễn ca nhạc lớn thì cũng rất tốt, đủ tiện nghi.

Mới hơn năm giờ, mọi người đến khá đông, đứng rải rác nói chuyện với nhau khá rôm rả hay ngồi tại phòng khách của nhà hàng uống trà. Gia đình của Bernard mười người đến hai xe. Vừa vào tới phòng tiếp tân của nhà hàng, các ông bà Bí Thư và Chủ Tịch Ủy Ban Nhân Dân cũng vừa tới. Mọi người đứng lên chào ông bà Bí Thư và ông Bà Chủ Tịch. Ông Bí Thư cùng bà đến bắt tay chào mừng ông bà thân phụ mẫu của Bernard và em gái Caroline. Kế tiếp là ông bà Chủ Tịch tỉnh cùng các ông bà Giám Đốc Sở Y Tế, Sở Nhà Đất cũng tay bắt mặt mừng chào khách phương xa. Ông Bí Thư mời mọi người vào bàn tiệc, mỗi bàn có đề tên đủ mười người, tìm đúng chỗ ngồi rất dễ dàng, dù nhà hàng có nhân viên hướng dẫn, nhưng vì ít chỉ có năm bàn cũng không có gặp trở ngại gì cả. Ban Bí Thư của ông không thiếu sót một ai đứng đầu ngành.

Ông Bí Thư theo học trường Tây từ hồi còn nhỏ nên phong cách làm việc hay ăn tiệc tại nhà hàng là phải đúng giờ. Vì người Tây phương quan niệm "giờ là giờ" là phải đúng giờ mới chứng tỏ người có tư cách biết tôn trọng thì giờ vàng ngọc của người khác. Người Việt ở bất cứ nơi đâu, nhứt là các tiệc cưới, quan viên hai họ thường rề rà đến muộn, trong thiệp mời dự tiệc cưới ghi là sáu giờ mà những người có tư cách đến đúng sáu giờ phải mõi cổ trông chờ mãi gần chín giờ, đôi khi đến hơn chín giờ mới khai tiệc. Thế mà người Việt có học trường Tây, trường Mỹ hay là doanh gia, trí thức mà đi dự tiệc cứ vô tư đến trễ một hai tiếng mà họ không cảm thấy mắc cở mới là điều đáng nói. Họ lập luận, nói càng: không ăn đậu không phải là người Mễ, không đi trễ không phải là người Việt Nam. Người ta thường mượn câu nói có vần này để viện dẫn sự đi đến trễ của mình như là một việc hiển nhiên, thật hết thuốc chửa.

Đúng bon sáu giờ, ông Bí Thư cầm theo một chai champagne lên máy vi âm giữa sân khấu, ông nói ngắn gọn. Hôm nay là ngày vui của chúng tôi đại diện chánh quyền tỉnh Sóc Trăng có lời chào mừng ông bà thân phụ mẫu và cô em gái của bác sĩ Bernard từ xa xôi bên trời Tây đến tỉnh nhà chúng tôi. Tôi xin phép mở chai champagne như là tiếng pháo chào mừng và tất cả các bàn cũng có người đại diện cùng đứng lên với tôi mở nắp chai champagne chào mừng các khách quý từ nước Áo sang. Ông Bí Thư cũng bật qua nói tiếng Pháp để gia đình Bernard hiểu. Cả năm bàn cùng đứng lên và sáu tiếng nổ dòn của các chai rượu làm cho bữa tiệc thêm vui tươi hứng khởi ngay từ phút đầu. Ông mời mọi người nâng ly chúc mừng và dùng khai vị. Ông cầm chai champagne. Ông đi xuống, rót mời ông bà thân sinh Bernard và ông Chủ tịch tỉnh cùng hai ông Giám Đốc. Ông Bí Thư đến mỗi bàn thấy ly các ông chưa có rượu hay còn ít, ông Bí Thư rót thêm thật tình mời các đồng chí của ông uống chúc mừng khách phương xa đến tỉnh nhà chúng ta. Qua một tua uống champagne khai vị, mới đến chương trình chính. Ông Bí Thư lên sân khấu nói bằng tiếng Việt trước rất ngắn gọn và ông nói bằng tiếng Pháp chào mừng gia đình bác sĩ Bernard, chỉ còn ba ngày nữa Bernard làm lễ cưới với một cô giáo của tỉnh nhà. Chúng tôi rất hãnh diện, bác sĩ Bernard chọn Sóc Trăng làm quê hương thứ hai và hôm nay chúng tôi, đại diện chính quyền tỉnh xin chào mừng ông bà và cháu gái từ nước Áo sang trong dạ tiệc thân mật này. Chúng tôi nghe tin, tiệc cưới của bác sĩ Bernard có ông bà Tổng Lãnh Sự và phái đoàn mười người đến Sóc Trăng chung vui tiệc cưới.

Chúng tôi xin mời gia đình ông Tổng Lãnh Sự và phái đoàn nghỉ qua đêm tại nhà khách của tỉnh, chúng tôi lo hết mọi thứ. Tối hôm đó còn có gia đình ông cựu Bí Thư tỉnh uỷ Phú Yên, đàn anh của tôi cũng về đây tham dự và gia đình các vị khách quý ở Cần Thơ cũng như ông bà Khoa Trưởng trường Đại Học Y Khoa Cần Thơ cũng sẽ nghỉ qua đêm tại nhà khách tỉnh, tha hồ mà quý vị mới quen biết nhau sẽ có một đêm vui vẻ hàn huyên. Mọi chuyện sắp xếp chỗ tại nhà nghỉ của tỉnh và tại nhà, tuỳ thuộc bác sĩ Bernard. Nhà khách mà bác sĩ Bernard đã biết có bao nhiêu phòng rồi, cứ tự do sắp xếp.

Một lần nữa ông nói lời cám ơn thân phụ mẫu Bernard đến Sóc Trăng cũng là đầu mối ngoại giao của tỉnh đối với Toà Tổng Lãnh Sự Áo. Nói xong cả hai thứ tiếng Việt Pháp, ông đi xuống bàn, Bernard vội lên máy ghi âm giới thiệu thân phụ mẫu và em gái mình từ nước Áo sang dự lễ cưới lên chào kính ông Bí Thư, đại diện chánh quyền tỉnh và quan khách tham dự dạ tiệc.

Tuyết Trinh hướng dẫn Ba Má và em chồng lên sân khấu. Cả năm người cúi đầu chào, cả nhà hàng vang tiếng vỗ tay hoan nghênh hồi đáp. Bernard nói bằng tiếng Việt trước, nói tiếng Áo sau và Bernard cho biết Ba của mình sẽ nói bằng tiếng Pháp và Bernard thông dịch sang qua tiếng Việt. Bernard cho biết sau hơn mười năm không có tin tức gì về Bernard, ông bà tưởng Bernard đã chết rồi nên ông bà không còn tha thiết kinh doanh, làm ăn nữa.

Ông tự mình phải về hưu vì làm có tiền tài sản nhiều chỉ ước mong để lại cho con mà con mình đã bặt vô âm tín mà là đứa con trai đầu lòng, ông bà rất yêu thương. Ba tôi tự hỏi, kinh doanh giàu có để làm gì, Ba Má Bernard sống trong đau khổ lo buồn số phận của con. Ông bà thường đến nhà thờ cầu nguyện Chúa Kytô và Mẹ Maria linh hiển ban ân phước cho ông bà biết tin con.

Khi ông bà nghe tin con mình còn sống mà sống trong dự đùm bọc trợ giúp của những bàn tay nhân ái cao cả, mà là người Việt Nam xa lạ. Ba Má tôi còn hay tin tôi chọn người vợ trăm năm cũng là một cô gái Việt Nam con nhà nghèo mà hiếu học. Ba Má tôi vô cùng hân hoan và tức tốc mua vé máy bay sang Việt Nam ngay nên ông bà cũng có mang theo một ít món quà kỷ niệm khiêm nhường kính tặng những đại ân nhân của tôi: ông bà Bí Thư, ông bà chủ Tịch Ủy Ban Tỉnh, ông bà Giám Đốc Sở Y Tế và Sở Nhà Đất. Xin phép cho tôi nói vài câu tiếng mẹ đẻ tiếng Áo của chúng tôi về ý nghĩa tôi vừa trình bày. Vừa dứt lời, Bernard mời ông bà Bí Thư, Chủ Tịch, Giám Đốc nhận những món quà khiêm nhường Ba Má chúng tôi đến tận bàn tặng. Bernard gọi Hiếu mang quà đưa cho Ba Má Bernard trao tận tay từng người có Caroline đi theo cha mẹ. Mọi người vỗ tay hoan nghênh. Ông Bí Thư mời tất cả tám người kể cả ông vừa nhận quà lên sân khấu mở quà cho bà con biết, mọi người khen quà đẹp mà có ý nghĩa đồng loạt vỗ tay chúc mừng vừa dứt. Tuyết Trinh và Caroline được Hiếu mang đến bốn bó hoa tặng cho bốn phu nhân, như vậy bốn bà được quà tặng gấp ba phu quân. Mọi người lại vỗ tay và nói các bà ngày nay hơn các ông rồi.

Chỉ một sự tính toán nhỏ của Caroline cũng làm cho quý bà thêm hài lòng và các ông lại vui thêm vì vợ mình được ưu ái rất xứng đáng là hiền phụ, trụ cột xây dựng hạnh phúc gia đình. Nhân dịp này, Bernard trổ tài nói chuyện vui bằng tiếng Việt. Người đời thường nói thanh niên, đàn ông là rường cột của quốc gia mà tôi xin thưa, giới phụ nữ mới là giới tinh hoa, rường cột của gia đình, vợ của mình mới là nhứt xứ đó quý vị ạ! Các bà vỗ tay khen Bernard giỏi nói đúng lại biết nịnh đầm, Bernard lại nói tiếp:

- Thưa quý vị, tôi học theo gương anh vợ là Bác sĩ Trung cũng hiện diện nơi đây, anh học hết trung học ở Sóc Trăng cũng nhờ công ơn người yêu chăm sóc từ miếng ăn, mua sách vỡ cho anh ra trường Y đỗ Thủ Khoa. Thay vì anh về Sóc Trăng anh sẽ phục vụ như tôi. Anh bị vợ cũng là bác sĩ Y Khoa cùng lớp bắt cóc ở lại Cần Thơ để cho bà bác sĩ nâng khăn đấm lưng cho ông bác sĩ. Như vậy, ông bác sĩ anh vợ tôi nhờ ơn vợ mới thành một thanh niên ưu tú vì anh rất có hiếu với mẹ mà cũng có hiếu với vợ. Tôi rất hoan nghênh những người đàn ông biết nghe lời vợ và còn có hiếu với vợ nữa.

Cả năm bàn khua ly chén, muỗng nĩa kêu vang cùng với tiếng hoan hô vang dội. Có nhiều lời khen bác sĩ Bernard nói đúng quá vì bác sĩ Bernard mới bị vợ dụ về Sóc Trăng. Mọi người vỗ tay cười khen ông Tây nói tiếng Việt "thầy chạy". Bernard nói tiếp:

- Như vậy, tôi cũng bị vợ tôi xỏ mũi dẫn về Sóc Trăng tôi phải tuân theo lịnh sếp, đúng là một người chồng ngoan rất có hiếu với vợ phải không thưa quý vị ?

Xin mọi người cho một tràng pháo tay thật to hoan hô tất cả quý bà đã hết lòng lo cho các ông chồng có hiếu. Cả năm bàn rất hồ hởi phấn khởi, quá vui, vỗ tay kêu rôm rốp. Bernard còn đứng trên sân khấu, ông Chủ Tịch Uỷ Ban

Nhân Dân tỉnh lên nói cám ơn Bernard có những lời khen các vị phu nhân luôn đảm đang chăm sóc cho chồng, quán xuyến mọi việc tề gia nội trợ cho luôn êm ấm, rất đáng được tán thưởng. Tôi xin bái phục bác Sĩ Bernard học tiếng Việt chưa lâu mà nói tiếng Việt thuộc đẳng cấp thượng thừa. Tôi xin khen bác sĩ Bernard nói tiếng Việt và có một từ ngữ mà tôi xin ghi nhớ là chồng phải có hiếu với vợ, xin mọi người hoan hô bác sĩ Bernard dùng một từ rất có ấn tượng.

Ông bà Bí Thư thật sự phấn khích, ông bảo Bernard tóm dịch lại cho ba mẹ và em gái mình hiểu thêm văn hoá Việt mới, có từ là chồng nên có hiếu với vợ, nghe lời vợ mới làm nên cơm cháo sự nghiệp.

Bernard vâng lời ông Bí Thư quay sang Ba Mẹ và cô em gái nói một một tràng tiếng Tây. Ông bà và cô em gái cũng ôm bụng cười và ông Bố Bernard nói với ông Bí Thư, con trai ông lưu lạc xa gia đình sống ở Việt Nam có mấy năm mà học cách sống chân thật và tính khôi hài của người Việt mà con tôi quá tiến bộ. Chúng tôi không ngờ, xin cám ơn người Việt dạy cho con tôi đủ mọi thứ để xứng đáng là con người tốt phục vụ xã hội. Ông Bí Thư bắt tay ông bà thân sinh và nói ông bà có đứa con trai vô cùng dễ thương, chúng tôi rất quý mến em. Ông Bí Thư lại dõng dạc nói lớn:

- Các đồng chí và quý bà muốn phát biểu hay có lời nhắn nhủ gì với vợ chồng Bernard và gia đình Bernard, cứ tự nhiên và ông cũng quay sang cô Caroline, dùng tiếng Pháp hỏi cháu có cảm tưởng gì khi đến Việt Nam và đặc biệt đến tỉnh Sóc Trăng này? Caroline thuộc típ phụ nữ văn minh tiến bộ có học, đang theo học Thạc sĩ (cao học) về Bang Giao quốc tế và có làm việc bán thời gian tại Bộ Ngoại Giáo Áo ở Thủ Đô xinh đẹp Vienne, như là một hình thức thực tập.

Thấy chưa có ai lên phát, cô lên sân khấu có chị dâu hộ tống đứng kế bên và làm thông dịch cho cô em nữa.

- Trước hết, cô nói lời cám ơn quý bà trước và kế đến là cám ơn quý ông. Caroline cho biết, trong đầu cứ tưởng tượng sau mấy mươi năm chinh chiến, nước Việt bị nhiều ảnh hưởng chiến tranh điêu tàn. Chỉ qua hơn mười năm mà ngày nay, xây dựng mới khá nhanh và một tỉnh lẻ xa Sài Gòn như Sóc Trăng cũng có nhiều công trình xây dựng mới rất tốt, tôi rất ngưỡng phục người Việt rất nhẫn nại xây dựng lại đất nước mình. Riêng tỉnh Sóc Trăng đã có nhiều sắc dân hoà hợp chung sống như người Việt người Miên, người Hoa, có cả con cháu gốc Pháp gốc Mỹ nay có gốc Áo thật là một tỉnh đa sắc tộc và đa văn hoá, tôi rất mê thích được sống ở tỉnh nhà chúng ta.

Một lần nữa xin cám ơn tất cả quan khách và xin kính chào. Một tràng pháo tay, kéo dài như bất tận. Hiếu rất ga lăng lửng thửng đi lên đón bắt tay và dìu Caroline về bàn. Dạ tiệc kéo dài gần đến mười một giờ khuya mới chấm dứt. Về nhà, cả đêm Caroline sống trong hạnh phúc vì có một ngày từ sáng sớm cho tới khuya lúc nào Caroline cũng có cảm giác hạnh phúc vì mình đã chọn được người chồng lý tưởng mà nàng ao ước trao thân gởi phận cho người đáng yêu. Không trao duyên lầm cho người bất xứng. Caroline còn nhớ:

- Hiếu giải thích cách làm đuông chà là chiên bơ, anh mới anh ăn lần thứ hai vì món ăn khá đắt tiền hơn các món ăn ngon khác. Hiếu nói cách bắt đuông nhộng là anh nghe người ta nói anh chỉ lặp lại thôi không biết đúng được bao nhiêu phần trăm. Hiếu quá thành thật, Caroline lại càng yêu, Caroline tự hứa với lòng là nàng sẽ chu cấp cho chàng tiền để lo đi học và có tiền lo gíup nuôi dưỡng Mẹ chờ ngày làm đám cưới. Caroline sẽ mời Mẹ về ở với vợ chồng Caroline để cô có cơ hội chăm sóc mẹ già. Caroline nói trên đời này làm gì có một người phụ nữ thứ hai, goá chồng lúc còn trẻ mới ba mươi tuổi sống trong sự nghèo khổ cùng cực mà vẫn một lòng sắt son thủ tiết thờ chồng, nuôi bốn đứa con nên người hữu dụng cho xã hội, đất nước. Caroline sẽ nói cho Ba Mẹ mình biết rõ:

- Thân phận mẹ chồng của nàng là một người đáng kính trọng nhứt nên Caroline ngay từ bây giờ muốn xây hạnh phúc với Hiếu là phải lo chăm sóc mẹ Hiếu cho chu toàn xứng đáng là con dâu hiền.

Caroline suy tính, về tiền lương và lợi tức hàng tháng cộng chung trên mười ngàn, Caroline chia làm ba, một phần để dành cho tương lai khi có gia đình, một phần ba gởi cho Hiếu giúp chàng thoải mái lo học cho đến ngày thành tài và có tiền lo chăm sóc nuôi dưỡng mẹ trong lúc bà còn mạnh khoẻ cùng đi chơi đây đó. Caroline dành một phần phục vụ đời sống, sinh hoạt hàng ngày. Caroline còn nghĩ, Mẹ của Hiếu không thể ngồi trên xe gắn máy như giới trẻ vì thiếu an toàn và rất dễ bị cảm đau. Caroline dự trù khi gặp ông Tổng Lãnh Sự nhờ giúp mua cho mình một chiếc xe nhỏ năm chỗ ngồi tại nơi sản xuất Nhật Bản để Caroline sẽ thường xuyên sang Việt Nam nghiên cứu thêm về văn hoá Việt Nam để viết luận án tiến sĩ có phương tiện đi lại vì đi xe hai bánh rất nguy hiểm. Trong lúc chưa qua Việt Nam, xe của Caroline để Hiếu sử dụng đưa đón Mẹ đi đây đó. Caroline đã nghĩ như vậy thế nào cũng phải thực hiện.

Caroline cũng xin phép cho con gái của ông bà Tổng Lãnh Sự trong lễ cưới của anh mình làm cô dâu phụ như mình cùng với ba cô gái Việt Nam thân thích khác và xin để bạn mình ở lại chơi tại Sóc Trăng vài ngày cùng ở chung một phòng với Caroline, về Sài Gòn ở thêm vài ngày sẽ bay về Áo.

Anh chị Hai của Hiếu và anh chị Ba cũng muốn tạo điều kiện cho Hiếu tiếp xúc với Caroline nếu hạp tánh hai cô cậu yêu nhau thì đợi đến ngày hai đứa đều tốt nghiệp sẽ làm đám cưới lớn, ba bốn năm cũng không còn bao lâu nữa. Cả gia đình chưa biết Caroline và Hiếu đã chịu đèn rồi, chúng tiến nhanh tiến mạnh, tiến vững chắc lên đỉnh tình yêu. Cả hai đã có tặng quà lưu niệm cho nhau, thề non hẹn biển rồi, sẽ lấy nhau. Cô cậu tự ý giao kết sống bên nhau mãi mãi, lại có quà như là lễ vật đính hôn chỉ có riêng hai đứa biết mà thôi. Caroline còn nói:

- Hè năm tới cô sẽ đưa Ba Má về Sóc Trăng làm lễ hỏi, đính hôn chánh thức với Hiếu. Hiếu sẽ yên tâm học vì có Caroline súp bo cho Hiếu các cái.

Để cho Hiếu có dịp gần gũi với Caroline, muốn giúp em có thêm cơ hội tiếp xúc Trung nói với Hiếu, em thường xuyên chạy qua nhà anh chị tư lo giúp anh tư:

- Em phải sắp xếp chưng dọn trên bàn thờ và trong ngoài nhà, mướn người ta mang tàu dừa, lá đủng đỉnh trang hoàng ngoài cửa. Nếu vợ chồng Bernard chưa đặt, em đi đặt tấm bản Lễ Tân Hôn treo trước cổng nhà. Dù không có đãi tiệc trong nhà, em và Caroline giúp anh chị sắp xếp bàn ghế vì có gia đình của bên vợ anh Đức và chú thím Ba của anh Đức từ Phú Yên, Cần Thơ sẽ đến nhà chào mừng Ba Má Bernard, mình phải tiếp đón cho tốt.

Hiếu nghe anh mình căn dặn như mở cờ trong bụng, từ sáng nay cho đến lễ cưới, em sẽ có mặt thường xuyên ở nhà anh chị Bernard, không có giúp gì ở nhà, có anh Trung lo hết thì sung sướng biết bao. Hiếu quá vui mừng, đâu cần phải rủ Caroline đi chơi xa nữa. Bây giờ có dịp ở cùng trong nhà tha hồ mà đá lông nheo và âu yếm vì chỉ còn hơn tuần nữa Caroline về Áo.

Mãi năm sau mới trở lại, thời gian dài quá. Hiếu tự nghĩ, mình có thái độ cử chỉ làm vừa lòng Caroline và Ba Má của em thì chắc chắn có dịp nghỉ chừng hai tuần, em sẽ bay qua thăm, nghĩ đến đó, Hiếu lại càng mừng rỡ vui thêm.

Trên đường lái xe, Hiếu chạy tạt qua chợ vào mua thịt heo quay và một con vịt quay cùng rau, dưa bánh hỏi về nhà, chị Tuyết Trinh và Caroline lo giúp bữa ăn trưa cho gia đình Bernard. Bây giờ tăng thêm một người là sáu người đủ ba cặp chẵn lại đẹp biết bao! Hiếu còn mua trái cây ăn tráng miệng, cái gì nó cũng muốn mua, nó quên chị Tuyết Trinh con nhà nghèo rất đảm đang siêng năng nổi tiếng trong xóm, ai cũng thương, chị của Hiếu cũng có thể chuẩn bị đủ hết rồi. Nhưng, Hiếu mang thức ăn tới có bị dội cũng không sao, miễn người yêu mình thích, ô kê, mình vui rồi. Hiếu mua các cái xong chưa tới mười giờ, lên xe phóng về anh chị Bernard, dẫn xe vào cổng dựng xe một chỗ mát, xách túi đồ ăn nặng trĩu vừa mới mua thịt heo quay và vịt quay còn nóng, khệ nệ mang vào nhà. Vừa vào tới phòng khách gặp ngay Ba Má Caroline, Hiếu cúi đầu chào và nói con mang thức ăn đến mời hai Bác cùng ăn trưa với chúng con. Má của Caroline vừa nói cám ơn và gọi vào trong nói Caroline có khách quý đến thăm con, ra mau nhá!. Nghe tiếng dạ (tiếng Áo không phải tiếng Việt) của Caroline, nàng vội vàng đóng sầm cửa buồng và đi ra ngay. Vừa thấy Hiếu, chạy tới ôm hôn Hiếu làm cho chàng cũng khá mắc cở trước mặt người lớn, Hiếu không dám hôn lại đáp lễ người yêu. Đánh trống lảng, Hiếu nói với Caroline:

- Hiếu có mua thịt heo quay và vịt quay cùng các đồ phụ tùng ăn hai món này. Caroline vội hỏi đồ phụ tùng ăn thịt heo và vịt quay là cái gì mà em không hiểu. Hiếu phải giải thích:

- Cách ăn của người Việt, bất cứ ăn món gì cũng có ăn món phụ như rau dưa hay các loại khác, nói chung là đồ phụ tùng, Ba Má Caroline nghe cũng hiểu ý nghĩa sơ sơ là món ăn phụ có càng tốt, không có không sao.

Cả hai cùng mang thức ăn xuống nhà bếp và chào chị Tư, Caroline dành nói, anh Hiếu mang thức ăn tới đãi Ba Má và anh Chị. Tuyết Trinh vặn vẹo hỏi Caroline, Hiếu không có đãi em phải không? Caroline hiểu ý chị, bẻn lẻn cười. Tuyết Trinh còn bồi tiếp:

- Chị tư đi guốc trong bụng cậu Út Hiếu, hai món ăn khoái khẩu của Cậu Út là thịt heo quay và vịt quay nhằm đối tượng chính để đãi trưa nay là em Caroline đó, còn Ba Má và anh chị chỉ ăn theo thôi!. Cả ba chị em hiểu nhau cùng cười vui. Trong lúc Caroline rữa rau lại, Hiếu chặt thịt cho nhỏ lại vừa miếng gắp, Tuyết Trinh lo làm nước mắm chấm ăn thịt heo quay, còn vịt quay là phải ăn với xì dầu cũng có pha chế cho bớt mặn. Hai món chấm thường khác nhau không thể dùng chung một thứ sẽ không được ngon, nếu ăn chung một thứ nước chấm thì cũng không sao, người sành điệu ăn không dùng như vậy. Caroline hỏi:

- Chị Tư nói là chị đi guốc trong bụng anh Hiếu em không hiểu nhờ anh giải thích:

- Hiếu nói, em biết đôi guốc to lớn như vậy mà mang đi trong bụng anh được, đó là chuyện quá khó mà còn làm được thì anh có suy nghĩ cái gì thì chị Tư cũng biết ráo trọi, anh không dấu chị được. Nói nhỏ cho em nghe, anh yêu em không dấu chị Tư được, chị biết hết rồi. Caroline nói:

- Câu đi guốc trong bụng thật dí dỏm mà có ý nghĩa thâm thuý em phục người Việt nói lái hay nói cho người khác hiểu ngầm mà không cần nói rõ ra mới là nghệ thuật.

Đúng mười một giờ rưỡi, Tuyết Trinh bảo hai em lo dọn bàn ăn, chừng mười lăm phút nữa chị cho thịt heo quay và vịt quay vào lò nướng làm cho thịt nóng lại ăn mới ngon. Anh Bernard nói với chị, đúng mười hai giờ anh về tới nhà ăn cơm trưa với Ba Mẹ và hai em. Có dịp, Caroline nói móc chị, anh Bernard không ăn cơm với chị sao? Tuyết Trinh cười nói, hai chị em mình hoà rồi nhé, tỷ số 1-1. Ba chị em cùng cười ngất, chứng tỏ Caroline có tính hài hước mà rất láu lỉnh.

Bữa ăn trưa thật vui, Hiếu cho anh chị mình biết, anh Trung bảo qua đây lo giúp anh chị trang hoàng nhà cửa, lau chùi các tủ, sắp xếp bàn ghế trong nhà. Cổng ngoài, em sẽ đặt mua lá dừa, lá và bông đủng đỉnh ốp cả cái khung cổng và kể cả cửa vào nhà. Nếu anh chị chưa có đặt cái biển ba chữ Lễ Tân Hôn, ăn cơm xong em sẽ chạy đi đặt liền, sáng mai em ghé lấy. Tuyết Trinh nói cám ơn Cậu Út, vụ tàu lá dừa và bông lá đủng đỉnh, có hai em học trò chị học lớp 12 tình nguyện chặt lá tại sau nhà các em và mang đến nhà mình chiều thứ sáu. Hai em trai đó cũng tình nguyện làm giúp chị, nay có em và Caroline phụ nữa thì thực hiện trang hoàng rất nhanh. Còn tấm biển Lễ Tân Hôn chị không nhớ, nhờ em nhắc, ăn cơm xong em chở Caroline đến đặt thợ làm rất nhanh, có thể có sẵn mình mướn hoặc mua cũng được. Hai em đi chơi loanh quanh rồi tới lấy mang về nhà, em nhớ mua dây kẽm mềm nhỏ để buộc tấm biển lên hay ngày mai, nếu các học trò của chị không có mang theo dây lạt mình dùng dây kẽm buộc càng chắt nữa. Hiếu lại hỏi chị, bông hoa cho cô dâu và năm cô dâu phụ chị có đặt rồi chưa? Em cũng sẽ đến chỗ cho thuê đồ cưới nhờ họ tìm cho đủ năm chiếc áo dài đàn ông cho năm chú rễ phụ và anh Bernard chắc anh chị có đặt may áo dài khăn đóng rồi? Tuyết Trinh không ngờ em trai Út rất chu đáo tinh tế. Vụ bông hoa chị có đặt rồi, còn áo dài cho phụ rể chị chưa nghĩ tới. Em lo trước nếu em nào mắc cỡ không mặc cũng không sao, nếu năm chàng rể phụ mà mặc áo dài đội khăn đóng đàng hoàng trông chắc đẹp lắm phải không chị Tư?

- Chị đồng ý với em một trăm phần trăm, Caroline không hiểu hai chị em nói gì mà thấy chị Tư vui tươi cười với em trai, Caroline cũng cười theo. Thấy vậy, Hiếu giải thích mọi chuyện cho Caroline hiểu. Nàng nghe Hiếu thuật lại làm cho lòng Caroline thêm rạo rực yêu Hiếu thêm nồng nàn. Rất tự nhiên Caroline ôm hôn chàng và khen Hiếu giỏi đảm đang. Hiếu nói cái gì còn thiếu, em sẽ lo giúp anh chị, em lại có Caroline làm phụ tá nữa thì mọi chuyện sẽ vuông tròn. Caroline nghe hai chị em nói bằng tiếng Việt sao có tên mình trong đó nữa, Caroline hơi thắc mắc hỏi chị. Tuyết Trinh mới thông dịch tất cả ý kiến của cậu Út Hiếu và cậu ta kết luận, cái gì anh chị nhờ làm giúp mà có Caroline theo làm phụ tá kể như rằng đều hoàn thành tốt đẹp hết.

Ba Mẹ Caroline cũng nghe nữa đều rất hài lòng thấy Hiếu có vẽ người lớn chững chạc biết lo mọi việc trong nhà. Caroline cám ơn anh Hiếu chọn em làm phụ tá cho anh thì mọi việc chắc chắn thành công, em xin cám ơn sếp Hiếu, cả nhà cùng cười, đều khen Caroline có phản xạ nhanh rất tốt.

Cả nhà đang đợi Bernard về, mới lấy thức ăn nóng ra. Mọi người ăn cũng khá nhanh vì là bữa ăn trưa và Bernard có hẹn gặp bịnh nhân lúc một giờ. Chiều sẽ có thì giờ ăn lai rai và còn nhậu sương sương nữa. Tuyết Trinh tóm tắt bằng tiếng Pháp để cho Ba Má và em Caroline cùng hiểu. Ý kiến của anh Trung và của Hiếu muốn tổ chức lễ cưới tại nhà bên vợ có lạy bàn thờ, lạy Má, Ý Sáu và anh chị Hai, xong rồi mới rước dâu về nhà chú rể và cách trang hoàng nhà bên Má do anh Trung lo. Còn lo trang hoàng bên nhà trai, Hiếu lo giúp thay anh Bernard còn đi làm. Vụ mặc áo dài đội khăn đóng theo truyền thống tập tục của người Việt mình cố giữ bản sắc dân tộc đó lại càng tốt. Em đã đặt trước cho anh áo dài khăn đóng và chiếc quần trắng nữa. Chiều nay anh thử mặc vào cho quen và tập lạy bốn lạy, em cũng phải tập cùng với anh vì mình mặc áo dài dễ bị vướng vấp lắm. Bernard nghe qua, tất cả mọi cái đều đồng ý. Ba Má và em gái Caroline tỏ ra rất hài lòng rất thích thú cách giải quyết của Tuyết Trinh và khen con dâu rất chu đáo. Ăn cơm xong, Bernard đi rữa mặt, không quên hôn vợ và chào Ba Mẹ cùng hai em, Bernard phải vào nhà thương liền. Hiếu và Caroline tiếp chị dọn dẹp chóng vánh và cô cậu chuẩn bị đi ra phố.

Caroline vào phòng, Hiếu cũng đi theo, ôm hôn Caroline thật say đắm. Caroline vào phòng thay quần áo, trong lúc Hiếu rữa mặt súc miệng xong, đợi Caroline thay đồ xong, cô cũng đi rữa mặt súc miệng, đánh một chút phấn và thoa phơn phớt son môi, không quên xịt dầu thơm vào quần áo. Caroline đã chuẩn bị xong đi ra lại ôm chặt Hiếu hôn, bảo Hiếu sờ ngực mình coi bàn tay năm ngón kiêu sa của anh có còn rung nữa không?. Hiếu còn e thẹn ngập ngừng, Caroline rất táo tợn bạo dạn, làm tới mở nút áo và kéo áo ngực xuống, nắm tay Hiếu đưa lên ngực mình. Thấy người yêu còn rụt rè, Caroline tấn công tiếp, Hiếu dù yêu Caroline tột cùng, bàn tay của Hiếu vẫn còn rung, chứng tỏ chàng chưa quen hay chưa biết sờ ngực người khác phái. Cái tánh nhát gái lại càng cho Caroline càng tin chàng còn gin. Lần này, tay của Hiếu cũng có rung, nhưng, kèm theo sự đê mê sung sướng vì bàn tay của Hiếu chạm vào hai cái đỉnh đồi của nàng màu hồng nhạt, rất hấp dẫn cũng chứng tỏ nàng vẫn còn trinh nguyên chưa bị dập liễu nhồi hoa làm đỉnh đồi xuống màu và không săn cứng nữa. Hai hòn bồng đảo căng tròn cưng cứng của nàng vì sương còn ngậm. Chứng tỏ bàn tay tiên của Hiếu lần đầu tiên chạm vào hai gò bồng đảo của Caroline còn gin và môi nàng gắn chặt vào môi Hiếu và ôm ghì xuống. Hai bàn tay Hiếu bây giờ mới biết phải làm gì không còn rung mà nó như tự động làm mát xa xoa bóp. Cả hai đều say đắm yêu nhau, hẹn dịp khác, bây giờ phải chạy lo công việc cho xong.

Cả hai dẫn ra xe, Caroline mở và đóng cổng, Hiếu vừa nổ máy xe, Caroline mạnh dạn không còn rụt rè, leo lên yên sau, hai chân để sang hai bên, đội nón bảo hiểm, mang mặt nạ, mang bao tay, nghĩa là Caroline biết đi xe hai bánh ở Việt Nam phải có thao tác và trang phục như thế nào để tránh bụi và nắng gắt. Hiếu lái xe thẳng đến chỗ chuyên trang hoàng đám cưới, họ có làm sẵn bảng Lễ Vu Quy và Lễ Thành Hôn có sẵn hàng chục cái tha hồ mà chọn lựa. Dù anh Ba của Hiếu không có căn dặn phải làm bảng Vu Quy, Hiếu vẫn hỏi mua luôn hai cái mà không phải mướn. Hiếu cho Caroline biết, là mua luôn không mướn để làm kỷ niệm và để dành cho đám cưới của chúng mình nữa. Caroline nói:

- Cám ơn anh biết lo xa rất xứng đáng là người chồng gương mẫu đảm đang và em yêu mê anh suốt đời. Hiếu nghe chị nói có đặt sáu bó hoa cho cô dâu chính và phụ rồi Hiếu nói với Caroline:

- Anh đặt thêm năm chục cành hoa hồng vì Hiếu tiên đoán, hôm đó có nhiều quan viên hai họ cũng có hoa tặng cho ai đó như tặng thím Ba Tín nói tiếng Pháp nghe đã còn hơn đầm Tây hay đưa một hoa hồng cho Mẹ Caroline tặng ông bà Bí Thư và tặng những ông bà lên phát biểu hoặc chúng ta tặng trong gia đình hay tặng cho các ca sĩ. Caroline nên nhớ:

- Em tặng hoa hồng cho Má anh và Má em, hai bà sẽ ngồi chung một bàn cũng như là sui gia rồi đó. Caroline nghe Hiếu nói, nàng muốn chàng và nàng làm đám cưới liền. Caroline len tay vào áo, véo bụng Hiếu một cái thật đau làm chàng nhảy nhổm cười khúc khích vì nói trúng tim đen của nàng. Em còn tặng cho các bạn của anh Bernard và đặc biệt em sẽ tặng anh cái gì mà em cho quý giá đặc biệt nhứt nghe em! Caroline nghe Hiếu nói, hai tay nàng đấm vào lưng chàng thùm thụp như đánh trống khao quân, khen anh của em quá giỏi, tính xa rất hay, biết tiên đoán mọi chuyện. Em sẽ tặng anh hết cuộc đời của em, anh muốn gì em cũng sẽ chìu anh hết mình, như vậy anh có chịu không? Hiếu cười vui và nói:

- Hoan hô em luôn yêu anh và chúng ta yêu nhau mãi mãi nghe cưng!

Hiếu đưa Caroline vào một quán bán giải khát mà một người bạn học cùng lúc với Hiếu lớp mười hai đang quản lý. Hiếu cho Caroline biết:

- Cô này cũng thi đủ điểm đậu vào đại học lại bị vướng lý lịch cha là nguỵ quân đang học tập cải tạo ở miền Bắc nên cô ta bị loại. Danh sách tuyển sinh đôn một học sinh khác lên dù kém hơn cô ta bốn điểm vì em này là con của một gia đình thuộc diện có công với cách mạng. Cô này nghỉ học, làm công cho một gia đình khá giả có một tiệm bán giải khát và được ông bà chủ cảm thông thương hoàn cảnh nghiệt ngã của cô ta cần có tiền giúp mẹ nuôi các em nhỏ ăn học cho đến lớp mười hai như em nên cho cô làm quản lý thay chủ điều hành công việc mua bán. Hàng tháng trừ mọi chi phí và trả lương cho người giúp việc xong, còn lời bao nhiêu thì chia hai, nên cô cựu học sinh Hoàng Diệu cũng có thu nhập khá cao gấp ba gấp bốn lần người phụ giúp thường. Hiếu còn nói:

- Lúc bấy giờ, cơ quan nào cũng thiếu người thực tài thực tâm phục vụ vì đa số là công nhân viên nhà nước phải có lý lịch tốt thuộc phe ta, dù ít học hay lười nhác cũng không sợ mất việc. Đó cũng là một chánh sách tốt nâng đỡ các gia đình có công với cách mạng. Nhưng, cái tác hại lớn lao, vì cậy quyền thế, cán bộ thường hống hách cửa quyền nên thường làm cho dân ngu khu đen bất mãn. Và những người có tiền của hay các trí thức khoa bảng vì kẹt lý lịch, bị kỳ thị, không được đi làm hoặc trả lương không đúng công việc làm nên đó cũng là một lý do, người ta ùn ùn vượt biên.

Nghe Hiếu kể qua cuộc sống cô bán quán giải khát, xe tấp vào quán, cô chủ quán đon đả ra đón bạn học cùng lúc với mình mấy năm trước.

- Cô ta thấy Hiếu chở cô bạn gái người nước ngoài quá xinh đẹp, cô cũng đến chào và bắt tay mời đi vào quán và hỏi Caroline uống nước sinh tố gì. Có xoài, khóm, đu đủ... Caroline chọn sinh tố đu đủ còn Hiếu chọn sinh tố khóm để có thể hai cô cậu san sẻ uống được hai loại sinh tố khác nhau.

Đã nghe qua đời tư của cô bán sinh tố, Caroline lại càng thêm xót xa thương cảm, dù thi đủ điểm vào đại học mà không được đi học, nay phải làm thuê như thế này rất tội nghiệp. Caroline đề nghị Hiếu mời cô bạn lại bàn để Caroline kín đáo tặng cho người bạn học của Hiếu hai trăm đô la và Hiếu để sẵn trên bàn tiền hai ly sinh tố cũng gấp ba lần ly sinh tố bình thường. Cô bạn học của Hiếu vừa cầm tiền nói lời cám ơn và tự nhiên vì quá cảm kích tình bạn, hai hàng nước mắt chảy dài. Caroline vội lấy giấy đưa cô chậm nước mắt. Ai cũng hiểu, nếu may mắn được vào học đại học càng dễ tiến thân, nhưng con đường vào đại học lắm chông gai trắc trở cho những ai sanh lầm chế độ. Dù vào đại học bị loại như cô ta, các em cũng đã biết chút chữ nghĩa, xin đi làm công cũng dễ mà không phải dang nắng dầm mưa tìm cái ăn cái mặc cho qua ngày đoạn tháng. Có ý nghĩ đó nên cô bán sinh tố phải cố hy sinh cuộc đời son trẻ của mình để lo kiếm tiền giúp gia đình. Mỗi người mỗi hoàn cảnh gia đình đáng thương trong thời kỳ quá độ từ chế độ này sang chế độ khác.

Hiếu nắm tay Caroline ra xe và chạy thẳng đến chỗ đã chọn hai tấm bảng tân hôn và vu quy, trả tiền xong, người chủ đã gói sẵn có bao bì không sợ bị hư rách. Khi Caroline lên ngồi yên sau đàng hoàng, người chủ tiệm đưa hai tấm bảng này lên để sau lưng Hiếu. Caroline một tay ôm nắm yên xe, một tay giữ hai tấm bảng cũng rất nhẹ vì làm bằng mốp, khung làm bằng gỗ rất mỏng. Hiếu nói:

- Còn sớm chưa tới giờ ăn chiều, mình chạy thẳng về nhà Bố Thảo cho Caroline thăm Má, anh chị Hai và đưa cho anh mình tấm bảng Lễ Vu Quy treo tại nhà. Cả nhà thấy Hiếu chở Caroline bằng xe gắn máy và thấy Caroline "trang bị" giống hệt các cô gái Việt, rất ngạc nhiên, thầm nói Hiếu giỏi mới mấy ngày mà đã chinh phục được Caroline và mua sắm cho Caroline đủ trang phục cho người phụ nữ Việt Nam đi xe gắn máy. Caroline vào nhà chạy a đến ôm Má Hiếu và chào hỏi ôm chị Minh Tâm, anh Trung. Caroline te te đi sang nhà anh chị Hai, Hiếu chỉ kịp đi theo sau, Caroline nói lớn chào anh Hai chị Hai.

Mai Hạnh nghe tiếng chào biết là Caroline đến, chạy ra tiếp và nói:

- Anh Hai đang mệt, xin lỗi Caroline, anh không ra tiếp đón được. Hiếu thông dịch lại, Caroline nói cám ơn anh chị Hai bằng tiếng Việt, nghe giọng lơ lớ rất dễ thương. Trở qua nhà, Caroline tự nhiên ôm hôn Mẹ, nắm tay Hiếu và nắm tay mẹ dẫn vô buồng Mẹ, Caroline mở ví lấy ra hai ngàn đô la Mỹ đưa cho Mẹ để Mẹ có tiền tiêu xài.

Caroline nhờ Hiếu thông dịch cho Mẹ Hiếu ý con dâu tương lai là khi đám cưới xong là vợ chồng con Út của Mẹ ở đâu thì Mẹ theo hai con. Khi chúng con có con thì bà Nội bên cạnh vui chơi với cháu nội. Má Hiếu nghe Caroline nói:

- Lại càng cảm kích không ngờ thằng con trai út mình coi bộ nhát gái nhu mì bây giờ nó vác lu mà chạy. Mới có mấy ngày mà Hiếu đã chiếm được con tim của Caroline. Vì cái tánh khù khờ nhát gái của Hiếu mà Caroline lại càng yêu mê mệt vì nàng cũng có nhiều bạn trai, chúng thường tấn công tán tỉnh mà lại còn làm ẩu suồng sã. Còn Hiếu rất nhát gái, rụt rè, không dám làm ẩu như các các chàng thanh niên khác nên mới chinh phục tim nàng quá nhanh. Chính Caroline còn không hiểu tại sao nàng yêu Hiếu thật tình và say đắm như thế. Nàng nghĩ:

- Ban đầu dự kiến mỗi năm sang thăm Hiếu một lần nhân dịp hè. Bây giờ, Caroline nghĩ khác, làm sao mà để lâu quá vậy. Nhân lễ Noel nghỉ lâu, nàng cũng đi qua thăm Hiếu chừng hai tuần cũng hạnh phúc rồi, còn đến hè phải ở lại chơi với Hiếu suốt mấy tháng hè mới thoả thích sự thèm muốn gần gũi Hiếu. Đến bây giờ, Caroline đã lậm yêu Hiếu nên quên lời chị dâu mình nhắc nhở là ráng cố gắng giữ gìn tránh gần gũi xác thịt, nếu bị bầu cũng sẽ dở dang sự học. Caroline nghĩ lại, mình đã tốt nghiệp đại học bốn năm rồi, có kinh doanh có làm thêm và có tiền để dành mấy trăm ngàn Euro trong nhà băng. Nếu có con sớm cũng không thành vấn đề nuôi dưỡng. Còn chuyện học cao học hay lấy bằng tiến sĩ không cần thiết phải lấy nhanh. Mình có chồng có con rồi, tiếp tục chịu khó học, chừng nào mình lấy cũng được, không quan tâm lắm.

Nghĩ đến đây, Caroline như thấy một vầng trăng rực rỡ sáng và tương lai hạnh phúc khi làm vợ Hiếu. Nàng lại nghĩ, nếu ngày Hiếu Tốt Nghiệp Y Khoa Bác Sĩ mà nàng dẫn một đứa con, bế thêm một đứa lúc chàng mới có hai mươi bốn tuổi, chắc bạn bè đều lác mắt hết, sẽ bái phục tuổi trẻ tài cao. Caroline nghĩ đến đó, cảm hứng quá, vội véo yêu vào mạn sườn Hiếu làm chàng giựt mình, hỏi Caroline có gì vui mà véo mạnh tay quá, anh mắc đền em cưng nghe! Caroline nói:

- Em sẽ bồi thường thiệt hại cho anh, em cho anh tất cả kể từ hôm nay nhé! Anh có chịu không? Thật vậy sao Caroline? Em hứa là như đinh đóng cột chắc như bắp, em sẽ thưởng anh cái mà em quý giá giữ gìn nhứt nghe anh! Hiếu nói:

- Anh nghe em nói, anh quá sung sướng rồi chúng mình sẽ làm đám cưới sớm, có con sớm khi anh ra trường có mẹ có con cùng ăn mừng thì vui xiết bao!.

Hai tâm hồn mình gặp nhau rồi anh Hiếu ơi! Em cũng vừa nghĩ ngày chúc mừng thành đạt ra trường, em sẽ một tay dẫn con và một tay bồng bê bi đến đón hôn anh làm cả trường Y Khoa phải lác mắt bái phục bác sĩ trẻ mà tài cao, cua được người đẹp dễ thương như em, có phải vậy không cưng?

- Phải, phải đó, em có cao kiến tính hay quá, Hiếu vội trả lời người yêu.

Caroline lại ôm hôn Mẹ và từ giả anh chị và nói em nhờ anh Hiếu đưa em về dinh. Cả nhà đều cười vui khen cô gái này rất lém lỉnh đáng yêu. Trên đường về, Caroline mới nói với Hiếu, thấy anh đi xe gắn máy, bị nắng mưa dễ sanh bịnh và mỗi lần về thăm Mẹ cũng hơi xa, em sẽ mua biếu anh một chiếc xe hơi mới năm chỗ ngồi như xe anh Ba, xe nhỏ dễ lái hơn xe lớn. Anh, cuối tuần về thăm Mẹ, anh nhớ về thăm thường xuyên và nhớ mua thức ăn nào mà Mẹ thích. Suốt cuộc đời Mẹ đã trải qua muôn ngàn khổ đau nghèo khó mà vẫn hy sinh nuôi dưỡng bốn anh chị nên người, em rất bái phục Mẹ.

Em sẽ mở một account nhà băng ngoại quốc ở Sài Gòn, hàng tháng em sẽ rót tiền cho anh vài ngàn Euro để anh có đủ tiền ăn học và phụng dưỡng Mẹ. Tiền anh tiêu xài không hết cứ dành dụm để đó. Ở bên Áo em cũng dành dụm gởi tiết kiệm để chuẩn bị nuôi con vì em muốn có con sớm và có con càng nhiều càng tốt miễn là các con giống tánh anh thì em hy sinh, hay làm việc nhiều lại càng vui.

- Em nói thế, là từ bây giờ đời em gởi trọn vào vòng tay âu yếm của anh, anh phải chung tình và yêu em suốt đời nghe anh! Nghe người yêu tỏ cạn lời tấm lòng chân thật của mình, Hiếu nói:

- Hình ảnh em luôn ngự trị trong trái tim và trong đầu óc anh. Đến tiệc cưới anh Bernard, em diện đẹp làm cô dâu phụ mà là cô dâu chính vì có anh cũng là chàng rể chính, đứng chung cặp với em. Anh sẽ nói thợ chụp hình chụp hai đứa mình nhiều tấm hình để anh treo ở nhà Mẹ và nhà anh ở Cần Thơ. Em đem những tấm ảnh đó để bên giường cạnh em, khi nào em nhớ anh, em đến hôn anh thì anh biết liền vì chúng mình có thần giao cách cảm chung và cùng có tâm hồn lớn luôn quấn quít bên nhau.

Đến đây, Caroline chịu hết nổi, rạo rực trong lòng, yêu Hiếu đến cực độ, bảo Hiếu tìm một khách sạn sang trọng gần đây, em tặng anh cái quý giá của đời em ngay lúc này nghe anh. Hiếu nghe Caroline nói không khỏi choáng váng, không nghĩ Caroline yêu mình đến như vậy. Trước mặt không xa, có một khách sạn khá sang trọng, anh vội lái xe vào cổng, Hiếu gởi xe và đến phòng tiếp tân bút phòng hai ngày, nếu còn ở tiếp sẽ cho biết sau. Cô thu ngân thu tiền xong, cấp biên nhận và trao chìa khoá, Hiếu nắm tay dẫn Caroline. Đi đến phòng và nói nhỏ bên tai nàng anh đưa em vào động hoa vàng để chúng ta cùng lên Thiên Thai. Hôm nay đánh dấu một ngày quan trong đời anh cùng người yêu ân ái như ngày Tân Hôn vì có bảng Lễ Tân Hôn để trên xe nhờ người giữ xe trông hộ.

Mở cửa phòng vào, phòng khá sang trọng có đầy đủ tiện nghi, có cà phê, trong tủ lạnh có la de, nước ngọt, nước lọc đủ hết. Caroline vội thay đồ và tắm nhanh cho mát, lau khô dùng một chiếc khăn vấn vào người. Hiếu cũng bắt chước làm theo y chang như Caroline. Khi Hiếu đến gần Caroline, nàng nói anh cho phép em khám tim anh coi có rung hồi hộp không? Anh lấy một cái khăn khác để lót chỗ chúng ta nằm, Hiếu nghe làm theo lời của Caroline. Hiếu còn đứng lớ ngớ, nàng vội chồm lên ôm Hiếu ghì xuống hôn môi thật nồng nàn, tay Hiếu, mười ngón tay thiên thần vuốt, xoa bóp trên đôi gò bồng đảo. Khi cả hai quá rạo rực ham muốn chịu hết nổi. Hiếu đặt Caroline nằm dài xuống, cả hai tốc bỏ hai cái khăn ra, chàng nằm nghiêng xuống, hai tay vẫn tiếp tục làm việc không ngừng. Khi tay Hiếu đụng vào bộ phận dưới của nàng thấy ươn ướt. Hiếu choàng nằm lên trên người Caroline. Lúc này Caroline chỉ nằm oằn oại chờ đợi, Hiếu ấn của quý vào lạch đào nguyên nghe một cái bựt, có nước đầm đìa. Caroline chới với rên khe khẻ:

- Em đau quá, đau quá mà không sao đâu anh. Caroline lần đầu tiên trong đời mới biết gần người đàn ông bị phá trinh như thế. Caroline lại rên tiếp khe khẻ mỗi động tác lên xuống nhịp nhàng của người yêu, nàng còn nói rung rung sướng quá, sướng quá anh ơi! Em chịu hết nổi, miệng nói hai tay Caroline kéo mông Hiếu xuống và bảo Hiếu, anh tiếp tục nghe anh.

Đến khi Hiếu chịu hết nổi, buông hai tay ra thở khì và lăn xuống, lại tiếp tục ôm Caroline vào lòng nựng nịu và hôn miệng tiếp dù hai người đều mệt lả. Cả hai cũng là lần đầu tiên trong đời làm chuyện ân ái này, sự sung sướng tột cùng không tài nào diễn tả hết.

Caroline đề phòng trước, những giọt máu trinh tiết của nàng đọng trên chiếc khăn ở phía dưới, không rơi xuống tấm ra, tránh được sự thú tội quá lộ liễu với các người phục vụ khách sạn. Cả hai cứ để mình trần như nhộng mà trao nhau tâm sự ngổn ngang.

Hiếu đến tủ lạnh lấy một lon bia Sài Gòn, mở ra mời Caroline uống trước và nói đây tượng trưng chén rượu giao bôi của đôi tân nhơn và tân giai nhân, vợ chồng mới cưới. Hiếu giải thích tục ông bà truyền lại là có chén rượu giao bôi của đôi vợ chồng mời cùng nhau uống trước khi ân ái. Còn chúng mình ái ân trước rồi mời uống rượu giao bôi sau. Ý nghĩa khác chúng ta còn ân ái tiếp mới kể là chén rượu giao bôi, có ái ân trước uống rượu, anh gọi là tiền giao bôi và giao bôi kế tiếp mới chính thực giao bôi trong đêm động hoa chúc.

Bây giờ, anh và em uống hết lon bia này rồi chúng mình tắm, anh kỳ lưng, bóp chân em cho vững thêm gân cốt mà tiếp tục lần giao bôi chính thức. Cả hai uống hết lon bia, Hiếu nắm tay Caroline đi vào phòng tắm, mở nước âm ấm, Hiếu tình nguyện rửa chỗ kín của người yêu và quan sát coi xem nàng có bị rách phần ngoài không, còn màng trinh quá mỏng rách không sao.

Có bàn tay kiêu sa của chàng kỳ cọ làm cho nàng thêm rung cảm thêm rạo rực sung sướng và muốn đòi hỏi ái ân thêm. Công tác của Hiếu xong, Caroline cũng rửa thằng nhỏ của Hiếu một cách ân cần cẩn thận. Bàn tay mềm mại của Caroline vuốt ve thằng nhỏ và nựng nịu trìu mến. Nàng nói em thấy thằng nhỏ của anh dễ thương làm sao. Vừa nói nàng ngồi xuống tắm rửa thật sạch, thằng nhỏ cũng bật dậy và nói nó chịu nghe lời em rất ngoan dễ dạy quá! nó phải làm theo lời em nghe anh!

Tới đây hai cô cậu cũng quá hứng khởi, sự ham muốn xác thịt lên cực điểm lại dìu lên giường hoà tấu bản tình ca thứ hai cũng đầy màu sắc.

Nằm nghỉ một chút, cả hai còn rạo rực ham muốn, Caroline hỏi còn bản hoà tấu thứ ba, anh có mệt, có đủ sức không? Caroline nói tiếp:

- Để em san sẻ cái nhọc mệt thay anh, em nằm trên để cho anh nghỉ dưỡng sức còn ngày mai tiếp tục nữa. Nàng nói vừa dứt, vừa trườn lên bụng người yêu nhún nhảy nhịp nhàng như dìu nhau trên sàn nhảy làm cho Hiếu lại càng đê mê, không biết trời đất là gì nữa. Những phút giây đam mê cuồn cuộn trào dâng làm cho cả hai như tập một bài thể dục dài hơn hai lần đầu gấp bội. Lần này là lần thứ ba nên cả hai có thêm kinh nghiệm chiến trường tình ái, kéo dài sự thoả mãn. Nàng đã qua tột đỉnh hạnh phúc nhiều lần và cuối cùng nàng úp mặt xuống mặt hôn miệng thật lâu gần như muốn tắt thở, nàng nói khe khẽ:

- Em chịu hết nổi rồi anh ơi! Nàng lăn quay ra cùng lúc chàng cũng chịu hết nổi, khe khẽ cùng nói chúng mình sẽ yêu nhau mãi mãi như thế này nghe em!.

Nhìn lên đồng hồ treo trên tường cũng đã chỉ đúng bảy giờ chiều, chắc ba má và anh chị Bernard đang đợi hai đứa mình về ăn cơm, Hiếu nói. Cả hai lo thu dọn đồ đạc bỏ lung tung và chuẩn bị tắm một lần nữa cho thật sảng khoái và Hiếu còn nhắc Caroline, em nhớ là không làm ướt tóc, nếu tóc ướt thì “lạy ông tôi ở bụi này” cả gia đình biết chúng mình làm gì rồi đó. Hiếu dìu Caroline vào phòng tắm, thấm nước lấy khăn nhúng xả nước cho ướt lấy xà bông thơm giặt khăn thật sạch lau từ cổ xuống tay, ngực của Caroline, rồi Hiếu thay khăn khác lau khắp cả phần dưới cho người yêu. Hiếu nói khi anh lau đụng hai cái đồi nên thơ có đỉnh hồng nhạt của em, tự nhiên tay anh cũng muốn rung mới là kỳ. Nhưng cái rung lần này lại khác, anh lại muốn cho nó rung thật lâu thật nhiều, nhưng mình không còn có thì giờ, anh đành phải nhịn đợi chờ đến ngày mai. Em ra thay đồ trang điểm lại cho thêm tự nhiên, anh sẽ tắm cho anh và cho thằng nhỏ căn dặn dạy dỗ nó phải thật ngoan phục vụ bà sếp của nó mãi mãi đó.

- Anh nói dễ thương làm sao, Caroline nói, nàng vội ôm hôn Hiếu và nắm hai tay Hiếu chà xát, xoa mạnh trên đôi gò bồng đảo của mình, rồi mới chịu xa Hiếu. Hiếu vội xả nước ào ào, xoa xà bông và rửa thằng nhỏ thật sạch, xả nước một lần nữa là xong. Hiếu lau chùi, chải lại tóc rất nhanh đi ra mặc lại quần áo xong trước.

Hiếu nói, em cứ tự nhiên trang điểm như lúc mình mới ra khỏi nhà, anh đến quày tiếp tân xin một túi ny long. Caroline hỏi:

- Anh xin túi ny long để làm gì, bí mật, chút nữa em sẽ biết. Hiếu trở lại có túi nylong màu xanh đậm, Hiếu nói anh phải xin túi màu sậm để cho thiên hạ không biết mình để cái gì, đó là bí mật.

Bây giờ anh bật mí cho cưng biết nghe, anh mang cái khăn có máu tiết trinh của em biếu tặng anh và cả chất nhờn của hai chúng mình, anh mang về sấy thật khô cho chút bột chống ẩm ướt, anh bọc kín lại để trong bọc nhung thật đẹp còn viết tên em và tên anh quyện nhau và ghi rõ ngày tháng ở tại đâu. Anh sẽ dẫn em đi mua một cái tủ nhỏ bốn mặt kiếng và có khoá để anh lưu giữ tại nhà anh ở Cần Thơ mà không cho ai biết anh cất dấu cái gì trong đó. Đó là bí mật, kỷ niệm cả đời của chúng mình.

- Anh yêu của em ơi! Caroline thỏ thẻ. Anh có những ý nghĩ tuyệt vời mà em không bao giờ nghĩ tới, xin bái phục anh, bái phục đại sư phụ, em phải hy sinh cả đời em cho anh và tuyệt đối trung thành với đại sư phụ.

Nói thiệt, em yêu anh quá đậm rồi nên em phải gần gũi anh mỗi ngày để bù lại khi em xa anh về Áo phải mất nhiều tháng nhớ nhung anh, mới có thể em bay sang gặp lại anh. Làm gì em ở Áo có cảnh hai chúng mình yêu nhau, trời đất cũng lăn quay đó anh ạ!. Ba Má có nói:

- Hai ông bà lớn tuổi muốn bồng bế cháu nội cháu ngoại cho vui tuổi già. Em nghĩ, anh khoẻ, em cũng khoẻ mà cả hai còn quá trẻ mà cứ quấn quít như thế nầy, chắc chắn có con sớm. Chúng ta sẽ qua mặt anh chị Bernard vì em không sợ có thai vì có thai em mới chắc anh là tác giả thì lại càng mừng. Khi em về Áo có cấn thai, anh sẽ bay qua ngay, anh và em sẽ đi làm hôn thú còn chuyện đám cưới tính sau, đợi anh tốt nghiệp Y Khoa xong cũng được vì mình đã có con với nhau rồi thì sẽ không còn xa nhau nữa.

Em còn ước ao, còn thích như cái máy đẻ mỗi năm một đứa, Chúa thương cho em sanh đôi, em lại càng hạnh phúc vì em biết con của mình giống tánh, có gen của anh thì chuyện học hành hay làm cái gì cũng thành công và ai cũng quý mến. Chừng có con nhiều, anh của em và các con phải đến Nhà Thờ Tạ Ơn Chúa. Vì vậy sư phụ của em là sếp phải có sức làm việc khoẻ, ăn ngon bổ giúp cho anh có nhiều sức khoẻ giúp cái máy đẻ của em hoạt động, chạy tốt.

Hai người ngồi trên xe bàn tính chuyện tương lai, mà về tới nhà hồi nào không hay. Xe vào cổng, Caroline vào trước mang tấm biển Lễ Thành Hôn vào nói xạo với Bernard, em và anh Hiếu đi chơi lòng vòng có chạy về Bố Thảo thăm Má chị Hai và cũng có mang về một cái bảng Lễ Vu Quy đặt trước cổng nhà ở bên đàng gái. Ba Má Caroline nghe vậy, nói:

- Hai con đi lâu phải rồi, gia đình đợi các con về ăn cơm để cho cháu Hiếu còn lái xe về nhà kẻo trời tối. Con xuống bếp phụ với chị Hai mang thức ăn lên, cả nhà cùng ăn cho vui. Hiếu vào thưa hai bác xong, cũng xuống bếp phụ bưng thức ăn lên. Cả sáu người cùng ngồi ăn cũng vui vì có đủ ba cặp. Hiếu cho biết:

- Chỗ cho mướn đồ lễ cưới như quần áo, khăn đóng, các mâm dựng lễ vật kể cả nhang đèn. Em có nói họ tìm cho mình mười bộ áo dài khăn đóng có nhiều kích cỡ để mình lựa chọn cho vừa mỗi người. Ai đến Sóc Trăng, em chở đi thử trước lấy liền. Sáng mai, ăn điểm tâm xong, em đến lấy bộ vía của em, hôm nay, em không vừa ý. Nếu mai, em thử không vừa nói với chủ tiệm nhờ thợ may chỉnh lại, tiền công mình trả, có Caroline đi theo coi em thử thấy vừa ý em mới lấy. Nếu chưa vừa ý, ông chủ nói có đủ vải, nếu em đặt mua luôn chiếc áo đó luôn thì cắt may chừng nửa ngày là xong. Như vậy, mình cũng dễ tính, đo cắt may chừng bốn năm tiếng, em và anh Trung sẽ đặt luôn vì anh ấy cũng sắp làm đám cưới.

Bây giờ, anh Trung làm rể phụ và sau này anh làm rể chánh cũng mặc chiếc áo mới may đó cũng OK. Caroline nghe Hiếu nói rào đón trước sau, vẽ đường cho hưu chạy, mất bốn năm tiếng ngụp lặn trong khách sạn với người yêu vì đã bút phòng trước rồi. Nàng lại càng cảm phục trí thông minh của Hiếu cái gì cũng nghĩ đến nơi đến chốn. Ăn cơm xong, giúp dọn xuống bếp, em tình nguyện rữa chén, chị Tuyết Trinh bảo để chị lo, còn em về nhà sớm kẻo má trông đợi, tội nghiệp bà già. Tuyết Trinh nói bằng tiếng Anh để cho Caroline biết luôn. Tuyết Trinh còn nói, khi mà Hiếu cưới vợ chắc Má mừng lắm vì Má thích có nhiều cháu nội ngoại càng đông càng vui. Má nói với chị:

- Hồi đó gia đình mình bữa đói bữa no, ăn cháo, ăn rau trừ cơm vì không có đủ tiền mua gạo mà Má còn nuôi nổi bốn đứa con khôn lớn, học hành đàng hoàng. Bây giờ các con đều khá giả, sanh bao nhiêu con cũng đủ sức nuôi phải không hai em?. Má nói chí lý, Hiếu phụ hoạ.

- Dạ, má nhận xét đúng, em bái phục má, Caroline tiếp lời.

Hiếu lên chào hai bác và ra lấy xe có Caroline mở cổng và cũng không quên hôn Hiếu tiễn Hiếu lái xe về Bố Thảo.

Caroline đã nếm trải trái cấm lần đầu tiên vô cùng khoái cảm mà tối về nhà cũng cảm thấy mệt mỏi, đau cả mình mẫy và ngủ thiếp hồi nào không hay biết, đánh một giấc mới hơn tám giờ tối đến bốn giờ sáng là thức dậy, nghĩa là ngủ say một giấc gần tám tiếng. Caroline cảm thấy trong đời mình cái gì cũng đáng nhớ. Không hiểu tại sao, mới biết Hiếu như có duyên tiền định là nàng bị Hiếu hớp hồn, tiếng sét ái tình mãnh liệt quá.

Trước đây biết bao chàng trai có bằng cấp cao, con nhà giàu thuộc đại gia quý tộc, lại đẹp trai hơn Hiếu nhiều, cố bám theo đeo đuổi tán tỉnh. Caroline mới vào đại học, các bạn trai cũng chào hỏi, hôn má nhau mà lòng không xao xuyến gì hết. Caroline tự biết mình khá đẹp nên có tánh tự cao và hơn nữa nàng có tài sản của cha mẹ di chúc để lại cho hai anh em. Nếu chỉ ăn không biết mấy đời cũng chưa hết vì thế nàng không ham phải có chồng giàu sang phú quý. Ý trung nhân của Caroline phải là týp người con trai khỏe mạnh thông minh, nhạy bén mà phải thành thật.

Khi gặp Hiếu lần đầu, Caroline chưa hỏi rõ anh chị về cá tính của Hiếu biết là một thanh niên con nhà nghèo mượn sự học vấn làm cứu cánh tự tiến thân dù trong nghèo khổ cũng vui vẻ dấn bước. Học ở trung học nghèo đến đổi không có tiền mua quần áo giày giép tốt đi học. Nhưng Hiếu giống anh và chị có tố chất thông minh hiếu học, học một biết mười, ở cấp trung học luôn đứng đầu lớp kể cả đứng đầu khối hay cả trường bầu chọn là học sinh xuất sắc của trường.

Thi vào đại học Y chỉ tuyển dụng có 150 thí sinh trong cả ngàn thí sinh tranh đua mà Hiếu cũng thi đậu đầu mới đáng nễ phục. Vì vậy, mới gặp lần đầu là Caroline có thiện cảm ngay và tình yêu chân thành lại có điều thuận lợi may mắn dồn dập đến. Thật ra, Caroline cũng có tánh ích kỷ là muốn chiếm hữu chàng cho bằng được càng sớm càng tốt sợ mai kia mốt nọ có kẻ phỗng tay trên dành phần mất. Caroline tự biết mình ở quá xa dễ xảy ra cảnh xa mặt cách lòng, không thường xuyên ở bên cạnh Hiếu trợ giúp, san sẻ ngọt bùi cho nhau. Nàng tỏ ra biết suy nghĩ, mình phải tạo ấn tượng cho chàng chú ý và yêu thương mình chân thật. Chuyện yêu đương đã đến với mối tình đầu cũng là mối tình cuối của hai người. Caroline ngủ đầy giấc, thức sớm ra vườn sau, thở hít không khí trong lành, cũng vung tay chân cho giãn gân cốt vì cả hai đã hứa hẹn thêm một ngày nữa đi vào cảnh thiên thai hạnh phúc. Caroline rất khâm phục Hiếu cất giữ kỷ niệm đầu đời chiếc khăn trắng có dấu tích của sự tiết trinh và chất nhờn của hai người yêu nhau tuôn ra lần đầu tiên trong một đời người. Đây là kỷ vật vô giá của hai người. Vừa thở không khí vừa suy nghĩ mông lung mà cha mẹ cũng thức sớm ra sân sau hồi nào không hay biết. Khi nhìn thấy Ba Mẹ, Caroline vội chạy đến chào mừng. Mẹ Caroline bảo con ngồi xuống ở giữa cha mẹ, nghe Mẹ nói đây:

- Con có thấy cháu Hiếu để ý theo đuổi con không? Con có mến nó không? Má thấy con chọn nó làm ý trung nhân để đi đến vợ chồng chánh thức, Ba Mẹ rất tán thành vì Hiếu là con người tốt nó giỏi tất cả mọi thứ. Ba Mẹ khen nó ngoan hiền, lễ phép, bặt thiệp và rất thành thật lại có hiếu với mẹ nó. Ba Mẹ có suy tính tìm tấm chồng con phải xứng đáng hiếu hạnh làm đầu mới có thể chung tình với vợ. Ba Mẹ cho phép con đi chơi với Hiếu tìm hiểu nó coi có hạp tánh tình với con không?. Nếu hai đứa hạp ý và yêu thương nhau, cha mẹ sẽ lo hết đám cưới cho thật chu đáo hơn anh Bernard của con. Vì quá bất ngờ, Ba Mẹ đâu có chuẩn bị cho Bernard, còn con gái cưng của Ba Mẹ có nhiều thì giờ chuẩn bị, Ba Mẹ sẽ hết lòng ủng hộ con lo cho con một đám cưới đình đám nhứt ở đây và tại quê nhà.

Ba Mẹ nghe nói anh vợ của Bernard cũng sẽ làm đám cưới đúng ngày mình trở về Áo. Ba Mẹ muốn ở lại dự đám cưới Trung vì gia đình Ba Mẹ vô cùng ngưỡng phục gia đình này mà con biết không, Ba Mẹ vì yêu con và quý mến thằng Hiếu muốn ở lại Sóc Trăng thêm một hai tuần để con có thêm thì giờ tìm hiểu Hiếu. Ba Mẹ quá ngưỡng phục gia đình Hiếu, Ba Mẹ muốn biếu cho Mẹ Hiếu năm ngàn và con cũng kín đáo cho Hiếu năm ngàn để nó có tiền ăn học. Ba Mẹ thương mến Hiếu như là thương yêu con vậy.

Sau đám cưới Bernard, con dẫn Hiếu đi Sài Gòn rút tiền Ba Mẹ ra và con đổi vé máy bay mình ở lại chơi. Caroline nghe Mẹ nói như mình trúng số độc đắc quá mừng. Có dịp ở lại lâu và Mẹ còn cho phép mình dẫn Hiếu đi Sài Gòn lãnh tiền và đổi vé máy bay. Anh Hiếu mà nghe tin này chắc anh ta té xỉu vì quá sung sướng được cha mẹ người yêu thương mến muốn tạo điều cho hai đứa gần nhau mà không sợ lửa gần rơm dễ có cháu ngoại sớm. Caroline thưa:

- Hôm qua anh Hiếu có rũ con đi chơi xa chừng vài chục cây số mà còn sợ Ba Má trông chờ nên về sớm mà cũng đến bảy giờ chiều. Mai anh Hiếu qua sớm, con sẽ phụ trang hoàng trong nhà cho xong, chiều có hai đứa học trò của chị Hai lo trang hoàng cổng treo bảng. Hai con làm xong trong nhà xin phép Ba Mẹ hai con đi chơi xa, chiều mới về, trưa ăn tiệm.

- Ba Mẹ cho phép con tự do đi chơi với Hiếu. Ba Mẹ cũng rất cần có cháu nội cháu ngoại bồng bế nựng nịu cho vui tuổi già, Ba Mẹ muốn con có chồng sớm, còn trẻ dễ sinh con và Ba Má có bao nhiêu cháu nội cháu ngoại cũng thừa sức nuôi giúp các con. Ba Mẹ còn tiền của tài sản, chết đâu có mang theo.

Mới hơn sáu giờ sáng, Caroline nghe tiếng xe gắn máy trước cổng biết chàng đến rồi, Caroline ra mở cổng và vội đến ôm ghì Hiếu cúi mặt xuống hôn một cái chục dễ thương làm sao. Hiếu đã ra chợ mua bánh bao mới ra lò và một bao giò chéo quẩy, bánh bò cũng mới ra lò nóng hổi để ăn sáng và uống cà phê, khệ nệ mang vào nhà. Caroline bật mí liền em vừa mới trúng số độc đắc, bây giờ em còn giữ bí mật, anh hãy mau ra vườn sau có Ba Mẹ ở đó mời Ba Mẹ vào ăn sáng và uống cà phê. Em sẽ lo đi pha cà phê và trà và đem dĩa ra đựng thức ăn sáng anh vừa mang đến. Hiếu vội để túi thức ăn xuống bàn và đi ra vườn sau thấy hai ông bà đang nói chuyện to nhỏ. Bổng Hiếu xuất hiện, khoanh tay cúi đầu chào mời hai ông bà vào phòng khách ăn sáng uống cà phê. Bà nói:

- Hai Bác và con Caroline hồi nãy ở đây có nói về con rất nhiều, con lái xe có bị nhảy mũi không. Hai Bác rất quý mến con thường đến nhà chơi không phải ngại ngùng gì hết, hai Bác coi con như là con trai của Bác. Hiếu thấy ông bà thân phụ mẫu của người yêu nói thế như mở cờ trong bụng, quả thật là một buổi sáng quá vui quá đẹp cho Hiếu. Vào nhà trước, Hiếu lại bắt gặp Caroline mang lên ba cái dĩa, vội chặn lại và hôn nàng nói anh mang dĩa này lên phòng khách, còn em trở xuống mang đồ dùng pha cà phê, mình làm xong công việc có nhiều thì giờ tha hồ mà du dương cả ngày hôm nay nghe cưng! Caroline nói:

- Em thích quá, gần anh em chịu quá, anh là người hùng của em đó. Để em đi lo mang cà phê lên phòng khách, cả hai buông tay ra lo làm nhiệm vụ. Hiếu lên phòng khách, sắp xếp lại ghế cho ngay ngắn, kéo lại tấm thảm cho đúng vị trí, lấy chổi lông gà cất trong tủ mang ra đi một đường quét bụi cho thật sạch, Hiếu còn lấy khăn nhúng nước vắt ráo lao lại bàn ghế vừa xong Ba Má Caroline cũng đã vào đứng ngoài phòng quan sát thằng rể tương lai đang lau thoăn thoắt bàn ghế sạch bon, dễ thương làm sao! Hèn chi con Caroline có vẽ mê nó rồi, ông nghĩ coi đúng vậy không?. Ông thử tưởng tượng một thanh niên học giỏi nhất toàn trường trung học, thi vào đại học Y Khoa Cần Thơ hàng ngàn thí sinh mà chỉ tuyển chọn chánh thức có 150 thí sinh mà nó lại đứng hạng nhứt mới nễ.

Còn công việc tay chân như lau chùi bàn ghế, nó làm vừa nhanh lại vừa sạch, em nghĩ không đứa con gái nào biết nó, thấy nó làm việc mà không mê và mong có một tấm chồng giỏi dang như thế.

- Ông gật đầu đồng ý với bà. Mình có Hiếu làm rể thì hạnh phúc biết bao cho con Caroline và cho gia đình mình. Cả hai ông bà vừa nói thầm thì với nhau. Hiếu lau bàn ghế xong, hai ông bà vào phòng khách và khen hôm nay sạch sẽ và ngăn nắp, hai Bác có lời khen cháu Hiếu. Vừa nói xong với Hiếu, Caroline mang đủ đồ dùng pha cà phê và vợ chồng Bernard cũng đã ra phòng khách ăn sáng, uống cà phê cùng với gia đình, Bernard chuẩn bị đi làm cho hết ngày hôm nay và sẽ được nghỉ luôn hai tuần gọi là nghỉ hưởng tuần trăng mật và có dịp vui chơi với cha mẹ và em gái. Tuyết Trinh xem lại bánh bao coi xem còn nóng không, Tuyết Trinh nói:

- Em Hiếu mang các thức ăn cho vào lò nướng, mở điện chừng một phút. Bây giờ cô em của anh chị, Caroline trổ tài pha cà phê cho Ba Má, anh chị uống trước ăn điểm tâm sau. Ủa quên, em còn phải pha cà phê đặc biệt cho Hiếu! và cho em nữa đó. Tuyết Trinh nói với gia đình:

- Cô em chồng này hết sẩy, chị nói thiếu cái gì một chút như quên nói tên Hiếu thì cô vặn vẹo nói lý chị phải chịu thua. Ba Mẹ và Bernard cùng nói Caroline có vẽ để ý đến chàng Hiếu rồi. Bernard còn nói tiếp:

- Hiếu học giỏi không chê vào đâu được, môn học nào nó cũng đều giỏi và trông coi bộ nhu mì nó vác lu vác cả Caroline chạy mất đó. Cả nhà cười rộ. Mẹ nói với Caroline, anh hai con nói có đúng không?

- Caroline đang bẽn lẻn, mặt ửng hồng lại càng có duyên. Hiếu cũng vừa đến, bưng thức ăn nóng vào phòng khách, Mẹ Caroline nói ai nói gì về con trai tôi thì nói tiếp đi. Caroline lại nũng nịu với Mẹ, con cám ơn Mẹ để chốc nữa con kể lại lời nói của anh Bernard cho anh Hiếu nghe. Bây giờ, con thay mặt anh Hiếu mời Ba Mẹ và anh chị dùng bánh bao của anh Hiếu mua ngon lắm.

- Cám ơn cô em, Tuyết Trinh nói. Em Caroline lại quảng cáo tài mua bánh bao ngon phải không?. Cái gì bây giờ Hiếu của Caroline làm đều tốt hết phải không Caroline?. Caroline lại thẹn thùng, mặt lại ửng hồng, chị biết hết, đi guốc trong bụng em, Caroline nắm tay Hiếu giật giật hai ba cái chứng tỏ sự đồng ý lời chị.

Bernard ăn xong, nói, trưa về ăn cơm với gia đình. Hiếu vội nói:

- Chúng em sáng nay lo đi thử áo dài, tối anh Bernard thử lại xem sao, chắc đẹp trai lắm làm chị Tuyết Trinh mê mệt phải không chị Tư? Chí phải đó! Tuyết Trinh đáp. Cả nhà cùng cười vui. Hiếu nói tiếp:

- Chúng em biết anh chị lo sắp xếp và kiểm soát các cái coi xem có gì điều chỉnh trong chương trình, đâu có thì giờ tiếp khách, em có phụ tá số một là Caroline phụ giúp đại diện anh tiếp khách. Chiều nay mình phải mời vợ chồng anh Đức đến ăn cơm và bàn luận và cho hai MC tập dượt trước cho chương trình ngày mai.

Luôn tiện anh Bernard mời hai gia đình anh Đức từ Phú Yên vào và gia đình chú thím Ba Tín ở Cần Thơ đã tới rồi mời về dùng cơm chiều với gia đình mình. Em và Caroline lo đặt thức ăn nhà hàng mang đến tận nhà đúng sáu giờ chiều. Anh chị để em lo vì em có phụ tá Caroline chắc như bắp sẽ diễn ra tốt đẹp. Còn chị của em cứ phải chu toàn về trang điểm làm sao cho anh Bernard thấy là mê mệt sụm bà chè càng tốt. Còn chuyện dọn dẹp sắp xếp bàn ghế, tiếp khách có hai em lo. Ba Má Caroline nghe Hiếu nói đều trố mắt khen thầm thằng này chu đáo thật, mới có hai mươi mốt tuổi mà nó tính toán tinh vi nhạy bén như thanh niên ba bốn mươi tuổi có kinh nghiệm.

Bernard sẽ gọi mời hết những người ở xa đã đến Sóc Trăng dự tiệc cưới và mời vợ chồng anh Ba Trung qua cùng anh em bàn tính chuyện ngày mai. Bây giờ mình đặt trước ba bàn ăn, còn món ăn Hiếu phải nhờ Caroline chọn vì cô này là nữ hoàng ăn uống sang, Bernard nói xong vội lên xe gắn máy chạy đến chỗ làm cho đúng giờ.

Mọi người ăn xong, còn sớm, Hiếu nói nhỏ với Caroline mình phải lo xong mọi thứ để dành nhiều thì giờ yêu nhau tại khách sạn. Bây giờ, anh ra vườn sau, thổi bụi lá cho sạch, em lo đi rửa ly tách dọn sạch bếp giúp chị. Khi em làm xong trong nhà ra phụ với anh sắp xếp ba bàn ăn ở vườn sau, coi lại đèn, thùng đụng nước đá, còn ly chén dĩa đều có thừa mình không cần xem, chiều mang ra bàn. Hai cô cậu bàn bạc xong, tiến hành công việc. Ba má Caroline trông thằng con rể tương lai sao nó siêng và giỏi quá, mang máy thổi bụi lá, nó đi nhanh thoăn thắt, cả khu vườn rộng mà nó mang máy rê qua rê lại gom lá. Thành đóng, chưa tới mười phút là xong hết, lá đổ xuống một hố dùng lá làm phân xanh để bón cây trồng. Caroline cũng lo lau chùi bếp núc dù chị dâu rất chu đáo lúc nào cũng gọn sạch. Caroline chỉ làm qua loa cũng xong sớm, ra vườn sau, thấy Ba Mẹ đang ngồi chơi quan sát thằng con rể làm việc. Bà khoe với con gái:

- Thằng Hiếu sao giỏi quá, con có phước mới lấy được nó làm chồng, việc nhà của gia đình có nó lo thì con khoẻ re đó. Ba Mẹ chấm nó làm chồng con rồi nếu con thích nó, mọi thứ Ba Mẹ lo hết cho con. Mẹ nhắc lại lời hứa này là lần thứ hai, con nhớ đấy! Cất máy thổi vào kho vừa xong, Hiếu mở khoá nước lấy vòi nước xịt những cây, khu không có đặt máy tưới tự động và sau cùng xịt nước rửa sạch các lối đi trong vườn cũng như xịt nước thêm trên lá bông hoa cây kiểng vừa làm sạch bụi vừa cho cây lá tươi mát vì chiều có nhiều khách đến nhà.

Ba Má Caroline hiểu ý Hiếu cách làm việc của nó nên lại càng thêm qúy trọng. Caroline cũng mang các xô đựng nước đá ra cho Hiếu xịt nước rửa sạch. Hiếu có Caroline phụ mang bàn ghế ra xếp theo hình tam giác trông cũng đẹp mắt. Hiếu vội thử mở đèn lên coi xem có bóng đèn nào hư hỏng, thay bóng mới. Tuyết Trinh đến thưa Ba Mẹ chạy ra phố xem nhắc nhở các món hàng đặt trước phải đem đến nhà đúng giờ cũng như Tuyết Trinh cần mua sắm thêm vài món lặt vặt khác. Tuyết Trinh nói với Hiếu, công việc trang hoàng cổng cửa nhà hai đứa học trò của chị lo, chiều về em chỉ kiểm soát lại, thức ăn nhà hàng em và Caroline lo chị yên chí, bây giờ chị đi sớm ra chợ, hai em làm xong công việc thì tự do đi lo công việc riêng hay đi chơi đâu đó, chiều lo đãi khách.

Thế là cô cậu có nhiều thì giờ du dương, Ba Mẹ Caroline vừa đi vô nhà, hai đứa cũng đi theo và thưa với Ba Mẹ:

- Chúng con làm xong hết mọi việc, trưa chúng con đụng đâu ăn đó, không ăn cơm nhà, chiều chúng con về sớm. Mẹ bảo hai đứa đợi Mẹ một chút rồi hãy đi, bà vào phòng lấy ra năm ngàn đô la để trong một phong bì trao cho Hiếu, đây là quà Ba Mẹ biếu con tiêu xài trong lúc đưa Caroline đi chơi đây đó. Bà đưa tận tay Hiếu bảo Hiếu cầm lấy. Caroline chạy lại ôm hôn Mẹ nói:

- Con và anh Hiếu cám ơn Ba Mẹ nhiều lắm. Hiếu ôm Mẹ và ôm Ba thưa:

- Xin phép ba má, hai con đi ra phố.

Caroline vào phòng lấy túi đồ trang bị đi xe hai bánh và một cái túi xách khác to lớn hơn để chốc nữa mua thức ăn mang vô phòng ngủ. Hai cô cậu nắm tay ra lấy xe chạy đi liền đến phòng ngủ mới hơn tám giờ sáng. Vào phòng xong, Hiếu nói chúng ta đi tắm cho mát vì hồi nảy anh tranh thủ làm nhanh nên cũng đổ môi chút chút, em kỳ lưng cho anh nghe em! Còn anh cũng phải làm mát xa cho em nữa đó. Hai cô cậu vào phòng tắm, đúng như lời nói trước, Caroline thực hành ngay dùng khăn có xát xà bông thơm. Caroline cọ sát vào thân thể Hiếu làm kích thích ngay sự ham muốn gần gũi xác thịt. Caroline cũng chà xát kỳ lưng cho Hiếu làm Hiếu thêm hưng phấn rạo rực, không dằn được sự đòi hỏi, Hiếu quay lại ôm hôn Caroline và hai tay xoa bóp hai gò bồng đảo và Hiếu còn dùng miệng lướt lên hai đỉnh hoa sơn làm cho Caroline thêm kích thích, nổi da gà. Trong lúc thằng bé của Hiếu cũng cương cứng cứ cọ quẹt va chạm vào da thịt tươi mát của Caroline làm cho cả hai chịu hết nổi. Caroline vội tắt nước, kéo Hiếu ra khỏi phòng tắm, lấy khăn lau cho Hiếu và lau nựng nịu thằng nhỏ và còn hôn nó. Hiếu cũng vói lấy cái khăn khô khác lau sau lưng và hai chân trước, khi lau đến bộ ngực, tay của Hiếu cũng cảm giác rung rung, thật lạ kỳ, Hiếu cho Caroline biết có lẽ đôi bồng đảo của em đẹp quá làm cho tay anh khi đụng chạm vào bị rung lên vì cảm kích sung sướng tột cùng. Nghe Hiếu nói, như thế, Caroline thêm kích động nắm hai tay Hiếu, xoa thêm mạnh ngực nàng. Caroline nói thằng nhỏ của anh hôm nay ngoan quá cứ cựa quậy đụng em hoài. Vừa nói đến đó, Caroline lôi Hiếu đi lại giường và nhắc Hiếu mang theo cái khăn nhỏ và cái khăn lớn. Vừa đến giường, Caroline vật Hiếu nằm xuống trước, nàng nằm cạnh bên, hai tay se nựng thằng nhỏ nó cũng say ngất ngư như Tía của nó. Còn hai tay của Hiếu cũng tiếp tục xoa bóp. Cả hai hết chịu nổi, Caroline nói để em nằm trên, anh dưỡng sức để còn làm việc tăng năng xuất, hôm qua ít thì giờ chúng ta làm việc có ba ca, còn hôm nay chúng ta có nhiều thì giờ sẽ làm việc nhiều hơn, anh phải tăng năng xuất tăng ca gấp đôi, mới đạt chỉ tiêu mà em giao phó cho anh. Đôi mắt Hiếu đờ đẫn lim dim ngập tràn yêu đương hạnh phúc, mặc tình để cho Caroline muốn làm gì làm. Hiếu chỉ biết rên khe khẻ bên tai người yêu và nàng hoà tấu cùng tông với chàng và nói em sung sướng quá anh ơi! Nói xong, miệng nàng cúi xuống cắn nhẹ mũi chàng và nũng nịu nói:

- Anh ráng chịu cái sự mệt đừ này vì em tặng hết cuộc đời em cho anh và mãi mãi làm cho anh sung sướng hạnh phúc. Vừa nói Caroline như say sưa trong điệu nhảy vừa nhún nhảy lên xuống dồn dập làm cho Hiếu mê tơi và cả hai cùng hoà hợp thoả mãn cùng lúc. Caroline chưa vội xuống vẫn nằm yên hưởng tiếp cái thoả thích tột cùng của tình yêu. Vài phút sau, Caroline mới chịu xuống và vẫn ôm Hiếu thật chặt và cả hai đắm chìm trong một giấc ngủ say dù chỉ có một giờ phù du thôi. Cùng thức dậy một lúc, nắm tay vào tắm nhanh, mỗi người một chiếc khăn quấn vào người đi đến giường, Hiếu kéo Caroline nằm xuống, chàng lấy khăn quấn ra đắp thêm lên bụng Caroline và hỏi:

- Em cần uống gì hay là chúng mình uống bia cho máu lưu thông tốt mà mình còn làm việc ca hai, xong rồi mới đi ra tiệm ăn món bít tết cho lợi sức anh sẽ còn lo phục vụ ca ba ca bốn nữa đó, em có chịu không trả lời cho anh biết liền:

- Em hoan hô anh hai tay cả hai chân nữa, tính toán sao nhanh giỏi quá, anh đạt chỉ tiêu bốn ca ngày hôm nay như anh nói, em chỉ lo cho anh không thực hiện như lời cam kết. Nếu anh giữ lời thì đưa hai tay em nắm và xoa mạnh trên ngực em coi tay anh có bị rung không cho mà biết. Caroline nói:

- Tay anh hết rung phải không, Hiếu gật đầu và vội đi lấy bia mang đến, Hiếu khui mở nắp ra bảo Caroline uống trước thưởng công em hôm nay làm việc quá xuất sắc. Caroline riu ríu như người ngoan đạo nghe lời Hiếu uống một ngụm bia ngon lành. Hiếu ngồi ôm Caroline, còn một tay cầm lon bia uống một ngụm đầy họng, vội kê vào miệng Caroline, nàng hiểu ý, há miệng ra cho chàng san sẻ bia với nàng và sau cùng hai miệng lại hôn nhau nồng thắm. Bia còn hai cô cậu tiếp tục uống cho hết, Caroline hôm nay quá vui quá nổi hứng, nói với Hiếu:

- Anh lấy thêm một lon bia nữa, chúng mình uống hết phải lên làm việc ca hai để còn ra phố ăn bít tết nữa. Caroline nói, sau ca hai chúng ta còn đi dạo quanh một vòng. Hiếu tiếp: còn đặt thức ăn và đến lấy áo dài cho anh xong xuôi cũng mất nửa giờ có thời gian cho bít tết tiêu hoá anh lên gân còn lên ca ba ca bốn rồi mới về nhà, em có đồng ý không?

- Dạ, em đồng ý, Caroline ôm hôn Hiếu say đắm và em còn chọc thằng nhỏ mau lên gân nữa để chúng ta lên đỉnh vu sơn làm việc ca hai đó. Uống hết lon bia này, chúng mình đều hứng tha hồ mà quậy cho tới bến ăn thua luôn. Hiếu ghì chặt Caroline hôn thật sâu một hồi rồi lại tiếp tục san sẻ cho Caroline uống cho hết lon bia. Thằng nhỏ bắt đầu nổi máu anh hùng quậy tợn, Hiếu tự động nằm ngửa ra chờ nàng lên đè cho đã nư vì nàng thích làm kiểu này, có nhiều khoái cảm hơn và còn giữ cho Hiếu đủ sức tiếp tục lên ca khác.

Cả hai hoà điệu lên xuống nhịp nhàng, quậy một chập lâu hơn. Vừa làm việc Caroline vừa nói chứng tỏ anh của em quá tiến bộ mới qua ngày thứ hai mà tiến tới quá xa, em không thể ngờ anh dai sức như thế. Cứ miệt mài làm việc kiểu này hoài luôn suốt chừng một tuần, chắc là em bắt đầu thích ăn chua rồi. Nghe người yêu nói như vậy, Hiếu lật người yêu nằm xuống chàng lên cỡi ngựa phi nước đại. Caroline chỉ có rên và khen anh sao làm việc tuyệt vời, em sung sướng vô ngần. Em chọn anh làm chồng của em là phải quá đúng quá tuyệt vời, phải không anh? - Nàng vừa nói vừa nẩy người và bổng nói to em chịu thua anh rồi, xin đầu hàng mà hai mắt lim dim, thấy nàng dễ yêu làm sao. Hiếu cũng nói anh cũng lên tuyệt đỉnh rồi. Chúng mình nghỉ một chút rồi đi tắm. Nói xong, Hiếu lăn qua nằm sát ôm Caroline vào lòng và hôn, tay xoa ngực em dỗ dành em ngủ để lấy sức và Hiếu đã buông tay ra, cả hai thiếp đi hồi nào không biết.

Chừng một tiếng sau, cả hai thay quần áo, chạy ra phố, vào nhà hàng lớn đặt thức ăn xong và gọi cho hai dĩa bít tết và một dĩa salade cùng hai lát bánh mì. Ăn xong Hiếu lái xe đến chỗ đặt thêm hoa hồng nhắc mang đến nhà hàng đúng giờ, lấy áo dài mang về thử. Mọi chuyện xong xuôi, chạy về khách sạn. Vào phòng cả hai tu ngay một chai bia vì hồi nãy ăn bí tết mà không dám uống bia vì lái xe, nay uống bù. Vào toilet lo súc miệng rửa mặt, lau tay cho thêm sạch mát. Ra ngoài cởi hết quần áo máng lên móc, cả hai lên giường tiếp tục ca ba. Caroline nói để em làm tài công lái tàu ra khơi, em mới theo kịp anh vì để anh lái tàu vòi nước của em tự động mở ra hai ba lần, vòi nước của anh mới chịu mở cho hai dòng nước hoà nhập nhau. Lần này hai vòi nước cùng lúc mở ra, em lại thấy ít mệt hơn. Caroline lăn qua ôm Hiếu cùng đánh một giấc ngon lành. Khi tỉnh dậy, xem đồng thấy gần ba giờ rưỡi Hiếu để yên cho Caroline ngủ tiếp, nhẹ nhàng đi tắm trước và ngồi gọt vỏ trái cây hai ba trái để sẵn đó và tiếp tục lấy một lon bia uống tiếp, Caroline cũng đã thức rồi mà giả bộ nhắm như còn say ngủ, mở hé mắt coi Hiếu làm gì, thấy khui hộp phó mát con bò cười, La vache qui rit, lấy một miếng ăn coi bộ thích thú ngon lành tiếp tục uống bia, chân còn rung nhịp trông thấy phát ghét mà thương làm sao!. Vội mở mắt và nói to:

- Anh Hiếu ăn lén không đút em ăn làm em đói meo đây. Hiếu nghe tiếng biết người yêu mình đã dậy, vội chạy lại, nói yêu:

- Em đừng giận anh ăn lén, bây giờ anh đền bù em phải cắn miếng pho mát này hai lần ăn cho hết rồi uống bia với anh, em sẽ hồi sức ngay. Chúng mình nghỉ thêm chốc lát, rồi đi tắm, gần em, thằng nhỏ của anh có nhúc nhích cục cựa thì em phải dạy nó bảo nó phải vâng lời trưởng ca, lên ca bốn nó phải cố gắng làm việc đàng hoàng em sẽ còn thưởng nữa. Chắc chắn thằng nhỏ nghe em nói nó khoái chí, sẽ vâng lời sếp mà hoàn thành công tác cao cả. Caroline nghe Hiếu nói sao có duyên quá chời, nàng cắn ăn liền nửa miếng phó mát Hiếu đã chuẩn bị sẵn nửa ngụm bia trong miệng mình cho Caroline. Và Hiếu đưa lon bia cho Caroline, nàng cũng dành một phần san sẻ cho Hiếu và cả hai uống tiếp mỗi người một ngụm cùng cắn chia đôi miếng phó mát khác. Bia chỉ còn một ít, Hiếu rót vào miệng Caroline và nói anh thưởng em giọt bia ngon cuối cùng để có đủ sức làm tài công đưa thuyền về bến mơ lần nữa, rồi mình trả phòng ra về còn lo tiệc ăn buổi chiều tại nhà.

Sau này mình du dương không cần phải mướn phòng khách sạn nữa mà mình có phòng riêng của em vì Ba Má đã ký phép, cấp sự vụ lệnh cho anh có nhiệm vụ làm chủ tàu đưa em về bến mơ phải hợp tác chặt chẽ với em sản sinh gấp cho ông bà có cháu ngoại bồng bế cho vui.

Anh nghĩ chúng mình hoạt động chừng một tuần nữa sẽ có kết quả như ý, chừng đó em lại càng khen anh giỏi chắc em lên cân, còn anh vì cật lực làm việc nên xuống cân, anh nói vậy em coi tương lai có đúng không? Caroline vãnh môi lên nói:

- Em tin tuyệt đối, anh Hiếu của em nói cái gì cũng đúng hết. Bây giờ, em có ý nghĩ khi đi lên Sài Gòn xin đổi chuyến bay Ba Mẹ nói ở lại thêm hai tuần. Em nghĩ là nên ở ba hay bốn tuần để cho anh hoàn thành công tác cho em bê bi. Như vậy chúng mình làm hôn thú ngay, em sẽ hỏi Toà Tổng Lãnh Sự Áo coi thủ tục làm hôn thú thế nào. Anh cũng hỏi bên phía Việt Nam, mình nhờ anh chị Ba hỏi cách làm hôn thú ở Cần Thơ vì anh có hộ khẩu Cần Thơ và cũng tránh tiếng nhiều người ở quê nhà biết mình có hôn thú trước khi có lễ cưới hỏi đàng hoàng. Em lo khi em sanh con là sanh ở Áo, không có hôn thú với anh, bắt buộc con phải lấy họ mẹ mà em muốn con lấy họ anh còn chữ lót là họ của em, còn tên mình chọn lựa tên Việt Nam mà phải đọc theo tiếng Anh tiếng Áo cho dễ mà cũng có ý nghĩa nữa. Khi em mang bầu, còn thì giờ em hỏi ý kiến Ba Má nữa giúp mình đặt tên con. Em tin chắc chúng mình yêu đương hạnh phúc như thế này mà còn kéo dài thêm mấy tuần nữa thế nào em cũng có bầu vì chúng mình yêu nhau thật sự quá nồng thắm bất cứ mỗi lần gần gũi xác thịt chúng mình luôn hoà hợp lên đỉnh cao nhứt của tình yêu mà còn làm việc miệt mài ngày đêm, con đang đợi chúng mình trong bụng em rồi đó, em tin như vậy.

Hiếu tiếp lời người yêu, anh cũng tin như vậy vì chu kỳ kinh nguyệt của phụ nữ đúng kỳ có trứng rụng gặp tinh trùng là dễ thụ thai. Có nhiều trường hợp người phụ nữ chỉ một lần gần gũi đàn ông cũng có thể có thai. Chúng mình đang bàn tính về thai nghén, biết đâu em cũng có thể đã thụ thai rồi, đợi chừng một hai tuần là biết liền nếu có triệu chứng. Anh chỉ lo sợ Ba Mẹ không cho phép lấy anh, em lại làm ẩu, cha mẹ buồn. Bây giờ cha mẹ đã ký phép và muốn em có con sớm thì quá hạnh phúc cho chúng ta. Cả hai vừa âu yếm vừa thủ thỉ bên tai, thằng bé lại cục cựa nổi máu anh hùng, tay của Caroline lại chăm sóc đặc biệt làm cho thằng bé thêm hứng khởi càng ngày càng trổi lên bản hùng ca hạnh phúc.

Thằng bé sững cồ lên muốn làm chuyện lớn, Caroline xoay qua leo lên bụng Hiếu và ra lệnh thằng nhỏ nghe lệnh sếp. Tay Caroline đặt thằng nhỏ vào đúng vị trí nàng nhấn mạnh thân người xuống thật ngọt xớt vì lạch đào nguyên đã thông từ trưa hôm qua, nay con ong đã tỏ đường đi lối về. Khá diệu kỳ, không phải lần đầu như ngày hôm qua mà bây giờ là lần thứ bảy rồi mà Caroline vẫn có cảm khoái như lần đầu, vẫn rạo rực ham muốn dùng những động tác càng lúc càng tăng độ mạnh. Hiếu chỉ nằm lăn qua lăn lại chịu trận miệng luôn rên rĩ. Caroline càng nghe rên rĩ lại càng làm tới bến ăn thua mà nàng cũng cảm khoái tột cùng cũng rên rĩ càng to tiếng hơn Hiếu. Phải nói đôi uyên ương này cùng dai sức, nội lực quá thâm hậu. Lên công tác ca bốn hôm nay lại miệt mài hơn ba ca trước, thời gian công tác cũng gấp đôi gấp ba mới thật đáng nể. Hiếu lật Caroline xuống và nói anh thay em chỉ huy trận đánh cuối cùng ngày hôm nay. Anh làm chỉ huy trưởng chiến trường sẽ có kết quả coi ai thắng ai thua đầu hàng trước. Với sức trai trẻ và có bia tiếp viện, bò bít tết phó mát con bò cười yểm trợ hoả lực, phải nói, Hiếu sung sức hơn bao giờ hết. Hiếu trổ hết thành công lực vật, lôi nàng ngồi dậy, đẩy nàng nằm xuống, đủ thứ kiểu mà Hiếu vừa nghĩ ra. Vì nếu không tấn công vũ bão với nhiều thế liên hoàn và đánh mạnh đủ chất lượng mới hoàn thành công tác đoạt chiến thắng vẻ vang. Phải sau ba ca, cơ thể không sản xuất kịp chất nhờn nên mới kéo dài thời gian. Hiếu là một sinh viên y khoa nên biết rõ chỉ cận chiến xáp là cà với nhiều động tác mới lạ, thúc hối xưởng sản xuất chất nhờn phải hoạt động tối đa công suất mới mong có đủ vũ khí chiến đấu. Thế là Hiếu thay thế Caroline làm tài công lái tàu với tốc độ tối đa làm cho Caroline chỉ có rên và nói em đang leo lên đỉnh, anh Hiếu nhấn ga chạy nhanh thêm nữa để cả hai cùng lên đỉnh một lúc. Miệng vừa nói, hai tay Caroline vừa ôm siết chặt thêm và oằn oại dưới thân hình lực sĩ ruồi của Hiếu. Chàng vã mồ hôi dầm dề và Caroline cũng vậy, mất hơn nửa tiếng hai người thay phiên lái tàu chạy hết tốc độ nên cũng giải quyết xong chiến trường trong sự hưng phấn tột cùng, cả hai cùng tuyên bố toàn thắng. Buông ra, hai cô cậu mệt đừ lấy khăn lau mồ hôi nhễ nhại cho nhau. Trận đánh thứ tư cũng là trận đánh cuối cùng trong ngày dù quá mệt mà lại có quá nhiều hạnh phúc yêu đương đáng nhớ. Nằm nghỉ chừng nửa tiếng đã thấy gần năm giờ rồi nên cả hai bật dậy, vội vã cùng vào phòng tắm, kỳ rữa cho nhau và cũng nhắn nhủ nhau không làm ướt tóc. Hiếu lấy khăn lau khô cho người yêu bảo Caroline lo thay đồ còn lo chải lại tóc rối bù, trang điểm một chút xíu, chốc nữa về nhà trang điểm tiếp để tiếp khách. Hiếu lại xả nước tắm thêm một lần nữa cho sảng khoái vì hôm nay làm việc quá miệt mài đến mệt ngất ngư, chiều còn lo đãi khách ăn tối tại nhà Bernard. Tắm xong, chải lại tóc và thay quần áo nhanh, xong trước Caroline, Hiếu dọn dẹp lại phòng cho các khăn dùng rồi vào đúng chỗ, coi lại chỗ nằm có vương vải chất nhờn không, để lại tiền típ trên đầu tủ lạnh rất hậu hĩnh. Quan sát mọi thứ trong phòng xong, Caroline lại nắm tay Hiếu dìu ra phòng tiếp tân và đợi nhân viên khách sạn vào kiểm soát các thứ trong tủ lạnh và xuống báo cáo với thu ngân viên và cũng chơi sộp tặng cô thu ngân viên mười đô la gần bằng tiền thuê phòng một ngày. Cô thu ngân cám ơn rối rít, Hiếu coi lại cái bao thư tiền Mẹ Caroline cho hồi sáng. Mang về mười cái áo dài và khăn đóng chiều nay các chàng trai rể phụ chưa có thì giờ chọn coi cái áo nào vừa thì giữ lại vì sáng mai Hiếu gởi trả lại tiệm thuê bán đồ cưới.

Từ khách sạn về nhà mất chừng mười phút, về đến nhà thấy có vợ chồng Đức và cả gia đình sáu người đang cho xe vào cổng. Hiếu và Caroline vội vã đến chào hỏi, Hiếu giới thiệu Caroline em ruột của Bernard theo Ba Mẹ từ Áo sang dự lễ cưới của anh mình và đến đây được sáu ngày rồi. Thu Trang Thu Hằng đến bắt tay và ôm Caroline khen Caroline đẹp quá. Giỏi em út của Thu Trang cũng đến bắt tay chào chị, Đức cũng bắt tay Caroline và giới thiệu vợ sắp cưới của mình và hai em. Ông bà nhạc của Đức còn ngồi ở ghế băng nghỉ chân, Đức dẫn Caroline và Hiếu đến chào Ba Mẹ mình và giới thiệu Caroline với Ba Mẹ, còn Hiếu thì Ba Mẹ cũng biết lần trước có theo Đức ra Phú Yên. Trong nhà Ba Má Caroline, nghe ngoài có tiếng đông người biết có quan khách và mở cửa cái ra, hai ông bà đứng chờ đón khách thấy Caroline và Hiếu có mặt tiếp đón ngoài cổng, ông bà rất hài lòng. Khi Ba Mẹ Thu Trang cùng các con vào nhà, vừa tới cửa, Caroline lẹ miệng giới thiệu với Ba Mẹ Thu Trang đây là Ba Má mình. Ba của Caroline tiến ra bắt tay bác hai Mạnh và nói chào bà Mạnh cùng các cháu, Mẹ của Caroline cũng đến chào Mẹ Thu Trang và chào cả gia đình.

Vợ chồng Bernard nghe biết gia đình bạn Đức chí cốt mình đưa cả gia đình vợ đến Sóc Trăng dự đám cưới mình thật đông vui. Caroline lật đật vào phòng thay quần áo khác, xịt dầu thơm, chải lại tóc, trang điểm thêm cho đậm đà bắt mắt, cũng như để mấy chiếc áo dài khăn đóng trên bàn. Khi trang điểm xong thì Caroline có nhiệm vụ coi lại bàn ghế, ly chén đũa và người giúp việc có cho bia, nước ngọt, nước lọc và nước đá vào các thùng chứa chưa? Việc ngoài sân sau Caroline lo cũng như tiếp các bạn gái. Caroline mở cửa phòng của mình dành cho các bạn gái trẻ vào đi vệ sinh và trang điểm.

Hiếu phải ra ngoài cổng thay anh Bernard đón từng gia đình. Còn tại phòng khách có anh chị Bernard lo. Công việc phân công như vậy, các phòng vệ sinh, vợ chồng Đức cứ tự nhiên vào phòng Bernard, ông bà Mạnh thì vào phòng của Ba Má Bernard. Còn hai phòng vệ sinh riêng rẻ nữa một ở gần nhà bếp, một ngoài vườn, dành chung cho nam nữ. Vào đến nhà, Tuyết Trinh đến phụ nhĩ trước với quý bà chỉ từng phòng vệ sinh để có chuyện cần phải có chỗ giải quyết ngay. Xe của chú thím Tín cũng vừa tới có cả em trai Đức, Thu Hằng vội chạy ra đón Thành cả hai chào và ôm nhau. Gia đình chú Tín vừa tới cổng có Ba Má Bernard ra đón chào, cả gia đình chú thím Tín vào phòng khách, Bernard giới thiệu Ba Má và cô em gái. Thím Tín vọt miệng nói cháu Caroline đẹp và dễ thương quá, Caroline đến bắt tay các bạn trẻ và nắm tay con gái thím Tín chỉ phòng Caroline là chỗ em đi vệ sinh hay trang điểm, cứ tự nhiên như ở nhà.

Vợ chồng Trung cũng chạy xe gắn máy tới. Còn ba má vợ của Trung mới tới, dự tiệc cưới xong ở lại chơi, nghỉ qua đêm tại nhà khách của tỉnh có đông đủ ông bà Mạnh, chú thím Tín, ông bà Khoa Trưởng, ông bà Tổng Lãnh Sự Áo và Ba Má của Bernard cũng ở qua đêm có dịp hàn huyên với ông bà Tổng Lãnh Sự, ông bà Bí Thư và Chủ Tịch Uỷ Ban Nhân Dân Tỉnh, ông bà Giám Đốc Sở Y Tế, Sở Xây Dựng, Sở Nhà Đất cũng đến thăm hỏi xã giao.

Ông Bà Bí Thư nói Bernard để ông bà phụ lo tiếp khách quý nghỉ qua đêm cũng có thêm thức ăn tối cho khách, sáng Chúa nhựt ông bà mời hết mọi người ăn sáng kể cả con cháu đi theo, vợ chồng Bernard và bên vợ Bernard. Mình tiễn quan khách xa về trước hay còn ở lại thì về nhà Bernard ở chơi và muốn ở lại nhà khách thêm một ngày nữa thì nhà khách tỉnh vẫn hân hạnh tiếp đón. Bernard nắm rõ lời dặn dò của ông Bí Thư từng nói ông coi Bernard như con trai của ông nên ông hết lòng lo cho Bernard.

Vợ chồng Trung- Tâm vừa đến, xe nhà hàng cũng mang thức ăn cũng đến, Hiếu bảo nhân viên nhà hàng đưa ba thồi thức ăn vào ba bàn ở vườn sau. Chỉ có Ba Má Minh Tâm ở Cần Thơ cho biết thứ sáu này quá bận rộn có họp Ban Bí Thư nên không thể đến hôm nay. Ngày mai, thứ bảy ông bà sẽ đến sớm và chạy thẳng vô Bố Thảo thăm gia đình Trung và anh Ba Cường, ở chơi lâu lâu sẽ chở vợ chồng Trung và bà Má của Trung đi dự đám cưới con gái Tuyết Trinh ở nhà hàng.

Tối ông bà ở lại qua đêm tại nhà khách cuả tỉnh cùng với thân hữu và cả ông bà Tổng Lãnh Sự Áo cũng ngủ ở đó. Ông nói, có dịp ông gặp lại đồng chí Ba Mạnh có một thời gian cả hai cùng phục vụ tại Trung Ương Cục Miền Nam mà mấy chục năm sau mới có cơ duyên gặp lại tha hồ mà hàn huyên tâm sự.

Chiều thứ sáu, gia đình Bernard có mời các gia đình ở xa đến Sóc Trăng sớm dùng cơm chiều mà với số người tham dự ba bàn còn trống nhiều chỗ. Bàn người lớn mới có sáu người, hai bàn còn lại dành cho các cô cậu rể dâu phụ.

Một người bạn của Bernard rất trẻ, mới hai mươi bốn tuổi, ra trường cùng lúc với bộ tứ Trung-Bernard-Đức-Tâm cũng làm việc chung ở bịnh viện Sóc Trăng là rể phụ đi cùng bạn của Caroline. Cô dâu phụ là con gái rượu của ông bà Tổng Lãnh Sự Áo ở Sài Gòn cũng từ Áo sang Việt Nam cùng chuyến máy bay với Caroline. Bernard mời anh Trai cùng vợ chồng anh Trung, vợ chồng Đức cùng ngồi bàn người lớn, còn vợ chồng Bernard chạy tới chạy lui kể như ba bàn đều có đủ người.

Sáng mai có xe Toà Tổng Lãnh Sự Áo đưa cô bạn của Caroline xuống sớm để dự lễ cưới vào buổi trưa tại nhà Bernard và ở lại Sóc Trăng, tài xế lái xe trở về Sài Gòn, đến ngày Chúa nhựt, Josephine sẽ về cùng cha mẹ.

Trong bữa ăn tối nay, Bernard sẽ đưa ra ý kiến ghi trong chương trình cũng là mục chính để MC Thu Trang giới thiệu bộ ngũ bác sĩ cùng trường cùng lớp ra trường một lúc chiếm luôn từ hạng nhứt đến hạng năm trong số các bác sĩ tốt nghiệp ra trường mà thủ khoa của khoá là anh vợ của Bernard – Bác sĩ Trung. Tất cả năm bác sĩ đều thụ giáo dưới sự chỉ dạy của Giáo Sư Khoa Trưởng trường Đại Học Y Khoa Cần Thơ. MC Thu Trang giới thiệu bằng tiếng Việt, Bernard xin phép nói lại bằng tiếng mẹ đẻ, tiếng Áo, MC Đức tóm tắt phần giới thiệu quan trọng này bằng tiếng Anh, tiếng Pháp. Bernard muốn chứng tỏ đây là một đám cưới quốc tế và tâng bốc trường đại học Y Khoa Cần Thơ và Giáo sư Khoa Trưởng. Đồng thời cũng móc qua Trường Y Khoa đang đào tạo đội ngũ bác sĩ chuyên nghiệp có em ruột của bác sĩ Trung và bác sĩ Đức (mời hai em này đứng lên chào kính quan khách) đang theo học cũng là sinh viên xuất sắc dưới tài chỉ đạo dẫn dắt của Giáo Sư Khoa Trưởng. Ngoài ra trong các cô dâu phụ có hai thiếu nữ người Áo từ chính quốc sang và hai sinh viên Y Khoa của Viện Đại Học Y Khoa Sài Gòn mà trong đó MC Thu Trang là vợ của bác sĩ Đức phục vụ ở quê nhà Phú Yên, năm tới cô sẽ tốt nghiệp Y Khoa Bác Sĩ của Viện Đại Học Y Khoa Sài Gòn. Chắc chắn sẽ thu hút quan khách và chúng ta sẽ đón nhận tràng pháo tay vang dội. Cũng trong dịp này, Bernard trân trọng giới thiệu ông Bí Thư Tỉnh Uỷ như là người cha đỡ đầu mà vợ chồng Bernard luôn kính trọng.

Trong bữa ăn Bernard sẽ thỉnh ý bác Ba Mạnh và chú thím Tín coi xem trong chương trình tiệc cưới, quan trọng nhứt là phần đầu - chào mừng quan khách, giới thiệu thành phần quan khách quan trọng, đại diện họ nhà trai nhà gái. Bernard nói bằng tiếng Áo và chuyển ngữ tiếng Pháp, vợ con nói bằng tiếng Việt và tiếng Anh. Kế tiếp là phần phát biểu của nhà trai (Ba Bernard nói tiếng Áo, Bernard dịch sang tiếng Pháp và MC Đức dịch ra tiếng Anh, MC Thu Trang nói lại bằng tiếng Việt). Đại diện nhà gái là quyền huynh thế phụ Bác Sĩ Trần Đức Trung. Đứng cạnh bên có vợ là Bác sĩ Minh Tâm nói lời cám ơn mọi người. Đặc biệt cám ơn ông bà Tổng Lãnh Sự Áo và phái đoàn hùng hậu từ Sài xuống tham dự, bác Ba Mạnh cựu Bí Thư Tỉnh Uỷ Phú Yên và phu nhân cùng gia đình từ Phú Yên, ông Phó Bí Thư Tỉnh Uỷ Cần Thơ và phu nhân, ông bà Nguyễn Thành Tín là chú thím ruột của bác sĩ Đức và gia đình. Tại địa phương, tỉnh nhà, chúng tôi chân thành cảm tạ ông Bí Thư và phu nhân cùng chánh quyền tỉnh Sóc Trăng, Ban Giám Hiệu, giáo sư trường trung học Hoàng Diệu mà là nơi cô dâu đang phục vụ. Xin cám ơn tất cả quan khách tham dự.

Khi ăn xong, Bernard mời các bạn hai bàn của giới trẻ, kéo ghế lại gần nghe Bernard trình bày chương trình buổi đại tiệc ngày mai có gần năm mươi bàn có nhiều quan khách quan trọng tham dự vì vậy chúng ta ở đây như trong một đại gia đình nên quán triệt chương trình mà tôi đã soạn sẵn rồi. Tối nay chúng xin thỉnh ý Bác Ba, Chú thím ba coi xem chương trình có gì thêm bớt hay các bạn có gì bổ túc cho tốt đẹp thêm. Ngày mai còn nhờ em Hiếu in vài chục bản chương trình đưa trong buổi cơm trưa tại đây sau làm lễ rước dâu lúc 11 giờ tại Bố Thảo đưa về nhà chúng con. Tại nhà chúng con chưa có thiết đặt bàn thờ, vợ chồng con dùng phòng khách làm nơi chào kính và cám ơn Bố Mẹ, Hai bác Ba, chú thím Ba, thay vì lạy theo phong tục Việt Nam, chúng con tổ chức lai căng một chút chỉ khoanh tay cúi đầu cám ơn họ nhà trai và cám ơn các bạn tham dự lễ rước dâu hôm nay. Bernard cũng có dự kiến:

- Chương trình buổi chiều tại tiệc cưới vô cùng linh động và cũng có nhiều phức tạp, vợ chồng tôi hoàn toàn đặt hết tin tưởng vào đôi uyên ương MC duyên dáng nhứt Phú Yên. Đó là bạn Đức thân tình chí cốt hàn vi đói khổ có nhau và hôm là ngày vui nhứt của vợ chồng chúng tôi cũng có bạn Đức thân yêu cũng hiện diện và còn có người bạn trăm năm của bạn Đức cùng giúp tiệc cưới trong vai trò quan trọng là làm MC mà còn là cô dâu chú rể phụ nổi bật chiều nay. Hai MC cũng dựa vào chương trình tuỳ hứng, linh động thêm duyên qua giới thiệu chương trình. Hai bạn MC tài giỏi Đức - Thu Trang chắc chắn là đốn tim tất cả quan khách. Thím Tín cười to, nói lớn, cái anh tây Bernard nói tiếng Việt như thế này quả là thầy chạy rồi đó. Để thím chuyển đạt sang tiếng Pháp cho Ba Má và em cháu thông hiểu. Thím Ba bật máy nói tiếng Pháp như chim hót, mọi người tỏ ra vô cùng kinh ngạc, nghe tiếng Pháp Paris còn hay hơn các cô xướng ngôn viên đài phát thanh đài truyền hình Pháp. Thím nói vừa dứt Caroline chạy đến ôm Thím và nói con đang ở Paris, cám ơn thím nhiều, ông bà thân sinh của Bernard và Caroline quay sang bắt tay khen chị nói tiếng Pháp rất thanh thoát hay quá còn hơn người chính quốc Pháp. Còn Caroline con đứng đó, thím chỉ Caroline và nói với ông bà con gái ông bà đẹp quá không thua Hoa Khôi hoàn vũ. Người nở mũi phồng to nhứt là Hiếu vừa cười vừa giơ tay lên cho Caroline thấy Hiếu hoan hô người đẹp nhứt.

Bữa ăn tối rất vui, nhiều người góp thêm ý kiến, Bernard đều ghi nhận. Những người không ở lại nhà Bernard thì ra về, Chú thím Ba, vợ chồng Đức thì theo vợ chồng Trung về ngủ nhà Trung ở Bố Thảo, tối mai vợ chồng Đức ngủ tại nhà Bernard vì Ba Má và chú thím Ba ra nhà khách ngủ cùng với nhiều quan khách. Trung mượn xe Bernard chở về nhà. Hai ông bà bác Ba ngủ ở phòng của Ba Má Bernard, ông bà ngủ chung một phòng với con trai và con dâu vì phòng quá rộng, Bernard đã thu dọn trước có đặt thêm một cái giường đôi. Còn phòng Caroline có ba cô Caroline, Thu Hằng (em Thu Trang), Ngọc Mai (con chú thím Tín) cùng ngủ chung một giường. Riêng Caroline đặt lưng xuống nệm là đánh một giấc bay về tới nước Áo vì trải cả ngày vật lộn với Hiếu, chắc chàng cũng mệt đừ. Còn Hiếu, người yêu của Caroline, nằm chỗ nào trong nhà cũng đều ngủ ngon một giấc cho đến sáng vì phòng của Hiếu để cho vợ chồng Đức và phòng cũ của Mẹ Hiếu dành cho chú thím Ba, còn cái phòng Mẹ Trung đang ngủ có thêm vợ chồng Trung ngủ một đêm lại thêm vui.

Còn Hiếu ngủ ghế bố có mùng đàng hoàng gần nhà anh chị Hai, ngủ như chết. Chị Hai tưởng Hiếu hôm qua làm cái gì nặng nhọc lắm nên ngủ say, chị giả bộ đụng chân em, Hiếu cũng chẳng hay biết. Sáng chị kể lại cho Hiếu biết và nói chị có pha cho em một ly sữa nóng, em uống cho khoẻ lại. Hiếu cám ơn chị và Hiếu cũng đoán Caroline cũng chỉ làm một giấc say sưa cho đến sáng mà hai bạn gái ngủ chung phải kinh ngạc. Có thể hai cô em nói thầm, con gái đẹp như Caroline mà có cái nết ngủ li bì như thế, chắc bạn trai biết tính này cũng có thể chạy té re.

Hiếu uống ly sữa nóng, cám ơn chị Hai và nói để em chạy ra chợ mua thức ăn sáng về đãi khách bên nhà chị tư, còn khách ở nhà có anh Trung lo.

Nếu anh Trung đã thức dậy rồi, em sẽ chở anh Trung về nhà chị Tư để anh lấy xe mà chạy tới chạy lui, mãi chiều mai, anh Trung mới có xe hơi của ảnh có tài xế từ Cần Thơ lái chạy lên và chú tài xế ở lại dự tiệc cưới xong sẽ ở lại về cùng xe với Ba của chị Minh Tâm vào trưa chủ nhựt. Chị Hai nghe vậy, bảo Hiếu dọn dẹp ghế bố và đi tắm cho mát, coi xem anh Ba thức dậy chưa. Nếu thức dậy, em thúc hối Trung lo vệ sinh cá nhân em chở anh Ba đi ngay để em còn lo chạy ra phố mua thức ăn điểm tâm cho hàng chục người mang về nhà Bernard. Hai chị em đang bàn tán, thấy Trung đi ra, Hiếu hỏi liền:

- Anh Ba có cần lấy xe gắn máy em chở anh Ba đến nhà chị Tư lấy xe, em còn chạy đi ra phố mua thêm thức ăn đãi khách. Trung gật đầu nói em đợi anh làm vệ sinh và thay quần cùng đi với em, sẵn dịp anh chạy ra chợ mua thêm ít đồ ăn sáng tăng cường vì chị Hai cũng có lo mà sợ thiếu. Hiếu nói liền, em đi tắm cho khoẻ vì đêm qua em ngủ quá mê mệt, sáng vẫn chưa tỉnh, em phải tắm. Anh chuẩn bị xong trước em, đợi em chốc lát. Nói xong, cả hai anh em cứ y như đã nói làm việc riêng của mình.

Lên xe, Hiếu chở Trung chạy một lèo về đến nhà Bernard, Hiếu thọt tay vào trong cổng mở chốt cài bị tay ai nắm tay mình chặt quá, Hiếu giật mình lấy làm lạ, bỗng nghe tiếng cười của Caroline, nàng buông tay Hiếu và mở cổng thấy anh Trung cùng đi với Hiếu nữa, Caroline lật đật thưa anh ba mới đến. Trung cũng ngạc nhiên sao cô đầm gọi mình là anh ba. Tuyết Trinh đâu có rảnh mà dạy cô ta nói tiếng Việt. Trung nói cám ơn em, anh Ba đến lấy xe gắn máy vì hôm qua anh lái xe của Bernard, chốc nữa anh sẽ lái xe chở chú thím ra đây để có chú thím Ba cùng theo phái đoàn nhà trai đi rước dâu, Hiếu chở anh ba về lại nhà để Hiếu còn lo giúp Caroline. Em xin cám anh ba. Trung vào trong cửa có khoá, lấy xe gắn máy, Trung nổ máy, bai bai Caroline chạy ra cổng.

Hiếu hỏi Caroline làm vệ sinh chưa, anh chở em ra phố mình mua thêm thức ăn sáng. Thức ăn sáng hôm qua mình hâm nóng lại vẫn còn ăn ngon. Caroline trả lời, đêm qua em ngủ như chết không biết trời đất là gì hết, em thức giấc sớm vội lo làm vệ sinh, súc miệng lại kỹ nữa sợ em hôn anh, anh chê miệng em thúi quắc. Cám ơn người đẹp của đời anh, Hiếu nói. Caroline còn tiếp:

- Em còn đi tắm cho khoẻ nữa, thay quần mới em biết anh ra đây sớm vì nhớ em?

- Đúng vậy, em nói đúng trăm phần trăm, bây giờ anh thưởng em một nụ hôn nồng thắm, em xít gần anh, anh sợ các người khác trông thấy làm anh mắc cở đó. Nhanh như cắt không đợi Hiếu hôn mà Caroline bước nhanh tới ôm Hiếu hôn một cách ngon lành. Hiếu vào trong bếp, coi chị có thức lo nấu nướng gì chưa, nói với chị có cần mua gì thêm chúng mình chạy ra chợ ngay bây giờ. Anh mua thêm một ít thức ăn nữa có em phụ tá anh mua thêm bao nhiêu thức ăn cũng mang về được. Gặp chị Tư đang loay hoay dưới bếp, Caroline chuyển lời Hiếu nói với chị Tư. Chị ở nhà lo hâm nóng lại các món ăn hôm qua còn dư, còn Hiếu có sáng kiến muốn mua gì thì tuỳ cậu út đó. Caroline nói cám ơn chị Tư em ra xe cùng đi với anh Hiếu mang thức ăn về đãi khách. Caroline vội vã đi nhanh, đóng lại cửa cổng leo lên xe ngồi ôm eo ếch chàng và hôn lưng ba bốn cái mà còn nói anh quá tuyệt, hôm qua làm việc đến bốn ca mà hôm nay thấy tỉnh queo. Hiếu nói sáng nay, chị hai thấy ngủ mê mang không hay biết gì hết, chị giả bộ đụng chân mà anh có hay biết gì đâu, vẫn tiếp tục ngáy pho pho. Chị Hai nói hôm qua chắc em làm việc cực vất vất quá mức phải không để chị pha cho cậu một ly sữa nóng uống vào cho khoẻ lại liền. Uống ly sữa của chị pha cũng khoẻ mà vẫn không bằng nụ hôn của em hồi nảy lại làm cho anh thêm rạo rực ham muốn.

Chương trình chính trong tiệc cưới tại nhà hàng đã dự kiến trước. Sau phần giới thiệu quan khách hai họ nhà trai, nhà gái và cô dâu chú rể phụ đã soạn xong. Đặc biệt dành danh dự cho ông Bí Thư tỉnh Sóc Trăng có vài lời chào mừng hai họ và quan khách tham dự trước nhứt.

Kế tiếp MC mời phụ thân chú rể phát biểu ý kiến nhân ngày lễ thành hôn của con trai, bác sĩ Bernard. Giới thiệu tiếp đại diện họ nhà gái phát biểu. Sau đó dành thời giờ mời ông Tổng Lãnh Sự Áo, bác Ba Mạnh, ông Phó Bí Thư Cần Thơ, Chú thím Tín, Giáo Sư Khoa Trưởng đại học Y có lời chúc hạnh phúc cho cô dâu chú rể và chúc an vui cho mọi người tham dự tiệc cưới.

Mc mời quan khách nâng ly chúc mừng tiệc cưới. Tràng pháo tay chúc mừng vừa chấm dứt. MC giới thiệu cô dâu chú rể và năm cặp phù dâu phù rể lên sân khấu đứng hai bên cô dâu chú rể. Cặp dâu rể phụ Đức-Thu Trang lại đến máy vi âm làm MC. Tiếp theo, mời cô dâu chú rể có vài lời tâm tình trước quan khách và gia đình hai họ, Bernard nói tiếng Áo trước, kế là tiếng Việt cô dâu phát biểu. Bernard nói lại bằng tiếng Pháp và cô dâu nói bằng tiếng Anh. Kế tiếp tặng hoa cho quý vị phu nhân ngồi hàng VIP. Phần giới thiệu xong để dành một thời gian ngắn chụp hình thu video lưu niệm. Sau đó mời nhập tiệc. Các cặp dâu rể phụ có thể tiếp tục chụp từng cặp, chụp chung cũng như có cô dâu chú rể chính. Lúc này quan khách đang vào tiệc lợi dụng có nhiều thời giờ chụp hình trên sân khấu. Các cô dâu chú rể chính, phụ tha hồ chụp hình quay phim xong mới đi xuống bàn tiệc.

Trên sân khấu đến phần ca nhạc giúp vui do Ban nhạc phụ trách giới thiệu. Vì tiệc cưới quá đông, MC xin phép đi chào bàn rất nhanh và quan khách có tặng quà ngay lúc cô dâu chú rể đến hoặc cũng có thể khi chào bàn xong, quý quan khách chưa kịp trao quà xin mời bỏ phong bì vào thùng để trước sân khấu có trưng bày hoa lá cành trông đẹp mắt. Những quan khách muốn chụp hình lưu niệm với cô dâu chú rể chính hay dâu rể phụ nên nhân lúc này chụp hình lưu niệm. Khi đi chào bàn hai cặp dâu rể phụ Bác sĩ Ngọc Trai và cô dâu phụ Josephine, con gái ông Tổng Lãnh Sự Áo ở Sài Gòn và cặp dâu rể phụ thứ hai, cô là em ruột của chú rể Bernard và rể phụ là em ruột cô dâu Tuyết Trinh. Dẫn đầu đi chào bàn có cặp MC Đức-Thu Trang vừa đến từng bàn vừa giới thiệu và có tặng quà thì có hai cô dâu phụ có mang theo đồ dùng để đựng quà. Vì đi rất nhanh tránh mất nhiều thì giờ, quan khách chưa trao quà có thể lên gần sân khấu cho quà vào thùng. Sau khi chào bàn xong, Bernard lên chào cám ơn một lần nữa quan khách tặng quà cho biết trước như ông bà Bí Thư tỉnh Sóc Trăng, ông bà Tổng Lãnh Sự Áo, anh chị Hai, Ba Má và em gái của Bernard...

Chúng tôi Bernard và Tuyết Trinh xin đa tạ quan khách đã tham dự tiệc cưới chung vui cùng hai họ chúng tôi và còn tặng quà, vợ chồng chúng tôi vô cùng biết ơn và kính chúc quý vị có bữa ăn tối ngon miệng vui vẻ và khi ra về luôn được bình an. Nếu hai gia đình chúng tôi có điều gì sơ xuất xin quý quan khách tha thứ bỏ qua.

Trong tiệc cưới tạm gọi là tiệc cưới quốc tế có sử dụng luôn bốn ngôn ngữ Việt Áo Anh Pháp cho thêm phần có nhiều ý nghĩa và trang trọng.

Theo đúng chương trình lễ cưới và hai hôm sau Lễ cưới, anh chị Bernard đi hưởng tuần trăng mật có đến Toà Tổng Lãnh Sự Áo để gởi xe, anh Hiếu và em tháp tùng anh chị đến Toà Tổng Sự hỏi luôn thủ tục cách làm hôn thú của em với anh cũng như Ba Má nói cho anh năm chục ngàn Euro, em mở account cho anh cũng tại ngân hàng đó. Ba Má cũng cho thêm anh Bernard năm chục ngàn. Má nghe anh nói cái nhà của anh Bernard mà lúc này, còn người vượt biên, mình biết cách mua cũng không cao từ năm chục ngàn đô trở xuống. Má nói có nhà lớn hơn có đất xung quanh rộng lớn khoảng một trăm ngàn Má cũng cho thêm cho đủ mua mà tìm mua ở Cần Thơ vì Má Ba đoán, anh tốt nghiệp đậu ra trường thứ hạng cao. Thế nào trường cũng giữ anh trong Ban Giảng Huấn. Chừng một năm sau, em sẽ tìm cách xin học bổng cho anh đi Mỹ học chuyên khoa vài năm. Em cũng sẽ mang theo con cũng đi học tiếp lấy cho được bằng tiến sĩ dù lúc bấy giờ chúng mình có hai ba bốn đứa con không sao. Nếu chúng mình về Áo có ông bà ngoại tiếp chăm sóc cháu cùng với bảo mẫu, còn về sống ở Cần Thơ, chúng mình rước Má lên ở với vợ chồng mình và cũng có người giúp việc bà nội cũng ít mệt nhọc trông cháu nội. Lúc bấy giờ em rảnh em sẽ quần ông tài công tuổi trẻ tài cao Út Hiếu. Anh luôn lái tàu hết tốc độ, em là cái máy đẻ phải vượt chỉ tiêu hơn bốn con. Con hơn cha là nhà có phúc, con hơn mẹ cũng vậy luôn. Em muốn anh khoẻ mãi có sức cho em thêm hai ba bốn con nữa. Em nghĩ bà nội, ông bà ngoại càng thích hơn. Má nói riêng với em cho phép em ăn ngủ chung với anh sớm cho em có con thì Ba Mẹ sẽ mở hồ bao thưởng chàng rể đại tài giúp cái máy đẽ hoạt động hết công xuất. Hai cô cậu, ngồi trên xe cứ bàn chuyện, Hiếu lái đến chỗ bán bánh cuống chả lụa đặt mười phần cho vô hộp mang về nhà, chừng 15 phút quay lại lấy, trả tiền trước. Hiếu lên xe chạy đến lò bán bánh bao mua 10 cái bánh bao lớn, kế đó có xe bánh mì pâté Jambon mua năm ổ và đến tiệm bán bánh pía, mè láu, mỗi thứ mua mười hộp vừa để ăn vừa làm quà tặng cho gia đình Bác Ba Mạnh và chú thím Ba Tín. Đi mua một vòng hơn 20 phút, chạy lại chỗ bán bánh cuống, người bán cũng vừa cho vào bao bì xong. Hiếu có chuẩn bị hai cái túi xách chắc chắn, máng lên hai bên tay lái cho cân bằng, Hiếu để cho hai tay Caroline thoải mái mà đấm thùm thụp lưng Hiếu và để sau lưng trống, Caroline muốn hôn muốn "ịn" ngực vào lưng hay muốn cắn yêu cái tấm lưng thớt của Hiếu cũng sẽ dễ dàng hơn. Mất chừng mười lăm phút Hiếu chạy về đến nhà có em trai của Đức và em trai của Thu Trang cũng đang đứng đợi Hiếu Caroline trước cổng, cùng chào chị Caroline và anh Hiếu để hai em mang vào nhà, anh chị khoá xe lại vào sau. Chưa tới tám giờ sáng, các thức ăn cũ đã hâm nóng hết rồi, hai bình cà phê đầy và sữa, đường, ly muỗng cũng có cả đầy đủ cũng bày sẵn lên bàn. Tuyết Trinh nhắc hai em gái bưng thêm dĩa ăn bánh cuốn, chén đựng nước mắm, đũa muỗng đầy đủ.

Bernard và Caroline vào phòng mời Ba Mẹ ra ăn sáng, kế tiếp sang phòng bác Ba xin mời ra ăn sáng với gia đình chúng con. Mọi người ngồi vào bàn xong, Hiếu nói sáng nay con có mua bánh cuống chã lụa, bánh mì Paté Jambon, bánh bao. Bánh mì bánh bao đều loại lớn, quý vị có thể cắt san sẻ và ăn luôn ba món coi xem Sóc Trăng có làm ngon không?. Uống cà phê và uống trà có thể làm thêm ngọt miệng xin mời dùng bánh pía, mè láu nổi tiếng của tỉnh Sóc Trăng. Chúng con cũng mua biếu gia đình Bác Ba và chú thím Tín, mỗi thứ bốn hộp, nếu Bác Ba thấy ăn ngon miệng gọi điện thoại chúng con sẽ gởi qua Bưu điện cũng nhanh và tiện lợi. Chốc nữa em Thu Hằng con gái Bác Ba và em Ngọc Mai con của chú thím Tín làm ơn nhận lấy giữ giúp vì khi lên xe về nhà lại lu bu nhiều việc dễ quên. Bác Ba Mạnh nói:

- Cháu Hiếu còn trẻ mà tính toán như thần, bác khen con đó. Hiếu xin phép nói tiếng Anh tóm gọn những gì con vừa nói để cho Ba Má anh Bernard và em Caroline hiểu. Hiếu bật nói Anh xong lại nhắc buổi sáng nay, chúng ta nên ăn thật no có thể trưa nay không cần ăn thêm mà chỉ lo đi mỹ viện hay tự trang điểm cho thật đẹp. Chiều bụng trống mình ăn nhà hàng bù lại.

Cả nhà cùng cười tán thưởng cái gợi ý hay của Hiếu. Bác sĩ Ngọc Trai cũng vừa đến chỉ còn thiếu con gái ông Tổng Lãnh Sự Áo là có đủ năm cặp dâu rể phụ. Hiếu mời bác sĩ Ngọc Trai ăn sáng có hai cô dâu phụ Thu Hằng và Ngọc Mai đang đứng phục vụ bánh cuốn, còn có bánh bao, bánh mì Pâté Jambon. Xin mời ăn cả ba món càng chắc bụng, và dành bụng trống sẽ ăn tiệc cưới buổi tối tại nhà hàng. Bác sĩ Ngọc Trai lại bắt tay Hiếu nói bằng tiếng Anh:

- Khen Hiếu cái gì em cũng giỏi, học thì giỏi nhứt lớp và cả một trường học, thi vào đại học y khoa lại đỗ đầu, các giáo sư trong ban giảng huấn đều khen Hiếu quá xuất sắc. Tôi xin mạn phép nói về em Hiếu của tôi một chút:

- Tình cờ tôi nghe hai ba vị giáo sư dạy chúng tôi ở trường Y bàn tính với nhau, không đợi Hiếu tốt nghiệp bác sĩ Y Khoa rồi mới giữ lại trường. Ngay bây giờ các môn mà các giáo sư đang dạy nhờ em giúp phụ tá giảng dạy tiếp với các giáo sư vì em Hiếu học một mà biết mười nên sẽ giúp các giáo sư cho quen cách dạy. Sau này em Hiếu sẽ "bị" nhà trường giữ lại làm giáo sư và tìm học bổng tốt cho Hiếu đi học các ngành chuyên khoa khó học mà giúp ích thiết thực cho đời. Nhân hôm nay là ngày vui của bạn Bernard, cũng là anh rể của Hiếu, anh xin nói:

- Các anh thường nói các anh phục em lắm về con đường học ngành Y. Sau này em sẽ làm thầy chỉ dẫn các anh, anh tin tưởng như vậy. Ba Má và con gái Caroline vỗ tay thật kêu và mọi người đồng loạt vỗ tay vang dội. Bác sĩ Trai tóm tắt ngắn gọn bằng tiếng Việt. Má Caroline đứng dậy nói:

- Tôi về ở đây mới có mấy ngày mà tôi đã chấm Hiếu vì cháu thông minh nhạy bén, hình như tôi muốn cháu làm cái gì là cháu có linh cảm biết trước và chị tư cháu nói chị nó đã đi guốc trong bụng Hiếu.

Hiếu đã từng nói hồi nhỏ gia đình quá nghèo không tiền ăn sáng vào các ngày nghỉ, Hiếu lấy sách học chống đói đến mệt lã ngủ đến giờ cơm trưa mẹ đánh thức dậy đi ăn cơm, Hiếu đụng sách gì cũng đọc cũng học nên cháu biết hầu như nhiều thứ có trên cõi đời này. Tôi nghe bác sĩ Trai nói đại học y khoa kiếm cho nó học bổng, tôi rất mừng, nếu cháu muốn tự đi du học, tôi và ông nhà tôi đủ sức lo cho cháu năm ba năm học chuyên khoa ở Mỹ hoặc ở Pháp.

Tôi có bảo con gái tôi lên Sài Gòn gia hạn vé máy bay thêm vài tuần nữa, để con Caroline tìm hiểu thêm mà phải lòng với Hiếu, tôi lo hết cho Hiếu trên con đường học vấn thênh thang. Mọi người đều vỗ tay hoan nghênh và nói:

- Hiếu trúng số độc đắc cả cặp có vợ quá xinh đẹp mà là có nhiều tiền nữa. Caroline hơi bẽn lẽn và Hiếu quá sững sờ vô cùng mầng rỡ và xin nói lời cám ơn hai bác và xin phép cho con nói tóm gọm bằng tiếng Việt.

Nhân ngày đám cưới của chị tư con với anh Bernard là ngày đại hỉ, con xin phép Hai bác Ba và chú thím Tín như là đại diện bên gia đình họ nhà trai con xin hỏi trực tiếp với cô Caroline trước sự hiện diện của bố mẹ Caroline:

- Xin mời Caroline đứng lên nhìn thẳng vào tôi và nghe tôi hỏi, cô có yêu thích tôi không, nếu không chỉ lắc đầu. Còn em thật sự yêu anh thì hãy chạy đến ôm hôn anh trước sự chứng kiến của Ba Mẹ và chú bác cùng các bạn, anh em ngồi đây chứng kiến như lời hứa hôn chánh thức của chúng mình. Caroline quá ngỡ ngàng mà vô cùng sung sướng hạnh phúc, đứng dậy thật nhanh, xô mạnh ghế ra vội chạy đến ôm hôn miệng và Hiếu cũng tỏ phấn khích hai tay ôm chặt Caroline hai miệng của cô cậu dính chặt lâu.

Mọi người vỗ tay, khua muỗng nĩa vang rần tán thưởng nói cô cậu này khôn thiệt lựa ngày đại hỉ mượn hoa cúng Phật, ngày cưới của anh chị lại ngày hứa hôn của hai đứa. Hiếu nắm tay Caroline đến đứng trước Ba Mẹ Caroline khoanh tay, Caroline cũng bắt chước cùng cúi đầu và nói:

- Xin Ba Má chấp nhận chúng con thành vợ chồng sống mãi bên nhau. Ông bà gật đầu bắt tay Hiếu tán thành lời thành khẩn của Hiếu. Ông cha nói:

- Ba Má sẽ bảo bọc con học ngành, môn học nào mà con thích rất hữu ích giúp đời. Còn tiền bạc ăn học con đừng bận tâm, Ba Mẹ dư sức lo cho hai con và phải có nhiều cháu ngoại ông bà ngoại cũng lo luôn. Vợ chồng Bernard từ trong phòng nghe ngoài nầy vỗ tay và nói chuyện vang rần, cũng vội chạy ra đứng nghe Ba mình nói với Hiếu.

- Anh chị Bernard hiểu ngay, vội chạy đến bắt tay Hiếu và ôm hôn Caroline chúc mừng ngày hứa hôn của hai em.

Hiếu xin phép anh chị để hai em đến trình diện hai bác Ba, xin chấp nhận lời hứa hôn của chúng em. Đứng trước hai bác, Hiếu và Caroline cũng khoanh tay cúi đầu chào và xin chứng giám chấp nhận lời hứa hôn của chúng con. Bác Ba Mạnh nói hai cháu rất khôn ngoan và rất giỏi:

- Mượn ngày đại hỉ của anh chị mình làm ngày đại kiết vui riêng cho hai cháu nữa. Hai Bác hoan hỉ chúc mừng hai cháu trăm năm hạnh phúc, Hiếu thông dịch bằng tiếng Anh cho Caroline và Ba Má biết lời chúc của hai bác. Kế tiếp, Hiếu cùng Caroline đến chào cám ơn bác sĩ Trai và các bạn chứng nhận cho buổi hứa hôn của chúng tôi sáng sớm hôm nay. Mọi người đang cười vui, bỗng nghe có còi ô tô, Hiếu vội chạy ra mở cổng, thấy xe có bảng số ngoại giao đoàn biết bạn của Caroline đến, vội chạy vô gọi Caroline ra đón bạn mình.

Hai bạn gặp nhau ôm nhau hồi lâu, Caroline nói:

- Tôi đang trông chờ bạn, Hiếu lại mời bác tài vào ăn sáng uống cà phê xong rồi mới lái xe về lại Sài Gòn. Bác tài xế theo Hiếu đi ra sân sau và giới thiệu, bác tài đưa cô Joséphine đến đây và bác tài sẽ lái xe quay về Sài Gòn. Anh nhờ em Ngọc Mai giúp cho bác tài một dĩa bánh cuống ăn tại đây và kèm theo bánh mì và một cái bánh bao cho trong bọc để bác tài ăn thêm dọc đường. Nói xong, Hiếu móc bóp đưa cho bác tài mấy trăm nói là tiền mua nước uống giải khát và nói chúng tôi phải kết thúc sớm bữa ăn sáng để lo chuẩn bị đi rước dâu.

Caroline xách giúp bạn cái va li nhỏ mang vào phòng mình, bảo Joséphine có cần chải lại tóc, trang điểm cứ tự nhiên, Caroline đợi và cùng ra ăn sáng chuẩn bị đi rước dâu. Sau mấy phút, Caroline dẫn bạn ra giới thiệu cùng mọi người, Josephine đến chào Ba Má Caroline, chào bác Ba. Và đặc biệt tại đây một bác sĩ Y Khoa học cùng trường cùng lớp với anh Bernard và bây giờ cùng phục vụ tại bịnh viện lớn nhứt ở đây. Caroline giới thiệu bạn mình đây là rể phụ là partner với bạn đó, bây giờ hai bạn làm quen nhau đi. Bác sĩ Trai chào và bắt tay Josephine, kéo ghế mời ngồi và giới thiệu với các bạn trẻ:

- Josephine là cô dâu phụ hôm nay là partner với tôi. Xin mời các bạn đến bắt tay chào hỏi nhau chúng ta làm quen nhanh vì chiều nay chúng ta đều là cô dâu chú rể phụ trong tiệc cưới của anh chị Bernard. Josephine chưa ngồi vội lần lượt bắt tay từng người và người cuối cùng là Ngọc Mai vừa bưng đến một dĩa bánh cuống, một khúc bánh mì và một cái bánh bao mời Josephine ăn sáng món nào tuỳ ý mà ăn cả ba món thì càng vui nữa, Josephine cám ơn rối rít.

Bây giờ tới phiên bác sĩ Trai trổ tài nịnh đầm lo, chăm chút mời Josephine ăn sáng đi lo lấy cà phê hay trà, sữa mang cho Josephine. Caroline có phụ nhĩ trước với bác sĩ Trai, nói anh Bernard quý mến thương anh nên muốn anh làm quen với Josephine và biết đâu sẽ thành duyên vợ chồng. Còn em làm nội ứng giúp anh thành công. Bác sĩ Trai nói tiếng Anh giỏi nên trong giao tiếp với người đẹp rất dễ dàng. Bác sĩ Trai lại đẹp trai hơn Bernard hơn Hiếu nhiều lại thuộc con giòng cháu giống khá giả nòi từ tấm bé và học hành cũng rất giỏi có đủ điều kiện bảo đảm cho cuộc sống lứa đôi.

Chú tài xế ăn xong dĩa bánh cuống và mang thức ăn bồi dưỡng phụ trội đến chào mọi người và ra xe lái về Sài Gòn. Mọi người cố ăn nhanh còn thì giờ lo làm đẹp nên ai cũng vội, các cậu trai thu dọn lại cho gọn, dùng máy thổi sân sau sân trước cho thật sạch, lo rửa chén ly rất nhanh. Hiếu đến cho Caroline biết, Hiếu vội chạy về Bố Thảo lo tiếp khách và có bữa ăn trưa nữa, còn ở đây em lo hết nghe cưng!. Vừa nói Hiếu vừa ôm hôn Caroline thật nồng nàn rồi ra xe rồ máy chạy về Bố Thảo.

Về đến nhà ở Bố Thảo, công việc lo lễ cưới đang tiến hành, Hiếu lao ngay vào công việc, lo xếp lại bàn ghế, lau chùi, trải nắp bàn, có chuẩn bị trước, mỗi bàn có một bình hoa tươi, Hiếu cho hoa vào bình mang đến từng bàn. Xong vụ sắp xếp bàn ghế, Hiếu đi quan sát chung quanh chỗ đậu xe, cổng cửa chính đã trang hoàng trước, coi xem có cần tu sửa lại không. Hiếu coi lại vụ đặt trước nước ngọt, la de, nước đá họ hẹn 9 giờ sáng mang đến, đã có đầy đủ hết. Hiếu hỏi chị Hai sức khoẻ của anh Hai thế nào?

- Cả đêm anh ho, chị phải cho anh uống thuốc ngủ, anh mới ngủ say tới giờ này chưa thức. Đến mười giờ anh Hai chưa thức chị cũng phải đánh thức anh dậy còn lo tắm rửa thay quần áo cho anh ra tiếp khách. Minh Tâm hỏi Hiếu:

- Cô bạn của Caroline đến chưa, Hiếu nói cô ta đến rồi có xe của Toà Tổng Lãnh Sự đưa tới. Hiện cô ta đang ở cùng phòng với Caroline, lát nữa cũng qua đây, cô rất đẹp có vẽ còn đẹp hơn Caroline. Anh Bernard muốn tạo cơ hội để bác sĩ Trai làm quen, biết đâu thành vợ chồng lại càng vui nữa. Sau lễ rước dâu em sẽ làm cho chị, Má và cả gia đình mình ngạc nhiên. Nói xong, Hiếu đi lo công việc, lấy máy thổi sạch lá ở khu vườn sau trước và ra trước nhà thổi nhẹ con đường đi vô nhà và chỗ đậu xe, các cửa nẽo, Hiếu dùng chổi quét lại và xịt nước cho thật sạch cũng là làm mát thêm trong nhà.

Đúng mười một giờ rưỡi, ba chiếc xe của nhà trai, cô dâu đi vào nhà ngã sau vì cô dâu cùng đi rước dâu thì cũng hơi tréo ngoe cẳng ngỗng. Đàng trai dẫn đầu Ba Má Bernard, bác Ba trai, bác Ba gái rồi chú rể có rể phụ là bác sĩ Trai và cả phái đoàn chừng hai mươi người. Vào nhà có Chú thím Tín và Mẹ vợ đón tiếp. Chú rể phụ giới thiệu phái đoàn nhà trai và xin làm lễ rước dâu hôm nay.

Chú thím Ba mời mọi người vào nhà bên, còn lại Ba Má Bernard, Bác Ba Mạnh chú rể chính và chú rể phụ. Chú Thím Tín nói bằng tiếng Pháp xin phép lên đèn thắp nhang trên bàn thờ, chú rể phụ mang khai trầu rượu rót ra ba ly để trên bàn thờ. Chú rể Bernard đứng trước bàn thờ xá bốn xá thay cho quỳ lại. Thủ tục cúng bái trong lễ rước dâu rất rườm rà, bây giờ làm cuộc cách mạng giảm bớt, thím Tín gọi Caroline và Josephine đến xem. Chú rể cúng bái trên bàn thờ xong. Bác Ba Mạnh đại diện nhà trai mời Mẹ cô dâu vào phòng dẫn cô dâu ra chào họ nhà trai. Trước tiên, cô dâu được mẹ ruột và mẹ chồng đeo bông tai cho cô dâu, đeo dây chuyền, vòng tay và cô dâu chú rể đeo nhẫn cho nhau. Chú rể phụ, rót rượu tượng trưng mời Mẹ ruột cô dâu uống để cho hai con bái lạy.

Ngày nay có thay đổi, hai con khoanh tay cúi đầu chào kính, kế tiếp là chào kính chú thím Tín, chị hai và anh chị Ba Trung-Tâm. Mọi thứ lễ tục đại khái xong xuôi cô dâu dẫn chú rể vào phòng. Thím Tín nói bằng tiếng Pháp cho Ba Má của Bernard và hai cô Caroline và Josephine hiểu thêm phong tục tập quán của người Việt Nam. Thím giải thích lễ tục đám cưới ở Việt rất rườm rà, khó khăn, đó cũng là một khía cạnh nhỏ giúp cột chặt tình vợ chồng không thể bỏ nhau dễ dàng như ở tây phương.

Mỗi lần cưới vợ vô cùng vất vả khó khăn nên khó thôi nhau lắm mà cố nhường nhịn giải hoà tiếp tục chung sống hạnh phúc cho đến đầu bạc răng long. Hai cô gái Áo nghe thế khoái quá vỗ tay hoan nghênh. Tới đây, chú thím Tín mời mọi người qua nhà bên dự tiệc cưới tại nhà gái. Người lớn ngồi chung một bàn, còn lại muốn ngồi bàn nào cũng được có tất cả bốn bàn. Hiếu và Caroline lo phục vụ mang thêm thức ăn, nước đá, còn bia, nước ngọt có sẵn trên một bàn riêng, ai chọn uống thứ gì tuỳ nghi. Buổi tiệc vừa kết thúc chuyển sang uống trà và cà phê. Chớp thời cơ, Hiếu đứng lên, nắm tay Caroline lại gần Mẹ và nói:

- Con xin thưa với Mẹ cùng chú thím Ba, anh chị Hai, anh chị Ba và tất cả bà con hiện diện, cách mấy tiếng, tại nhà anh chị Tư, con chưa xin phép Mẹ, Chú Thím và anh chị con có bắt tay và hứa hôn với Caroline dưới sự chứng giám của Ba Mẹ Caroline và bác Ba trai bác Ba gái và có sự hiện diện của bác sĩ Trai và các bạn của con. Con xin lỗi Mẹ, Chú thím Ba và anh chị tư, con không xin phép trước hoặc không thông báo cho gia đình biết là con yêu Caroline.

Nay, thật bất ngờ, Mẹ, chú thím và anh chị biết tin con đã hứa hôn với Caroline, mối tình của chúng con thật quá đột ngột chúng con cũng không hề nghĩ đến mà nó lại đến như hoả tiễn bay lên cung trăng. Mẹ, chú thím, anh chị và bà con tha thứ cho con. Con xin muôn vàn tạ lỗi. Con xin phép kể từ nay Mẹ của con là cũng là Mẹ của Caroline, cả nhà vỗ tay hoan hô quá vui.

Hiếu khoanh tay, Caroline cũng làm y như vậy cùng cúi đầu xuống Mẹ và xoay qua chú thím Ba cũng khoanh tay cúi đầu. Caroline được đạo diễn Út Hiếu bảo Caroline nói bằng tiếng Việt thưa Mẹ và thưa chú thím, chữ chú thím Caroline cố rặn mà thấy khó quá, Hiếu tiếp giúp Caroline cùng thưa chú thím. Cả nhà có dịp vỗ tay tán thưởng. Mẹ Hiếu đứng lên nói:

- Caroline mới hứa hôn hôm nay mà biết thưa Mẹ bằng tiếng Việt, bà ôm Caroline và nói kể từ nay Caroline là con dâu của Mẹ. Cả nhà hoan hô nhiệt liệt vỗ tay tán thưởng. Thím Tín ra hiệu hai cô cậu đến gần, thím nói:

- Chú thím rất hoan nghênh Hiếu làm cuộc cách mạng dùng ngày vui của anh chị mình mà tiến nhanh tiến mạnh tiến vững chắt lên đỉnh tình yêu vợ chồng. Chú Thím khen Hiếu quá nhạy bén thông minh để thím dịch sang tiếng Pháp cho Ba Má Caroline và bạn Caroline hiểu rõ ý nghĩa lời của Hiếu. Bà nói tiếng Pháp thanh thoát ai cũng thích nghe, Ba Má và cô bạn Caroline luôn gật đầu và nhếch mép cười tươi, như chấp nhận lời bộc bạch chân thành của Hiếu tạ lỗi Mẹ cũng như bà con anh chị. Dù nhà trai quá bất ngờ biết tin vui và tin rằng đôi trai tài gái sắc Hiếu-Caroline sẽ bóp còi vượt qua mặt có con trước anh chị tư và anh chị ba của Hiếu cũng sắp sửa làm cưới chỉ còn hai tuần nữa thôi.

Sau khi ăn xong, Hiếu đề nghị các bạn đảm nhận vai trò dâu phụ tối nay và cô dâu chính đến thẩm mỹ viện ngay sau khi rời nơi đây vì khá mất thì giờ làm đẹp. Hiếu nói với chị tư, anh tư cố gắng đưa hết các cô ra phố rồi anh tư chạy về nhà lo mọi công việc. Em túc trực tại thẩm mỹ viện, ai làm xong trước em gọi taxi đưa về, chị Tư và Josephine ưu tiên làm đẹp trước nhứt, anh Bernard sẽ quay lại đón. Còn Caroline ở lại với em lo cho các em xong hết mới về.

Em biết chị tư và các bạn ít ai mang theo tiền trong người em bao hết vì hôm nay cũng là ngày đại hỉ của em và Caroline. Mọi người cứ trang điểm cho tới bến làm lé mặt thiên hạ chiều nay không sao cả, đừng ngại tốn kém. Bernard khen:

- Hiếu hôm nay làm đại gia, các em yên tâm, dồn hết lên xe anh để anh chở ra ba bốn cái thẩm mỹ viện cùng một địa điểm rồi anh chạy gấp trở lại đây đón người lớn về nhà anh và đưa ra nhà khách. Anh lại chạy đến thẩm mỹ viện đón cô dâu và Josephine về nhà ngơi nghỉ vì Josephine ngồi trên xe hơn nửa buổi cũng khá mệt. Anh còn nhiều việc cần phải làm nên không thể trở ra đón các em, có Hiếu gọi taxi cho các em về nhà anh.

Bernard nói với Ba Má, bác ba, Chú thím Ba đợi con quay xe lại đón về nhà và đưa ra nhà khách ngơi nghỉ. Bây giờ mới hơn hai giờ trưa còn nhiều thì giờ chuẩn bị, khoảng năm giờ gia đình mình có mặt tại nhà hàng.

Anh Trung, có xe anh từ Cần Thơ đến, giúp đưa gia đình ra nhà hàng. Em có danh sách để ở nhà khách ai ở phòng nào có ghi rõ. Nếu ông bà Tổng Lãnh Sự Áo đến sớm, con xin chú thím Ba tiếp đón giúp con cũng như gia đình ông bà Khoa Trưởng trường Y Cần Thơ, Ba Má chị Minh Tâm. Tại nhà khách có nhân viên phục vụ, tại đây, tối có xe đưa đến nhà hàng, xe ông Bí Thư cho mượn đưa đón giúp. Con đưa Ba Má con, bác ba và chú thím Ba nhớ mang hết đồ đạc theo. Khi bác ba và Ba con lấy đồ ngủ mang theo, con đưa ra nhà khách và con còn chạy đón vợ con về nhà kiểm điểm lại mọi thứ, tối nay khá đông khách có gần năm trăm người tham dự.

Ba Má Bernard bảo con trai đi nhanh lo cho các em trang điểm càng xong sớm càng tốt còn có thì giờ nghỉ ngơi vì cả ngày hôm nay quá bận rộn.

Các em và vợ lên xe chật kín, Caroline xuống đi xe gắn máy cùng Hiếu. Mọi người vừa đến khu có nhiều thẩm mỹ viện vội vào hỏi coi có chỗ trống xin trang điểm, cũng may có đủ sáu chỗ đủ cho sáu người cùng làm một lúc. Hiếu đến một quán nước gần đó, có bán nước dừa tươi xin làm sáu ly mang đến cho sáu cô đang làm đẹp nói là của ông Hiếu bảo mang đến và chỉ chỗ quán nước mà ông Hiếu đang ngồi đợi. Bà chủ cho tôi mượn cái ghế xếp ngồi nghỉ một chút, lở tôi có ngủ vì cả ngày nay quá mệt, nhớ trông dùm chiếc xe mà tôi cũng có khoá cổ rồi. Khoảng một tiếng cả sáu người cùng làm xong, chị Hiếu thấy em mình nằm ngủ say ngon lành, vội nắm tay Caroline kéo lại nhìn Hiếu đang hồn bay sang Áo ôm người đẹp. Tuyết Trinh xin bà chủ cho sáu cái ghế để sáu người ngồi nghỉ chờ xe của Bernard đến đón. Josephine nói với chị tư của Caroline:

- Trong đời em mới biết tục lệ lễ cưới ở Việt Nam có nhiều điều em học hỏi và em thấy sao quá ấn tượng thật quá vui, em rất thích. Tuyết Trinh nói thêm, muốn có đám cưới đúng phong tục tập quán của người Việt phải có đến sáu lễ tục hồi xa xưa và bây giờ rút lại còn chừng ba hoặc bốn lễ tục.

Em Hiếu hôm nay lại mở màn thêm cuộc cách mạng về lễ cưới hỏi mới ở Việt Nam. Hiếu, mượn ngày lễ cưới của anh chị nó lại ăn theo, tuyên bố là nó và Caroline xin phép hứa hôn mà chả có tốn kém gì cả, chả có nhẫn đính hôn trao nhau. Còn phải mang nhiều mâm quà bánh, trái cây, rượu trà đến nhà gái còn có cha mẹ, anh chị và nhiều người nữa đến nhà gái xin phép đính hôn.

Sau một thời gian ngắn hay dài mới tiến hành lễ cưới như anh chị ngày hôm nay. Hiếu và Caroline khôn quá mượn cơ hội ngày vui của anh chị, làm ngày vui của hai em luôn, chị bái phục hai em.

Hai tuần nữa đến đám cưới anh chị Ba của chị, chị mời em Josephine xuống tham dự, có Hiếu và Caroline lo cho em. Em xin phép Ba mẹ cho phép em xuống đây lần nữa tham dự thêm một đám cưới hoàn toàn Việt Nam không có tổ chức lai Việt Áo như của anh chị. Ba mẹ cho phép, anh chị và Caroline Hiếu lên Sài Gòn đón em và luôn tiện anh chị đến cám ơn Ba Mẹ em. Josepine hứa em xin phép Ba mẹ cho em xuống nhà anh chị ở chơi vài ngày em mới về lại Sài Gòn. Caroline nói bạn đã hứa với chị tư rồi cố gắng xin phép Ba mẹ nghe, chúng ta tha hồ mà ăn các món ăn ngon ở tỉnh này. Hiếu và Caroline sẽ đưa Josephine đi du ngoạn ở đây hoặc mình đi tỉnh khác chơi, sáng đi chiều về. Cả ba đang bàn luận khá vui, xe của Bernard cũng vừa ngừng lại, cả sáu cô lên xe, lần này Hiếu không cho Caroline ngồi xe hai bánh sợ hư hết tóc và trang điểm. Hiếu hỏi chị Tư chị có trả tiền cho ba cái thẩm mỹ viện đó chưa, em có dặn trước em sẽ thanh toán. Ba cô chủ tiệm nói là để em trả. Hiếu nói liền để em chạy lại trả tiền và còn thuê một cô thợ giỏi, chiều nay đúng năm giờ rưỡi phải có mặt tại nhà hàng, em e sợ các cô vui hay quên nằm nghỉ thì tóc sẽ rối lại, hay son phấn phai lạt. Em nói cô thợ phải mang theo đủ đồ nghề, cô tân trang quý bà quý cô tính tiền bao nhiêu em sẽ trả và em sẽ mời cô thợ cùng chúng em ăn tiệc cưới nữa. Chị phục em sát đất, em có tánh chu đáo như thế nên con Caroline mê là phải rồi. Chị khen em, anh chị và các cô về trước, lái xe một mình, không có Caroline ôm eo ếch cũng buồn phải không, chị thông cảm, chị cám ơn Cậu Út, thôi chị về trước nha! Hiếu đến trả đủ tiền và còn biếu thêm tiền típ cho các cô thợ.

Hiếu nhờ cô chủ chọn cho một cô thợ giỏi nhanh nhẹn mang theo đủ đồ nghề lại nhà hàng đúng năm giờ rưỡi giúp sữa trang điểm. Tôi sợ các cô vui chơi hay quên, nằm sẽ làm cho tóc rối, son phấn phai nhạt hết hay quý bà lớn tuổi thiếu trang điểm, cô ấy giúp vài cái quét phấn hay son cho các bà thêm đẹp. Nhớ nói cô thợ diện cho đẹp cùng dự tiệc cưới luôn vì đây là đám cưới có nhiều người Âu Châu tham dự. Cô chủ nghe Hiếu nói thế:

- Gật đầu liền và khen Hiếu tính xa quá, rất tuyệt vời hiếm có chàng trai nào mà có dự kiến xuất sắc như vậy. Hiếu vội từ giả lên xe phóng nhanh về nhà.

Vào nhà nghe các cô xí xô xí xào ỏm tỏi rất vui và quả nhiên có cô tóc bị rối. Hiếu nói các em cứ tự nhiên vui cười, chốc nữa vào nhà hàng có cô thợ thẩm mỹ sẽ giúp tân trang sơn xi lại, đừng có lo. Có cô lý sự bộ anh Hiếu nói các em là xe hơi sao mà tân trang sơn xi lại, Hiếu nói các em không phải là xe hơi mà là xe ô tô biết làm đẹp đấy, các cô cười rộ lên. Hiếu dịch sang tiếng Anh cho Josephine và Caroline biết, hai cô cũng cười ngất. Caroline nói anh Hiếu giỏi quá, em thưởng anh Hiếu nè, vừa nói Caroline vừa chạy đến ôm hôn miệng thật say đắm. Khi hai đôi môi rời ra, môi mặt Hiếu cũng dính son tùm lum làm cho các cô lại ôm bụng cười rũ rượi.

Cả nhà chạy ra coi cái gì mà chúng cười quá trời và thấy môi mặt Hiếu dính bê bết son, Ba Má Caroline và bác ba trai bác ba gái hiểu ngay và cười ngất. Cả nhà thật vui làm cho Hiếu cũng đỡ mắc cở, vội vào phòng rữa mặt và xin phép chạy về nhà ở Bố Thảo lo thay quần áo và còn ra nhà hàng sớm.

Hiếu căn dặn Caroline lo chu đáo cho các cô, còn Hiếu thay đồ xong là chạy ngay ra nhà hàng coi lại mọi thứ, ở đó đợi gia đình. Hiếu có tánh chu đáo cẩn thận nên làm chuyện gì cũng đều thành công, tốt cả. Caroline từng là hoa khôi của trường đại học có biết bao chàng trai con nhà giàu, đại gia, con của những người có quyền có chức xếp hàng dài ngóng cổ nhìn và mong cô để ý.

Caroline phớt lờ tỉnh bơ, cô có tánh tự kiêu, cũng biết mình đẹp có nhan sắc hấp dẫn thu hút thanh niên mà lại học giỏi con nhà giàu nữa. Chàng nào đến nhà chơi hay làm quen tại trường mà tán tỉnh lại có tánh sàm sỡ, lạng quạng là Caroline quạt ngay, còn ở nhà Caroline, đuổi cút ngay ra khỏi nhà. Má Caroline thấy con gái mình có nhiều lúc, đối xử thẳng băng, nói năng bậm trợn với con trai, bà sợ điếng, chúng giận ghét trả thù rất phiền. Má Caroline thường nói với con:

- Tụi nó theo con tán tỉnh mình không chịu thì thôi, đừng làm dữ tụi nó giận trả thù, không nên tỏ thái độ dữ nghe con!. Caroline đáp lại lời dạy của Mẹ:

- Nếu con không làm găng, có nhiều thằng lì, bám theo con như đỉa, cứ lải nhải bên tai làm sao con yên tâm mà học. Vì vậy, con làm cho tụi nó xa lánh con nên con mới học khá như Ba Mẹ biết.

Còn lần này đi Việt Nam, mới gặp anh Hiếu lần đầu thấy ảnh nhu mì, ít nói con để ý, anh lại quá nhát gái, đụng vào người con, tay anh Hiếu rung con thấy quá tội nghiệp. Hỏi anh Bernard, chị dâu nói cuộc đời nó sợ gái vì biết con gia đình nghèo, nó có tánh tự ti mặc cảm chỉ dùng sự học hành làm thú vui và khi bị cái đói hành hạ, nó cũng lo học hay đọc sách chống đói.

Con nghe anh chị nói mà con muốn khóc, tội anh ấy qúa, cả tuổi thơ anh ấy không biết uống sữa là gì, đi học tiểu học đi chân đất, học trung học đi giép cũ của anh ba để lại. Mẹ may mướn dành dụm tiền cho ảnh mua một đôi sandale mới, đi học về, anh cỡi giày ra lau bụi cẩn thận. Một ngày kia, anh đi học gặp mưa không chỗ trú, giày bị ướt quần áo bị ướt, anh đem đôi giày phơi khô trước cửa nhà, sáng thức dậy, đôi săng đan bị mất cấp. Thấy anh Hiếu khóc, mẹ hỏi:

- Anh nói đôi săng đan của con bị người ta lấy mất rồi. Hiếu ôm Mẹ khóc Mẹ cũng khóc theo con. Nghe kể lại đến đó, tự nhiên con yêu anh ấy liền, con tự nguyện giúp anh ấy học hết đại học mà anh ấy có lấy con hay không, con cũng vẫn vui. Chị dâu còn nói gia đình anh chị nghèo lắm, cơm còn không đủ ăn làm sao có tiền may quần áo mới cho chị và anh Hiếu mặc. Quần áo cũ của anh Trung mặc chật bỏ ra, Mẹ sửa lại cho anh Hiếu mặc, anh Hiếu nói thời niên thiếu anh Hiếu ít có mặc quần áo mới. Chị dâu của con cũng vậy chỉ mặc quần áo cũ của chị Hai do Mẹ sửa lại. Mẹ của anh Hiếu là thợ may, may vá mướn trong xóm kiếm tiền nuôi bốn con và hết lòng hy sinh cho bốn con đến trường học.

Gia đình có đạo đức, các con của bà dù bữa đói bữa no mà ai cũng đều thông minh, không đau ốm, học giỏi nhứt lớp. Anh Ba sắp làm lễ cưới tới đây cùng trường với anh Bernard, anh ấy ra trường đậu thủ khoa, chị dâu của con cũng đậu thủ khoa trường đại học sư phạm. Con nghe biết gia đình nghèo khổ này sanh con đều có chất xám thông minh siêng học, hậu vận chắc chắn tốt tột cùng.

Còn người chị cả, con nói tóm tắt cho Má ba biết, cuộc đời của chị là một tấm gương hy sinh vô bờ bến mà giới phụ nữ và mọi người phải ngưỡng phục. Vì vậy, mà con kính mến yêu thương chị ấy. Má biết chị, sẽ còn thương quý chị ấy gấp bội. Mới mười hai tuổi, chị phải thôi học, đi làm thuê hàng ngày phụ với Mẹ nuôi ba em đi học. Hết làm mướn làm thuê chị xoay qua đi mua trái cây gánh nặng đi bộ bằng chân đất năm sáu cây số mỗi bận mỗi ngày bán trái cây ở chợ Sóc Trăng này, phụ với Mẹ nuôi ba em.

Một bước ngoặt mới đến với chị cả, lúc đó chị mới mười tám tuổi, có người giới thiệu chị đi làm công giúp việc cho một gia đình giàu có ở Núi Sam Châu Đốc, con sẽ nói với anh Bernard đưa gia đình mình đến đó chơi. Gia đình người bịnh khi biết chị tự nguyện chịu cực khổ kể cả hy sinh đời chị củng cố giúp đỡ ba em, họ rất mừng trả lương trước cho chị hai tháng gấp đôi mấy người thuê trước và còn cho thêm hai tháng lương. Chị gởi hết cho Ý Sáu là người giới thiệu chỗ làm đưa lại cho Mẹ chị mà anh Hiếu mới có tiền mua được một chiếc xe đạp mới lúc đó anh Hiếu mới vào trung học, mười hai tuổi. Chị dâu học trên anh Hiếu hai lớp, anh ba đã thi đậu vào trường Y ở Cần Thơ lại rất cần tiền cho anh ăn học. Chị cả được giao công việc hàng ngày là phải lên xuống núi chăm sóc một người bịnh nan y phải ở cách ly vì bịnh truyền nhiễm, một năm mướn đến ba người tại địa phương với công việc lại nguy hiểm và quá cực phải lên xuống núi mỗi ngày, núi cao gần ba trăm mét.

Sáng lên núi chiều xuống núi về ngủ ở nhà chủ có thu xếp ở nhà kho phía sau cho chị để một cái giường cũng có tiện nghi. Chị chỉ sống trong nhà đó mà không được bén mảng lên nhà trên vì gia đình sợ chị mang vi trùng lao vô nhà. Tội nghiệp cho đời con gái của chị chỉ biết làm công, ở đợ có tiền nuôi gia đình và đặc biệt là giúp hai em đang học đại học rất tốn kém. Chủ nhà thấy chị quá vất vả cực nhọc nên luôn tăng lương sợ chị xin nghỉ, không có ai dám lên nuôi người bịnh. Anh Hai biết hoàn cảnh khổ nghèo của chị mà đi làm công như thế này làm sao có đủ tiền trang trải tiền ăn tiền ở nhà thuê, đang học đại học.

Anh cảm thấy thương gia đình chị hai, anh gởi tiền cho anh ba mua nhà cho hai anh em ở học vì anh ba học Y đến sáu năm, còn chị tư học bốn năm, thay vì ở nhà mướn. Nay mua nhà dư phòng cho thuê hai anh em có tiền tiêu xài, anh Hai tính giỏi quá. Anh Hai còn cho tiền anh Ba mua xe hơi đi học để còn chở mẹ đi đó đây. Cha mẹ anh Hai ở Paris có dinh thự to lắm, ông bà ký thác vào trương mục tiết kiệm nhà băng Pháp có chi nhánh ở Sài Gòn hơn nửa triệu quan Pháp cho anh Hai để lo dưỡng bịnh và khi chết có tiền mai táng.

Gia đình anh Hai ở Việt Nam không một ai dám đến ở nuôi anh kể cả không dám lên núi thăm anh. Chỉ có chị cả của anh Hiếu gan cùng mình quyết hy sinh đời chị lo giúp cho ba em học thành tài có tiền nuôi Mẹ. Nếu chị có bị lây bịnh chết sớm chị cũng vui.

Má nghĩ coi trên đời này có mấy ai có tinh thần hy sinh cao cả như chị cả của anh Hiếu. Anh Hai thấy chị không nề hà nguy hiểm phục vụ chăm sóc hết lòng, anh đề nghị thay vì lên xuống mỗi ngày quá vất vả. Nay ở luôn trên này với anh và anh cưới chị làm vợ chánh thức, anh dấu không cho chị biết anh còn nhiều tiền trong nhà băng, anh chết cũng sẽ mất. Chị đồng ý làm vợ anh dù anh chỉ nhỏ hơn ba chị một tuổi, chị can đảm hy sinh đời con gái của chị mà lo cho mẹ và ba em. Anh Hai đưa tiền cho chị bảo mua bông cưới bằng hột xoàn to nhứt của tiệm bán, giây chuyền có cẩn hột xoàn, lắc tay bằng vàng y giá cao, mua sắm quần áo mới và may cho anh một bộ veston mới, một cái nơ và một cái nón nỉ để anh đội che khuất cái đầu anh, tóc rụng và ngã màu trông nhếch nhác.

Chị cả phải thuê một em gái ở gần bến xe để giúp chị mang đồ đạc từ chợ Châu Đốc về vì mua nhiều thứ kể cả một chai rượu chát để hai người làm lễ cưới. Anh nhờ gia đình đến xã làm hôn thú và sao nhiều bản chị cất giữ và gởi về gia đình cất giữ vì có hôn thú, là vợ, thừa kế hưởng tiền anh gởi trong nhà băng khi anh qua đời. Anh nhờ anh Ba Trung lên Sài Gòn thêm tên vợ vào trương mục có giấy ủy quyền gởi cho ngân hàng, chị, người thừa kế duy nhứt.

Chị cả của anh Hiếu thật ra chị không có ham tiền vì chị không có nhu cầu mua sắm hay tiêu xài phung phí mà chị chỉ cần tiền cho các em của chị có đủ tiền ăn học và Mẹ có đủ cơm ăn mỗi ngày hai bữa. Không còn phải sống trong cảnh khổ nghèo cùng cực bữa đói bữa no. Con nghe anh Hiếu nói đến đâu con khóc đến đó, thương anh Hiếu và thương quý cả gia đình.

Caroline vừa thuật cho Mẹ nghe vừa rưng rưng lệ. Caroline cũng hàm ý cho Mẹ hiểu tại sao nhiều thằng con trai con nhà giàu hay cha mẹ chúng có quyền có chức lớn trong xã hội mà nàng không yêu. Nay mới gặp Hiếu lần đầu là đã yêu đắm say và muốn có nhiều con với Hiếu càng nhiều càng tốt vì anh có tố chất, cái gen thông minh siêng năng ham học. Caroline còn thưa với Mẹ:

- Các cháu ngoại của Mẹ trong tương lai sẽ học giỏi ngoan hiền mà tháo vác như bố của nó, chắc chắn Ba Mẹ càng thương yêu chúng và muốn sống lâu gần gũi cháu ngoại, cháu nội. Nghe con bày tỏ hết ruột gan, cặn kẽ, Má nói:

- Con chọn Hiếu làm chồng Má có cho Ba con biết, ba con cũng hoan nghênh nói con quá thông minh biết chọn chồng đúng ý Ba. Ba còn nói, ông có dự định tài sản của Ba Mẹ, ông sẽ di chúc lại một phần để dâng hiến cho nhà thờ địa phương. Nay ông đổi ý, tài sản của Ba Mẹ để lại chia đều, hai con bằng nhau. Bây giờ ông chỉnh lại, tài sản, thí dụ chỉ có một triệu Euro. Nếu chia đôi mỗi đứa năm trăm ngàn, Ba con có cách tính mới, bàn với Má, Má hoàn toàn đồng ý, đứa con nào sanh nhiều con ông sẽ cho thêm, đứa ít con bị rút bớt lại một trăm ngàn đổ sang đứa con sanh cho ông nhiều cháu. Mẹ nghĩ Ba con suy nghĩ đúng:

- Đứa nào có con nhiều là phải tiêu xài nhiều lo nuôi dạy con. Con yên tâm mà con lo cho Hiếu có đủ tiền tiêu xài và ăn những chất bổ giúp con có nhiều con đạt thành tích đông con có thêm tiền thưởng của Ba Mẹ. Con biết, gia đình mình có hai biệt thự một cái ở vùng núi mà con chọn, một cái ở gần sông to hơn con nhường cho anh con hưởng. Về bất động sản Ba con bán hết cũng được cả chục triệu và hiện trong trương mục có gần bốn triệu ơ rô. Ba mẹ mới chi ra cho hai con mỗi đứa năm chục ngàn để mở acount mới có tên Hiếu đứng chung với con và có chị dâu con đứng chung với Bernard.

Sơ khởi là như vậy. Hiếu và anh Ba nó tìm mua nhà có đất thật rộng gấp ba bốn lần nhà của Bernard càng tốt để mẹ cha cho hai con thêm tiền xây hồ bơi, cho thêm tiền hai con phải xây nhà có sáu hay bảy tám phòng. Nhà của vợ chồng con phải dành cho Ba Mẹ một phòng, bà nội các cháu một phòng, hai con có phòng thật rộng, hai phòng để dành cho bốn cháu còn nhỏ và nếu có phòng thứ sáu, bảy, tám để dành cho khách. Như vậy hai vợ chồng con phải có trước ít nhất bốn năm phòng, phải dành chỗ xây thêm phòng, mọi tốn kém Ba Má bao hết chỉ mong hai con sanh thật nhiều con, một tá cũng được, Caroline ôm Mẹ cám ơn, cười nói:

- Anh Hiếu nói với con, thông thường một tá ở Việt Nam có nghĩa là một chục có đầu là mười hai như nước Áo mình mà Việt Nam còn có tỉnh một chục có đầu lên tới mười bốn hay mười sáu. Hai con không biết có đạt đến chỉ tiêu cở đó hay không hở Mẹ?. Bà ôm hôn Caroline nói:

- Con gái của mẹ cái gì con cũng giỏi sao mầy giống chồng mầy quá nên người ta nói nồi nào úp vung nấy đó. Caroline thấy Mẹ vui, kể tiếp:

- Chị cả của anh Hiếu mới mười tám tuổi mà cả gan lên xuống núi một mình hàng ngày. Lên núi chăm sóc một người bịnh nan y không có thuốc trị hết bịnh chỉ mua thuốc đặc trị ở Pháp vô cùng mắc chỉ chửa được vi trùng lao không phát triển như ngủ nằm yên mà không trị được dứt bịnh hẵn, hết thuốc là anh ấy chết. Đã hết thuốc hơn hai tháng có lẽ bây giờ anh phải chấp nhận cái chết đến, còn đợi xong đám cưới anh Ba Trung anh mới thanh thản ra đi.

Anh Hai hứa với anh Trung, Bernard và anh Đức cưới vợ xong anh hoàn thành nhiệm vụ cho mỗi người một chiếc xe mới. Gần đây, khi gặp anh Đức từ Phú Yên trở về thăm, anh Hai hỏi anh Đức chừng nào làm đám cưới, anh Đức thưa rằng đám cưới của anh ta phải đến mùa hè tới vợ anh mới tốt nghiệp ra trường, chừng đó làm đám cưới ăn mừng luôn. Anh Hai nói:

- Anh không thể còn sống đến ngày đó có quà cưới tặng cho vợ chồng anh Đức. Bây giờ anh muốn tặng tiền trước cho anh chị Đức để dành năm tới mua xe làm quà tặng đám cưới của anh. Anh chị Đức cám ơn và từ chối vì lời hứa của anh Hai là tặng vợ chồng em khi tổ chức đám cưới, nay chưa có lễ cưới chúng em không dám nhận. Caroline nói Mẹ thấy chưa:

- Đại gia đình anh Hiếu ai cũng là người tốt cả. Anh Hai trước khi lâm trọng bịnh đã là một luật sư giỏi ở Toà Thượng thẩm Sài Gòn. Khi học trung học trường Tây anh là học sinh ưu tú giỏi nhứt của trường, tây con và giáo sư chính hiệu từ Pháp qua phải nể phục sự thông minh của anh ấy, là học sinh xuất sắc nhứt trường luôn liên tiếp bảy năm. Anh Bernard học dưới anh Hai gần mười lớp, chỉ nghe danh mà đã phải bái phục. Anh Bernard và anh Đức xem anh Hai là thần tượng là tấm gương hiếu học dù cha mẹ anh ấy thuộc giàu sang quý tộc, Ba là bác sĩ tốt nghiệp ở Paris, mẹ cũng tốt nghiệp đại học ở Paris và là con gái rượu của ông Bộ Trưởng trong chánh phủ đương nhiệm, có biệt thự nguy nga đồ sộ ở Paris.

Trong chiến tranh Việt Nam Ba má anh Hai về sống ở Paris và qua đời ở đó. Anh đã được cha mẹ bỏ hàng triệu franc của Pháp chữa trị nhiều năm mà không hết bịnh. Ba Má anh ấy phải đưa anh Hai về quê Châu Đốc cho con ở một biệt thự sang trọng trên đỉnh núi Sam, là nhà nghỉ mát cuối tuần của ông bà khi Ba của anh Hai là bác sĩ Trưởng ty Y Tế của tỉnh Châu Đốc. Anh Hai tự cảm nhận mình là người bị lưu đày trong ngôi biệt thự sang trọng đó chỉ với một người chăm sóc cho đến ngày anh Hai ra đi.

Anh Hai mong muốn vợ của anh có trên giấy hôn thú được chánh quyền xác nhận, nhằm mục đích anh sẽ để cho chị hưởng hết gia tài. Anh nói với chị Hai:

- Cầu nguyện linh hồn cha mẹ anh về trợ giúp thêm cho anh sống đến ngày anh ra đi sau đám cưới của anh Ba là anh Hai đã mãn nguyện rồi. Anh Hai tính trước chỉ còn sống hơn hai tuần nữa, hiện giờ anh Hai rất yếu. Sau đám cưới anh Bernard, con và anh Hiếu sẽ đưa Ba Má đến thăm anh ấy kể như là lần gặp cuối cùng.

Lần đầu tiên ở tỉnh lỵ Sóc Trăng có một đám cưới quá vĩ đại. Gần như tất cả quan chức cao cấp đảng và chánh quyền tỉnh đều có đến chung vui tham dự. Có cả gia đình từ tỉnh Phú Yên xa xôi và tỉnh Cần Thơ cũng đến tham dự. Ngoài bốn Sở chánh của tỉnh là Sở Y Tế, Giáo Dục, Nhà Dất và Xây Dựng, còn có ông bà Khoa Trưởng Đại Học Y Cần Thơ và nhiều giáo sư của trường cũng đến chung với học trò mình, gia đình ông Phó Bí tỉnh Uỷ Cần Thơ cũng đến. Đặc biệt là có ông bà Tổng Lãnh Sự Áo và con gái từ nước Áo sang cùng với đoàn mười người của Toà Tổng Lãnh Sự Áo cũng đến tham dự. Thân phụ mẫu của chàng rể cùng em gái từ Áo sang giúp con trong lễ cưới và còn ở lại Sóc Trăng cả tháng chung vui với con.

Đặc biệt hơn nữa, các cô phù dâu, rể phụ là bác sĩ hay sắp sữa ra trường thành bác sĩ. Có dâu phụ, là hai cô gái Áo rất xinh đẹp. Một cô nguyên hoa khôi một trường đại học ỏ Thủ Đô Áo và một cô là con gái của ông Tổng Lãnh Sự Áo. Còn ngôn ngữ sử dụng trong tiệc cưới có đến bốn thứ tiếng Việt, Áo, Anh và Pháp, quả xứng danh là một đám cưới quốc tế được tổ chức lần đầu tiên tại Sóc Trăng. Cũng là lần đầu, có một phụ nữ lớn tuổi ngoài năm mươi trong dáng dân quê Việt mà có lời chúc mừng bằng tiếng Pháp vô cùng xuất sắc đi thẳng vào lòng người. Với giọng Paris chính như chúng ta nghe một giọng nói, giọng đọc trên TV, radio của Pháp tại Paris, thanh thoát như tiếng chim hoạ mi, hoàng oanh, sơn ca hót. Cả nhà hàng vỗ tay hoan nghênh, đặc biệt là phái đoàn của Toà Tổng Lãnh Sự Áo đều đứng lên vỗ tay tán thưởng.

Có nhiều người nói, từ trước tới nay họ có dịp nghe nhiều người Pháp nói tiếng Pháp so sánh giọng nói của bà chị, truyền cảm như rót vào lòng. Đặc biệt ông Bí Thư tỉnh Sóc Trăng học trường Tây và ông Khoa Trưởng trường Y Cần Thơ học tiếng Pháp từ còn bé cũng đứng lên hoan hô và ông lên máy vi âm ca ngợi giọng nói tiếng Pháp bất hủ của bà mà mọi người ngưỡng mộ.

Ông Bí Thư thành thật nói để chinh phục hay là đắc nhân tâm khi có các phái đoàn ngoại quốc nói tiếng Pháp đến Sóc Trăng, ông Bí Thư sẽ thỉnh bà chị xuống Sóc Trăng làm thông dịch giúp tỉnh, có thể làm cho mấy ông tây bà đầm nghe cũng ngất ngây xao xuyến sẽ có thêm thiện cảm với tỉnh chúng tôi. Họ có thể có suy nghĩ, sao người Việt lại có người nói tiếng Tây hay thế làm mọi người mê giọng oanh vàng của chị. Ông Bí Thư chuyển dịch ngay sang tiếng Pháp làm cho mấy ông bà Áo người Áo lại thêm há hốc mồm cười vui, vỗ tay nữa.

Tiệc cưới thay vì mọi người quan tâm cô dâu và chú rễ lại quan tâm giọng nói tiếng Pháp của một bà Việt Nam trọng tuổi. Và mọi người cũng khen năm cặp cô dâu, chú rể phụ sao toàn là giai nhân xuân sắc trong đó lại có hai mỹ nhân người Áo nữa và các chú rể phụ đều có học vấn cao rất đáng ngưỡng mộ. Ông Bí Thư cũng đã đến bắt ông bà Tổng Lãnh Sự khen con gái ông vô cùng xinh đẹp trông giống các cô hoa hậu hoàn vũ.

Hai ông bà cảm kích cám ơn lời khen nồng nhiệt của ông Bí Thư và hứa Toà Tổng Sự Áo sẽ có nhiều buổi làm việc với Tỉnh Uỷ và chánh quyền Sóc Trăng để trợ giúp cho tỉnh có thêm phương tiện phát triển.

MC Đức nghe ông Tổng Lãnh Áo nói, vội chuyển ngữ sang tiếng Việt, cả nhà hàng vỗ tay hoan nghênh ông Tổng Lãnh Sự Áo. Hai MC cũng là lần đầu mà đã chu toàn mọi công việc xuất sắc, nhứt là MC nữ năm tới cũng tốt nghiệp bác sĩ Y Khoa ở Sài Gòn lại là con gái của ông cựu Bí Thư của tỉnh Phú Yên, bố vợ của bác sĩ MC Đức, cũng có tham dự tiệc vui hôm nay.

Thời gian lâu nhứt trong tiệc cưới là phần giới thiệu quan khách và gia đình hai họ tham dự quy tụ những vị cao cấp nhất như cựu Bí Thư Tinh tỉnh Phú Yên Hai Mạnh, ông Phó Bí Thư Cần Thơ và những vị lãnh đạo cao cấp nhứt của tỉnh Sóc Trăng như ông Bí Thư và phu nhân cùng đông đủ thành viên trong Ban Bí Thư tỉnh. Bên Uỷ Ban Nhân Dân tỉnh Sóc Trăng, thành phần lãnh đạo hầu như không thiếu vắng một ai. Vì ngoài thiệp mời của chú rể-bác sĩ Bernard, ông Bí Thư còn đích thân gọi điện thoại mời vì ông nhận bác sĩ Bernard là con đỡ đầu của ông. Sở Giáo Dục và trung học Hoàng Diệu nơi cô dâu giảng dạy có đến đủ sáu bàn tiệc, Sở Y Tế cũng tham dự năm bàn tiệc là nơi chú rể đang phục vụ, Sở Xây Dựng chỗ làm việc cũ của chú rể cũng có năm bàn và Sở Nhà Đất là cơ quan giúp nhân viên nhà nước-bác sĩ Bernard và cô giáo Tuyết Trinh tu sửa nhà bán hoá giá cũng có đầy ba bàn. Hầu như Sở, Phòng, Ban quan trọng của tỉnh, ông Bí Thư cũng có mời nên quan chức trong tỉnh hết lòng hoan hỉ tham dự. Vì vậy, đây là một dạ tiệc kỷ lục mà từ trước tới nay chưa có một đám cưới nào mà có quan khách đông xấp xỉ năm trăm vị, chưa kể gia đình của cô dâu ở Bố Thảo và gia đình Chú rể từ Áo sang.

Một tiệc cưới tổ chức vô cùng hoành tráng, đúng nghĩa là một đám cưới quốc tế mà từ xưa tới nay ở Sóc Trăng hay có thể nói trên cả nước chưa có nơi tổ chức đông vui như thế, sử dụng đến bốn ngôn ngữ phát biểu trong suốt buổi đại tiệc. Các quan khách ở xa đều ở lại qua đêm tại nhà khách sang trọng của tỉnh, cũng có thêm một tiệc nhỏ và có buổi nói chuyện, trao đổi tâm tư tình cảm của các bạn xa xưa và các bạn mới kể cả ông bà Tổng Lãnh Sự, thân phụ mẫu của chú rể và ông bà Bí Thư và ông bà Chủ Tịch Uỷ Ban Nhân Dân Tỉnh cũng đến hội nhập chung vui với mọi người.

Sau một ngày mệt nhọc, vợ chồng Bernard nghỉ xả hơi thêm một ngày và đến thứ ba đôi vợ chồng mới cưới sẽ đi lên Đà Lạt, xứ hoa anh đào, hưởng tuần trăng mật đúng một tuần. Thay vì lái xe từ Sài Gòn lên Đà Lạt, Bernard mướn một xe của một công ty du lịch ở Sài Gòn đưa vợ chồng mới cưới đi từ Sài Gòn đến Đà Lạt. Bernard muốn có thời gian nghỉ ngơi vì lái xe đường xa thêm mệt mỏi, Bernard chỉ lái xe đến Sài Gòn, gởi xe trong Toà Tổng Lãnh Sự Áo, có dịp vợ chồng Bernard đến cám ơn ông bà Tổng Lãnh Sự và cô Josephine.

Trước khi đi Đà Lạt hưởng tuần trăng mật, Ba Má Bernard bảo Bernard cho Caroline cùng đi có cả Hiếu để ông bà mở thêm hai trương mục cho hai con mỗi đứa năm chục ngàn Euro có kèm thêm tên vợ của Bernard và account của Caroline có kèm theo tên Hiếu để các con rút tiền cho dễ tại Sài Gòn. Nhà của Bernard, con nên làm thêm phòng hay mua sắm gì con cứ thực hiện Ba Mẹ sẽ cho thêm tiền vào trương mục của con.

Vợ chồng cứ tiêu xài làm sao cho nhà con phải có nhiều tiện nghi và đẹp thêm, con xây thêm hay nới rộng phòng cho Ba Mẹ một phòng rộng rãi, Ba Mẹ sẽ thường qua chơi với vợ chồng con. Khi hai con có con chắc Ba Mẹ sẽ còn về đây lâu, năm ba tháng bồng ẩm cháu nội cho đã.

Còn con Caroline, Ba Mẹ đã chấp thuận cho nó lấy Hiếu và sẽ mua hoặc cất nhà mới ở Cần Thơ. Ba Má và Caroline muốn Hiếu khi ra trường xin ở lại trường để con Caroline vận động kiếm một học bổng cho Hiếu sang Mỹ hoặc Pháp học chuyên khoa. Caroline sẽ đi theo Hiếu học tiếp về bang giao quốc tế vì nó có tham vọng sang Việt Nam phục vụ để nó luôn gần gũi Hiếu. Đi Sài Gòn, Caroline theo xe con mở account xong vợ chồng con đi Đà Lạt, Caroline ở Sài gòn chơi và hỏi Toà Tổng Lãnh Sự, một công dân Áo lấy chồng người Việt Nam phải qua thủ làm hôn thú như thế nào?. Ba mẹ thấy hai đứa nó rất khắn khít yêu nhau thế nào cũng có con sớm, Caroline muốn khi nó sanh con ở Áo phải có họ cha. Vì vậy, phải có hôn thú sẵn. Em con dành cho con một ngôi biệt lớn sang trọng hơn ngôi biệt thự mà nó và Ba Mẹ đang ở. Ba có làm di chúc để lại tiền của tài sản cho hai con bằng nhau.

Ba Mẹ muốn hai con của Mẹ thi đua coi đứa nào có nhiều con Ba Mẹ sẽ thưởng thêm tiền nuôi dạy con. Ba cũng bảo Caroline khi Hiếu mua nhà hay cất nhà ở Cần Thơ cũng dành cho Ba Mẹ một phòng rộng để Ba mẹ đến vui chơi với cháu ngoại. Ba Mẹ nói thế vợ chồng con hiểu rồi phải không? Vợ chồng con và Caroline phải vào chào kính ông bà Tổng Lãnh Sự nói cám ơn và con chuyển lời cám ơn của Ba Mẹ đến ông bà.

Hai vợ chồng Bernard đi về phòng nói với nhau:

- Tội nghiệp Hiếu, thuở hàn vi em thiếu thốn khổ sở, bây giờ em may mắn được Caroline yêu say đắm và Ba Mẹ cũng thương mến em Hiếu nữa. Đúng với câu nói của người xưa: tiền hung hậu kiết, trước khổ sau sướng.

- Mỗi con người có số phải không anh Bernard của em, Tuyết Trinh nói. Bernard đồng ý, nói đúng. Hai đứa nó yêu nhau dính chặt như sam, chắc chúng nó có con trước vợ chồng mình nên Caroline phải lo làm hôn thú trước ngày cưới chính thức như chúng mình.

- Bây giờ còn sớm chưa tới giờ ăn cơm trưa chúng mình vào du dương cho mau có con mới chạy kịp theo hai em mình, tụi nó tuổi trẻ mà tài cao chắc vợ chồng mình thua rồi, ráng lên nghe em! Bernard nói.

Sau một đêm ngủ say, sáng sớm Hiếu lái xe chạy sang gặp Caroline. Caroline cho biết em và hai em gái Thu Hằng, Ngọc Mai ngủ chung hai đêm. Sáng sớm chưa tới sáu giờ anh Đức đã đến đón rồi, xe vừa đi qua đón bác hai Mạnh và chú thím Tín ở nhà khách về Cần Thơ ở chơi thêm mấy ngày.

Caroline vội nắm tay Hiếu kéo vô nhà bảo đi nhanh vì em có việc cần, Hiếu tưởng có chuyện gấp lắm vội đi nhanh, Caroline kéo Hiếu vào phòng khoá cửa lại. Caroline làm nghiêm, bảo Hiếu hãy thi hành lời cô ta:

- Hiếu lấy làm lạ, nàng làm cái gì đây. Caroline ra lịnh:

- Bây giờ anh hãy cỡi quần áo cho em khám coi anh còn trinh hay mất trinh với ai rồi phải báo cáo cho thủ trưởng ngay tức khắc. Hiếu nhanh trí biết nàng muốn gì rồi.

- Tôi xin tuân lệnh thủ trưởng vội tuột hết quần áo ngoài ra. Caroline lấy máng lên đàng hoàng và còn hỏi đồ lót sao chưa cỡi hết cho thủ trưởng xem thằng nhỏ sau hai ngày không thấy mặt, coi nó thức hay còn ngủ gà ngủ gật. Hiếu vội ôm Caroline hôn say sưa và một tay mở nút áo nàng ra, phơi bộ ngực trắng buốt, hai gò bồng đảo sao mà hấp dẫn thế, miệng Hiếu cho vào ngay núm hồng đè Caroline xuống giường. Một tay luồn xuống lưng kéo tuột quần xuống, trong khi đó một tay của Caroline lại sờ hỏi thăm thằng nhỏ bảo thức dậy nhanh để nàng dạy việc.

Cô cậu quần nhau một chập, chịu hết nổi, Caroline cũng bài bản cũ để em làm tài công lái tàu để cho chủ tàu nghỉ khoẻ mà còn tiếp tục làm chủ các ca khác ngày hôm nay. Thế là, một điệu nhảy lambada trổi lên do tài điều khiển của nhạc trưởng Caroline, Hiếu chỉ biết lăn qua lăn lại, lắc lư con tàu đi. Khi nhạc trưởng nói điều khiển đến đỉnh điểm cao cực độ rồi, còn anh thì sao?

- Anh cũng như em, Hiếu đáp trong hơi thở dồn dập. Ráng thêm chút nữa nghe anh chúng ta sẽ mau có con còn lãnh giải thưởng của Ba Mẹ nữa đó. Vừa chấm dứt tiếng đó cả hai đều thở khì quá vui quá tuyệt vời hạnh phúc.

Nàng lại nói chúng ta sẽ có con sớm vì anh có sức dẽo dai như lực sĩ, em khen anh đó. Nàng nói xong ôm hôn Hiếu nồng nàn hai người để vậy ngủ một chút mới thức dậy cùng tắm chung kỳ cọ cho nhau.

Hiếu chải lại tóc, mặc quần áo trước, bảo Caroline lo trang điểm một chút cho thêm đẹp mặc quần áo đẹp nữa, chút nữa ra phố dạo chơi mua thức ăn về Hiếu làm bếp ăn sáng vì bây giờ mới có bảy giờ. Hiếu vào bếp mang tất cả đồ dùng pha cà phê ra phòng khách, nấu nước sôi pha trà trước, cà phê pha sau để sẵn cho anh chị thức dậy có uống ngay. Hiếu viết giấy để trên bàn, em và Caroline đi ra phố mua thức ăn, trưa nay chúng em làm bếp cho chị tư thất nghiệp. Chiều Caroline mời anh chị cùng Ba Mẹ xuống Bãi Xàu ăn đuông và các món ăn khác. Xong các cái rồi, Hiếu vô phòng nắm tay Caroline dẫn ra xe chạy ra phố, lái xe vòng quanh coi thiên hạ buôn bán. Hiếu hỏi Caroline muốn ăn gì sáng nay, hủ tíu, phở, bún riêu, bún mắm, bún nước lèo, bánh cuống... Hiếu mô tả mỗi thức ăn và nói các món ăn đó có hương vị khác nhau. Em ở lại Việt Nam thêm ba tuần nữa, nhớ mỗi ngày nên ăn một món khác nhau thử coi em thích món ăn nào thì mình tiếp tục ăn nhiều lần. Caroline đồng ý và bảo Hiếu gởi xe, dẫn em đi bộ chỉ rõ các món ăn bán giữa chợ và trong các tiệm.

Hiếu gởi xe xong, nắm tay Caroline dạo phố làm thiên hạ lác mắt nhìn cô gái nước ngoài đẹp quá như người mẫu. Hiếu thông dịch cho Caroline nghe, nàng khoái chí ngắt yêu Hiếu và Hiếu nhanh trí nói nịnh:

- Người ta khen em đẹp làm anh muốn đứng tim. Anh có vợ quá đẹp, bây giờ tay đang rung không phải vì nhát gái như lúc trước mà rung tay vì sung sướng đi gần em. Caroline vừa đưa hai người lên viếng động thiên thai. Bây giờ đang đói đi kiếm thức ăn điểm tâm mà người yêu lại nói ngọt lịm như mía lùi còn làm thêm phấn khích con tim, chắc ăn cơm trưa xong sẽ còn tiếp tục lên ca cho tới chiều.

Caroline rù rì bên tai:

- Mình ngồi ăn giữa chợ coi không được, tìm tiệm ăn phở thử xem sao. Hiếu nghe lời, dẫn Caroline đến một tiệm khá lớn và sạch sẽ, chưa đông khách. Hiếu tìm bàn để cho Caroline nhìn ra đường thấy ông đi qua bà đi lại cho vui mắt. Hiếu gọi hai tô phở tái, cho thêm một tô riêng lớn gân gầu, nạm, nước béo, hành trần, giá trụng. Hiếu gọi hai cái xây phé nại bằng tiếng Tiều, Caroline nghe biết không phải tiếng Việt hỏi anh vừa mới nói tiếng gì vậy? Hiếu nói:

- Anh nói tiếng Tàu – một thứ tiếng Tàu ở Sóc Trăng thường nói, có nghĩa là cho hai ly cà phê sữa nhỏ vì ông chủ tiệm phở này gốc là người Tàu. Hiếu nói tiếp, em lấy anh , thường về chơi ở Sóc Trăng. Anh sẽ dạy em thêm một số tiếng Tàu, tiếng Miên thông dụng. Để mình nói tiếng của họ thêm thân thiện vì ở tỉnh này có ba sắc dân cùng sống chung hoà bình: Việt, Miên, Tàu và có rất nhiều người lai sắc dân này sang sắc dân khác. Như, bây giờ có thêm sắc dân Áo có anh Bernard và có em yêu của anh nữa đó. Caroline hiểu gật đầu.

Cà phê sữa đem ra trước, Hiếu mời Caroline cùng uống nóng mới ngon. Caroline nói, cà phê ở đây cũng khá ngon, ly nhỏ như thế này uống trước khi ăn phở cũng giúp kích thích dạ dày làm cho mình có thể sẽ ăn thêm ngon.

Hai tô phở nóng còn bốc khói, Hiếu nói loại thức ăn này phải thật nóng ăn mới ngon. Hiếu lấy đũa của Caroline, ấn các miếng thịt bò thái mỏng chìm xuống nước phở cho chín. Hiếu gắp một miếng gầu trong tô riêng bảo Caroline ăn thử trước coi xem sao, nhắc Caroline trông cách ăn của anh mà làm theo, Caroline dùng đũa thay nĩa cả tuần nay cũng hơi quen rồi.

Caroline ăn miếng gầu khen béo ngon, Hiếu gắp miếng gân, Caroline cũng bắt chước gắp theo và cũng chấm vào tương đen có pha một chút tương đỏ cho vào miệng ăn, Caroline khen ngon quá. Bây giờ các miếng tái đã chín rồi, Hiếu nói chúng mình ăn tô phở chính, ăn thử miếng tái coi xem sao, Caroline cũng khen ngon. Xong gắp bánh phở cho vào muỗng mới dễ ăn, Caroline tập ăn một vài miếng đầu biết múc nước lên húp. Hiếu nói, nếu em thấy mặn thì mình vắt thêm chanh, thích ăn cay thì cho thêm ớt, tiêu. Caroline nói:

- Em ăn phở trong tiệm thấy ngon mà lại vệ sinh hơn ăn ngoài trời. Hiếu gật đầu đồng ý và khen Caroline có sự quan sát nhận xét rất chính xác, anh khen em quá thông minh. Khi đi Sài Gòn về, anh sẽ mướn một chiếc xe có tài xế đưa mình và Ba Má đi chơi và đi ăn những chỗ xa.

Anh thương kính Ba Má, chừng chúng mình có nhà cửa đàng hoàng, rước Ba Má về ở với chúng mình nghe em! Em biết có cách nào thu hút Ba Má dễ nhứt về ở với chúng mình, anh chưa nghĩ ra, Caroline mau mắn trả lời:

- Cách thu hút hay và hiệu quả nhứt là em phải sanh con ngay trong đầu năm tới tính cho đủ chín tháng mười ngày, từ ngày em xáp là cà lần đầu tiên với anh.

Em phải làm tài công lái tàu mỗi ngày ít nhứt hai ca trong một tuần, anh nghĩ sẽ có kết quả. Anh nghĩ biết đâu chỉ lần đầu gần gũi xác thịt với anh, em cảm thấy sung sướng cực điểm, có thể em có bào thai đang kết thành trong bụng em rồi. Anh nói đúng, em linh cảm em có thai rồi chỉ chờ ngày sanh con tại quê hương, nên chúng mình phải lo làm hôn thú ngay.

Bây giờ chúng mình ăn nhanh, phở nguội mất ngon, chúng mình còn ăn thêm tô phụ trội này. Và anh kêu thêm một tô phụ trội lớn như vậy, anh sẽ dùng nước lèo của phở thêm rau cũ và thịt làm món canh bữa ăn trưa nay. Thay vì mình nấu một nồi canh thêm lâu chiếm bớt thời gian mình lên ca làm việc. Caroline hứ lên một tiếng, anh giỏi thật và nàng cười tươi:

- Em hoan hô ý kiến hay của anh Hiếu. Caroline nhắc là ngày mai mình theo xe anh chị lên Sài Gòn, chúng mình cũng đến chào ông bà Tổng Lãnh Sự. Chúng mình mời anh chị cùng chúng mình ăn trưa và hẹn với Josephine tại tiệm ăn đồ Tây. Em tranh thủ hỏi thủ tục làm hôn thú của kiều dân Áo phải làm sao?. Kế tiếp em nhờ anh Bernard đưa em đến văn phòng hảng máy bay Air France xin đổi vé, dời lại chừng ba tuần, Ba Má và em mới về Áo. Nếu Ba Má không muốn xa chàng rể quý thì ở chung nhà. Em thì khác chỉ muốn cái ông mắc dịch đó làm tàu cho em lái tới bến ăn thua hàng ngày. Em sẽ đề nghị Ba Má ở lại Việt Nam thêm, còn tiền lương của em sẽ có ông chủ tàu phát hàng ngày rồi.

Thật mừng vui quá vui, phải không anh! Nàng vừa nói vừa véo mạnh vào đùi làm Hiếu giựt mình, quay lại ôm hôn Caroline.

Có xe anh Bernard, chở chúng mình mở trương mục mới tại Sài Gòn, em xin điền thêm tên anh vào account em để anh muốn rút tiền ra lúc nào cũng được miễn anh xuất trình giấy tuỳ thân. Còn anh Bernard bắt buộc phải mở account mới, em rút tiền của Ba ra cho anh ấy bỏ vào trương mục. Có giấy uỷ quyền của Ba cho phép em rút tiền trong trương mục cho vào hai trương mục khác mà cùng một ngân hàng. Nghĩa là không lấy tiền ra liền nên thủ tục cũng khá dễ dàng.

Về tiền bạc ngân hàng họ cẩn thận sợ bị thất thoát phải bồi thường thân chủ. Còn năm chục ngàn ba má cho anh, em cũng rút tiền của Ba bỏ vào trương mục của em vì em cũng có sẵn trong trương mục hơn bốn trăm ngàn. Anh muốn rút bao nhiêu cũng được mà anh phải đến ngân hàng Pháp tại Sài Gòn nơi em ký thác hay ở Hà Nội cũng có chi nhánh ngân hàng này, anh có thể đến rút tiền mặt.

Ngày mai, chúng ta đến đó cho anh thực hành rút ra vài ngàn để cho anh tiêu xài. Chúng ta sẽ đổi qua tiền Việt Nam, về Sóc Trăng hay Cần Thơ anh sẽ mở một trương mục tại một ngân hàng Việt Nam mà hai tỉnh Cần Thơ Sóc Trăng hay bất cứ nơi đâu có chi nhánh cùng tên ngân hàng đó, anh đều rút tiền ra được.

Hiếu cám ơn Caroline chỉ dẫn giúp anh vì cả đời chưa khi nào anh có dư tiền mà gởi nhà băng nên vụ này anh quê lắm, em thông cảm với anh.

Caroline nghe người yêu nói rất chân thật lại càng cảm động muốn chảy nước mắt. Ăn xong, đến trả tiền tại quày, Hiếu nói cho thêm một tô lớn chỉ có tái gân gầu và nước lèo, cho thêm nhiều hành trần, nhớ là không có bánh phở, cho gởi lại chút nữa ghé lấy cùng với tô ăn còn lại ở trên bàn. Chủ tiệm bảo người phục vụ cho vào hai cái hộp riêng và đựng trong hai bao ny lông tránh bị vỡ.

Trả tiền xong, Hiếu nắm tay Caroline đi lại chợ thịt, Hiếu nói anh mua thịt bò về tập làm thử món bò bít tết theo kiểu Việt Nam đãi Ba Mẹ và anh chị. Còn em nghĩ coi cần phải làm món ăn gì thêm mà Ba Má thích như cá, tôm thịt gà thịt heo... Món súp mình có rồi. Caroline đang suy nghĩ, Hiếu nói liền để tránh mất nhiều thì giờ chế biến mình mua thêm ba con tôm càng lớn về nướng, ở nhà có sẵn mayonaise, bơ, tôm nướng mỗi người nửa con trét bơ, mayonaise lên thì món ăn này cũng không tệ phải không em?. Anh nghĩ mình có ba món đủ ăn trưa rồi, chiều mình đi ăn nhà hàng. Em về khoe với chị Tư:

- Em muốn chị nghỉ xả hơi trọn ngày nay để mai có sức đi Sài Gòn và lên Đà Lạt mà hưởng tuần trăng mật thật hạnh phúc. Coi chị nói sao?

Vừa đi vừa nói hai cô cậu đã tới chỗ quày bán thịt bò, nhờ người bán lựa cho miếng thật ngon đủ cắt ra sáu phần làm bít tết cho sáu người ăn. Người bán tìm ngay một chỗ thịt ngon nhứt, cắt ra cân và cắt rời ra luôn sáu miếng, cho vào bao ny long đôi. Trả tiền xong, hai cô cậu đến chỗ bán cá tôm ở giữa trời, lựa ba con tôm càng xanh to nhứt còn sống trong nước hỏi giá trả tiền xong đến mua hành tỏi tiêu ớt cùng một chỗ và tạt vào tiệm bán đồ tây mua thêm vài hộp phó mát con gà cười, một chai maggi lớn, hai hộp bánh bisquit,vài hộp sô cô la.

Hiếu nói một hộp bánh để phòng Ba Mẹ và cả phó mát và sô cô la để ông bà buồn miệng ăn cho vui. Hiếu nói mua thêm hai ổ bánh mì, trưa nay ăn đồ tây lại khỏi nấu cơm khỏi mất thì giờ để chúng mình còn lo làm việc khác nghe. Caroline ghẹo, việc khác là việc gì?.

- Hiếu nói ngay anh rung quá không dám nói, tới chừng chuyện đó xảy đến em biết liền. Anh Hiếu, anh nói sao có duyên vui quá, về nhà em thưởng anh liền. OK, chúng mình đi về liền nghe em. Lại lấy xe chạy trở lại tiệm phở lấy hai hộp thức ăn. Về đến nhà cũng gần mười giờ, anh chị đã thức dậy mà Ba Má chưa về, chắc còn ăn sáng xong mới có xe đưa về. Caroline lanh miệng nói:

- Hôm nay đầu bếp xịn Sóc Trăng em mới mời về từ Bố Thảo sẽ làm cho anh chị, Ba Má và em ba món ăn: súp bò, bít tết, tôm càng nướng, còn bữa ăn chiều em mời anh chị, Ba Má và ông đầu bếp đi nhà hàng ở Bãi Xàu. Nghe ông sếp cút Bố Thảo nói có món đặc sản của Bãi Xàu là đuông chà là chiên bơ mời Ba Má ăn thử coi có ngon không ?

Nếu Ba Má thích thì tụi em sẽ mua mang về nhà cho Ba Má ăn tiếp, chiều nay mình ăn thêm cá lóc nướng cuống bánh tráng và coi xem Ba Má còn thích có thêm món ăn thì sẽ chọn các món ăn có trong thực đơn. Em đãi ông đầu bếp riêng của em vài chai bia và anh Bernard uống chút chút thôi vì còn lái xe.

Chị dâu nghe em chồng hoạch định chương trình ăn uống trưa và chiều nay coi bộ xôm quá mà chị ta khỏi phải làm gì hết. Cô em chồng còn nói cho chị dâu xả hơi dưỡng sức để đi Sài Gòn và lên Đà Lạt hưởng tuần trăng mật.

Tuyết Trinh nghĩ thầm em trai quả có phước như chuột sa hủ nếp gặp cha mẹ vợ thương mà được cưng chìu tới bến chỉ muốn có sức khoẻ giúp Caroline có con sớm và bà mẹ vợ hứa con gái sanh một tá ông bà cũng bao sân nuôi hết. Hai vợ chồng em trai út quả thật có nhiều phúc, chắc hương hồn Ba theo phù hộ thằng con trai út vì cả tuổi thơ của em bị nhiều khổ luỵ hơn ba anh chị lớn.

Nay, theo luật bù trừ, em mình sẽ luôn có nhiều may mắn, nhiều tiền của bù lại những ngày lầm than cơ cực và anh Bernard cũng vậy. Tuyết Trinh còn nghĩ Caroline và Hiếu tuổi trẻ tài cao, đủ thứ tài, lại thông minh lanh lợi và đặc biệt là rất khoẻ mạnh chắc chắn sẽ có con trước anh chị Ba anh chị Tư.

Tha hồ cho ông bà ngoại, bà nội cưng cháu vì ai cũng muốn có cháu nội cháu ngoại đầy đàng càng nhiều càng tốt, không còn sợ cảnh bữa đói bữa no như năm xưa của gia đình mình.

Hiếu làm gan trổ tài ướp thịt, đâm nhuyễn tỏi, xắt nhỏ hành trộn với tiêu muối đường và có cho thêm một chút bột ngọt để cho thật thấm, chừng nào ăn cho lên chảo chiên liền. Món súp bò hành, Hiếu xắt lát hành củ còn hành lá cắt lấy phần củ nhiều, dài chừng ba bốn phân và lá hành cũng xắt dài chừng hai ba phân để riêng ra từng thứ trong một cái dĩa lớn. Hiếu thấy trong tủ còn nhiều nấm mèo, nấm đông cô và nấm rơm nữa. Mỗi thứ nấm, Hiếu lấy một ít rửa sạch bằng nước nóng và ngâm trong nước nóng cho các loại nấm mềm mới lấy ra cho vào dĩa, tiêu sọ còn nguyên hột Hiếu cũng ngâm nước nóng như vậy. Mọi thứ ông Chef cook Bố Thảo đều chuẩn bị sẵn, tới giờ ăn chỉ mất khoảng mười phút là có ba món đều nóng hôi hổi. Hiếu xem đồng hồ mới đến mười một giờ và nghe có tiếng máy xe hơi nổ trước nhà biết Ba Má về tới. Caroline ra mở cổng đón Ba Má vào nhà. Ông Bà nói hồi tối quá vui chút nữa Ba Mẹ kể lại cho các con nghe. Bây giờ Ba Mẹ đi tắm cho khoẻ cái đã.

Trong bữa ăn trưa do đầu bếp trứ danh mới thực hiện lần đầu ba món ăn, thật sự chỉ làm một món thôi, xin đãi Ba Mẹ. Caroline nói:

- Chiều con xin làm đầu bếp thi đua với ông đầu bếp xịn Bố Thảo, ông ta chỉ làm một món, ăn gian nói đãi ba món, con cũng chấp luôn, con đãi Ba Mẹ và anh chị từ năm món trở lên.

Bây giờ con ra lệnh đầu bếp xuống bếp con đứng chỉ huy, chỉ bưng lên còn Ba Mẹ anh chị cứ ngồi yên một chỗ có người phục vụ tới bến luôn. Tuyết Trinh nói:

- Như vậy, bữa ăn trưa nay chỉ có bốn người khách và cô chủ, người sếp cút nhịn đói phải không? Caroline cười, em độ lượng cho người sếp cút ăn chung với em cho đủ sáu người ba cặp chẵn. Tuyết Trinh nói:

- Ba Mẹ thấy con gái cưng của Ba Mẹ lanh quá trời, cái gì cô ta cũng nói, nguỵ biện, giải thích được hết, con xin phục sát đất Caroline.

Caroline và Hiếu bưng ba món ăn lên ba món ăn cùng một lúc để vừa ăn vừa nghe Ba kể lại chuyện vui của mấy cụ tối qua. Hiếu mời ăn súp bò trước, kế đến là món bít tết và món thứ ba là tôm càng nướng. Lại có bánh mì nướng nóng nữa ăn phụ và một dĩa xà lách, quên mua. May trong tủ lạnh có xa lách, cà chua, dưa leo, nên Hiếu chế biến thêm món xa lách vào giờ chót mà Caroline không hay biết. Bernard đem ra chai rượu vang ngon khui mời Ba Mẹ uống để có giấc ngủ trưa ngon, chiều đi ăn tiếp ở nhà hàng và ngày mai bốn tụi con đi Sài Gòn. Hôm sau Caroline và Hiếu về tới. Bernard nói, tối mai:

- Con có nhờ bạn con là bác sĩ Trai, còn độc thân đến ngủ ở nhà con với Ba Mẹ cho vui và Trai sẽ đưa Ba Mẹ đi ăn sáng, trưa chiều. Chiều nay Caroline mời gia đình đi ăn, con có mời thêm Trai.

Vừa ăn, Ba của các con kể lại chuyện vui tối hôm qua, sử dụng toàn tiếng Pháp, mấy ông lớn tuổi người Việt Nam sống dưới sự đô hộ của thực dân nên các ông đều phải dùng ngôn ngữ Pháp làm ngôn ngữ mẹ đẻ, Việt ngữ được xem ngang hàng với Anh ngữ. Ai học lâu thì nói giỏi, ông nào học ít thì kém hơn. Ông Bí Thư quá chu đáo có tổ chức ăn tối lúc gần mười giờ toàn là trân châu mỹ vị, món nào món nấy quá ngon. Các ông có chức có quyền trong tỉnh, lớn tuổi đều nói được tiếng Pháp ít hoặc nhiều nên mọi người nói tiếng Pháp kể chuyện kháng chiến chống Pháp chống Mỹ. Chuyện kể mở màn là của ông Bí thư, hồi đi học trồng cây si ngoài hàng rào trường nữ Marie Curie mà có bà Tín học đó.

Bà Tín cũng kể hồi xưa cũng có nhiều chàng trai cua bà, trồng cây si trước nhà ở Phú Yên khá cao lớn bà vẫn bứng bỏ hết. Đến lúc ông Tín bị đau bỏ dở sự học kỹ sư công chánh năm chót. Nay khoẻ mạnh đi làm thầu khoán có tiền lại muốn vợ mà cảnh chiến tranh đang xảy ra ác liệt quá, không biết mình đi lính lúc nào và cũng dễ chết, chi bằng cứ cậy mai mối đến xin nhà gái cho đàng trai đến coi mắt. Ba Mẹ bà Tín sợ con gái ế mà âm thầm chấp nhận không cho biết trước, thế mới kẹt bà không có trang điểm gì hết cứ ngồi trên ghế cao sau quày tủ kiếng dài lo buôn bán. Sáng hôm đó có bốn ông bà ăn diện tươm tất đến tiệm xin cô cho gặp ông chủ (cả tên nữa) cô nói giúp là khách muốn gặp bàn chuyện làm ăn. Cô gọi lớn: Bố ơi! có khách muốn gặp bố. Thế là ông bố đi có mẹ đang ở trên lầu cũng xuống, ngồi tại phòng khách uống trà. Còn ông Tín lại hưởn làm bộ hỏi mua cái gì đó, ông nói nghe cô học Marie Curie, ông bật nói tiếng Tây. Tôi không có nói tiếng tây đã mấy năm về đây buôn bán. Tôi bốc lên bật tiếng tây một tràng dài, ông khen tôi nói tiếng tây nghe đúng giọng Paris. Vì vậy mà tôi mới để ý tới ông biết ông không dốt. Ông cũng giới thiệu mình học trường Tây ban Toán còn mình học Ban Văn Chương, kể từ đó chúng tôi làm quen và ông tây cũng lì cứ đến tiệm hoài làm bộ nhắc tên các ông bà giáo sư dạy cả hai trường nam nữ, tôi biết, ông biết nên càng ngày càng nói chuyện thêm thân mật, tôi đã thích ông đến đấu láo bằng tiếng Tây cho thêm vui.

Một ngày đẹp trời không trăng sao, ông tán tỉnh tấn công như vũ bão, đốt giai đoạn làm quen, ông nói muốn cưới tôi. Tôi trả lời tỉnh bơ, nói áo không mặc qua khỏi đầu, giả bộ nói vậy chớ tôi cũng đã thích ông rồi, ba má anh đến nói chuyện với ba má tôi, ông bà đồng ý (mà trong lòng tôi mong quá trời Ba Má tôi đồng ý để tôi có chồng biết nói tiếng Tây).

Lúc bấy giờ cuộc chiến leo thang đã thu hút hết thanh niên có học hay không có học cũng vào lính. Chỉ còn cái ông bịnh này mạnh rồi cũng phải nhập ngũ, ông cũng sợ không con nói dòng mà lại muốn vợ dữ nên coi mắt xong là xin cưới liền. Thế là ông Tín chẳng cần trồng cây si mà cưới đưa bà đầm ăn nước mắm này về dinh và ông ChasseLoup tặng bà Marie Curie liên tiếp mấy năm ba cái bầu cho đến ngày giải phóng. Ông bà bị xếp vào thành phần tư sản mại bản hay loại tạch tạch xoè – TTX bị đi đi vùng kinh tế mới mất hơn hai năm, ông bà bỏ trốn nhờ bạn học cũ là phe cách mạng mua tàu đánh cá, làm lại giấy tuỳ thân, giấy đi đường giấy phép đánh bắt cá đầy đủ. Và giữ giúp ba đứa con và đứa cháu con của ông anh ruột đi đâu mất tiêu, là em ruột của bác sĩ Đức

Vợ chồng mua được tàu mới, thay vì đi đánh cá, ông nhà tôi lại mù tịt nên lái tàu đánh cá mạo hiểm đi vào Sài gòn và về Mỹ Tho chuyên chở mướn trái cây lên Sài Gòn cũng tạm sống, sẽ lên bờ mua nhà đưa con cháu về. May mắn gặp một doanh gia khá giả lại tìm đường vượt biên, đi thử tàu chúng tôi thấy ngon lành, ông dụ chúng tôi về Cần thơ làm ăn, ông đề nghị ông có nhà lầu trị giá cao hơn chiếc tàu đánh cá của chúng đổi nhà lấy tàu, chúng tôi chịu liền. Ông thấy vậy, ông còn cho thêm vợ chồng tôi ba cây vàng, lên bờ có vốn làm ăn sanh sống, Vì vậy, gia đình tôi, cư dân chính hiệu của thành phố Cần Thơ kể từ đó. Bà Tín nói:

- Cám ơn quý vị nghe biết sự trôi nổi của vợ chồng tôi từ Phú Yên về định cư ở thành phố Cần Thơ. Nơi đây quả là đất lành chim đậu, chúng tôi sẽ ở đây cho đến ngày hết không còn thở. Xin chấm dứt Histoire d'une famille không phải histoire d'un amour. Ông bà Bí Thư, ông bà Tổng Lãnh Sự, ông bà Phó Bí Thư Cần Thơ, ông bà Khoa Trưởng Y Khoa Cần Thơ, ông bà Ba Mạnh và Ba Mẹ nghe xong quá thích thú vỗ tay tán thưởng.

Bà Tổng Lãnh Sự đến bắt tay bà Tín và nói bà diễn tả lại một câu chuyện về gia đình bà như một cuốn phim, rất cám ơn bà cho chúng tôi biết thêm một câu chuyện quá hấp dẫn. Một gia đình Việt Nam tiêu biểu sống trong chiến tranh ác liệt bị quá nhiều khổ đau và nay chọn Cần Thơ làm quê hương xây dựng lại cuộc sống mới thật tốt đẹp đáng khen.

Bà Tín nói tiếng Tây có giọng hay mà kể chuyện còn có duyên nữa nên câu chuyện lại càng thêm hấp dẫn.

Buổi trưa ăn xong, Hiếu bưng chén dĩa xuống bếp rửa, món nào còn dư đều trút bỏ hết vì chiều đi ăn nhà hàng, sáng mai đi Sài Gòn sớm. Hiếu bảo Caroline sắp xếp lại bàn ghế, xong vào đi tắm trước, anh làm xong công việc sẽ vào buồng sau. Chiều anh chở em qua nhà Mẹ, trình với Mẹ mai mình đi Sài Gòn lo làm hôn thú và đổi chuyến bay ở lại thêm ba tuần và em hứa với Mẹ hai đứa mình sẽ thường xuyên về ngủ tại nhà mẹ ban đêm. Ban ngày ở với Bố Mẹ em cho trọn nghĩa tình hai bên nội ngoại. Caroline nghe người yêu mình nói sự hiếu nghĩa của con đối với bậc sanh thành lại làm cho nàng xúc động chảy nước mắt. Caroline nói:

- Anh yêu, em nghĩ anh Hiếu luôn có hiếu nghĩa với cha mẹ nên Chúa thương, ban hồng ân phúc đức cho anh luôn mạnh khoẻ, thông minh, hiếu học. Anh đã vững vàng vượt qua mọi khổ đau nghèo khó và tương lai tươi sáng đang chờ anh ở phía trước. Em càng gần gũi anh, hiểu anh nhiều, tình yêu của em đối anh lại càng đơm hoa kết trái. Em nghe lời anh, xin phép anh cho em đi tắm trước và nằm chờ đợi anh. Hiếu nói:

- Anh sẽ làm vệ sinh khu nhà bếp nhanh để không mất thì giờ quý báu của chúng mình, em đi tắm nhanh đi. Caroline vừa bước đi mấy bước thình lình quay lại, nhìn thấy Hiếu đang hướng mắt về mình mà tay lau nhanh tủ lạnh và bếp, nàng lại càng cảm kích, lúc nào anh ấy cũng quan tâm theo dõi mình. Caroline nghĩ mình sống sao cho cao đẹp để không phụ lòng người yêu. Đi nhanh vào phòng tắm cởi quần áo cho vào rổ, Caroline vội vào mở vòi nước điều chỉnh độ nóng lạnh cho vừa. Nàng tắm nhanh không quên xát xà phòng vào người, vừa kỳ cọ vừa xả nước, nàng muốn thân thể mình luôn phải thanh sạch và thơm tho để cho người yêu luôn yêu mình. Tắm nhanh không để tóc ướt, lau khô lấy một chiếc khăn lớn quấn mình và cũng không quên mang theo hai ba cái khăn nhỏ để cạnh đầu nằm. Caroline mở khăn ra nằm dài xuống giường xít vào phía trong đắp khăn lên bụng, nàng dành phía ngoài cho người yêu.

Nghe có tiếng chân đi vào, nàng giả bộ nhắm mắt, chàng đến cúi đầu gần sát mặt, lấy tay người yêu để lên miệng hôn xong chàng lui ra và để vào môi hôn lần nữa rồi mới chịu đi tắm vì yên chí nàng đang ngủ. Caroline tự nhủ, anh Hiếu yêu mình với tất cả tấm chân tình, mình có người yêu quá tuyệt vời phải luôn trân trọng giữ gìn hạnh phúc.

Nàng có cảm nhận như mình đã mang thai rồi, nàng lại quá hạnh phúc nở nụ cười tươi mà mắt cứ giả bộ nhắm. Tình cờ Hiếu trờ tới bắt gặp nàng đang cười, Hiếu lên tiếng em Caroline ngủ say mà còn cười tươi như hoa hé nở, đẹp quá em ơi!

- Anh đây nè, mở mắt ra đi đừng giả bộ ngủ nghe cưng, tài công gì mà ngủ gà ngủ gật làm sao mà lái tàu chạy nhanh ngon lành. Caroline vụt mở hai mắt to ra và mở rộng vòng tay ra đón Hiếu, chàng xà xuống nằm đè lên đặt môi mình dính chặt môi người yêu một cách say sưa, hai thân hình dính chặt nhau như đôi sam biển lăn qua lăn lại một hồi, Hiếu đưa thân hình Caroline lên vị trí làm tài công có bổn phận cao cả là phải lái nhanh với tốc lực tối đa nhanh đưa chiếc tàu chở nặng tình yêu ra khơi. Cả hai ngụp lặn trong biển tình say đắm một thời gian mà chưa có triệu chứng lên đỉnh điểm yêu đương. Chủ tàu nói, tài công hôm nay dở để ông chủ lên lái tiếp một đường đi lả lướt chắc cả hai sẽ đến mức ăn thua. Vừa nói Hiếu lật Caroline xuống và lên cầm tay lái, nhúng nhẩy cho lắc lư con tàu đi nhanh vượt trùng dương xa thẳm đến bến bờ hạnh phúc cả hai cùng hoà nhịp rên rỉ và chiếc tàu không còn người lái đâm thẳng vào bờ bến yêu đương và mồ hôi cùng đổ ra cùng lúc. Hiếu vội lấy cái khăn nhỏ bên đầu nằm lau khô cái kết quả tuyệt vời sâu thẳm của hai kẻ đang yêu nhiệt tình. Chàng cũng lấy một cái khăn nhỏ khác thanh toán thu dọn chiến trường ngổn ngang vết tích chiến tranh lâu dài của hai người. Cả hai cùng lăn ra đi vào giấc ngủ trưa tràn trề hạnh phúc yêu đương. Ngủ một giấc khá lâu, Hiếu thức dậy trước rón rén nhẹ nhàng bước ra khỏi giường định đi tắm trước để cho Caroline dưỡng sức làm tài công lái tàu ca tối nữa. Caroline choàng dậy nói:

- Anh định bỏ em bơ vơ tắm một mình sao, cho em tắm chung với anh để lau lưng cho anh nữa còn anh phải lau ngực em để em kiểm soát tay của anh có còn rung không hay rung như động đất cấp tám cấp mười chắc em lại càng ngất ngây. Caroline gom đủ bốn cái khăn lớn nhỏ cho vào sọt để tối cho vào máy giặt sạch mọi vết tích chiến tranh, sáng mai lên đường đi Sài Gòn sớm. Nếu không giặt, ối giời ơi! chỉ còn cách vứt bỏ vào thùng rác vì nó nặng mùi lên men rồi. Cả hai phải gội đầu trước, Caroline ngồi xuống chiếc ghế con, có chai gội đầu có mùi thơm đặc biệt từ Áo mang sang mà ở Việt Nam không có bán trên thị trường. Caroline, tặng cho chị tư hai chai, sẽ biếu mẹ Hiếu một chai khi đi Sài Gòn về và gội đầu giúp mẹ lần đầu vì e rằng từ nhỏ tới giờ chỉ biết gội đầu bằng xà bông cục, có thể sử dụng chất lỏng gội đầu lần đầu sẽ dễ lọng cọng.

Cái gì Caroline cũng tính trước, như biết chắc Hiếu chưa rành cách đổi ngày vé máy bay mà không mất thêm tiền lệ phí hay chỉ mất một số tiền ít ỏi thôi tuỳ thời gian mình thay đổi chuyến bay vì mỗi hảng máy bay đều quy định rõ ràng về vụ hành khách muốn đổi chuyến bay phải có thời gian xa hay gần có đóng lệ phí hay không. Còn vụ mở trương mục gởi tiền và rút tiền ở ngân hàng hay ký chi phiếu trả tiền hay gởi tiền cho người ở xa hay gần, Caroline nhứt nhứt đều thực hiện có sự quan sát của Hiếu. Vì chàng từng nói, không tiền đủ tiêu xài, tiền đâu mà gởi nhà băng và cũng chả có đi ra khỏi cái xã Bố Thảo. Qua tuổi mười hai học trung học Hoàng Diệu, Hiếu biết thêm chợ và xung quanh chợ của thành phố Sóc Trăng. Chưa biết đi xe đò làm sao mà biết vụ mua vé máy bay hay đổi vé máy bay, Hiếu phải học cho biết vì ra đời mình có dịp đi đây đó nhiều phải am tường những nhu cầu căn bản cần thiết.

Hai cô cậu tắm cũng khá lâu vì có gội đầu, bàn tay Hiếu kỳ cọ ngực Caroline đến nay hết còn rung vì tánh nhát gái của mình, nay nếu có rung do chàng cố ý muốn rung trong xoa bóp đồi núi mà thôi. Thay quần áo xong đã hơn bốn giờ rồi, Ba Mẹ anh chị đang ngồi ở phòng khách nói chuyện đời. Tuyết Trinh thấy cô cậu diện kẽng hỏi trưa nay làm gì mà tắm ướt đầu, Caroline bẻn lẻn mắc cở đỏ mặt tía tai. Hiếu đỡ lời, vội nói:

- Mùa hè nóng quá chúng em tắm buổi trưa cho mát. Chúng em xin phép Ba Mẹ, anh chị cho chúng em chạy về Bố Thảo báo tin Mẹ bốn anh chị em đi Sài Gòn ngày mai và mời Mẹ đi ăn cơm chung với chúng ta. Anh Bernard chờ anh Trai đến rồi lái xe về Bố Thảo đón Mẹ và hai em. Xe mình chỉ có bảy chỗ ngồi mà mình chở tám người thiếu một chỗ. Hiếu nói:

- Anh tư khỏi phải lo, em ra băng sau chót ngồi để cho Caroline vào lòng ngồi trên hai chân, em ôm chặt kể như chiếm có một chỗ, xe anh vẫn chở không quá tải. Tuyết Trinh cười ngất, tuổi trẻ mà tài cao chị khen cậu Út. Bernard dịch lại cho Mẹ và em nghe hai chị em Hiếu đối đáp, ông bà cười bò lăn bò càn. Còn Caroline chạy lại ôm hôn Hiếu khen anh có sáng kiến tuyệt vời trên cả tuyệt vời. Caroline thưa với Ba Mẹ, anh Hiếu của con số dách phải không? Đúng quá, Mẹ Caroline tiếp:

- Hèn chi nồi nào úp vung nấy, Caroline cũng khôn quá trời như thằng Hiếu, người yêu của con đó. Bernard, anh chị đồng ý, hai em lên xe chạy về Bố Thảo trước, anh sẽ đến sau đón Má và hai em. Bernard còn nhắc Hiếu nhớ mang quần áo theo. Caroline vọt miệng, anh Hai đừng có lo:

- Em đem theo nhiều quần áo cho anh Hiếu mặc đỡ cũng OK. Đúng quá, đúng quá, Bernard nói. Mẹ nói vợ chồng Bernard thấy chưa hai tụi nó quả đúng nồi nào úp vung nấy sao mà vừa khít, cái gì tụi nó cũng là cái máy đối đáp nhanh mà người đối diện chưa kịp nghĩ.

Cái điệu này, Caroline chắc chắn sẽ vượt qua mặt chị Hai cho Ba Mẹ có cháu ngoại bồng bế sớm. Còn cháu nội chắc còn phải chờ, Caroline nhanh nhẩu nói

- Con cám ơn Mẹ, mọi chuyện lớn nhỏ con tuỳ thuộc tài công lái tàu số dách này, Caroline nắm tay Hiếu đưa lên. Ba Mẹ hiểu hết rồi, hai con đi mau lên, nhớ lái xe cẩn thận.

- Dạ vâng, hai con cám ơn Mẹ. Hai con xin phép Ba Mẹ, anh chị, hai em lên đường về Bố Thảo.

Về đến nhà, Caroline vào thưa mẹ, ôm hôn Mẹ xong chạy qua nói lớn, em Caroline đến thăm anh chị Hai, ngày mai em đưa anh Hiếu lên Toà Lãnh Sự hỏi cách làm hôn thú của em với anh Hiếu. Mốt chúng em về và qua đây, chúng em báo cáo cho anh chị biết kết quả. Chúng em ở chơi với Mẹ và mời Mẹ cùng với gia đình đi ăn ở Bãi Xàu, anh chị Tư lái xe qua đón. Caroline nói chưa dứt lời thấy chị Hai đã đến ôm khen Caroline giỏi quá, cám ơn em, nắm tay Caroline trở qua nhà Mẹ. Chị Hai nói:

- Mẹ thay đồ khác, chốc nữa vợ chồng Tuyết Trinh đến đón Mẹ đi ăn nhà hàng, bà nghe lời con thay bộ quần áo mới may do chính tay bà cắt may. Thay bộ bà ba mới khá đẹp, Mẹ bảo Hiếu nói Caroline đi Sài Gòn lần này nên chọn mua hàng lụa có màu sắc đẹp Mẹ sẽ đo cắt may cho Caroline vài bộ mang về Áo làm kỹ niệm. Chốc nữa, nói Caroline hỏi Má nó nếu thích kiểu quần áo bà ba đơn giản này mặc cũng kín đáo lại gọn gàng có duyên, mua vải về, Mẹ sẽ cắt may cho vừa vặn mặc mới đẹp. Con mua giúp Mẹ bốn chiếc nón lá đẹp gọi là nón lá Huế bài thơ tặng Má con Josephine và Caroline cả má con nữa mỗi người một chiếc làm kỹ niệm. Nhớ là chọn quai nón vì họ làm có nhiều thứ tơ lụa có màu sắc đẹp rất hấp dẫn. Mình có thể mua thêm quai nón để dành thay đổi cho thêm lạ mắt, các con nhớ trả giá kỹ. Các người bán họ nói giá trên trời dưới đất, trả thấp một phần ba có khi cũng bị hố. Tốt hơn hết, con thấy có người Việt nào mua xong, họ đi mình lại hỏi giá họ mua mới chắc cú.

Hiếu dịch lại cho Caroline nghe, có chị cả đứng cạnh bên, Caroline quá xúc động tình Mẹ chồng với nàng dâu quá thân thiết gần gũi. Caroline chạy tới ôm Mẹ hôn mà nước mắt chảy dài xuống làm cho Mẹ Hiếu cũng rưng rưng nước mắt.

Bà nói với con gái Mai Hạnh:

- Em con tuổi trẻ qúa khổ, nay nó có nhiều phước chắc ba con về phù hộ giúp nó có vợ ngoan hiền lại có nghĩa có tình với Hiếu với Mẹ và cả nhà chồng nữa. Con dâu của Mẹ dễ thương quá, tụi nó có con chắc Mẹ sẽ đến săn sóc con chúng nó, có lúc con sẽ ở nhà một mình hay theo Mẹ ở chơi với tụi nó. Hiếu dịch cho Caroline hiểu Mẹ vừa mới nói với chị cả, Caroline chạy ôm Mẹ, ôm chị cả rặn tía tai nói được hai tiếng cám ơn nghe nó đẹp làm sao một người Âu nay cố gắng hội nhập vào văn hoá truyền thống của người Việt.

Ở chơi với Mẹ với chị Hai hơn nửa giờ, Bernard tới. Ba Mẹ con ra xe, bà nói con gái nói giúp Mẹ chào hai ông bà. Xe chạy từ trong sân nhà chị cả ra vẫy tay chào chị hai. Caroline ngồi bên, Tuyết Trinh nói lớn:

- Mẹ cưng thằng con trai út nhứt, chiều nay nó bị què chân. Mẹ hỏi liền nó bị què hồi nào. Cậu Út bị què vì con dâu của Mẹ nói nó ngồi trên đùi hai chân con trai cưng của Mẹ nên thằng Út bị què đó Mẹ ạ! Mẹ nghe cười ngất, Bernard dịch lại cho Ba Má và Caroline biết vợ Bernard nói gì, cả xe cùng cười vui. Má Caroline nói chị em Hiếu hay nói tếu nói vui làm cho người đối diện không nhịn cười được. Caroline cũng biết chị dâu có tính khôi hài chỉ thua mít tơ Hiếu, và chị tư thường nói móc mình cho vui.

Xe chạy tới nhà hàng ở Bãi Xàu, mọi người xuống trước, Hiếu xuống sau cùng giả bộ đi cà nhắc hai chân con bị què vì một cái thân bồ tượng ngồi lên nên bị què đi cà nhắc, mắc đền Caroline phải lại dìu anh đi vào nhà hàng. Thế là chưa vào ăn mà mọi người đã vui có nhiều hứng thú chắc chăn bữa ăn chiều sẽ rất ngon. Bác sĩ Trai đi theo chỉ có sô lô một mình mà cũng cảm thấy vui lây. Nói thầm trong lòng, tội nhiệp gia đình Hiếu quá nghèo khổ mà may mắn các anh chị có tánh vui khôi hài cũng giúp một phần nào sự chịu đựng và tiếp giúp thêm can đảm vượt qua mà sống và lại học giỏi mới đáng nể. Hiếu nói với Mẹ:

- Chiều nay Caroline đi chợ, con làm phụ tá chỉ xách giỏ theo Caroline sai vặt. Tuyết Trinh đáp lại liền Mẹ thấy không Cậu Út hết lòng có hiếu với Mẹ, nay Cậu út lại có hiếu với người yêu nữa, lát nữa chị Tư sẽ thưởng Hiếu một chai bia. Bernard dịch cho cha mẹ và Caroline biết. Caroline phản ứng liền, chị tư chỉ thưởng anh Hiếu mà không thưởng em sao vì em và anh Hiếu một cặp như sam, em ngồi trên chân, tuy một mà hai đó, chị Tư phải thưởng em nữa. OK, tuy một mà hai và tuy hai mà một có phải vậy không? Chị Tư nói hay quá trời, chúng em cũng hợp tác không dám nói thưởng mà chỉ dám nói mời anh chị hai chai bia và xin mời cả anh Trai chai bia thứ ba. Còn chúng em tuy hai mà một xin uống chai bia thứ tư, em trình bày như vậy có đúng không?. Má Caroline nói liền:

- Con gái Má nói đúng, Má bắt chước con dâu, Má đi guốc trong bụng con. Hai đứa uống hết một chai nói là mới có một người, bây giờ đến nhà hàng lại có đến hai người nên uống hai chai. Hiếu vỗ tay, con hoan hô Má nói đúng quá xá.

Tự nảy giờ, Mẹ con mình quá vui, bây giờ tới sếp cút nấu món ăn gì thử nói ra coi. Con xin công bố vụ bếp núc của con như sau, nhậu trước ăn sau: hai mươi con đuông chà là chiên bơ - tôm lụi nướng tám lụi – một dĩa gõi ngó sen tôm thịt. Ba món như vậy tạm đủ đưa cay. Về món ăn, sếp cút đề nghị cá lóc nướng cuốn bánh tráng, Sếp cút nói với nhà hàng, không nướng hai đầu cá lóc mà nấu canh chua bạc hà, khóm, đậu bắp. Caroline khều phụ bếp hỏi còn cái gì nữa. Hiếu nhắc có giá và me chín của Việt Nam không nấu me Thái mặn lắm.

Còn gia vị có rau thơm ngò om, ngò gai, húng quế, ớt đỏ, còn thêm tóp mỡ nữa trên tô canh chua...Nếu nhà hàng có bếp ga hay bếp dầu để nồi canh lên bếp giữ độ nóng suốt bữa ăn. Món ăn cơm thứ hai có cá rô kho tộ, ba con cá he chiên tươi, món thứ năm là rau muống xào tỏi. Sếp cút nói, tôi học muốn chết mà chỉ nhớ có mấy món đó. Hai má, ba, chị tư, hai anh coi có món ăn nào mà các anh thích thì sếp cút sai phụ tá đi chợ về làm ngay.

- Ba Má thấy không con gái cưng của Ba Má, Tuyết Trinh nói, làm sếp cút ra mơ nu hấp dẫn quá, tội nghiệp sếp cút dùng cùi chỏ thúc ngang hông hoài nhờ phụ bếp nhắc tuồng. Tối nay, chắc phụ tá kiêm phụ bếp mệt với sếp cút bảo bóp tay, xoa bóp cùi chỏ vì thúc nhiều quá, tay cũng bị chấn thương rồi. Ba Má, Bernard, Trai nghe ôm bụng cười. Trong lúc đó, Hiếu thông dịch Mẹ mình nghe, bà cũng cười tươi, khen con gái nói chuyện có duyên. Không ai góp ý thêm bớt món ăn nào nữa, sếp cút đưa tờ giấy viết sẵn, nhà hàng cứ thế mà làm món ăn. Caroline thưa, Ba vui với các con uống một chai bia san sẻ cho Má uống nữa cho mẹ thêm hưng phấn. Ông già gật đầu, Hiếu hỏi mẹ muốn uống nước dừa không? Bà gật đầu, trong thực khách chỉ có bà uống nước dừa.

Nhà hàng mang ra năm chai bia mà có đến tám cái tẩy và sếp cút khui hết có phụ tá rót trước cho Ba Má, kế rót cho anh chị tư, anh Trai và hai ly của hai đứa. Anh phụ tá của tôi, tuy hai mà một nên phải uống chung một ly, chừng nào tuy một mà hai mới có quyền dùng hai cái ly khác nhau, có phải không chị Tư?

- Em Caroline lý sự hay quá bây giờ chúng ta cùng dô dô cho phụ tá uống sau. Nhà hàng cũng đã bưng ra hai món đuông chiên bơ và tôm lụi nướng và món gõi sẽ mang ra sau. Hiếu đứng lên nói với Ba Má, để con gọi nhà hàng mang ra một lóng nhánh chà là, con chẽ ra bắt đuông cho Ba Má xem. Nhà hàng đem ra hai lóng chà là còn có ít lá đã rữa thật sạch, Hiếu đứng lên dùng tay vỗ mạnh cái dao vào thân chà là chẻ đôi ra, có hai cái ổ đều có đuông đang ngo ngoe cựa quậy. Hiếu gắp hai con đuông vào chén có đựng rượu trắng cho đuông tắm sạch, một phút sau gắp đuông bỏ sang chén nước mắm và có nhân viên mang đi xuống nhà bếp. Lóng chà là thứ hai, Hiếu đưa cho sếp cút Caroline cầm dao thử chẻ thân chà là ra. Hiếu giúp trước cho cái dao cắm phập vào thân chà là mà Caroline cũng không tài nào chẻ ra được, phụ tá lại phải ra tay giúp vỗ vào phần trước của con dao, vết xẻ cũng xuống sâu mà chưa chẻ hai, Hiếu tiếp thêm vỗ mạnh phần gần cán và đè mạnh xuống, lóng chà là bị tách đôi lại thấy có đến ba con đuông. Sếp cút làm theo đạo diễn của phụ tá, Caroline dùng đũa gắp từng con đuông qua rượu rồi ngâm qua nước mắm, nhà bếp mới chiên đuông chín vàng đem ra nhậu. Lần này Caroline có nhận xét là côn trùng sống trong thân cây rất tinh khiết, ăn nó lại có nhiều chất bổ dưỡng. Caroline ăn được ba con, Mẹ chồng cũng ăn được hai con, Ba Má Caroline mỗi người cũng ăn được hai con. Còn vợ chồng Bernard, Trai, Hiếu ăn ngon ăn đến năm bảy con nhà hàng tiếp tục chiên vượt qua con số hai mươi. Chỉ nhậu với món đuông cũng thấy đả rồi, tiếp theo mỗi người một xâu tôm lụi nướng với món chấm chua chua ngọt ngọt và có thêm một chút nước mắm hơi mặn chút chút.

Con tôm lụi nướng, dùng đũa cạo vỏ tôm cháy ra bỏ rồi mới ăn cũng làm cho thơm miệng giúp bia hoà nhập thành một tiệc nhậu rẻ tiền mà lại hấp dẫn. Món gõi vừa bưng ra lại có một người phục vụ khác mang ra hai con cá lóc nướng lửa than vàng ươm đang bóc khói trên mình cá còn có mỡ hành phi trải lên, quanh hai con cá nướng có hai dĩa rau dưa leo, khóm chuối chát kể có khế chín vàng. Bên cạnh, một dĩa bún tươi hai dĩa bánh tráng đã được nhà hàng làm cho mềm dịu trước, không cần phải nhúng vào nước. Hiếu đứng giữa Mẹ và ông bà nhạc, tay thoăn thoắt xoay sang hai bên giúp đặt bánh tráng trên dĩa gắp một ít rau dưa với đầy đủ phụ tùng thêm một chút xíu bún, sau cùng Hiếu gắp cá để lên trên và cuống lại rất khéo như một bà chuyên nghiệp cuống chả giò hay gõi cuống, đưa cho Mẹ và ông bà nhạc gia mỗi người một cuống.

Caroline theo dõi kỹ các động tác, muốn học cách cuống bánh tráng để còn trổ tài làm cho Má ruột biết tài của con gái cưng của bà. Cà trật cà vuột rồi cũng cuống được hai cuống cho mình và cho người yêu. Hai cái cuống bánh tráng cá lóc nướng của Caroline to tổ bà nái, chỗ lớn chỗ nhỏ lồi lõm như là đồi núi chập chùng mà nàng cũng vô cùng hãnh diện mời Hiếu ăn trước, Hiếu khen Caroline cuống khéo tay to sầm ăn mau no. Chị Tư kê tủ đứng:

- Gói cuống bánh tráng to cho người yêu ăn cho nhiều sợ hết cá rau chớ gì?

- Caroline nói, anh Hiếu ăn nhiều miễn sao có sức khoẻ tốt là gút bồi phải vậy không anh Hiếu? Phải, phải đó, cám ơn Caroline, Hiếu nói. Trong lúc cuống bánh tráng Hiếu giải thích cho Ba Má biết các món phụ ăn với cá. Nước mắm ăn cá lóc nướng rất ngon, Hiếu nhắc nhà hàng làm cho hai thứ, nước mắm nêm và nước mắm me, e sợ ông bà nhạc và Caroline không dám ăn nước mắm nêm vì quá nặng mùi. Nhưng, trong nước mắm nêm lại có khóm chín xắt nhỏ màu vàng, có vỏ chanh xanh cũng xắt nhuyễn, ớt chín đỏ từng lát mỏng, đặc biệt có nhiều sả phi mỡ thơm vàng trong tô nước mắm nêm. Các chất phụ quyện với nước mắm nêm làm cho nước mắm thêm ngon dù khá nặng mùi, ăn quen sẽ ghiền. Còn nước mắm me, là loại me chua chín lấy hết hột dầm cho nhuyễn cho tan ra chất chua hoà trộn trong một hỗn hợp nước chín để nguội với nước mắm ngon, có tỏi đâm nhuyễn và nêm nếm với đường cho vừa miệng, trở thành một thứ nước chấm có thể dùng trong nhiều món ăn khác. Nước mắm me cũng có ớt đỏ và sả phi mỡ nếu mình thích. Hiếu cho biết:

- Có đặt hai hủ nước mắm này vì làm nước mắm coi vậy mà mất khá nhiều thì giờ và ở nhà mình lại ít dùng nên ít làm, cho nên không ngon bằng nhà hàng họ làm thường xuyên. Hiếu thư với Ba Má:

- Anh chị con đi hưởng tuần trăng mật, ở nhà con có phụ tá giỏi, chúng con sẽ tập làm những món ngon của nhà hàng đãi Ba Má.

Mẹ con đây hồi xưa gia đình nghèo không dám mua cá lóc lớn ăn, ăn cá lóc nhỏ hay cá chết thì làm sao mà có món ăn ngon. Một mình Mẹ nấu cơm làm thức ăn quá dễ dàng, bắt nồi lên cho chín, luộc rau hay nấu canh đại dương hay có thêm món kho tiêu kho quẹt rất dễ làm và rất nhanh. Chúng con còn nhỏ cố gắng đi học về lo đi mót củi, nhặt lá khô về làm chất đốt, đâu có đủ tiền mua than mua củi làm chất đốt như người ta.

Mẹ con chỉ cố may mướn có đủ tiền mua gạo nấu cơm cho bốn chị em chúng con đủ ăn ngày hai bữa mà vẫn thiếu phải ăn cháo, rau thay cơm.

Bây giờ con có điều kiện con sẽ bắt chước học hỏi làm món ăn ngon đãi mẹ con trước khi chúng con làm đám cưới. Chúng con còn có Ba Má ở chơi với gia đình anh Bernard và chúng con. Một cái may khác cho con, có Caroline đã trở thành sếp cút thứ thiệt và Caroline, con tin cũng sẽ là đầu bếp nấu món Việt không chê vào đâu được, mọi người vừa vui vừa cảm động.

Chị tư thông dịch cho mẹ các chỗ em nói gia đình mình nghèo bữa cháo bữa rau và chăm học để chống đói. Khi Mẹ kể dĩ vãng nghèo khổ cùng cực Mẹ sẽ buồn sẽ khóc tội nghiệp Mẹ, chị em mình cố lướt qua. Tuyết Trinh chuyển ngữ về sự giải thích các món ăn mà vợ chồng Hiếu Caroline trong tương lai, cố trau dồi học hỏi, hai em sẽ đãi Mẹ mỗi ngày có món ăn ngon.

Mẹ Hiếu, bà thản nhiên nói, gia đình quá nghèo cơm không đủ ăn nên làm sao Mẹ biết nấu món ngon cho các con ăn. Tuyết Trinh lại chuyển sang tiếng Anh để cho Ba Má chồng và Caroline hiểu lời Mẹ nói bằng con tim chân thành của Mẹ, không dấu diếm, ai thương thì nhờ ghét thì chịu, ý Bà muốn nói như vậy.

Caroline nghe chính Mẹ nói lời chân thật đó, Caroline cầm lòng không đậu, quá xúc cảm nước mắt chảy dài ôm Mẹ khóc. Mẹ vội đưa giấy cho con dâu lau. Caroline con tập làm, cuống cho Mẹ một cuống cá nướng Mẹ thử xem con có vượt qua mặt anh Hiếu chưa?. Nói xong, Caroline, rút kinh nghiệm, rau dưa ít, không cần bún chỉ cần cá nhiều, tém hai đầu bánh lại cuống mạnh tay hơn hồi nảy, cuống bánh tráng thon dài cân xứng tương đối đẹp, cả bàn vỗ tay hoan nghênh. Tuyết Trinh nói, con dâu Mẹ mới học mà thuộc bài nhanh thực hành xuất sắc rất khéo tay.

Mẹ lên Cần Thơ chơi ở nhà hai em, Mẹ tha hồ thưởng thức món ăn ngon do hai đầu bếp trứ danh Hiếu và Caroline phục vụ cho Mẹ nhiệt thành, Mẹ sẽ vui sống dai với chúng con và một đàn cháu. Con dâu của Mẹ quyết thi đua với con sanh đẻ đến chục có đầu tha hồ nhận thưởng do Ba Má chồng con treo giải, đứa nào sanh con nhiều mẹ chồng cho thêm hàng trăm ngàn để đủ tiền nuôi con, Hiếu thông dịch lời chị tư nói. Bà nhạc của Hiếu cười vui nói:

- Caroline sẽ qua mặt chị dâu. Mẹ của Hiếu tiếp lời chị sui, tôi mới sanh bốn đứa mà nuôi muốn tắt thở. Hiếu, con nói với Caroline chục có đầu không chỉ có mười hai mà có nhiều tỉnh ở Việt Nam, chục có đầu tính đến mười bốn hay mười sáu, mười tám liệu sức của hai đứa có đạt đến thành tích đó không? Caroline mà đạt chỉ tiêu sanh con chục có đầu, mẹ tôn Caroline Hiếu là sư phụ của Mẹ.

Tuyết Trinh thấy quá vui, vội thông dịch nhanh cho Ba Má và em chồng mình ý nghĩa lời nói của Mẹ chồng Caroline. Caroline cũng quá vui chạy đến ôm Mẹ chồng và cuống cho Mẹ thêm một cuống cá nướng lần này Caroline đút cho Mẹ ăn chấm với nước mắm me thay vì chấm nước mắm nêm như cái cuống bánh tráng trước. Tuyết Trinh nói:

- Ba Má và Mẹ con thấy chưa gì hết, chưa có con mà Caroline khôn quá trời, có chính sách trước sau như một, chiêu dụ bà già về ở với chúng nó mà trông nom cháu nội. Hiếu thông dịch cho Mẹ hiểu lời chị Tư, Mẹ nói Caroline thương kính Mẹ thật sự không phải chiêu dụ gì hết phải không con dâu?. Hiếu thông dịch cho Ba Má, Caroline hiểu lại có một trận cười vui thoả thích.

Tới món canh chua, cá rô kho tộ, cá he chiên và rau muống xào cùng lúc bưng ra và có kèm theo hai thố cơm trắng loại gạo thơm ngon đặc biệt sản xuất tại tỉnh Sóc Trăng.

Một cái lò ga nhỏ để giữa bàn và người hầu bàn quày quả vào bếp mang ra một nồi khá lớn, canh chua đã nấu chín đặt lên bếp, cô phục vụ mở khoá bếp nổi lửa làm cho nồi canh chua từ nóng đến sôi lên. Hiếu vặn cho ngọn lửa thấp xuống và Hiếu đứng lên cho vào một chén tóp mỡ vàng vàng điểm trắng, ít giây sau Hiếu cho rau thơm màu xanh bắt mắt trôi nổi lền bền trên mặt nước cùng với tóp mỡ đang bốc khói, và một ít ớt có thêm màu đỏ trên cùng điểm xuyết nhiều màu sắc làm cho nồi canh chua thêm hấp dẫn. Hiếu lấy ra bốn cái má to Mẹ một cái, ông bà nhạc gia mỗi người một cái. Còn lại cái má cá lóc thứ tư, Hiếu đến Bernard nói hai em kính mời anh tư thưởng thức cái má cá sẽ tăng thêm sức tha hồ mà hưởng tuần trăng mật ở Đà Lạt luôn mát lạnh làm cho chị Tư của em dễ bị ngạt thở. Caroline vỗ tay khen anh Hiếu chúc anh chị hưởng tuần trăng mật thêm thăng hoa hạnh phúc, con chúc mẹ, ba má ăn má cá lóc cũng tăng sức như anh Bernard, Bà già buột miệng mắng yêu:

- Tổ cha nó, Caroline lại chọc ghẹo Ba Má nữa đó Hiếu ơi!. Tối nay, Hiếu trị nó giùm Mẹ, cả bàn lại có tràng cười bất tận. Hiếu nhanh nhẩu đáp ngay: Con xin vâng lời Má.

Bác sĩ Trai có cảm nhận trong đời mình chưa hề gặp một gia đình cả hai bên vợ và chồng, từ cha mẹ đến con cái đều có tánh hài hước, làm trò vui cho nhau rất đáng ngưỡng mộ. Gia đình của Hiếu trong cảnh hàn vi cơ cực mà vẫn có nụ cười để sống, vượt qua mọi khổ đau. Nghe Caroline kể chuyện Hiếu muốn giúp xoa vai cho Caroline vì em đang đau và rát nắng mà tay Hiếu vừa chạm vào da thịt Caroline lại rung lên, hai mắt cụp xuống không dám nhìn làn da trắng bốc của người đẹp phương Tây. Khi hai người thân tình, Caroline hỏi Hiếu, lý do nào mà anh đụng chạm vào da thịt em mà tay anh rung, hai mắt không dám nhìn da thịt em. Hiếu thành thật khai báo, suốt đời niên thiếu của Hiếu thường thiếu ăn, bữa đói bữa no, cái gì cũng thiếu mà Hiếu chỉ cố học để quên đói. Từ tiểu học đến trung học đều là học sinh xuất sắc ưu tú của trường, có nhiều bạn gái cùng lớp hay khác lớp chú ý muốn gợi chuyện làm thân quen. Hiếu không dám nhìn thẳng các cô vì Hiếu tự biết mình quá nghèo, thân còn chưa nuôi nổi mà bây giờ lại đa mang có bạn gái chỉ chuốc thêm khổ thân. Vì vậy, tánh nhát gái của Hiếu càng ngày càng gia tăng dù đã học đại học. Mãi cho đến khi gặp Caroline, một cô gái Tây phương dạn dĩ mà giàu có, cô thật tình yêu thương Hiếu giúp Hiếu vượt qua tánh nhát gái.

Thế mới biết người có tài có đức không sức mà vui hưởng phú quý vinh hoa, đó rơi đúng vào trường hợp của Hiếu hiện tại. Bác sĩ Trai đang lơ đảng suy nghĩ mông lung, Caroline để ý đoán biết Trai đang suy nghĩ cái gì đó. Caroline xoay qua Trai nói:

- Anh đang suy nghĩ gì đó? Caroline có giúp gì cho anh được không? Trai nói cám ơn. Caroline nói tiếp, em có đề nghị với anh Trai, em làm mai cô bạn của em, con của ông bà Tổng Lãnh Sự mà là bạt nơ với anh trong vai cô dâu phụ. Anh đồng ý khi thành công, theo lời anh Hiếu nói, bà mai hay người mai mối được bên nhà trai thưởng một cái đầu heo và anh Trai có thưởng cho Caroline phải là một đầu heo tổ chảng để em còn san sẻ cho anh Hiếu và anh chị tư của em. Anh nghĩ sao?. Vợ chồng Bernard vỗ tay tán thưởng và Trai nói xin đồng ý và cám ơn cô mai của Trai, là bà mai rồi đó. Cả bàn cùng cười. Mẹ của Hiếu nghe con thông dịch cũng nói Bác hoan nghênh nữa. Caroline nói tiếp:

- Em đã có giới thiệu và tán dương anh Trai với Josephine rồi. Ngày em lên Sài Gòn có đến thăm nó và mời Josephine đi ăn nữa, tha hồ bà mai trổ tài nói xa nói gần cho nó chú ý đến anh Trai. Em sẽ mời Josephine về Cần Thơ cũng làm dâu phụ cùng bạt nơ với anh Trai trong đám cưới của anh Ba Trung. Em sẽ xin phép Ba Má nó cho Joephine xuống Sóc Trăng chơi với em lần nữa và ở lâu em sẽ đưa nó đi du ngoạn, có anh chị Hai của em và có cả anh nữa. Ai cũng có cặp có phòng ngủ chung còn anh và Josephine phòng cạnh nhau. Lúc đó em mới biết anh Trai dù có nhát gái, cũng ráng mà tán tỉnh, Josephine có thiện cảm và biết đâu yêu anh và các đêm đi du ngoạn kế tiếp, chúng ta tiết kiệm thuê bớt lại một phòng.

Lúc đó tuy hai mà một thì bà mai sẽ có đầu heo bự tổ chảng, có phải vậy không anh Trai? Bernard vọt miệng nói:

- Anh không ngờ em gái của anh có cao kiến tuyệt vời, Tuyết Trinh và Hiếu đều phụ hoạ theo. Ba Má Caroline cũng tán thành ý kiến hay của con gái. Bà còn nói chuyện tình cảm khó mà lượng trước.

Ở Áo con Caroline tự cao lắm vì nó học giỏi lại trường bầu nó Hoa Hậu hoa gì đó, nó có hàng tá con trai bám theo tán tỉnh đến tận nhà Bác. Không biết các cậu con trai tán tỉnh sàm sở thế nào mà nó đuổi tụi nó phải ra khỏi nhà ngay, đừng quấy rầy để nó còn lo học. Bác sợ đám trai thất tình đó trả thù. Không hiểu duyên số gì mà nó gặp và chỉ nói chuyện với Hiếu lần đầu, nó có cảm tình ngay. Lần thứ hai nó bị sét ái tình đánh ngã nguy mà Hiếu lại nhát gái nó lại càng yêu vì Hiếu dốt không biết tán gái. Caroline lại làm tới Hiếu mới lộ tâm tình là cũng yêu Caroline ngay lần đầu gặp gỡ. Vì mặc cảm nhà nghèo không dám tơ tưởng làm quen làm bạn với bạn gái. Bây giờ hai đứa nó yêu nhau quá mạng sợ có con khi về Áo nên xin phép hai Bác làm hôn thú trước để khi sanh con, nó lấy họ cha cho con. Cháu Trai biết không:

- Ngày mai Caroline và Hiếu cùng theo anh chị nó lên Sài Gòn có nhiệm vụ là hỏi cách làm hôn thú của công dân Áo tại Việt Nam, mở trương mục cho Hiếu tại ngân hàng vì hai bác cho dâu rễ mỗi đứa năm chục ngàn Euro và đổi lại vé máy bay ở lại Việt Nam thêm ba tuần nữa. Bây giờ Caroline lại có thêm mít xông là rủ Josephine làm dâu phụ cùng bạt nơ với cháu Trai trong lễ cưới của cháu Trung.

Hôm sau anh chị nó đi Đà Lạt, Caroline và Hiếu thuê xe trở về Sóc Trăng. Bà vừa dứt lời, Trai thưa với hai bác:

- Con có xe, con tình nguyện chạy lên Sài Gòn đón bà chuẩn mai của con và ông xả của bà mai, quay sang Caroline bà chuẩn mai thấy vậy có được không? Caroline hoan hô hai tay kể cả hai chân nữa, biết đâu:

Hữu duyên thiên lý năng tương ngộ,
Vô duyên đối diện bất tương phùng.

Nếu có duyên ngàn dặm xa xôi mà nên vợ chồng như em với anh Hiếu và Josephine với anh Trai thì em vui thích biết mấy. Biết đâu em mời nó đi ăn và nói anh từ Sóc Trăng lên đưa bạn đi hưởng tuần trăng mật ở Đà Lạt, anh Trai có nhã ý mời Josephine đi ăn cho vui. Nếu Josephine chịu đi thì mục đích anh làm thân quen với nó đã đạt hơn 80% rồi. Bernard nói, Caroline giỏi quá, anh phục em.

Trai cám ơn Caroline rối rít về cách giúp Trai tiếp cận và làm quen với người đẹp Josephine. Trai nói tiếp với hai bác:

- Bernard đi Sài Gòn cùng với Caroline và Hiếu, con là người rất thân tình lại học cùng lớp cùng ra trường Y với Bernard và bây giờ cùng làm việc một chỗ. Con sẽ đến giúp hai bác trong việc ăn uống và chở hai bác đi du ngoạn nhiều thắng cảnh xung quanh thành phố Sóc Trăng, tối con ngủ gần hai bác giúp hai bác thêm an tâm có bác sĩ nhà chăm lo sức khoẻ.

Trong lúc ăn lại có không khí quá vui nên bữa ăn kéo dài cũng khá lâu, các món ăn, Ba Má Josephine đều khen ngon.

Ông bố nói với Bernard và Tuyết Trinh, khi hai con về, Ba Má đãi Mẹ của hai con, vợ chồng con, bác sĩ Trai và người bạn của Trai thay Trai ngủ một đêm vì Trai phải đi trực ở bệnh viện. Hiếu cũng đóng góp ý kiến, ba đã muốn gia đình mình càng ngày càng rộng lớn thêm, con rất đa tạ. Caroline nói Ba quên mời Má và hai con rồi mà anh Hiếu không có ý kiến gì hết. Má nói con nhỏ này sao nó lanh quá, không được ăn hiếp thằng rể quý của má nghe con gái.

Mọi người cùng cười, còn nguyên dĩa gõi, Hiếu nói nhà hàng cho vào hộp mang về nhà cùng với ba hủ nước mắm chế biến đặc biệt, Hiếu có đặt thêm một hũ nước mắm thông dụng. Caroline và Hiếu đến quày trả tiền xong.

Mọi người ra xe đưa Mẹ Hiếu về trước, xe về đến nhà, Trai xin phép lấy xe lái về, còn lại sáu người đúng ba cặp ai về phòng nấy. Về đến phòng Hiếu nằm dài xuống giường giả bộ nói anh mệt quá chừng, anh nằm nghỉ một chút, em đi thay đồ rồi trở lại giúp anh. Thay đồ ngủ xong, Caroline lại đi rửa mặt rửa tay và súc miệng cho thật sạch, lấy một cái khăn thấm nước vắt ráo mang lại lau mặt cho Hiếu. Hiếu lại nhỏng nhẻo, em cởi quần áo giúp anh, Caroline hôn Hiếu xong, cởi hết quần áo Hiếu đem máng lên móc áo quần. Trở lại Caroline nằm cận Hiếu hỏi anh thấy khoẻ lại chưa? Hiếu nói em hãy lau sạch thằng bé chọc cho nó thức mới đúng là vợ hiền không phải vợ dữ. Cái anh nầy, nghe Má nói tối nay, anh trị em, không biết ai trị ai, ai thua, đầu hàng sẽ biết liền đó nghe! Lau sạch thằng bé xong, Caroline lại đi lấy cái khăn khác cũng thấm nước vắt ráo nước đến lau mình mẫy và tay chân Hiếu và ra lệnh anh hãy nằm yên em trị anh cho anh biết tay. Hiếu nói xin vâng và hai tay quờ quạng làm một trận động đất trên ngực Caroline và nàng cũng phải hành hạ thằng bé làm cho nó mau ngóc đầu lên để nàng dạy việc. Cả hai lên cực điểm ham muốn, Caroline sẽ trị anh cho biết tay em, nàng lên làm tài công tàu, gặp sóng to gió, tàu lắc lư nhảy sóng dữ quá, Hiếu rên nói:

- Vợ tôi đâu cứu tôi với!. Caroline nói anh hãy chờ em một chút. Đến tiếng chút thứ ba cả hai cùng lên cực điểm của tình yêu, Caroline lăn xuống, dùng hai khăn lau chùi sạch sẽ cho cả hai. Miệng của cô cậu không rời nhau, ôm nhau ngủ một giấc đến ba giờ sáng thức dậy cùng lúc, nắm tay đi vào toi lết làm vệ sinh, đánh răng và tắm cho mát, nhìn đồng hồ chưa qua bốn giờ mà hẹn anh chị sáu giờ mới lên đường.

Còn hơn hai tiếng, Hiếu đề nghị chúng mình đi ăn sáng, Caroline thật tình nói, ai mở cửa hàng giờ này. Hiếu nói nhà hàng mở cửa rồi chờ chúng mình ăn sáng. Hiếu lôi Caraoline đè nằm lên giường. Bây giờ tới phiên anh mời em ăn sáng. Hiếu cởi hết quần áo Caroline ra lấy một cái khăn đắp che hạ bộ, còn đôi gò bồng đảo để trần cho Hiếu vừa ngắm vừa cởi đồ ra đem cả hai bộ lại móc treo lên. Trở lại giường Hiếu nói anh làm mát xa cho em, hai tay hoạt động nhịp nhàng không ngừng. Caroline quằn quại lăn qua lăn lại và nói anh hãy để yên cho em nựng thằng bé một chút, nó sửng cồ nổi giận đùng đùng. Nó đang gọi ba đâu rồi, cho con đi tắm suối đào nguyên. Được rồi ba làm liền, thế là Hiếu làm tài công lái tàu rất điệu nghệ vừa mới học trong phim, kéo hai chân người yêu dạt rộng sang hai bên, cái chày giả gạo nhịp nhàng lên xuống cối gạo. Thỉnh thoảng chàng đổi sang thế mà sách vỡ nói là vác cày qua khe núi, cho hai chân lên hai vai mà rướng trèo qua núi non có rừng cây lá sum suê. Và hai tay này nắm hai tay kia cho thêm sức trèo, mắt nhìn chòng chọc vào hai quả đồi nhấp nhô trong sương khuya. Caroline vừa rên vừa nói em chịu hết nổi, em phải chịu thua anh. Em đợi anh một chút, Hiếu nói, vừa dứt tiếng một chút là chàng cũng buông hai tay ra, kéo hai chân nàng xuống. Hiếu là người chiến thắng phải thu dọn chiến trường lau chùi sạch, nằm ôm nàng, cả hai đánh thêm một giấc, giật mình thức dậy thấy gần đúng năm giờ rưỡi rồi, lật đật vào toi lết tắm rửa lại, đánh răng và thay quần áo xếp cho gọn để vào rổ, đợi đi Sài Gòn về mới bỏ vào máy giặt. Đồ đạc của hai người mang theo cho vào một cái vali nhỏ. Hiếu ra phòng khách lo nấu nước pha trà pha cà phê cho Ba Má và anh chị. Đêm nay ai cũng ngủ ngon giấc vì ăn một bữa cơm chiều gia đình rất vui, ăn nhiều uống bia nhiều lại nói chuyện tếu cũng nhiều nữa. Caroline kéo vali vào phòng khách, lấy bình sữa tươi rót vào hai ly đầy đưa cho Hiếu một ly, chúng mình uống hết rồi mới uống cà phê cho thêm tỉnh táo. Nghe lời người yêu, Hiếu cầm ly sữa lên cụng ly với Caroline. Chị Tư từ trong phòng ra cũng kéo đến hai vali vì ở Đà Lạt cả tuần hay hơn, thấy hai em vui cụng ly với nhau, chị Tư nói đùa hồi tối Má bảo cậu Út trị Caroline, chắc Hiếu trị Caroline dữ quá nên cũng mệt đành phải uống sữa sớm. Chị nói đúng quá em cũng bị mệt lây nên cùng anh Hiếu uống sữa trước, sau mới uống cà phê. Ba Má Caroline cũng đã thức dậy, nghe các con đối đáp nhau cũng dòn dã vội đi ra. Thấy có Ba Má, con dâu nói Hiếu vâng lời Má hồi tối này nó trị em Caroline dữ quá làm cho Hiếu mệt, Caroline cũng mệt lây nên cả hai đứa mỗi đứa tu một ly sữa đầy nên chúng con đối đáp cho vui buổi sáng. Má nói thiệt dâu rể của Má sao mà ngoan giỏi dễ thương quá, Ba Má xem dâu rể như là con ruột. Hiếu đâu lại Má biểu, nghe chị con nói hồi tối Má bảo con về trị con Caroline, con có thực hiện không? - Dạ thưa có, con vừa mới trị em con hồi bốn giờ sáng nay. Còn tối về con bị Caroline trị đó Má ơi. Như vậy hai đứa trị qua trị lại đều tốt hết, Ba Mẹ thưởng mỗi đứa năm ngàn lên Sài Gòn có tiền mướn phòng ngủ năm sao tha hồ mà trị nhau. Còn con dâu của Ba Mẹ cùng chồng đi du dương hưởng tuần trăng mật, Ba Mẹ tặng mười ngàn. Các con phải thi đua, đứa nào có bầu trước Ba Mẹ thưởng thêm để có tiền mua sữa cho con bú. Bernard cũng vừa đến cũng nói lời cám ơn Ba Má. Uống cà phê xong, chúng con lên đường, sáng có Trai đưa Ba Má đi ăn sáng, trưa chiều Trai, trở lại đưa Ba Má đi ăn. Tối Trai ngủ lại đây, sáng thứ tư Trai đi Sài Gòn đón hai em và nếu Trai ở lại Sài Gòn một đêm thì có bạn của con và Trai ngủ qua đêm ở nhà mình thay Trai và cũng đưa Ba Má đi ăn như Trai vậy.

Ba Má ở nhà một mình nhớ khoá cửa cẩn thận, ai bấm chuông cũng không mở khi Trai hay bạn khác bấm chuông ba lần liên tiếp, Ba Má mới mở cửa, cái gì mình cũng đề phòng trước cho thêm an toàn. Các con lên đường đi Sài Gòn, Ba Má ở nhà cố bảo trọng.

Lên xe mình chạy thẳng đến vòng đai thành phố Vĩnh Long, không ngừng nghỉ dọc đường, chừng hơn tám giờ anh em mình tìm chỗ ăn sáng. Sau đó, chạy một mạch đến Toà Tổng Lãnh Sự Áo, anh em vào chào ông bà Tổng Lãnh Sự và mời Josephine đi ăn trưa với chúng mình. Trở lại Toà Tổng Lãnh Sự cho Josephine xuống, anh chị đợi hai em hỏi thủ tục vụ làm hôn thú hay lát nữa khi thăm viếng ông bà, Caroline lanh miệng hỏi luôn ông Tổng Lãnh Sự. Sau vụ lo làm hôn thú, anh em mình đến ngân hàng Pháp mở trương mục cũng như rút tiền ra xài, Caroline còn đến hãng Air France đổi chuyến bay.

- Đúng rồi anh Hai, em xin nói trước, Ba Má cho anh chị tiền hưởng tiền trăng mật ở Đà Lạt. Anh chị còn ở Sài Gòn, chúng em lo hết vì Má nói cho tiền chúng em tiêu xài ở Sài Gòn và nên ở hotel năm sao mới gợi hứng, chúng em cũng bút hai phòng. Chị dâu và em mở cuộc thi đua coi ai có bầu trước, Ba Má thưởng thêm hai chục ngàn để dành mua sữa cho con bú và cha nó bú luôn. Chị dâu nói:

- Em đề nghị cái gì nghe cũng đã cái lỗ tai chị quá. Bây giờ xe đang chạy, anh chị để hai em tâm sự hay nhìn xem phong cảnh hai bên đường cho đến tỉnh Vĩnh Long, chúng ta ăn sáng.

Tuyết Trinh gọt cam và lột vỏ quít đút cho chồng ăn thường để tránh buồn ngủ vì hồi tối cô giáo bắt chồng trả bài coi có thuộc không còn chấm điểm. Cô giáo khen, cho chồng mười điểm, Bernard lăn ra ngủ như chết một giấc đến sáng, cô giáo gọi thức dậy lo tắm làm vệ sinh và thay quần áo rồi ra phòng khách. Cô giáo thức sớm lo thu xếp quần áo đồ đạc cho vào hai vali nhỏ kéo ra phòng khách chờ chồng ra uống cà phê cùng Ba Má và hai em.

Xe tới Vĩnh Long, Bernard tấp xe vào cây xăng đổ đầy bình và hỏi chủ cây xăng gần đây chỗ nào có quán nào ăn ngon. Ông chủ chỉ đường đi đến đó khoảng ba trăm mét có một quán khá sang như là nhà hàng bán nhiều món ăn sáng rất ngon. Lên xe chạy đến quán ăn dừng lại, gởi xe, thấy quán ăn rộng lớn khá mát đã có nhiều khách ngồi ăn. Bốn anh em tìm một cái bàn ngồi ăn mà còn trông ra đường, xem cảnh buổi sáng của một vùng gần nội thành Vĩnh Long. Bernard nói:

- Chúng ta ăn nhanh để lên tới Sài Gòn trước mười hai giờ, còn là giờ làm việc, ông Tổng Lãnh Sự chưa đi ăn trưa em hỏi nhanh vụ làm hôn thú và mời Josephine đi ăn trưa luôn. Nhờ xe chạy nhanh và cũng không bị kẹt đường, đến Toà Tổng Lãnh Áo vừa đúng mười một giờ rưỡi, bốn anh đi vào cổng chính Toà Tổng Lãnh Sự xin vào gặp ông Tổng Lãnh Sự có việc cần. An ninh cổng báo trong văn phòng có hai công dân Áo xin vào gặp ông Tổng Lãnh Sự, có nhân viên văn phòng ra hướng dẫn vào. Vừa đến phòng khách thấy Josephine đi ngang qua, Caroline vội gọi bạn, Josephine quay lại thấy Caroline vợ chồng anh Bernard và Hiếu nữa. Josephine vội chạy lại chào hỏi mọi người và ôm Caroline. Caroline nói:

- Anh chị Bernard và chúng tôi cùng đến chào kính và cám ơn hai bác đi dự đám cưới của anh Bernard, Josephine đưa chúng tôi vào chào kính Bác trai và tôi xin phép bác trai cho anh em chúng tôi mời Josephine đi ăn cơm tây trưa nay, từ Sóc Trăng vừa lên tới.

Josephine nói với văn phòng cho cô đưa bốn người bạn đến chào Ba. Thế là Josephine dẫn bốn người vào văn phòng chào Ba, ông Tổng Lãnh ra tận cửa mời bốn người vào phòng khách, Josephine cũng ngồi kế Caroline. Bernard đứng lên cung kính chào kính và cám ơn hai Bác đã đến chung vui với gia đình chúng con và xin phép cho chúng con mời Josephine cùng đi ăn trưa với chúng con. Ông Tổng Lãnh Sự nói, ông bà rất cám ơn hai cháu mời hai bác và Josephine đi dự tiệc cưới, hai bác ở lại một đêm quá vui nghe bà Tín kể chuyện đời học trường đầm mà Bác nghe cũng quá thích.

Bây giờ Bác đề nghị, hình như Bernard đưa vợ đi Đà Lạt hưởng tuần trăng mật, hai bác mời bốn cháu mình đến nhà hàng ăn trưa. Josephine dẫn Caroline vô chào má và mời má đi ăn trưa với chúng ta. Bà đã chuẩn bị sẵn bữa ăn trưa cho Bác và Josephine. Ba con nói với Mẹ:

- Ba xin lỗi Mẹ, nói Mẹ cất lại thức ăn, chiều ăn cũng được, ra văn phòng cùng đi với Ba và bốn anh chị của con. Thế quá tốt đẹp, nhân cơ hội quý hiếm có nhiều thì giờ chờ Bác gái, Bernard hỏi bác trai, công dân Áo lấy vợ hay lấy chồng, đối với quê mình thì thủ tục làm sao? Dễ lắm, ông nói:

- Công dân Áo, chỉ cần có giấy tuỳ thân đầy đủ của người yêu phải trên hai mươi mốt tuổi, cả hai ký vào một tờ giấy kết hôn tại đây để văn phòng của Bác làm Hôn Thú theo người Áo mình, Bác ký liền là xong. Nếu Bernard muốn làm hôn thú ngay bây giờ, chốc nữa đi ăn về, cháu và vợ cháu ký giấy xong chừng nửa tiếng sau là có tờ hôn thú. Còn về phía Việt Nam khi có hôn thú của Áo thì họ cũng làm nhanh, thủ tục cũng tương tự như ở đây. Mục đích hai tờ hôn thú của hai quốc gia mình muốn con sanh ra là có song tịch. Bernard nói, con xin cám ơn bác, chút nữa con và Caroline cùng đi làm luôn. Ông Tổng Lãnh Sự ngạc nhiên:

- Ai vậy mà nhanh thế, qua Việt Nam có mấy ngày mà Caroline đã lấy chồng rồi.

- Chồng của nó là em vợ của con, Bernard đáp. Hai anh em ruột lấy hai chị ruột khá tiện lợi, thưa Bác.

Ông Đại Sứ cười vui, nếu có chồng của Caroline, trưa nay mình ăn trưa lớn, khui champagne ăn mừng. Bernard giới thiệu Hiếu. Ông đến bắt tay Hiếu chúc mừng. Bác nghe nhân viên Bác là người Việt nói, em vợ của Bernard học giỏi lắm thi vào đại học Y Khoa đỗ đầu có đến hơn một ngàn sinh viên thi, còn vợ của Bernard cũng đỗ Thủ khoa đại học sư phạm và anh trai của nó cũng là bác sĩ ra trường cũng đậu Thủ Khoa, Ông Khoa Trưởng Y Khoa Cần Thơ cho bác biết như vậy. Ông Khoa Trưởng còn mời hai bác đến Cần Thơ dự tiệc cưới của người anh vợ cháu đó, chắc ngày thứ tư hay thứ năm là bác có thiệp mời.

Bác cho con Josephine theo Caroline làm dâu phụ kỳ rồi, bác thấy thích quá. Lần này, Bác cho Josephine xuống nhà cháu trước để nó có dịp đi du ngoạn nhiều thắng cảnh ở Miền Tây.

Nói xa một chút nó nên tìm thanh niên Việt nào có học thức mà nó thích bác sẽ tổ chức đám cưới cho nó vì nó ở Áo bác sợ bị mấy thằng không ra gì dụ thì tội nghiệp đời nó. Ở Áo, tại địa phương mình, nó và con Caroline đẹp nổi tiếng mà chúng nó lại học giỏi, con nhà khá giả nên có biết bao bạn học, thanh niên cua, sợ rủi có bầu thì hai bác buồn lắm. Vì vậy bác muốn nó có chồng Việt Nam nó sẽ ở bên nây, luôn gần gũi, hai bác lại thêm vui.

- Các cháu xin cám ơn bác có lời nói chân thành từ đáy lòng, các cháu sẽ để mắt tìm giúp người tốt cho Josephine tìm hiểu, nếu hạp tánh yêu nhau nhiệt thành như Caroline với Hiếu, chừng đó hai bác tổ chức đám cưới chúng cháu cùng lo giúp.

- Các cháu đã hứa, bác rất vui, ông Tổng Lãnh Sự nói. Khi hai vợ chồng cháu đi Đà Lạt, xe cháu nên gởi đây, bác nhắc nhở nhân viên trông nom giúp sẽ rất an toàn hơn cháu gởi chỗ khác. Hai cháu cho con Josephine cùng đi về Sóc Trăng chơi với cháu Caroline. Bernard nói, hai con rất sẵn sàng được hai bác tin, hai cháu sẽ cố gắng tìm bạn cho Josephine phải là thanh niên tốt có học thức và phải có hiếu có đạo đức nữa. Ông Tổng Lãnh Sự đến bắt tay Bernard, bác xin cám ơn cháu trước. Trưa nay, chúng ta ăn trưa không đề cập đến vấn đề đó, như là con Josephine tự tìm bạn lấy mà không có tay trong giúp thì sẽ hay hơn. Vừa nói đến đây đã qua mười hai giờ nhân viên đi ăn trưa, bà và con cùng Caroline vừa đến, chào hỏi nhau xong. Ông Tổng lãnh Sự nói Bernard chạy sau xe bác đến nhà hàng, ăn xong trở lại đây, làm liền hai giấy hôn thú để Caroline mang về khoe với Mẹ chồng và anh chị chồng, nó giỏi như thế. Mọi người cùng cười.

Vào nhà hàng Continental rất to đẹp rất sang trọng, ông chọn một bàn lớn gần sát đường Đồng Khởi để còn vừa ăn vừa nhìn ra đường phố cho thêm vui mắt. Chủ nhà hàng là một người Pháp chánh quốc, mỗi người tự chọn món ăn. Hiếu nói nhỏ với Caroline, em chọn thức ăn giúp anh vì trong đời anh đâu biết món ăn Tây nào mà anh chọn. Đây là lần đầu tiên anh biết ăn thức ăn Tây, Caroline lại xúc động muốn rơi nước, tội nghiệp anh Hiếu của em, em sẽ dẫn anh thường đi ăn đồ Tây cho quen để có dịp sang Áo không lọng cọng trong ăn uống.

Ông Tổng Lãnh Sự gọi thêm hai món khai vị nhậu với Champagne ông cũng bị lai Việt Nam uống champagne đầu bữa ăn vì đây là bữa tiệc mừng Caroline đã chọn được tấm chồng xứng đáng. Vì ăn trưa, ông không dám uống rượu nhiều, còn về làm việc phải giữ thể diện với nhân viên. Có đủ thức ăn và rượu trên bàn, ông nói ông quá vui mừng biết Caroline mới qua Việt Nam có mấy ngày mà đã tìm được một người chồng xứng đáng, lát nữa về văn phòng sẽ có ngay hôn thú chứng nhận mối tình đẹp Việt Áo đó.

Bây giờ anh xin giới thiệu với bà xã, chồng của Caroline, xin mời cháu Hiếu đứng lên, Caroline cũng ăn theo đứng lên cũng khoanh tay như Hiếu cúi đầu chào bác gái và bắt tay Josephine. Ông nói vừa dứt, người hầu bạn mở nắp chai champagne, một tiếng nổ vang thân thương tràn đầy hạnh phúc vang lên, cả bàn vỗ tay tán thưởng chúc mừng.

Thế là có thêm một đám cưới Việt Áo thứ hai tại miền Tây trên đất nước Việt Nam. Ông Tổng Lãnh Sự nâng ly mời mọi cùng vui ngày làm hôn thú của Hiếu và Caroline và ăn theo có hôn thú của Bernard và Tuyết Trinh. Ông Tổng Lãnh Sự nói:

- Chúng ta ăn nhanh về văn phòng làm xong hôn thú cho các cháu chiều nay.

Chừng nào vợ chồng Bernard trở về Sài Gòn hai bác cho con Josephine cùng về Sóc Trăng ở chơi lâu lâu cũng được và còn làm dâu phụ trong đám cưới của anh vợ Bernard tại Cần Thơ có hai bác xuống tham dự. Caroline vỗ tay nói, con cám ơn hai bác. Caroline nói với Josephine:

- Chúng mình lại có dịp sống chung như ở Vienne, tha hồ mà đi du ngoạn, anh Hiếu có đồng ý đưa chúng em đi chơi không?. Hiếu đáp rất sẵn sàng chúc hai bạn vui chơi như còn ở Vienne. Hai ông bà Tổng Lãnh Sự rất hài lòng bây giờ để Bác về trước bảo nhân viên chuẩn bị sẵn sàng lo làm giấy hôn thú cho hai cặp uyên ương. Chốc nữa, Bernard đưa bác gái và Josephine về văn phòng, mấy cháu lên ký giấy đồng ý kết hôn, đưa bác ký đóng dấu lấy liền rồi các cháu đi lo công việc riêng cho xong trong ngày, ngày mai hai đứa đi Đà Lạt hai đứa về Sóc Trăng.

Má Josephine hỏi thăm sức khoẻ Ba Má Caroline và sức khoẻ Mẹ chồng, bà rất vui nói trong đời bà chưa khi nào dự một đám đông vui như đám cưới Bernard.

Bác nói với con Josephine, khi đám cưới con, Ba Mẹ cũng ráng sức tổ chức hoành tráng như đám cưới của Bernard. Bà cũng nói nhân viên của Ba có kể về lai lịch bên chồng của Caroline, ai cũng bái phục, hai bác nghe cũng ngưỡng mộ nữa. Bác chúc hai cháu Caroline và Hiếu luôn hạnh phúc và cố giúp bạn cũng có hạnh phúc như hai cháu. Caroline, chúng con tới bốn người có mặt tại đây, xin hứa với hai bác, chúng con coi xem Josephine như người trong gia đình chúng con thương yêu, giúp đỡ nhau và có nhiều hạnh phúc. Chúng con xin đưa Bác về và xin phép Bác, chúng con xin mời Josephine đi ăn cơm Việt Nam với chúng con chiều nay.

Bernard ra lấy xe lái về Toà Tổng Lãnh Sự, Josephine đưa Mẹ về nhà, Bernard và Caroline nắm tay người yêu dẫn vào văn phòng nhân viên đưa tờ giấy đồng ý kết hôn, điền tên họ và ngày sanh tháng đẽ và ký tên ở dưới, đưa lại nhân viên đánh máy vào hai tờ hôn thú, có người mang lên ông Tổng Lãnh Sự ký liền, mang xuống nhân viên đóng dấu và ghi vào sổ lưu trữ. Hai hôn thú cho vào hai phòng bì có logo của Toà Tổng Lãnh Sự Áo Sài Gòn. Cả bốn người bắt tay và cám ơn nhân viên phụ trách, ra khỏi văn phòng trong sự hân hoan tột độ.

Bernard lái xe đến ngân hàng Pháp, trình giấy uỷ quyền của Bố cho chuyển năm chục ngàn Euro của Bố sang một trương mục có tên Bernard và Tuyết Trinh và đồng thời Bernard gởi thêm cái check mười ngàn của Ba Má mới cho hồi sáng vào trương mục. Nhân viên làm rất nhanh và nói tôi đưa cho hai ông bà một tập séc hai mươi tờ xài tạm chừng bốn ngày hai ông bà sẽ có tập séc chánh thức có tên ông bà. Tôi xin nói cho rõ hiện trương mục của ông bà có tổng cộng là sáu mươi ngàn Euro. Công việc xong, xin chúc ông bà bình an hạnh phúc.

Trong khi đó, Caroline đưa tấm séc năm mươi ngàn Euro của Bố Mẹ cho anh Hiếu năm mươi ngàn nhập vào trương mục của Caroline cũng vừa mới xin điền thêm tên anh Hiếu vào. Như vậy trương mục của Caroline bây giờ có thêm tên chồng, ai ký séc cũng được, và Caroline xin gởi thêm tám ngàn Euro Ba Má vừa mới cho hồi sáng và xin đổi giúp lấy tiền Việt hai ngàn Euro. Nhân viên làm việc như cái máy, chỉ mấy phút sau, cô nhân viên đổi hai ngàn euro ra tiền Việt nhiều quá nên cô giúp đổi ra tiền Việt Nam mệnh giá cao cất giữ gọn hơn. Tất cả tiền đổi mới toanh có băng niêm phong của ngân khố Việt Nam. Cô nhân viên cho vào một cái túi da xách tay có khoá an toàn đàng hoàng. Caroline và Hiếu cám ơn cô nhân viên ra phòng khách thì anh chị cũng xong công việc ra tới. Caroline nói anh Hai đưa em tới văn phòng Air France, em dời ngày về thêm ba tuần nữa và anh em mình đến khách sạn năm sao Majestic ở cuối đường Đồng Khởi ra bờ sông có nhà hàng nổi, tối chúng em đãi anh chị và Josephine. Từ khách sạn, mình chỉ băng qua một đại lộ chạy ngang là tới nhà hàng nổi. Mình khỏi cần đi xe pháo gì hết hay anh lái xe qua đó đậu, ăn xong mình đưa Josephine về. Anh em mình gởi xe lại tại đó rồi gọi tắc xi về lại khách sạn. Mai anh Trai sẽ đón hai em tại khách sạn, anh gọi công ty du lịch đến Majestic đón anh chị. Em sẽ rủ Josephine ra đây ăn sáng và đi ăn trưa xong, chúng em đưa Josephine về Toà Tổng Lãnh Sự, anh Trai sẽ lái về Sóc Trăng. Nếu về đến Sóc Trăng muộn, tối quá, chúng em mời anh Trai ăn tối qua loa cái gì đó, về đến nhà sớm em mời Ba Má và anh bạn của anh Trai cùng đi ăn cho vui.

Chương trình của em là như vậy, anh thấy có được không, Bernard nói:

- Cái gì em cũng giỏi hết mà em thua đậm anh chiều nay rồi, em mất phần cái đầu heo làm mai đó. Em hỏi Hiếu sẽ rõ, anh chị cũng thấy em tội nghiệp, anh em mình chia hai nghe. Anh của em nói hay quá phải không chị tư? Caroline nói - Đúng rồi, đúng rồi, Tuyết Trinh vội đáp. Cả bốn anh chị em cùng cười sảng khoái!

Xe về đến khách sạn Majestic, bốn anh em vào văn phòng hỏi bút hai phòng có cửa sổ nhìn ra bờ sông, hai phòng gần nhau. Nhân viên hỏi muốn ở tầng trệt hay lầu. Caroline nhanh nhẩu nói cho ở phòng trệt. Bốn anh em vào hai phòng sát vách nhau, chưa tới sáu giờ. Bernard nói anh em mình vào phòng tắm cho mát, anh sẽ nghỉ lưng một chút cho khoẻ vì cả ngày hôm nay, anh lái xe cũng mệt, tối nằm sải tay chị Hai của em lại buồn, anh không đành lòng phải không Caroline?

- Anh Hai nói chí phải, chị Hai nói để nghỉ ngơi một chút chị gọi lại công ty du lịch cho biết khách sạn đến đón. Còn em để anh Hiếu tắm trước và thay quần áo khác, em gọi về Sóc Trăng cho anh Trai biết số phòng của khách sạn Majestic. Ngày mai cố gắng anh Trai đến sớm để còn có nhiều thời giờ gặp người đẹp vì cái đầu heo của anh Trai bắt buộc phải có, em và anh Bernard sẽ cưa đôi.

Vợ chồng Bernard vào phòng lấy điện thoại gọi cho công ty du lịch và gọi về Sóc Trăng xong hết. Vào phòng ngủ thấy khách sạn năm sao có khác, cái gì cần thiết đều có hết tha hồ mà hưởng thụ. Quá đúng lời Má nói vì thời thanh xuân Má và Ba lo công việc làm ăn đi đến không biết bao nhiêu thành phố có khách sạn năm sao nên có kinh nghiệm thụ hưởng nay cũng muốn con mình cũng tập làm sang thụ hưởng. Caroline thầm nói con cám ơn Má.

Hai cô cậu lúc nào cũng phải tắm chung kỳ cọ cho nhau nên mau nảy lửa thèm muốn. Caroline muốn gọi cho anh Hai, anh chị đi đón Josephine, còn Caroline ở nhà lo mần việc nước mà nói láo với anh là mệt. Hiếu không đồng ý, chúng mình phải đi với anh chị đón Josephine, ăn uống xong, đưa Josephine về nhà, anh Hai gởi xe, đi taxi về khách sạn. Chúng mình có cả đêm, em để anh trả bài coi có thuộc không cho biết tài anh nhá! Caroline đồng ý lên giường nằm nghỉ lưng lấy lại sức vì cả ngày nay cũng khá bận, giải quyết chuyện gì cũng suôn sẻ, nằm ôm Hiếu ngủ liền. Caroline ngủ được hơn hai mươi phút thấy gần đúng sáu giờ, Hiếu đánh thức dậy lo thay quần áo, trang điểm cho thêm đẹp. Đã mặc quần áo xong ngồi uống một lon bia đợi Caroline chãi tóc xong, Hiếu cầm lon bia đến đưa Caroline uống và hôn nàng, kéo Caroline lại bàn, hai đứa uống hết lon bia, qua phòng anh chị bấm chuông, anh chị đã sẵn sàng cùng ra bãi đậu xe, Bernard lái đến nhà Josephine, Caroline và Hiếu vào đón, anh chị ngồi chờ trên xe. Ông bà lại dẫn con gái ra xe và bảo Bernard khi đưa Josephine về, xe cháu đậu vào chỗ bảng có chữ VIP, có nhân viên an ninh trông lo và có xe đưa bốn cháu về khách sạn. Hai bác chúc vợ chồng Bernard hưởng tuần trăng mật vui vẻ hạnh phúc, hai bác nhờ Caroline nói hai bác kính hỏi thăm sức Ba Mẹ và Mẹ chồng nữa. Aurevoir, bye bye.

Hai ông bà quay vào nhà, các em lên xe nhanh, Bernard lái đến nhà hàng nổi gởi xe cẩn thận, năm người xuống nhà hàng dù là ngày làm việc mà cũng có khá đông khách, rất nhiều người nước ngoài đến đây ăn. Khung cảnh nhà hàng nổi trên sông nước thật hữu tình nên thơ, sóng nước nhấp nhô, gió sông man mát dễ chịu làm sao. Những giề lục bình vô tư bềnh bồng trên sóng nước trôi nổi không biết ngày sau sẽ ra sao, trôi giạt về đâu, tương lai mịt mùng vô tận. Số phận chúng chẳng khác những người cùng khổ không nhà, rày đây mai đó, định mệnh trớ trêu đã từng ập đến chôn vùi số phận bần hàn của họ với một tương lai mù mịt không biết sẽ về phương trời nào.

Những giề lục bình trôi xuôi theo dòng nước còn tạo cảnh quang vui mắt hữu tình vào lúc hoàng hôn, trái ngược với thân xác bần cùng nghèo đói xác xơ chỉ chờ thần chết dẫn đi.

Nhà hàng nổi có nhạc sống nên thu hút khách đông. Ngồi vào bàn yên chỗ, Caroline đề nghị năm người mỗi người chọn một món ăn để cùng nhau ăn chung và Bernard là đại ca chọn thêm vài món ăn khai vị và chúng mình sẽ uống một chai rượu chát ngon nữa. Mọi người chăm chú nhìn tìm món ăn nào mà mình thích nhứt và tránh có món ăn trùng nhau với người khác. Caroline trêu chọc chị dâu cô giáo chọn món ăn nào làm cho dượng giáo bị kích thích cùng với món ăn dượng giáo thích nhứt. Như vậy anh Hai của em hơn mọi người là có nhiều "bao vơ" sẽ làm vừa lòng chị dâu của chúng em. Chị Hai cũng cụng ly với anh Hai thêm hưng phấn và anh Hai của em không say rượu mà lại say men tình với chị Hai đêm nay.

Khi lên đến Đà Lạt chị làm anh Hai phải say xỉn mỗi đêm đó là cách chị em mình thi đua coi ai chiến thắng đạt thành tích trước được ba má thưởng hai chục ngàn Euro. Chị Hai cám ơn cô Ba nhắc nhở cái vụ tiền thưởng hai mươi ngàn anh chị cố gắng tối đa, em yên chí. Và anh chị cầm chắc cái thua, làm sao mà chiến thắng hai em tuổi trẻ tài cao lại rỗi rảnh, không việc, làm đêm không đủ lại tranh thủ làm ngày. Chị nhận định em Caroline có thấy đúng không?.

- Chị Hai của em lúc nào cũng nói đúng, rất xứng đáng được anh Hai tặng thưởng danh hiệu chị là cô giáo tiên tiến của anh. Josephine nói:

- Caroline chưa có rượu vào mà lời ra đá bên này móc bên kia làm người yêu nín khe. Xin anh Hiếu rót rượu ra mời anh chị Bernard, và cô vợ thông minh hết sẩy của anh, chúng ta cùng nâng ly chúc mừng sức khoẻ và nhiều hạnh phúc.

Hai món khai vị cũng có trên bàn làm mồi cho chai rượu đỏ ngon, chỉ qua tua đầu đã vơi gần nửa chai cũng là lúc ban văn nghệ giới thiệu chương trình văn nghệ bằng cả hai thứ tiếng Việt và Anh, dàn ca sĩ có nhiều ca sĩ khá nổi tiếng hát hay và xinh đẹp. Hiếu muốn bữa ăn tối thật vui, đề nghị với anh chị mình bầu chọn một hoa khôi tối nay ba ca sĩ lên hát trước đều là ba sĩ có giọng ca truyền cảm sâu lắng và đẹp cùng thi sắc với hai mỹ nhân của bàn mình với ba giám khảo, anh chị Hai và em. Bầu chọn gọi là minh danh đầu phiếu ghi tên giám khảo, chọn giai nhân, người nào được hai phiếu là hoa khôi I, một phiếu là Hoa Khôi II.

Hiếu giả bộ cúi xuống kéo chiếc vớ lệch, nói nhỏ bằng tiếng Việt với chị mình, anh chị bỏ phiếu cho Jo, em cho Ca. Hiếu công bố phần thưởng tại đây, Hoa Khôi I ăn cái bánh cake lớn và Hoa Khôi II ăn cái bánh cake nhỏ hơn một tý. Nếu may mắn hai mỹ nhân bàn này có ai trúng tuyển thì ba giám khảo sẽ đãi ăn một chầu có nhiều bạn bè tại Sóc Trăng khi hai ông bà giám khảo sau tuần trăng mật ở Đà Lạt về. Hiếu làm bộ trịnh trọng nhờ hầu bàn mang đến ba tờ giấy trắng và ba cây viết. Theo thứ tự, ba nữ ca sĩ ở trên chưa có tên, người thứ tư là Caroline và thứ năm là Josephine. Giám khảo chọn ai thì khoanh tròn mỗi giám khảo chỉ chọn một người. Sau công bố kết quả, ăn bánh uống trà xong chúng ta ra về. Kết quả cuộc thi sắc đẹp vô tiền khoán hậu được long trọng công bố như sau: Josephine được hai phiếu bầu chọn của hai giám khảo Bernard và Tuyết Trinh và Caroline được một phiếu của giám khảo Trọng Hiếu. Hiếu nói:

- Ngày mai anh chị Hai đi Đà Lạt sớm, chắc chúng em chưa thức, bây giờ chúng em xin chúc anh chị luôn bình an khoẻ mạnh và vô cùng hạnh phúc, Caroline và Josephine cũng chúc anh chị có những ngày trăng mật tràn đầy yêu thương hạnh phúc.

Đưa Josephine về đến nhà, Hiếu và Caroline đưa đến tận cửa, đợi Josephine vô nhà rồi mới quay ra xe. Khi xe vào đậu chỗ parking VIP, có người chạy ra nói, ông Tổng Lãnh Sự bảo tôi đợi ở đây đưa quý vị trở lại khách sạn, xin khoá xe lại, tôi lái xe của Toà Tổng Lãnh Sự. Hiếu đã chuẩn bị tiền típ, xuống xe xong, Hiếu lanh miệng nói cám ơn và đưa biếu bác tài một ít tiền uống cà phê. Về đến phòng cũng khá mệt nên ai cũng vội tắm để nghỉ ngơi.

Đặt lưng xuống giường, hai tay Hiếu ôm hôn Caroline và thăng cùng lúc với Caroline cho mãi đến một giờ sáng, Caroline thức trước đi vệ sinh và súc miệng vào lại giường mới đánh thức Hiếu, em sẵn sàng làm tài công lái tàu đưa anh về bến mơ. Hiếu vội ngồi dậy lo vệ sinh, đánh răng và tắm vội cho khoẻ, trở lại giường thấy Caroline vẫn kiểu cách cũ, có khăn che hạ bộ, phơi bày hai hòn non bộ chờ người tình chiêm ngưỡng và cũng có hai cái khăn nhỏ để gần đầu nằm. Caroline nhắm mắt như ngủ, Hiếu nhẹ nhàng nằm xuống xoay qua ôm người yêu và khẻ nói em có mệt không, để anh đấm bóp tay chân em một chút cho khoẻ, Caroline không cho Hiếu làm, nắm kéo Hiếu nằm xuống, anh ôm em thật chặt và hôn em đi cũng làm cho em khoẻ, vui thích hưng phấn rồi.

Tối nay, lần đầu tiên, Hiếu ở trong một phòng ngủ sang trọng năm sao, chỉ một đêm bằng một tháng tiền lương công nhân viên nhà nước, nghĩ đến điều đó, Hiếu nói thầm không có người yêu Caroline dù mình có bằng bác sĩ đi hành nghề cũng có tiền lương khá hơn công nhân viên bình thường thì cũng sẽ không bao giờ dám đặt chân đến khách sạn năm sao. Càng suy nghĩ càng thấy cái hố sâu ngăn cách giữa giới nhà giàu và giới nghèo khổ bần cố nông như gia đình mình trước đây mà ngao ngán cho một kiếp người.

Caroline cảm thấy Hiếu đang suy nghĩ điều gì đó mà thiếu những cử chỉ, động tác yêu đương dồn dập với nàng như những lần trước. Caroline ôm chặt người yêu và thủ thỉ bên tai, anh của em đang suy nghĩ điều gì đó, em có làm phật lòng anh không? Hiếu hôn nàng và nói:

- Em đối với anh không chỉ là người yêu mà còn là một ân nhân của anh nữa. Nhờ có em mà anh mới biết, học hỏi nhiều cái mới lạ đối với anh trong cuộc sống. Anh vừa nghĩ đến giá tiền một đêm như phòng ngủ này bằng tiền lương một tháng của công nhân nhà nước bình thường và của bác sĩ như anh sau này, anh cũng chẳng bao giờ dám bén mảng đến các phòng sang trọng này.

Cái hố sâu ngăn cách giàu nghèo trong xã hội sao lớn quá mà anh ngao ngán. Anh nghĩ anh có phương tiện như chữa bịnh anh phải hết lòng hy sinh tận tuy cứu giúp giới cùng khổ.

Anh lại nhớ cảnh, một lần anh đi mót củi cũng chiều tối sau khi đi học về ngang qua một ngôi nhà thuộc giới giàu trong vùng, có người mang đi đổ bỏ cho heo ăn một tô bún có tôm thịt anh trông phát thèm muốn chảy nước miếng vì bà chủ cằn nhằn tô bún mặn. Anh ao ước phải chi người ta cho mình tô bún đó chắc anh sung sướng lắm vì có một bữa ăn no. Với lý do anh thường nhớ quá khứ nghèo khổ của mình lại nhớ đến tô bún tôm thịt mà anh thường ăn để giúp mình luôn cảnh tỉnh nhớ giúp người nghèo khổ như hoàn cảnh gia đình anh năm xưa.

- Caroline ôm hôn Hiếu dồn dập, nói, sao anh yêu của em có ý tưởng nhân bản quá cao đẹp làm em càng kính trọng càng yêu anh nhiều thêm. Tiền em có trong ngân hàng, anh muốn cứu giúp ai cũng được, anh không phải hỏi ý kiến em vì em tin anh luôn có tinh thần nhân ái cao độ, anh xài tiền rất đúng chỗ, em không tiếc.

Việc gì đến rồi cũng phải đến, sau những phút suy tư làm hai người tình có nhiều xúc cảm rồi cũng chóng qua. Vẫn như cũ, Caroline thường tỏ bày tình yêu với Hiếu là nàng làm tài công, Hiếu là chiếc tàu do Caroline điều khiển. Caroline nghĩ kiểu cách này có lợi cho cả hai, nằm trên chủ động đến đỉnh tình yêu sâu sát hơn và cũng giúp cho người tình ít mất sức hơn nên dễ mở cuộc chiến mới. Sự hoà hợp cũng khá lạ mà đẹp, cả hai người tình thường lên đỉnh điểm yêu đương cùng lúc và có sự ham muốn giống nhau trong tình yêu hay trong sinh hoạt gia đình.

Thu dọn chiến trường xong, cả hai ôm nhau ngủ tiếp thêm ba tiếng, thức giấc cùng lúc lại mở cuộc chiến khác cũng dữ dội không thua kém trận chiến trước. Buông ra, hai người cũng mệt ngủ thêm chừng một tiếng đồng, thức dậy vào tắm trong bồn có pha nước ấm và xà phòng ngâm mình kỳ cọ nựng nịu nhau cũng khá lâu. Cả hai tắm lại, Caroline cũng gội đầu và nhờ Hiếu sấy khô tóc.

Hoàn thành công tác, Hiếu đi lại giường gom hết dấu tích chiến trường cho vào thùng chứa đồ giặt của phòng ngủ. Không quên nhiệm vụ, Hiếu cẩn thận gom quần áo của mình đã mặc để chung với quần áo của Caroline đã mặc qua cho vào túi ny long và vào vali vì phải thu dọn chiến trường trả lại phòng rời bỏ nơi đây. Khi anh Trai đến là rời phòng ngay đi đón Josephine đi ăn sáng.

Theo tâm lý Hiếu nghĩ, anh Trai, có lẽ cả đêm anh thao thức khó ngủ, anh biết Josephine đi ăn sáng cùng với anh. Anh sẽ lái xe đến đây sớm để mong gặp lại Josephine mà anh đã yêu thầm nhớ trộm. Hiếu suy bụng ta ra bụng người nên phải thu dọn xong giúp anh Trai đỡ sốt ruột vì thấy bạn chưa chuẩn bị sẵn sàng rời nơi đây.

Caroline đã thông báo tin sốt dẻo cho anh Trai biết là Josephine đã có cảm tình với anh và Ba Má cô ta muốn giữ cô ta ở Việt Nam gần gũi với cha mẹ vì ông lo sợ nhiều thanh niên ở Thủ Đô Vienne luôn bám theo tán tỉnh Josephine, lỡ lầm gặp một chàng trai không ra gì thì ông bà sẽ ân hận suốt đời. Ông bà không ngại cho con đi chơi xa với bạn biết đâu Josephine bị tiếng sét ái tình ở Việt Nam miễn là chàng trai đó phải có tư cách đạo đức và học thức mà Caroline nghĩ anh Trai có thừa nên cua nàng không khó.

Ngày mai, có anh Trai, Hiếu chọn ăn hủ tiếu Mỹ Tho muốn gởi cho Josephine và Caroline, hai cô gái Áo biết văn hoá ẩm thực của miền Tây Việt Nam vô cùng đa dạng phong phú.

Hiếu lấy bộ đồ khác cho Caroline thay cũng như kem dưỡng da, son phấn, nước hoa bày sẵn lên bàn trang điểm. Mọi thứ xong hết, Hiếu pha cà phê cho cả ba người uống vì Trai sẽ đến khách sạn Majestic trước chín giờ như ước hẹn, Hiếu nghĩ anh Trai sẽ đến sớm hơn ước hẹn mà bây giờ đã gần tám giờ rồi. Caroline cũng tắm xong, đang chải tóc, Hiếu giúp người yêu sấy tóc trong lúc nàng đánh phấn thoa son.

Bỗng điện thoại reo, Hiếu biết Trai đã đến rồi, nhắc Caroline thay quần áo ngay, còn trang điểm sau. Hiếu bốc điện thoại nghe, Trai cho biết đã đến sớm trước hẹn một tiếng xin hai bạn thông cảm, tôi chỉ muốn đến sớm hơn sợ làm phiền hai bạn đang say sưa ngủ. Hiếu đáp tôi cũng đoán anh đến sớm, tôi sẽ đón anh lên phòng chúng tôi, anh tắm cho khoẻ sau một đêm trằn trọc mất ngủ và uống cà phê với chúng tôi cho thật tỉnh gặp lại Josephine cả ngày.

- Anh Trai đợi em một chút, Hiếu nói với Caroline nếu còn trang điểm, em cứ tự nhiên, quần áo em mặc xong thì tốt rồi, Anh đưa anh Trai về phòng cho anh ấy uống cà phê và tắm, chúng mình đợi một chút rồi đi đón Josephine lúc tám giờ rưỡi thay vì chín giờ. Nói xong và không quên hôn Caroline, Hiếu đi đến phòng khách thấy anh Trai đang ngồi chờ, đến nhanh bắt tay anh Trai mời anh Trai lên phòng chúng em tắm cho khoẻ và uống một tách cà phê em đã pha sẵn cho anh rồi. Hiếu kéo Trai đi theo mình ngang phòng làm việc, Hiếu dừng lại nói nhân viên văn phòng làm thủ tục trả phòng, chúng tôi rời đây trước chín giờ. Cô nhân viên nói, anh chị của anh khi rời đây đã thanh toán xong. Vậy anh muốn rời đây lúc nào sáng nay cũng được. Hiếu và Trai nối gót nhau về phòng, Hiếu cẩn thận gõ cửa, Caroline ra đón anh Trai và nói lời cám ơn anh Trai đã cực khổ thức sớm lái xe đến đón chúng em. Anh Trai cười tươi:

- Anh phải cám ơn bà mai và đầu heo đã đặt cọc mua rồi, về Sóc Trăng sẽ có đầu heo ngay. Caroline cười ngất nói lại câu mà Hiếu đã từng nói với Caroline: Hữu duyên thiên lý năng tương ngộ - Vô duyên đối diện bất tương phùng. Trường hợp của anh Trai hy vọng sẽ diễn ra giống trường hợp của em và anh Hiếu. Một lần nữa Trai cám ơn hai em giúp anh và xin phép hai em cho anh tắm, đuổi hết cơn buồn ngủ để còn tinh thần sáng suốt gặp người đẹp mộng mơ của anh. Anh nói nhớ nghen, chút nữa em sẽ thuật lại lời anh vừa mới nói cho Josephine coi cô ta phản ứng ra sao? Trai cười và đi ngay vào toi lết lo làm vệ sinh, đánh răng xong xuôi rồi vào tắm. Caroline và Hiếu vừa cụng đầu nhau tâm tình và nhâm nhi ly cà phê do Hiếu pha cho Caroline. Khi trao ly cà phê, Hiếu còn tán tỉnh bóng gió, nói trong ly cà phê còn chứa đầy tình yêu của Hiếu dành cho Caroline.

- Cám ơn anh, Caroline nói.

Chúng ta đã chuẩn bị sẵn sàng, em sẽ gọi Josephine nói chúng ta sẽ đến đón lúc tám giờ mười lăm. Trai tắm xong, ra phòng khách uống cà phê và nói với hai bạn là bây giờ anh mới thấy hết buồn ngủ hết dật dờ. Hai em biết không, nghe tin của Caroline thông báo, anh muốn lên xe đi liền vì anh quá bất ngờ đón nhận tin vui. Anh muốn lên Sài Gòn sớm gặp lại Josephine và anh đã hạ quyết tâm bày tỏ lòng anh cho Josephine là bị tiếng sét ái tình khi anh nắm tay Josephine trong vai cô dâu chú rể phụ trong tiệc cưới của Bernard. Nếu Josephine không chấp nhận xem anh là người yêu thì xin xem anh là một người mới quen thôi cũng cho anh một niềm vui nho nhỏ. Nếu Josephine nói anh phải chờ thêm thời gian để Josephine tìm hiểu anh cho thật kỹ, anh cũng vui vẻ cám ơn nàng.

Anh Trai nghĩ tình yêu chân thật không thể quá vội vàng quyết định. Anh Trai cũng nói thật:

- Caroline trao hết tình yêu cho Hiếu như hoả tiễn bắn lên cung trăng quá vĩ đại quá nhanh lại chọn đúng người không sợ lầm lẫn. Anh khen Caroline có con mắt tinh tường chọn tấm chồng có tài đức, thông minh, nhanh nhẹn và lại có hiếu với Mẹ vô cùng nhiệt thành và Hiếu cũng sẽ có hiếu với cha mẹ vợ như vậy. Caroline hãy tin anh đi. Hiếu và Caroline cùng lúc nói lời cám ơn anh Trai khen ngợi.

Nghe tâm sự của Trai, Caroline biết chắc là anh Trai thật sự yêu Josephine. Cái may của hai người này, Ba Má anh Trai để lại cho anh một tài sản kếch sù, anh học giỏi có đạo đức, hai đức tánh này mà Ba Mẹ Josephine đã có ý nghĩ chọn tấm chồng cho con, anh Trai có thừa. Còn anh Trai cũng muốn người vợ tâm đồng ý hợp mà phải có học thức, lòng thương người, Josephine cũng có đủ. Caroline nói:

- Em tin rằng anh gặp thêm lần này, Josephine còn theo xe anh Bernard về Sóc Trăng ở cả tuần chơi với em và cùng làm dâu phụ bạt nơ với anh trong đám cưới của anh Trung và chị Minh Tâm, có Ba Má Josephine tham dự. Khi Josephine về Sóc Trăng, em tạo nhiều cơ hội để bốn anh em chúng ta đi chơi chung, Josephine thấy chúng em hạnh phúc dính nhau như sam, không lẽ để anh cô đơn và nó cũng cô đơn cứ ngủ riêng phòng hoài sao. Em nói thiệt con gái dễ yếu lòng, anh sẽ chinh phục Josephine cũng không khó vì có em và gia đình chúng em sẽ cố gắng giúp anh đạt thành sự tha thiết mong muốn của anh. Em còn nghĩ xa:

- Em và Josephine sẽ sanh con tại Áo cùng năm, ba của chúng là người Sóc Trăng dễ thương phải không anh Hiếu. Hiếu kéo Caroline lại hôn và nói chúng ta trả phòng đi ngay tới nhà Josephine có thể trước tám giờ vài phút. Josephine đã sẵn sàng chờ chúng ta đến đón kể như anh Trai không uổng phí một đêm mất ngủ, chắc chắn thành công, em đoán như vậy, anh Trai thử coi có đúng không?

Hiếu kéo vali ra khỏi phòng, Caroline và anh Trai đi trước vì Hiếu phải quan sát coi xem có bỏ quên gì lại không và để trên bàn tiền típ cho bồi phòng. Caroline hỏi cô nhân viên cho Caroline thanh toán tiền phòng, cô nói tiền phòng anh chị của Caroline đã thanh toán hết rồi. Caroline cám ơn và đứng chờ Hiếu.

Ba người ra parking lấy xe và chạy thẳng đến Toà Tổng Lãnh Sự Áo, từ xa Caroline đã thấy thấp thoáng Josephine ra vô như sốt ruột đợi chờ xe đến đón. Xe đậu ngoài parking, Hiếu và Caroline vào nhà đón Josephine và đến chào mẹ Josephine là chúng con cùng Josephine đi ăn sáng và ăn trưa. Xong chừng hai giờ chúng con đưa Josephine trở về nhà, chúng con sẽ về Sóc Trăng.

Má Josephine nói Ba nó dặn bác đưa phong bì cho Caroline nói là bác không nhận trả lại, chúng con mang ra xe rồi hãy mở ra xem coi là cái gì mà nghe dễ sợ quá.

Cả ba từ giả Má Josephine ra xe. Trai xuống xe chào Josephine làm cho nàng vô cùng ngạc nhiên, Josephine chào lại đưa tay bắt tay Trai. Trai mở cửa sau mời Josephine và Caroline lên xe, Trai đóng cửa lại, Hiếu cũng đóng cửa phía Caroline ngồi và lên ngồi ngang Trai, Hiếu nói:

- Sáng nay, chúng em mời anh Trai và Josephine ăn hủ tiếu Nam Vang ở cái quán lộ thiên gần ngã tư Quốc Tế đối diện với rạp hát Đại Nam, nơi mà tập trung các nhà báo, các nghệ sĩ tân cổ nhạc thường ăn sáng.

Chúng ta ăn trưa ở nhà hàng Thanh Thế, gần sát chợ Bến Thành. Anh Trai và Josephine ở trong nhà hàng đợi hai em vào chợ mua vài cái nón lá về biếu hai bà mẹ của hai em. Caroline mua một ít vải về may áo bà ba cho Caroline và hai em cũng mua vải may tặng cho Jesephine vài cái áo bà ba để hai cô người Áo thi hoa hậu áo bà ba với một số bạn gái chúng ta có thể diễn tại nhà anh Trai hoặc tại nhà anh Bernard.

Hiếu xoay qua nói nhỏ bằng tiếng Việt cho đủ anh Trai nghe, tụi em để Josephine lại anh thử tấn công. Hiếu lại nói:

- Caroline và Hiếu phải vào chợ cạnh bên mua vài cái nón lá tặng cho hai bà mẹ của chúng tôi và vài thứ linh tinh khác, cô Josephine và anh Trai ngồi đợi một chút xíu thôi hè. Anh Trai gọi gì ăn thêm hoặc uống sinh tố cho mát mà nói chuyện với Josephine cho thêm vui.

Nói xong, Hiếu kéo Caroline đi nhanh, Caroline quay sang nói với Josephine:

- Chúng tôi đi chợ một chút xíu, Josephine tiếp khách quý, tội nghiệp anh Trai thức hồi hai ba giờ khuya lái xe lên Sài Gòn đón chúng tôi, khá mệt và buồn ngủ. Josephine giúp nói chuyện vui để anh Trai đỡ buồn ngủ, cám ơn bạn. Nói xong, Caroline cùng Hiếu đi nhanh qua chợ Bến Thành mua năm cái nón lá bài thơ rất đẹp cùng với mười cái quai nón cho cả Má Josephine và Josephine. Mua nhiều thứ tơ lụa may trên mười chiếc áo bà ba và cùng tơ lụa đen trắng và màu xanh màu đỏ cũng đủ may trên một chục cái quần mà chỉ mất chưa tới nửa tiếng. Cả hai muốn câu giờ mới đến chỗ bán xoài Hoà Lộc nổi tiếng thơm ngọt, ngon hết sẩy. Hiếu lựa một chỗ khá rộng mát, một bà thấy coi bộ vui tính, Hiếu làm quen liền. Thưa cô:

- Con muốn giới thiệu cô với một cô bạn, người nước ngoài giúp nói rõ về lai lịch xoài Hoà Lộc nổi tiếng của Việt Nam và cô giải thích chục có đầu là bao nhiêu trái xoài. Con mua hai chục xoài mang về Sóc Trăng, cô lựa giúp xoài ngon, con còn lên Sài Gòn nhiều lần nữa trong tháng này sẽ ghé thăm cô.

Bà chủ sạp nghe Hiếu đắc nhân tâm bà rất có cảm tình, nói, tôi bán cho hai cháu không cứa cổ như người khác khi thấy có người ngoại quốc mua hàng mình tha hồ mà nói giá trên trời, mua hàng giá nào cũng bị cắt cổ hết. Đối với cậu thấy cậu hiền lành nói năng nhỏ nhẹ dễ thương. Nếu tôi có con gái tôi gã cho cậu liền, Hiếu thông dịch cho Caroline nghe, nàng cười ngất, bắt tay Hiếu giật giật làm cho bà chủ cũng cười bò lăn bò càn. Bà chủ sạp nói mình lấy chục có đầu cũng là mươi hai mà hai chục cũng khá nặng, hai cháu đi xe hơi mới chở hết. Cô chia làm bốn bịch cho vào một cái xách nhỏ, cô mua tặng cháu để cháu tặng ai cũng dễ, cháu tặng sáu trái là đủ đẹp rồi. Cô cho một cháu mang giúp hai cháu ra xe và cô cũng mua luôn cho cháu một cái túi xách cho hết vải này vào một túi mang ra xe cũng tiện. Các cái giỏ này cô mua tặng cháu vì thấy cháu dễ thương quá, còn xoài bán đúng giá không chặt đẹp mà cô còn tặng thêm cháu một bịt sáu trái nữa để cháu làm quà biếu. Hiếu nói cám ơn và dịch lại lời nói của bà chủ, Caroline cũng nói cám ơn và đứng lên ôm bà chủ làm bà quá sung sướng cười toe toét. Bà chủ nói cô rữa sạch một trái xoài mẫu, xẻ tặng hai cháu ăn thử. Miệng vừa nói tay dùng con dao nhỏ mà quá sắc bén cắt trái xoài hai miếng và bà rữa và lau khô hai cái muỗng y nóc đưa cho hai người ăn tại chỗ, Hiếu giúp Caroline múc một muỗng cho Caroline ăn trước, Caroline nói to:

- Ngon quá ngon quá thật tuyệt vời, danh bất hư truyền giống xoài ngon này ở Việt Nam. Anh Hiếu nói bà viết cho biết tên bà số sạp bỏ trong túi xoài tặng Josephine, giúp bà có thêm mối. Hiếu dịch cho bà biết người bạn gái muốn giới thiệu sạp của cô bán xoài cho nước ngoài vì tin cô tốt bán không cắt cổ. Bà nói:

- Cô dốt, không biết chữ chỉ giỏi tính rợ và nhớ dai, cháu viết tên cô và số sạp chuyên bán xoài và trái cây cây ngon, cứ hỏi bạn hàng bán trái cây thế nào cũng có người giúp chỉ sạp hay người mua tự tìm sạp cô cũng dễ. Dịch lại cho Caroline nghe. Caroline nói:

- Tội nghiệp cô quá, em sẽ tặng thêm cô năm trăm. Hồi nãy trong phong bì Ba Josephine tặng cho chúng mình tới năm triệu. Vì vậy mình mua xoài, mua nón lá mua vải may áo bà ba tặng lại quá hợp lý và mình còn phải mua cái gì nữa để tặng hai bác. Em sẽ hỏi Josephine coi hai bác thích ăn trái cây gì hay món gì hai bác thích.

Ăn xong xoài, bà chủ đưa giấy cho hai cô cậu lau miệng. Trong lúc cô cậu ngồi ăn xoài tỉnh bơ, thiên hạ từ xa chỉ chỏ một cô gái nước ngoài cũng biết ăn hàng vặt giữa chợ, hàng chục đứa bé lại nhìn, bà chủ sạp xua đuổi bảo chúng ra xa, đến đông quá người ta mắc cỡ làm sao bà buôn bán. Các bịch cho vào giỏ xong, bà nhờ hai đứa bé mang giúp xoài ra xe. Hiếu trả tiền xong, Caroline ôm bà chủ rặn được hai tiếng cám ơn bà càng khoái chí cười ngất.

Đi chợ đúng một tiếng, Hiếu nói mình trở lại nhà hàng Thanh Thế, hai đứa bé mang giúp đi theo, Hiếu nói mang giúp cẩn thận lát nữa anh có tiền lì xì, hai đứa cùng dạ vâng.

Vào nhà Thanh Thế, đồ đạc ngổn ngang, Hiếu đề nghị chúng ta ra xe còn đến Thủ Đức chơi một chút và còn kiếm chỗ ăn trưa nữa. Anh Trai cho em mượn chìa khoá cho đồ đạc vào cốp xe. Hiếu nhờ hai em mang giúp ra xe. Hiếu thấy em nghèo khổ rách rưới mà chạm vào ký thức thời hàn vi của mình tự nhiên nước mắt chảy dài. Caroline vội hỏi:

- Anh Hiếu làm sao vậy! Em có làm gì anh buồn không? Hiếu lắc đầu em đối xử với anh như bát nước đầy, anh thấy hai đứa bé này nghèo khổ xác xơ trông quá tội nghiệp giống như anh hồi nhỏ vậy. Hiếu nói làm cho Caroline cũng chảy nước mắt theo. Caroline nói em sẽ cho mỗi đứa thêm năm trăm. Hiếu nói để anh cho mới có ý nghĩa hơn, chút nữa lên xe, anh sẽ giải thích em rõ, tại sao anh cho tiền hai em này lại có ý nghĩa hơn em. Đến xe, Hiếu lấy quà cho vào cóp sau xong đóng nắp lại, Hiếu móc trong bóp ra tặng mỗi đứa một ngàn thay vì anh dự định cho năm trăm. Hai đứa bé qùy xuống lạy cám ơn thầy và nói, trưa nay mẹ con chắc mừng lắm, con mang tiền về cho Mẹ con ngay, sợ bị mất.

Caroline thấy sao diễn ra cảnh hai đứa bé quỳ lạy quá cám động. Caroline lên xe, Hiếu đóng cửa lại và ngồi vào ghế xong đề nghị với anh Trai lái xe đi dạo một vòng, mình vô chợ Thủ Đức mua nem ngon về Sóc Trăng anh em mình nhậu và em cũng tặng Ba Má Josephine hai xâu nem để ông tặng cho chú tài xế và người quản gia vì hai ông bà chưa quen ăn nem kể cả Josephine. Trai nổ máy lái xe ra đường lớn, và đi đường trong, đường cũ mở rộng ra, không phải đi xa lộ, có nhiều nhà hàng quán ăn nổi tiếng.

Từ chợ Sài Gòn đến chợ Thủ Đức khoảng mười ba cây số. Hiếu nói vọng ra sau, hai bên đường, chốc nữa, bận về chúng ta ghé ăn tiệm Đồng Quê hay quán nào bên ngoài trang trí cảnh đồng quê cho hai cô biết các quán ăn có nhiều món ăn gọi là đặc sản ngon tuyệt. Tôi tin Josephine thường đi ăn thế nào cũng ở lại Việt Nam tha hồ mà có dịp thưởng thức các món ăn đồng quê. Caroline bồi thêm vì tôi thích đi ăn các đặc sản như đuông chà là bị người ta bỏ bùa dụ tôi nên mê luôn người ta mới là đáng nói. Hiếu đáp lại liền:

- Không biết ai dụ ai, tay người ta rung muốn chết mà cứ nắm mạnh đè xuống làm bàn tay bây giờ đã có tật, anh mắc đền đó. Caroline cười ngặt nghẽo và Trai cùng Josephine cũng cười theo. Trong xe luôn rộn tiếng cười. Trai nói còn sớm, chúng ta lên khu du lịch Suối Tiên cũng gần đây, mình lên dạo một chút. Lần tới chúng ta có lên Sài Gòn chơi thay vì ở Sài Gòn mình lên ngủ khách sạn ở Suối Tiên, có nhà hàng ăn ngon, phong cảnh mình thưởng ngoạn, hấp dẫn.

Trai lái một vòng chợ Thủ Đức, ngừng xe lại, Hiếu chạy vào mua nem, hai cô ngồi trên xe đợi, mình phải tranh thủ thời gian lên Suối Tiên chơi chừng một tiếng có thể ăn trưa tại đó luôn. Trở về mình đưa Josephine về nhà xong là chúng ta đi một mách về Sóc Trăng cũng tối mịt. Hiếu mua sáu xâu nem và có hai cái nem mẫu để chút nữa vào nhà hàng ăn thử. Từ Thủ Đức lên Suối Tiên quá gần, chạy qua một vòng, Trai tấp vào chỗ gởi xe, bốn người xuống đi bộ chừng một trăm mét. Đến chỗ quy hoạch làm khu du lịch Suối Tiên, đi vòng xem các mô hình quá đẹp sẽ xây dựng trong tương lai, nay cũng xem được cảnh Suối Tiên tự nhiên. Quanh khu vực xây dựng này cũng có nhiều quán ăn. Trai đề nghị Hiếu coi xem quán ăn nào mà con mắt thông minh của Hiếu nhìn biết là quán có món ăn ngon. Hiếu nói anh Trai khen quá coi chừng bị té hen đó. Hiếu chỉ cái quán ăn thứ ba coi bộ lèn xèn mà có nhiều thực khách, em đoán quán ăn đó có món ăn ngon, mình thử đi lại xem. Hiếu nói đúng các quán ăn khác có đến gần cả chục quán kể cả bên kia xa lộ, mà chỉ có cái quán này đông khách. Vào quán, Hiếu lấy bản thực đơn đưa cho Trai tìm món ăn, Hiếu gọi một chú nhỏ chạy bàn đến hỏi:

- Quán này món ăn nào ngon nhứt đối với em và thực khách. Em hầu bàn nói, em thấy khách thường gọi món nai xào cũ hành hay món nai nướng đó là món nhậu. Còn ăn cơm có món nai hay thịt bò xào lá dang, canh chua cá bông lau hay cá lóc, thịt kho trứng ăn với dưa giá, cá rô kho tộ. Trai cũng lắng tai nghe anh chọn món thịt kho trứng. Hiếu nói món cá lóc nấu canh chua Caroline có ăn rồi nay canh chua cá bông lau, thịt bò xào lá dang và món nai nướng. Mình ăn trưa như vậy là quá đủ rồi. Xin phép anh Trai em và Caroline uống một chai bia ăn thêm ngon, còn anh phải chịu nhịn về Sóc Trăng anh mới uống bia nghe. Trai nói:

- Anh đồng ý. Người chạy bàn ghi những món ăn đem xuống nhà bếp, Hiếu nói với theo, món ăn nào xong cứ bưng lên nghe. Hiếu hỏi Josephine muốn uống gì hay uống nước dừa tươi, Josephine gật đầu và hỏi anh Trai, anh cũng dừa tươi, Hiếu gọi ba trái dừa tươi và một chai bia Sài Gòn với hai cái tẩy. Mấy phút sau, chú chạy bàn đem ra một lò lửa than đang cháy có để sẵn cái vỉ nướng, em đem ra tiếp một dĩa thịt nai ướp sẵn và có người tiếp đem ra chén dĩa muỗng nỉa đũa và nước chấm hai ba loại khác nhau đầy đủ hết. Em chạy bàn gắp từng miếng thịt nai đặt lên vỉ nướng, thịt vừa chín tới gắp ra cho vào dĩa của mỗi người mời ăn nóng mới ngon có rau dưa có thể ăn kèm. Qua một tua ai cũng có, em chạy bàn cho nhiều thịt lên nướng, thấy chín gắp ra dĩa lớn và nướng chừng ba lần hết thịt, em dẹp lò lửa và xuống nhà dưới. Bốn người tiếp tục ăn, Trai lo chăm chút cho Josephine và hỏi trong ba thứ nước chấm thứ nào mà nàng thích, cả hai người coi bộ chịu đèn rồi, Hiếu đoán như vậy.

Quả thật món nai nướng vỉ ngon thật. Các món ăn khác cũng đem ra hết, lại cũng có mang ra một bếp ga để nấu tiếp canh chua luôn nóng và một thố cơm ngon loại gạo nàng thơm nanh chồn chợ Đào Tân An thơm ngon nổi tiếng nhứt miền Nam. Một bữa ăn trưa rất thịnh soạn với năm món có thịt bò thịt, nai, thịt heo, cá bông lau, cá rô và trứng vịt.

Dù Caroline và Josephine cùng đi chuyến bay qua Việt Nam, mà Caroline đã rành sáu câu các món ăn thuần tuý của miền Tây. Còn Josephine đến Việt Nam ở trong cái khung của toà Tổng Lãnh Sự Áo ở Sài Gòn, chỉ ăn đồ Tây. Món ăn lạ, Josephine đều khen ngon và nói trong đời mình mới ăn qua lần đầu. Hiếu nói Josephine cũng giống Caroline, Josephine có biết không, Caroline còn thấy món ăn Việt này trông sao dễ sợ quá, cô ta không dám ăn. Cái này cô bị tôi dụ thật, cô ăn rồi như bị tôi bỏ bùa cô mê tôi liền. Như vậy, Josephine cũng sẽ gặp người dụ cô ăn, cô ăn rồi chắc ở lại luôn mà Ba Má Josephine mong muốn như vậy.

Còn Caroline cũng vì bị tôi dụ ăn món độc đáo nên cô phải năn nỉ Ba Má cùng ở lại thêm ba tuần nữa vừa mới đổi vé máy bay chiều hôm qua. Josephine hỏi Caroline xem coi có phải vậy không? Caroline "hấy" một cái:

- Cái gì cũng đúng hết chỉ cái có mê không biết ai mê ai. Hiếu đỡ lời em mê anh và anh mê em. Vậy thì cả hai mê yêu nhau chết bỏ, em có đồng ý. Đúng, tối nay anh có thưởng đó nghen. Cả bốn người cùng cười và năm món ăn cũng hết sạch. Hiếu nói chúng ta uống trà nghỉ một chút cho tiêu cơm. Xin phép anh Trai và Josephine, em giải thích cho Caroline hiểu. Hồi nãy Caroline thấy hai đứa bé nghèo khổ mang mấy giỏ xoài giúp, em muốn cho tiền típ, tôi cản lại và nói để anh cho tiền hai đứa sẽ có ý nghĩa hơn. Caroline hỏi lý do, tại sao như thế.? Tôi hẹn giải thích sau.

Caroline là người nước ngoài trong cách ăn mặc, bề ngoài cũng biết là giới giàu sang. Thí dụ em cho một hay hai trăm ngàn, hai em đó, mắt mở to ngạc nhiên vui vẻ nhận số tiền quá lớn đối với em, sẽ cám ơn em rối rít. Cũng số tiền của em cho, mà anh cho lại có ý nghĩa lớn nhiều lắm. Anh cho tiền hai em đó quỳ xuống cám ơn, em đã chứng kiến. Em cho tiền hai em cũng cám ơn mà chỉ đứng hay chúng có giáo dục một chúng khoanh tay cúi đầu nói cám ơn. Ý nghĩa lớn là hai em đó thấy em giàu có sang trọng mà là người nước ngoài giàu nữa. Anh nói thêm một chút, em lại có vẽ đẹp quý phái cho tiền hai em đó cũng là một nghĩa cử nhân ái đáng trân trọng. Còn anh người Việt Nam cùng nói một thứ tiếng Việt với hai đứa trẻ là người cũng ở trong một nước nghèo như chúng nó dám cho chúng một số tiền như vậy. Chúng quá bất ngờ đến sửng sốt quỳ lạy ngay tỏ sự biết ơn vô cùng tận. Tội nghiệp hai em đó, hai em vô cùng hạnh phúc được một người Việt như anh mà dám cho chúng một số tiền lớn ngoài sức tượng của chúng. Hai đứa nói với anh, mẹ thấy em có số tiền lớn trưa nay, mẹ em sẽ vui lắm và hai đứa chạy u về vì sợ mất, trong đời nó mới có số tiền quá lớn nếu mất chắc nó buồn cũng chết theo. Ý nghĩa thâm thuý lắm Caroline, anh không đủ chữ giải nghĩa ý nghĩa sâu xa cho em rõ hơn. Người Việt Nam có câu dạy đời rất chí lý, cách cho quý hơn của cho. Thí dụ em có một nắm tiền hai trăm ngàn thảy trước mặt nói cho anh, anh cần tiền phải nhặt lấy mà trong lòng cảm thấy xót xa không muốn nói là cảm thấy nhục cho thân phận nghèo hèn của mình, anh nhận được nhiều tiền mà kém vui. Trái lại, em cho anh một trăm ngàn để trong phong bì, em nói biếu anh một cách lịch sự, anh nhận một trăm ngàn sẽ vui hơn nhiều so với nhận hai trăm ngàn dù trị giá cao gấp đôi. Anh giải thích xong thắc mắc của em.

Khi nào chúng ta về Sài Gòn, anh Trai và anh đưa Josephine và Caroline đến quán kem Broadard đường Đồng Khởi, xin mời ăn kem trong trái dừa, ở Âu Mỹ không có, coi có ngon không vì mình ăn luôn cái dừa cùng với kem rất lạ. Với hai cô, món kem này cũng sẽ làm cho hai cô mê Việt Nam mà không muốn về Áo, Hiếu móc nghéo có phải vậy không Caroline?.

- Phải quá, anh Hiếu của em, cái gì cũng giỏi, tối nay anh biết tay em. Trai nói, chưa chi mà cô Caroline đã hăm he hành hạ Hiếu, anh sẽ ra toa Hiếu mua thuốc bổ mà chịu trận nghe! Cả bốn người cùng cười vui.

Về tới parking Toà Tổng Lãnh Sự, xe đậu lại, Trai mở cửa xe cho Josephine bước xuống còn Caroline thì có Hiếu dìu. Trai và Josephine ôm nhau coi có vẽ có tiến bộ khắn khít. Hiếu nói Trai mở cốp xe để Hiếu lấy xuống vải, nón hai xâu nem và một túi xách xoài Hòa Lộc làm quà tặng hai bác. Vừa đi Caroline nói, nếu bạn ở Sài Gòn tù túng không đi chơi được, không phải đợi xe anh Bernard. Bạn muốn xuống cả ba chúng tôi lái xe lên đón về Sóc Trăng ở chơi lâu tìm hiểu anh Trai coi xem có hạp nhau không?

Nếu cả hai cùng nhìn về một hướng, sẽ tiến tới hai đứa mình có bầu năm nay mới vui. Về lại Áo, mấy thằng cứ bám theo hai đứa mình sẽ tránh xa, tiu nghỉu buồn xo vì thấy người đẹp có bầu có chủ rồi. Còn may áo quần bà ba cho hai đứa mình má anh Hiếu cắt may được, Josephine nói giúp Hiếu tặng hai xâu nem để hai bác tặng cho quản gia của hai bác tạo thêm thiện cảm. Người Việt thích ăn nem mà người tây phương thấy thịt heo ủ lên men, sợ không dám ăn, còn xoài ngon nhứt Việt Nam. Ba Má ăn thử ngon thì ra chợ Bến Thành hỏi đúng tên người bán có số sạp bán sẽ không bị sợ hố và không sợ họ tráo đổi xoài dở thành xoài ngon. Mỗi cái nón lá có kèm theo hai cái quai thay đổi.

Xin nhắc lại bạn Josephine muốn xuống Sóc Trăng chơi, lúc nào bộ ba chúng tôi cũng sẽ lên đón bạn liền. Bạn giúp nói hai bác, đặc biệt là bác trai, Caroline và anh Hiếu vô cùng biết ơn bác cho chúng tôi một số tiền tiêu xài quá lớn. Vậy bạn thưa tiếp với Bác, Caroline nói:

- Josephine xuống Sóc Trăng chơi tha hồ mà xài tiếp chừng nào hết tiền Bác cho, Josephine mới được trả về Sài Gòn.

Vào đến nhà, Mẹ mở cửa thấy quà lỉnh kỉnh, Bà nói trước cám ơn hai cháu, đám cưới của anh Trung của hai cháu, hai bác có dự, chừng đến lúc đó hai bác đón Josephine về. Hai cháu về đến nhà nói hai bác kính lời hỏi thăm sức khoẻ Ba Má các cháu.

Caroline nhanh miệng nói con cám ơn hai bác cho chúng con một số tiền khá lớn. Vậy hai bác cho Josephine ở chơi lâu với gia đình chúng con, chừng nào ba chúng con xài hết tiền, Josephine mới được về Sài Gòn. Nói vừa dứt, Caroline không đợi Má Josephine nói, nắm tay Hiếu nói tiếp, kính chào bác, hai con về. Josephine chạy lại ôm hai bạn từ giả thấy có vẽ bùi ngùi lưu luyến.

Lên xe chạy về Sóc Trăng, Caroline và Hiếu kể hết những gì hai đứa bày binh bố trận có kế hoạch chiếm cái đầu heo nhân buổi tổ chức trao giải thưởng cho hoa khôi, cho ba má nghe. Caroline còn nói với Hiếu:

- Em dự định, khi nhận giải thưởng, anh Hiếu trao cho em cái tờ giấy Hôn Thú chúng ta vừa làm xong hôm qua tại Toà Tổng Lãnh Sự Áo. Còn giải thưởng anh Trai tặng cho Josephine bằng một đôi nhẫn hứa hôn. Anh Bernard làm MC nói, xin Hoa Khôi mở ra trình làng coi xem phần thưởng là cái gì có vẽ quý giá sang trọng quá. Mở ra thấy một chiếc nhẫn kim cương tổ chảng, MC mời bác sĩ Trai đeo giúp Hoa Khôi và xin Hoa Khôi giúp đeo chiếc nhẫn đính hôn của cô tặng cho bác sĩ Trai. Hiếu nói:

- Thế là chúng ta có tiệc đính hôn linh đình là có cuộc cách mạng đột phá cho hai người yêu nhau thật sự tiến nhanh tiến mạnh tiến vững chắc lên đỉnh tình yêu như hai vợ chồng chúng em đã thực hiện trước đây. Em sẽ còn nói với

Josephine, chúng ta luôn đi đâu ở Áo đều có đôi ước gì hai đứa mình cùng có bầu khi về Áo để bọn con trai xếp hàng dọc bám theo như đĩa đói, nay chúng ngẩng tò te tránh xa gái có chủ có bầu rồi. Em lại nghĩ Ba Má Josephine cũng muốn Josephine có con sớm như Ba Má em. Khi Josephine có chồng là người Việt, ông bà chắc chắn được gần gũi con gái cưng. Ông bà chỉ có Josephine, gia sản để lại hàng mấy chục triệu Euro cho con gái hưởng mà chẳng may, nó có một người chồng chẳng ra gì thì ông bà buồn lắm và sẽ không sống thọ.

Ông bà đã thấy gia đình Hiếu là người Việt nghèo khổ tiêu biểu cho xã hội mà sản sinh ra ba con đều nổi tiếng học giỏi, có đến hai bác sĩ và rể dâu cũng là bác sĩ. Gia đình này tìm giúp bạn trăm năm cho con gái rượu của ông bà, chắc chắn là người chồng của Josephine cũng tốt cũng có học thức, đức hạnh. Ông bà không màng giàu có vì ông bà đã có tên tuổi trong giới giàu sang, triệu phú tại Thủ Đô Vienne.

Trai nghe qua vô cùng phấn khởi quá vui và luôn miệng nói anh cám ơn hai em lo giúp anh chuyện vợ chồng. Nếu muốn tổ chức hoành tráng hơn, mình tổ ở nhà hàng như tiệc cưới của Bernard, anh sẽ mời khách đông có cả Ba Má Josephine và nhân viên dưới quyền ông về tham dự. Còn chuyện tổ chức trao nhẫn đính hôn như Caroline có kế hoạch anh cũng đồng ý nên tổ chức nhân cái gọi là trao giải thưởng Hoa Khôi.

Khi tổ chức chánh thức lễ đính hôn, anh sẽ mời khách phương xa, tối về nhà anh ngủ, anh sẽ chuẩn bị chừng hai chục giường ngủ, Ba Má Josephine, anh sẽ tân trang lại một cái phòng thật đẹp và tiện nghi, dành riêng cho ông bà mỗi khi xuống thăm con.

Trong lúc vui miệng, Trai cho vợ chồng Caroline biết, anh đang nghiên cứu xây một hồ bơi khá đẹp giống như người xưa nói: xây hồ bán nguyệt cho nàng rửa chân. Ngày nay, anh có vợ sẽ xây hồ bơi không phải chỉ rửa chân mà cho nàng bơi tắm thỏa thích. Xây một hồ bơi rất tốn kém và xin phép cũng khó khăn vì nước sạch không có đủ dùng cho người dân. Anh đã có dự kiến, ngoài xây hồ bơi mình phải tự cung cấp nước cũng như phải có chỗ xử lý nước thải thành nước sạch, không phải nước sạch đó trả lại cho sông mà sử dụng nước đó trong công việc tưới tiêu cho cây trồng.

Vì vậy rất tốn kém lúc ban đầu xây dựng, cất một nhà máy nhỏ bơm nước và một máy lọc nước cùng xây một cái hồ khác chứa nước thải cũng lọc sạch rồi tái sử dụng. Mình chịu tốn tiền ban đầu nhiều, nhưng hàng tháng mình khỏi trả tiền nước công và xin phép xây hồ bơi lại rất dễ dàng. Cái may nữa nhà anh sát bờ sông rất rộng trên dưới ba mẫu tây có hàng rào chắc chắn, có trồng nhiều cây ăn trái anh có nuôi vài con nai, chồn sóc đều có. Anh tin ba me Josephine chỉ đến một lần là mê khu nhà anh liền. Vì vậy sau lễ cưới anh Trung chị Tâm anh mời Ba Má Josephine đến nhà anh ở chơi thêm một buổi hay một đêm, sáng về sớm thứ hai về lại Sài Gòn hay chiều chủ nhựt cũng được, anh mời thêm ông bà Khoa Trưởng Y Khoa, gia đình Đức, gia đình chú thím Tín.

Anh có dự tính sẽ xây cất thêm nhà tiền chế chừng hơn hai mươi phòng đủ cho khách nghỉ qua đêm, anh tổ chức ăn bê thui giữa trời, có lửa trại có ca nhạc có múa Lâm Thôn của người Miên cũng vui lắm. Bà con dòng họ anh ở gần rất đông, có thể anh mời đến ngủ qua đêm nữa cho đông thêm vui và còn giúp anh mọi thứ. Sau buổi hội ngộ trao giải thưởng Hoa Hậu này, chừng tuần sau anh làm lễ đính hôn hoành tráng tại nhà hàng mà Bernard đã tổ chức. Anh tin có hai em giúp trong Ban tổ chức chắc chắn thành công.

Caroline nói anh em mình đang bàn cách anh Trai đưa nàng về dinh, chắc Josephine có thần giao cách cảm đã nhảy mũi rồi. Em còn đoán, nếu Josephine đã có thiện cảm với anh Trai, Josephine không thể đợi một tuần, anh chị Bernard hết tuần trăng mật mới ghé Sài Gòn đón Josephine đi Sóc Trăng như hẹn trước. Nếu Josephine gọi em lên đón nay mai thì Josephine đã yêu anh Trai rồi mà nàng còn rụt rè e thẹn chưa dám nói ra. Chúng ta trở lên Sài Gòn đón Josephine, anh Trai có đồng ý không? Caroline dù hỏi anh mà Caroline đã có câu trả lời rồi.

- Anh Trai còn nói, anh làm cách mạng thay vì đền ơn bà mai ông mai một cái đầu heo mà anh còn đền ơn bà mai Caroline và ông mai Hiếu một con heo quay, tổ chức ăn mừng tại nhà Bernard chiều hôm nàng về đến Sóc Trăng. Khi vợ chồng Bernard về cũng là ông mai bà mai, anh lại tổ chúc ăn bê thui ngoài trời sau nhà Bernard thay cho cái đầu heo trắng còn cạo rữa cho sạch còn luộc còn xắt mới ăn được, lâu quá. Nay làm cuộc cách mạng thay đầu heo trắng bằng một con bê thui. - Caroline nói, chúng em hoan nghênh anh Trai chịu chơi. Mình tổ chức như vậy có nhiều bạn bè anh tham dự lại càng làm cho Josephine thêm hãnh diện có một tấm chồng không keo kiệt biết làm cho người yêu vui thích.

Về đến Sóc Trăng cũng tối mịt rồi, thả Hiếu và Caroline xuống, Trai lái xe về nhà tắm xong lên giường đánh một giấc ôm theo cái tương lai hạnh phúc đang chập chờn trong giấc ngủ. Caroline và Hiếu chào cha mẹ và trình với Ba Má mọi việc dự định đã làm xong, Hiếu trịnh trọng trao cho Ba Má xem giấy Hôn Thú của hai đứa và xin phép Ba Má cho chúng con đi tắm và nghỉ ngơi vì cả hai ngày nay công việc cũng khá bề bồn. Má Caroline chúc hai con ngủ ngon giấc, sáng mai thức sớm pha cà phê cho Ba Má uống và kể lại chuyện hai ngày ở Sài Gòn. Hiếu và Caroline nói, chúng con xin vâng lời, chúc Ba Má ngủ ngon.

Mới hơn bốn giờ sáng, Hiếu đã thức dậy, thấy Caroline còn ngủ ngon, nhẹ nhẹ ra khỏi giường lo vệ sinh xong, xuống bếp coi còn có thức ăn gì có thể chế biến làm món ăn sáng. Hiếu lấy ra bốn cái hột vịt và hai cặp lạp xưởng Quảng Trân, loại lạp xưởng ngon nổi tiếng nhứt của tỉnh Sóc Trăng.

Hiếu dự định làm món chiên hột vịt với lạp xưởng, na ná giống omelette jambon của các nhà hàng bán thức ăn Tây. Trong tủ có đủ hành cũ, tỏi, tiêu sọ nguyên hạt và ma gi Pháp, bơ Pháp. Hiếu chuẩn bị trổ tài làm món ăn này đãi Ba Má và Caroline và đây cũng là lần đầu tập làm thử. Nếu Caroline của Hiếu thấy ngon thì Hiếu sẽ tiếp tục thực hiện món ăn này tương đối dễ làm mà lại nhanh. Caroline thức giấc không thấy Hiếu và cũng không có trong toilet nên Caroline đi tìm, thấy nhà bếp sáng trưng, đến xem coi Hiếu đang làm gì, chồng mình đang bóc vỏ tỏi vỏ hành, ngâm tiêu hột trong cái chén cạnh bên. Caroline hỏi:

- Anh Hiếu của em định làm gì đó?

- Anh bắt chước chị tư làm món hột vịt chiên với lạp xưởng, đãi cưng của anh.

- Anh nói dễ thương quá, còn sớm Ba Má chưa dậy em về phòng đánh răng chờ anh vào em thưởng, đố anh Hiếu biết em thưởng anh cái gì mới là tài.

- Anh chỉ chuẩn bị xong để đó, chừng bảy tám giờ anh mới làm cũng được, em làm vệ sinh xong anh sẽ vào tới liền.

- Dạ em đi, chúc em thượng lộ bình an, anh nói coi bộ rô măn tíc rồi, em đi đây. Hiếu để tỏi và hành xắt lác vào một cái dĩa, lạp xưởng cũng ngâm làm cho vỏ bọc mềm để trên bàn gần bếp, bốn cái trứng vịt cũng rửa sạch. Mọi thứ chuẩn bị sẵn sàng, Hiếu rửa tay sạch sẽ và về phòng. Cửa phòng đóng, Hiếu gõ cửa, cửa mở ra một người choàng bằng một chiếc khăn mỏng, từ từ mở ra lộ ra một pho tượng thần vệ nữ đẹp tuyệt trần mùi nước hoa thơm tho ngọt ngào toả ngát, đúng là một phần thưởng có giá cho buổi sáng nay. Cả đêm hai đứa về đến nhà mệt mỏi ngủ lăn, đành phải ăn chay chờ sáng sớm mới ngã mặn.

Hiếu chạy đến ôm và tâng bốc vợ, em thưởng anh với một thân hình trần trụi của một mỹ nữ giai nhân làm đậm nét tình yêu nồng thắm của chúng ta. Hiếu hôn Caroline từ từ đè nàng xuống giường một cuộc mây mưa lại diễn ra mãnh liệt như là trời long đất lở. Phải nói là Hiếu rất khoẻ mạnh, chưa lần nào có trận mây mưa nào mà Hiếu đầu hàng chỉ đợi Caroline rên khẻ nói em lên đỉnh điểm lúc đó Hiếu mới lên đỉnh điểm cả hai cùng tan hàng kết thúc cuộc chiến.

Lăn qua bên nàng, Hiếu sử dụng hai cái khăn con làm nhiệm vụ của người lau cho sạch mới chịu nằm xuống ôm người yêu cùng dẫn nhau vào cõi thiên thai.

Gần hai tiếng ngủ bổ sung, cả hai đánh răng lo vệ sinh xong cùng nhau vào tắm kỳ cọ mơn trớn nựng nịu cũng tạo thêm cảm hứng lăng tăng. Chải lại tóc, Caroline cũng trang điểm nhẹ. Hiếu nói anh xuống bếp trước:

- Em ra sân sau mời Ba Má vào uống cà phê, ăn sáng. Cách uống cà phê lần này, Hiếu mang nước sôi có trong bình thuỷ và dùng phin pha cà phê, tách, muỗng, sữa bột cờ rim (cream) và một hộp sữa đặc có đường cũng có trên bàn, coi xem Ba Má thích uống loại sữa nào và Hiếu cũng mang ra một lọ đường mía vàng thành hột chuyên dùng uống cà phê. Hiếu dự trù nay mai đi mua thêm những đồ dùng cắm đèn cày loại cao cao dùng đặt ly cà phê phin trên đó sẽ luôn làm nóng cà phê, uống mới ngon.

Ba Má theo Caroline vào phòng khách. Đặt cái phin lên trên cái ly pha lê trong suốt, Caroline xúc hai muỗng cà phê của Ban Mê Thuột cho vào phin và chế nước sôi trong bình thuỷ vào đầy phin đậy nắp lại. Mọi người trông nhìn từ giọt cà phê rơi chảy xuống, chờ đợi ly cà phê phin chảy xuống ly hết, Caroline rót qua tách và thêm sữa đường nhiều ít tuỳ thích của mỗi người. Mẹ Caroline khen con gái sao con giỏi quá, con học cách pha cà phê này ở đâu. Caroline vội nói:

- Con thấy tiệm bán cà phê ở đây họ pha bằng cách này, con quyết tâm học nhờ anh Hiếu tìm mua mười cái phin để sẵn trong tủ, có dịp con làm thử. Nay lần đầu tiên con pha cà phê phin và anh Hiếu chiên trứng với lạp xưởng, anh Hiếu chạy ra phố mua một ổ bánh mì về tới bây giờ.

Caroline nói vừa dứt, nghe có tiếng xe gắn máy trước cổng, Caroline vội ra mở cổng, Hiếu đưa ổ bánh mì cho Caroline mang vô trước. Hiếu vào chỗ đậu xe, khoá lại cẩn thận và trở lại khoá cổng. Hiếu vào chào Ba Má và đi ngay xuống bếp mang lên cho Caroline tấm thớt nhỏ và con dao i nóc cùng một cái dĩa cho Caroline cắt khoanh bánh mì ra cho vào dĩa. Lạp xưởng chiên bơ có phi một ít tỏi cũng lan toả mùi thơm cả nhà bếp, lạp xưởng đã xắt lát thật mỏng, xào chín trước chia đều bốn dĩa, Hiếu đập cái trứng vịt cho vào chảo đổ lên lạp xưởng, trứng chính xúc ra dĩa. Caroline xuống bưng trước hai dĩa và Hiếu làm xong hai dĩa cuối ngay sau đó. Hiếu tắt bếp và bưng lên dành hai dĩa này còn nóng hổi cho Ba Má, một cử chỉ nhỏ tế nhị rất dễ thương. Má Caroline chỉ cho Caroline biết cách đối xử của Hiếu đối với Ba Má vợ, Caroline lại càng mến phục. Cả gia đình ăn món trứng chiên với lạp xưởng xịt một chút ma gi ăn với bánh mì sao lạ ngon miệng quá.

Hiếu thưa với Ba Má, con mới làm lần đầu học cách chị Tư con làm cho anh Bernard ăn, con bắt chước cũng có chế biến thêm như cho tiêu sọ nguyên hột và hành cũ trộn với trứng ăn thêm cay, bùi và thơm nữa. Má nói, hèn chi con Caroline mê con là phải, cái gì con cũng giỏi hết. Caroline cũng bắt chước như con trổ tài pha cà phê sáng nay Ba Má uống khá lạ và ngon. Con có biết cần bổ túc thêm cái gì nữa cà phê uống mới thật ngon.?

- Thưa Má có phải pha cách đó khá lâu làm cà phê nguội, giảm cái ngon của cà phê. Bà nói con nói đúng:

- Có cách nào, con làm cho cà phê luôn nóng uống mới ngon, Hiếu đáp nhanh hôm nay con tìm mua những cái lọ hay như cái ly, có lỗ thông hơi mà người ta thường dùng thắp nến, mình để ly cà phê có sức nóng đèn cày bên dưới sẽ giữ độ nóng cho mình uống hết ly cà phê. Nghĩa là mình lấy cà phê nóng từ từ rót ra tách mới uống, hết cà phê trong tách mình rót cà phê trong ly nóng ra tiếp chừng hai lần là hết ly cà phê nóng. Có người ghiền nặng cà phê, uống một lần chưa đủ, họ sẽ pha thêm lần hai. Con còn học qua cách truyền miệng, cách pha cà phê độc đáo không biết có đúng không?. Vợ chồng con sẽ thực hành. Người ta còn nói:

- Người Nhật đề cao uống trà thành một cái đạo mới ghê, có danh xưng là trà đạo với đầy đủ nghệ thuật từ cách chọn trà, pha trà và cách uống trà. Còn gia đình mình cũng tập bày vẽ cách uống cà phê thành cung cách uống cà phê độc đáo thành nghệ thuật thưởng thức thật ngon, hấp dẫn. Người ta còn nói:

- Nghệ thuật pha cà phê. Trước tiên phải có cà phê ngon và pha đúng cách. Điều kiện cần và đủ là nước cà phê phải luôn nóng, cho thêm đường hoặc sữa phải hợp lý, tránh quá ngọt. Người ta còn nói muốn tăng độ ngon cà phê mà lại hấp dẫn, tách cà phê nóng cho thêm một chút xíu bơ ngon, một chút rượu rhum vì rhum người ta cất rượu bằng bã mía tại các lò sản xuất đường . Gần Sài Gòn có lò đường Hiệp Hoà có sản xuất Rhum cũng khá nổi tiếng với tên thương mại Rhum Hiệp Hoà. Ở Pháp có hàng chục loại rượu rhum nổi tiếng trên thế giới, nếu kẹt không có rhum mình cũng có thể thay rượu cô nhác-cognac: Martell, Hennesy, Curvoisier... Các thứ rượu mạnh này sản xuất từ quả nho, còn rhum sản xuất từ cây mía. Cà phê mà uống với đường mía lại ngon hơn các loại đường khác.

Ngày mai chúng con sẽ pha chế cà phê đúng bài bản học lóm, đun nóng liên tục dù cà phê pha phin hay pha chung đại trà và có thêm vài chất phụ gia, Ba Mẹ uống thử xem sao? Hiếu nói tiếp:

- Má thấy hai con khoe cách pha cà phê và chiên trứng với lạp xưởng thật sự ngon và lạ miệng, má khen hai con, chúng con khắc ghi sẽ cố gắng làm món ăn và pha cà phê luôn ngon không làm phụ lòng tin yêu của ba má. Bà lái sang chuyện khác:

- Hai con làm Hôn Thú là duyên nợ vợ chồng của hai con đã thêm cột chặt dù chưa có phép hôn phối tại nhà thờ, Hiếu muốn tổ chức lễ cưới long trọng ở Sóc Trăng hay qua Áo mình tổ chức cũng được, Ba Má lo cho hai con về mặt đạo. Má biết, gia đình Hiếu cũng muốn có lễ cưới và tiệc cưới cũng long trọng như anh chị của Hiếu. Ba Má lo hết mọi chi tiêu, chừng nào hai con muốn tổ chức cho Ba Má biết. Má có ý kiến:

- Hai con yêu thương nhiệt tình và dính như sam thế này, Má đoán con gái của Ba Má sẽ có bầu sanh con sớm. Khi Caroline cấn thai là lúc nên tổ chức lễ cưới ngay tại Sóc Trăng cho Mẹ hai con thêm vui lòng hơn là sanh con rồi sau này mới tổ chức lễ cưới. Đối với phương Tây, đã sanh ba bốn đứa con rồi làm lễ cưới không có nhiều dị nghị như dư luận, phong tục tập quán của người Việt không chấp nhận chuyện đó.

Ba Má cho hai con thêm một trăm ngàn, hai con nhờ ông bà Tín tìm đất hay nhà có đất rộng mình mua ở Cần Thơ vì Hiếu gần như chắc chắn là làm việc ở trường đại học Y Cần Thơ. Ông Khoa Trưởng đã chấm Hiếu giữ Hiếu ở lại trường, ông có nói với Ba Má chuyện đó. Nếu Caroline có triệu chứng cấn thai là nên tiến hành lễ cưới. Ba Mẹ đã về hưu ở thêm cả tháng nữa cũng được. Theo chị Hai con nói, anh Hai con có thể ra đi vì bây giờ anh đang chết dần, anh nói anh cầu nguyện sống thêm chờ xong đám cưới cháu Trung, chị Hai của con tiết lộ.

Ba Má lại càng thêm quý mến anh Hai của hai con, một người có tâm hồn và lòng nhân ái luôn rộng mở. Ba Má nghe nói lời hứa của anh Hai các con sẽ biếu tặng cho ba đứa: Trung, Bernard và Đức mỗi đứa một chiếc xe hơi mới như là một phần thưởng khuyến khích ba đứa cố gắng đoạt được thành tựu bác sĩ y khoa và cưới vợ. Bernard đã thực hiện lời hứa rồi, nay mai Trung có xe mới và chiếc xe cũ để lại cho Hiếu làm phương tiện đi học, thăm gia đình.

Anh Hai của hai con có nói với vợ chồng Đức là anh không thể sống lâu đến lễ cưới của Đức mùa hè năm tới, anh muốn tặng tiền trước. Vợ chồng Đức cám ơn và từ chối không nhận. Ba Má thấy trường hợp này rất tế nhị và vô cùng cao đẹp. Ba Má tự hứa đến ngày cưới của Đức, tặng cho vợ chồng Đức một chiếc xe hơi mới nói là xe của anh Hai, giúp anh Hai giữ trọn lời hứa dù anh đã ra đi lâu rồi.

Cái ý nghĩa khác, Bernard sống chung với Đức như anh em ruột khổ cực, vui buồn đều có nhau, nay gia đình mình tham dự chung vui lễ cưới của Đức tại Phú Yên mình tặng quà dù nói là xe của anh Hai hai con mà ai cũng biết là gia đình chúng ta làm món quà cưới cho vợ chồng Đức. Thế là quá đẹp hai con nghĩ coi có hợp tình hợp lý không? Caroline vỗ tay hoan nghênh và nói:

- Má quá cao kiến hai con vô cùng bái phục. Trường hợp, tặng xe này mà người Việt thường ví von chỉ bắn một mũi tên mà giết được hai con nhạn. Hiếu nói vui:

- Caroline mới nghe con giải thích bắn một mũi tên mà bắt được hai con nhạn, nay nàng áp dụng ngay. Cả nhà cùng vui cười, ông già cũng góp vui, bữa nay, Hiếu cho Má và Caroline đi tàu bay giấy mát sướng ghê. Bà vội cải chính, con rể tui khen thật phải vậy không Hiếu? Thưa Má, phải, Hiếu đáp.

Đang ăn sáng vui vẻ, bỗng có tiếng điện thoại reo lên, Caroline lại bóc lên nghe. Josephine bên đầu giây nói:

- Mẹ của Josephine nói hôm qua sao con không nói với Caroline cho theo xuống Sóc Trăng vui chơi với gia đình Caroline vì con ở Sài Gòn không có bạn nên con lúc nào cũng eo xèo. Bây giờ lúc nào con muốn đi Sóc Trăng Ba Má cho phép con đó. Josephine nghe mừng quá, bà thấu rõ tim gan:

- Tao cũng muốn xuống Sóc Trăng có dịp tiếp xúc với anh Trai nếu hạp tánh ý cùng hướng về một chân trời hạnh phúc sống bên nhau, tao đề nghị làm đám cưới liền và thi đua với mày coi ai có con trước. Caroline tiếp lời:

- Tao sẽ nói với anh Trai thu xếp, ngày mai bộ ba sẽ đến nhà mày sớm chừng chín mười giờ rồi về liền. Chiều sẽ có bạt ty ăn mừng chào đón bạn. Josephine yên chí mọi chuyện của Josephine gia đình tao sẽ lo hết cho hoàn thành viên mãn trong cuộc thi đua coi ai có con trước. Vừa cúp điện thoại, Caroline nghe có tiếng máy xe hơi trước nhà biết là anh Trai đến, Hiếu đã ra mở cửa. Caroline vỗ tay chào anh Trai, anh có tin mừng:

- Josephine muốn chúng ta lên đón ngày mai. Em dự trù chiều mai chúng ta tổ chức bữa ăn gọi là chào đón người bạn mới của Sóc Trăng. Trai gật đầu đồng ý, Caroline nói cho Josephine biết chúng ta sẽ đến khoảng chín giờ và mời Josephine đi ăn sáng và chừng hai ba giờ chúng ta về tới Sóc Trăng anh chạy vô bịnh viện khám cho hai bệnh nhân đau nặng là xong việc.

Còn khám bệnh buổi sáng có bạn anh thay thế, nên anh không phải xin phép. Chiều anh mời nhiều đồng nghiệp bạn bè thân đến dự cho vui vì mấy anh em này nói sao bác sĩ Trai chưa có bạn gái. Bây giờ anh giới thiệu Josephine là bạn gái của anh và anh em cùng anh chào đón Josephine, anh đoán chắc Josephine sẽ hài lòng. Caroline thử hỏi Josephine anh làm như vậy nàng có bằng lòng không?

Từ đây tới mười giờ anh rảnh xin mời hai Bác cùng anh em mình đi ăn sáng, Caroline nói cả nhà vừa ăn sáng xong do sếp cút Bố Thảo làm. Hẹn anh ăn trưa, anh đến chở gia đình chúng em. Trai nói để anh vào chào hai bác và về làm việc ngay. Chiều nay, chúng ta đi ăn tiệm xong, xin cho anh ngủ lại đây sáng chúng mình khởi hành sớm vì anh quá nôn muốn gặp Josephine. Nếu về nhà ngủ một mình chắc thức trắng đêm. Còn ở đây có hai bác, hai em, anh vui sẽ ngủ được:

- Caroline có thấy đúng không? Em kể cho Josephine chương trình anh Trai xếp đặt, tối nay nàng cũng mơ mơ màng màng khó ngủ chỉ mong ngày mai đến nhanh.

Trai vào phòng khách chào hai bác và mời hai bác đi ăn trưa nay và cả bữa ăn chiều. Tối, con xin phép ngủ lại đây để khuya chúng con đi lên Sài Gòn đón bạn của Caroline. Nói xong, Trai đi ra liền cho Hiếu biết, anh về nhà thương ngay có hai bịnh nhân đau nặng.

Má Caroline nói có vẽ bác sĩ Trai để ý, yêu cô dâu phụ cùng với Trai làm rể phụ, chắc cặp này sẽ thành dâu rể chánh thức. Nếu được vậy thì quá tốt, hạp với ý muốn của Ba Mẹ Josephine muốn con gái mình qua Việt Nam sống với ông bà.

Mới mười một giờ, Trai gọi nói chừng mười lăm phút anh chạy lại đón Ba Má Caroline và vợ chồng em đến nhà anh ở Đại Ngãi, cũng không xa nội thành của Sóc Trăng và chúng ta ăn trưa. Luôn tiện anh đặt ba bàn tiệc chiều mai đãi Josephine. Nhà hàng này, chủ nhân là con của chú ruột anh, chúng ta đến ăn ủng hộ em. Những bữa tiệc sắp tới tại nhà anh, anh sẽ nhờ nhà hàng cô em lo giúp. Caroline rất nhạy bén, Trai muốn giới thiệu nhà anh như là một trang trại của giới giàu có cho Josephine biết. Trai còn có một ngôi biệt thự sang trọng cũng gần bịnh viện Sóc Trăng, thường ở, anh về nhà ở Đại Ngãi các ngày nghỉ.

Đúng mười một giờ mười lăm, Trai đến, cả nhà đã chuẩn bị sẵn sàng, Hiếu mở cổng, mọi người lên xe, Hiếu ngồi trước với Trai, chạy đến nhà hàng. Trai ngừng xe, gọi vói vào trong, các em chuẩn bị cho anh một bàn năm người ăn, hai mươi phút nữa.

Xe vừa về đến cổng có người mở cửa cho xe chạy vào. Trai xuống mở cửa mời hai bác xuống, còn Hiếu mở cửa nắm tay Caroline ra khỏi xe. Có một người phụ nữ còn trẻ là vợ của anh quản gia, mở cổng ra chào Cậu mới về và quay qua cúi đầu chào gia đình Caroline. Trai nói:

- Hai vợ chồng em tìm chặt cho anh ba buồng dừa lựa dừa thật ngọt anh mang về Sóc Trăng và cho thêm một buồng dừa nữa một chút nữa anh đem ra nhà hàng uống trưa nay. Hai em coi có trái cây nào chín mà phải ngon hái cho anh một mớ càng nhiều càng tốt vì anh đãi khách quý. Hai em chuẩn bị sẵn chừng một tiếng anh trở lại lấy. Em nói với chồng em hỏi xem gần đây có ai bán bò con, hỏi mua chừng ba bốn con cũng được mình buộc cho chúng ăn ở chỗ có cỏ nhiều và hai em chỉ lo cho bò có nước uống là đươc, ăn hết cỏ chỗ này thì hai em đổi chỗ khác, mấy con nai của mình có con nào có bầu bì gì chưa?. Người chăn nuôi trả lời ngay:

- Dạ chưa, vợ chồng em lo ngay việc anh dặn, không có uống nước vì anh sẽ đi ra nhà hàng ăn trưa. Anh hướng dẫn hai bác và bạn đi một vòng nhỏ tham quan thôi. Em ra nói cho chồng biết lo ngay cho anh và đem vào nhà một quày dừa để anh mang ra nhà hàng, còn ba quày nữa, chốc nữa anh quay lại lấy luôn.

Trai hướng dẫn đến hai hồ nuôi cá còn gọi là hầm, một hồ có đường chảy thông thương với nước sông, một hầm thuộc hầm kín và rộng lớn gấp đôi chuyên nuôi cá rô, cá trê, cá lóc và có nhiều rau muống bông súng, rau ngỗ mọc um tùm. Cái hồ kia chuyên nuôi cá he, cá ba sa, các tra, cá vồ cần có nước chạy lưu thông cá mới sống tốt và mau lớn. Thức ăn của cá đen là phân của chuồng nai ba bốn con gần đó. Còn hầm nuôi cá trắng phải mua thức ăn có bán trên thị trường.

Trai giải thích rõ ràng và còn nói hai bác và hai em muốn ăn cá chính tay bắt lên không phải đi mua ở chợ ăn lại có thể ngon hơn cá mua, mình câu cá hay đặt lờ đặt lọp hay giăng lưới bắt cá dưới ao.

Trai còn chỉ vườn cây ăn trái có cả chục thứ chia ra từng khu từng loại cây trồng trông rất đẹp mắt. Trai nói, anh nghĩ Josephine nhìn xem khu vườn này chắc thích lắm. Caroline cười vui có ý tán thành lời nói của Trai. Chỉ đi loanh quanh ở đây chừng mười lăm phút ra xe, có chú quản gia đứng đợi mang cho quày dừa vào xe và một giỏ trái cây chín để ăn tráng miệng trưa nay. Xe chạy đến nhà hàng ngừng lại, mọi người xuống xe. Cô chủ quán nói anh Tư coi bộ hôm nay vui quá:

- Chắc chúng em có tin mừng. Trưa nay chúng em mời anh Tư và phái đoàn ăn uống thoải mái, chúng em chiêu đãi anh Tư đó. Trai nói:

- Cám ơn hai em, con xin giới thiệu cô em con chú bác với hai bác và hai bạn. Trưa nay em đãi chúng ta ăn thoải mái ăn cho hết thức ăn của nhà hàng luôn. Cô em cười tươi em đồng ý miễn anh tư vui là em vui.

Hôm nay, chúng em chuẩn bị các món ăn anh tư thích món lúc lắc thịt nai, cá lóc nướng, canh chua cá ba sa, cá rô đồng kho tộ, ăn trưa nhè nhẹ như vậy thôi. Khi nào anh tư có bạn gái anh tư dẫn về đây em sẽ đãi đến mười món hay hơn nữa. Caroline nghe cười ngất, cô sẽ lỗ to rồi đó, chiều mai anh Trai sẽ dẫn bạn gái cho cô biết đó:

- Em hoan nghênh anh tư. Chị nghĩ coi một mình anh tư có hai nhà to chạy tới chạy lui hoài thui thủi một mình, chúng em còn nói lén anh tư không có bạn gái chắc có vấn đề gì đó hay lại cái thì chúng em quá buồn. Ba Má và Caroline nghe cô em của Trai nói thoải mái đều bật cười vì ai cũng muốn Trai có vợ có con mà cùng vui hưởng gia sản đồ sộ.

Trai đưa chìa khoá cho cô em nói em cho người ra xe mở cốp lấy một quày dừa và giỏ trái cây vào. Người phục vụ bưng ra bốn món cùng một lúc vì ăn trưa không có rộng thì giờ, cô chủ quán đon đả mời hai bác hai anh chị và anh tư cứ ăn tự nhiên. Em cho người làm chặt bốn trái dừa, dừa còn lại em để dành cho chiều mai, trái cây cũng vậy. Trai còn nói:

- Ngày mai anh mời đến ba mươi người bạn đến chung vui với anh đón tiếp bạn gái anh mới quen do hai bạn của anh giới thiệu. Ngày mai em cũng diện đẹp một chút nghe vì anh giới thiệu em gái của anh. Nếu anh với cô bạn gái này hạp ý thì nhà hàng của em là nơi anh đãi khách quý thường xuyên:

- Dạ, em cám ơn anh Tư. Mọi người ăn xong mới hơn một giờ, Trai dặn cô em, chiều mai anh đãi ba bàn, em mua ba bình hoa thật đẹp và mua cho anh một bó thật đẹp để anh tặng cho bạn gái của anh và mua thêm chừng năm bó hoa nữa, ai muốn tặng bạn gái của anh cũng có hoa để tặng và một bó hoa thứ sáu cũng giống như bó hoa của anh để bà mai tặng nữa. Caroline nghe nói thế ôm bụng cười mà anh quên cái đầu heo rồi:

- Trai dịch lại cho cô em nghe, bà mai còn đòi phải có một đầu heo nữa, em mua thêm một đầu heo quay để trong dĩa to có trang trí hoa lá cành cho thêm bắt mắt. Phần đầu heo em đặt ngay hôm nay. Caroline đại diện gia đình cám ơn cô chủ quán đãi một bữa ăn trưa quá ngon, hẹn chiều mai gặp lại.

Về đến nhà, Caroline bóc điện thoại lên thuật lại với bạn Josephine mọi việc xảy ra sáng hôm nay. Anh Trai đã đưa gia đình đến tham quan khu vườn cây ăn trái và ao nuôi cá trong một trang trại quá rộng lớn của anh ta và chiều mai có một tiệc chào đón bạn trở lại Sóc Trăng tại một nhà hàng gần trang trại của anh Trai. Cô em họ của anh Trai chủ nhà hàng mong anh mình có bạn gái, có vợ về quán xuyến tiếp. Tôi nghĩ ngày mai bạn sẽ hài lòng cách anh Trai đón tiếp bạn như bà Hoàng vì anh Trai đã yêu bạn rồi. Josephine nói cám ơn bà mai, có lẽ Josephine sẽ mua một cái nơ đẹp có gắn kim cương tặng anh Trai sau khi tôi nhận bó hoa anh trao. Caroline nói bạn làm như vậy quá tuyệt vời và chính tay bạn cởi cái cà vạt anh đang đeo, bạn gắn nơ vào cổ áo anh Trai chắc chắn anh Trai vô cùng hãnh diện với bạn bè.

Anh Trai có dặn cô em nhờ một anh phó nhòm nổi tiếng của địa phương chụp hình tại bữa tiệc và trước đó chụp nhiều hình ảnh khi chúng ta đến nhà vườn. Nơi nào có người đẹp cũng nên chụp hình để Josephine làm một album mang về cho Ba Má xem.

Anh Trai sẽ dọn sẵn hai phòng tại biệt thự của anh Trai. Trong thời gian tìm hiểu thử thách, nếu bạn hạp tánh ý với anh thì bạn qua phòng anh Trai ngủ chung. Nếu không hạp không thành chồng vợ cũng không sao vì không có duyên nợ. Ngày mai hai bạn sẽ gặp một nữ bác sĩ đồng nghiệp với anh Trai đã yêu anh Trai mà anh cứ dửng dưng mấy năm nay. Anh Trai cũng lặp lại nói như khuôn vàng thước ngọc về thành hôn nhân vợ chồng là phải có duyên:

Hữu duyên thiên lý năng tương ngộ
Vô duyên đối diện bất tương phùng.

Hai người cùng làm chung một bệnh viện rất gần mà lại không nên duyên, còn Josephine ở xa ngàn dặm, hữu duyên nên thành nghĩa tào khang vợ chồng. Bạn sẽ gặp cô bác sĩ đó trong bữa tiệc muốn dự để xem cô bạn gái của anh Trai, anh Trai đồng ý. Bạn thấy dễ sợ bản lãnh của người phụ nữ Việt Nam quả thật hiếm có trên đất nước mình. Josephine nghe vậy cũng có chút xót xa thương cảm, người mình yêu chỉ là yêu một chiều cũng rất tội nghiệp cho sự trớ trêu của số phận.

Năm giờ chiều, Trai đã lái xe tới nhà Bernard rồi và ngồi đợi ở phòng khách chờ hai bác và hai bạn thay quần áo để cùng đi ăn tại một nhà hàng Tàu. Ăn xong, lái xe trở về nhà, Trai lái xe lại một cây xăng đổ cho đầy bình tranh thủ thời gian, ngày mai bận lên Sài Gòn không cần đổ xăng. Caroline nói, anh Trai nôn nóng gặp Josephine phải không? Trai gật đầu.

Vào nhà, bác gái nói, cháu Trai và hai con lo tắm ngủ sớm thức sớm để đi Sài Gòn sáng mai. Trai cám ơn rồi xách cái túi nhỏ đựng đồ dùng cần thiết và có sẵn trên xe một bộ quần áo sạch, sáng lấy thay.

Mới tám giờ sáng đã tới Sài Gòn, tới nhà Josephine vừa đúng tám giờ rưỡi, Ba Josephine cũng vừa ra hỏi nhà đến văn phòng làm việc. Má Josephine mời ba cháu vào nhà rữa mặt mày cho hết buồn ngủ. Caroline thấy Má Josephine coi bộ đã biết tánh ý của con gái mình rồi nên Caroline vội mời bác gái cùng đi ăn sáng với chúng cháu. Bác đồng ý với điều là các cháu phải để bác bao bác mới đi. Caroline lại ôm nói chúng con cám ơn bác, chúng con chờ bác. Bà đã trang điểm từ sáng sớm theo thói quen và nói chừng vài phút nữa là chúng ta đi.

Bác nghe Josephine nói cái nhà hàng gì đó gần chợ Bến Thành có bán thức ăn sáng khá ngon mà Josephine nói Caroline đã dẫn đến đó ăn rồi. Thật tình có Trai mà bà muốn đi ăn chung để tìm hiểu Trai vì bà đã chấm Trai cho con gái bà trong vai dâu rể với Trai vì Trai sáng sủa, cao lớn đẹp trai rất xứng hợp với con gái cưng của bà. Về học thức, Trai là bác sĩ Y Khoa ra trường được vài năm rồi.

Trai cũng vào parking gần nhà hàng Thanh Thế gởi xe có người trông nom. Trai hướng dẫn bà đi vào nhà hàng. Caroline nói, Josephine gọi ăn món nào cũng gọi cho mình món đó, còn anh Hiếu nhờ anh Trai món nào anh Trai thích gọi luôn cho Hiếu, chúng ta cái gì cũng phải giống nhau nghe anh Trai. Đúng rồi, cám ơn Caroline. Caroline nói tiếp:

- Em và anh Hiếu vào mua xoài ngon Hoà Lộc mang về Sóc Trăng đãi Josephine. Nói xong, Caroline và Hiếu vội đi ngay để cho ba mẹ con nói chuyện với nhau thoải mái hơn. Trai kéo ghế mời bà ngồi, Josephine một bên Trai một bên.

- Thưa bác, Trai nói, dùng thử cà phê ở đây pha theo kiểu Pháp, có đủ các món ăn Tây Việt, Josephine đưa cho Mẹ xem thực đơn coi mẹ chọn món nào. Còn em thích món suông gọi luôn cho Caroline, em giải thích món suông đã có ăn qua. Còn anh và Hiếu đổi món ăn là một dĩa đồ ăn Anh gọi là át xét ăng lê, anh gọi thêm cho em và Má một dĩa này ăn thêm, em phải ăn thật no, trưa nay chúng ta không ăn, nhịn bụng chiều anh đãi em ăn mệt nghỉ rồi ăn tiếp. Nghe anh Trai nói em phát ham. Sợ mẹ không nghe rõ, anh Trai hăm he là chiều nay đãi con ăn mệt nghỉ vì vậy trưa nay anh Trai bắt con phải nhịn đói, mẹ thấy chưa con bị hăm doạ rồi. Bà nói liền Trai hăm doạ cho con ăn ngon no nê thật đáng yêu.

- Mẹ binh anh Trai rồi đó, Josephine nũng nịu với Mẹ. Bà đã chú ý và có thiện cảm với Trai lần đi đám cưới Bernard, nay ngồi gần ăn chung càng thêm có cảm tình. Bà vui miệng:

- Josephine về Sóc Trăng, ngoài gia đình Caroline chăm sóc, còn có Trai, cháu đã ra đời sớm có nhiều kinh nghiệm dạy dỗ em giúp hai bác.

- Dạ vâng, Trai chỉ dám nói khẻ sợ Josephine tự ái. Trái lại Josephine nhìn Trai mỉm cười như hàm ý nói Mẹ đã chấp nhận cho anh vào gia đình rồi. Bà nói tiếp:

- Cháu tổ chức đãi Josephine chiều nay, chiều mai Josephine đáp lễ đãi các cháu và bạn bè đã tham dự tiệc chiều hôm nay tại một nhà hàng nào đó tuỳ cháu sắp xếp.

- Trai cũng dạ vâng mà mắt liếc nhìn Josephine thấy nàng đưa hai ngón tay báo hiệu, tủm tỉm cười duyên. Ba mẹ con đang nói chuyện, Hiếu vào trước hỏi mượn chìa khoá cho xoài vào xe và Caroline vào ngồi kế Josephine.

Ăn xong, Trai lái xe đưa bà trở về nhà, cả bốn người xuống đi theo và Hiếu mang theo hai túi xoài nói là chúng con kính biếu hai bác. Má Josephine đưa cho Trai một phong bì dán kín năm triệu tiền Việt toàn là giấy mệnh giá lớn, Bác có viết mấy chữ bỏ trong phong bì. Cháu đi về muốn mở ra lúc nào cũng được.

- Trai cúi đầu cung kính thưa, con cám ơn hai bác. Xin phép chúng con đi về sớm để Josephine còn nghỉ cho khoẻ. Chiều sẽ ăn bù cho trưa nay vì chúng con bỏ đói Josephine, xin bác tha lỗi. Mọi người từ giả bà ra đi mà trong lòng cảm thấy vui vô hạn vì bà tỏ cử chỉ muốn gã con gái cưng cho Trai. Bây giờ chỉ còn Josephine phải đào sâu suy nghĩ và tìm hiểu thêm về gia thế hay cách đối xử của Trai đối với Josephine. Nếu cả hai hạp tánh ý thì chuyện kết hôn càng nhanh càng tốt mà Ba Má Josephine đang mong chờ có cháu ngoại nâng niu bồng ẵm. Tánh của Má Josephine cũng muốn con gái mình có chồng, có càng nhiều con càng tốt giống như Má Caroline. Trên xe, Josephine ngồi trước, Trai nhờ Josephine mở phong bì ra coi Má nói gì và phong bì đựng gì. Josephine mở ra thấy giấy bạc vội xếp phong bì lại chỉ lấy ra mảnh giấy đưa cho Caroline đọc giúp. Bà nói với Trai bà gởi số tiền lo cho bữa tiệc vui chiều và số tiền còn lại bà biếu cho Trai có tiền lo giúp Josephine khi con bà còn ở Sóc Trăng.

Trai nghe rất cảm động tấm chân tình của bà mẹ thương con muốn con của mình lúc nào cũng vui vẻ hạnh phúc. Xe chạy về tới Sóc Trăng mới hơn hai giờ, Trai nói:

- Tôi đưa hai bạn và Josephine về nhà, tôi phải chạy về văn phòng làm việc gấp, còn hỏi lại bạn bè và cho địa chỉ nhà hàng và tôi mời ông bà Giám Đốc bệnh viện và nhiều vị làm việc trong văn phòng và tất cả các bác sĩ trong bịnh viện kể phu nhân. Nếu tăng lên bốn bàn hay năm bàn càng tốt, tôi cho em tôi hay, nó sẽ lo được, tôi bảo mua thêm mười bó hoa tươi nữa vì các bà thích tặng hoa. Trai quay qua nói với Josephine lúc này em còn tìm hiểu anh để em ngủ ở nhà Caroline. Chừng nào em tìm hiểu xong mà thấy hạp ý thì anh rước nữ hoàng về dinh và cũng để nữ hoàng ở phòng riêng. Khi nào nữ hoàng cảm thấy yêu anh thật sự và sống chết với anh thì em qua gõ cửa hay em đẩy cửa vào, còn anh không dám sàm sỡ hay quấy rầy người thật sự chưa yêu mình. Anh nói trước:

- Tánh sợ gái của anh. Cô bạn gái bác sĩ nói với anh như vậy, nghi anh có vấn đề không làm nhiệm vụ người chồng đích thực được. Vì vậy, chiều nay anh mời cô ta đến dự cho vui và chứng nhận anh có bạn gái lại muốn kết hôn càng sớm càng tốt, nghĩa là anh không có vấn đề gì hết về giới tính. Josephine thông cảm:

- Em giữ hết tiền má cho, chiều em trả tiền thay anh. Chúng ta yêu nhau thật sự không phải vì tiền mà vì tình yêu trong sáng chân thật, chết sống vui buồn có nhau. Bây giờ anh đi, chừng năm giờ anh trở lại đón hai bác, hai bạn và Josephine. Anh sẽ đi xe Van có nhiều chỗ ngồi cho rộng rãi.

- Em Hiếu giúp anh liên lạc với cô em chủ quán tên Oanh nói cô ta mua thêm mười bó hoa nữa và chuẩn bị cho anh năm bàn vì có hai bàn dự phòng và cô em cho người vào nói với quản gia, anh cần thêm ba quày dừa trước sau là sáu quày, chiều anh vô nhà lấy. Hiếu gọi điện thoại nhắc cô chủ quán theo lời anh Trai xong.

Vợ chồng Hiếu vô phòng lăn quay ra ngủ một giấc ngon lành đến hơn bốn giờ thức, dậy lo tắm rửa, trang điểm, sấy tóc, lựa bộ quần áo đẹp chưa mặc ở Sóc Trăng. Mọi thứ xong xuôi, Caroline qua phòng bạn coi xem xong chưa, Josephine nói cả đêm qua không tài nào chợp mắt, trông mau sáng đón bạn và đón người dưng nên trưa nay ngủ say quá ngon. Caroline nói:

- Tôi giúp bạn sấy tóc, bạn trang điểm, nhớ chiếc nơ tặng anh Trai bỏ vô bóp chưa?

- Josephine nói, tôi rất cẩn thận bỏ vô bóp hồi sáng, nay còn bỏ tiền vào là xong.

Josephine trang điểm xong nhờ bạn nhìn xem coi có cần chỉnh sửa gì giúp mình. Caroline cầm cọ tô thêm chút phấn chút son các chỗ lợt làm cho gương mặt thanh tú mỹ miều sẵn có của Josephine càng thêm phơi phới ưa nhìn. Ra đến phòng, hai bác bảo hai đứa đứng sát nhau để bác coi ai đẹp hơn ai. Bác gái chấm Josephine quá đẹp nổi bật nét thanh tú của thanh nữ vừa mới biết yêu.

Nhìn toàn diện hai con đẹp ngang ngữa nhau, bác khen hai con. Chiều nay làm cho thiên hạ lác mắt vì hai cô gái Áo sao mà đẹp quá có phải tuyệt thế giai nhân, chim sa cá lặn?. Người ta tôn vinh cái đẹp của phụ nữ và ví von làm cho chim cá choáng váng ngất ngây.

Chiều nay, Hiếu và Trai thấy hai cô nữ hoàng như tiên nữ này chắc tim chúng nó nhảy đập loạn xạ, bà cười vang.

- Hiếu vừa đi tới nghe bà nhạc nói, giả bộ xỉu khụy hai chân xuống, Hiếu nói con xỉu nè má!. Vợ con đẹp quá phải không em Caroline, nàng cười toe toét.

Đang làm trò cho vui, Hiếu nghe tiếng xe hơi biết xe của Trai, vội ra mở cổng, Hiếu nói anh cứ đậu xe ở ngoài, ba má em và hai nữ hoàng sẽ ra. Ba Má lên xe rồi, hai nữ hoàng dung dăng dung dẻ cùng nắm tay. Hiếu la lớn:

- Coi chừng coi chừng, anh Trai sắp xỉu. Đừng có lo có Josephine đỡ, Caroline nói. Trai giựt mình bảo coi chừng cái gì mà mình đâu có xỉu? Trai vừa lái mà lòng vẫn còn thắc mắc, nhìn sang Josephine, nàng tủm tỉm cười duyên với Trai và nói:

- Anh Trai có biết không, khi chúng em trang điểm xong ra phòng khách, má của Caroline khen hai em đẹp như người ta ví von chim sa cá lặn, nghĩa là đẹp dữ quá, đẹp dễ sợ, đẹp khủng khiếp chim phải sa, rớt xuống đất cá phải lặn mất tiêu. Hiếu nghe vậy, giả bộ xỉu khi gặp Caroline và anh đến nhà, Hiếu cũng làm trò khôi hài cho ba má Caroline và em vui cười mà anh tỉnh bơ, anh vô tư, chẳng có biết gì đâu? Trai cười vui.

Xe chạy đến nhà hàng, Trai và Hiếu đưa Ba Má và hai nữ hoàng vui tươi không phải nữ hoàng sầu muộn vào nhà hàng ngồi trước, còn Hiếu và Trai chạy về nhà chở mấy buồng dừa tươi ra nhà hàng. Xe Trai đến sớm nhứt, cô em chủ nhà hàng ra chào hai bác và chào hai cô và nói cháu sẽ mời hai bác và hai cô uống nước dừa giải khát, dừa lửa anh Trai trồng ngon ngọt nhứt vùng này. Cô tâng bốc anh mình, khi anh Trai có vợ nếu chị ấy muốn tắm nước dừa mỗi ngày anh Trai cũng cung cấp đủ. Trai bảo cô em đứng đó:

- Trai giới thiệu cô chủ nhà hàng là em, con của ông chú ruột cũng qua đời rồi, cách đây không lâu nên anh em chúng tôi thương yêu nhau giúp đỡ nhau. Nếu có tiệc lớn tiệc nhỏ gì cũng một tay cô em lo chu toàn. Vì vậy hai bác hay nữ hoàng có lên đây chơi nhà Trai thì vấn đề ăn uống cô em tôi bao dàn phải không?

- Dạ phải, cô em đáp.

Trai vội nói, em gọi điện nhờ ông trưởng đồn công an xã khi dẫn bà xã đến tham dự và cũng dẫn thêm vài đệ tử lo giúp an ninh trật tự, tiệc hôm nay đông người. Vì tính hiếu kỳ các trẻ nhỏ sẽ đến đông tràn vào sát bàn chiêm ngưỡng dung nhan mỹ lệ của hai nữ hoàng sẽ làm cho thực khách ăn mất ngon.

- Anh Trai nói em hiểu, em gọi ngay, em đã mua những bó hoa đặc biệt dành cho nữ hoàng, anh dặn bảo em mua mười lăm bó hoa, em mua hai chục bó cho chẵn có cặp vì hôm nay là ngày vui của anh giới thiệu mới quen và biết đâu sẽ là... thôi em đi gọi ông công an trưởng. Nghe Hiếu thông dịch mọi người cười nghiêng ngã. Caroline nói:

- Anh Trai nghe nói bóng nói gió sao êm quá sẽ lọt vào tai người ta. Làm cho người ta thêm rung cảm. Má Caroline lên tiếng:

- Người ta có tánh e thẹn đúng là gái thuyền quyên nhu mì, chớ không như con Caroline làm cho thằng Hiếu gặp con lần đầu nó rung muốn chết. Má ở xa mà còn nghe tim của nó đập, má thương và tội nghiệp nó bị con cướp tinh thần.

- Bà móc qua Hiếu, có phải vậy không con? Dạ vâng, Má nói quá đúng tâm can của con lúc bấy giờ. Caroline hỏi lại Hiếu:

- Còn bây giờ tay anh Hiếu đụng vào mình em có còn bị rung nữa không?

- Có chớ, Hiếu đáp liền, mà tay của Hiếu bây giờ còn rung như có nam châm hút của các trận động đất rung từ cấp bốn đến cấp mười. Ba Má nghe hai con sao thấy vui quá, gợi nhớ lại thời hai ông mới quen nhau, khi hẹn gặp nhau tim cũng rung làm sao đó. Josephine chưa đủ dạn dĩ nói vui hay bàn tán về chuyện yêu đương, còn đang học hỏi. Hôm nay là cơ hội ứng dụng sự yêu đương của đời con gái.

Mới năm giờ rưỡi mà đã có nhiều khách đến vì hết giờ làm việc là lên xe vội chạy lên nhà hàng, nhứt là các đồng nghiệp và nhân viên của bịnh viện là nơi của bác sĩ Trai đang phục vụ. Ai cũng đều quý mến Trai, anh là mẫu người lý tưởng nhứt của các cô gái kén chọn bạn trai hay nói là kén chồng. Bác sĩ có đủ yếu tố, điều kiện, ngoại hình quá tuyệt, cao ráo, da trắng môi hồng, nói năng điềm đạm nhỏ nhẹ. Về học vấn luôn thuộc tổ học sinh xuất sắc của lớp, thi vào Đại học Y dù số điểm đậu trên điểm chuẩn hai ba điểm mà vẫn bị quan tâm chú ý vì con của đại điền chủ giàu nổi tiếng. Trai hưởng tài sản kếch sù của cha mẹ đã qua đời để lại nên vào đại học với trăm ngàn khó khăn.

Trai phải tất bật lo chạy thuốc và sau cùng cũng êm xuôi. Ai cũng biết Trai là một đại gia trẻ mà anh luôn khiêm nhường, không biết khoe khoang và rất rộng rãi với bạn bè và nhân viên dưới quyền nên làm cho mọi người làm việc chung đều có cảm tình quý mến.

Người ta thường bàn tán, bác sĩ rất giàu có mà anh dấu kín, học thức cao, có địa vị trong xã hội mà lại là týp người hào hoa phong nhã đến cái tuổi hai mươi sáu hai mươi bảy mà không có bạn gái.

Có một dạo cô bác sĩ Lệ Thuỷ làm Giám đốc bảo sanh viện nằm trong bịnh viện chính của tỉnh thường đến nhà chơi thân với bác sĩ Trai và thường ngủ qua đêm tại ngôi biệt sang trọng của Trai gần chỗ làm việc. Ai cũng tưởng hai bác sĩ này sẽ rất xứng hợp thành chồng vợ. Mọi người trong bịnh viện cứ trông chờ nhận thiệp hồng mà vẫn im lặng như tờ. Nhiều bạn hỏi Lệ Thuỷ hay hỏi Trai, đều được trả lời giống nhau chỉ là bạn thôi. Không ai tin vì một nữ bác sĩ độc thân, ngủ qua đêm nhiều lần ở nhà của một nam bác sĩ cũng độc thân mà không có chuyện mây mưa thì là chuyện lạ không thể tin được. Người ta đoán mò chắc bác sĩ Trai là lại cái, không thể có vợ có con.

Đùng một cái, bác sĩ Trai mời hết các bác sĩ trong bịnh viện và nhiều nhân viên làm việc dưới quyền đến dự tiệc bác sĩ Trai giới thiệu người bạn gái để đánh tan mọi hiểu lầm thắc mắc bác sĩ Trai thuộc giới sở khanh hay lại cái.

Đúng sáu giờ ông Giám Đốc Bịnh Viện tỉnh và phu nhân đến nhà hàng có Trai đứng chào đón và giới thiệu ba má Caroline và giới thiệu Josephine là bạn gái của Trai. Hai ông bà trố mắt nhìn Josephine và nói:

- Thảo nào, bác sĩ Trai quá bí mật, giữ kỹ người bạn gái. Trai nói:

- Ông bà còn nhớ tôi và cô này là dâu rể phụ trong tiệc cưới của Bernard cách đây mấy ngày. Cũng là cái duyên bạn của Josephine là vợ của anh Hiếu là em vợ của Bernard giới thiệu và làm mai mối tôi với Josephine. Nhân dịp Josephine con gái của ông bà Tổng Lãnh Sự Áo xuống chơi với bạn. Tôi hỏi qua ý kiến bà mai, tôi đãi tiệc chào đón người bạn mới quen và bạo phổi giới thiệu là bạn gái của tôi một cách chánh thức nếu cô ta không phản đối. Chúng tôi sẽ thảo luận tiến hành lễ cưới vài tuần nữa trước khi cô ta trở về Áo. Quá tuyệt vời, đúng với câu ông bà mình nói: "Có duyên ngàn dặm xa còn gặp – không duyên chạm mặt vẫn cách lòng", đúng với trường hợp bác sĩ Lệ Thủy với Trai đã xảy ra.

Hiếu và Caroline giữ nhiệm vụ làm MC. Qua phần giới thiệu của hai MC có nhấn mạnh đến sự hiện diện của ông bà Giám Đốc Bịnh Viện Tỉnh và đặc biệt là bác sĩ Lệ Thuỷ là một người bạn trân quý của bác sĩ Trai và anh cũng giới thiệu bạn mới quen và nếu quả có duyên ngàn dặm xa còn gặp, trở thành bạn gái thân thiết và tiến tới thành tình nghĩa vợ chồng. Chúng tôi ngay bây giờ xin nói tiệc đón chào bạn gái của bác sĩ Trai như tiệc đính hôn chưa chánh thức vì chưa có Bố Mẹ của bạn gái chứng kiến, ông là Tổng Lãnh Sự nước Áo có tham dự tiệc cưới của bác sĩ Bernard vừa qua. Chương trình hôm nay như sau:

- Bác sĩ Trai nói lý do bữa tiệc và giới thiệu người bạn gái – Bác sĩ Giám Đốc có vài lời và bác sĩ Lệ Thuỷ cũng tỏ bày tâm tình. Kế tiếp bác sĩ Trai trao hoa cho bạn gái và bà mai, bạn gái của bác sĩ Trai cũng trao một món quà kỷ niệm dù nhỏ mà cả một trời tâm tình nói lên sự đồng cảm với bác sĩ Trai xem đây là tiệc đính hôn sơ khởi. Một thời gian ngắn chừng một tuần nữa có lễ đính hôn chánh thức tại một nhà hàng và một hai tuần sau có lễ cưới long trọng diễn ra tại Sóc Trăng và tại Sài Gòn. Xin phép để cho Caroline là bà xã của tôi cũng là bà mai của đôi uyên ương Trai-Josephine tóm lại bằng tiếng Anh cho Ba Má Caroline và bạn Josephine hiểu.

- Đặc biệt nhứt, bác sĩ Trai trao bó hoa tươi thắm cho người bạn gái, Josephine đưa bó cho Caroline giữ giúp, cô mở bóp lấy ra một cái hộp nhỏ có thắc nơ rất đẹp, từ từ mở ra lộ ra một cái nơ màu sắc hài hoà và một hột kim cương to toả sáng lấp lánh được đính giữa chiếc nơ, Josephine nhờ bạn cầm hộ. Cô lấy chiếc cà vạt từ trong cổ áo của Trai ra và móc chiếc nơ vào, Josephine bắt tay và ôm Trai giữa tiếng hoan hô vỗ tay vang dội. Không biết vô tình hay cô ý, chính chiếc cà vạt này, bác sĩ Lệ Thuỷ tặng cho Trai nhân đi dự một tiệc cưới của một đồng nghiệp.

- Một sự đặc biệt khác, Bác sĩ Lệ Thuỷ rất bình tĩnh chững chạc đứng lên với lời mở đầu không duyên đối diện vẫn cách lòng. Tôi đã có nhiều lần ngủ qua đêm tại nhà anh Trai mà phòng ai nấy ngủ, cô hỏi có đúng vậy không anh Trai? Trai trả lời ngay, rất đúng bạn Lệ Thuỷ của tôi. Bạn Josephine có duyên dù cách xa ngàn dặm mà nên duyên với anh Trai. Em xin chúc mừng anh Trai của em luôn tràn đầy hạnh phúc bên người yêu vô cùng xinh đẹp rất xứng đáng là đôi trai tài gái sắc. Em xin chúc anh Trai và chị Josephine trăm năm hạnh phúc.

Ông bà Giám Đốc đến bắt tay khen bác sĩ Lệ Thuỷ rất xuất sắc xử thế và vô cùng can đảm nói lên nỗi lòng trắc ẩn của mình.

Josephine và Caroline nghe Hiếu thông dịch cũng vội đứng lên tặng hoa cho bác sĩ Lệ Thuỷ, Josephine còn ôm siết chặt Lệ Thuỷ nói cám ơn chị.

Bác sĩ Trai cũng cảm nhận một cái gí đó nghèn nghẹn cũng rất khó diễn tả, Trai cũng từ từ mang hoa tặng cho Lệ Thuỷ và nói lời cám ơn chân thành với người bạn gái. Cô chủ quán cũng lên tặng hoa cho cả hai bạn gái của anh mình. Khi bác sĩ Lệ Thuỷ lên phát biểu ý kiến làm cho mọi người khá xót xa thương cảm, Lệ Thuỷ có đủ can đảm nói lên hết sự si mê Trai mà không thành nghĩa vợ chồng đó chỉ là không có duyên nợ đành cam chịu an phận, rất đáng trân trọng sự chịu đựng vững chắc của một phụ nữ chân yếu tay mềm.

Cái ngộ theo lẽ Josephine là nhân vật chính, người thắng cuộc, vinh dự có người đãi mình trong bữa tiệc chào mừng phải nhận được nhiều hoa tặng mới phải mà lại trớ trêu, bác sĩ Lệ Thuỷ là người thua cuộc chiến tình cảm với bác sĩ Trai lại được bạn bè tặng hoa nhiều gần gấp đôi người thắng cuộc.

Sau một dạ tiệc vui vẻ, người con trai hào hoa phong nhã lại là một bác sĩ, một đại gia giàu có mà luôn giữ kín không cho ai biết mình là người thụ hưởng một tài sản kết sù cha mẹ qua đời làm di chúc để lại cho con.

Phải nói cuộc sống giàu sang của bác sĩ Trai hoàn toàn bí mật vì anh cũng đã có kinh nghiệm vì tội anh có nhiều tiền mà đã luôn giấu kín cũng có người biết phơn phớt thôi đã phải trả giá hàng chục cây vàng mới không bị đánh lọt sổ vào danh sách đậu đại học Y Khoa. Cơ ngơi của bác sĩ Trai ở Đại Ngãi có thể nói chưa một ai cùng làm việc chung hay bạn bè thân thích kể cả cô bác sĩ Lệ Thuỷ biết khu vườn như là một trang trại kín cổng cao tường. Mới đây chỉ có gia đình Caroline được bác sĩ Trai mời đến viếng thăm mới có một phần nhỏ quanh ngôi nhà đồ sộ của Trai với đầy đủ tiện nghi không thua kém một số trang trại của các đại gia ở nước ngoài, chỉ còn thiếu hồ bơi vì không người đến bơi.

Sau một đêm vui chơi và rất hài lòng của bác sĩ Trai như là sự đính hôn với Josephine đã thực hiện dù chưa chính thức, chưa có Ba Má Josephine chứng giám.

Bác sĩ Trai dự trù, sau bữa cơm chiều nay, chàng sẽ mời Josephine đến ngôi biệt sang trọng mà chàng đang ở, rất gần bệnh viện, nơi làm việc của mình. Bác sĩ Trai sẽ mời gia đình Caroline đến xem hai phòng ngủ mà anh đã trang hoàng lại, một dành cho chàng và một dành cho người đẹp muốn đến ngủ qua đêm để tỏ sự thử thách về tình yêu với bác sĩ Trai cũng rất tốt. Bác sĩ Lệ Thuỷ đã nhiều lần đến đây ngủ, đến sáng bình an vô sự vì phòng ai nấy ngủ. Chỉ khác là bác sĩ Lệ Thủy thức sớm lo nấu nước pha trà, cà phê và làm thức ăn sáng chờ Trai đến cùng ăn xong là đi vào nơi làm việc. Có khi hai người đi bộ hoặc Trai lái xe hơi chẳng khác nào một cặp vợ chồng trẻ rất hạnh phúc cùng đi làm một chỗ. Nếu Josephine cần có thêm thời gian tìm hiểu thì phòng ai nấy ngủ mà đêm nay cũng khác trước, Trai chỉ khép mà không khoá cửa. Phòng ngủ của Trai có đặt một bàn làm việc có cả điện thoại, một cái tủ lạnh nhỏ một bộ sô pha đắt tiền, một bàn pha trà, cà phê, một cái tủ kiếng lớn để quần áo và gối mền. Còn phòng dành cho phái nữ lại có thêm một bàn trang điểm, còn toilết hai phòng giống nhau. Nội thất của villa quá rộng có thể xây từ sáu đến tám phòng mà chỉ có bốn phòng, hai phòng lớn và hai phòng hơi nhỏ hơn và trang bị bốn phòng gần giống nhau. Ở ngôi biệt thự này, tiện nghi không thua kém phòng ngủ của khách sạn năm sao chỉ thiếu người phục vụ vì Trai ở một mình nên chưa cần mướn người quản gia.

Trai đến mời ăn sáng và Trai nói với hai bác, sau khi đi ăn sáng Trai sẽ đưa mọi người đến thăm viếng gia đình Hiếu, và Trai sẽ vào khám tổng quát thay Bernard và Trung coi bịnh tình của anh Hai ra sao. Nghe vậy, vô cùng cám ơn anh Trai vì Hiếu đang muốn về thăm gia đình. Khi Hiếu lấy bằng lái xe trong tuần sẽ nhờ anh Trai đưa lên Cần Thơ lấy xe của anh Trung để lại vì anh đã mua một chiếc xe Van rồi. Có xe, em mới đưa Caroline và Ba Má thường đến thăm anh Hai vì anh đã tiên đoán tháng này anh sẽ ra đi sau đám cưới của anh Trung của em.

Nghe anh Hai trối trăn với vợ mà em và Caroline không tài nào mà không rơi nước mắt vì anh biết trước ngày anh phải ra đi mà không có cách trốn tránh được. Đó là sự bi thảm của đời người ở trên trần thế.

Hiếu xoay Caroline, em đem hết vải về cho Mẹ và mời Má, Josephine và em để Mẹ đo cắt may áo quần bà ba để hai nữ hoàng trình diễn thời trang cho Ba Má chấm điểm và Trai, Hiếu cũng chấm điểm coi cô nào là Hoa Hậu Áo Bà Ba hay cả hai đều là Hoa Hậu Bà Ba. Anh Trai và anh sẽ rung tay lạnh cẳng trao hoa cho hai hoa hậu vì quá cảm xúc người yêu của mình sao mà đẹp như chim sa cá lặn.

Caroline liền kê tủ đứng với Hiếu, đừng có nịnh cho em đi tàu bay giấy, cám ơn chồng của em biết nịnh vợ chắc chắn sẽ được vợ khen thưởng đủ thứ muốn gì được nấy. Hiếu đáp liền:

- Bây giờ anh muốn hôn em trước mặt Ba Má và anh Trai, Josephine. Dễ ợt, Caroline nói:

- Mặt nè anh muốn cắn cũng được. Hiếu chưa chịu thua, anh không muốn hôn mặt mà anh muốn hôn môi cơ! Đó là chuyện nhỏ, nói xong Caroline hôn vào môi Hiếu và gắn chặt như sam, Josephine vỗ tay tán thưởng. Má Caroline vội nói với Trai và Josephine:

- Caroline và Hiếu yêu nhau khắn khít như vậy, làm sao mà không có con sớm nên chúng nó lo làm hôn thú trước rất hợp lý trước khi có lễ cưới đàng hoàng ở Nhà Thờ. Trai nói:

- Xin phép hai bác cho cháu lái xe chạy vô bịnh viện lấy khẩu trang, cái mặt nạ lớn của bác sĩ, bao tay, ống nghe, máy đo huyết áp và các đồ dùng linh tinh khác của bác sĩ trong một cái túi xách, Trai còn nói đùa, thưa hai bác, cháu vừa tuyển một phụ tá đắc lực giúp cháu đi khám bịnh.

Trai đưa cái túi xách cho phụ tá mang lên xe, còn bác sĩ lên xe tay không mới oai phải không hai bác? Cháu nói đúng, Bà xác nhận, Trai quay qua hỏi phải vậy không Josephine?. Dạ anh nói cũng đúng luôn. Josephine phân trần trong vui thích, người ta ăn hiếp bạn mà Caroline không binh bạn gì hết.

- Tôi không binh bạn, Caroline nói, tôi muốn bác sĩ Trai đi đâu cũng dẫn phụ tá ruột theo bắt phải mang giúp bác sĩ những dụng cụ cần thiết khám bịnh và bắt phụ tá phải có mặt ngày đêm gần bác sĩ cho dễ làm việc, em nói như vậy có đúng không anh Trai?

- Hoan hô ý kiến của Caroline. Cả sáu người cùng cười vui. Xe đậu trước văn phòng của Trai, anh vào lấy túi đồ nghề của mình nói với nhân viên, tôi đi khám bịnh người thân đang ở nhà, tôi trở lại làm việc trước mười giờ rưỡi, nói xong lên xe đi nhanh. Đến nhà Hiếu, Caroline dẫn ba má vào thăm hỏi mẹ và chị hai. Trai và Hiếu, trang bị đầy đủ vào khám tổng quát cho anh Hai mà anh đang trong giấc ngủ mê man hơi thở yếu ớt, đụng vào ngực vào lưng anh cũng không hay biết, đúng là một người bịnh đang thoi thóp chờ chết. Khám xong Trai và Hiếu cho hai bao tay vào một túi nylong buộc chặt bỏ vào thùng rác.

Qua nhà chánh, Trai nói với chị Hai là để chúng em mua sâm Hàn Quốc loại tốt, chị nấu kỹ cho ra nước hết nước sâm, đừng đổ nước nhiều quá nấu lâu, anh Hai cũng không uống được nhiều nước, uống ít mà có uống nước sâm cũng giúp anh thêm sức sống, ngày nào hay ngày nấy vì anh thấy Trung-Tâm tổ chức đám cưới xong anh mới thoả nguyện ra đi mà không còn bịn rịn luyến tiếc. Anh Hai đã làm tròn nhiệm vụ lo cho các em từ ngày còn đi học thiếu thốn đến ngày thành đạt và lập gia đình hạnh phúc.

Má Hiếu sẽ may cho mỗi cô một bộ bà ba để lưu giữ kỷ niệm khi ở Việt Nam, bà đo đạc ni cỡ Josephine trước kế đến là Caroline và sau cùng là má của Caroline. Khi đo cắt may quần, cũng theo thứ tự đó, bà nói số đo mỗi người nhờ Hiếu ghi vào một cuốn sổ và nhắc Hiếu viết chữ to và rõ ràng bà mới đọc dễ.

Hiếu chặt dừa mời ba má, mẹ, chị hai và mọi người cùng uống nước dừa. Chị hai nói, em Hiếu trồng dừa nay có trái chiến, hôm nào cho Caroline uống biết tài nghệ của em chị. Hiếu nói lại bằng tiếng Anh, Caroline cười ngất khen anh Hiếu của em cái gì cũng giỏi lắm chị hai ơi! Caroline khoe em và anh Hiếu vừa làm xong hôn thú ở Toà Tổng Lãnh Sự Áo, còn hôn thú Việt Nam đến khi đám cưới xong làm Hôn Thú cũng đươc. Caroline, khoanh tay đứng trước mặt mẹ chồng và nói chúng con sẽ qua mặt anh chị ba, anh chị tư, sẽ sanh cháu nội trước cho mẹ bồng ẵm, chắc mẹ vui lắm!

Hiếu thông dịch lại, mẹ đến ôm con nói mẹ cám ơn con dâu của mẹ. Ba má Caroline trông cảnh con gái mình biết cung kính mẹ chồng như vậy làm cho hai ông bà rất hài lòng. Chị hai cũng ôm em dâu chúc mừng hai em luôn hạnh phúc bên nhau.

Đến mười giờ rồi, Trai mời ra xe về nhà để Trai còn về làm việc, hẹn chiều năm giờ Trai đến đón ăn tối. Ba má Caroline và mọi người từ giả mẹ Hiếu và chị hai của Hiếu ra về, hẹn gặp lại sau.

Bữa cơm tối, ăn tại một nhà hàng Tàu với mười món ngon nhứt đắt nhứt để đãi người đẹp Josephine. Trai còn mời thêm bốn bác sĩ đồng nghiệp cũng đi ăn cho vui và cũng là dịp giới thiệu ý trung nhân của Trai vì bốn bạn bác sĩ bận công tác hay bận trực và cũng làm việc xa, ở bịnh viện quận. Mọi người đến đông đủ, ngồi vào bàn, nhà hàng đem ra vài món ăn khai vị của người Hoa. Trai cũng có mang theo hai chai rượu vang ngon mời hai bác và các bạn thưởng thức. Qua tua đầu, Trai giới thiệu Josephine là ý trung nhân của mình với bốn bạn, Josephine đứng lên chào và bắt tay một cách thân thiện. Chỉ còn đêm nay, ngày mai Trai có quyết định làm đám hỏi sau đám cưới của Trung-Tâm và sau đó chúng tôi làm lễ cưới trước khi Josephine về nước Áo giải quyết việc nhà và trở qua Việt Nam sẽ xuống thẳng Sóc Trăng ở lâu dài. Chúng tôi cũng sẽ lên xuống Sài Gòn thường xuyên thăm ba mẹ. Trai cũng nói thật ba mẹ mình mất lâu rồi, có ba mẹ Josephine đồng thời cũng là ba mẹ ruột của mình, Josephine nghe Trai nói vậy quá xúc cảm xoay qua hôn Trai và nói em cám ơn anh. Cả bàn vỗ tay tán thưởng cử chỉ đẹp của Josephine. Bác gái góp ý:

- Tới lúc này, bác mới thấy Josephine dạn dĩ tỏ tình với Trai, hai bác chúc mừng hai cháu nên duyên cầm sắc càng sớm càng tốt để hai bác và Caroline cùng tham dự. Tối nay hai cháu bàn bạc và gọi điện về ba mẹ thỉnh ý là Trai muốn làm lễ hỏi tuần tới và có lễ cưới sau đó chừng một tuần, hỏi ba mẹ có bằng lòng không? - Trai nói cám ơn Bác giúp chúng cháu ý kiến hay, tối nay chúng cháu sẽ có thể gọi điện thoại về Sài Gòn báo cáo cho ba mẹ biết mọi chuyện. Bữa ăn tối rất vui, mọi người chia tay.

Trai đưa gia đình Caroline về nhà và cháu xin phép hai bác cho cháu mời Josephine về nhà cháu tối nay, phòng ai nấy ở, sáng mai chúng cháu qua trình diện và báo cáo hai bác rõ coi xem chúng cháu có gọi điện thoại về Sài Gòn hay không? Josephine nói, em ngủ bên nhà anh phải mang theo đồ ngủ và bàn chải đánh răng và nhiều đồ đạc linh tinh của phụ nữ.

Trai nói anh đã tiên liệu, hôm qua anh mua sắm đầy đủ hết rồi. Nếu còn thiếu sáng mai, chúng mình mời gia đình Caroline ăn sáng em mang hết về nhà anh, anh tình nguyện suốt đời làm gạc dan cất giữ mọi thứ cho em.

- Caroline nói, anh Trai nói nghe được quá phải không Josephine? Biết anh Trai có giữ lời hay không, Trai nói:

- Anh nói thiệt, chắc chắn như đinh đóng cột. Trai và Josephine cúi đầu chào hai bác ra xe có Hiếu và Caroline hộ tống như đưa dâu về nhà chồng.

Cửa cổng có hệ thống tự động, lúc bấy giờ ở Việt Nam ít có ai có hệ thống này chỉ có quan chức cao cấp và đại gia có đi ra nước ngoài mua mà Trai cũng có vì chàng độc thân đâu có ai mở cổng cho xe chạy vào. Trai mở phòng cho Josephine vào trước, nói là em đi tắm anh có chuẩn bị nhiều thứ xà phòng gội đầu của nước ngoài tuỳ em lựa chọn. Mọi thứ anh đều mua hôm qua, trong tủ có ba bộ đồ ngủ, em thích bộ nào lấy mặc trước rồi anh sẽ mua thêm. Sáng mai anh đi làm sớm bù cho buổi chiều anh nghỉ đưa em lên nhà vườn của anh cho tới chiều mình về đón gia đình Caroline đi ăn cơm tối, Caroline mời. Chúng mình đưa gia đình Caroline về, anh tiếp em mang hết đồ đạc qua nhà anh vì có gạc dan xịn trông coi, em khỏi lo thất lạc. Trai nói xong cũng vội vào phòng tắm gội.

Tắm xong, mặc đồ ngủ lại pha cà phê uống một tách nhỏ với nhiều sữa cho tỉnh người và nằm dài trên cái ghế dựa xem ti vi vừa lim dim, bổng có hai bàn tay của ai đó đến bịt mắt mình. Trai vội nói cám ơn em đến với anh, anh kéo Josephine ngồi lên đùi mình và anh trìu mến nựng nịu kê miệng mình vào miệng người yêu hôn một cách nồng nàn say đắm, Josephine cũng đáp lại.

Josephine kéo hai tay Trai ôm chặt lấy bụng mình. Như có nam châm thu hút hai tay Trai từ bụng từ từ lên ngực, tay luồn vào áo ngủ mân mê hai gò bồng đảo quả sương còn ngậm cưng cứng dễ yêu làm sao, môi miệng Trai hôn vào cổ vào vai của người yêu và hai tay cởi phăng áo ngủ của Josephine lồ lộ hai gò bồng đảo.

Trai kéo xoay mình Josephine và miệng dính chặt vào đỉnh đồi nên thơ, từ đồi này sang đồi khác, một lúc Trai cảm thấy nóng rang rạo rực sự đòi hỏi xác thịt vội bế nàng đưa qua giường. Trai cũng cởi phăng bộ đồ ngủ của anh ra, tay anh chạm vào lạch đào nguyên thấy ươn ướt, anh vội lấy một cái khăn bàn trắng lớn trải dưới mông người yêu. Trai tiếp tục mơn trớn người yêu đến hết chịu nổi trong lúc vẫn im lặng hai mắt nhắm lại mà cảm nhận sự sung sướng đầu tiên trong cuộc đời con gái của mình.

Thật sự Trai cũng chưa có kinh nghiệm về chuyện gần gũi xác thịt mà Trai chỉ học trên phim ảnh và Josephine cũng vậy. Thân thể của Josephine như pho tượng thần vệ nữ mà chàng thấy trong phim ảnh. Josephine phải nói có thân hình cân đối, ba vòng lộ ra rõ ràng lại càng thu hút. Hai tay Trai hoạt động làm cho Josephine chỉ lăn qua lăn lại và rên khe khẻ. Khi Trai vẫn chủ động cho của quý mình vào mạnh nghe tiếng bựt và Josephine nói, anh ơi em đau quá. Miệng nói hai tay lại ôm Trai kéo ghì xuống. Trai nhún lên xuống, Josephine chỉ rên khe khẻ, sung sướng tuyệt đỉnh anh ơi!

Chỉ trong vài phút cả hai đều lên đỉnh điểm khoái lạc, dù cả hai vừa mới tắm mà mồ hôi đổ ra quá nhiều, Trai vội lấy khăn lau mặt mày tay chân và toàn thân người yêu, Trai cũng không quên lấy hai cái khăn nhỏ lau cho nàng trước và Trai cho Josephine thấy những mảng máu tươi dính trên khăn.

Đây là một chứng tích bảo đảm sự trong trắng trinh tiết của nàng cho đến tận giờ phút này mà chính Trai là thủ phạm của những giọt máu sung sướng nhứt của tình yêu. Cả cái khăn bàn đặt dưới mông cũng lem luốc những giọt máu chảy loang lổ trên khăn vì Josephine lăn qua lăn lại làm máu cũng dính mông nàng.

Trai lấy khăn nhún nước vắt cho ráo lau sạch cho Josephine. Nàng ôm hôn Trai. Và nói em cám ơn anh đã chăm sóc rất chu đáo cho em.

Sự gần gũi xác thịt lần đầu tiên với anh, em vô cùng đê mê khoái cảm và mong anh sẽ thường xuyên mang đến nhiều hạnh phúc cho em. Chúng mình đang hoà tấu một bản tình ca chung thuỷ bất diệt. Bây giờ em mới thật sự tin anh Trai là người chồng tuyệt vời của em. Anh nằm xuống ôm em chúng ta cùng vui hưởng hạnh phúc tuyệt vời của buổi tối đầu tiên tại nơi này. Anh và em biết rõ thế nào là tình yêu trong lần đầu tiên trong cuộc đời của chúng mình. Riêng em có chứng tích chứng minh, còn anh em không biết có giống như em không?

Anh thủ thỉ bên tai Josephine:

- Em thấy như anh sành đời, anh thú thiệt chưa biết gần gũi với phụ nữ là thế nào, may là anh có đôi khi xem phim sex mới biết sự gần gũi với phụ nữ là phải như thế, như thế... Anh bắt chước mà em yêu thích, anh rất mừng và chúng ta kể từ hôm nay anh thuộc về em và Josephine là độc quyền của anh. Chúng mình vui buồn trọn đời có nhau nghe em! Josephine nói em đã có quyết tâm từ đây, em không bao giờ xa anh. Khi đám cưới xong, em xin phép anh cho em về Áo chừng một hai tuần giải quyết nhiều vấn đề về nhà cửa tài sản của Ba Má và của riêng em nữa. Anh cố gắng vận động làm passeport của Việt Nam lấy ngay, anh xin phép ông Giám đốc bệnh viện cho anh xin nghỉ hai tuần đưa vợ về nước, em tin chắc được. Có anh luôn bên cạnh, em vô cùng hạnh phúc, có anh bảo vệ em tại quê nhà và em có cơ hội giới thiệu với bà con họ hàng và bạn bè, em có chồng mà là người chồng xịn lý tưởng của em.

Khi đến nhà ở Vienne em mới khoe em và Caroline đã có chồng Việt Nam để cho mấy thằng con trai con đại gia hay cha mẹ có quyền chức tưởng đâu mình ngon cứ bám đuôi theo hai chúng em, đám con trai đó có thằng lại còn sàm sỡ bị Caroline chỉ thẳng mặt đuổi ra khỏi nhà.

Tội nghiệp làm cho Mẹ của Caroline sợ tái mặt, bà lo sợ chúng trả thù. Chúng em về Áo lần này rất an toàn vì chúng em tuyên bố đã có chồng sắp có con đầu lòng cho tụi nó chạy re mà có anh hộ tống tha hồ cho em khoe chồng em đẹp trai ngon lành tuổi trẻ mà lại tài cao, chuyện mây mưa lại số dách nữa. Trai nói rất cám ơn em bốc anh lên tận mây xanh, cho anh đi tàu bay giấy.

Trai dẫn Josephine vào tắm chung để hai người còn mơn trớn vuốt ve và kỳ cọ cho nhau. Dù không gội đầu, nước vẫn ướt tóc Josephine, Trai đứng sấy tóc cho em mau khô. Hai người kéo nhau lại giường nằm nghỉ và sự sung sướng tột cùng vừa rồi đưa hồn hai người vào giấc mộng hạnh phúc gần ba tiếng. Cả hai thức giấc, Trai vội lấy áo ngủ choàng vào, đi đến tủ lạnh rót ra hai ly sữa tươi mang đến giường cả hai cùng ngồi uống bên nhau, hết ly sữa, Trai vội đem ly để vào chậu sẽ rữa sau. Trai lấy một cái khăn nhỏ thấm nước đến lau miệng lau tay cho người yêu. Sự ham muốn xác thịt lại nổi lên, trai đẩy người yêu nằm xuống, chàng đi lấy một cái khăn lớn và hai cái khăn con cũng trải khăn lớn như trước sợ sẽ còn chảy máu và hai chiếc khăn con để sát đầu nằm mình. Trai kéo tung tấm chăn ra trên người Josephine trong lúc nàng như nhắm mắt lại, Trai ngồi ngắm nghía mà Josephine đã thấy rõ lại càng yêu Trai thêm vì biết chàng thật sự yêu mình rồi. Josephine nắm hai tay chàng đặt vào ngực mình và kéo chàng nằm xuống nghiêng vào thân mình. Cả hai quấn quít nựng nịu nhau chừng hơn năm phút cả hai lên cực điểm của sự đòi hỏi ham muốn.

Khi hoàn tất nhiệm vụ Trai chỉ lau sạch cho hai người ngủ một giấc say sưa cho mãi đến năm giờ sáng. Trai thức trước, rón rén bước xuống cho người yêu ngủ tiếp. Trai lo nấu nước pha trà pha cà phê vừa xong thì Josephine cũng thức dậy. Nàng nói em cám ơn anh lo cho em quá đầy đủ, chúng mình uống sữa tươi trước rồi sau mới uống cà phê, anh đồng ý với em, Trai nói. Josephine vội lấy bộ đồ ngủ choàng vào người không cần phải mặc đàng hoàng, đến hôn Trai và ngồi sát Trai cùng uống sữa trước, kế tiếp uống cà phê và uống trà xong. Cả hai vào toilet đánh răng, Josephine chải lại tóc và xịt một chút dầu thơm vào người. Trai mở cho nước nóng lấy một cái khăn thấm nước nóng, vắt ráo lau từ mặt xuống tới cổ tới vai và lau hai tay hai chân xong, khăn lại xát xà bông thơm giặt sạch rồi cũng nhúng nước nóng lau đến ngực lau hai gò bồng đảo, một tay vừa lau một tay vừa vuốt ve se hai đỉnh gò bồng đảo như sóng nhấp nhô làm cho Josephine rên khe khẻ và nói thì thầm với Trai tăng thêm cường độ nghe anh, em ngất ngây sung sướng còn anh thì sao, có đòi hỏi ham muốn không?

- Trai không trả lời, kéo Josephine lên giường, đẩy nhẹ nàng nằm xuống, nàng nói:

- Lần này em thay anh, anh sao dễ thương quá, để cho anh khoẻ vì sáng nay anh còn phải đi làm việc bù cho buổi chiều nữa. Josephine đè Trai nằm xuống, nàng cầm càng nhảy tuýt từ chậm đến nhanh chừng ba bốn lần như vậy, anh chịu hết nổi chúng ta ra cùng ra một lượt nghe em. Nàng vừa có động tác cực mạnh cực nhanh và nói như reo em ra cùng lúc với anh rồi. Nàng lăn qua vội lấy khăn lau cho Trai trước và nàng lau sau. Cả hai vô toi let kỳ cọ tắm qua loa cho nhanh. Caroline ra trước lấy bộ đồ ngủ cho Trai mặc trước, Trai vào tủ lạnh lấy bánh mì xắt bốn lát đủ hai người ăn cho vào lò nướng, Josephine vừa ra đến ghế ngồi thì Trai mang ra một dĩa jam bông và một hộp patê gan chưa khui, Trai đến tủ chén lấy ra dĩa và muỗng nỉa dao đủ hết để trên bàn. Trong lúc còn đợi chờ bánh mì, Trai lo nấu nước sôi để pha trà pha cà phê. Josephine lau lại dĩa muỗng nỉa dao xong vào bếp lấy một lọ tiêu và chai ma gi và hai chiếc khăn ăn.

Tắt điện lò nướng, Trai mang ra bốn lát bánh mì nóng hổi chia hai và ngồi xuống ôm hôn Josephine trước khi mời Josephine cùng ăn điểm tâm. Trai nói ăn xong, anh vào sớm trước giờ làm việc vì có một bệnh nhân đau nặng, anh phải khám ngay. Em ở nhà lo thu dọn dùm anh. Còn trong nội thất em muốn trang trí cách nào vừa ý em thì em cứ làm. Em muốn có gì thêm để trang trí thì em ghi vào mảnh giấy, chừng chín giờ anh trở về thăm coi em có bị ai bắt cóc không vì em của anh quá xinh đẹp có lắm kẻ muốn em để ý và yêu họ. Em ở nhà một mình đừng buồn nghe em. Em gọi điện thoại cho má biết là em đã có thử thách anh và bây giờ em bắt đầu yêu anh và trưa nay anh đưa em đến nhà vườn của anh chơi cùng với gia đình Caroline, chiều Caroline mời đi ăn.

Hôm qua anh mời gia đình Caroline và bạn bè gần năm mươi người anh đãi gọi là tiệc chào mừng Josephine. Em thưa với má, là anh xin phép ba má làm lễ hỏi tại Sài Gòn tại nhà Ba má. Anh dự kiến mời ba mẹ Caroline, đại diện trưởng họ nhà trai. Phái đoàn nhà trai chừng hai mươi người, có vợ chồng anh Trung, vợ chồng Bernard, vợ chồng Hiếu và có thể mời ông bà Giám Đốc Bệnh Viện và vài người bạn nữa, có thể nhờ anh Trung mời chú thiếm Tín. Nay mai mình đưa Hiếu đi Cần Thơ lấy xe, mình ghé mời chú thím Tín hay mình mời chú thím chủ hôn bên nhà trai lại càng hợp lý hơn, còn ba má Caroline là khách mời danh dự. Nói xong, trước khi ra xe, Trai lại ôm hôn Josephine và nói chín giờ anh về nghe cưng!.

Đúng chín giờ Trai về tới nhà có mang về nhà một bọc cả chục cái bánh patê sô nóng hổi mời Josephine ăn thử coi có ngon không? Trai ôm hôn Josephine, em có điện thoại về báo cáo với mẹ là con tìm được thằng chồng kỳ cục mà quá dễ thương phải không?

- Em thưa với mẹ gần đúng như anh nói vậy. Mẹ nói chấp nhận vì mẹ có cảm tình với anh từ lần đầu hai chúng mình là dâu rể phụ. Mẹ nói sẽ thuật cho Ba nghe và Ba Mẹ có thể dự tiệc cưới Trung đến chừng mười giờ, gia đình mình xin kiếu từ về Sóc Trăng tối thứ bảy, có thể ở nhà Trai luôn đêm chủ nhựt sáng sớm thứ hai về Sài Gòn để ba còn đi làm. Mẹ có thể xin ba con để mẹ ở lại chơi với con vài ngày rồi hai con đưa mẹ về.

- Cám ơn mẹ, hai con vô cùng đội ơn ba mẹ. Mẹ nói con yên tâm lúc nào mẹ cũng bảo vệ con gái cưng của mẹ. Mẹ chúc con luôn vui vẻ hạnh phúc với Trai, chồng yêu quý của con.

- Anh nghĩ coi, mẹ nói như vậy làm em quá vui sướng, lần này chúng mình gặp ba mẹ khoanh tay cúi đầu hay quỳ lạy tạ ơn ba mẹ giống như người Việt Nam xưa. Trai nói:

- Em cưng của anh sao có ý nghĩ tuyệt vời đó chúng ta thực hiện khi ba mẹ về Sóc Trăng ở với chúng mình một đêm hay hai đêm. Trai nói tiếp em gọi mời gia đình Caroline ăn cơm trưa tại nhà hàng gần nhà vườn chúng mình. Ở lại chơi đến chiều mình ra ăn một lần nữa rồi về. Anh muốn ngày mai đưa gia đình Caroline đi Cần Thơ lấy xe, nghe nói Hiếu đã lấy bằng lái xe rồi. Nhưng, để bảo đảm an toàn, Caroline có bằng lái quốc tế giúp Hiếu đem xe về để cho Hiếu chạy loanh quanh trong thành phố Sóc Trăng cho quen rồi mới để Hiếu lái xe đường xa. Josephine thuật lại lời đề nghị:

- Caroline nói anh Trai nhận định đúng, bạn nói chúng tôi xin cám ơn anh Trai. Tôi sẽ mời ba má và anh Hiếu đi ăn trưa và chiều nay. Josephine còn nói, vườn cây ăn trái của anh Trai khá rộng đi xem vào buổi trưa nên đội nón. Có nón lá che nắng nhân đó anh sẽ chụp nhiều pô hình cho hai nữ hoàng và má Caroline.

- Caroline còn nói, khi đội nón lá và mặc bộ bà ba mới đúng truyền thống con gái quê của Miền Tây nước Việt trông mộc mạc rất dễ thương.

Đúng mười hai giờ, Trai và Josephine đậu xe trước nhà, ba má và vợ chồng Hiếu lên xe trực chỉ lái về hướng đi Đại Ngãi. Đến nhà hàng cô chủ quán mau mắn khoanh tay cúi sát chào hai bác và các anh chị một cách cung kính lễ phép rất dễ thương. Josephine đến ôm cô em, nói cám ơn và đưa tặng một phong bì một trăm ngàn và nói anh chị xin trả tiền bữa tiệc trước và hôm nay. Lúc bấy giờ lương công nhân viên nhà nước tính tiền trăm mà một trăm ngàn vô cùng lớn, cô em quá cám động ôm hôn chị dâu. Nhân viên mang ra một mâm khăn ướt tẩm nước đá bào và có dầu thơm eau de Cologne. Mọi người lau mặt và hai tay cảm thấy tươi mát và bữa ăn trưa cũng với những món dân gian truyền thống của dân quê Việt Nam nay được nâng lên là món ăn ngon đặc sản trong lãnh vực văn hoá ẩm thực miệt vườn. Josephine khen cô em nấu ăn ngon quá và giới thiệu với ba má Caroline cô em chồng con của ông chú ruột của anh Trai cha mẹ cũng đã qua đời như ba má anh Trai.

Trai nói, con mời hai bác lên đây chơi thường có cô em sẽ còn đãi nhiều món ăn độc đáo nữa. Ăn xong, về nhà vườn, vừa bước vô nhà đã có sáu ly nước dừa có nước đá để trên bàn khách bên cạnh có một ly lớn đựng sáu cái muỗng và ống hút và hai lọ muối và đường tuỳ hỉ ai muốn dậm thêm muối hay đường cũng đều tốt. Trai mời hai bác vào phòng nghỉ cho khoẻ, chừng ba giờ chúng con mời hai bác đi vòng quanh vườn cũng mất trên một giờ trở lại mấy ao nuôi cá để thử tài hai nữ hoàng coi ai câu được nhiều cá. Nếu câu được cá lớn mình đem ra nhà hàng nướng tươi như vậy cá ăn rất ngọt và còn ngon nữa vì chính tay hai nữ hoàng câu cá đãi mọi người. Cháu và Hiếu chỉ có nhiệm vụ móc mồi và gỡ cá dính câu. Muốn có chắc cá tươi ăn chiều nay, cháu còn có đặt thêm mấy cái lọp thế nào cũng bắt được cá. Phòng hai bác nghỉ trưa nay là phòng chúng cháu dành cho ba mẹ chúng cháu từ Sài Gòn xuống chơi. Hai ông bà vào phòng thấy quá rộng khang trang và đầy đủ tiện nghi như phòng khách sạn năm sao. Trai hỏi nữ hoàng bây giờ muốn vào phòng nằm nghỉ hay anh em mình ra câu cá cho vui mà còn có cá chiều ăn. Hai nữ hoàng chưa từng biết câu cá lần nào, nay có dịp thử coi câu cá nó vui làm sao mà có người đam mê phơi nắng cả ngày nghỉ cuối tuần.

Trai gọi cô quản gia, nói hai vợ chồng em giúp mang ra một cái bàn nhỏ có trương dù lên che nắng cho bốn cái ghế nhỏ và bốn trái dừa để nguyên trái có thêm ông hút. Lựa cho anh bốn cần câu, đào bắt trùn làm mồi câu cá, chừng nửa tiếng anh chị và hai bạn ra ao câu cá đen vì chúng thích ăn mồi trùn. Josephine lại nhét vào túi cô em mười ngàn nói là anh chị tặng hai em. Cô em cám ơn lui ra gọi chồng làm nhiệm vụ.

Vợ chồng Hiếu và Trai tiếp tục uống hết ly nước dừa và bàn chuyện ngày mai đi Cần Thơ. Nếu Trai và Josephine ở lại được một đêm và sáng hôm sau, chúng ta cùng về sớm cho mát. Chiều mai mình rũ thêm vợ chồng anh Trung hay mời luôn hai bác, ba má của chị Minh Tâm và mời chú thím Tín đi ăn trên nhà hàng nổi đang chạy chầm chậm trên dòng sông Hậu rất nên thơ. Luôn tiện anh Trai mời chú thím làm chủ hôn nhà trai trong lễ hỏi tại Sài Gòn, Hiếu đề nghị, Trai đồng ý liền. Hiếu sẽ gọi điện thoại cho thím Tín báo tin vui:

- Hiếu và Caroline đã làm hôn thú tại Toà Tổng Sự Áo hồi đầu tuần này. Nay ăn mừng tại Cần Thơ có mời Ba Má chị Minh Tâm cùng tham dự có cả bác sĩ Trai là rể phụ trong đám cưới anh Bernard nay sắp thành rể chánh. Đặc biệt, có cô dâu phụ con ông bà Tổng Lãnh Sự từ Sài Gòn cũng có về tham dự nữa kính mời chú thím đến nhà hàng nổi neo bến Ninh Kiều đúng sáu giờ chiều ngày mai. Thím Tín nghe điện thoại và nhận lời mời của Hiếu. Hiếu nhờ chị Minh Tâm mời hai bác nói có gia đình của Caroline, chú thím Tín. Anh Trai và ý trung nhân đưa chúng em đến lấy xe, Caroline lái về Sóc Trăng dù em đã có bằng lái mà còn nhát, cần phải mang xe về nhà lái cho quen, sau ngày đám cưới anh chị chúng em sẽ thường về nhà ở Sóc Trăng.

Hai nữ hoàng theo phu quân ra ao cá đen, có cá lóc, cá trê cá rô và cả lươn nữa. Nếu có nhái làm mồi cắm câu cá lóc thì chắc ăn nhứt vì cá lóc rất háo ăn nên cắm câu thì kể như có cá lóc nướng trui, lần tới em quản gia sẽ tìm bắt nhái hay mua của trẻ nhỏ rồi rộng để dành cắm câu. Ngồi dưới hai cây dù, hai nữ hoàng còn đội nón lá nghiêng nghiêng nó đẹp và hấp dẫn quá chừng vì gái tây phương đội nón lá thấy lạ lại duyên dáng dễ thương.

Trên bàn con có bốn trái dừa và bốn ống hút đã cắm vào miệng của trái dừa tươi vừa mới vạt một mảng vỏ làm thành cái miệng để nước dừa được hút uống rất ngon khi ở ngoài vườn. Cá nuôi rất dễ câu vì chúng sinh sản nhiều, hai cô giựt lia lịa, nhưng đa số là cá rô chưa lớn. Hai cô vui thích vì trong đời mới biết cầm cần câu lần đầu, cá lớn nhỏ gì cũng bắt hết. Cá rô con thì kho sả ớt ăn cơm thì bá chấy. Khi hai nữ hoàng giựt lên được một con đều la cười ỏm tỏi. Hai ông bà già mới mở cửa phòng đã nghe tiếng Caroline rồi, biết các con cháu đang câu cá dưới bóng cây dù màu che nắng và còn đội nón lá làm điệu nữa. Hai ông bà vừa nắm tay đi ra chung vui, đứa cháu gái quản gia dẫn hai ông bà đi ra, còn cậu quản gia mang thêm hai trái dừa lửa cực kỳ ngọt và hai cái ghế có tựa lưng để hai ông bà có thể ngồi lâu xem hai nữ hoàng nón lá câu cá.

Chưa tới nửa giờ có trên hai mươi con cá câu được toàn là cá rô nhỏ, câu được cá to cá nhỏ gì cũng đều vui cả. Trai bảo mọi người xem, anh tìm chỗ kín đáo cởi quần dài có quần xà lỏn ở trong và cởi áo ngoài chỉ mặc áo thung ba lỗ lội xuống ao kéo cái lọp thứ nhứt có hàng chục con cá lớn nhỏ có cá lóc cá trê và hai con lươn, cái lọp thứ hai thứ ba cũng vậy, cơ mang nào là cá cho vào thùng, Trai mang vào nhà bảo em quản gia đạp xe mang cá xuống nhà hàng, nói anh nhờ làm hết cá nhỏ kho sả ớt, còn cá lớn nướng ăn chiều nay cuống bánh tráng ăn cũng đủ no rồi, kể cả mấy con lươn nấu cho anh một tô canh chua bắp chuối.

Cả hai cô gái Áo lần đầu tiên trong cuộc đời biết câu cá bằng cái cần câu đơn sơ không phải mua chỉ cần một que tre nhỏ với lưỡi câu nhỏ xíu và một dây nhợ chưa tới một mét rưỡi và mồi chỉ là trùng dế hay cào cào châu chấu, bắt được côn trùng gì làm mồi cũng được. Ngoài câu cá ở ao nhà, cũng với cần câu như vậy có thể ngồi trên xuồng đi câu trong ruộng lúa hay sau hè nhà khi đến mùa nước nổi. Người ta còn ngồi câu trên bờ kinh rạch, bờ sông.

Cái thú câu cá có người đam mê, một thể loại thư giản, xả ếch trết rất hữu hiệu hay nói hơi quá là một hình thái ngồi thiền mang lợi trước mắt cho mình là có cá làm món ăn, chẳng cần phải bỏ tiền ra mua. Hiếu thấy rõ lợi ích các ao, hồ nuôi cá đen ở nhà quê không cần phải mua thức ăn nuôi cá mà để chúng sống trong môi trường tự nhiên. Phương ngôn có câu: cá lớn nuốt cá bé rất chính xác, cá to như người có quyền thế thường hay hiếp đáp bóc lột người nghèo, ít học hay thế cô, cá lớn cũng vậy cá nhỏ là mồi ăn ngon của chúng. Vì vậy, người dân quê ít nuôi cá lóc chung với các loại cá khác hay nuôi chung phải có diện tích rộng và nước sâu và có thêm nhiều cây cỏ để cá con có đường trốn thoát.

Khi Trai trở ra cũng là lúc hai nữ hoàng nghỉ câu. Vì cả tiếng đồng hồ câu cá vui quá cười la muốn tét cái miệng, lại ghế ngồi thuật lại cái hứng thú về câu cá cho ba má nghe. Caroline nói, con sẽ bàn với anh Hiếu tìm mua khu đất rộng có sẵn nhà hay khu đất trống mình cất nhà sau. Trước tiên là có quy hoạch trồng các cây ăn trái chừng một chục loại và đào một hay hai ba cái ao rộng nuôi cá đen, cá trắng nuôi riêng. Bờ ao có trồng cây điên điển là cây hoang dễ trồng mà có bông vàng đẹp tuyệt vời. Dưới ao trồng bông súng, rau muống, rau ngổ, lục bình, bình bát, toàn là loại thảo hoang dã chỉ trồng một lần nó sẽ sống lâu dài. Các loại thảo hoang này vừa có nơi cho cá mẹ sanh đẻ và nuôi chúng bằng các rễ, bông, phấn hoa và các loại sâu, ong bướm dập dìu làm rơi rớt nhiều thứ của chúng cũng là mồi nuôi cá. Còn các loại thảo mộc hoang dã cũng là món rau xanh cung cấp thêm món ăn cho con người. Ba má Caroline gật đầu đồng ý với các con và nói:

- Người ta nói rất đúng đi một ngày đàng là học được một sàng khôn. Hôm nay Caroline có dịp đi câu cá nên con nẩy ra ý tưởng ngôi nhà tương lai của mình.

Ba Má về ở lâu dài nhà con, ba má tha hồ mà câu cá giải trí. Nơi ngồi câu cá còn có vài cái võng khi ngồi lâu mõi lưng lên nằm võng cho thư giản và có thể gió hiu hiu man mát làm cho mình dễ ngủ đánh thêm một giấc ngoài trời lại càng tuyệt. Mẹ con coi bộ mê thích có ao nuôi cá trong ngôi nhà tương lai của

Caroline, ba Caroline nhận xét. Trai và Hiếu đến mời hai bác cùng đi một vòng quanh vườn xem cách bố trí quy hoạch của Trai các loại cây ăn trái từng khu vực có đào rảnh chứa nước mưa để giúp cây trồng có nước thường xuyên.

Theo kinh nghiệm cũng như sách vỡ của nghề nông là cây trồng cần: nhứt nước, nhì nông, tam cần, tứ giống. Khẳng định một điều tiên quyết số một trồng cây hay hoa màu, bông hoa cây kiểng là phải có nước và ba yếu tố kế tiếp là giúp sự tăng trưởng cho cây trồng: phân, chăm sóc và giống cây tốt sẽ cho sai trái.

Trong vườn của nhà Trai bất cứ mùa nào cũng đều có trái cây của mùa đó, sát hàng rào là nơi Trai trồng nhiều loại dừa. Ở các góc cạnh hàng rào cũng có trồng tre để cho chim cò có nơi trú ngụ và truyền giống. Nhờ có vườn rộng mà Trai dùng công sức mình hay thuê mướn thêm nhân công từ từ tìm mua giống trái cây ngon trồng từng khóm riêng biệt. Biết bao thời gian sau giờ học hay những ngày nghỉ từ cấp trung học là Trai đã quán xuyến khu nhà vườn này lo chăm sóc trồng thêm cây ăn trái. Trai không có thời giờ ăn chơi trác táng như các con cháu của các đại gia khác và tối giải trí bằng cách là học và đọc sách cho nên dù phục vụ trong ngành Y mà các ngành khác như chăn nuôi, trồng hoa màu, trồng cây ăn trái, nông nghiệp, Trai đều có ghé mắt tìm sách đọc.

Khi đã có vợ con, Trai quy hoạch một khu vườn hoa kiểng. Nay, mướn thợ tiến hành ngay trong một tuần sẽ xong và Trai sẽ hỏi ý vợ và cha mẹ muốn vườn hoa trồng loại hoa gì của vùng nhiệt đới, Trai cũng tìm mua về trồng. Trai dự trù khi ba má Josephine đến đây chơi, sẽ có một tấm biển bằng đồng thau đặt trước cổng: Josephine-Trai Garden và ngôi biệt thự gần bịnh viện với cái biển nhỏ Josephine Villa để kỷ niệm cả hai yêu nhau thật sự tại ngôi biệt thự này. Dưới cùng của tấm biển đề ngày kỷ niệm, người ngoài không hiểu ngày trên tấm biển Josephine Villa là ngày gì.

Sau một vòng đi quanh vườn tham quan ai cũng mê thích cách làm nhà vườn khép kín của Trai. Hầu như cái gì cung cấp cho cuộc sống cũng có đủ ngoại trừ không trồng lúa, Trai có trồng một khóm mía, và thơm. Có khu nuôi nai ba bốn con và có cả chuồng bò chuồng heo nuôi năm ba con. Khi có khách đến nhà đông sẽ giết thịt đãi khác. Các loại phân chuồng một phần vứt xuống ao làm thức ăn thêm nuôi cá đen và một phần phân và cỏ khô héo cho vào một cái hầm dùng ủ phân xanh và phân chuồng hỗn hợp để bón cây trồng, nhứt là vườn bông hoa cây kiểng rất cần phân lót trước khi trồng hoa. Trai thưa với ba má Caroline:

- Khi nữ hoàng Josephine về làm chủ khu nhà vườn này, cháu làm chuồng nuôi thỏ để cung cấp cho gia đình món thỏ nấu rượu chát mà người Pháp rất ưa thích và con nghĩ người Áo cũng thích món ăn này.

Ở Việt Nam người ta còn nướng thỏ nguyên con hay xào lăn, nấu chao thịt thỏ. Chúng cháu sẽ tạo cơ ngơi này thêm tiện nghi để ba má chúng con về đây vui thú điền viên an hưởng tuổi già. Josephine nói với con:

- Ba má nói cô ta ở đâu, Áo hay Việt là phải có cha mẹ và con cháu ở chung. Hai ông bà chỉ có một đứa con và cháu đã mồ côi cha mẹ từ lúc còn nhỏ, nay cháu cũng có cha mẹ để phụng dưỡng, ba má đẻ của Josephine cũng chính là ba má ruột mà chúng con phải phụng dưỡng cho đến khi ông bà trăm tuổi.

- Con luôn nghĩ trong đầu là sẽ không bao giờ đưa ba má vào nursing home, nhà dưỡng lão, chẳng khác nào con cháu muốn cha mẹ chết sớm hơn là nuôi cha mẹ ở nhà. Đó là cách suy nghĩ của người Mỹ của người phương Tây là cách suy nghĩ thực dụng. Họ viện dẫn lý do là cha mẹ già con cái bận đi làm không lo giúp cha mẹ được hay chăm sóc người già quá cực lại thường đau yếu. Cháu biết ở Mỹ ở các nước Châu Âu hay các nước văn minh khác ngoài tiền cấp dưỡng cho người già còn cấp thêm tiền thuê người chăm sóc nữa. Nếu cần thêm giờ chăm sóc con cháu đóng góp thuê thêm người hay trả thêm tiền phụ trội cho người chăm sóc, mới trọn hiếu đạo gọi báo hiếu lúc cha mẹ còn sống.

Hơn nữa, các cụ có bảo hiểm y tế do nhà nước ở tây phương lo hay các cụ có tài sản thì con cháu phải "nhả ra" mua bảo hiểm y tế xịn cho cha mẹ. Còn con là bác sĩ, cha mẹ ở với con thì khỏi phải có y tá chăm sóc sức khoẻ mà có bác sĩ theo dõi hàng ngày. Chẳng may cha mẹ bị bịnh nặng mình mới đưa vào bệnh viện.

Ông bà khen Trai và Josephine có hiếu với cha mẹ và rể của hai bác, Hiếu và Caroline cũng có ý tưởng như hai cháu nên chúng cất hay mua nhà phải có đất rộng để chúng cũng làm nhà vườn như hai cháu, "dụ" hai bác về ở với chúng nó. Thật hạnh phúc xiết bao khi cha mẹ già sống chung với con cháu cho đến ngày lâm chung.

Vào nhà nghỉ ngơi, hai nữ hoàng cũng bị nắng táp làm cho hai phu quân có dịp xoa kem dưỡng da vào cổ vào tay chân giúp, còn mặt thì hai nữ hoàng tự làm theo ý thích của mình. Ở nhà nói chuyện cho thêm vui chừng nửa tiếng, tới năm giờ rưỡi, Trai mời hai bác lên xe chạy đến nhà hàng ăn cơm chiều với cá câu được và cá đặt lọp. Bác gái nói với hai nữ hoàng nón lá, chiều nay ăn cơm sẽ ngon hơn những bữa cơm thường nhựt vì cá các con câu và Trai bắt sẽ làm món ăn thêm ngon hơn mình mua cá ở ngoài. Chính công sức lao động của mình đóng góp thêm vào món ăn. Josephine nói, chúng con cám ơn lời khích lệ của bác.

Trong lúc ngồi chờ đợi, nhân viên nhà hàng cũng mang nước dừa ra mời mọi người, nói cô chủ quán lựa toàn dừa lửa nước thật thơm ngọt mỗi người uống chỉ hơn nửa ly dành bụng ăn thêm món canh chua lươn độc đáo và hôm nay lại có ăn cá nướng cuống bánh tráng chấm với nước mắm me. Cá nướng có hai cách, cá đánh vẫy và cá để vẫy, thử so sánh coi cá nướng cách nào ngon. Nếu có ăn thêm cơm thì có cá rô kho sả ớt và còn mang về nhà ăn nữa.

Trai và Hiếu rất khéo tay và nhanh nhẹn cuống cho ba má trước và để Caroline tập cuống bánh tráng cho quen tay và Trai giải thích từng loại rau trong cách cuống với cá nướng và cuống từ từ để cho Josephine tập cuống cái thứ hai. Cái gì cũng vậy, vạn sự khởi đầu nan. Cái gì lúc ban đầu cũng khó, làm quen trở thành dễ. Như Caroline, đây là cơ hội thứ hai Caroline cuống bánh tráng cũng tương đối khéo. Hiếu khen cuống bánh tráng kế tiếp em cuống cho ba má chắc ba má ăn sẽ ngon hơn anh cuống. Caroline nói ba má thấy chưa rể của ba má nịnh đầm dễ sợ, con sẽ móc hết ruột cho ảnh hết. Hiếu vội nói:

- Em cho anh tình yêu, anh nhận liền còn em móc ruột gan cho anh thì anh chạy xa vì máu me tùm lum dễ sợ quá.

Mọi người cùng vỗ tay cười to và nói Caroline thua Hiếu với tỷ số 1 – 0. Hiếu nói em lo cuống bánh tráng cho ba má, anh cuống bánh tráng cho em, chắc em ăn ngon hơn em cuống đó. Caroline đáp liền:

- Chưa chắc. Hiếu phân trần, Ba Má thấy chưa Caroline thua con 1 – 0 nay lại kiếm cách gỡ đó, hai ông bà lại tươi cười.

Hai con cứ vui vẻ như thế này, chắc chắn hai con sẽ sanh con sớm cho ông bà ngoại bồng bế cho vui tuổi già. Caroline nói, ba má chuẩn bị tiền thưởng cho con bây giờ con sẽ sanh sớm hơn anh chị Bernard, con có cảm nhận con đầu lòng của hai con là con trai, nó sẽ giống cha nó như đúc. Hiếu nói, anh cám ơn em khen anh như cách nịnh chồng đó có phải không?

- Phải phải đó, em khen anh thiệt mà cái gì anh cũng biết, ba má có thấy tay ảnh thoăn thoắt móc mồi gỡ cá dính lưỡi câu mà con đã khen thầm, chuyện câu cá anh đâu có biết, thế mà anh Hiếu làm không thua kém anh Trai là người có nhiều từng trải đi câu cá.

Tối nay về nhà, em phải tưởng thưởng cho anh cái gì xứng đáng. Hiếu vội đáp, chỉ thưởng anh cái hôn nồng thắm của em cũng làm cho anh thêm sướng tê tái rồi. Chuyện đó dễ ợt, bây giờ thưởng trước, tối thưởng tiếp, nói xong quay qua chu môi hôn Hiếu nghe cái chục.

Ba má Caroline cùng cười và nói con gái cưng cái gì nó cũng làm nhanh mà người khác không thể ngờ. Caroline cứ nói bô bô vui cười, Josephine lại mủ mỉ mù mì đang rủ rỉ rù rì với Trai chỉ đủ hai người nghe, chứng tỏ cá tánh của hai nữ hoàng khác nhau, một người nhu mì điềm đạm, một người luôn sôi nổi trực tánh mà lại là người tri âm tri kỷ thật khắn khít. Josephine nói:

- Đây là bữa ăn đơn giản không nhiều món mà lại ăn ngon vô cùng, Caroline cũng có cảm nhận như vậy. Hẹn khi Josephine về ở tại nhà vườn, Caroline, Hiếu sẽ thường lên câu cá giải trí và có cá câu được ăn ngon hơn mua.

Cô chủ nhà hàng chia nồi cá rô kho sả ớt làm hai, đựng trong hai cái tay cầm, phần của Caroline nhiều gấp đôi phần của Josephine vì gia đình của Caroline có đến bốn người so với gia đình hai người.

Nhân trong bữa ăn vui miệng, Josephine thực lòng nói với Trai là em đề nghị anh cho chị Lệ Thuỷ chiếc xe nhỏ mà anh mua cũng khá lâu, thấy chị đi làm xa nhà mà lái xe gắn máy em thấy tội nghiệp quá. Thay vì em mua xe mới tặng chị Lệ Thuỷ cũng không có khó khăn gì mà em muốn để chiếc đó em tặng cho chị, anh cũng tránh tiếng.

Em muốn chị Lệ Thuỷ sử dụng chiếc xe mà chị ngồi chỗ anh ngồi năm xưa để an ủi chị nhớ đến anh vì không duyên, nên chị ấy không nên vợ chồng với anh. Gặp người con gái khác mà anh cho ngủ tại nhà anh thì kể như anh dính với cô ta rồi. Em rất cám ơn chị Lệ Thủy, vì cái tính rụt rè e ngại hay tự ái vặt của chị mà "tha" anh lại cho em có một người chồng vô cùng xứng đáng như anh mà em rất kính yêu, Caroline xen vào:

- Tôi không ngờ bạn tôi có nhận xét quá đúng và đặt tình cảm ơn nghĩa lên trên hết tôi rất mến phục. Má Caroline cũng có ý kiến:

- Bác nghĩ lời đề nghị của cháu Josephine rất chân tình chứng tỏ con người lấy đạo đức làm trọng. Josephine lấy Trai làm chồng không phải vì tiền mà chỉ vì tình yêu. Trai, cháu có biết không, Josephine thừa hưởng một gia sản của cha mẹ di chúc để lại có thể đến hàng mấy chục triệu Euro. Trai xin thưa:

- Con vâng lời Bác, đồng ý với Caroline và anh tán đồng ý kiến của người vợ yêu quý, ngày nào đó, em lái xe đến văn phòng của Lệ Thuỷ, trao chìa khoá và giấy chủ quyền xe cho Lệ Thuỷ có anh hiện diện và anh đưa cho Lệ Thuỷ tờ giấy sang tên xe, anh ký trước Lệ Thuỷ ký tên bên cạnh, chỉ còn đến chỗ đăng ký xe là xong. Chúng mình làm một chuyện thật bất ngờ, Lệ Thuỷ rất cám ơn em. Ngày mai chúng ta chở gia đình Caroline đi Cần Thơ lấy xe của Trung cho lại Hiếu làm phương tiện đi tới lui, nhứt trong dịp đám cưới Trung và đám tang của anh Hai.

Sáng hôm sau, Trai chở Josephine đến nhà anh trai Caroline rất sớm, mới sáu giờ. Mọi người đã chuẩn bị xong lên xe đi Cần Thơ. Josephine nói hôm nay đi Cần Thơ, xin phép hai bác cho con đi chợ sáng trưa chiều. Bác gái hỏi đi chợ là gì?

- Josephine thưa đi chợ là trả tiền ăn đó bác. Cháu học ai mà nhanh quá vậy, biết tiếng lóng đó của người Việt, con học lóm của Caroline. Bác gái nói, à ra thế. Caroline nói đi chợ khi ở nhà hàng nói đi chợ là gọi đặt thức ăn, nay Josephine nới rộng nghĩa ra cũng đúng luôn.

Xe chạy tới Ngã Bảy - Phụng Hiệp, nơi đây có nhiều quán ăn bình dân mà cũng ngon đáo để. Trai tấp vào một quán ăn đông khách dù mới có hơn bảy giờ sáng. Trai nói vào quán là nhiệm vụ của người yêu của anh đi chợ đó. Josephine đưa thực đơn cho bác gái xem, Caroline cũng ghé mắt vào xem, đề nghị với ba má mình ăn thử bánh canh giò heo thấy thực khách đa số ăn món này. Trai nói:

- Caroline rất thông minh, quán ăn nào đông khách nhiều người chọn cùng một món ăn, chắc như bắp, món ăn đó ngon. Hiếu góp lời, anh Trai nói quá đúng. Josephine gọi luôn sáu tô bánh canh giò heo, Hiếu gọi thêm một tô giò heo không lấy bánh chỉ có giò heo và có nhiều thịt nạc cho hai người lớn tuổi. Hiếu nói:

- Nhà em có cà phê ngon, về Cần Thơ vào nhà nghỉ ngơi rồi uống sau, ở đây mình gọi ba trái dừa chia ra sáu ly cũng đủ rồi phải không anh Trai? Trai tán thành, gọi thêm ba trái dừa chia ra sáu ly và không cần nước đá. Chỉ sau hơn năm phút, sáu tô bánh canh bưng ra còn bóc khói trông phát thèm hấp dẫn và tô ăn kèm tổ chảng vừa có nạc có xương, tuỷ lại càng hấp dẫn thêm. Hiếu gọi cho thêm sáu cái dĩa, Hiếu lựa nạc gắp cho ba má, còn lại ai muốn ăn thêm tuỷ hay gân sụn dính vào xương cứ tự nhiên. Trai ngừng lại quán ăn rất nổi tiếng của vùng này và khách vãng lai đi ngang qua đây, món bánh canh giò heo danh bất hư truyền. Ngon ơi là ngon, Josephine khen và Caroline cũng khen ngon hai bác cũng khen ngon. Trai nịnh đầm hay đúng hơn là nịnh vợ, Josephine bữa nay đi chợ cho món ăn ngon quá, tài giỏi thật, về nhà anh thưởng. Caroline vọt miệng:

- Tối nay anh Trai thưởng liền chớ bộ. Trai nói cũng OK phải không Josephine?. Em cũng OK, Josephine đáp ngay.

Hiếu nói từ đây đi Cần Thơ khoảng một tiếng, xin ba má thủng thẳng mà thưởng thức món ăn ngon này. Con xin ăn vội chạy vào chợ gần đây mua vài đồ dùng cần thiết. Caroline nói anh đợi em một chút, em cũng ăn nhanh đi theo hộ tống anh sợ rủi buổi sáng anh đạp bể bánh tráng không có đủ tiền bồi thường, người ta giữ anh lại thì em buồn lắm. Bà mẹ nói:

- Cái con Caroline này nó muốn theo chồng, dính như sam làm bộ vậy phải không con gái? Dạ phải, Má đã đi guốc trong bụng con rồi, Caroline nói. Bà cười ngất. Josephine thấy chưa, cái gì Caroline cũng lý sự, nói được hết.

Cả Hiếu và Caroline, nắm tay băng qua lộ, đi nhanh đến chợ, Hiếu nói đố em biết anh mua cái gì ưu tiên số một. Caroline nói ngay như đi giép trong bụng Hiếu, anh đi mua khăn lớn khăn nhỏ phải không? Quả thực em đi giày cao gót trong suy nghĩ của anh vì em đi giép còn nhẹ nhàng phải là giày cao gót mới nện mạnh vào tâm trí bụng dạ của anh. Anh khen em đó, tối nay em sẽ trúng thưởng, giữa chợ Hiếu quay sang hôn vợ. Anh nịnh vợ thiệt, cám ơn anh.

Hiếu mua sáu cái khăn lớn và hai lố khăn nhỏ, còn mua thêm xà bông gội đầu, xà phòng giặt, keo xịt tóc, xà bông cục, kem và bàn chải đánh răng rủi ba má quên, thuốc tẩy trùng vì nhà đóng cửa cũng khá lâu. Hơn nữa, nhà Hiếu không có xe đi mua đồ dùng nhờ Trai chở đi thì biết mình không có chuẩn bị trước. Hiếu cũng có giải thích với Caroline vì trước đây ba anh chị em đều là độc thân đâu có mua chi những cái khăn con con mà thật đa dụng. Mua xong trở lại quán ăn, thấy ba má và hai bạn đang uống trà. Ba má đứng lên, anh chị Trai cũng đứng lên cùng ra xe, lái về Cần Thơ.

Tới nhà, Hiếu thưa với ba má và anh chị Trai, khoan vào nhà, để em vào trước thổi quét lá bụi, làm vệ sinh và xịt thuốc sát trùng xong sẽ vào sau. Anh Trai và hai nữ hoàng đưa ba má em đi một vòng khu này như là thăm dân cho biết sự tình. Chừng mười phút sau Hiếu làm xong công tác sẽ ra mời ba má và anh chị vào nhà. Nói xong Hiếu vội mở khoá cửa vào nhà, đeo khẩu trang, lấy máy thổi bụi bặm và máng nhện trong nhà giăng mắc tứ tung. Sau cùng, Hiếu ra thổi xung quanh nhà và đặc biệt là gara, thổi gom lá khô cho vào thùng rác xong. Hiếu vào làm vệ sinh hai nhà tắm và cầu tiêu xịt nước rữa thật kỹ. Hiếu cho thuốc tẩy trùng vào một cái xô chỉ có vài muỗng quậy đều, dùng cây lau nhà đẩy đều khắp trong nhà và rưới nước sát trùng trước cửa nhà, trong nhà mở hết quạt xua mùi thuốc sát trùng bay ra ngoài, chừng năm phút, thấy mùi thuốc chỉ còn phảng phất thôi. Hiếu lấy khăn nhỏ khăn lớn chia đều cho ba phòng, kem, bàn chải đáng răng, thuốc xịt tóc, xà bông rữa tay và mỗi phòng có hai đôi giép... Mọi thứ xong xuôi, Hiếu đi ra ngoài mời ba má, anh Trai và hai nữ hoàng vào nhà. Hiếu nói nhà này có hai toi lết, phòng của anh Trung dành cho ba má có toi lết riêng, phòng của chị Tuyết Trinh dành cho anh chị Trai và phòng của Hiếu dành cho nữ hoàng Caroline còn Hiếu ra ngoài phòng đứng gác cho nữ hoàng ngủ. Hai phòng của anh em mình sử dụng chung một toi lết. Hiếu đề nghị với anh Trai để cho ba má và nữ hoàng tắm xong nghỉ ngơi:

- Hai anh em chạy lại nhà chú thím Tín mời đi ăn tối và mời làm chủ hôn nhà trai. Hai anh em mình tạt qua chị Tâm mời hai bác đi ăn tối với chúng ta. Chiều anh Trung lái xe qua đây, để xe lại. Khi anh em mình đi nhà hàng trả anh Trung về nhà để anh lái xe đưa ba má anh chị Trung cùng ra nhà hàng. Em tính như vậy có hợp lý không? Em tính vậy quá hay rồi, chúng ta đi rửa mặt xong là đi ngay. Hiếu gọi điện thoại cho thím Tín báo là Hiếu và anh Trai sẽ đến nhà chừng mười lăm phút nữa. Hiếu cũng báo với chị Tâm. Chừng nửa giờ, anh Trai và Hiếu sẽ tới nhà mời hai bác chiều đi ăn cơm với tụi này, có ba má Caroline, chú thím Tín nữa. Không đầy nửa tiếng là xong mọi việc.

Hiếu và Trai trở về nhà, chưa tới mười một giờ, Hiếu nói Trai tắm trước em tắm sau vì em còn lo vệ sinh ở nhà bếp. Chừng mươi hai giờ mình đi ăn trưa nhè nhẹ hủ tiếu hay phở, dành thì giờ ngơi nghỉ, chiều mình đi ăn ở nhà hàng. Trai nói nhất trí với Hiếu chưa dứt lời, có tiếng điện thoại reo vang, Hiếu bóc máy lên nghe. Ở đầu giây bên kia có giọng nói của bác trai, ba chị Minh Tâm, mời sáu người từ Sóc Trăng mới tới đi ăn trưa nay với gia đình bác bốn người, chúng ta sẽ đi ăn điểm sấm cũng là món ăn lạ của người nước ngoài, Hiếu nói:

- Con đại diện gia đình và hai bạn, xin cám ơn bác và con xin nhận lời. Như vậy, cháu nói với Trai lái xe thẳng đến Phong Dinh Lầu đúng mười hai giờ hay có trễ gia đình bác đợi vì đi đường xa cũng mệt, hai bác thông cảm.

Trước khi đi tắm Hiếu báo cáo lại ba má là có hai bác cha mẹ vợ anh Trung mời gia đình mình đi ăn trưa. Ba má Josephine gật đầu đồng ý và Hiếu gõ cửa phòng anh chị Trai thông báo Ba Má chị Tâm mời ăn điểm sấm lúc mười hai giờ tại Phong Dinh Lầu. Chúng ta đi thẳng đến nhà hàng, gia đình hai bác đợi. Chúng ta dự định đi ăn nhè nhẹ, trưa nay cũng đi ăn lớn tha hồ cho hai nữ hoàng lên cân. Trai vừa nói vừa nhìn người yêu cười tình người yêu cũng cười theo và nói cám ơn anh Hiếu đến thông báo, chúng tôi thay quần áo ngay.

Trai lái xe thẳng đến Phong Dinh Lầu vừa đúng mười hai giờ, Trung cũng lái xe đến, hai xe đậu cạnh nhau, Trung lái xe Van mới cáu cạnh do tiền mừng lễ cưới của Trung do anh chị Hai tặng. Ba má Trung đến chào và bắt tay ba má Caroline, chào hai cháu Trai và bạn gái của cháu và chào Caroline và Hiếu. Cả mười người cùng đi thẳng lên lầu của nhà hàng, giờ này khách ăn cũng khá đông. Vừa ngồi vào bàn, có hai xe đẩy thức ăn đến mời. Trung chọn trước sáu món ăn và mỗi món ba dĩa nhỏ để ba góc của cái bàn tròn . Trung nói tiếp, điểm sấm có đến mấy chục món, hai bác và hai cô chọn món nào mà mình thích. Mình thấy món ăn trước mắt và các món ăn còn nóng đang bóc khói nên rất dễ chọn. Chúng ta ăn chung, mỗi người có thể ăn hai ba chục món, mỗi thứ gắp một đũa cũng được.

Trung mời mọi người thử dùng món chân gà rút xương coi xem có ngon không? Hiếu gắp cho ba má và Caroline mỗi người hai chân gà rút xương. Hai ông bà nói, lần đầu tiên chúng tôi mới biết món ăn này, Caroline vừa ăn vừa nói, cám ơn anh Trung em biết thêm món ăn mới rất độc đáo. Từ trước tới nay chân gà, gia đình em đều chặt vứt bỏ. Nay mới biết với tài chế biến các đầu bếp người Tàu biến chân gà thành món ăn ngon cũng như lá xách bò hấp gừng ăn sần sật cũng ngon quá. Bác trai giải thích thêm các món ăn mới cho hai bạn già người Áo hiểu đặc trưng của các món ăn. Cái món chân gà rút xương coi bộ bốn người gốc Áo thích nhứt gọi thêm hai lần nữa. Ai cũng ăn nhiều quên là chiều nay có dạ tiệc trên nhà hàng nổi bác trai nói để cho mau tiêu hoá. Chiều còn có tiệc ăn còn linh đình hơn, đề nghị mọi người đi một vòng ra Bến Ninh Kiều cũng cách nhà hàng không xa, kiếm thức uống, ngồi chơi uống nước sinh tố, nước dừa hay cà phê. Mọi người hoan nghênh.

Tới Bến Ninh Kiều không băng qua lộ đến bờ sông mà chỉ đi một đoạn ngắn bắt gặp một tiệm nước giải khát. Vừa uống nước giải khát vừa nhìn ra dòng sông Hậu đang lững lờ chảy xuôi dòng nước ra cửa biển, bên phải là Đại Ngãi của Sóc Trăng và bên trái của cửa biển là huyện Trà Ôn của tỉnh Trà Vinh. Dòng sông Hậu luôn có nhiều ghe tàu qua lại nhộn nhịp cũng làm vui mắt. Chừng mười lăm hai chục phút sau, mọi người đi vòng trở lại Phong Dinh Lầu, lấy xe về nhà và hẹn sáu giờ chiều gặp lại trên nhà hàng nổi đang neo đậu tại Bến Ninh Kiều.

Ngồi trong xe, bác gái nói với Trai và Josephine:

- Khi Caroline và Hiếu quen nhau chỉ mới đá lông nheo mà hai bác ngày nào cũng đi ăn nhà hàng, nay lại có thêm cặp uyên ương Trai Josephine đã xáp lá cà đang thảo luận chọn ngày làm đám hỏi và lễ cưới, lại đi ăn tiệc dài dài chắc mau lên cân. Khi hai bác và Caroline trở về Áo chắc bị quở mới đi Việt Nam trên một tháng mà đã phát tướng dễ sợ. Trai thưa:

- Hai bác cứ về ở Sóc Trăng thường, đến nhà vườn ngồi câu cá hay đi ra khu trồng cây ăn trái hai bác tự hái ăn sẽ vui làm cho hai bác không lên cân và nhờ hoạt động hai bác sẽ xuống cân.

- Anh Trai nói đúng, Caroline nhận định, ba má có đi Việt Nam cho con tháp tùng đi theo. Bác gái nói má đi guốc trong bụng con biết con muốn gần chồng cứ nói đại là con xa chồng không chịu nổi nên muốn thường xuyên dính như sam. Ba má về Sóc Trăng hay Cần Thơ ở luôn hay một năm ở chừng sáu tháng, con có chịu không?. Con cám ơn má, con hoan nghênh, anh Hiếu có hoan nghênh như vậy có phải vậy không? Hiếu đáp ngay:

- Phải phải, anh nhứt trí với em, chúng mình rất hoan nghênh ba má có ý kiến tuyệt vời. Xe về tới nhà, mọi người xuống xe, vừa đi bên cạnh Caroline, Hiếu hỏi:

- Anh hỏi em muốn mau tiêu hoá để chiều mình ăn tiếp cho ngon, Caroline đáp nhanh như chớp mà không cần suy nghĩ gì hết:

- Làm tình cho đổ mồ hôi như là tập thể dục vậy. Hiếu nói:

- Anh bái phục em, chứng tỏ em thông minh hơn anh quá xa, xin mời sư mẫu vào phòng trước mở quạt máy lên, anh đi một vòng coi lại nhà cửa, ở đây cũng may là khá an ninh, trộm cắp vặt cũng ít xảy ra. Hiếu vào toi lết rửa mặt súc miệng và lau hai tay và cổ, lấy một cái khăn lớn trong toi lết và vài cái khăn nhỏ, có nhúng nước vắt ráo hai khăn. Vào phòng, Hiếu khoá cửa thấy Caroline như nhắm mắt ngủ mà Hiếu đoán là nàng còn thức chỉ giả bộ thôi. Hiếu giở đắm đáp ra lồ lộ hai gò bồng đảo quá thu hút, Hiếu lấy khăn ướt lau mặt, vai cổ cho Caroline, để cái khăn đó qua một bên, lấy cái khăn ướt thứ hai lau ngực, đụng vào hai gò bồng đảo Hiếu giả bộ tay bị rung, ban đầu rung nhè nhè sau rung mạnh và hai đỉnh gò còn bị lau bằng cách se se vuốt vuốt, Caroline làm bộ giựt mình thức dậy và nói em cám ơn anh. Em đang phê, anh lau nhanh đi, em muốn làm tài công lái tàu chạy. Em chờ anh đây. Hiếu nằm xuống, tay vẫn còn lau hạ bộ của người yêu đã cảm nhận ươn ướt rồi. Caroline lên chỗ ngồi lái tàu, cho tàu chạy từ từ cho nóng máy, hai tay Hiếu chống đỡ hai hòn bồng đảo đang dập dồn rung chuyển. Trải qua mấy phút máy tàu nóng lên cao độ cả hai người rịnh mồ hôi, Caroline nằm xuống xin đổi tài công. Hai tay Hiếu ôm chặt Caroline và cái pít tong của máy tàu lên xuống với nhịp độ nhanh và nhanh thêm, Caroline nói em đầu hàng, anh quả là sư phụ của em, anh giỏi quá, em đã lên cực điểm hai lần rồi. Anh cũng đang lên tới cực điểm, anh xả láng luôn. Em Caroline yêu dấu của anh, anh sung sướng quá em ơi, anh cám ơn em nhiều lắm... Cả hai mồ hôi dầm dề như tắm, Hiếu dùng hai cái khăn ướt lau trước và dùng khăn khô lau tiếp và lau khắp mình mẫy người yêu lấy cái áo ngủ choàng cho Caroline bảo qua toi lết trước, Hiếu mặc xà lỏn qua sau. Cả hai tắm cũng khá nhanh tranh thủ về ngủ lấy lại sức. Về đến giường Caroline để nguyên vậy nằm xuống lim dim mắt chờ Hiếu nằm xuống ôm nàng cả hai sẽ ngủ ngon đúng bài bản như trước đây thành thói quen.

Hôm nay có giấc ngủ trưa dài gần bốn tiếng, cả hai thức giấc cùng lúc ôm nhau hôn thêm một chặp, rồi Hiếu đi vào toi lết trước rữa mặt, chải tóc đàng hoàng, Caroline cũng vừa tới bước vào. Hiếu đi ra, mặc quần áo xong, ra phòng khách thấy Ba Má và anh chị Trai đang nói chuyện khá vui.

Hiếu nói chúng ta sẽ rời nhà lúc năm giờ rưỡi vì mình phải đến trước chọn bàn và chọn thức ăn, ba má và anh chị Trai đồng ý. Trai nói bây giờ mới xấp xỉ năm giờ, dư thời giờ chuẩn bị, xin phép hai bác cho chúng cháu về phòng lo trang điểm cho Josephine một chút. Hai ông bà cũng về phòng, thay quần áo chảy lại tóc, Hiếu đi dạo quanh coi có gì khác lạ không. Hiếu đề phòng kẻ trộm có thể chú ý tìm chỗ nào dễ vào nhà lấy trộm vì chúng đoán là người nước ngoài giàu có nhiều tiền cũng như nữ trang mang theo người. Hiếu đoán đúng vì có ai đó đã cắt một số dây kẽm buộc chặt cái cửa ọp ẹp phía sau nhà. Hiếu buộc lại chắc chắn và còn nối một đường dây điện đặt tại dây kẽm bị cắt đứt như báo cho kẽ trộm biết, gia chủ biết rồi nên có đề phòng cẩn thận. Hiếu cũng có báo cho đồn công an biết là nhà anh có khách nước ngoài đến ở qua đêm, sau nhà bị cắt dây kẽm buộc vách nhiều chỗ, tối nay tôi có gắn thêm bóng đèn, nhờ các anh có đi tuần tra ghé mắt dùm, xin cám ơn trước.

Trai ra phòng khách trước, Hiếu dẫn Trai ra chỗ vừa mới có đặt đường dây gắn thêm một bóng đèn tối nay vì sợ kẻ trộm vào nhà bằng chỗ này. Ngày mai về Sóc Trăng, em lấy đường dây và bóng đèn cất, nhà em chúng vào lấy chẳng có gì đáng lấy nếu không có khách như tối hôm nay. Trai khen Hiếu biết đề cao cảnh giác.

Đúng năm giờ rưỡi, mọi người lên xe, chạy ra nhà hàng nổi chỉ mất hơn mười phút. Xuống nhà hàng nổi sớm nên chưa đông khách mãi đến bảy giờ rưỡi tàu mới tách bến. Trai và Hiếu chọn bàn sát ra cửa hông có gió sông luồn vào rất mát. Còn ba chàng ngự lâm pháo thủ cùng người yêu: Trung, Trai và Hiếu phải đưa ba tấm lưng thớt ra hướng sông để dành phần ngồi mắt nhìn ra sông cho quý vị cao niên cũng có đôi cận kề nhau thật hạnh phúc. Các cụ có cơ hội nhìn dòng sông đang chảy hững hờ mang theo biết bao giề lục bình trôi lên hụp xuống, không biết trôi nổi về phương trời nào. Như kiếp nhân sinh khi chưa định hướng, cuộc sống bon chen xô bồ trong những ngày đói khổ triền miên sau cuộc đổi đời.

Hiếu lên bờ, đón chú thím Tín, đông đủ mười hai người ngồi vào bàn. Josephine đứng lên chào ông bà thân phụ mẫu chị Minh Tâm và chú thím Tín, con xin tự giới thiệu con là cô dâu phụ trong lễ cưới của anh Bernard và anh Trai là chú rể phụ ngày hôm đó. Xin mời anh Trai đứng lên, chúng cháu dâu rể phụ vui mừng gặp nhau qua hai ông bà mai trẻ là Caroline và Hiếu, xin mời hai bạn đứng lên chúng ta cùng chào hai bác và chú thím. Nay, dâu rể phụ trở thành dâu rể chính chốc nữa chúng con sẽ báo cáo đến hai bác và chú thím. Bữa ăn chiều ngày hôm nay cũng là tiệc mừng ông mai bà mai đã tốc chiến tốc thắng hoàn tất một bản hợp đồng bất phân ly, giấy giá thú do ông Tổng Lãnh Sự Áo ký tên đóng dấu cách đây mấy ngày. Hôm nay, con xin phép xách giỏ theo thím Tín. Thím nói, đi chợ thả giàn vì chúng ta có đến hai tiệc mừng một là dâu rể phụ thành dâu rể chánh và mừng cho đôi tài gái sắc tuổi trẻ mà tài cao làm xong hôn thú. Cả bàn tiệc vỗ tay hoan nghênh. Như cái máy thím Tín bật tiếng Pháp lên, Josephine đã nghe qua một lần rồi, nay nghe rõ, đứng gần và có gió sông mát mẻ làm cho tiếng nói bằng Pháp ngữ của thím Tín như có gió thổi vào lòng người nghe êm tai vô cùng truyền cảm, thím chào mừng hai đôi uyên ương thành vợ chồng, chú thím quý mến và nói chân tình:

- Thím rất vinh dự được Josephine uỷ nhiệm đi chợ giúp cháu, thím nhận lời. Suốt bữa tiệc chiều nay chúng ta sử dụng bằng tiếng Pháp vì ai cũng hiểu, tiếng Việt, tiếng Áo, tiếng Anh tạm thời cất vào tủ, mọi người đều đồng ý. Thím Tín nói cháu Josephine nhờ tôi đi chợ mà chủ thầu là Josephine. Tôi xin mỗi người chọn một món nào mình thích mà mười hai món phải khác nhau, quý vị cao niên chọn trước kế đến các cháu và các món chúng ta cùng ăn chung. Mười hai món hơi nhiều, chúng ta xin nhà hàng làm ít lại, đó là tài ngoại giao của hai thím cháu tôi, mỗi món lại chia hai vì chúng ta ngồi theo hàng dài. Còn gọi rượu và vài món đưa cay do hai chú rể Trai, Hiếu gọi ngay bây giờ gọi rượu và mồi nhấm. Chúng ta có mười hai món, xin mời hai ông bà thân phụ mẫu của Caroline, của Minh Tâm chọn trước, kế đến tôi nhờ ông xã tôi chọn luôn hai món rồi tới đôi uyên ương Trung Tâm, Trai Josephine và Hiếu Caroline. Chọn thức ăn sau càng khó vì tránh chọn trùng hợp, nhà hàng này có trên ba mươi món cũng giúp mình chọn món ăn thêm dễ dàng. Trai gọi nguyên chai Martell

XO và một chai rượu chát ngon, Trai nói mình uống không hết mang về. Hiếu chọn tôm khô cũ kiệu, khô mực nướng và hạt điều rang, là món nhậu bình dân mà không làm no bụng vì chúng ta phải thưởng thức hết mười hai món ăn. Chú Tín tán thành, Hiếu có cách chọn đồ nhấm rất hợp cho bữa ăn linh đình tối nay và chúng ta ăn chậm chậm để còn thưởng thức văn nghệ, có hai ba ca sĩ nổi tiếng biểu diễn.

Chú Tín quay sang hai công chúa, hai cháu muốn cho bữa ăn tối thêm vui, hai cháu có thể hợp ca một bản dân ca của Áo, thím sẽ lên giới thiệu vì chú thấy có nhiều khách nước ngoài cùng ăn như chúng ta, hai cháu vừa ăn vừa tập dượt trước. Hai cháu lên hát chắc các ông tây bà đầm khác cũng nổi máu văn nghệ lên hát lại càng vui ghi dấu kỷ niệm sẽ nhớ đời. Chú nhờ nhà hàng chụp hình hai cháu và bàn mình, nếu có thể cháu chọn bài hát nào dễ có vỗ tay đánh nhịp theo tiếng hát gọi hai người bạn đời lên vỗ tay, chú thím tin chắc tất cả thực khách nhà hàng này vỗ tay theo, sẽ vui lắm.

Hạt điều và cả đậu phộng rang đem ra trước, kế đến hai chai rượu, một sô nước đá và vài chai soda Perrier của Pháp, ly nhỏ ly lớn đều bày trên bàn đầy đủ. Trai xin phép mời bác trai, thân phụ chị Minh Tâm, bác trai ba của Caroline dùng chút rượu mạnh, chú Tín cùng chúng cháu ba đứa nhậu kha khá một chút vì chúng ta ngồi lâu và uống rượu cũng giới hạn nên không sợ say xỉn. Trai nói tiếp:

- Hình như thím kiểm soát đủ mười hai món, thím đang mang thực đơn đó đến gặp ông hay bà chủ nhà hàng, đề nghị mỗi món làm một nửa ít lại vì mười hai món thì quá nhiều vì chúng tôi có mười hai người chọn mười hai món ăn khác nhau mà có đến sáu phụ nữ. Thím Tín trổ tài ngoại giao, mời bà chủ đến bàn, tôi sẽ giới thiệu với những vị khách nước ngoài là bạn của tôi sẽ còn thường xuyên đến đây ủng hộ nhà hàng và nói tiếp, tối nay, có vị khách đặc biệt của tỉnh là ông bà Phó Bí Thư Tỉnh Uỷ Cần Thơ. Bà chủ nhà hàng nói:

- Tôi có quen biết ông bà Phó Bí Thư và tôi sẽ có dự đám cưới con gái ông bà vào tuần tới. Đúng vậy, có cô dâu chú rễ cũng có trong bữa ăn tối nay. Thưa cô:

- Tôi sẽ đến chào ông bà và khách quý, hôm nay chúng tôi sẽ làm món ăn khá hơn phân nửa mà vẫn tính tiền phân nữa mỗi món ăn. Thím Tín trở về bàn trước, Bà chủ quán lót tót theo sau. Bà gặp ông bà Phó Bí Thư và cô con gái cùng chú rể, bà vội chào mừng, thím Tín thông dịch lại cho mọi người biết. Thím Tín giới thiệu ông bà thân sinh cô dâu và chú rể, và công chúa Josephine cùng phu quân. Bà chủ niềm nỡ bắt tay chào mừng và thông báo là tối nay, nhà hàng có mời đến ba ca sĩ nổi tiếng. Bà chủ nhà hàng, tôi xin biếu cho bàn tiệc này thêm một chai Hennessy và thức ăn thay vì làm mỗi thứ ít lại chỉ phân nửa thôi vì làm nhiều dùng không hết. Tôi chỉ đem ra phân nửa và còn lại tôi cho vào mười hai hộp có viết tên thức ăn trên nắp hộp. Tôi nghe khách nước ngoài hôm nay của bàn này là người Áo mà nước Áo có thủ đô Vienne là một trong những cái nôi âm nhạc thế giới.

Nếu hai cô công chúa của nước Áo, mình tạm gọi như vậy vì hai cô có dáng dấp quý phái tuyệt thế giai nhân, đẹp sang quá, tôi rất ngưỡng mộ. Nếu hai công chúa hát một bài dân ca chắc nhà hàng của tôi sẽ tưng bừng vang dội tiếng vỗ tay tán thưởng. Hai công chúa và thân phụ mẫu Caroline nghe cũng vui và có vẽ phấn khích, Caroline hứa cùng Josephine lên giúp vui nếu có hứng chúng tôi hát luôn vài bản dân ca tiếng Áo.

Vừa cười Caroline vừa nói, cũng may chúng tôi có hát bằng tiếng Áo sai cũng không ai biết. Bà chủ quán cũng học trường đầm Marie Curie nói tiếng tây rào rào, mọi người vỗ tay hoan nghênh. Thím Tín cũng nói là mình học Marie Curie từ năm nào tới năm nào. Bà chủ nhà hàng em học sau chị bốn năm, hai người bắt tay làm thân. Anh chị và gia đình sẽ xuống đây ăn thường xuyên và giới thiệu với nhiều người thân là chị lại có người cùng trường Marie Curie, xin mời đến ủng hộ. Bà chủ nhà hàng, nói:

- Hai đôi uyên ương có tiệc mừng chung sống hạnh phúc lứa đôi còn tôi có cơ may gặp người chị cùng trường mà nói tiếng Tây như chị thì Tây cũng phải chào thua, tôi hãnh diện và mừng quá xin phép không lấy tiền bữa tiệc hôm nay. Nếu có phái đoàn Tây đông đảo đến đây ăn tiệc, em phải thỉnh chị đến đây làm MC tiếp em vì ngày nay tìm người nói giỏi tiếng Pháp rất khó.

Em mới nghe chị nói tiếng Tây lần đầu mà em cũng học trường đầm nghe giọng chị nói là em mê liền, hèn chi ông anh mê chị là phải. Mọi người vỗ tay hoan nghênh, bà chủ nhà hàng còn nói tiếp:

- Đúng bảy giờ rưỡi nhà hàng nổi tách bến đến đúng mười một giờ cặp bến. Bây giờ chưa tới bảy giờ, quý vị nói chuyện cho vui và làm cho bụng hơi đói ăn mới ngon và nhà hàng tách bến trôi lênh đênh trên sóng nước hữu tình lại ăn ngon thêm. Nói xong bà chủ xin phép về văn phòng làm việc. Cả bàn vỗ tay tiễn bà chủ và cám ơn bà đãi cho một bữa ăn với nhiều tình cảm rạt rào gặp lại người chị học trường đầm năm xưa. Ba Minh Tâm nói thím Tín xứng đáng làm Ngoại Trưởng thay bà Nguyễn Thị Bình đã về hưu. Cả mười hai người cùng vui cười.

Josephine nói cháu vô cùng kính phục thím, quá xuất sắc có tài ngoại giao ngoại hạng, chúng cháu có khu vườn ở Sóc Trăng tạm gọi Trai-Josephine Garden tại Đại Ngãi, anh Trai và cháu mời chú thím đưa các em xuống chơi cho chúng câu cá, có nhiều hồ nuôi cá. Bắt được con nào đem nướng ăn tại chỗ chắc các em vui thích. Có nhiều chỗ ngủ, có hàng chục loại cây ăn trái, anh Trai âm thầm trồng nay quá sum suê cho các em tự do hái. Hai cháu thành thật mời chú thím. Xoay qua ba má Minh Tâm, Josephine nói:

- Thưa hai bác, ba mẹ cháu sẽ đến chung vui cùng hai bác đám cưới của chị Minh Tâm và anh Trung, có thể sau tiệc cưới chúng cháu đưa ba mẹ về nhà chúng cháu ngủ và có thể ở lại thêm tối chúa nhựt sáng thứ hai về Sài Gòn sớm. Anh Trai và cháu kính mời hai bác lên chơi bao lâu và lúc nào cũng được. Đến đây cháu xin mời anh Trai là chồng của cháu sẽ ngỏ lời cùng chú thím, xin mời anh Trai:

- Thưa chú thím, cháu mồ côi cha mẹ rất sớm. Nay cháu chuẩn bị làm lễ hỏi tại Sài Gòn và đám cưới tại Sóc Trăng, cháu xem chú thím như là cha mẹ ruột, xin mời chú thím làm chủ hôn trong đám cưới của chúng cháu, hai cháu vô cùng đa tạ. Trai nắm tay Josephine cùng cúi đầu rất lịch sự lễ phép. Chú Tín nói:

- Chú thím lại rất vinh dự làm sui với ông bà Tổng Lãnh Sự mà cháu Trai muốn chú thím giữ vai trò lễ nghi đó. Chú thím Tín nắm tay nhau đưa lên đồng ý. Đúng lúc nhà hàng nổi tách bến, thức ăn dọn ra mỗi món hai dĩa, mỗi lần bưng ra hai món ăn.

Đến giữa chương trình ca nhạc sống, bà chủ nhà hàng ra giới thiệu với thực khách có một bà gốc Việt có hai cô cháu dâu vô cùng xinh đẹp gốc Áo lên giới thiệu hai cô sẽ trình diễn vài ca khúc dân ca của dân tộc Áo, dù không phải là ca sĩ chuyên nghiệp. Hai cô người Áo lần đầu đến Việt Nam và muốn gây một sự bất ngờ lớn giúp vui cho nhà hàng chúng tôi. Bà chủ nói tiếng Việt trước và nói tiếng Pháp sau. Tới đây chúng tôi xin mời bà chị lên máy vi âm giới thiệu hai cô cháu. Cả ba người cùng lên, thím Tín nói:

- Qúy thực khách Việt đã biết nội dung hai cô cháu chúng tôi sẽ hát giúp vui vài bản dân ca Áo mà Thủ đô Vienne của nước Áo là một trong những cái nôi âm nhạc của thế giới. Dân ca của dân tộc Áo là một trong những bản dân ca nổi tiếng đi vào lòng người. Tôi xin phép nói tiếng Pháp. Với giọng tiếng Pháp của thím Tín làm cho hàng chục thực khách gốc Pháp phải há hóc mồm nghe vì họ không ngờ một phụ nữ Việt đứng tuổi mà có giọng nói tiếng Pháp sao mà hay thế, giọng của bà thánh thót mềm mại và truyền cảm đi sâu vào lòng người. Có thể nói, giọng của bà ăn đứt nhiều nữ xướng ngôn đài truyền hình Pháp. Tất cả thực khách gốc Pháp hay ai biết tiếng Pháp đồng loạt đứng lên vỗ tay và hô vang Bra vô-Bra vô khi thím dứt lời. Bà tiếp tục giới thiệu:

- Hai cháu dâu chúng tôi là người Áo, một cháu nói tiếng Áo và một cháu nói tiếng Anh giới thiệu các bản dân ca của dân tộc Áo mà hai cháu đã học tại trường học. Xin mời hai cháu nói ý nghĩa của các bản nhạc. Caroline nói tiếng Áo và Josephine nói tiếng Anh giới thiệu bản dân ca đầu tiên và hai cô hát với điệu nhảy của dân quê làm cho cả nhà hàng sôi nổi như bị sóng nhồi. Tất cả các thực khách đứng lên vỗ tay và nhúng nhảy theo điệu hát, tạo nên một khung cảnh vô cùng sinh động vui tươi hào hứng. Hai ca sĩ nghiệp dư cũng nổi hứng và hai phu quân cũng lên nắm tay nhảy theo điệu nhạc mà hai cô hát tiếp những bản dân ca khác.

Cả nhà hàng có dịp nhảy đầm tại chỗ càng vui nhộn nữa, bà chủ nhà hàng khoái cảm quá cũng ra nắm tay hai cô cùng nhảy nữa. Quả thật vui ơi là vui!

Một dấu ấn khó quên, bà chủ nhà hàng đã ra lệnh cho nhiếp ảnh viên của nhà hàng chụp hết sinh hoạt đặc biệt này từ khi bà lên giới thiệu và đến lúc các cô ra sân khấu hát. Một dạ tiệc có thể nói là vô tiền khoán hậu cho các thực khách và đặc biệt cho đại gia đình mười hai người đã tổ chức tiệc mừng cho hai đôi uyên ương Việt Áo nên duyên vợ chồng.

Sáng sớm hôm sau, hai xe lái về Sóc Trăng cần phải hỗ trợ nhau vì Caroline lái xe lần đầu ở Việt Nam nên còn nhát vì xe hai bánh thường "ăn hiếp" xe hơi. Lái xe sớm ít xe gắn máy dễ chạy hơn, về đến Sóc Trăng ăn sáng cũng được, Caroline đề nghị như vậy. Mọi người tán thành ý kiến hay. Đúng năm giờ mọi người đã thức dậy, sửa soạn nhanh lên xe trực chỉ về Sóc Trăng, chưa đến tám giờ đã về đến nhà, Trai còn lo ăn sáng với người yêu và phải vào làm việc trước chín giờ. Hiếu nhắc, Caroline, em lo pha cà phê cho ba má uống để tỉnh ngủ, anh chạy ra chợ mua bánh bao và bánh mì thịt nguội về ăn sáng. Nói xong, Hiếu lấy xe gắn máy chạy ra phố mua hai thức ăn sáng và Hiếu còn mua thêm bánh bò làm đường thốt nốt mới ra lò thơm lừng.

Ba Má thấy hai con đi đâu cũng được mọi người quý mến, ba má rất mừng, má ngồi gần má ba của cháu Minh Tâm. Má có nhờ ba Minh Tâm tìm giúp một cái nhà có đất rộng để làm vườn trồng cây ăn trái và đào vài cái ao nuôi cá. Các cháu câu cá cho vui kể cả chúng ta ngồi câu cá cũng là cách thư giản tốt cho người cao niên. Nếu không có nhà mà có đất rộng mình sẽ xây cất sau. Má Caroline còn nói: - Hiếu và Caroline có nhà, có con chắc chúng tôi sẽ về ở với con cháu thường hơn là ở Áo. Ông nghe bà nói như vậy, ông hứa, tôi sẽ tìm một khu đất rộng có thể chúng ta xây cất mới hai khu nhà vườn cho các con chúng ta.

Ông còn nói nếu nhà có vườn ở ngoại ô Cần Thơ cũng được, tôi về hưu sẽ ở gần gũi với hai ông bà tha hồ mà chúng ta câu cá ăn cá nướng ngoài trời. Bà rất cám ơn lời hứa của ông. Nay mai, hai con có đất mướn kiến trúc sư vẽ hoạ đồ và nhờ chú Tín giúp ý kiến và phần xây cất có thể nhờ chú thực hiện vì ba má rất quý mến gia đình này. Còn tiền bạc ba má lo hết miễn sao hai con xây dựng được một khu nhà vườn, tối thiểu cũng tương tự như nhà vườn của vợ chồng Josephine. Ngoài cổng mình để tấm biển nho nhỏ: Hiếu-Caroline Family Garden. Hiếu nói ba má thêm chữ family vào lại còn có ý nghĩa ba má và mẹ con sẽ về đây chung sống với con cháu mà má muốn chúng con sanh con phải đúng một chục có đầu, Má Caroline nói:

- Má muốn hai con phải thương yêu mãi mãi và sanh con cho thật nhiều, ba má đủ sức nuôi, hai con không cần phải lo. Các cháu của ông bà sẽ lập thành một đội banh, má bầu ông ngoại làm trọng tài hay nhà dìu dắt. Caroline và Hiếu vỗ tay hoan nghênh ý kiến tuyệt vời của ba má.

Cả nhà vừa ăn sáng vừa bàn chuyện mua nhà mua đất ở Cần Thơ. Ông Phó Bí Thư hứa giúp, còn xây nhà sát cạnh nữa rất an tâm, kể như gia đình chúng ta sẽ có một khu nhà vườn lý tưởng, Hiếu nói tiếp:

- Xin phép ba má cho hai con về thăm mẹ và anh Hai coi xem sức khoẻ anh hai có chịu đựng nổi tới cuối tuần này có đám cưới của anh Trung?. Về xã nhà ít xe cộ con nhờ Caroline ngồi cạnh chỉ dẫn thêm cách lái xe an toàn cho con. Ở Việt Nam mà người nước ngoài hay Việt Kiều lái xe rủi gây tai nạn thì tốn kém nhiều thứ, có khi còn bị đánh hội đồng nữa. Vì vậy, con cần tập lái vài buổi cho quen xe mà rủi có gây tai nạn con ít bị nguy hiểm ít tốn kém hơn Caroline. Caroline và Hiếu dọn rữa xong, ra sau vườn chào ba má và lên xe.

Caroline giải thích cho Hiếu biết cách sử dụng, chỉnh kiếng chiếu hậu và kiếng hai bên. Ngồi lái xe là phải choàng xít beo cho an toàn khi rủi gặp tai nạn. Ở nước ngoài không có xít beo mọi người trong xe cũng đều bị cảnh sát giao thông phạt. Caroline nhắc Hiếu rất cẩn thận phải nhìn trước trông sau và quan sát xe thật trống mới nên cho xe chạy, xe này số tự động càng dễ lái hơn xe phải vô số mới chạy được. Còi xe ở Việt Nam người lái tha hồ dùng mà ở ngoại quốc trường hợp cần thiết bấm còi cho xe khác chú ý. Đèn xe thấy xa, thấy gần, em sẽ chỉ cho anh sau. Bây giờ, tài xế ngồi trước tay lái phải làm gì?:

- Anh nhìn trước nhìn sau và nhìn trái phải thấy vắng xe, không có người, an toàn thì vô chữ D là lái xe, chữ P là đậu xe, chữ R là de xe chạy lui... lái xe lui khó hơn chạy tới. Cách đậu xe chỗ chật, coi chừng cọ quẹt xe hai bên, có lái xe sẽ có kinh nghiệm. Em thấy anh có tập sách nhỏ về cách thi lấy bằng lái xe, về nhà em sẽ cắt nghĩa các bảng dấu hiệu giao thông anh sẽ rõ thêm. Em quan sát thấy đường vắng, em lái về Bố Thảo, anh sẽ lái xe đường làng chạy chậm cũng giúp mình quen cách lái xe chậm vì đường làng con nít hay súc vật thường ra mình lại cần chạy chậm an toàn.

Mẹ thấy con dâu lái xe về nhà, Mẹ chạy ra ôm con dâu khen con giỏi quá, biết cả lái xe hơi nữa. Mẹ dẫn Caroline và Hiếu đứng trước buồng anh hai chào và nói có vợ chồng em về thăm anh chị. Chị cả ra, Caroline chào, chị kéo mọi người ra xa, nói anh hai yếu lắm, sống được là nhờ uống sâm, qua đám cưới của Trung có thể anh Hai sẽ ra đi. Chị đoán như vậy nên chị đã đặt đóng hòm và đồ tẫn liệm. Chị cũng hối thúc các ông thợ làm lò thiêu xong cho sớm để thiêu xác không chôn vì sợ vi trùng lao sống ở dưới qua cách mạch nước sẽ có thể lây lan cho người khác, anh hai căn dặn chị kỹ điều này. Hiếu thông dịch lại cho vợ nghe, anh Hai quả thật thông minh nhìn xa hiểu rộng, đề phòng chuyện lây lan rất tốt.

Bây giờ con xin phép mẹ và chị hai để Caroline chỉ dẫn con lái xe chừng vài tiếng chúng con chạy loanh trong làng và đến chợ mua cá thịt về làm món ăn cơm trưa. Caroline bữa nay trổ tài làm bếp phục vụ bữa ăn trưa cho mẹ và chị chồng. Hiếu dịch lại cho Caroline biết, em cám ơn anh cho em đi tàu bay giấy, em chỉ làm phụ anh thôi, em còn phải học hỏi về bếp núc. Hiếu nói em phụ anh mà anh xem em sếp cút có sao đâu?

Caroline hôn Hiếu và kéo tay Hiếu ra xe, Caroline làm từ động tác chầm chầm để cho Hiếu quan sát và nổ máy cho xe chạy tới giải thích cách qua cua làm sao cho an toàn, nhất nhất đều giảng giải kỹ. Khi xe đến đoạn đường trống không có nhà hai bên, xe từ từ ngừng lại, Caroline kéo cần lái về chữ P và kéo thắng tay, bước xuống xe, qua cửa bên mở cho Hiếu xuống.

Bây giờ thay tài xế cũng như thay tài công anh biết quá rành rồi phải không? Hiếu gật đầu, lên xe đóng cửa lại, chỉnh lại ghế ngồi, cài xít beo, quan sát trước sau xong. Hiếu cho máy xe nổ, kéo lại thắng tay trở về vị trí cũ và quan sát lại trước sau và hai bên xong, chân đạp thắng kéo cần lái vào chữ D, nhả chân thắng từ từ xe lăn bánh chạy tới. Mắt phải nhìn xa, tập trung lái xe cho an toàn. Hiếu lái ba bốn vòng rất nhuần nhuyễn. kể như bài học thực hành trò Hiếu gặp bà thầy quá xuất sắc chỉ dẫn và đệ tử Hiếu lại quá thông minh, bà thầy chỉ một mà biết đến hai ba. Bà thầy ra lệnh đệ tử cũng vẫn chạy chậm cho thật an toàn đến chợ Bố Thảo mua thức ăn. Mua xong Hiếu lái xe về nhà một cách tự tin và an toàn. Má Hiếu thấy con trai út chỉ tập lái xe chừng hai tiếng mà lái xe ngon lành rồi thật đáng khen.

Vào bếp, chị Hai qua tiếp, chị hai cũng đã nấu trước một nồi cơm dự trù ăn trưa chiều mà nghe Hiếu nói còn mang cơm về cho hai bác thì cũng đủ, chiều chị Hai nấu cơm tiếp. Hai chị em làm cá rữa thịt thật nhanh còn Caroline lo mang củi vào nhà và lặt rau, rữa sạch đã là sếp cút số một của chồng rồi. Chừng một tiếng nấu thức ăn xong xuôi, Caroline mang chén đũa đến bàn ăn, Mẹ cũng phụ một tay, chỉ có nấu vài món ăn và dọn cơm ăn mà có đến bốn sếp cút nên làm nhanh là phải. Mẹ vừa nói vừa cười ôm hôn con dâu khen con nấu ăn ngon lắm. Hiếu vọt miệng mẹ nói đúng, vợ con làm nhanh số dách, chỉ cái rẹt là làm bếp cả chục món toàn món ngon không ạ! Hiếu dịch cho Caroline nghe, nàng cười ngặt nghẽo. Nàng nói cám ơn anh Hiếu nói đúng đó, có nhà hàng lo, bà cũng cười, bốn Mẹ con có bữa ăn rất ngon. Mẹ chồng hết cơm thì nàng dâu xới cơm cho bà mà có vụng về làm rơi rớt cơm trên bàn thì chồng lượm hết nên cũng ôkê có nàng dâu hết sẩy về nấu ăn.

Ăn xong, Hiếu lo mang cơm và thức ăn về cho Ba Má cũng gần đúng mười hai giờ rồi. Để em lái xe vì mình phải lái xe qua phố mới về đến nhà, xe cộ đông, lái xe khá phức tạp, chút nữa em để anh lái em cho chắc ăn. Ngày hôm qua thua anh, trưa nay coi ai thắng ai. Chiều nay có vợ chồng anh Trai qua chở gia đình mình đi ăn cơm. Sáng hôm sau, ăn điểm tâm xong mình về Bố Thảo tập lái lần nữa và chở mẹ cùng đi với ba má ra phố ăn cơm trưa. Caroline nói, em hoan hô ông chồng thông minh của em cái gì cũng chu đáo hết. Em khen anh cũng vui nhưng không bằng em làm tài công tàu thì anh vui hơn và anh thua em là cái chắc.

Chương trình, kế hoạch lâu dài về yêu đương của đôi uyên ương khoẻ mạnh này, lại có quyết tâm thi hành "chính sách đông con". Mới vào chương trình quá sung, đêm bốn ngày ba, rồi hạ xuống đêm ba ngày hai, tiếp theo đêm hai ngày một giữ mức độ này cho lâu cũng thuộc loại giỏi súp be, chắc như bắp sẽ có bê bi sớm. Qua hơn ba tuần ăn trái cấm, Caroline bắt đầu thòm thèm xoài tượng bày bán trên các xe đẩy gần chợ, Caroline thỏ thẻ với mẹ là con thèm ăn chua rồi. Bà vò đầu Caroline nói:

- Mẹ sắp có cháu ngoại rồi, hai con giỏi quá, giải thưởng ba má đặt cho con và chị dâu con đứa nào sanh con trước ba má thưởng hai chục ngàn nay chắc ba má tăng lên một trăm ngàn cho hai con có dư tiền mua đất xây nhà cho rộng, ba má sẽ thường xuyên về ở với cháu ngoại. Chừng nào có cháu nội, ba má sẽ phân thân cho hai gia đình. Khi hai con còn độc quyền ba má chỉ có lo cho cháu ngoại, ba má đã được an ủi trúng số may mắn rồi. Bà còn nói ba con có hơn ba triệu Euro gởi vào trương mục tiết kiệm và mua công trái phiếu của nhà nước cũng sanh lời, gia đình mình xài không hết. Ngoài ra ba con có ba bốn cơ sở thương mại ở vài nước khác, ba ký hợp đồng cho thuê dài hạn cũng có thu nhập kha khá.

Con có tâm sự cho chồng con biết, Ba Má thương yêu con rể còn muốn nhiều hơn con ruột. Mẹ nói, bảo nó đừng có tiết kiệm, tập xài sang, lựa chỗ đất tốt và cất nhà phải đẹp rộng lớn tối thiểu phải năm sáu phòng và vườn cây phải to rộng nữa. Ba má nghe Hiếu nói, cái nhà của Bernard đẹp và tiện nghi như thế, mà giá thị trường chỉ năm mươi ngàn. Nay mình bỏ ra trước một trăm năm mươi ngàn mua nhà đất hay còn phải xây nhà, nếu thiếu thì có nhà băng Pháp nhà băng Áo lo cho hai con. Caroline thưa:

- Ba má thương yêu chúng con, con xin cám ơn ba má nhiều, hôm nay con sẽ gọi thím Tín nhờ thím nói chú tìm cho vợ chồng con một miếng đất rộng có nhà hay không có nhà cũng được và con nói hai con kính mến chú thím. Xin chú đứng ra giúp tìm kiến trúc sư vẽ hoạ đồ và trông nom xây cất dùm. Chúng con cũng cho chú biết thêm là chúng con có chỗ tựa là Ba của chị Minh Tâm cũng giúp mình về mặt pháp lý, chính quyền nữa và Bác cũng muốn xây cất nhà vườn gần chúng con. Con nghĩ nếu gần chú thím có khu đất nào đó mà mình mua dù có đắt hơn các khu đất ở vùng khác thì cũng không sao, chúng con muốn sống gần chú thím.

Mấy ngày sau, thím Tín gọi cho biết, có hai ba chỗ đều có đất đến hàng chục mẫu, khá rộng mà chú đoán là bán được nhà đất họ sẽ vượt biên mình trả tiền bằng ngoại tệ chắc chắn họ sẽ ưu đãi hơn.

Sau đám cưới của anh chồng con, hai con và ba má hai con ở lại Cần Thơ vài ngày, chú sẽ đưa gia đình đi xem. Caroline thật vui mừng, con cám ơn chú thím, chúng con xin vâng lời chú thím.

Đám cưới của Trung xong, vợ chồng Bernard đưa mẹ về Sóc Trăng, vợ chồng Trai đưa ba mẹ về khu nhà vườn ở chơi đến sáng thứ hai về Sài Gòn sớm. Hiếu và gia đình vợ ở lại Cần Thơ để đi coi đất, Ba của Minh Tâm đưa gia đình Hiếu và chú Tín đi xem đất. Ông nói:

- Ông đứng ra mua thì giá sẽ phải rẽ hơn nhiều so với giá thị trường. Hiếu nghe như vậy nói lại cho chú Tín biết, khu đất rộng hơn mười một héc ta, quá rộng chia đôi cho hai gia đình, vẫn còn rộng lắm. Chú Tín nói chú biết khu đất đó gần nhà chú. Trên miếng đất đó sẵn một ngôi biệt thự, gia đình cháu Hiếu có nhu cầu ở rất tốt, còn Ba của cháu Minh Tâm chưa cần có nhà vội mà chỉ cần đất xây dựng nhà vườn trong tương lai. Chú Tín nhấn mạnh:

- Chú đã có xem khu nhà đất này rồi thấy quá rộng lớn mà chủ nhà chỉ muốn bán hết không muốn bán phân nữa. Nay hai gia đình mua hết khu đất này thì lý tưởng xây dựng khu nhà vườn cho mình. Chủ nhà đã nói giá cho chú biết rồi, để xem Ba của cháu Minh Tâm cho biết giá coi có thấp nhiều?.

Nếu thấp nhiều thì hai cháu chứng tỏ mình biết ơn ông xin biếu ông phân nữa phần đất trống còn phần đất có nhà về phần hai cháu. Chú Tín còn nói vợ chồng Hiếu nói biếu bác nửa diện tích, thật ra hai cháu tặng cho anh chị ba hai cháu vì ông bà chỉ có một đứa con duy nhứt là Minh Tâm.

Vợ chồng Hiếu nghe qua khoái quá, chúng con vừa biếu bác nửa phần đất và gián tiếp là tặng cho anh chị ba, hai gia đình ruột thịt ở cận kề nhau thì quá tuyệt vời. Hiếu lúc này lái xe thành thạo, đi đâu Hiếu cũng lái, chạy đến nhà chú Tín, thím ra mở cửa đón chào Ba Má Caroline, mời vào nhà. Thím cho biết trưa nay mình ăn cơm ở nhà, thím có đặt một thồi thức ăn, nhà hàng sẽ mang tới đây. Vừa vào phòng khách, Minh Tâm gọi cho thím biết nói ba con mời chú thím và gia đình Caroline chiều nay mình cũng xuống ăn ở nhà hàng nổi ủng hộ bà chủ nhà hàng là đồng môn Marie Curie với thím.

Ba con nói nhận ăn chiều, Ba con cho chú Tín biết giá khu đất đó. Con xin nói nhỏ, chủ khu đất đó là em ruột của Ba. Nếu Ba đứng ra mua thì chú vừa bán vừa tặng cho Ba và Ba con nói gia đình này muốn vượt biên qua Mỹ. Ông chú đã từng làm thầu khoán nhiều công trình với Mỹ, vì vậy mới giàu to. Không có Ba con thì Cậu cũng bị đánh tư sản mại bản te tua rồi. Chú không bị vào tù thì cũng bị lưu đày vào vùng kinh tế như chú Tín trước đây. Chú Tín nói:

- Vợ chồng cháu Hiếu có phước nên may mắn có chỗ đất rộng mà nằm trong thành phố Cần Thơ nữa. Ba gia đình của Minh Tâm của Hiếu và chú thím lại ở gần nhau thì quá đẹp quá tuyệt vời. Thím Tín nói:

- Cháu Minh Tâm thưa lại với Ba Má, chú thím đi ăn chiều nay. Có gia đình Caroline đang ở đây, con có nói với Hiếu và Caroline về vụ ăn chiều nay luôn?.

Bà chủ nhà hàng gặp lại bà chị đồng môn vui cười ôm nói chị đến đây ủng hộ, em vô cùng cám ơn anh chị. Anh chị cứ đến đây ăn em không bao giờ tính tiền mà chỉ muốn chị vì em thích nói tiếng Tây mà không có ai nói, thỉnh thoảng gặp người khác là người Pháp cũng chỉ nói xã giao, không gợi nhớ ngôi trường cũ thân yêu của mình nay còn đâu, gặp lại chị như em về lại mái trường xưa. Em biết ông Phó Bí Thư mời anh chị, em mới dám tính tiền, còn anh chị đến ăn là em vui em không bao giờ tính tiền vì em nghĩ, anh chị ăn như em ăn vậy thôi. Chú thím Tín nghe cô bạn đồng môn nói mà chú thím cũng xúc động. Thím Tín chảy nước mắt, bà chủ nhà hàng cũng chảy nước mắt theo. Bà chủ nhà hàng rất tình cảm, đưa chú thím Tín đến bàn và nói:

- Hôm nay, phần khai vị và rượu, tôi xin phép ông bà Bí Thư, tôi xin mời anh chị Tín và quý vị, nhà hàng chỉ tính tiền phần ăn thôi. Bữa ăn hôm trước các bạn trẻ rất tốt, chai rượu tôi biếu cũng để nguyên và chai rượu còn lại bác sĩ Trai cũng mang lại đưa cho tôi nói cám ơn xin bà chủ giữ lại còn chiêu đãi khách quý...

Trong bữa ăn, Ba của Minh Tâm nói:

- Chủ khu đất đó nói với tôi giá thị trường thì thế này, nay họ bán lại cho tôi họ chỉ bán nửa giá hay thấp hơn nửa giá. Chú Tín trả lời liền như vậy quá tốt, gia đình cháu Caroline sẽ âm thầm trả bằng ngoại tệ mạnh chắc chắn chủ đất sẽ còn tính giá thấp.

Gia đình tôi cũng ở vùng đó nay có thêm hai gia đình như ruột thịt ở nữa thì chúng ta có tổ tam tam chế rồi đó, chắc chắn rất vui. Vợ chồng Trung Hiếu lại có dịp sống bên nhau, tha hồ cho bà nội các cháu chạy qua chạy lại bồng bế nâng niu cháu nội thêm vui hạnh phúc ở tuổi già. Hai gia đình ông bà ngoại cũng tha hồ mà đi câu cá nói tiếng Pháp với nhau cũng là cách nhớ lại quá khứ lúc còn đi học chương trình Pháp. Gia đình chúng tôi cũng thường xuyên đến vui chơi câu cá nướng cá ăn ngoài trời nữa thì vô cùng hạnh phúc.

Chú Tín nói xong nâng ly, xin phép ông anh, tôi kính mời hai ông cao niên cùng cụng ly chúc mừng bình an hạnh phúc. Giữa bữa ăn, Caroline thưa với Bác trai:

- Gia đình chúng con vô cùng cám ơn Bác, gia đình chúng con xin trả hết số tiền mua khu đất đó bằng Euro hay chủ đất muốn trả bằng USD cũng được.

Con có hỏi ý chồng con, chúng con sắp sanh con cần nhà ở nên xin lấy phần đất có nhà đã xây, còn phân nửa đất chưa có nhà, gia đình hai bác chưa cần xây nhà chỉ lo lập vườn trước. Còn ranh giới giữa hai khu nhà vườn để cho hai gia đình sử dụng chung cháu sẽ xây hồ bơi cũng như xây thêm hai cái hồ để chứa nước thải của hồ bơi dùng tưới tiêu cho cây trồng. Đồng thời cháu cũng đào thêm chừng ba cái ao gần đó để nuôi cá. Bên gia đình bác qua câu cá và gia đình con đi câu cũng rất thuận tiện. Bác trai nghe qua, Bác rất hài lòng và nói:

- Chứng tỏ cháu quý trọng bác mà cũng như quý mến gia đình anh chồng cháu.

Bác sẽ nhờ sở xây dựng của tỉnh phân chia ra hai lô đất mà mình không cần làm hàng rào chỉ có hồ bơi và hai hồ chứa nước thải làm ranh giới có phải vậy không? Caroline đáp liền: thưa phải.

Việc mua khu đất hơn mười một hec ta khá chóng vánh, giá tiền mua đất rất thấp chỉ hơn một phần ba giá thị trường, nghĩa là chủ đất vừa bán vừa cho vì ân nghĩa và vì trả bằng đô la Mỹ. Ba Má Caroline vô cùng mừng rỡ, nhắc nhở hai con, đám cưới anh ba các con xong và coi xem tình trạng sức khoẻ của anh Hai. Nếu quá nguy kịch, hai con phải đợi anh Hai các con thuyên giảm hay qua đời rồi mới nên tiến hành sửa chửa ngôi nhà đang có. Các con có thể xây cất thêm một dãy nhà có bốn năm phòng ngủ nữa và hai nhà kho ở hai đầu ở phía sau. Mỗi phòng ngủ có toi lết riêng, đầy đủ tiện nghi cho một gia đình nhỏ.

Trước hết, Hiếu tự vẽ hoạ đồ hay mướn kiến sư và hỏi thêm ý kiến chú Tín cách bố trí các khu vườn cây ăn trái, các hồ cá, một khu vườn hoa, khu cho trẻ nít vui chơi. Còn hồ bơi phải xin phép nên làm sau. Ba Má và vợ chồng hai con sẽ về ở nhà mới lấy hên trước khi Ba Má và vợ con về Áo.

Sau này khi Hiếu đã đi làm và có đông con, mình có thể xây lại nhà mới hay xây thêm một ngôi nhà bề thế hơn ngôi nhà này vì đất rộng mình muốn xây dựng thêm không khó, còn tiền xây nhà con đừng có lo Ba Má giúp hết. Cha vợ nói sơ sơ, Hiếu hiểu mình phải làm gì khi có sổ đỏ khu đất này.

Đám cưới của Trung và Minh Tâm tổ chức tại nhà hàng Phong Dinh Lầu Cần Thơ không còn một chỗ trống, hơn sáu trăm bàn vì là đám cưới của con gái của ông Phó Bí Thư tỉnh uỷ Cần Thơ nên có số bàn kỷ lục của nhà hàng thành phố. Đến tham dự có nhiều đồng chí từng là bạn chiến đấu trong thời kỳ chiến tranh nay giữ trọng trách trong Ban Bí Thư của nhiều tỉnh và xa nhứt là cựu Bí Thư Phú Yên và cả gia đình sáu người cũng đến tham dự. Hơn nữa ông chỉ có một cô con gái duy nhất mà là bác sĩ Y Khoa nên các đồng chí đến chung vui và ủng hộ tinh thần hiếu học con của các đảng viên. Số tiền mừng tiệc cưới cũng lập kỷ lục tại tỉnh Cần Thơ. Khách danh dự là ông bà Tổng Lãnh Sự Áo ở Sài Gòn cùng gia đình và nhân viên cũng chiếm hết hai bàn, Ban Bí Thư Tỉnh Uỷ Sóc Trăng và Ủy Ban Nhân Dân Tỉnh Sóc Trăng chiếm hết ba bàn. Chàng rể là người của tỉnh Sóc Trăng và không có tổ chức tiệc cưới tại tỉnh nhà, cho nên gia đình, bà con bạn bè ở Sóc Trăng đến dự tiệc cũng chiếm hết bốn bàn. Về ngành Y, cô dâu chú rể cùng tốt nghiệp Y khoa Bác Sĩ tại Đại học Y Khoa Cần thơ và đang phục vụ tại bệnh viện Cần Thơ, cũng là bệnh viện lớn nhứt của đồng bằng sông Cửu Long, chỉ có ngành Y chiếm trên mười bàn... Ông Phó Bí Thư phải cậy nhờ các đồng chí trong Ban Bí Thư đứng ra tổ chức giúp ông vì gia đình ông không thể quán xuyến nổi với lượng khách dự đông như thế. Tiệc cưới diễn ra vô cùng đẹp về tình đồng chí, đồng nghiệp và bạn bè thân hữu đến chung vui với ông Phó Bí Thư, một đảng viên vừa thâm niên vừa cao niên sắp về hưu.

Ấn tượng một tiệc cưới quá lớn quyện vào tình đồng chí, đồng nghiệp, tình gia đình và tình thân hữu bạn bè. Ông Phó Bí Thư cho biết vì nhà hàng giới hạn dưới sáu chục bàn mà ông phải bóp bụng không mời hết các đàn em của ông trong thời kháng chiến nên ông cũng bị nhiều anh em kê kích. Đã vượt qua sáu mươi hai mươi bàn nên có một số bàn phải dọn ngoài hành lang vì trường hợp bất khả kháng. Ở đời, có nhiều người thương ủng hộ cũng có cái khổ và ít người quý mến lại còn có cái khổ tâm khác. Người xưa cũng từng nói: ở rộng người cười, ở hẹp người chê, không biết làm sao phải làm vừa lòng, thoả mãn hết cho mọi người.?

Cái gì rồi cũng trôi qua như nước chảy qua cầu, trần thế chỉ là cõi tạm, cõi phù du mà lắm kẻ đã giàu lại càng lưu manh gian ác muốn giàu thêm trên sự khổ đau của người khác. Ông Phó Bí Thư dù là đảng viên cộng sản thứ thiệt không phải là cộng sản xua nịnh ba mươi tháng tư, ông biết rõ thằng con rể tương lai của mình có bố là một tử sĩ của chế độ cũ mà ông vẫn yêu mến, để cho con gái yêu và âm thầm giúp đỡ. Thằng rể của ông học được đại học Y vì nó học giỏi hơn con cán bộ, ra trường đỗ Thủ Khoa. Trong cái rủi lại có cái may, trong khai sanh không có tên cha mà lại con nhà quá nghèo cơm không đủ ăn sau giải phóng mà tư chất thông minh của cha nó để lại nên học từ tiểu, trung, đại học đều xuất sắc.

Con gái rượu của ông Phó Bí Thư học cùng trường cùng lớp rất nể phục cậu sinh viên nghèo rớt mồng tơi, thấy bạn trai mình quần áo bạc màu và còn khâu vá nên động lòng mua quần áo giày mới kín đáo tặng bạn. Cô tạo lý do nhờ bạn dạy kèm nói có bài em không hiểu rõ nhờ bạn giảng giải giúp và em đền ơn chỉ có thế thôi. Vì bánh sáp đi phải có bánh qui lại, rất sòng phẳng bạn trai không thể từ chối. Ai cũng biết con nhà nghèo có nhiều mặc cảm, tự ti, luôn tự trọng nên cách cho quý hơn của cho là như thế. Con gái của ông Phó Bí Thư rất khôn khéo thực hiện.

Em hỏi thử muốn đến nhà anh thăm gia đình ở Sóc Trăng, anh luôn kiếm cách từ chối. Một ngày kia nghỉ cuối tuần, em rủ một bạn gái thân cùng đi viếng chùa Miên ở Sóc Trăng mà mục đích chính em tìm đến gia đình bạn trai mà em kính mến. Em biết bạn mình có bà mẹ may máy trong xóm kiếm tiền nuôi con và con còn đậu vào trường Y. Cả tỉnh Sóc Trăng đậu vào trường Y không quá năm người, con cán bộ "có công với cách mạng" chiếm hết ba chỗ vì có chính sách ưu đãi nâng điểm còn bạn mình khai là con bần cố nông dù không tăng điểm mà anh đậu trên điểm chuẩn khá cao, đứng trong ba sinh viên có số điểm cao nhứt trên năm trăm sinh viên dự tuyển. Cả xã Bố Thảo biết tin "Trần Minh khố chuối" - truyện trong một tập thơ lục bát - con nhà nghèo cùng cực bữa cơm bữa cháo mà đã thi đậu Trạng Nguyên. Một nước chỉ có một trạng nguyên trong ba năm hay hơn mới tuyển chọn được một trạng nguyên. Nay có Trần Minh khố chuối II ở Bố Thảo thi đậu vẻ vang vào trường đại học Y Khoa Cần Thơ.

Người dân quê chân chất, sau giải phóng, thấy có một con em trong xã thi đậu vào đại học được xem là một hiện tượng phi thường rất đáng trọng vọng mà đậu vào đại học Y Khoa càng thêm danh giá đáng ngưỡng phục. Bà con thương tình chung góp được đủ tiền ăn, ở trọ tại Cần Thơ trong ba tháng, sau tính tiếp.

Thế là anh Trần Minh khố chuối II may mắn được bà con qúy trọng vì sự học giỏi mà đùm bọc giúp đỡ. Bạn gái xuống tận Bố Thảo hỏi tên anh ai cũng biết anh và nói anh là Trần Minh Khố Chuối một người quá nghèo cơm không đủ ăn mà cứ mải miết học đến thi đậu vào đại học ví như Trần Minh đỗ Trạng nguyên được vua gã công chúa. Trần Minh trở thành nhân vật quyền cao chức trọng trong triều đình. Phú quý đến với Trần Minh là tấm gương sáng cho dân nghèo mạt rệp mà có tính chuyên cần hiếu học vì có công mài sắt có ngày nên kim.

Lại có sự trùng hợp, anh con nhà bần cố nông cũng họ Trần như Trần Minh Khố Chuối nên tìm gia đình lại càng dễ. Cô bạn gái hỏi anh tên họ Trần học Y Khoa trong làng ai cũng biết, chỉ nhà. Minh Tâm không ngờ một bác sĩ Y Khoa tương lai mà ở trong căn nhà tồi tàng xiêu vẹo, trống trước trống sau, lại thấy anh mặc quần xà lỏn ở trần trùng trục đang ngồi bửa củi, cô quá cảm xúc và bắt đầu yêu anh Trần Minh Khố Chuối II từ ngày đó.

Anh Trần Minh Khố Chuối tân thời không ngại ngùng dấu diếm với bạn gái, gia đình mình nghèo lắm không đủ cơm ăn nên không dám làm quen kết thân với bạn gái. Còn nói yêu đương thì anh không dám nghĩ tới vì chỉ lo ăn mặc cho mình còn lo không đủ làm sao dám yêu ai. Biết rõ gia cảnh anh bạn trai quá nghèo khổ, Minh Tâm nói hết cho Mẹ nghe. Bà lập kế con muốn giúp bạn con, Mẹ cho con tiền trả tiền ăn tiền ở cho bạn con hết niên học này. Con liên lạc với bà chủ nhà nhờ bà nói, bà biết bạn con nghèo nên tiền ăn tiền ở bà không cần lấy bây giờ. Bà ghi vào sổ, khi nào cậu ra đi làm việc có tiền lương sẽ trả dần. Mẹ còn bày thêm, con tìm năm ba bạn học nhờ anh bạn giảng giải thêm hay học thêm ngoại ngữ vì bạn con cũng giỏi tiếng Anh. Mẹ nghe nói, nó cũng xuất sắc về ngoại ngữ ở bậc trung học, con góp tiền bạn và con cho thêm nói là tiền học hàng tháng giúp nó có tiền tiêu xài hay mua sách vở. Đối với người nghèo, chúng ta phải rất tế nhị, tôn trọng họ vì họ có nhiều mặc cảm, tự ái hơn người khá giả.

Qua năm học thứ hai, Trần Minh khố chuối tân thời, nhờ chị cả đi làm mướn ở đợ hy sinh đời chị củng cố giúp đỡ đời ba đứa em đã mất cái gốc nguỵ trong khai sanh. Chỉ có mình chị cả là mang họ cha, con của một tử sĩ chống phá cách mạng, nên khi đi ở đợ không bị truy tìm lý lịch trích ngang. Nhờ sự hy sinh của chị cả mà giúp ba em ruột của mình có đủ tiền học đại và trung học. Hai em nhỏ mỗi người có một chiếc xe gắn máy mới và anh lớn đang học Y, nhờ có chồng giúp chị cho anh đang học Y Khoa mua nhà mua xe hơi đi học tại Cần Thơ. Thế mới biết, nghèo hèn có cơ may cũng có cuộc đổi đời, bốn mẹ con sau giải phóng không có tiền lương của chế độ cũ, cơm không đủ ăn, bữa cháo bữa rau thay cơm, nay kể như không thiếu gì so với các gia đình bần hàn cùng cảnh ngộ.

Minh Tâm đã từng thố lộ là nàng yêu Trung từ khi thấy anh ngồi bửa củi mồ hôi nhễ nhại. Mối tình chung thuỷ keo sơn đó được cha mẹ chấp nhận và ngày cưới chánh thức đã long trọng tổ chức hoành tráng nhứt của cả tỉnh Cần Thơ.

Đám cưới xong thấy ba mẹ vẫn còn mệt nhọc, hai vợ chồng muốn đi chơi hưởng tuần trăng mật và cũng muốn mời cha mẹ cùng đi theo thêm vui hạnh phúc cho con. Nhưng, Trung và Minh Tâm phải về Sóc Trăng coi xem tình trạng sức khoẻ của anh Hai có còn sống thêm nữa không, hai vợ chồng mới dám đi. Về Bố Thảo, chị Hai cho biết tình trạng như cũ nhờ uống sâm mà nuôi sống. Hai em cứ tự nhiên đi hưởng tuần trăng mật, nếu anh Hai có mệnh hệ không tốt, chị cho em biết. Hai em ở trọ khách sạn gọi về cho chị số phôn, nếu anh Hai trở nặng hay hấp hối, chị gọi điện cho hai em biết về đến nhà vẫn kịp. Vợ chồng Trung thấy chị mình nói có lý và cho chị biết:

- Ngày mai Ba Mẹ và chúng em cùng đi chung cho vui, tội cho hai ông bà lo đám cưới cho con mất mấy tháng. Luôn tiện em rủ vợ chồng Hiếu và Ba Má vợ cùng đi về Châu Đốc du ngoạn cảnh núi non và vùng biên giới.

Mai Hạnh nghe em nói du ngoạn Châu Đốc, như cả bầu trời kỷ niệm của Núi Sam và ngôi biệt thự xinh đẹp mà Mai Hạnh ở đó bao năm dài. Nay, vắng chủ chắc rêu phong, cỏ dại, dây leo đan kín lối đi, bao quanh ngôi biệt thự. Mai

Hạnh nói em nên đưa hai gia đình của em, Hiếu lên xem coi ngôi biệt đó có khác xưa hay không khi em và Đức Bernard đã đến đó mấy lần thăm anh chị.

Gần lăng của Thống Chế Thoại Ngọc Hầu có một khách sạn ba sao vừa khai trương, hai gia đình có thể ở khách sạn đó chơi chừng hai ba ngày mới tham quan hết những danh lam thắng cảnh và di tích lịch sử của Núi Sam và vùng bảy núi. Chị nghe nói trong vùng bảy núi có Núi Cấm cũng là một thắng cảnh tuyệt đẹp nên lên đỉnh núi tham quan đi bằng xe ôm, nghe nói có kế hoạch làm tháp treo, chưa biết xong chưa. Nếu có cáp treo, mọi người nên đi lên đỉnh núi cho biết. Vùng Bảy Núi-Thất Sơn có vùng sinh thái tự nhiên với rừng tràm Trà Sư, chị nghe nói khách nước ngoài thường đến du ngoạn và có dịp thưởng thức những món ăn đồng quê độc đáo.

Các em về tỉnh lỵ Châu Đốc cũ có đi tua bằng tắc ráng dạo quanh khu chợ nổi Châu Đốc, tham quan sự phồn vinh của ngành nuôi cá bè. Châu Đốc là cái nôi nuôi cá bè nhiều chủng loại và sản xuất mắm nên đi tham quan cho biết. Nếu có thì giờ sang bên kia sông, đường đi đến huyện Tân Châu chỉ có mười bảy cây số, nơi đây là cái nôi sản xuất tơ lụa, cẩm tự và gặp mùa có con nhộng của tơ tằm tha hồ mà ăn, giá bèo, nhộng to hơn con đuông chà là.

Khi trở về tỉnh lỵ Châu Đốc, các em không quên đến tham quan nhiều ngôi làng ngươi Chà còn gọi là Chàm - Chăm - Champa gần bến bắc, bến đò Châu Giang, sát bờ sông Hậu. Như làng Châu Giang chẳng hạn, là nơi hội tụ của cộng đồng thiểu số Chăm theo đạo Hồi phái Sunni của Mã Lai Á rất hiền lành không dữ dằn đáng sợ của giáo phái này ở vài nước vùng Trung Đông.

Người Chăm chuyên sản xuất những sản phẩm gọi là thổ cẩm bằng tơ lụa rất khéo tay, có thể mua vài thứ làm kỷ niệm như mũ, nón, xà rông, túi xách, khăn đội đầu, khăn quấn cổ... và quan sát cách họ dệt tơ lụa bằng thủ công trông rất đẹp mắt. Như vậy, các em có một tuần mới du ngoạn đầy đủ hết của vùng Châu Đốc và đặc biệt là thưởng thức những món ăn đặc sản với hàng chục chủng loại cá tôm ngon nước ngọt. Tại đây, nghe nói, có những món ăn độc đáo chế biến từ thịt rùa, rắn, lươn, giải khát bằng nước thốt nốt hay ăn bánh bò đường thốt nốt trong món ăn tráng miệng thơm ngon ngọt.

Châu Đốc có tên gắn liền với người dân gọi là xứ mắm, Châu Đốc là cái nôi của nghề sản xuất mắm và nước mắm cá nước ngọt cũng như là cái nôi của hàng chục loại cá khô rất ngon mà các nơi khác rất hiếm thấy. Nghe chị cả nói về Châu Đốc, vợ chồng Trung khoái quá, Minh Tâm nói:

- Hai em cám ơn chị, nếu gia đình Hiếu cùng đi nữa lại quá vui, xe em có tám chỗ kể cả chỗ tài xế. Hai gia đình chúng em có đúng tám người, hai đôi vợ chồng trẻ và hai cặp uyên ương lớn tuổi, nay có dịp như hấp hôn lại càng vui thêm. Trung nói, chúng em thưa với Mẹ, chúng em về Cần Thơ ngay để còn ghé mời hai ông bà nhạc của Hiếu. Có thể sáng ngày mai hai gia đình đi du ngoạn xứ mắm của chồng chị Hai, bận trở về chúng em sẽ mua nhiều mắm khô và đường thốt nốt là những đặc sản nổi tiếng của Châu Đốc.

Vợ chồng Trung về đến Sóc Trăng chưa tới ba giờ chiều, trước khi về nhà, Trung lái xe đến nhà Hiếu lại gặp vợ chồng Bernard và vợ chồng Trai đã có hẹn trước đến thăm Ba Má Caroline, biết vợ chồng Trung đi Sóc Trăng thăm gia đình. Có vợ chồng Trung về đúng lúc, bốn gia đình gặp nhau tha hồ mà vui cười như bắp rang nổ. Vợ chồng Bernard kể chuyện tuần trăng mật của cô cậu ở Đà Lạt nghe qua ai cũng mê thích, hẹn có dịp bốn gia đình sẽ đi một chuyến Đà Lạt càng đông càng vui. Trung nói Cậu Mợ Bernard vì đi xa và đi đường núi mình không quen lái xe rất nguy hiểm và ba gia đình anh em mình đều bận việc nên Cậu Mợ Bernard hưởng tuần trăng mật du dương sô lô cũng quá hạnh phúc. Nay, anh chị cũng đi hưởng tuần mật mà còn chọn vùng Thất Sơn của xứ mắm Châu Đốc, gần tỉnh nhà, khi anh hai có mệnh hệ gì, chị Hai gọi điện anh em mình quay về chỉ mất trên dưới bốn tiếng.

Chị Hai cho biết tình trạng sức khoẻ của anh vẫn như trước ngày đám cưới của anh chị. Chị hai còn khuyến khích có đi Châu Đốc là đi nhanh vì sợ anh hai có biến chứng bất ngờ sẽ không đi du ngoạn và hưởng tuần trăng mật được. Nay anh mời Ba Má Caroline cùng Ba Má anh chị, hai gia đình có tám người chỉ đi một xe, và nhân có hai đôi uyên ương Trai-Josephine và Bernard-Tuyết Trinh cũng nên đi một chuyến, chúng ta nên đi đông du ngoạn Châu Đốc.

Từ Cần Thơ chúng ta đi thẳng tới Núi Sam, nghe nói có khách sạn trên triền núi Sam rất đẹp vừa mới khai trương, bốn gia đình mình đi ngày thường chắc chắn có dư phòng thuê. Anh biết cậu mợ Bernard chưa hết ngày nghỉ phép còn bạn Trai có thể xin nghỉ sau ngày chủ nhựt này thêm vài ngày, hy vọng không trở ngại. Chiều nay, anh chị mời bốn gia đình chúng mình cùng đi ăn như là tiệc "khao quân" chiến thắng vui mừng làm lễ cưới thành công của anh chị.

Anh chị rất bức xúc về ông bà nhạc của anh quá mệt nhọc luôn mấy tháng, anh chị vô cùng đội ơn nên cái gọi là tuần trăng mật, anh chị phải thỉnh mời hai ông bà cùng đi. Nay lại có gia đình Caroline, Bernard, Trai nữa thì thật là anh chị có tuần trăng mật vô cùng vĩ đại không phải một đôi uyên ương mà có nhiều đôi uyên ương, lại có thêm hai đôi uyên ương trọng tuổi có dịp hấp hôn, bắt chước anh em mình. Cả nhà cười bò lăn bò càn, ông bà nhạc của Hiếu cũng vui cười to.

Trung bảo Hiếu mời chú thím Tín chiều nay sáu giờ ăn tối tại nhà hàng nổi, Hiếu đang nhờ chú Tín trông coi việc tân trang lại ngôi biệt thự. Khu đất mười một mẫu tây, giá hời chỉ bằng một phần ba giá thị trường mới mua mà vợ chồng Hiếu tặng cho ông bà nhạc anh ba một nửa diện tích đất. Gia đình anh chị cũng dự định lập khu nhà vườn như của bạn Trai mà hai nhà vườn của hai anh em không có hàng rào ngăn cách hai khu vườn riêng biệt nên lại càng rộng lớn mà lại nằm trong Thành phố Cần Thơ. Khi chúng ta trở về Cần Thơ, Hiếu sẽ đưa vợ chồng Trai và Bernard đến xem khu đất mà lại ở gần nhà chú thím Tín nữa.

Bữa cơm chiều trên nhà hàng nổi, thím Tín lại gặp bà chủ nhà hàng, đồng môn trường đầm năm xưa tha hồ mà nói tiếng Tây. Bà chủ nhà hàng gặp lại Josephine bà rất vui mừng vì từ Sóc Trăng đến đây. Còn Caroline đóng đô ở Cần Thơ thường gặp hơn. Bà chủ nói Josephine muốn gọi món ăn gì sẽ được nhà hàng hân hạnh mời, không phải trả tiền như là món ăn extra đặc biệt. Trung cũng ngõ ý mời chú thím Tín đi hưởng tuần trăng mật hấp hôn như ông bà nhạc cháu và ông bà nhạc của Hiếu. Như vậy, có bốn đôi uyên ương trẻ mới tinh và ba đôi uyên ương mới vào con đường có thêm tí tuổi vẫn còn trẻ. Thím Tín chặn ngang lời Trung. Thím không ngờ Trung cũng khôi hài dí dỏm nữa đâu kém út Hiếu Caroline.

Chú Tín hứa, nếu tối nay, chú liên lạc với người phụ tá giúp chú được thì ngày mai chú thím sẽ đi cùng các cháu. Chúng ta sẽ quậy tới bến của vùng Bảy Núi, Núi Sam và ở tỉnh lỵ Châu Đốc. Trung nói vì tiệc "mừng công" đám cưới của hai cháu, chúng cháu xin đài thọ chuyến du ngoạn trăng mật của bốn cặp trẻ và ba đôi uyên ương hấp hôn. Caroline nói phần anh chị Ba lo về ẩm thực còn phần chúng em xin lo phần thuê mướn khách sạn và các chi phí linh tinh vì chúng em cũng quá vui mừng nhờ hai bác giúp lời nên chúng con mua được khu đất làm nhà vườn quá lý tưởng. Mọi người đều đồng ý để cho vợ chồng Hiếu cùng anh chị của Hiếu san sẻ chi phí cả tuần và đông đến mười bốn người.

Được gọi món ăn đặc biệt, Josephine nói:

- Cháu thích nhứt là món tôm nướng, xin phép quý bác, cháu hỏi bà chủ có đủ mười bốn con tôm càng xanh, cháu xin chọn món ăn này. Các món ăn khác anh chị Trung chọn. Josephine nắm tay Trai đi đến văn phòng gặp bà chủ và nói là Josephine thích món tôm càng nướng, nếu nhà hàng có đủ cho xin món ăn này.

- Bà chủ nói, chúng tôi luôn luôn có rộng nuôi dự trữ hàng trăm con tôm càng xanh vì đa số người nước ngoài thích món tôm càng nướng có trét bơ Pháp và ăn với sauce mayonnaise. Đó là chuyện nhỏ, nhà hàng làm món tôm càng nướng trước tiên, bụng còn đang trống ăn lại càng ngon. Trai nói muốn lấy một chai martell, xin phép trả tiền trước, anh Trung không trả tiền chai rượu này. Bà chủ vội mở tủ lấy ra chai rượu martell VSOP và Trai móc bóp trả tiền ngay. Vợ chồng Trai cám ơn bà chủ và trở lại bàn. Trai vừa khui chai martell vừa nói là chai rượu này đã mua trước gởi lại nhà hàng. Xin mời quý bậc trưởng thượng và mọi người cùng uống cho vui và có giấc ngủ ngon để sáng mai quý bác cũng đi hưởng tuần trăng mật như chúng cháu. Mọi người cùng cười vui và nâng ly dô dô nghe quá đã. Ly vừa để xuống bàn, mười bốn con tôm càng xanh nướng còn đang bóc khói, có trét bơ Pháp và có thêm ba dĩa sauce mayonnaise để cạnh bên. Hiếu mau mắn gắp ba con tôm cho ba bà lớn tuổi, Hiếu nhanh nhẹn xẻ ra và múc một muỗng sauce mayonnaise để cạnh bên. Mỗi người có một con dao dùng xẻ đôi con tôm ra trét thêm sauce, nếu muốn ăn cho thêm đậm đà dùng thêm maggi cũng của Pháp.

Tối hôm nay, Trung nhờ sự góp ý của các bạn, con tôm càng xanh to tướng này ăn vào cũng lưng lửng bụng rồi, gọi thêm chừng năm món trở lại, gọi món ăn ít quá cũng tội cho bà chủ nhà hàng, món chính lại không tính tiền. Bữa ăn cũng đến mười một giờ chấm dứt, sáng mai đi du ngoạn Châu Đốc sẽ đi sớm.

Chú thím Tín đi xe của Trai có sáu người, xe Trung lái có tám người đến Núi Sam chưa tới mười hai giờ trưa. Hiếu lại văn phòng khách sạn mới khá đẹp có cả nhà hàng sang trọng ngay cạnh khách sạn. Hiếu đặt bảy phòng ngủ và trả tiền trước hai ngày, còn ở thêm sẽ trả tiếp và nhờ nhà hàng chọn cho một bàn dài mười sáu chỗ ngồi ăn cơm trưa nay và có thể nhìn sang xứ Chùa Tháp Campuchia. Cô tiếp tân dạ vâng và nói khách sạn dành một dãy dài có đến mười phòng loại cao cấp nhứt của khách sạn mà chỉ tính giá thường đặc biệt cho bảy phòng dành cho khách quý. Cô tiếp tân đưa cho Hiếu bảy xâu chìa khoá các phòng liền kề nhau và nói gởi xe xong lên đây chúng tôi sẽ hướng dẫn đến từng phòng. Nhân viên ra chỗ parking, chất hành lý lên xe đẩy về mỗi phòng.

Hiếu ra chỗ parking, mọi người xuống xe và nhận chìa khoá phòng, lấy hành lý cho lên xe đẩy về phòng. Mười bốn người đến phòng tiếp tân có nhân viên mang khăn ướp lạnh đến đưa lau mặt lau tay và uống nước giải khát. Ngồi nghỉ ở phòng tiếp tân rất sang trọng. Chừng năm phút sau, nhân viên hướng dẫn đến phòng ngủ cũng gần đó và trước mười phòng đặc biệt này có một nhà vòm vừa trông nhìn sang Campuchia vừa nhìn lên đỉnh núi Sam và nhìn xa về phía bảy núi. Tại mười phòng VIP muốn ăn sáng trưa chiều khỏi cần qua nhà hàng, chỉ cần gọi điện thoại đặt món ăn có nhân viên nhà hàng sẽ mang thức qua khu vực các phòng ngủ khu đặc biệt này.

Ai cũng thích cách bố trí khu VIP rất tiện lợi, mình muốn ăn uống gì cứ gọi phone là có người phục vụ mang đến tận phòng ngủ hay bàn ăn ngoài nhà vòm. Hiếu nói với anh Trung:

- Phần em đã lo xong còn phần ăn uống em có nói khách sạn dành cho mình một bàn ăn mười bốn chỗ ngồi ngoài nhà vòm. Anh muốn ăn món gì gọi điện thoại hay viết trên mảnh giấy gọi nhà hàng đến lấy.

Phái đoàn đông đảo tham quan Núi Sam có đến mười bốn người có thể đóng chốt tại khách sạn sang trọng này luôn một tuần, sáng đi du ngoạn chiều về lại khách sạn. Chung quanh Núi Sam có nhiều danh lam thắng tích cũng mất cả ngày mới có thể tham quan hết như chùa Tây An, Miếu Bà Chúa Xứ, Lăng Thoại Ngọc Hầu, chùa Hang, Bạch Vân Tịnh Xá, Ngôi Biệt Thự của bác sĩ Trần Văn Nu mà có nhà báo đặt điều viết phịa là ngôi biệt thự hay ngôi nhà ma trên đỉnh Núi Sam. Phái đoàn đông vui này có thể đi tham quan thăm viếng, một nơi nào đó như Núi Cấm, Núi Tượng, chợ biên giới Tịnh Biên, kinh Vĩnh Tế, rừng tràm Trà Sư. Có thể tham quan nơi sản xuất tơ lụa, mỹ A tại huyện Tân Châu. Phái đoàn viếng các gian hàng thủ công mỹ nghệ của bảy làng xã của người Chàm – Chăm gần bến bắc Châu Giang chỉ ngăn cách bởi con sông Hậu với thành phố Châu Đốc, viếng làng nuôi cá bè, chợ nổi Châu Đốc, tham quan chợ mắm & cá khô Châu Đốc. Chương trình kế hoạch, Hiếu đã định trước trong đầu. Đi du ngoạn Châu Đốc mà không tận hưởng những đặc sản trong văn hoá ẩm thực miệt vườn, đồng quê là điều thiếu sót, như: gõi sầu đâu trộn với cá trạch lấu nướng hay bất cứ loài cá nướng nào cũng ngon hay khô cá lóc, cá sặc nướng trộn với sầu đâu nhậu bá chấy, ông thưởng thức bà khen đáo để. Một món ăn ngon khác mà các nơi khác thường không có mà cái nôi Châu Đốc sản sanh ra món ăn nhớ đời này là thịt bò non xào lá dang, nước cốt dừa, ăn với bún tươi hay bánh mì, hoặc chang cơm ăn cũng rất bắc. Còn các món ăn cá, giống cá hô là loại cá lớn ngon vô địch cá nước ngọt.

Ở Châu Đốc có năm, dân chuyên nghề hạ bạc bắt được cá hô có con cân nặng trên hai trăm ký lô hay trên một trăm ký hoặc nhiều cá hô nặng vài chục ký thì thường xuyên bắt được. Thịt cá hô có nhiều sụn, ăn ngon tuyệt vời trên cả tuyệt vời. Chỉ cái miệng hô của con cá cắt ra nấu một nồi canh chua ăn ngon hết nước nói vì toàn là sụn nhai sần sật rất đã cái miệng. Cá hô làm bất cứ món ăn nào cũng đều ngon và nhúng dấm hay nấu lẩu thì ngon khỏi chê. Các chủng loại cá nước ngọt to con ngoài cá hô còn có cá bông hay người gốc Bắc gọi là cá lóc bông hay có tên khác nữa, nặng trên mười ký lô cũng có khi có mùa nước nổi kéo dài hơn thường lệ. Cá lóc to con gọi là cá biết nói vì chúng "có râu", có con cân nặng trên dưới bốn ký lô hay những con cá rô mề cũng có râu to bằng bàn tay phụ nữ, chỉ có nhiều ở Châu Đốc, Cà Mau và Rạch Giá. Cá lóc cá rô và cá bông to con làm món ăn gì cũng đều ngon. Ăn cơm chiều xong, mọi người nghỉ ngơi chừng một tiếng, Trung đề nghị đi bộ một vòng tham quan cảnh chợ đêm của vùng quanh Miếu Bà và có thể lên viếng chùa Tây An, nếu mở cửa. Một ngôi chùa lịch sử được liệt vào di tích quốc gia của chế độ cũ và chế độ mới cũng xếp tương tự như vậy với danh xưng khác. Tại ngôi chùa Tây An là nơi Đức Phật Thầy Tây An tu hành và chính Ngài khai sáng ra đạo Bửu Sơn Kỳ Hương ở thế kỷ 19. Chùa Tây An toạ lạc trên triền núi Sam, gọi là vùng Đầu Bờ. Từ dưới chùa Tây An, du khách đi lên dóc chừng trên dưới một trăm mét, phía bên phải nằm lọt thỏm vào vùng đất thấp bằng phẳng sát con lộ chạy quanh núi có Miếu Bà Chúa Xứ, còn gọi là Điện Thờ Thánh Mẫu được xây cất từ nhà lá khoảng hai trăm năm trước, thời Ngài Bảo Hộ Thoại Ngọc Hầu khởi công đào con kinh Vĩnh Tế. Và được nhiều thế hệ tiếp nối, tân trang hoặc xây cất mới nên ngày nay rất hoành tráng to rộng.

Hàng năm có nhiều triệu thiện nam tín nữ đến cúng bái nhân đại lễ Vía Bà khoảng gần cuối tháng tư âm lịch với số tiền hỉ cúng bạc tỷ vì không những cúng bái vào những ngày Vía Bà mà bá tánh thập phương mọi miền của đất nước về cúng quanh năm. Gần như đối diện với Miếu Bà phía bên kia đường lộ, một khu lăng mộ của Ngài Thoại Ngọc Hầu và gia đình cũng như có một số ít gia tướng kề cận bên Ngài cũng được an táng tại khu lăng mộ to rộng này.

Phái đoàn mười bốn người đi tham quan mới chỉ có ba di tích lịch sử vì đường dốc nên đi chậm và cũng khá mỏi chân, nên mọi người đi về lại khách sạn ngủ qua đêm.

Sáng lái xe lên đỉnh Núi Sam thăm viếng ngôi biệt thự xinh đẹp của bác sĩ Nu, nơi mà đã trải qua nhiều năm chôn vùi tuổi thanh xuân của Mai Hạnh, chị ruột của Trung và Hiếu. Trung, Minh Tâm, Bernard và Đức kể Ba của Minh Tâm từng đến đây thăm viếng anh chị hai của Trung nên đường lên xuống núi cũng khá quen thuộc đối với vợ chồng Trung và Bernard.

Trung đề nghị với quý vị cao niên và nhứt quý bà e sợ không đủ sức leo núi và xuống núi nhận chúng ta lên núi mà không phải leo núi, bận lên chúng ta đi xe nên không mất sức và tránh nguy hiểm tuột dốc. Còn bận đi xuống quý vị muốn trải nghiệm đi rừng đi núi như anh em hướng đạo, thử đi xuống mất chưa tới nửa giờ vì chúng ta đi đường tắt xuống núi ngay chợ Bến Đá là chợ chánh của xã Vĩnh Tế cũng gọi là chợ Núi Sam vì bao quanh núi Sam thuộc xã Vĩnh Tế. Có dịp chúng ta đoán thử đi xe đến chợ Bến Đá hay đi bộ coi phương tiện nào đi nhanh hơn. Trung nói thế, gây sự thắc mắc và cũng muốn coi đi bộ và đi xe hơi từ ngôi biệt thự bác sĩ Nu đến chợ Bến Đá coi ai thắng ai tương tự như trong truyện ngôn của La Fontaine của Pháp. Cuộc thi đi đến đích con thỏ hay rùa con nào chiến thắng? Con đề nghị ba mẹ con có Hiếu theo hộ tống đề phòng trượt ngã, còn ông bà nhạc của Hiếu có Caroline lo, chú thím Tín có vợ chồng Bernard cận kề, còn Josephine và Minh Tâm đi chung nương tựa nhau. Con thấy đi xuống rất nhanh chỉ lo sợ tuột dốc gặp đường trơn trợt vì đường ướt vào mùa mưa, còn mùa nắng, đường khô ráo nên đi xuống núi ít gặp nguy hiểm trượt ngã.

Xuống đến chợ Bến Đá đi chừng năm bảy chục mét tới ngôi nhà cổ làm phủ thờ của gia tộc bác sĩ Nu và ông là cha ruột của anh rể con. Vợ chồng chúng con vào thăm viếng và thông báo cho gia tộc anh rể con biết tình trạng sức khoẻ, anh không còn sống bao lâu nữa. Sau khi chồng mất và thiêu xác tại xã bố Bố Thảo Sóc Trăng, vợ anh sẽ đem bài vị và lư hương về phủ thờ này, hỏi người phụ trách phủ thờ có đồng ý không?

Vợ của anh Ba Cường cũng có di ảnh và bài vị thứ hai của anh Cường thờ tại nhà chị. Vợ chồng con đại diện vào ngôi phủ thờ của gia tộc họ Trần ở Núi Sam. Bernard đưa Ba Má và quý chú bác và các bạn vào tiệm nước nghỉ chân giải khát hay gọi thức ăn cũng khá ngon đặc biệt là món ăn hủ tiếu thịt bò và đôi khi có làm món thịt bò xào lá dang và nước cốt dừa nữa mời Ba má và quý chú bác ăn thử.

Vợ chồng Trung dự trù vào phủ thờ chừng năm bảy phút rồi ra tiệm nước. Caroline vội nói:

- Anh chị Ba cho vợ chồng em cùng đi theo anh chị.

Mọi người vào quan sát quang cảnh xung quanh trên đỉnh Núi Sam, đến tận ngôi biệt thự vẫn thấy đóng khoá cửa cẩn thận, chứng tỏ không có người ở còn bỏ hoang, mọi người tiếc cho một ngôi biệt thự sang trọng mà bỏ hoang phế. Từ ngôi biệt thự này, nhìn vào vùng Thất Sơn thấy rất rõ khi trời quang trong sáng và nhìn sang đất chùa tháp phơi mình dưới cánh đồng lúa xanh bạt ngàn đến tận chân trời và nhìn xuống dòng kinh Vĩnh Tế cũng thấy khá gần. Ở lại đây ngắm cảnh buổi sáng trời trong cũng rất thích thú. Quý vị cao niên nói đời mình còn ngắn ngủi, hôm nay có cơ may mình thử trải nghiệm đi xuống núi tới chợ Bến Đá thi đua với người lái xe hơi cũng đến chợ Bến Đá, coi phương tiện xe hơi hay đôi chân, cái nào thắng? Cả nhóm đến xem lối lên xuống núi, thấy khô ráo nên không ai từ chối, chỉ có Trai và Trung lái xe. Còn Bernard có nhiệm vụ hướng dẫn nhóm theo đường mòn cũng khá ngoằn nghèo xuống núi, đến chợ Bến Đá vừa tan chợ mà hai chiếc hơi chưa tới, thua đi bộ rồi. Bernard dẫn cả nhóm lại tiệm nước vào ngồi nghỉ chân và giải khát có cả nước thốt nốt nữa, ai cũng muốn uống thử nước thốt nốt vì chỉ có ở Núi Sam, chợ Châu Đốc và vùng bảy núi có bán loại nước trái cây giải khát độc đáo này. Kế cận bên tiệm nước có ngôi nhà cổ của bác sĩ Nu cũng xây cất có thể trên hai trăm năm. Mọi người vừa vào quán nước tìm chỗ ngồi, hai bác tài bấm còi báo là xe mình vừa mới đến. Tìm chỗ đậu xe Trung và Trai cũng vào gọi nước thốt nốt giải khát.

Vợ chồng Trung và vợ chồng Hiếu đi lại ngôi nhà cổ nói lý do xin vào. Có một ông mặc áo dài đội khăn đóng cũng khá lớn tuổi đi ra tiếp và nói chúng ta trở ra quán nước. Ông ta nói nhân quý vị đến Núi Sam và đến viếng ngôi từ đường của bác sĩ Nu. Tôi tự giới thiệu tôi là cháu ruột của bác sĩ Nu vai anh Ba Cường, nhân buổi lễ giỗ của chú tôi, xin mời quý vị vào dùng cơm với đại gia đình chúng tôi. Đặc biệt hôm nay chúng tôi có làm nhiều món ăn mà hồi sinh thời chú tôi thích trong đó có món thịt bò non xào lá dang với nước cốt dừa vô cùng độc đáo. Đây là món ăn đặc sản của nền văn hoá ẩm thực của Núi Sam mà toàn tỉnh Châu Đốc có nơi có, có nơi không mà họ đâu có bò con giết thịt như ở đây, còn các tỉnh khác như Sóc Trăng, Cần Thơ ... cũng khó có món ăn này.

Tôi vừa biết qua bốn người bạn trẻ đến Núi Sam từ ngày hôm qua cũng có viếng các danh lam thắng cảnh và di tích lịch sử tại quê hương chúng tôi mà quý vị chưa viếng chùa Hang, cách đây chưa tới ba trăm mét. Xin mời quý vị đến viếng cảnh chùa cũng có một huyền sử về thanh xà bạch xà đào hang tại ngôi chùa đó nên gọi là chùa Hang. Chốc nữa trong lúc ngồi ăn, tôi sẽ lược thuật trình với quý vị về lịch sử ngôi chùa Hang. Quý vị đến viếng chùa Hang chừng nửa tiếng và trở lại ngôi nhà phủ thờ, chúng tôi có đủ thì giờ nướng thêm cá lóc biết nói, cá rô biết nói và đặc biệt món thịt bò lá dang mà chúng tôi vừa nấu xong còn thật nóng ăn mới ngon. Chúng tôi mời quý vị uống thêm nước thốt nốt và uống bia. Ông đại diện Phủ Thờ vừa dứt lời, Trung hỏi ý kiến Ba Mẹ, chú thím Tín và ông bà nhạc của Hiếu, mọi người đều đồng ý. Trung đáp:

- Chúng tôi rất vinh dự và may mắn được dự lễ cúng giỗ bác sĩ Trần Văn Nu, xin ông cho phép bốn anh em chúng tôi vào thắp nhang cúng bái tổ tiên và bác sĩ Nu trước khi đi viếng Chùa Hang trở lại, chúng tôi nhập tiệc. Ông đại diện chấp hai tay vào ngực và cúi đầu cám ơn mọi người.

Theo chỉ dẫn hướng đi, Trung mời mọi người lên xe đi viếng chùa Hang. Quả thật chùa Hang xây dựng buổi ban đầu, trên miệng hang là nơi thờ cúng Phật. Theo truyền thuyết, cái hang đó sâu và dài trên mười cây số đến vùng núi Cấm của Thất Sơn huyền bí do thanh xà hay bạch xà đào làm nơi trú ngụ để chống trả với kẻ thù (bạch xà và thanh xà đánh nhau). Cả nhóm leo lên dốc núi bằng những bậc tam cấp do chùa xây khá đẹp, chỉ có mấy chục mét mà quý vị lớn tuổi đi lên chùa đã thấy mệt rồi. Không ai ngờ chị Hai của Trung phải lên xuống núi hàng ngày, đi vòng vo cả cây số hay hơn suốt gần ba năm. Đến khi anh Ba Cường quá cảm mến tính chịu đựng gian khổ của Mai Hạnh anh ngõ ý mời Mai Hạnh ở hẳn trên này. Không phải lên xuống quá cực nhọc vất vả và còn nguy hiểm cho thân gái đi một mình, anh trả lương gấp ba và còn biếu thêm tiền rất hậu hĩnh và còn đề nghị cưới Mai Hạnh làm vợ.

Anh Ba Cường quá cảm mến và trân trọng người nghèo mà có tấm lòng nhân ái cao cả. Anh thật sự muốn giúp gia đình người giúp việc nên thử đề nghị chị làm vợ chánh thức của anh để anh tặng hết số tiền anh có, gia đình Mai Hạnh không còn cảnh đói khổ nữa.

Thật tình mà nói, Mai Hạnh đâu biết ý định của Ba Cường, chị chỉ hiểu nghe theo lời anh thì chị còn có lương nếu chị từ chối, bị đuổi không cho chị làm công ở đợ nữa thì tiền đâu các em trang trải tiền ăn học. Thế là chị nhắm mắt đồng ý làm vợ chánh thức có đầy đủ hôn thú hợp pháp. Ba Cường viết thư uỷ quyền gởi cho ngân hàng, vợ chánh thức được quyền sử dụng tiền trong trương mục của anh.

Sau hơn nửa tiếng, hai xe lái về nhà phủ thờ của gia đình bác sĩ Nu. Cả gia đình họ tộc bác sĩ Nu và thân hữu, láng giềng có đến sáu bảy chục người đang dùng cơm sau khi cúng kiếng xong. Một bàn mười bốn chỗ ngồi hai bên bàn dài đã bày biện nhiều món ăn.

Khi mọi người ngồi vào bàn, hai món ăn nóng hổi vừa mới chế biến thêm là thịt bò xào lá dang và cá lóc, cá rô, có cả cá trê nướng nữa. Vợ chồng Trung và vợ chồng Hiếu cũng đến thắp nhang một lần nữa cúng bái tại bàn thờ tổ tiên và bác sĩ Nu. Trở về bàn, Trung giới thiệu từng vị trong nhóm có lời chào mừng bà con đến tham dự lễ giỗ của bác sĩ Nu hôm nay. Các vị đang ăn đều để đũa xuống nghe giới thiệu có đến năm sáu bác sĩ, có bốn người Áo, đặc biệt có ông bà Phó Bí Thư Tỉnh Uỷ Cần Thơ, mọi người đứng lên cúi chào, và một tràng pháo tay vang dội.

Cả nhóm ai cũng khen món thịt bò con xào lá dang với nước cốt dừa có thêm gia vị đậu phộng rang đăm nhuyễn và ngò om ngò gai thơm lừng ăn với bún ngon tuyệt, quả là danh bất hư truyền. Còn có cá lóc cá trê vàng nướng trui và đặc biệt là cá rô to gọi cá rô biết nói đang còn sống thả vô nước muối cho nó bơi lội và uống nước muối đầy bụng đến chết mới để lên vĩ nướng lửa than. Khi vẫy cá rô vàng, đem ra ăn thật ngọt thật ngon vì nước muối đã thấm vào vẫy vào mình vào bụng cá làm tăng thêm sự ngon ngọt của cá. Cách nướng này ít nơi nào có mà thường có ở vùng núi Sam và các xã sát biên giới Miên Việt.

Cả nhóm thật quá bất ngờ, tình cờ có một bữa ăn quá ngon đậm đà tình nghĩa của dân quê miền Tây của vùng Núi Sam Châu Đốc.

Cả dòng tộc của ba Cường, một ngày kia hay tin anh ba Cường làm hôn thú với người giúp việc, gia đình chúng tôi quá mừng vì có cô gái giúp việc đó dám hy sinh thân xác mình lo phục vụ cho anh ba Cường cho đến ngày cuối đời.

Sau cuộc đổi đời năm 1975, chúng tôi nghe tin vợ anh Ba đưa anh về Sóc Trăng, quê của chị, chăm sóc. Nay biết có các em của anh chị Cường về đây thông báo bịnh tình của anh Ba khó qua khỏi, sẽ ra đi gần đây. Chị ba xin phép đem một nửa tro cốt, bài vị, di ảnh của anh thờ tại đây. Chúng tôi vô cùng biết ơn chị Ba.

Trung đứng lên giới thiệu ba anh em ruột nhờ tiền ở đợ của chị và sự trợ giúp của anh Cường mà cá nhân tôi ra trường với bằng bác sĩ Y Khoa em gái tôi tốt nghiệp đại học sư phạm, em út sắp ra trường cũng là bác sĩ Y Khoa, em rể tôi cũng là bác sĩ Y khoa và em dâu là công dân Áo ở Âu Châu và vợ tôi cũng là bác sĩ Y khoa. Anh em chúng tôi đều có gia đình xin phép chào tất cả quý vị, anh mời các em đứng lên cúi đầu chào bà con của anh rể chúng tôi là anh Ba Cường, cả nhà cùng đứng lên cũng chào lại đáp lễ.

Một đám giỗ chưa từng có xảy ra, có thể nói là vô tiền khoán hậu, ai cũng mang một tâm tư tình cảm sâu đậm, một dấu ấn kỷ niệm.

Sau bữa ăn đám giỗ, cả nhóm lên xe về lại khách sạn nghỉ trưa. Caroline nhỏng nhẻo với chồng, hôm nay em lại thèm chua, hồi nảy xe chạy em có thấy người ta bán xoài trái to bên vệ đường, em thèm chảy nước nè anh thấy không, vừa nói xong Caroline hôn miệng Hiếu. Chàng ta nói:

- Chuyện đó quá dễ, chừng mười phút nữa có xoài ăn chấm với muối ớt, em cho anh ăn ké nữa nghe, em thèm ăn chua, anh cũng đang ốm nghén cũng thèm ăn chua bị em lây rồi đó. Caroline ôm cổ chồng hôn luôn mấy cái thật mạnh thật đã. Hiếu bóc điện thoại gọi quản lý nhà hàng nói nhờ cho người đi mua giúp hai trái xoài tượng lớn và xoài ngâm bắc thảo cô quản lý ứng tiền trước. Chốc nữa ai mang xoài đến, chúng tôi sẽ trả lại cô quản lý và tôi cũng sẽ tặng tiền típ người bỏ công đi mua giúp.

Sáng nay, chúng tôi đi bộ nhiều cũng mệt lại muốn ăn xoài tượng và nhớ xin muối ớt nhiều nhiều, chúng tôi không dám ăn mắm ruốc.

- Cô quản lý dạ vâng, tôi cho người đi liền chừng mười phút là có xoài tượng ngay. Cô quản lý nói:

Xin lỗi, tôi hơi tò mò chắc bà ôm nghén nên thèm chua có phải vậy không? Cô nói chắc đúng, xin cám ơn cô. Chưa tới mười phút, một cô gái quá trẻ cũng khá xinh mang đến phòng hai trái xoài tượng thật to còn nguyên và một hộp xoài cắt từng miếng mỏng và một hộp xoài có ngâm cam thảo và ly muối ớt.

Hiếu nói cô quản lý đưa cô bao nhiêu tiền đi mua xoài, cô làm ở đây bao nhiêu một tháng, vợ chồng tôi biếu cô một tháng lương và tiền lẻ, cô nói với cô quản lý tôi biếu cô.

Cô gái trẻ có mang theo một con dao bén của nhà hàng để gọt xoài. Caroline thấy chồng mình mang vào phòng nào là xoài còn nguyên trái, xoài đã cắt ra từng miếng nhỏ và có xoài ngâm nước gì màu vàng như nghệ. Hiếu giải thích cho Caroline rõ xoài có ngâm nước cam thảo và một ly muối ớt. Caroline nghe Hiếu nói, chưa ăn mà nước miếng đã ứa ra. Caroline lấy một miếng xoài chấm muối ớt đút cho chồng ăn trước và Hiếu chỉ cắn một nửa và lấy ra khỏi miệng và lấy ra chấm với muối ớt đút cho vợ ăn. Caroline khen xoài tượng cực kỳ ngon, chút nữa em đãi xoài cho hai chị ăn và bạn Josephine nữa. Caroline ăn thử xoài ngâm cam thảo lại có vị ngọt hoà lẫn với vị chua của xoài có cái ngon độc đáo khác. Caroline ăn một hơi ba bốn miếng liên tiếp cho đã thèm, Hiếu cũng ăn theo vợ. Cả hai uống nước xong và nằm xuống là ngủ ngay. Mãi gần bốn giờ mới thức dậy, Caroline mang xoài tượng ra nhà vòm, gõ cửa mời hai chị và bạn Josephine ra nhà vòm, em có món ăn ngon đặc biệt mời hai chị và bạn Josephine thưởng thức. Cả ba cô chải lại tóc, chỉnh lại áo quần ra nhà vòm thấy cậu Hiếu đang ngồi gọt vỏ xoài tượng, ai nấy đều thòm thèm. Caroline lấy từng miếng xoài chấm muối ớt mời từng người ai cũng thấy thương Caroline rất chu đáo.

Bốn cô vừa ăn vừa bàn luận nhận định cung cách của người dân quê đối với khách mới quen một cách trân quý lễ phép dễ thương làm sao trong đám giỗ của cụ thân sinh của ông anh rể Ba Cường. Nghe có tiếng cười nói ồn ào, quý cụ cũng mở cửa phòng ra xem coi chuyện gì, thấy bốn cô đang ăn xoài tượng, các ông bà cũng lại ngồi chung vui với các con cháu. Ai cũng thử một miếng nhỏ xoài tượng chấm muối ớt nhớ lại thời học trò, món ăn xoài tượng sao hấp dẫn học sinh dữ quá cả gái lẫn trai. Má Caroline biết ai là tác giải cái món ăn chua này, bà nói:

- Về lại Sóc Trăng, tôi nhắc Caroline đến bác sĩ Lệ Thuỷ nhờ khám coi có phải ốm nghén thật chưa? Tôi thấy Caroline lúc này rất thích ăn chua mà trước kia nó đâu có thích. Hai trái xoài tượng to tướng một thoáng hết sạch.

Bữa ăn chiều cũng có cô bé mang xoài tượng và người khác đẩy xe thức ăn đến nhà vòm. Cô bé đến bàn vòng tay cúi đầu chào mọi người và cám ơn cậu đã cho tiền típ con mang xoài tượng đến đây ban trưa. Con mừng quá mang tiền về đưa cho Mẹ liền mẹ con quá mừng. Con có khoe với Mẹ nhóm người này đông đến mươi bốn người có người nước ngoài. Mẹ bảo con hỏi xem có phải có em vợ của cậu Ba Cường vì cậu Ba là bà con ruột thịt với mẹ con, nên mẹ con có dự lễ giỗ của ba của cậu Ba trưa nay.

Ba Minh Tâm hỏi cháu học tới đâu rồi. Cô bé nói xin lỗi ông bác, con phải nhờ anh cùng đi với con về văn phòng báo cáo với cô quản lý. Em quay sang nói với người cùng mang thức ăn đến đây, nhờ anh trình báo với cô quản lý nói em đang hầu chuyện với một bác cao niên, khi nào xong em sẽ về lo tiếp công việc. Thân phụ Minh Tâm thấy cháu bé này có duyên ngầm và nói năng rất lễ phép, chứng tỏ gia đình có giáo dục tốt.

- Thưa ông bác, cháu vừa thi đậu vào đại học sư phạm Cần Thơ, cháu có được đi học không là chuyện khác dù cháu có điểm thi cao hơn điểm chuẩn đến năm điểm vì lý lịch là con của nguỵ quân cũng chưa chắc được vào học. Nếu hơn điểm chuẩn vài điểm có thể con cũng bị loại vì chính sách lý lịch nâng đỡ gia đình có công với cách mạng. Cũng may con chọn ngành sư phạm ra làm việc lương thấp nên cũng có phần châm chước, nếu con thi vào ngành y dược chắc chắn con cũng bị loại. Chánh quyền xã nói con là thành phần con nguỵ quân ác ôn có nợ máu với nhân dân vì cha con là đại uý ngành tình báo có du học Okinawa. Tin đồn, cha con ở tù cải tạo ở ngoài Bắc ít nhứt cũng tám năm. Xin lỗi ông bác, con xin đính chính không phải ở tù cải tạo mà đi học tập cải tạo nếu nói sai như vậy trước mặt công an là con bị bạt tay liền hay bị bắt giam. Bác biết:

- Thông cảm với cháu, Má cháu lo cho cháu đi học sư phạm bốn năm có chịu đựng tốn kém nổi không?

– Thưa ông bác, vì gia đình cháu nghèo còn hai em trai đang học trung học, chắc con khó có thể đi Cần Thơ học đại học, Mẹ con cũng có chữ nghĩa cũng có tú tài của chế độ cũ mà xin làm công nhân viên nhà nước không có cơ quan nào nhận cho làm nên mẹ con phải làm ruộng vì có một hai mẫu ruộng, thừa kế của cha mẹ nên có đủ gạo để ăn. Còn tiền tiêu xài, mẹ con phải kín đáo làm thuê ngoài luồng về kế toán sổ sách của một hợp tác xã thiếu người có khả năng phụ trách. Mẹ con có quen biết vài người ở khách sạn này nên các cô chú giúp xin việc cho con làm phục vụ ở đây, con hy vọng có đủ tiền nuôi cho hai em đi học đại học, đợi ngày ba con được thả ra khỏi trại tập trung học tập cải tạo. Bác cao niên nói:

- Chiều mai, chừng bảy giờ, cháu đưa mẹ đến đây gặp bác tại nhà vòm này để bác hỏi thăm gia đình cháu cho cặn kẽ thêm.

Sáng hôm sau, gia đình chỉ uống cà phê ở khách sạn còn ăn sáng vào chợ Nhà Bàn coi có món ăn nào là lạ trước khi xe lái vào chân Núi Cấm nghe nói có món ngon gà hấp lá chúc và chấm với muối tiêu có nặn thêm nhiều nước chúc – chúc cùng họ với chanh chỉ khác vỏ chúc thì có u có nần mà vỏ chanh thì trơn láng. Nước chúc lại có mùi thơm đặc biệt và chua dịu hơn chanh, ở vùng này chúc trồng nhiều nhứt trên toàn quốc. Chúc còn có tên gọi khác là chanh Thái Lan và vỏ chúc cũng ăn rất ngon. Có chương trình ăn sáng ở chợ Nhà Bàn, ăn trưa ở chân núi Cấm.

Nếu chiều còn sớm chạy thẳng ra quán ăn của Bảy Bồng cách Đầu Bờ Núi Sam chừng năm cây số và trở về khách sạn trước bảy giờ.

Đúng bảy giờ, tại khu nhà vòm có hai mẹ con cháu phục vụ nhà hàng đợi gặp ông bác muốn gặp mẹ cháu. Ông bà từ trong phòng đi ra nhà vòm, thấy hai mẹ con ngồi đợi, ông vội xin lỗi, vợ chồng tôi muốn giúp cháu Thu Mai vì thấy cháu mới mười tám tuổi đã lăn lóc vào trường đời kiếm sống thay vì tiếp tục học. Tôi nghe cháu kể, ba cháu đang còn học tập cải tạo ở miền Bắc, gia đình cũng gặp khó khăn và cháu thi đậu vào đại học mà chưa chắc có đủ tiền đi học ở Cần Thơ. Tôi là người có dự đám giỗ của thân sinh Ba Cường, tôi từ Cần Thơ lên đây còn có ba em vợ của Cường gốc Sóc Trăng có dự đám giỗ sáng nay. Nếu cháu Thu Mai muốn học đại học, vợ chồng tôi bao hết về chỗ ở tiền ăn học thì khỏi lo. Nói thật với thím vì tôi đoán thím nhỏ tuổi hơn vợ chồng tôi nên gọi là thím. Tôi cũng sắp về hưu, vừa mới gã đứa con gái duy nhứt của tôi cũng là bác sĩ như chồng nó là em vợ của anh Cường. Nhà tôi đơn chiếc chúng lại sắp có nhà mới, hai vợ chồng hủ hỉ nhau, chúng tôi muốn nhận cháu Thu Mai làm con nuôi, nếu cháu ngoan hiền học giỏi thì có chúng tôi lo giúp thím. Nếu cháu thích học ngành Y, tôi giúp cháu với điều kiện năm tới thi vào phải đủ điểm chuẩn, còn chuyện lý lịch tôi có cách giúp. Còn thi không đậu thì tiếp học ngành sư phạm, cháu không mất mát thiệt thòi gì. Còn thím muốn về sống gần gũi với vợ Ba Cường ở Sóc Trăng, chị em có nhau. Tôi tin chị dâu của thím là người hiền lương đạo đức sẽ hết lòng giúp đỡ mẹ con thím. Thím nói chị không con, xin chị nhận hai cháu làm con nuôi thì chị dâu thím lại càng thêm trách nhiệm nuôi dưỡng ăn học. Thím có biết không, một mình chị dâu nuôi hai em trai là bác sĩ y khoa và cô em gái là giáo sư trung học đệ nhị cấp. Thím sống ở Sóc Trăng, chị dâu chịu giúp mẹ con thím thì cũng khỏi phải lo chỗ ở. Ba Cường qua đời, vợ Ba Cường cùng Mẹ ở tới hai nhà, mẹ con thím về ở thì tôi đoán thím sẽ được ở riêng một căn rất rộng. Còn chuyện hai cháu trai con thím cũng khỏi lo chuyện chuyển trường có em vợ Ba Cường lo giúp. Khi hai cháu lên đại học ở Cần Thơ thì có vợ chồng tôi giúp. Ngay bây giờ thím chuẩn bị tinh thần, hai mẹ con thím đi Cần Thơ vào cuối tuần, xe còn trống hai chỗ, hai mẹ con ở Cần Thơ vài ngày rồi đi Sóc Trăng. Thím phải chuẩn bị ở Sóc Trăng cả tuần sẽ tiếp lo với chị dâu về đám tang của Ba Cường vô cùng lớn. Thím cũng phải chuẩn bị đi Sóc Trăng ngay vì nếu có vợ Ba Cường gọi điện thoại nói anh ta hấp hối thì chúng tôi phải về liền.

Một lần nữa tôi lặp lại, hai mẹ con đi Cần Thơ, Sóc Trăng chuyến này cảm thấy vui thích và an toàn thì nên đi lo tương lai cho ba cháu. Nếu thím ở Sóc Trăng thấy hợp thì xin chị dâu cho thím đưa hai đứa con trai xuống luôn. Còn chuyện cho tiền mua vé xe cho hai cháu, tôi lo giúp. Nếu muốn ở Sóc Trăng chờ đợi chồng được phóng thích ra khỏi trại cải tao, nếu chú ấy muốn về lại Núi Sam thì mẹ con sẽ cùng về.

Còn chuyện bốn mẹ con muốn đi ra Bắc thăm chồng, các cháu thăm cha, tôi sẽ giúp giấy phép và cho tiền mua vé xe lửa cho bốn mẹ con. Tôi đã nói với thím mình ở hiền thì sẽ gặp lành và có quới nhơn giúp đỡ chở che. Vì vậy, chúng ta phải luôn luôn giữ đạo đức làm trọng. Nếu muốn về Sóc Trăng ở phải chuẩn bị chuyển trường cho hai con về Sóc Trăng học và cháu Thu Mai cứ điền đơn bổ túc vào học Sư Phạm Cần Thơ, về ở với gia đình chúng tôi. Thím còn nhớ câu ông bà mình thường nói ở hiền gặp lành.

Gia đình chú thím hiền lành nên trời xuôi đất khiến gặp chúng tôi giúp Thu Mai học dại học và giới thiệu quới nhơn sẽ giúp thím và hai con trai về sống ở Sóc Trăng gần với chị dâu. Bây giờ hai mẹ con về bàn bạc cho kỹ, phải mạo hiểm đổi chỗ sống mới hy vọng có tương lai tươi sáng cho các con. Bây giờ thím đã nghe tôi nói hết mọi thứ rồi, hai mẹ con đi về mà lo chuyện nhà. Thu Mai khoanh tay cúi đầu chào, mẹ cháu cũng cúi đầu nói gia đình chúng tôi xin đội ơn hai ông bà và xin kiếu, hai ông bà gật đầu đáp lễ.

Hai mẹ con Thu Mai ra về, ba má Caroline, chú thím Tín và mọi người tập trung nghe ông bố Minh Tâm nói hết ý của ông bà là muốn vực dậy gia đình đáng thương này. Cha chúng đang còn học tập cải tạo ở miền Bắc, con gái lớn mới mười tám tuổi mà chúng ta thấy cháu làm nhân viên nhà hàng, đã thi đậu điểm cao vào đại học sư phạm Cần Thơ, phải bỏ học đi làm kiếm tiền nuôi hai em trai đang học trung học ở thành phố Châu Đốc. Bác thấy xe Trai còn trống hai chỗ bác muốn Trai cho hai mẹ con theo về Sóc Trăng lo giúp đám tang của Ba Cường vì thím ấy là bà con cô cậu ruột với Ba Cường và thím ấy có dự lễ giỗ của ông Cậu mình là bác sĩ Nu hồi trưa nên có nghe Trung giới thiệu ba anh em là em vợ của Ba Cường.

Chúng ta biết được tình tiết đáng thương của một gia đình có học, chồng là đại uý chế độ cũ có du học nước ngoài về ngành tình báo nên bị đưa ra Bắc học tập cải tạo. Trung thưa với Bố vợ:

- Thưa Ba, trái đất tròn nên chuyện người hiền gặp lành như anh em chúng con xảy đến cho gia đình đáng thương đáng giúp đỡ. Hôm nay, con rể của ông còn nổi hứng như ông cụ đồ xổ ra một tràng chữ nho: Thiện ác đáo đầu chung hữu báo – Cao phi viễn tẩu giả nan tàn, có nghĩa kẻ làm ác hay thiện sớm muộn rồi cũng sẽ biết hậu quả, dù ác có bay cao hay chạy xa cũng không thoát lưới trời. Minh Tâm nói, con yêu anh Trung đã sáu năm, nay mới biết con có chồng là một ông cụ đồ lại còn trẻ mới đáng sợ và đáng yêu. Caroline nghe Hiếu thông dịch, vọt miệng nói liền:

- Tối nay chị Minh Tâm phải tưởng thưởng anh Trung cho dữ nghe. Cả nhà vỗ tay cười vang.

Ba Minh Tâm nói, tối nay chúng ta cũng đi dạo một vòng quanh khu vực buôn bán sầm uất của Miếu Bà Chúa xứ coi xem có cháo chè gì thấy hấp dẫn chúng ta ăn thêm để thưởng ông cụ đồ trẻ chồng của Minh Tâm. Cả nhóm vỗ tay đồng ý.

Ngày hôm sau, đi du ngoạn đến huyện Tân Châu, cái nôi của ngành tơ tằm dệt lụa của miền Nam. Bận về ghé viếng các gian hàng bán đồ vật lưu niệm thủ công mỹ nghệ xem tận mắt các phụ nữ Chăm đang dệt tơ lụa hay đang thực hiện các thao tác dệt, hoàn thành các sản phẩm thủ công mỹ nghệ. Chiều ăn cơm tại thành phố Châu Đốc và dự định ngày hôm sau sẽ đi sớm tham quan vùng chợ nổi và ăn sáng trên sông và đặc biệt quan sát cách nuôi cá bè. Châu Đốc là nơi khai sinh và phát triển đầu tiên ở Miền Tây ngành nghề nuôi cá bè. Có hàng trăm bè nuôi cá mà cả gia đình sống, sinh hoạt trên bè cá nuôi hàng ngày như là nhà ở trên bờ. Họ liên lạc, tới lui hay mua bán với nhau bằng xuồng ba lá, loại xuồng nhỏ. Đó là đặc thù sinh hoạt của vùng sông nước mà Châu Đốc là một thành phố điển hình về thể loại sinh hoạt này.

Sau cả ngày tham quan khu chợ nổi và làng bè nuôi cá Châu Đốc, có đủ chủng loại: cá tra, cá vồ, cá ba sa, cá he, chài dinh, mè dảnh và có nuôi cả cá bông cá lóc nữa. Bữa ăn chiều với lẩu mắm, lươn um rau ngổ, cá ba sa chiên tươi và có cả mắm thái mắm cá trên ăn với thịt ba rọi luộc. Theo lẽ chỉ ăn mắm e ngại ông bà và hai cô người Áo ăn không được nên Trung gọi thêm các món ăn về cá, một bữa ăn ê hề mà giá cả rất mềm so với Cần Thơ và Sóc Trăng.

Vừa về đến khách sạn, cô quản lý vội đưa mảnh giấy có lời nhắn, anh Hai đang hấp hối các em về gấp. Thu Mai cũng đã biết và xin cô quản lý cho nghỉ một tuần cùng Mẹ tháp tùng theo xe về Sóc Trăng phụ giúp đám tang của ông Cậu. Thu Mai còn xin phép cho mẹ và em ở trong khách sạn đêm nay vì biết nhóm này sẽ rời đây đi sớm. Mọi người chuẩn bị ngày mai đi sớm, chừng năm giờ sáng.

Hiếu đến văn phòng thanh toán tiền bạc và biết Thu Mai đã xin phép nghỉ một tuần và xin cho hai mẹ con ngủ tại khách sạn một đêm để sáng đi sớm. Hiếu nói cô cho hai mẹ con ở khu VIP của chúng tôi, tôi xin trả tiền thuê phòng. Cô quản lý nói, quý ông bà đối xử tình nghĩa tốt với mẹ con Thu Mai thì khách sạn giúp cho hai mẹ con Thu Mai ở một đêm có sao đâu, tôi cho mẹ con em ở sát phòng của ông bà, sáng lên đường cùng lúc cho tiện.

Về đến Cần Thơ, ba mẹ Minh Tâm và chú thím Tín xuống ở lại Cần Thơ. Vợ chồng Hiếu cũng xuống tại Cần Thơ để lấy xe riêng lái về Sóc Trăng và về thẳng Bố Thảo. Hiếu nói với má Thu Mai, chị theo xe vợ chồng em, còn ba cháu theo xe Bernard, sẽ về Bố Thảo sau. Mọi việc đã xong, xe Hiếu lái về Bố Thảo trước.

Vừa bước vào, cả nhà mừng rỡ nói có vợ chồng Hiếu về rồi. Vợ chồng Hiếu chào Mẹ xong và giới thiệu chị Ngọc Mai là em cô cậu ruột với anh Hai cũng ở Núi Sam. Ngọc Mai chào Mẹ Hiếu và vội lấy khẩu trang Hiếu đưa, hai vợ chồng Hiếu cũng đeo khẩu trang cẩn thận, Hiếu còn mang bao tay nữa. Vào phòng anh rể mình thấy anh còn thở rất yếu, Hiếu nói lớn chúng em mới đi Núi Sam về có rước chị Ngọc Mai xuống thăm anh. Ba Cường nghe tên Ngọc Mai vội hé mắt nhìn và hai dòng nước mắt chậm chậm chảy ra, mọi người vô cùng cảm động, biết anh mình còn hiểu còn nhớ em Ngọc Mai từng nô đùa chung với anh hồi còn học tiểu học. Hiếu sờ ngực nắm hai bàn tay anh và nói anh ráng sống thêm chừng một tiếng có đủ anh chị em về thăm anh, cố thêm chút nữa nghe anh Hai. Chúng em lúc nào cũng kính yêu anh và anh là cây cổ thụ, ngôi sao Bắc Đẩu hướng dẫn, giúp đỡ chúng em thành người hữu dụng. Chúng em mãi mãi đội ơn anh. Anh Hai có nghe tiếng còi xe hơi không, thấy đầu nhẹ nhẹ nghiêng qua nghiêng lại, chứng tỏ anh có nghe. Vợ chồng Trung và vợ chồng Bernard đến. Anh đợi chúng em đông đủ nắm tay anh lần cuối nghe anh Hai, môi hơi mấp máy như anh chờ gặp đủ mặt các em. Trung nói lớn có vợ chồng em từ Cần Thơ vừa đến, vợ chồng Bernard nữa các em vâng lời anh dạy bảo, chúng em đều đeo khẩu trang khi đến tiếp xúc. Lúc này, anh Hai không còn đủ sức sống hạnh phúc với chúng em. Bây giờ chúng em đều có vợ có chồng kể em út Hiếu đã làm hôn thú rồi dù chưa có lễ cưới chánh thức. Em có đánh điện thông báo cho Toà Tổng Lãnh Sự Pháp biết có một công dân Pháp sắp qua đời vì anh có cả quốc tịch

Pháp. Cái đầu của anh Hai cũng có lay động nhẹ, chứng tỏ anh Hai nói Trung thông minh thế nào họ cũng cử đại diện xuống Sóc Trăng giúp đỡ gia đình trong việc lo đám tang. Trung gọi mẹ, Ý sáu, chị Thu Mai và các em đứng quanh anh đều nghe lời đeo khẩu trang để cùng tiễn đưa anh ra đi thanh thản về cõi vĩnh hằng, anh như mấp máy lần cuối và thở ra một cái khá mạnh rồi lặng lẽ ra đi đầu nghiêng qua một bên.

Cả nhà oà lên khóc, Hiếu lấy một tờ giấy quyến trắng đắp lên mặt anh, toàn thân đắp một tấm ra trắng. Hiếu nói anh chị và bà con sang nhà bên, để em lo xịt thuốc khử trùng, Hiếu gọi Caroline đưa cho anh cái kiếng để Hiếu bảo hộ đôi mắt. Hiếu xịt thuốc sát trùng lên thân xác người quá cố, trên trần nhà dưới giường và xung quanh phòng Hiếu xịt thuốc sát trùng rất kỹ. Đóng cửa phòng lại, trong nhà mọi ngõ ngách, kể trần nhà vách trong vách ngoài và xung quanh nhà, Hiếu đều xịt thuốc sát trùng đến hai ba lần. Trước đó, Hiếu nhắc chị Hai đem hết đồ dùng quần áo của anh Hai để thành đống sau nhà, Hiếu xịt thuốc sát trùng và cho vào bao ny long buộc kín miệng chặt và Hiếu cũng xịt thuốc sát trùng và nói khi thiêu xác anh Hai cho hết các thứ này vào lò thiêu. Ba đứa con của Thu Mai cũng chứng kiến cảnh tượng đau buồn Cậu mình thanh thản ra đi và cũng chứng kiến cách thực hiện vệ sinh phòng ngừa người chết vì nhiễm vi trùng lao.

Chị Hai của Hiếu không còn đầu óc lo cho gia đình về cơm nước. Hiếu đứng ra cáng đáng có chị dâu và chị ruột và vợ làm phụ tá. Hiếu hỏi hai cậu con trai em của Thu Mai có biết cắt cổ gà không, hai em nói ở nhà Núi Sam từng có cắt cổ gà và làm gà. Hiếu nói hai em biết thì anh không nhờ lối xóm đến giúp, anh hiểu mình ở nhà quê, con trai cở tuổi mười hai mười bốn là biết làm gà làm vịt rồi. Bây giờ hai em có bếp, có củi kế bên, đề phòng hoả hoạn, nấu nước làm bốn con gà và hai con vịt có sẵn trong chuồng. Vịt thì làm sau, bốn con gà làm trước để ăn cơm chiều, còn vịt thì dùng nấu cháo cho mọi người thức khuya ăn cho đỡ buồn ngủ. Gà vịt hai em muốn bắt con nào cũng được, để anh chạy ra chợ mua thêm rau, hành gừng còn ớt anh có trồng bốn năm cây có trái quanh năm. Hai em nhờ chị Thu Mai tiếp giúp lo khâu làm gà vịt.

Công việc sắp xếp chương trình tang lễ để anh Trung và anh Bernard lo. Hiếu hỏi hai chị của em chiều nay nấu món gì, bây giờ phải lo nấu cơm trước có chị Ngọc Mai tiếp giúp, em lái xe đi mua rau gặp thứ gì còn thì mua, gừng tiêu thêm, em mua thêm một bao gạo, năm chai nước mắm ngon vì mình đông người và ở đây nhiều ngày. Cái gì về bếp núc chị Hai đều dự trữ sẵn nhưng không thể đủ cho chúng ta sử dụng số lượng gấp mười. Hai chị nói em và Caroline lo mua các thứ mà Hiếu biết nhà bếp cần. Hiếu và Caroline lên xe ra chợ Bố Thảo mua các cái đã tính trước, may quá thớt thịt heo hôm nay bán ế còn chừng một chục ký các loại thịt xương. Hiếu nói với bà chủ sạp thịt, em mua hết vì nhà có đám tang, chị bán mão em mua hết lo làm cơm chiều. Bà chủ vui mừng, tôi sẽ bán rẽ cho cậu, gần đó có bà bán gạo, Hiếu mua một bao loại năm mươi ký vì mua loại trăm ký xe không có chỗ để Hiếu nói bà chủ cho tôi hai bao loại hai mươi lăm ký cho dễ khuân vác lên xuống. Nước mắm tiêu tỏi, củ hành và mua hết năm sáu cái bắp cải mà lá ngoài đã héo. Nghĩa là chợ chiều, cái gì bán ế, mấy bà bán hàng biết có đám tang cái gì cũng cần cho khâu nấu bếp, bán rẽ Hiếu đều mua hết làm cô thủ quỹ phụ tá đếm trả tiền còn lọng cọng, Hiếu gíup tính toán nhanh, hai tay thoăn thoắt, các bà còn khen sao cậu còn trẻ không phải tay buôn mà việc buôn bán sao cậu tính nhanh làm nhanh quá, chúng tôi theo không kịp. Hiếu thông dịch cho vợ nghe, cô ta khoái chí cười và ôm hôn chồng trước mặt mọi người một cách tỉnh bơ làm cho mấy bà ôm bụng cười. Vợ chồng người Việt không ai dám hôn trước mắt người lạ. Hai vợ chồng đi chợ mới hơn nửa giờ, chở đầy một xe. Hai bà chị và chị Ngọc Mai chạy ra tiếp mang thức ăn vào nhà mà lại thấy có nhiều thịt heo thì cả ba chị em nấu bếp rất mừng vì có thịt heo có mỡ nữa tha hồ mà chế biến các món ăn. Hiếu mang hai bao gạo vào nhà xong. Hiếu thấy mấy chị em đang hì hục nhổ lông gà còn con thứ tư, Hiếu xăng tay áo, nhúng gà vào nước lạnh trước cho ướt lông rồi nhúng vào nước sôi, để chốc lát nguội, Hiếu nhổ lông nhấp nháy rồi cùng lúc với ba chị em Thu Mai. Hiếu bảo em trai đi mài dao và em nhỏ rữa tấm thớt to chà xát cho thật sạch. Hiếu bảo Thu Mai vào hỏi Mẹ và hai Dì làm món ăn gì về gà để Hiếu chặt luôn. Thu Mai cũng hỏi coi bắp cải làm món gì Thu Mai lấy bắp cải ra đây rữa và xắt ra luôn, tránh tập trung đông trong bếp thêm chật chội. Hiếu bảo hai em trai tập chặt thịt gà ra tuỳ đầu bếp muốn chặt lớn nhỏ.

Có đến ba bốn con dao lớn nhỏ, Hiếu nói các em muốn chặt cho miếng thịt ngon là phải có dao thật sắc bén, miếng thịt sống hay luộc chín chặt cho đứt lìa chỉ một nhát dao thôi, miếng thịt không bị nhầy nát vì chặt đi chặt lại nhiều nhát dao, miếng thịt trông không hấp dẫn. Hiếu chặt gà để xào sả gừng ớt chỉ chặt ra từng miếng vừa phải, bảo hai em trai tập chặt gà xào sả ớt. Cứ tập chặt vài lần là nhuần nhuyễn ngay vì cái gì mình cũng phải học. Mỗi em thi đua chặt một con, hai em phải cẩn thận vì dao bén dễ đứt tay. Cậu phải ra sau vườn cắt sả, hái ớt và đào lấy vài củ gừng già xào thịt gà mới cay mà còn thơm mùi gừng nữa. Chỉ để một con luộc xé phay và lấy nước nấu một nồi canh cải bắp, lấy bốn cái đầu gà, tám cái cánh và tám cái chân gà để riêng nấu canh.

Món ăn chủ lực của bữa cơm chiều nay là gà xào mặn sả ớt ăn cơm rất bắc. Ăn cơm xong hai em mở đèn lên cho sáng làm tiếp hai con vịt. Nếu có muỗi, hai em gom lá cành cây khô tưới nước cho nó cháy chậm un lên khói xua muỗi làm xong vịt là hai em rưới nước đống un lửa thật tắt là hết việc. Bốn cậu cháu làm việc thoăn thoát Caroline ra xem tấm tắt khen mấy chị em Thu Mai và nói các cháu phải tập nói tiếng Anh có cậu Hiếu có mợ giúp đừng mắc cở thì sẽ nói tiếng Anh thông thạo. Mợ nói được nhiều thứ tiếng, ngoài tiếng Áo có thêm tiếng Anh, Pháp, Đức, Hung ga ri và còn đang học tiếng Việt thì mợ đi bất cứ nơi đâu trên thế giới không sợ người ta nói lén. Ba cháu đều tươi cười, Thu Mai cháu tình nguyện giúp mợ nói tiếng Việt vì cậu giọng đàn ông còn cháu giọng phụ nữ, mợ phải am tường hai giọng nam nữ của tiếng Việt mới hiểu rõ vì ngôn ngữ Việt cũng khó lắm. Caroline nghe Thu Mai nói tiếng Anh chưa chuẩn chưa đúng mà Caroline cũng hiểu nội dung ý, lời nói nói của Thu Mai, Caroline cám ơn. Cậu Hiếu bảo hai cháu trai đi rữa sả, gừng, ớt, coi cậu xắt cho mấy cháu bắt chước. Hiếu nói Caroline coi anh xắt sả có bằng em không.

Vừa nói, Hiếu vừa có thao tác thoăn thoát xắt sả nhanh nhẹn làm cho Caroline trố mắt nhìn, sợ chồng xắt sả chạm vào tay, chỉ một thoáng xắt xong một tô sả. Kế tiếp, Hiếu dùng dao cạo bỏ vỏ gừng và xắt từng lát mỏng, tiếp theo chồng các lát gừng lên nhau chừng năm bảy lớp, Hiếu thoăn thoát xắt nhuyễn trong tít tắt là có một tô gừng xắt nhỏ để xào gà, ớt chín đỏ Hiếu cũng xắt nhanh cho một chén. Các thứ phụ gia cho việc xào gà có đủ. Hiếu nhờ bà xã và Thu Mai đem vô nhà. Ba cậu cháu nhặt cành cây khô, quét lá gom thành ba đống làm đống un muỗi xung quanh nhà. Trên mỗi đống un Hiếu xúc những cỏ tươi có nhiều đất đắp lên trên đống un cho cháy chậm, sức nặng của đất cũng giúp cản bụi lửa bay tứ tung gây hoả hoạn. Hiếu còn rưới thêm nước cho đống un cháy chậm và có nhiều khói.

Ba cậu cháu làm xong thay nhau vào nhà tắm xả nước tắm cho khoẻ. Bộ đồ Hiếu mặc hồi lo phun thuốc khử trùng đã thay rồi bỏ vào một cái xô riêng. Bây giờ ba cậu cháu cùng thay quần áo ngủ và tập trung lại chờ có đủ quần áo, mới bỏ vào máy giặt. Hiếu nấu một nồi nước sôi cho xà bông vào xô và chế cho ngập bộ quần áo ngâm sáng mới giặt nước sôi một lần nữa theo lẽ Hiếu bỏ bồ đồ này cùng đốt với quần áo anh Hai, nhưng để chờ lâu quá. Hiếu cho bộ đồ đó về hưu chỉ mặc đi làm vườn sau này. Ba cậu cháu tắm xong lo bày bàn ghế ra nhà ngang, chuẩn bị dọn cơm ăn tối. Sau ăn tối hai cháu lại có nhiệm vụ làm lông hai con vịt nấu cháo ăn khuya với gõi bắp cải thịt vịt. Vịt luộc chỉ chặt một con còn một con để dành cho sáng mai ăn điểm tâm.

Hai cháu trai coi bộ mê cậu Hiếu rồi vì cái gì Cậu Hiếu cũng tính toán trước, không như người khác có công việc đến mới tính cách giải quyết, người đời nói cách làm việc đó là đợi nước ngập đến trôn, đến đít mới chịu nhảy chịu làm, là người không biết lo xa. Cậu Hiếu chỉ cách hai cháu nhổ lông vịt, cắt cổ vịt chết nhớ lấy tiết để mình cho vào nồi cháo thêm ngon ngọt. Trước khi nhúng vịt vào nước sôi cũng nên nhúng hay cho vịt vào nước lạnh cho thật ướt. Trong nồi nước sôi mình cho chừng nửa muỗng cà phê xà bông bột để khi nhổ lông vịt có độ trơn và nhổ lông măng của vịt dễ dàng hơn. Nhổ lông vịt lâu và phức tạp hơn nhổ lông gà vì vịt có rất nhiều lông măng và phải để nồi nước sôi còn nhúng lông vịt thêm vài lần nữa vì lông vịt không thấm nước ướt nhanh như lông gà. Chúng là loài gia cầm thích dầm nước và bơi lội trên nước và lông vịt không thấm nước nhanh là vậy. Hai cháu trai học thêm cách nhổ lông vịt vì ở nhà quê chỉ cho trẻ nhỏ nhổ lông gà, còn lông vịt là nhiệm vụ của người lớn và không ai giải thích cho trẻ nhỏ biết, học hỏi. Hai đứa vừa nhổ lông vịt vừa nói lén cậu Út, cậu kỹ quá, giữ vệ sinh tối đa đề phòng lây lan vi trùng nên cậu học làm bác sĩ và cô đầm mê cậu là phải. Anh em mình mới tiếp xúc gần gũi với cậu một ngày mà đã mê, có cảm tình với cậu rồi với cái tánh cẩn thận chu đáo của cậu. Hai cháu cũng làm xong hai con vịt cũng chóng vánh chỉ có nhổ lông vịt lâu hơn nhổ lông gà vì phải nhúng nước nóng nhiều lần mới nhổ sạch lông con, lông măng và mới bốc ra được da cứng bên ngoài của chân, mõ lưỡi vịt

Ăn cơm tối xong, dọn dẹp lại bàn ghế để ngoài nhà ngang, cậu Hiếu chỉ cách buộc hai đầu võng vào cột nhà không bị tuột và cách giăng mùng và ém chân mùng không bị rớt ra ngoài võng vì chân mùng tuột, rớt ra ngoài võng muỗi sẽ chui vào đốt. Cậu giăng đến bốn cái võng, cậu đố hai cháu, cái võng thứ tư ai sẽ nằm mà nằm chơi không phải nằm ngủ như ba cậu cháu mình. Còn hai cậu lớn phải bàn bạc sắp xếp chương trình vì đám tang này có đến mấy trăm người tham dự nên hai cậu ngủ ở phòng khách nhà của cậu ba Cường. Hai cháu thử đoán ai sẽ nằm cái võng thứ tư. Hai đứa bàn tới tính lui không ra. Bây giờ tới phiên cậu đoán coi có đúng không? Vì tính hiếu kỳ, không biết cái thú nằm võng ngủ của người Việt, nhứt là các anh lính đi hành quân trong rừng làm gì có chỗ bằng phẳng, cây cỏ um tùm dù có tấm trải nằm ngủ cho thẳng lưng cũng không làm được đành phải ngủ võng riết rồi quen. Hai đứa cháu cùng hỏi:

- Cậu nói ai nằm chơi hay nằm ngủ cái võng thứ tư?

- Vợ cậu, là con gái cưng của ông bà giàu có, đời nào biết nằm võng, thế nào cô ta cũng ra nằm võng thử mà phải nằm gần cậu để nói chuyện này chuyện nọ. Tối nay mợ ngủ chung với Mẹ cậu một đêm chắc cũng khó ngủ. Khuya thức giấc. mợ cũng có ra đây coi xem cậu ngủ có được không và cô ta cũng có thể nằm chơi mà không ngủ thiệt. Vì vậy cậu cũng có giăng mắc một cái mùng vén lên, còn có cái mền để sẵn đó. Ba cậu cháu nằm võng nói chuyện này chuyện nọ và hỏi hai cháu muốn học ngành gì ở đại học, cậu giúp cho hai cháu. Hai con muốn học ngành Y như cậu Trung. Ngành nghề này sẽ giúp dòng họ bà con dễ dàng vì ai cũng có đau bịnh tật . Nhứt là ngành nghề này có lương tâm chức nghiệp sẽ giúp đời giúp xã hội rất cụ thể. Cậu Hiếu nói các cháu muốn học ngành Y là phải có sự đam mê yêu nghề. Ngành học này là phải thức khuya dậy sớm trong các ca trực chữa trị bệnh nhân. Hơn nữa, phải chuyên cần siêng năng và có đạo đức, lương thiện mới phục vụ cho tha nhân một cách nhiệt tình. Hai cháu muốn học, ngay bậc trung học phải là học sinh giỏi xuất sắc mới hy vọng thi đậu vì thi vào ngành Y rất khó. Như cậu có hơn một ngàn người dự thi, trường chỉ nhận có một trăm năm mươi người mà cậu đậu đầu. Hai cháu thấy Cậu phải học như thế nào ở cấp trung học mới có tự tin dự thi. Thằng nhỏ nằm võng gần trong nhà chánh đi ra, nó lên tiếng có mợ đi ra, cậu làm bộ ngủ coi mợ làm sao. Hiếu cũng giả bộ nhắm mắt ngủ, Caroline cúi xuống hôn và lấy tay kéo banh hai mí mắt, nói, em trong nhà nghe mấy cậu cháu nói chuyện rân mà nay anh ngủ liền hay thật. Hiếu cười kéo Caroline hôn môi một cách nồng nhiệt. Nếu hai đứa mình nằm chung một võng thì võng sẽ tuột hoặc đứt dây võng khá nhỏ, anh có giăng một cái võng cho em, biết em làm sao thiếu hơi ấm của anh được.

- Anh yêu của em đoán như thần, em phục anh sát đất. Hiếu thông dịch lại cho hai cháu biết mợ vừa mới nói với cậu. Hai đứa vỗ tay khen cậu hay quá xá, cậu là sư phụ của hai cháu. Trong nhà hai mẹ con Thu Mai nghe tiếng ồn ào và tiếng vỗ tay của hai con, vội ra coi xem có chuyện gì vui. Nghe con thuật lại bà cũng tán đồng cậu Hiếu của hai con cái thứ gì cũng giỏi nên cô gái nước ngoài còn mê bỏ nước mình mà về ở với cậu. Hiếu thông dịch lại cho vợ nghe. Caroline nói đúng rồi, đúng rồi làm cho mấy mẹ con có thêm trận cười làm cho mọi người hai nhà đều ra nhà ngang chung vui. Hiếu bảo hai cháu mở đèn sáng lên lấy ghế mời cô chú ngồi cùng nói chuyện cho vui. Bà mẹ chồng lại ngồi gần nàng dâu, Caroline ôm hôn Mẹ chồng và nhờ anh Hiếu thông dịch lại vắn tắt tại sao các con cháu vui cười to cho Mẹ biết.

Hai chị khen nức nở, cái gì cậu Hiếu cũng giỏi hết, cậu không phải sếp cút mà như ra mơ nu cho hai chị và chị Ngọc Mai làm mới đáng sợ, chị Minh Tâm nói:

- Chị phục lăn chồng em mà ba chị cũng khen chú ấy nữa để em thưởng chồng em một cái hôn nồng thắm. Vừa nghe chị dâu nói, Caroline kéo mặt chồng xuống hôn một cái chục, ba cháu thấy vậy vui quá vỗ tay, mọi người cùng cười. Con gái cưng Tuyết Trinh của mẹ nói:

- Mẹ thấy không con dâu của mẹ khen chồng và hôn chồng trước mặt mọi người. Hiếu nói tiếp, mẹ và các chị có biết không, giữa chợ cô ta khen con tính toán đếm tiền nhanh cho các chủ sạp bán hàng cho mình mà cô là quản lý thủ quỷ đếm tiền lọng cọng con lạm một rẹt là xong. Cô ta phục quá ôm hôn con một cái chục, con dâu của mẹ là thế đó làm cho các bà bán hàng có một trận cười muốn vỡ chợ.

Con nổi tiếng được vợ hôn giữa chợ cũng hơi ngượng, được vợ cưng cũng không sao, vợ đánh đòn mới mắc cở. Hai cháu trai nói lớn:

- Cậu Hiếu nói đúng, cậu là sư phụ của con, chúng con xin kính bái sư phụ. Cả nhà cùng cười bò lăn bò càn, Tuyết Trinh thông dịch lại cho em dâu nghe, Caroline cười ngặt nghẽo lại ôm hôn chồng không e thẹn gì cả. Mẹ Hiếu nói:

- Caroline nằm gần mẹ, nắm tay mẹ đặt lên bụng nó, mẹ có cảm giác có cái gì lay động nhẹ nhẹ trong bụng, mẹ nghĩ nó có thai, thật quá nhanh. Minh Tâm nói tiếp:

- May là Caroline ngủ với mẹ chồng có một đêm, nó tưởng mẹ là chồng nó ôm hôn miệng chắc mẹ nghẹt thở. Cả nhà cùng cười, Caroline lại ôm mẹ hôn thật nồng thắm, bà sờ bụng con dâu, nói:

- Từ nảy giờ nói nhiều cười nhiều cũng đói, hai chị của Hiếu vào bếp đun lại nồi cháo cho nóng ăn mới ngon, còn Hiếu bảo hai đệ tử chân truyền bày một bàn cũng đủ rồi và vô bếp mang ra chén đũa muỗng, nước mắm ớt đủ hết ra đây. Hiếu hái cho chị một ít rau răm để cho vào dĩa gõi và có thêm ớt đỏ xắt nhỏ nữa trông càng hấp dẫn hơn, ăn sẽ ngon hơn. Tô gõi to, gắp ra hai dĩa lớn cho thêm rau răm ớt đỏ lên trên thật thu hút thấy thèm.

Nồi cháu sôi rồi mới tắt lửa, múc ra hai tô lớn đem ra bàn, hai chị lấy tiêu, hành lá, hành cũ xắt mỏng mang ra mới rắc tiêu và rải hành cũ hành lá lên hai tô cháo. Mọi người ăn khen ngon vì cháo vịt sẽ béo hơn cháo gà vì vịt có nhiều mỡ mà người ta cứ quen nấu cháo gà mà quên nấu cháo vịt. Cậu Hiếu ra thực đơn nấu cháo vịt thay vì trước đây chỉ có nấu cháo gà. Ăn uống và dọn dẹp xong xuôi cũng gần hai giờ sáng, mọi người đi ngủ để mai còn sức.

Vừa nằm đặt lưng xuống là Hiếu bắt đầu ngáy sau một ngày dài vất vả, Caroline nằm võng chưa quen nên ngủ không được, lửng thửng vào phòng ngủ chung với mẹ chồng, nhờ cái giường to rộng nằm cách xa nhau nên cũng dễ ngủ, đánh một giấc đến bảy giờ sáng.

Sáng sớm hôm sau, với trang phục phòng hộ lây nhiễm, Hiếu vào xem, thấy mình mẫy và tay chân của anh Hai đã cứng, thật sự ra đi. Hiếu mời đạo tỳ vào làm thủ tục của nhà quàn, thoa rượu đế vào tay chân người quá cố cho mềm lại, thay bỏ quần áo và mọi thứ anh Hai đã sử dụng vào một cái túi ny long to, buộc chặt kín miệng, đưa ra ngoài, để sau nhà, Hiếu lấy bình xịt chất sát trùng xịt xung quanh túi ny long và xịt cả đường đi mang túi đó ra ngoài, cẩn thận như thế mới xứng đáng là một người thầy thuốc.

Hiếu đoán biết mấy ông đạo tỳ vì ít hiểu biết nên việc phòng ngừa bịnh dễ lây lan truyền nhiễm, lơ mơ, xem thường. Trước khi vào phòng lo tẩn liệm, Hiếu biếu cho mỗi ông đạo tỳ một cái mặt nạ mà các bác sĩ thường dùng ở bịnh viện, có nhiệm vụ thoa bóp và lau thân thể tay chân xác chết bằng rượu đế. Tất cả quần áo, khăn lau, mền gối Hiếu bảo mấy ông đạo tỳ cho hết vào hòm, đóng nắp hòm lại. Hiếu đưa cuộn băng keo thứ to bản và tốt, nhờ các ông đạo tỳ dán hai ba lớp đường liền nắp và thân hòm. Hiếu ở ngoài nhắc nhở bốn ông đào tỳ phải đứng yên trong phòng, Hiếu đưa thêm mũ trùm đầu và mặt nạ vào xin phép để Hiếu xịt thuốc sát trùng xong, phải đi ra ngã sau, có nước sạch, xà bông rửa tay chân.

Hiếu nói tặng luôn cho bốn đạo tỳ mặt nạ căn dặn khi nào tẩn liệm người chết mang bịnh truyền nhiễm phải phòng ngừa thật cẩn thận như thế này. Trên bàn cách xa nhà có người chết, Hiếu để rượu, bánh trái cây và đồ nhắm đưa cay và một số chai nước ngọt và còn biếu cho ban đạo tỳ mười ổ bánh mì thịt. Các ông đạo tỳ nói từ xưa tới giờ chưa có ông gia chủ nào dù đại gia giàu sụ có cách hành xử tuyệt vời như cậu út Hiếu, chúng tôi cám ơn cậu và tang gia rất nhiều. Hiếu có mượn bịnh viện một xe đẩy sẽ khiên quan tài để trên xe, đẩy ra ngoài, cửa phòng nhỏ, Hiếu đưa xà ben, búa, dao cạy cửa cho thêm rộng, đẩy quan tài ra phòng khách có đặt một cái bàn làm bàn thờ có đủ nhang đèn, bông hoa, trái cây và di ảnh Ba Cường chụp hồi còn là sinh viên trường luật rất bô trai.

Ai thấy ảnh của cậu cũng đều chắc lưỡi tiếc rẻ, đều khen cậu đẹp trai như thế, lại con đại gia mà phải đau, ở cách ly trên mười năm, nay chết ở độ tuổi còn quá trẻ. Hiếu khuyên mọi người nên ra ngoài chừng một tiếng sau mới vào lên nhang đèn cúng kiến. Hiếu xịt thuốc sát trùng một lần nữa trong nhà từ sau ra trước, đóng kín các cửa và đi xịt thuốc sát trùng vòng quanh nhà không biết là lần thứ mấy rồi, nhứt là trên các cửa, Hiếu xịt đi xịt lại rất cẩn thận.

Đúng một giờ sau, Hiếu vào nhà mở tung các cửa và mở tất cả quạt máy, chừng năm phút, Hiếu mời chị Hai và chị Ngọc Mai lo nhang đèn và cúng cơm trưa.

Hôm nay là thứ năm, đã có chương trình hoả táng vào lúc mười một giờ trưa chủ nhựt. Bernard có nhiệm vụ thông báo cho Toà Tổng Lãnh Sự Pháp, Toà Tổng Lãnh Sự Áo biết chương trình tang lễ. Trung, Bernard xin hẹn với ông Bí Thư để tường trình và bàn thảo chương trình tang lễ vì được văn phòng hai ông Tổng Lãnh Sự Pháp và Áo cho biết là hai ông sẽ đi dự cùng với phái đoàn.

Ông Bí Thư ra tận cửa mời hai bạn trẻ vào văn phòng mà trước đó, ông có mời ông Chủ Tịch Uỷ Ban Nhân Dân Tỉnh, Giám Đốc Sở Công An, Giám Đốc Sở Y Tế cùng đến họp bàn chương trình tang lễ chưa từng có ở tỉnh nhà. Có đông đủ, ông Bí Thư bảo hai cháu là đại diện tang gia trình bày ý kiến của hai cháu để chúng tôi hỗ trợ giúp tang gia. Trung xin phép trình bày:

- Gia đình chúng tôi vừa tẫn liệm xong, xịt thuốc sát trùng trong ngoài nhà ba bốn lần vì sợ vì trùng quái ác đó lây nhiễm cho người khác thì chúng tôi vô cùng ân hận. Theo di chúc của anh rể, bằng mọi giá, anh chuẩn bị cho cái chết phải thiêu mới hy vọng diệt hết vi trùng lao quái ác đó trong người anh vì chôn dù có kim tỉnh rủi bị ngập lụt vì nước mưa làm sạt lở mộ phần. Vi trùng lao trong cơ thể anh có thể trôi theo dòng nước ngầm cũng sẽ lây nhiễm bịnh quái ác cho đồng bào mình. Anh còn muốn dân quê mình tiết kiệm đất chôn cất nên anh cho tiền chúng tôi mua đất xin phép làm lò thiêu xác bằng than đước không bằng củi tránh ô nhiễm. Thiêu xác anh rồi, lò thiêu đó xin hiến cho chánh quyền có thể xây dựng thêm quy mô, thiêu xác bằng điện tránh được không khí bị ô nhiễm.

Anh còn hy vọng lò thiêu đó trở thành quy mô to rộng hiện đại hơn dưới sự quản lý của chính quyền cách mạng, còn có vườn hoa cây kiểng bao quanh có nhà quàn giúp các tôn giáo có nơi tụng kinh cầu nguyện... Anh rể tôi có lòng nhân ái vô bờ bến giúp ba anh em tôi sẽ có thêm một bác sĩ Y khoa và giúp hai bạn Bernard và Đức có tiền theo học đại học Y.

Chúng tôi thực hiện ước mơ của anh đã truyền đạt. Với quyết tâm của anh là nên xây nhà thiêu xác càng hiện đại càng tốt, phải có chánh quyền hỗ trợ tập cho người dân có ý thức khi ra đi nên thiêu hơn là chôn cất, tiết kiệm quỹ đất để trồng trọt tăng gia sản xuất. Rất may, chúng tôi có thông báo với Toà Tổng Lãnh Sự Pháp, Toà Tổng Lãnh Sự Áo hai cơ quan ngoại giao này hứa giúp tiền để xây dựng nhà thiêu.

Lý do chúng tôi thông báo với hai cơ quan ngoại giao này vì ông anh rể tôi có hai quốc tịch Pháp Việt lúc mới sanh ra. Con gái của ông Tổng Lãnh Sự Áo là vợ của bác sĩ Trai có thưa với bố mẹ trước là nhờ có anh rể tôi trợ giúp tiền bạc ăn học cho một công dân Áo là Bernard học thành tài. Vợ của bác sĩ Trai còn hứa vận động xin bố đóng góp và cô nói nếu bố có kẹt vấn đề gì mà không hỗ trợ được. Cô sẽ đóng góp cá nhân khoảng hai mươi ngàn Mỹ kim. Josephine vợ của bác sĩ Trai còn nói:

- Cô có liên lạc với bác sĩ Lệ Thuỷ phụ trách nhà Bảo Sanh của Bịnh viện tỉnh, cô sẽ trang bị tất cả các phòng sản phụ. Sau khi sanh con cần nghỉ dưỡng có tiện nghi, đều có lắp đặt máy lạnh và ti vi vì ý cô nói như người Việt mình đàn ông đi biển có đôi, đàn bà đi biển mồ côi một mình. Còn cô em dâu tôi, người Áo, em ruột của Bernard, em cũng hứa giúp xây phòng VIP dành đặc biệt cho con em của các giới chức cao cấp của tỉnh gọi là đền ơn đáp nghĩa. Các sản phụ cần có cơ ngơi tiện nghi hiện đại nghỉ dưỡng trong lúc chờ sanh hay sau sanh đẻ. Cơ ngơi hiện đại còn thu hút các gia đình đại gia thường lên Sài Gòn sanh, nay sanh tại bịnh viện tỉnh nhà không thua kém các bịnh viện tư ở Sài Gòn với số tiền chi phí lại ít hơn mà khỏi đi xa. Như thế, sẽ giúp thêm quỹ cho bịnh viện.

Tôi nói hơi vòng vo, bây giờ xin phép nói về lễ tang của ông anh rể, tôi chắc chắn có hai ông Tổng Lãnh Sự Pháp và Áo đến tham dự họ sẽ đóng góp cho tỉnh có thêm tiền xây nhà thiêu cho có tiện nghi hơn. Vì vậy, kính nhờ ông Bí Thư giúp về sự tiếp đãi quý vị ngoại giao đoàn. Ông cựu Bí Thư Tỉnh Uỷ Phú Yên và gia đình đã báo đến tham dự, ông Phó Bí Thư thành phố Cần Thơ tức là bố vợ tôi và nhiều thành viên, Trường Đai học Y khoa Cần Thơ, bịnh viện Cần Thơ cũng đã cho biết có nhiều người đến tham dư. Chưa kể Sở Giáo Dục tỉnh nhà, trung học Hoàng Diệu giáo chức và học sinh nơi em gái tôi đang dạy học, Sở Y Tế, bịnh viện tỉnh và bà con chòm xóm cũng có đến cả trăm người cũng sẽ tham dự. Tôi và Bernard đã ước tính có trên năm trăm người tham dự.

Vấn đề giao thông và an ninh cũng khá phức tạp và tế nhị. Từ nhà tôi đến lò thiêu cũng cách trên ba cây số .

Còn gia đình chúng tôi phải lo tiếp đón dòng họ bà con của ông anh rể, từ Núi Sam Châu Đốc xuống đây tiễn đưa anh Ba Cường vì ai cũng tưởng anh chết lâu rồi. Nay, biết tin anh vừa qua đời nên có khoảng chừng năm mươi người bao xe từ Núi Sam Châu Đốc đến viếng và đưa tiễn anh, chúng tôi cố gắng lo chu toàn chỗ ăn ở tại Bố Thảo. Còn khách ở xa và ngoại giao đoàn xin tỉnh giúp.

- Tôi rất quý trọng anh ba Cường, ông Bí thư nói, anh ra đi chúng ta vô cùng tiếc thương. Nhưng, anh chết đúng với câu: Hùm chết để da, người ta chết để tiếng. Tiếng tốt, lòng nhân ái cao đẹp của anh ba Cường đã lan toả làm cho nhiều người ngưỡng mộ. Anh lại giúp tỉnh nhà chúng ta được hai phái đoàn ngoại giao Pháp và Áo quan tâm tiếp giúp tiền bạc xây cất nhà thiêu xác tiên tiến, trên toàn quốc chưa có tỉnh nào có.

Tương lai, hai Toà Tổng Lãnh Sự này còn giúp tỉnh chúng ta nhiều thứ khác nữa. Vì vậy, về mặt chánh quyền, chúng ta phải đứng ra tổ chức lễ tang thật chu đáo và tôi đề nghị Uỷ Ban Nhân Dân Tỉnh sẽ tổ chức một bữa ăn trưa chừng một trăm quan khách, mời quý quan khách từ xa về tham dự lễ tang, trước khi rời Sóc Trăng về nhà. Tôi đề nghị, đặt nhà hàng làm chừng mười hai món điểm sấm, món ăn ít mà lại khỏi phải lo tiếp tân chiêu đãi thêm rườm rà.

Tôi có ý muốn bác sĩ Trung đại diện tang gia phát biểu trước khi ăn, cám ơn mọi người đặc biệt là ngoại Giao Đoàn kế đến ông Chủ Tịch Tỉnh nói lý do tỉnh đứng ra tổ chức chiêu đãi bữa ăn trưa đơn giản. Tôi lên kế tiếp sẽ nói bằng tiếng Pháp đại ý của ông Chủ Tịch vừa nói và ngõ lời mời hai Toà Tổng Lãnh Sự xem tỉnh Sóc Trăng là chỗ quen thuộc thân vì đã có công dân Pháp công dân Áo về đây thành gia thất.

Chánh quyền tỉnh luôn chào đón quý vị ngoại giao đoàn, các nhà đầu tư của quý quốc đến đây chúng tôi dành mọi đặc quyền. Chúng tôi xin cám ơn trước hai ông Tổng Lãnh Sự biếu tặng cho tỉnh có thêm tiền xây một nhà thiêu xác tiên tiến kiểu mẫu của tỉnh và của cả nước. Chúng tôi xin phép làm tấm biển đồng trước cổng ghi công đóng góp của hai ngoại giao đoàn và tỉnh Sóc Trăng và phía dưới là tên nhà thiêu Ba Cường hay chúng ta gọi là Nhà Vĩnh Biệt Ba Cường cho có văn vẽ nhẹ nhàng tế nhị. Còn về an ninh, trật tự giao thông Sở Công An phụ trách. Còn về vệ sinh phòng bịnh truyền nhiễm tại lò thiêu Sở Y Tế lo giúp như tang gia đã thực hiện vệ sinh và y khoa phòng ngừa tại nhà rất tốt rất cẩn thận, theo báo cáo của địa phương.

MC bữa ăn trưa xin mời hai vợ chồng Bernard vừa nói tiếng Pháp, Anh, Áo, Việt. Hai bác sĩ Trung và Bernard đại diện cho tang gia suy nghĩ, tôi có ý kiến đó được không? Trung thưa:

- Ông Bí Thư chỉ bảo như thế chúng tôi vô cùng đội ơn, Bernard em viết lại chương trình quý vị quan khách chỉ đến viếng tại nhà thiêu, chừng hơn nửa tiếng, trước đó có mời một vị Đại Đức làm lễ nghi Phật Giáo. Dù quan khách đến nhà vĩnh biệt không lâu. Chúng ta cũng nên có dựng một tấm lều bạt và có chừng năm mươi cái ghế vì ngoài lò thiêu vừa làm xong, chưa có xây cất gì thêm. Trung tiếp:

- Xin ông Bí Thư nhấn mạnh điểm này vì di chúc của anh Ba Cường muốn xây xong nhà thiêu, anh là người khai trương đầu tiên với đầy đủ phương tiện cho đúng nghĩa một nhà thiêu . Nay vì hết thuốc đặc trị từ Paris gởi sang nên anh đã ra đi trước khi gia đình anh xây dựng hoàn tất. Vì làm chưa xong công tác xã hội này còn dở dang, chúng ta có trách nhiệm giúp anh Ba Cường thực hiện đúng sự mong ước của người quá cố. Chúng ta gợi ý Pháp giúp đỡ xây tiếp. Ông Bí Thư nói bác sĩ Trung nói chí phải, bác ghi nhớ. Bác sĩ Bernard làm xong chương trình đưa cho bác xem và góp ý.

Ông Bí Thư nói trước khi hai cháu ra về, bên Công An lo về giao thông và an ninh cho chặt chẽ vì là có đông người tham dự. Sở Y Tế trong tương lai sẽ quản lý nhà vĩnh biệt này.

Các đồng chí và hai cháu có thể ra về, tôi và ông Chủ Tịch Uỷ Ban sẽ còn hội ý tiếp. Bernard nói, con làm xong chương trình con sẽ trình Bố. Ông Bí Thư cười tươi nói Bernard gọi tôi là Bố, trưa nay tôi không ăn cơm cũng no rồi. Bố cám ơn con.

Một đám tang đưa tiễn người quá cố, đứng dọc hai bên đường từ nhà đến nhà thiêu mới xây dựng xong, có thể nói đến hàng ngàn người. Chờ đón tại nhà vĩnh biệt có trên năm trăm người vừa có người hiếu kỳ và vừa người đến viếng người quá cố lần cuối. Có đến gần cả trăm người buộc khăn tang trắng vì người quá cố là ân nhân của họ chưa kể bà con từ Núi Sam Châu Đốc về đây đều có buộc khăn tang vì có liên hệ gia đình xa gần với người quá cố. Tất cả khăn tang cũng cho vào lò thiêu cùng với đồ dùng và quần áo của anh ba Cường đều theo anh về bên kia thế giới. Duy nhứt có vợ anh nguyện sẽ để tang anh suốt ba năm mới làm lễ xả tang.

Sự hiếu kỳ của công chúng cũng tỏ rõ vì những người Việt sống gần các bum sóc của người Miên đã từng chứng kiến cảnh người Miên chết thiêu giữa trời, nay có lò thiêu, không thấy xác là một điều lạ và thân nhân người quá cố không thấy cảnh đau lòng, chết rồi mà chưa yên lại bị đốt trước mắt mọi người.

Theo tập tục cũ, một "giàn hoả" như là một cái sạp cao hơn mặt đất cả thước, dưới chất củi khô, rơm rạ, lá khô, những chất dễ cháy kể cả rưới thêm dầu lửa. Xác chết để lên giàn hoả, trước khi châm lửa đốt cái giàn hoả cũng có sư sải tụng kinh cầu siêu và thân nhân người quá cố ít ai dám đứng lại coi cảnh thiêu đốt xác mà phải về trước khi giàn hoả được châm lửa. Chỉ có vài người thân có trách nhiệm và dạn dĩ ở lại chứng kiến cảnh thiêu xác giữa trời. Đợt đầu củi cháy hết mà thân xác chưa cháy hết, giàn hoả bị cháy rụi, thân xác nằm phơi trên mặt đất, người ta phải chất thêm củi đổ thêm dầu lửa bên trên xác chết đốt tiếp đợt hai. Nếu xác chết chưa cháy hết, tiếp theo đợt ba cho đến khi nào chỉ còn xương không mà thôi. Người ta đợi chỗ thiêu hết nóng, lượm xương cho vào hủ, dán kín đưa vào chùa Miên để nghe kinh kệ. Nay người chết cho vào lò thiêu vẫn có hòm đàng hoàng, tránh cảnh thương tâm chứng kiến người thân bị đốt, tránh được thị phi mỉa mai bị chê là người chết đốt. Chính kẻ chê "đồ chết đốt" họ tự vã vào mặt mình vì họ không thức thời chọn cách thiêu xác hơn là chôn cất có đủ thứ rườm rà nhiều tốn phí khó khăn hơn thiêu xác.

Ngoài sự hiếu kỳ coi xem cách thiêu xác trong lò thiêu, người dân quê đứng dọc theo lộ trình xe tang đi qua vừa hiếu kỳ cũng có vừa tiễn đưa người quá cố có lòng nhân ái nhiệt thành giúp đỡ người nghèo khổ bịnh tật, cũng có. Lộ trình xe tang đi qua trên dưới ba cây số có nhiều dân quê đứng hai bên vệ đường. Còn tại khu vực lò thiêu, có một hàng rào nhân viên công lực giữ trật tự an ninh vì có ông Bí Thư Tỉnh và ông Chủ Tịch Uỷ Ban Nhân Dân tỉnh và nhiều giới chức cao cấp của đảng của chánh quyền. Đặc biệt hơn nữa có hai phái đoàn ngoại giao Pháp và Áo do hai ông Tổng Lãnh Pháp, Áo đến tham dự.

Người dân quê chen chúc nhau đứng chật ních quanh nhà vãng sanh - nhà vĩnh biệt - lò thiêu xác. Tại đây có đến cả trăm vòng hoa phúng điếu được dựng ngay hàng thẳng lối xung quanh lò thiêu như một hàng rào danh dự mà từ xưa tới nay chưa có một đám tang nào "hoành tráng" như thế tại Sóc Trăng.

Một cái lạ khác, đám tang ở cái xứ đầu gà đít vịt này, ngoài người Việt, người Miên, người Tàu nay lại có hai phái đoàn ngoại giao, chính ông Tổng Lãnh Sự Pháp và một phái đoàn hùng hậu từ Sài Gòn xuống dự lễ tang thiêu xác vì người chết là một công dân Pháp, song tịch Việt-Pháp. Một phái đoàn ngoại giao đoàn hùng hậu khác cũng do ông Tổng Lãnh Sự Áo dẫn đầu đến dự tang lễ của một người Việt Nam đã cưu mang giúp đỡ một công dân Áo từ cơ hàn khổ cực trong cuộc sống và có cơ may được đi học lại, hầu hết mọi chi phí ăn học của cậu sinh viên người Áo đều do người quá cố hết lòng hỗ trợ. Và đặc biệt ở Việt Nam duy nhất có tỉnh Sóc Trăng có đến hai cô dâu là người Áo và một chú rể cũng là người Áo. Ông Tổng Lãnh Sự Áo rất yêu mến tỉnh này cho nên ông Tổng Lãnh Sự và phu nhân đã nhiều lần đến thăm viếng tỉnh Sóc Trăng và ngủ qua đêm nhiều lần.

Uỷ Ban Nhân Tỉnh Sóc Trăng tổ chức ăn trưa, ban đầu dự trù có một trăm người sau lên hơn hai trăm người. Ngoài số khách và thân nhân quen biết với người quá cố, còn có nhiều vị là bạn học cùng lớp với anh Cường từ Sài Gòn nghe biết tin anh Cường mất cũng đến phúng viếng anh và các bạn học của anh Cường lên tỏ bày, sự thông minh học giỏi của anh làm cho mấy ông giáo sư Tây từ Pháp sang dạy cũng nể trọng anh vì môn học nào anh cũng đều xuất sắc. Có bạn học trường Luật với anh cũng nói anh thông minh, học một lại biết ba bốn còn nhớ dai làm cho các giáo sư phải hết lời khen anh.

Đặc biệt, ông Tổng Lãnh Sự Pháp nói, trước khi đi phúng viếng anh Cường, tôi có mượn hồ sơ học bạ lưu của anh Cường trường anh học năm xưa đều khen ngợi anh các môn đều 9 hoặc 10/10. Nhà trường còn ghi nhận chưa có học sinh nào học xuất sắc như thế. Anh là con của gia đình giàu sang phú quý mà không lêu lỏng chơi bời bỏ bê học vấn mà anh lại rất chuyên cần chăm chỉ học. Anh còn xin cha mẹ tiền để giúp các bạn chẳng may gia đình sa sút định bỏ học, anh trợ cấp hoặc đưa về nhà riêng của anh ăn ở miễn phí. Các đội bóng đá hay bóng rổ của trường, anh đều biếu tiền để mua quần áo giày vớ cho các cầu thủ. Ông Tổng Lãnh Sự Pháp còn nói tiếp, vì chúng tôi biết rõ anh Cường có tính nhân ái vĩ đại nên chúng tôi cùng phái đoàn hơn mười người đến đây tiễn đưa một công dân Pháp đáng quý, là anh Cường.

Chúng tôi đại diện cho nước Pháp xin biếu cho quỹ xây dựng nhà thiêu kiểu mẫu của tỉnh do sáng kiến của anh Cường phác thảo xây dựng, hai mươi ngàn USD. Chúng tôi phúng viếng anh vì anh Cường cũng là một công dân của nước Pháp, giúp vợ anh Cường lo cúng kiến giỗ chạp cho anh hàng năm, cũng hai mươi ngàn Mỹ kim. Cả nhà hàng vỗ tay hoan nghênh nhiệt liệt. Ông Tổng Lãnh Sự Áo cũng ủng hộ hai mươi ngàn Mỹ kim cho quỹ xây dựng nhà thiêu kiểu mẫu. Mọi người cũng vỗ tay hoan nghênh.

Ông Bí Thư lên nói lời cám ơn bằng tiếng Việt và một bà chị chuyển ngữ sang tiếng Pháp làm cho phái đoàn ngoại giao không ngờ một tỉnh lẻ xa xôi mà có người nói tiếng Pháp có hồn hay như thế. Ông Tổng Lãnh Sự Pháp vội lên cám ơn một phụ nữ Việt Nam nói tiếng Pháp còn lưu loát mềm mại nhuần nhuyễn hơn nhiều người Pháp. Ông Tổng Lãnh cám ơn bà cho chúng tôi nghe thứ tiếng Pháp chuẩn như chúng tôi ở Paris nghe xướng ngôn viên truyền hình quốc gia có giọng nói thánh thót dễ mến như giọng nói của bà.

Ông Tổng Lãnh Sự Pháp, xin lỗi tôi hơi tò mò, bà có du học ở Paris không? Thím Tín đáp liền vì chiến tranh tôi không có đi du học mà chỉ có học trường nữ Marie Curie tại Sài Gòn. Ông Tổng Lãnh Sự nói tiếp:

- Bà có thiên phú về giọng nói tiếng Pháp của chúng tôi. Một lần nữa ông cám ơn bà cho tôi nghe một giọng nữ của người Việt nói tiếng Pháp đáng trân trọng ngưỡng mộ. Một tràng vỗ tay vang rần, Bernard tóm dịch lại tiếng Việt cuộc đối đáp của ông Tổng Lãnh Sự Pháp và thím Tín. Mọi người lại vỗ tay rất hào hứng khen ngợi.

Ông Bí Thư và ông Chủ Tịch tiễn đưa các phái đoàn ra về xong. Ông lên tiếng mời các gia đình thân hữu còn ở lại Sóc Trăng và tang quyến ở nán lại, chúng ta qua bàn ăn khác tiếp tục gọi ăn thêm vì khách là người nước ngoài hoặc ở xa phải về sớm nên ăn ít.

Chúng ta còn ở đây thì gọi ăn tiếp tục gọi là ăn mừng nhờ có hương hồn anh ba Cường về giúp chánh quyền tỉnh có thêm bốn chục ngàn Mỹ kim là một số tiền lớn trong thời điểm này. Chánh quyền sẽ trưng thu thêm đất xung quanh xây thêm hai lò thiêu nữa vì có lò thiêu tiên tiến có chất lượng cao bảo vệ được môi trường và có vệ sinh phòng ngừa. Tôi đoán người Việt gốc Khơ Me quen cách thiêu người thân qua đời hơn chôn cất như người Kinh thuần tuý vì họ lấy tro cốt cho vào hủ gởi vô chùa nghe kinh kệ cho sớm siêu thoát, người Miên họ tin vậy.

Nhà vĩnh biệt của tỉnh sẽ luôn đông khách vì sự tiện lợi của sự thiêu xác và tốn phí lại ít hơn chôn cất. Chính quyền quản lý nên lấy giá mềm vừa giúp dân vừa có đông người đến xin thiêu, tỉnh cũng có thêm tài chánh trang trải kinh phí cho toàn bộ nhà vĩnh biệt.

Ba lò thiêu chính khi tỉnh có điện dồi dào đổi sang lò thiêu điện. Ngay bây giờ, chúng ta có đủ tiền xây thêm hai lò thiêu, chúng ta cùng lúc xây thêm một nhà máy điện đủ cung cấp cho khu nhà vĩnh biệt, tạo thêm một khu vườn cây cảnh bông hoa bao quanh nhà vĩnh biệt cho đỡ thê lương buồn thảm.

Tôi có ý tưởng đó, quý vị tiếp tôi suy nghĩ thêm cách nào làm cho tỉnh nhà và các tỉnh lân cận được mọi người quan tâm về thiêu xác hơn là theo xưa chỉ có biết chôn cất người quá cố. Ngoài bốn mươi ngàn Mỹ kim được ngoai giao đoàn nước ngoài trợ giúp, chúng ta có thể thực hiện cùng lúc xây thêm lò thiêu và xây cất thêm nhà máy điện nhỏ tự cung cấp điện cho lò thiêu và thắp sáng cho khu vực nhà vĩnh biệt và đào thêm hai cái giếng để có nước sinh hoạt và tưới tiêu cho bông hoa cây kiểng tại đây.

Ông Giám Đốc Sở Y Tế và Sở Xây Dựng hứa sẽ nghiên cứu xây dựng cách nào trong số tiền bốn mươi ngàn Mỹ kim sẵn có. Nếu có thiếu cũng không nhiều, không cần xuất công quỹ mà chúng ta vận động các công ty xí nghiệp hỗ trợ thêm trong công tác xã hội này.

Tất cả mọi người đều nhất trí ý kiến hay của ông Bí Thư và của hai ông Giám Đốc Sở. Ông Bí thư mời mọi người ăn thêm cho no khỏi ăn cơm chiều cũng được.

Trước khi chia tay, ông Bí Thư vồn vã bắt tay từng người. Ông lập lại, anh Cường còn sanh tiền là một người có tính nhân bản cao đẹp, mình sống vì mọi người và chết anh cũng theo phò hộ gia đình vợ anh và cho cả công tác xã hội xây dựng nhà vĩnh biệt thêm tiện nghi hiện đại đúng tiêu chuẩn phòng ngừa vệ sinh.

Ông Bí Thư vốn là một đảng viên cộng sản duy vật kỳ cựu mà nay sau nhiều năm ông phục vụ, ông lại có thêm một thoáng suy tư thiên về duy tâm tin người chết còn có linh hồn về phù hộ người sống. Ông Bí Thư còn thường nhắc nhở giới trẻ là luôn lấy đạo đức làm trọng vì có đức không sức mà ăn như ông bà mình thường nói. Ông Bí Thư còn nói như cuộc đời của anh ba Cường thật đúng với lời dạy của tổ tiên ta: Hùm chết để da, người ta chết để tiếng và tiếng lành đồn xa, ở hiền gặp lành là chuyện hiển nhiên.

Dư âm của đám tang của Ba Cường còn vang vọng cả tỉnh Sóc Trăng và nhiều nơi khác, chị Mai Hạnh phu nhân của anh Ba Cường chuẩn bị mời các vị sư đến nhà tụng niệm cầu siêu nhân ngày cúng thất đầu tiên. Chị có tổ chức cơm chay đãi cả xóm, cả ấp. Bà goá phụ Mai Hạnh luôn có lòng nhân ái giúp người có ý nghĩ làm cơm chay, chị tiết lộ cho các người bạn thân gần nhà, nhờ các bạn giúp trong khâu nấu nướng thức ăn chay. Các người bạn tung tin này ra, từ đầu trên xóm dưới hay tin chủ nhựt tuần này, hôm nay là ngày thứ ba, Mai Hạnh tổ chức cúng thất đầu tiên.

Từ thứ năm, bà con tự động mang đến nhà chị cả mấy chục trái bí rợ, hàng mấy chục trái dừa khô và nhiều loại trái cây, rau cải kể cả mấy bà bán ngoài chợ cũng đóng góp mang đến tận nhà chị nào tương chao các loại rau, đậu. Các nguyên liệu nấu chay nhiều quá, chị phải lấy hết dụng cụ làm vườn trong kho cho ra ngoài để dùng nhà kho làm nơi dự trữ nguyên liệu nấu ăn. Mai Hạnh còn nhờ lối xóm dựng thêm ba cái lều mỗi lều để được ba bốn bàn ăn và bốn bàn ăn trong nhà ngang, dư sức đãi cơm một lúc 150 người.

Tối thứ năm, Mai Hạnh có tổ chức một buổi họp có mười mấy chị em và có cả vợ chồng ông Trưởng ấp. Chị phác hoạ là bữa cơm chay nhân cúng thất đầu tiên, chị muốn đền áp ơn nghĩa của ấp nhà đã hết lòng thương mến giúp đỡ gia đình chị. Mai Hạnh đề nghị thức ăn mình làm chừng bốn món, món nào cũng thật nhiều có thể đãi đến vài trăm người vì nguyên liệu mang đến nhiều quá. Mai Hạnh nói tôi chỉ đề nghị món ăn chủ lực là bí hầm dừa, chừng ba chão đụng, mình nấu thật ngon có đủ gia vị cũng làm cho mọi người thưởng thức cũng tạm no bụng, Mai Hạnh hỏi ông bà Trưởng ấp và chị em thấy tôi đề nghị như vậy có được không? Ông Trưởng ấp nói chị Hạnh thực hiện món ăn bí hầm dừa tôi nghĩ là món ăn chay ngon nhứt và cũng tốn kém nhứt mà chỉ có ngày rằm lớn nhà chùa mới nấu món này.

Tôi đề nghị tiếp, ngay chiều thứ bảy phải có hàng chục người gọt vỏ bị rợ để sáng sớm chỉ có xẻ ra bỏ ruột xắt nhỏ và nấu liền, còn nạo mấy chục trái dừa cũng rất tốn công sức mà mình cũng cố gắng nạo trước, sáng sớm vắt lấy nước, chỉ hai khâu này cũng có có cả chục hay hai chục người mới đỡ cực. Ông chủ ấp nói:

- Hai khâu này phải nhờ thêm con trai làm. Tôi sẽ vận động chừng mười thanh niên giúp lột vỏ dừa và tiếp gọt vỏ bí là hai khâu nặng mà nam nữ đều làm được. Mai Hạnh nói:

- Chúng tôi là phụ nữ rất cám ơn ông anh, chiều thứ bảy, ông anh có thể giúp chúng tôi chỉ huy thanh niên trẻ lột vỏ dừa, gọt vỏ bí, và nhờ mấy em làm hai con vịt hay hai con gà nấu một nồi cháo đãi các em, ông chủ ấp thấy vậy có được không? Chị Hạnh còn đãi cháo gà cháo vịt và có thêm vài lít đế nữa thì tha hồ chúng ta nhờ cái gì cũng đều suôn sẻ. Còn chừng ba món nữa, món xào mặn, món gõi thêm món rau dưa hay thêm món canh chua bạc hà...Tôi sẽ mua bốn cái chão đụng, sáu cái nồi lớn, chừng ba trăm mỗi thứ chén, dĩa, tô, muỗng, đũa, các dụng cụ nhà bếp... Chúng ta phải có bốn chị ngày mai thứ sáu phải đi mua liền, thuê hai chiếc xe lam chở các chị đi chợ và chở đồ đạc về.

Các đồ đạc mình nấu ăn lần này, tôi sẽ để dành toàn bộ cất vào kho, ông chủ ấp thấy gia đình nào cần thì mình cho mượn. Tôi muốn đồ dụng này làm của chung cho ấp sử dụng, ông Trưởng thấy có được không? Vợ chồng ông chủ ấp nói chị Hạnh không sợ tốn tiền của mà phục vụ tha nhân chúng tôi hoan nghênh hết mình.

Mai Hạnh nói tiếp:

- Hiện tại chỉ có má tôi và tôi ở nhà nên mọi sự nhờ anh chị trưởng ấp như là anh cả của chúng tôi giúp chỉ huy. Nhờ các em dựng ba tấm bạt, sắp xếp bàn ghế, nếu còn thiếu mình mua thêm hay mượn lối xóm mình cũng nên làm ngày mai. Anh chị nhờ ông thợ mộc hay anh em khéo tay, mình làm nhiều cái chạng nhiều tầng trong nhà kho để nồi niêu soong chão, chén dĩa... Các dụng cụ làm vườn và bàn ghế cho ra ngoài hết sẽ cất nhà kho khác sau. Ưu tiên dùng nhà kho mình có chạng chén bát có chỗ để sạch sẽ. Mình mượn anh em giúp thì mình đãi ăn còn anh em tính tiền thì mình trả không có sao hết. Anh chị chủ ấp là anh chị của em, anh cho biết chi bao nhiêu em sẵn sàng thanh toán.

Nhân có xe lam, mình nhờ họ ra chợ Bố Thảo chở giúp hai bao gạo ngon nhứt mỗi bao 50 ký lô, chị nào xung phong mua gạo cũng tốt. Chị nào mua cái gì cứ ghi vô giấy cho nhớ về nhà tôi xem lại coi đủ thiếu thế nào vì các đồ dùng này là tài sản chung của ấp mình phải vô sổ sách, ai mượn cái gì phải ghi tránh thất lạc.

Ngày mai, thứ sáu chúng ta khởi công, tôi sẽ nhờ mấy em trai đào cho sáu cái lỗ trệt dùng làm bếp và tìm đá hay gạch làm ba ông táo cũng làm ngày mai. Mình nấu ăn buổi sáng ngoài trời ít gió và trời mát nên cũng không cần có mái che hay phải bao quanh tránh gió.

Tối thứ năm, Mai Hạnh nghe điện thoại, Bác sĩ Trai cho biết nhân có lễ hỏi với cô con gái của ông Tổng Lãnh Sự Áo tại Sài gòn sáng thứ bảy. Sau tiệc trưa ông khoản đãi xong, ông theo vợ chồng chúng tôi về Sóc Trăng và ông bà muốn đến thăm chị Hai vì vợ em là Josephine là bạn thân với vợ của Hiếu là Caroline cứ thường khen chị trước mặt Ba Mẹ. Hai ông bà cũng rất ngưỡng mộ chị muốn đến thăm chị sáng chủ nhựt, chị thấy có tiện không?

- Cám ơn bác sĩ Trai cho biết tin, tôi rất hân hạnh tiếp đón quý ông bà nhạc gia của bác sĩ và xin bác sĩ nói, nhân chủ nhật này là lễ cúng thất đầu tiên cho chồng. Tôi có làm cơm chay đãi cho tất cả bà con chòm xóm trong ấp chừng ba trăm người, xin mời ông bà đến chứng kiến và cùng dự cơm chay với gia đình chúng tôi, tôi sẽ mời Ba Mẹ Caroline cùng dự nữa.

- Em cám ơn chị Hai, chúng em sẽ trình báo cho Ba Mẹ chúng em.

Vừa nói xong, Mai Hạnh gọi điện thoại báo cho vợ chồng Trung thu xếp về dự và cũng báo cho vợ chồng Bernard, Hiếu biết và nhờ Caroline mời Ba Mẹ cùng tham dự cơm chay đúng 12 giờ chủ nhựt này. Hai vợ chồng Hiếu về giúp sức với chị, chị đãi cơm chay cho khoảng ba trăm người cũng khá bề bộn, Hiếu nói liền:

- Vợ chồng em ăn cơm xong trưa nay, chúng em về ngay. Chúng em cùng theo phái đoàn lên Sài gòn dự lễ hỏi của anh Trai xong em về luôn Sóc Trăng và tối thứ bảy vợ chồng em về ngủ nhà mẹ để cùng chị tính coi cái gì còn thiếu, sáng em lo tiếp với chị. Mai Hạnh nói chị cám ơn hai em sốt sắng giúp chị.

Vợ chồng Trung nói Ba má em cũng muốn về tham dự nữa, chúng em sẽ cho Thu Mai cùng về nữa. Mai Hạnh nói với cô em chồng Ngọc Mai, có cháu Thu Mai cùng về giúp mình nữa. Như vậy, ba con của cô chỉ lo hai bàn quan khách có người nước ngoài, còn mười mấy bàn kia, tôi sẽ nhờ vợ chồng ông Trưởng ấp lo chiêu đãi. Bàn quan khách lại có sư phụ Hiếu của hai cháu thì mình không phải lo. Hai chị em mình chỉ lo tổng quát và lo nhang đèn bàn thờ anh Ba luôn cháy sáng. Cô Ngọc Mai thấy tôi tổ chức như vậy có hợp lý không, mình có tiền phải tiêu xài đúng chỗ, tôi học tánh của anh Ba Cường.

Ông Tổng Lãnh Sự Pháp có biếu cho tôi hai chục ngàn Mỹ kim, nên tôi sẽ có thừa tiền tổ chức lễ cúng thất. Mai Hạnh nói tiếp:

- Nếu cô và ba cháu muốn đi ra Bắc thăm chồng cô, tôi bao hết tiền xe, chi phí mọi cái kể cả mua quà mang ra cho chồng nữa, cô Ngọc Mai đừng có ái ngại gì cả. Sau vụ cúng thất đầu tiên, tôi sẽ về ngủ nhà của Má, còn nhà này do anh Ba Cường vẽ kiểu và gọi thợ làm, tôi sẽ tặng lại mẹ con cô ở, tôi sẽ xây thêm hai phòng vì nhà này gia đình cô ở, mình nên cho mỗi cháu một phòng ở riêng, các cháu mới biết lo thu dọn ngăn nắp trong phòng. Còn một phòng để dành cho cháu Thu Mai về thăm cô, cháu cũng có phòng riêng. Nhà này, tôi chỉ xin cô Ngọc Mai cho tôi để bàn thờ anh Ba vì tôi có đi đâu có cô giúp thắp nhang vào các buổi tối. Có gia đình cô về đây, tôi sẽ bao hết về chi phí ăn uống đến khi nào cô có đi làm có tiền thì chi phí cô lo được, chừng đó tôi chỉ còn bao trả tiền điện.

Còn cái máy may Singer của Má, tôi cũng sẽ biếu cô để cô có may vá cho hai cháu. Má sẽ ít có ở nhà vì Hiếu sẽ cất nhà ở Cần Thơ, Má sẽ lên ở với nó thường xuyên khi vợ chồng em Hiếu có con chắc Má phải giúp hai em lâu dài. Tôi cũng thường đi lên Cần Thơ nữa, hai nhà này gia đình cô tự do muốn làm gì thì làm. Tôi nhờ cô nhắc nhở hai cháu trai đi học về lo chăm bón, tưới cây, có trái nhiều, cô cứ bán lấy tiền tiêu xài. Anh Ba mất, tôi không còn phải lo chăm sóc nữa, nên tôi sẽ đi đây đó nhiều và đi làm từ thiện.

Tôi sẽ chi tiền nhờ ông chủ ấp cất cho một cái trạm Y tế trong đất này hay đất công gần đây, tôi sẽ quán xuyến lo chăm sóc bà con chòm xóm bị bịnh mà nghèo khó, tôi sẽ cấp thuốc miễn phí. Hàng tuần có các em là bác sĩ luân phiên về đây khám bịnh, cấp thuốc, còn những thứ thuốc nào mình không có, bác sĩ kê toa người bịnh đến nhà thuốc mua.

Nếu người bịnh quá nghèo, tôi sẽ âm thầm nói với các nhà thuốc, cứ bán cho họ, tôi sẽ trả tiền sau. Cô Ngọc Mai thấy mình làm từ thiện là phải thực tế mới thật sự giúp dân nghèo. Lúc đó tôi sẽ bận việc sẽ ở nhà thường ít hơn và cô Ngọc Mai sẽ lui tới tiếp giúp thêm.

Tôi nghĩ anh Ba Cường trồng cây ăn trái nhiều là biết có em Ngọc Mai về đây thụ hưởng thành quả của anh mình, lợi tức bán trái cây cũng giúp giải quyết chi phí sinh hoạt. Khi hai cháu trai đã lên Cần Thơ học cũng có nhà sư phụ cho hai đệ tử ở và còn dư phòng cho thuê để hai cháu có tiền tiêu xài. Nếu thiếu, hai cháu có sư phụ phải lo cho đệ tử. Còn cô ở đây, tiền bán trái cây một mình sẽ đủ xài . Nếu hụt, có ngân hàng kế bên hỗ trợ, cô nghĩ tôi tính như vậy có được không?

- Gia đình chúng em đa tạ công ơn của chị Ba, gia đình em về sống ở đây, không phải lo gì hết, chẳng khác nào chúng em đang sống ở thiên đàng mà chị Ba là bà tiên đáng kính trọng của chúng em, chị ba dang rộng hai tay cứu nhân độ thế.

Hai chị em tâm sự xong cảm thấy lòng mình thêm nhẹ nhàng thanh thản, gắn chặt thêm tình gia đình ruột thịt.

Chiều thứ bảy, vợ chồng Hiếu về đến Sóc Trăng mới hơn sáu giờ, vào thưa mẹ, chị hai, chị Ngọc Mai xong, Hiếu nói với chị hai:

- Vợ chồng em có mua thịt quay bánh hỏi và rau dưa, hai chị giúp hâm nóng, chúng em đi tắm và thay quần áo đâu đó đàng hoàng, chị em mình có thể nhậu được rồi. Chị Hai nói:

- Hôm nay chị Hai cho em út nhậu thả giàn có vợ nằm cạnh bên chăm sóc thì đâu có thua ai. Hơn nữa, em út của chị, cũng mới từ Sài Gòn lái xe cũng khá mệt nên Caroline còn phải chăm sóc chồng đặc biệt nữa. Hiếu thông dịch lại cho vợ nghe lời chị Hai nói, Caroline khoanh tay nhanh cúi đầu chào, em cám ơn chị và quay sang ôm hôn chồng, Hiếu cũng hơi e thẹn trước hai chị, mẹ và nói:

- Anh cám ơn em. Trong lúc ngồi nhậu, chị em mình bàn thêm coi cần làm thêm chừng ba bốn món ăn nữa do chị hai và chị Ngọc Mai nấu riêng. Chị hai có tài nêm nếm ai cũng khen, mình đãi người nước ngoài ăn chay theo kiểu Việt Nam cũng khá đậm đà hấp dẫn nhứt là món bí hầm dừa, chị múc ra dành phần cho hai bàn đãi khách quý, lựa bí rợ già ăn mới dẽo mới ngon, chị nêm nếm lại, mình cho thêm nước cốt dừa hay đường, muối gì cho thật ngon, em sẽ giới thiệu món ăn chay đặc biệt này.

Em còn nghĩ nếu vợ chồng ông Bí Thư tỉnh biết có ông bà Tổng Lãnh Sự Áo đến dự lễ cúng thất đầu tiên anh Hai, thế nào hai ông bà cũng đến dự cho vui vì vậy mình chuẩn bị ba bàn, dọn trong nhà ngang, còn ngoài ba cái lều đã dựng xong, mình có thể dựng thêm một cái lều nữa, sáng mai em và hai đệ tử dựng sớm. Xếp bàn ghế, nếu thiếu ghế em mượn mấy nhà kế cận. Chị Hai nói, có cậu Út thì chị vững tin cái gì cũng xong, tốt đẹp hết.

- Hiếu thông dịch cho vợ biết, Caroline nói tiếng Việt lơ lớ: Đúng rồi, đúng rồi, chị hai nói đúng. Cả nhà cùng cười, hai đệ tử của Hiếu làm bộ cung tay kính bái sư phụ làm cho Caroline cười bò lăn bò càn.

Bà con chòm xóm và bạn bè thân với Hiếu với gia đình thường nói cả nhà Hiếu từ mẹ xuống chị anh em ai cũng vui tính có khiếu khôi hài nên trong nhà lúc nào cũng có tiếng cười. Nay lại có cô dâu nước ngoài còn có tánh hài hước rất dễ thương. Người ta xầm xì nói gia đình Hiếu phất lên là rất logic vì luôn có tiếng cười trong nhà ngoài ngõ, rất hiếm có cả một dòng tộc đều có tánh hài hước chọc cười mọi người.

Trung cho biết ông bà nhạc nói cũng về tham dự nữa, thông báo trước cho chị Hai nên Hiếu chuẩn bị ba bàn ăn đặc biệt là đúng.

Sáng sớm chủ nhựt ba cậu cháu dựng thêm tấm bạt nữa, có thể đặt được 14 bàn, chỉ thiếu có hai bàn và hai chục cái ghế, Hiếu bảo hai cháu đẩy xe theo mình, đến mượn bàn và ghế xong, hai cháu đẩy xe về. Hiếu bảo hai đứa cháu dùng nùi lau nhúng nước vắt ráo, lau sạch tất cả bàn ghế. Vừa làm xong đến lúc gia đình ăn sáng, ba cậu cháu ăn xong, lên xe chạy ra hảng nước đá, đặt mua hai cây, một chốc trở lại lấy. Hiếu vào chợ mua bốn quày chuối cao chín vàng , hai quày chuối già và hai quày chuối lá xiêm và ba bốn cái xô lớn đựng nước lạnh và bốn cái dá lớn dùng múc nước lèo nay dùng múc nước đá lạnh, một lố khăn loại trung bình để dùng lau ly chén, đũa muỗng, hàng chục bịt giấy lau miệng... chất đầy xe mang về đợt đầu và trở lại lấy đợt hai.

Hiếu nhờ hai đệ tử khiên một cái chạng, bề mặt đan tre cho dễ chảy nước xuống khi úp ly chén. Đào hai cái lổ cắm hai cây cọc to, nện chặt buộc một khúc tầm vông to trên và dưới chân cũng buộc thêm một cây ngang để giữ cho trụ không ngã và phía trước cũng dựng hai cây trụ nhỏ buộc nối với hai trụ lớn và cũng có hai thanh ngang, như một hình vuông dài vững chắc, Hiếu nhờ hai cháu xịt nước sạch tám quày chuối rồi buộc lên cái khung như là nơi sạp bán họ treo chuối.

Thanh ngang sau to vững chắc treo bốn quày chuối lớn, hai bên treo chuối cao, còn ở trước thấp ngang với mặt chạng để dễ vào lấy ly và nước đá lạnh cũng như có ba bốn con dao nhỏ để bà con cắt lấy chuối. Trên cái chạng chỉ để ly, bốn thùng nước đá lạnh, vòng ngoài chạng treo các quày chuối, kế chạng có hai thùng trấu trữ hai cây nước đá, xung quanh bốn cái bạt có thùng đựng rác...

Đến 9 giờ bốn cậu cháu đã bày biện xong chạng uống nước đá lạnh và trưng bày tám quày chuối rất đẹp mắt, mấy bà làm bếp ra vô đều tấm tắc khen cách trưng bày khá đẹp mắt. Các bàn ghế ở ngoài sắp xếp xong, ba cậu cháu lo sắp xếp ba bàn quan khách quý, trên cũng treo hoa lá cành, đủ màu sắc. Ba bàn chỉ chiếm một nửa nhà ngang gần sát bên nhà Mai Hạnh, phân nữa bên kia được che bằng một tấm màn màu mới tinh, cũng có hai cái chạng dài để bày biện thức ăn và chén tộ, dĩa muỗng đũa... và có hai ba khăn lau cũng gần đó, chỗ treo chuối cũng có hai khăn để lau ly. Cậu Út quá chu đáo.

Caroline ra quan sát chồng và hai đệ tử làm khen chồng giỏi nức nở.

Ba bàn ăn đặc biệt toàn dùng đồ kiểu, chén úp lên dĩa, ly lớn uống nước, tách uống trà, còn muỗng nĩa, đũa đều để trong ba cái bình pha phê giữa bàn và một chồng giấy lau. Phía ngoài có hai cái thùng ướp lạnh nước ngọt, bia, rượu chát và có hai cái khăn lau, máng gần đó.

Tóm lại mọi thứ, Hiếu và hai cháu đã hoàn tất trước mười giờ.

Sáng sớm thứ bảy, ông Bí Thư gọi Bernard nói, được biết có ông bà Tổng Lãnh Sự Áo đến tham dự và ông bà Phó Bí Thư Cần Thơ dự nên ông bà Bí Thư và ông bà Chủ Tịch Tỉnh cũng đến tham dự và giúp gia đình tiếp khách quý. Bernard nói chúng con cám ơn Bố và con thông báo ngay cho chị hai con biết.

Hiếu hay tin này, nói với chị hai, em đoán sẽ có nhiều bất ngờ có khách quý đến dự. Vì vậy mình chỉ có dự trù ba bàn đặc biệt, chị chuẩn bị năm bàn để phòng có thêm trường hợp đột xuất, nếu không có khách mình gởi biếu thức ăn chay đến ông bà nhạc của anh Trung, ông bà Khoa Trưởng Đại học Y Khoa Cần Thơ và chú thím Tín. Em còn thấy, nồi bí rợ hầm dừa, người ta còn cho thêm nguyên trái chuối lá xiêm và cái gì như cọng suông mà ăn rất dai.

Em nghĩ chỉ một món bí hầm dừa khách quý cũng thưởng thức tạm đủ bữa, em gợi ý với chị Hai mà em không dám múa rìu qua mắt thợ, sếp cút của dòng họ mình. Chị cám ơn cậu út gợi ý rất hay, em gọi Caroline đến nói chị thợ nấu phải có sư phụ góp ý nữa đó. Hiếu thông dịch cho Caroline nghe, nàng mở to mắt nhìn Hiếu và nói với chị hai, em phục chồng em quá chừng cái gì anh cũng biết.

- Chị hai có biết không, anh Hiếu tài lắm, chúng em mới lấy nhau mà anh Hiếu đã tặng em cái bầu rồi mà đa số sản phụ chỉ sanh một bé mà anh Hiếu quá tài giỏi đã giúp em sản sinh lần đầu này đến hai bé.

Theo lời bác sĩ Lệ Thuỷ mà hai bé có thể là con trai, em nghĩ sẽ giống tánh anh Hiếu thì hết sẩy có phải vậy không chị hai? Mai Hạnh nói:

- Bác sĩ Lệ Thuỷ cũng có nói với chị như vậy và nhắc em về Áo phải đi khám phụ khoa liền để có thì giờ chuẩn bị nếu sanh hai bé thì lại cực thêm cho em đó. Caroline nói:

- Em mới nghe bác sĩ Lệ Thuỷ tiên đoán, chưa chắc vì cái thai còn quá nhỏ phải đợi từ hai tháng trở lên mới nhìn thấy thật rõ ràng. Em dự trù, em sanh trước mùa hè, chừng một tháng hay trước đó em thật cứng cáp cũng là lúc anh Hiếu nghỉ hè. Anh bay qua Áo đón mẹ con em về Việt Nam có mẹ, chị hai giúp thì em sanh hai sanh ba cũng đều tốt, con trai là phải giống anh Hiếu chắc ba má em vui thích lắm. Vợ chồng em được ba má thưởng thêm một trăm ngàn để nuôi con. Em cũng tin chắc bà nội và cô hai các cháu cũng vui lắm phải không chị hai?

- Em nói đúng quá, mẹ sẽ thương em nhiều nữa vì em mang cho bà cháu nội không những một cháu mà có cả cặp. Còn chị không có con, coi con của em mình như con ruột của chị, chị sẽ móc hết hồ bao tiếp giúp hai em nuôi hai con. Caroline nghe Hiếu thông dịch lại vội chạy tới ôm hôn chị Hai. Hiếu nói còn tác giả của hai đứa bé đứng sờ sờ đây mà mẹ chúng làm ngơ không hôn gì hết.

- Caroline đáp liền, chị Hai thấy chưa, anh Hiếu nhỏng nhẻo với em đó. Caroline rặn được tiếng nhỏng nhẻo nghe dễ thương làm sao!

- Em Caroline học nói hai tiếng nhỏng nhẻo với ai vậy, chị hai hỏi:

- Em học với anh chồng hay nhỏng nhẻo với em nên em mới có con sớm đó. Chị Hai tươi cười. Ba chị em đang vui cười hai xe của Trung và Bernard cũng vừa chạy tới có cả cha mẹ nên mọi người đổ xô ra tiếp đón.

Vào nhà chào Mẹ của Mai Hạnh xong hai ông bà đều nói xin qua thắp một nén nhang cho anh Cường, thấy cách bày bàn đãi bà con lối xóm, ông nhạc của Trung vội khen, ai phụ trách khâu này thấy rất hài hoà mà các quày chuối treo như mời mọc thu hút thực khách. Trung vội thưa với bố:

- Chú út nhà con, chồng của Caroline.

Đúng mười một giờ rưỡi đã có đủ người ngồi đầy mười bốn bàn, Hiếu nói với mọi người:

- Bà con đến dự đông đủ như thế này, chị Hai của tôi và cả gia đình chúng tôi rất hân hạnh đón tiếp quý bà con, bữa cơm chay hôm nay. Chúng tôi mang thức ăn để trên bàn và cơm trong chão đụng, quý vị muốn dùng bao nhiêu tuỳ thích. Bên cạnh có nước đá lạnh, có sẵn ly uống xong cho vào thùng rác, còn món tráng miệng có ba loại chuối treo trên quày tuỳ quý bà con chọn. Chúng tôi xin quý bà con, tất cả vỏ chuối, ly giấy và rác quý vị bỏ vô thùng rác. Còn thức ăn nào hết mà quý vị muốn cho cả bàn ăn thêm, cử đại diện mang vô khu nhà bếp ngoài trời cạnh bên có người giúp thêm cho quý vị. Chúng tôi xin thưa đợt đầu quý vị ăn xong xin nhường bàn ghế cho quý vị đến sau tiếp tục thưởng thức các món chay gia đình chúng tôi xin phục vụ tiếp. Hiếu vừa dứt lời, mỗi bàn có hai người mang thức ăn và một tô cơm lớn đến và có cả chén đũa muỗng.

Mọi người đang xì xụp ăn, có bốn chiếc xe vừa chạy tới: xe ông bà Bí Thư, xe của ông bà Chủ Tịch Uỷ Ban Nhân Dân Tỉnh, xe của ông bà Tổng Lãnh Sự Áo và một xe của các giới chức tỉnh. Mọi người vào thắp nhang xong, ra nhà ngang ngồi vào bàn và chứng kiến cảnh náo nhiệt bà con trong xã ấp đến thụ trai tại nhà chị Mai Hạnh nhân dịp cúng thất đầu tiên. Ông bà Tổng Lãnh Sự Áo, ông bà Bí Thư, ông bà Chủ Tịch tỉnh, ông bà Phó Bí Thư Cần Thơ và ông bà nhạc của Hiếu cũng bước ra ngoài xem cảnh bà con ngồi ghế có bàn tròn mười người một bàn vui vẻ ăn uống thoải mái, hết món ăn xuống nhà bếp lấy thêm. Ông Bí Thư nói:

- Trong đời ông cũng mới thấy lần đầu tiên tại một tư gia mà dám tổ chức hàng mấy trăm người đến ngồi ăn một cách vui vẻ thoải mái. Ông Bí Thư tuyên bố ông làm giấy khen của Ban Bí Thư tặng cho gia đình anh Cường và ông Chủ Tịch tỉnh cũng nói như vậy. Ông bà Tổng Lãnh Sự Áo cũng gởi biếu chị Mai Hạnh hai chục ngàn Mỹ kim để có thêm tài chánh làm việc thiện rất đáng ngưỡng mộ. Và Toà Tổng Lãnh Sự Áo cũng gởi giấy tuyên dương một gia đình người Việt làm việc thiện vô cùng xuất sắc. Ông Bí Thư hướng dẫn mọi người đi một vòng quan sát các bếp lộ thiên và chỗ trưng bày các quày chuối, nơi có bốn thùng nước đá lạnh.

Khách quý trở lại bàn ăn, trong lúc đó mười bốn bàn ăn đợt đầu cũng ăn vừa xong, có người tình nguyện ở lại rữa giúp chén đũa để chuẩn bị đãi ăn đợt hai. Hai đệ tử của cậu Út lo sắp xếp lại ghế và làm vệ sinh tại các bàn và ngay cả dưới đất xong. Hiếu mời bà con vào thụ trai đợt hai vào bàn. Hiếu giao lại đệ tử và ba bốn em lối xóm cũng đến giúp bưng thức ăn và cơm ra bàn, đợt này cũng đầy mười bốn bàn, còn thừa mấy người, các em lấy thêm ghế mời bà con vào ngồi ăn luôn.

Xong việc ở ngoài, Hiếu vào trong nhà ngang, quan khách uống xong nước dừa, Hiếu nhờ các em dọn sạch và chuẩn bị mang thức ăn ra bốn bàn. Hiếu hôm nay làm MC và có Bernard thông dịch tiếng Áo, đại khái giới thiệu quan khách và nói ý nghĩa lễ cúng thất đầu tiên, đồng thời Hiếu giới thiệu chị Hai mình là bà quả phụ của anh Ba Cường có tâm tư của anh chị muốn tiến hành công tác xã hội thiện nguyện.

Mai Hạnh rất chững chạc trình bày ý nguyện của chồng và của Mai Hạnh về việc xây một trạm Y Tế, một nhà bảo sanh tại ấp này để giúp bà con nghèo cần chăm sóc y tế và có chỗ cho sản phụ có nơi sanh đẻ những trường hợp thông thường. Tiền xây cất do Mai Hạnh cung cấp, việc quản lý do xã ấp trách nhiệm. Còn những thuốc thông thường chị xuất tiền mua trước cũng như những vật dụng cho y tế và cho hộ sinh. Hàng tuần chị nhờ các em của chị từ bệnh viện Cần Thơ và Sóc Trăng thay nhau về khám bệnh phát thuốc đều miễn phí. Nếu ở bệnh xá không có, bác sĩ kê toa cho bệnh nhân mua ở các nhà thuốc. Nếu bệnh nhân quá nghèo chị cũng sẵn sàng đài thọ tiền mua thuốc và nếu bịnh nặng trạm y tế sẽ mướn xe lam chuyển bệnh nhân đến bệnh viện... Bernard thông dịch bằng tiếng Áo, ông bà Tổng Lãnh Sự và gia đình Caroline, Josephine vỗ tay hoan nghênh. Ông Bí Thư tỉnh đứng lên nói:

- Chị Cường làm cho chúng tôi từ bất ngờ này đến bất ngờ khác, chúng tôi rất trân trọng ngưỡng mộ. Đây cũng là lần đầu tiên, chúng tôi biết một người dân thường có tấm lòng bác ái cao đẹp như chị Cường. Tôi sẽ bàn bạc với đồng chí Chủ Tịch Tỉnh hiện có mặt ở đây tìm một thửa đất cất được nhà bảo sanh và trạm y tế làm kiểu mẫu cho cả tỉnh mà chúng tôi gọi khu liên hợp y tế bảo sanh này khu liên hợp Dân - Chính phục vụ nhân dân. Hơn nữa khu đất này phải gần nhà chị để tiện cho chị tới lui quán xuyến giúp đỡ. Để cho chị bớt gánh nặng, chánh quyền xây cất trạm y tế và nhà hộ sinh còn chị chỉ giúp cung cấp thuốc và chị vận động các em chị là bác sĩ về khám bịnh hàng tuần giúp bà con. Cả bốn bàn đều vỗ tay tán thành. Ông Bí Thư xoay qua nói tiếng Pháp về những gì ông vừa nói bằng tiếng Việt. Ông bà Tổng Lãnh Sự và cô con gái hứa sẽ hỗ trợ về mua thuốc giúp dân và Ba của Caroline cũng nói, chúng tôi cũng sẽ về thăm thường xuyên Sóc Trăng vì chúng tôi có dâu và rễ là người Sóc Trăng, hợp tác với chị Mai Hạnh hỗ trợ hết mình. Ông Chủ Tịch Uỷ Ban Nhân Dân Tỉnh nói:

- Chúng tôi rất hân hạnh đón tiếp ông bà chiếu cố đến tỉnh nhà chúng tôi, chúng tôi hứa sẽ cố gắng hoàn thành công tác xã hội cao đẹp mà chị quả phụ ba Cường đã đề ra, Bernard thông dịch lại bằng tiếng Áo.

Mọi người đều vui cười vì không ngờ ngày hôm nay, chỉ tưởng có đến dự lễ cúng thất đầu tiên của anh Ba Cường mà lại có công tác xã hội cực kỳ ý nghĩa vì các thôn ấp còn thiếu nhiều về chăm sóc sức khoẻ và có chỗ sanh đẻ thông thường không phải những ca sanh khó mới cần đưa đến bệnh viện. Ai cũng cảm thấy hả dạ phấn khởi. Kể như mọi chuyện đã diễn tiến tốt đẹp.

Các cháu mang ra chén tô và bưng ra món ăn đầu tiên là bí hầm dừa nóng hổi, khói bóc lên và mỗi bàn cũng có một tô cơm, loại gạo ngon nhứt của tỉnh nhà cũng đang còn bóc khói. MC Hiếu nói món ăn này cần ăn nóng mới ngon xin mời quan khách bắt đầu thưởng thức món bí hầm dừa trước. Vợ chồng Trung, vợ chồng Bernard, Caroline Josephine, Thu Mai lăn xăn múc canh bí rợ ra tô, mỗi tô có nửa trái chuối, một miếng bí rợ, vài thứ linh tinh khác trong nồi canh bí, xới một ít cơm vào chén, mời mọi người cầm đũa.

Ai cũng muốn thử húp một muỗng nước canh bí rợ xem sao, mọi người cùng nói món canh bí rợ chay này ngon quá, đáng khen đầu bếp làm món ăn này gọi món ăn nhớ đời đó.

Josephine đến giúp ba mẹ chang nước bí vào cơm lua một miếng thử xem có khoái khẩu không, hai ông bà gật đầu khen ngon. Ba má của Caroline cũng do con gái múc nước bí cho vào chén cơm và ăn thử thấy ngon lạ lùng. Ông bà Bí Thư, ông bà Chủ Tịch, ông bà Phó Bí Thư Cần Thơ có vợ chồng Trung giúp qúy bà, Bernard cũng gíup Bố Bí Thư và bà xã giúp phu nhân Bí Thư múc nước canh vào chén, chang nước canh bí vào cơm ăn thử. Tất cả mọi người đều khen ngon tuyệt vời, chỉ một món ăn này cũng đủ no.

Một cái vèo cả một tô lớn canh bí hết sạch, các em phục vụ mang tô vào múc tiếp thêm nửa tô nữa và mang ra bốn món ăn chay khác, món nào cũng nóng cũng ngon. Ông bà Bí Thư nói chúng tôi. cũng từng đi chùa và có thụ trai, nhưng chưa có lần nào ăn cơm chay quá ngon như lần này, ngon hơn ăn nhà hàng sang trọng. Ai cũng nức nở khen làm cho Caroline nở phồng lỗ mũi hưởng sái của chị chồng mình. Caroline dõng dạc nói:

- Chị chồng Mai Hạnh của chúng tôi làm món ăn chay hay món ăn mặn đều ngon hết sẩy mà chị chẳng có học cách nấu bao giờ, cứ theo bản tính tự nhiên chị chế biến, nêm nếm sao món ăn nào cũng đều ngon hấp dẫn, các em của chị vô cùng bái phục và tôn chị lên làm sư mẫu trong nghệ thuật nấu ăn.

Nếu quý vị thấy các món ăn đều ngon xin cho chị chồng tôi một tràng pháo tay. Cả bốn bàn vỗ tay vang rần. Tôi cũng xin nói thêm vì tôi mê chị Hai nấu ăn sao ngon quá nên tôi mê luôn em của chị làm chồng của tôi. Cả bốn bàn đều cười thoải mái, nói Caroline vừa khen chị chồng vừa giới thiệu chồng luôn thật dí dỏm. Mẹ của Caroline cũng góp lời và Bernard thông dịch lại tiếng Việt, bà nói:

- Con gái tôi mê chị chồng nên nó lấy em ruột của chị chồng, thằng con trai của chúng tôi cũng mê chị hai nấu ăn nên cũng lấy cô em ruột của chị, tha hồ mà ăn ngon. Còn vợ chồng tôi cũng mê mệt hai con nên cũng chọn Sóc Trăng là nơi chúng tôi sẽ đến cư trú. Chính quyền tỉnh Sóc Trăng có chấp nhận cho tôi xin nhập hộ khẩu Sóc Trăng? Mọi người vỗ tay vui cười và đồng thanh nói xin chấp nhận. Ông Chủ Tịch Tỉnh vội đứng lên nói:

- Nhân danh chánh quyền tỉnh Sóc Trăng, tôi rất hân hạnh ký giấy chấp thuận cho ông bà nhập hộ khẩu của Sóc Trăng ngay ngày hôm nay. Mọi người hoan nghênh ông Chủ Tịch quá sốt sắng. Ăn cơm chay vừa xong, các em phục vụ mang bốn bình trà nóng và mang ra bánh mè láu và một dĩa chuối cao ăn tráng miệng và uống nước trà trước khi ra về. Bữa cơm chay cũng kết thúc lúc hai giờ trong sự hân hoan của mọi người. Hiếu đề nghị:

- Cả gia đình mình ăn chay một bữa ăn trưa lại đúng ngọ nữa, chắc Phật ở trên Niết Bàn cũng có ghi vào sổ sách rồi. Nay mình ngã mặn chắc Phật cũng châm chước vì bụng đã chứa thức ăn chay trước, sau có cá thịt là các thức ăn ô trược cũng chỉ đến sau chắc cõi trên cũng chấp nhận. Minh Tâm nói:

- Chú Út rào đón coi bộ kỹ quá, lý sự cùn, chú sợ vợ đói chứ gì muốn ngã mặn, chú cứ nói đại là em muốn ăn mặn thì chúng ta tiến hành ngay. Chị xin phép ba má chị để anh Trung đưa ba má chị đi viếng các chùa lớn của người Miên chừng hai tiếng hay nghỉ trưa ở đây và ăn xong chừng năm sáu giờ anh chị cùng Ba Má về Cần Thơ cũng được. Chị hai góp ý:

- Ở nhà có sẵn gà vịt, mình làm một con vịt nấu chao và luộc một con gà xé phay và món mặn còn một nồi thịt kho trứng cũng đủ ăn cho hơn mười người hiện tại. Nếu không ăn cơm chiều cũng không được vì ăn chay mau đói, gia đình mợ Ba về Cần Thơ lại phải lo cơm nước cho hai bác hay phải ra tiệm ăn. Thay vì mình ăn no ở đây về đến Cần Thơ khỏi sợ đói. Chị nói như vậy có đúng không mợ ba. Minh Tâm nói:

- Chị Hai nói đúng quá, Minh Tâm qua nhà anh chị Hai hỏi ý kiến Ba Má, hai ông bà nói Ba Má ở đây nói chuyện đời với chị sui, các con cháu lo làm gà vịt ngay bây giờ là vừa. Minh Tâm trở qua tường trình cho mọi người biết là ba má Minh Tâm nói tạm nghỉ trưa ở đây, chờ các đầu bếp nấu ăn bữa cơm chiều xong mới về Cần Thơ. Thế là cậu Út bảo hai đệ tử nhóm lửa đun nước sôi lo nhổ lông gà vịt, hai cháu lựa con nào lớn nhứt thì bắt cắt cổ. Cậu chạy ra chợ mua bắp chuối hay bắp cải về trộn gỏi. Trong lúc chờ đợi nước sôi, Trung gọi hai cháu phụ với Cậu Ba. hạ bốn tấm bạt xuống, xếp lại cho vào kho, thu dọn sạch cây thành đóng để đó, ngày mai Cậu Út rảnh sẽ nhờ bạn cậu giúp và hai cháu nữa, không có đi học thêm thì tiếp với Cậu Út làm cho xong mọi thứ. Nghe lời cậu ba, hai cháu làm nhanh vừa xong là nồi nước đã sôi, một đứa bắt gà và một đứa bắt vịt đem ra khỏi chuồng cắt cổ lấy tiết. Gà nhún vô nước sôi trước lấy ra, thằng em lo nhổ lông, thằng anh cho thêm một chút nước và cho thêm nửa muỗng cà phê xà phòng bột giúp nhổ lông vịt nhanh hơn, đúng lời sư phụ cậu Út nó chỉ dẫn cũng như bảo hai đứa khi nhổ lông gà lông vịt cũng nên bắt ghế ngồi nhổ lông không ngồi chồm hổm rất mỏi chân, mõi lưng.

Cậu Út đi chợ về thấy bốn tấm bạt đã dẹp hết và chung quanh chỗ che bạt thu dọn sạch sẽ, cậu út khen hai cháu có sáng kiến làm tốt. Cháu nhỏ nhanh miệng , nhờ có Cậu Ba giúp và chỉ bảo hai cháu mới biết làm. Cậu Út nói: à ra thế.

Cậu út nhờ cháu Thu Mai rửa sạch bắp chuối vì chỉ còn có một cái, nên cậu út mua thêm một bắp cải, mình làm hai thứ gỏi mới đủ ăn. Thu Mai giúp xắt bắp cải và bắp chuối để riêng ra.

Chiều bốn cậu cháu mình làm bếp để cho mấy cô đã lo nấu ăn buổi sáng mệt nhọc, nghỉ xả hơi, cậu luộc vịt gà chung một nồi lấy nước ngọt để nấu cháo.

Vịt cậu chặt từng miếng nhỏ, còn gà cậu xé tay, cháu Thu Mai trộn hai thứ gõi, mình cũng dùng nước mắm gừng.

Hôm nay, cháu Thu Mai trổ tài coi xem, chắc ăn đứt vợ cậu rồi, cậu đang tập huấn cho cô ta mà coi bộ tay cô ta còn vụng về lắm. Một chút cậu bảo vợ cậu đến xem cháu xắt gừng, xắt bắp chuối còn xắt bắp cải là dễ nhứt cháu nhờ cô ta xắt thử coi có bị đứt tay không? Thu Mai cười và nói cậu út đúng là sư phụ của hai em cũng là sư phụ của cháu nữa, cái gì cậu cũng có thể chỉ dẫn cho người khác dễ hiểu mới đáng nể cậu út.

Lần này hai đệ tử của cậu Út nhổ lông gà, vịt nhanh hơn trước rất nhiều. Cậu Út nói, bây giờ hai cháu lấy một cái chạng cho vững chắc, rửa sạch lấy hai cái thớt lớn để lên chạng và hai cháu lựa hai con dao sắc bén mổ gà vịt, mổ xong lấy lòng ra để một bên, chỉ còn hai thân gà vịt rửa lại cho sạch trong bụng gà vịt, để cho ráo nước rồi đem vào bếp đưa cậu luộc trước.

Hai cháu lấy gan cật cho vào tô, rồi lấy trái cật mổ ra cạo bỏ thức ăn còn đọng lại và dùng mũi dao nạy cái màn màu vàng vứt bỏ vì nó dơ và cứng ăn không được. Bây giờ chỉ còn ruột mình cắt ra từng khúc ngắn chỗ ruột non, bỏ ruột già màu sẫm vì trong đó cho nhiều chất dơ, phân gà chưa tống ra ngoài, các khúc ruột non dùng chiếc đũa lộn ruột từ trong ra ngoài bỏ chất nhờn, hai cháu rửa ruột với nước muối cho sạch và rửa lại gan mề, cật sạch và cho thêm ruột vào tô đem vô, cậu cũng cho vào nồi luộc. Thế là cái khâu làm gà vịt đã hoàn tất rồi.

Hai cháu rửa tay cho sạch rồi lựa hai cái bàn đẹp xếp trong nhà ngang, gần phía bên nhà Cậu Hai và lấy hai mươi cái ghế nệm xếp theo hai cái bàn và có trải tấm mặt bàn cho thêm sạch đẹp. Hai cháu mang chén đũa muỗng và ly ra cho mỗi chỗ ngồi. Tới đây hai đệ tử kể như xong công tác. Nhưng, hai cháu nên quan sát chị các cháu xắt gừng, xắt bắp chuối, xắt bắp cải, ớt, rau răm... Khi gà vịt chín hai cháu và vợ cậu xem coi cậu chặt thịt vịt vì xương vịt cứng mình dùng dao to nặng và thật sắc bén chặt một nhát dao là phải đứt ra miếng thịt vịt, trông miếng thịt vịt mới ngon mới thu hút thực khách, còn dao lụt chặt đi chặt lại hai ba nhát dao làm cho miếng thịt sần sùi trông không bắt mắt ăn kém ngon.

Thật ra cậu chỉ xem mấy người Hoa chuyên nghiệp họ chặt thịt vịt nhanh như chớp và trông miếng thịt thấy phát thèm. Cậu thử trổ tài coi tổ có đãi cho cậu cái khâu chặt thịt vịt?.

Cậu lấy một chiếc đũa xom vào thân gà vịt coi chín chưa khi thịt không còn máu. Nếu để chín quá thịt sẽ teo bớt lại, ăn lại dai không ngon bằng vịt gà mới chín mà nhiều khi trong xương còn đọng một chút màu máu mà thịt thì đã chín không có còn đọng máu. Đó là nghệ thuật luộc gà vịt. Cậu chỉ nghe lý thuyết mà nay cậu thực hành, lần tới có làm gà vịt cậu để hai cháu tập chặt thịt gà vịt. Phụ nữ tay yếu không chặt mạnh như đàn ông nên ra một miếng thịt thường phải chặt hai ba nhát dao, đàn ông chỉ chặt một nhát thôi, đó là bí quyết làm cho miếng thịt thêm hấp dẫn. Hai cháu vào tủ chén lấy hai cái dĩa lớn, lau sạch để gần chỗ chặt thịt và coi cậu xếp thịt chặt rồi phải đẹp mắt mới thu hút làm cho thực khách vừa trông thấy là đã ứa nước bọt trong miệng rồi.

Bây giờ cậu vào gọi mợ ra xem sư phụ học lóm thực hành cách chặt thịt vịt coi có bằng mấy chú chệt chặt không? Má Minh Tâm , Má Trung, chị hai, chị Ngọc Mai, cháu Thu Mai nghe cậu út giảng cho hai đệ tử chân truyền cách chặt thịt cũng ra xem cho vui. Cậu Út mài lại con dao thật sắc bén rữa thật sạch cùng với tấm thớt tổ chảng cũng rữa sạch lau cho thật khô, hai con gà vịt đều nguội chặt được rồi. Trước tiên, cậu út chặt bỏ các cái móng vịt, chặt hai cái cánh và chặt cánh ngắn lại thành hai phần, chặt cái đầu cái cổ cũng cho vừa cho một miếng gắp. Bây giờ con vịt chỉ còn thân, cậu út sửa cho thân vịt nằm phơi bụng, cậu chặt một cái bụp thân vịt tách làm đôi, lấy một nửa cho vào dĩa, trên thớt chỉ còn nửa con. Cậu út chặt làm hai và chặt làm tư rồi cậu xoay miếng thịt lại chặt nhanh bụp bụp cho vừa miếng ăn, cậu dùng cái dao xúc hết một lần các miếng thịt chặt ra cho lên dĩa thành vòng tròn, nửa con vịt đủ một dĩa, trải lên một lớp hành xắt từng lát. Ở trung tâm dĩa để cánh, đầu, cổ, gan mề, ruột vịt, trên rắc thêm đậu phộng rang đâm nhuyễn và rau răm để nguyên lá trải lên và trên cùng một có một trái ớt đỏ loại trái lớn cắt thành hoa thị cắm lên giữa dĩa và xung quanh lại có nhiều ớt đỏ, loại ớt cay xắt nhỏ rải lên trên rau răm.

Mọi người vỗ tay khen sếp cút chỉ học lóm mà trình bày một dĩa thịt vịt thật hấp dẫn thu hút thực khách nào có màu đỏ của ớt, màu xanh của rau răm, màu vàng của đậu phộng rang, màu trắng tím của củ hành và màu của thịt vịt tạo thành một món ăn có đủ ngũ sắc kích thích sự thèm thuồng của thực khách. Còn gà xé phay trộn với bắp cải, bắp chuối để riêng. Thịt gà cậu út xé bằng tay, còn lại xương, chân gà, cậu cho vào nồi cháo cho thêm ngọt, cách trình bày dĩa gõi khá đơn gỉan hơn dĩa thịt vịt cũng có đậu phộng rang, rau răm xắt nhỏ, ớt chín đỏ xắt nhỏ và củ hành lại phải ngâm dấm trước trộn chung với gõi chỉ có đậu phộng rau răm và ớt đỏ trải trên cùng dĩa gõi. Các thức ăn gà vịt đều làm xong trước bốn giờ rưỡi, còn hăm nóng lại nồi thịt kho và có thêm dĩa rau, dưa cải, giá chua ăn với thịt kho và một tô cháo gà tổ chảng để giữa bàn. Trung vào mời Ba Mẹ ra dùng bữa ăn chiều, Minh Tâm mời mẹ chồng và mọi người vào bàn ăn, bác trai và Hiếu cũng nhậu bia, còn Trung chỉ uống chút ít vì phải lái xe đường xa.

Ngồi vào bàn, bác trai nói hôm nay chú út Hiếu trổ tài luộc gà vịt cũng như chặt vịt xé gà như là một đầu bếp chuyên nghiệp, nhưng thật ra út Hiếu mới biểu diễn lần đầu tiên như chị hai Hiếu nói. Bác có lời khen, Hiếu chỉ thấy người chặt thịt vịt cũng bắt chước chặt và cũng khéo tay sắp xếp trưng bày dĩa thịt vịt vô cùng bắt mắt hấp dẫn, bác hỏi vợ của cháu Hiếu, Caroline có ý kiến gì không? Caroline nghe Hiếu thông dịch, vội đứng lên:

- Thưa bác, con cám ơn bác có lời khen chồng con chỉ trong cách luộc vịt và chặt thịt từng miếng bày biện đẹp mắt. Con ở gần anh Hiếu cả mấy tháng nay, con thấy cái gì anh cũng hoàn thành xuất sắc. Ba má con treo giải thưởng giữa anh Bernard và con, đứa nào sản sinh con trước Ba Má sẽ tưởng thưởng một trăm ngàn đô, mới có mấy tháng anh Hiếu tặng con hai hoàng tử, con xin bái phục.

Ba Má con muốn chúng con phải sanh nhiều con, nếu sanh được một chục có đầu càng tốt để thành lập đội bóng đá mà ông ngoại làm trọng tài kể cả nhà dìu dắt. Chồng con không nói gì hết, anh thật nhu mì, coi bộ lù khù vác lu mà chạy nên anh âm thầm đánh nhanh đánh mạnh, cứ đánh xáp lá cà chiếm mục tiêu. Vì vậy, chúng con sẽ có con trước anh chị Bernard, không những một đứa mà lại hai đứa mới ngon, chắc vợ chồng con sẽ được thưởng gấp đôi hai trăm ngàn. Lúc đó chúng con ở Cần Thơ gần bác, chúng con mời bác đến nhà chúng con xem mấy cháu đá banh cũng vui lắm. Cả nhà cùng cười vui, bác gái cũng xen vào:

- Caroline lại xuất sắc, chồng giỏi vợ xuất sắc chắc như bắp chuyện sanh con một chục có đầu cũng không khó lắm phải không cháu Hiếu?

- Dạ thưa bác, trời cho bao nhiêu con, chúng con đều hoan hỉ đón nhận. Caroline nói cô là cái máy đẻ, cháu là tài công nếu cháu có tài sức thì điều khiển cái máy của Caroline chắc cũng không khó.

Một bữa cơm chiều rất vui, sáng ăn chay chiều ngã mặn lại bàn chuyện ăn mặn có nhiều con, nghe thấy cũng có lý.

Cũng gần sáu giờ, từ Sóc Trăng lái xe về Cần Thơ cũng mất hai tiếng, Trung dự trù tám giờ sẽ về đến nhà. Cháu Thu Mai đến chào bà, mợ Hai, Mẹ, cậu mợ Hiếu và hai em, theo xe cậu Trung đi về Cần Thơ. Thu Mai siêng học, công việc nội trợ giỏi, tánh tình hiền hoà và rất có lễ phép, ông bà Phó Bí Thư hết lòng thương yêu xem như là con của ông bà.

Ông nhắc kỳ thi tới nộp đơn thi vô trường đại học Y, cố gắng đạt đủ điểm chuẩn, còn chuyện lý lịch ông hứa sẽ giải quyết được. Nếu không vào học được trường Y thì vẫn theo học đại học sư phạm, một cách tự nhiên. Về ăn ở tiền tiêu vặt ông bà lo hết chỉ với điều kiện là học phải siêng phải giỏi mới làm cuộc cách mạng đổi đời cho bản thân và gia đình mình. Thu Mai được hai ông bà thương, cậu mợ Trung quý mến. Mợ Trung cho Thu Mai chiếc xe gắn máy Honda của mợ để Thu Mai đi học, đi chợ mua thức ăn.

Hồi còn ở Núi Sam, quá nghèo khổ đi đâu cũng chỉ biết đi bộ, đi xe lam, không có đủ tiền mua xe đạp làm gì mua được xe gắn máy. Nay Thu Mai có xe gắn máy, Mợ Tâm cho tiền mua quần áo mới và cho Thu Mai nhiều thứ đồ dùng của phụ nữ nay mợ thay đồ mới. Thu Mai xem cái nào không cần dùng mang về cho Mẹ.

Sáng hôm sau, vợ chồng Hiếu, chạy ra chợ mua bánh bao, bánh cuống chả lụa trước khi đến nhà mẹ sớm cùng ăn sáng với mẹ với chị hai và chị Ngọc Mai còn hai đệ tử đi học thêm Anh văn. Ăn sáng xong, Hiếu thay quần xà lỏn, mặc áo thung chất lại các cây làm lều sát vào vách nhà kho, trên mặt đất có lót hai cây ngang tránh các cây chạm đất dễ mục để dành sử dụng dịp khác. Hiếu cũng dùng một tấm bạt che nắng mưa và chừa một chỗ cất giữ tạm các dụng cụ làm vườn.

Trong nhà kho, nay cất giữ tất cả nồi niêu soong chão chén dĩa và đồ dùng nhà bếp chật kín. Còn bàn ghế Hiếu cũng chất lại gọn gàng và lấy một tấm bạt che lại, dự trù mướn người lối xóm nới rộng nhà kho rộng ra có chỗ cất giữ bàn ghế. Hiếu nói với chị Hai, vài ngày nữa em chạy qua mướn người làm:

- Bây giờ em đi tắm thay quần áo xong, em mời Mẹ, chị, ông bà nhạc của em đi ăn trưa.

Gia đình Caroline còn hơn một tuần nữa sẽ về Áo nên em muốn cho ông bà nhạc và Caroline luôn vui vẻ khi ở gần gia đình mình. Mẹ và chị Hai vui vẻ nhận lời, bảo vợ chồng Hiếu đợi, vào phòng thay quần áo. Mai Hạnh nói với Ngọc Mai:

- Còn mấy phần bánh cuống chả lụa, trưa nay cho hai cháu ăn cũng đủ no, chiều mình mới nấu cơm, hâm lại các món còn thừa cũng tạm đủ. Ngày mai hai chị em mình đi chợ Bố Thảo mua thức ăn. Mai Hạnh nói trưa nay:

- Vợ chồng Hiếu mời Mẹ và Hạnh đi ăn trưa, dặn dò Ngọc Mai xong, Mai Hạnh ra xe, em đang chờ.

Lái xe về nhà anh Bernard, rước ba má cùng đi, trưa nay, mình ăn điểm sấm, Hiếu nói. Vợ chồng Hiếu dẫn Mẹ và chị Hai vào nhà vợ chồng Bernard, đi một vòng sân sau xem cây cảnh, trong lúc đợi hai ông bà nhạc thay đồ.

Xe chạy đến nhà hàng quen thuộc mới hơn mười một giờ, khách chưa đông. Hiếu nói chị Hai và Mẹ hồm rày cực quá, vợ chồng em mời Mẹ và chị Hai, mình ăn từ từ ăn càng nhiều em càng mừng. Hiếu nói với ông bà nhạc:

- Món đầu tiên, mỗi người ăn một dĩa chân gà rút xương, món này Caroline thích phải không? Caroline gật đầu, ông bà nhạc cũng đồng ý. Hiếu nói với Caroline, mình ăn chân gà nên ăn thêm gừng, có chung trong dĩa sẽ làm cho món ăn thêm ngon, Ba Má và em Caroline thử xem. Bao nhiêu xe đẩy tới mời, Hiếu cũng chưa gọi vội để cho mọi người thấy các món ăn kích thích thêm sự thèm ăn.

Khi có món ruột chân gà rút xương đến, Hiếu bảo cho sáu dĩa và cho thêm một dĩa gừng và một dĩa củ hành chín để ăn kèm món này và các món khác cho thêm thơm miệng. Hiếu nói, khi nào ăn hết món chân gà, mới ăn tới món thứ hai thứ ba thứ tư mỗi thứ ba dĩa, trong đó có món lá xách hấp gừng. Đợi ăn gần hết cũng là lúc khách đến đông, Hiếu gọi thêm năm món nữa mỗi món hai dĩa, trước sau đủ mười món điểm sấm.

Hiếu nói với ông bà nhạc, ba má ăn chậm mới so sánh món nào mình thích nhứt, lần khác ba má ăn nữa để khi về Áo Ba Má nghĩ nhớ đến con cũng nhớ các món ăn này. Ba Má bay qua đây ở Sóc Trăng hay ở Cần Thơ, chúng con sẽ mời Ba Má ăn mỗi ngày cùng với các cháu ngoại cho vui tuổi già. Má Caroline, nghe con rể nói cũng rươm rướm nước mắt, về già mà sống đến ba quê, quê con gái, quê con trai và quê hương của đất nước Áo.

Caroline không còn muốn về Áo trong lúc này vì tình yêu với Hiếu mới bén nồng mấy tháng hè. Nay mang bầu về quê không có chồng cùng đi, Caroline thấy hụt hẫng, buồn chán làm sao!. Nếu ở lại với Hiếu thì chỉ làm trở ngại cho chuyện học hành của chồng. Chồng có quyết tâm sẽ cố gắng chăm chỉ học không mệt mỏi, học trước những bài học của ba năm cuối, có hy vọng được trường cho rút ngắn thời gian học lý thuyết, ra trường sớm. Thay vì học ba năm sẽ còn hai năm hay một năm rưỡi. Nếu các bài luận văn tốt nghiệp, là những luận án nhỏ đạt được thành quả khi dự thi có điểm ưu.

Bên cạnh đó, cũng phải hoàn thành đủ giờ thực tập bắt buộc tại các bịnh viện trong sáu năm học y khoa. Tất cả từ học lý thuyết, viết luận văn tốt nghiệp cho đến thực tập là phải có thời gian và tinh thần học tập phải tập trung cố gắng cao độ mới mong toại nguyện. Nếu vợ ở một bên mà là vợ mới tinh, chung sống khắn khít bên nhau thì làm sao có nhiều thì giờ học. Vì vậy cả hai phải quyết chí hy sinh đến mùa hè tới là cái móc thời gian, hai vợ chồng nhất trí, con đã sanh rồi, chuyện học và thi cũng phải thành công như ý. Đến lúc đó, vợ chồng tha hồ du dương chung sống gần gũi.

Một chân trời mới cũng đã ló dạng, chàng sẽ có học bổng sang Hoa Kỳ học chuyên khoa sẽ trở thành hiện thực và vợ cũng được dẫn con theo chồng, nàng cũng sẽ lấy được bằng tiến sĩ về bang giao quốc tế, tương lai tươi sáng đang chờ.

Cận đến ngày về quê, tâm thần Caroline thật sự bất an, Hiếu thấu hiểu điều đó, vợ chồng son mà vắng hơi ấm của nhau cả mười tháng không phải là một thời gian ngắn. Hiếu chịu đựng được vì học hành và thực tập bận rộn suốt ngày đêm. Còn vợ, Caroline rảnh rỗi, dưỡng thai, chờ ngày sanh, thời gian mười tháng như dài vô tận. Tội nghiệp cho một cô gái đã qua hai mươi ba cái xuân xanh chưa biết ăn trái cấm. Nay đã ăn và còn muốn ăn hàng ngày mới thoả thích, lại không được ăn mà phải xa nhau, thật trớ trêu.

Caroline có tánh tự cao tự đại vừa có sắc đẹp vừa học giỏi lại là con đại gia, nay phải chịu lép vế vì tình yêu bất chợt đến làm nàng ngất ngây ngụp lặn trong hạnh phúc tuyệt vời. Nàng phải tự tạo bản lãnh, có sức chịu đựng dẻo dai mới mong thoát khỏi khổ đau nhất thời và gieo mầm cho tương lai rực rỡ cho cả hai người.

Theo lẽ ngày trở lại quê hương yêu quý của mình là ngày vui mà trái lại là ngày buồn khổ nhứt của Caroline, gương mặt luôn buồn hiu, sụt sùi, nước mắt hoen mi khi nàng nằm một mình hay ngồi thẩn thờ, nước mắt cứ tuông chảy.

Tánh tự cao tự đại của nàng nay đã vụt biến mất vào hư không chỉ vì Caroline tìm được một người yêu lý tưởng, một người chồng có đủ tiêu chuẩn cao đẹp mà nàng mơ ước, đáng trân quý.

Ngày từ Thủ đô Vienne, Áo bay đến Sài Gòn, ngoài ba mẹ, còn có người bạn thân thiết nhứt, Josephine, cùng đi với mình. Nay bạn cũng đã có chồng như mình mà nàng ở lại Sóc Trăng vì chồng nàng đã là bác sĩ y khoa. Caroline lấy chồng còn đang học Y khoa cũng phải vài năm nữa mới tốt nghiệp Y khoa bác sĩ và gần như chắc chắn có học bổng sang Hoa Kỳ học chuyên khoa về dạy lại tại trường Y mà nàng và con được ăn theo sang Mỹ. Nàng suy nghĩ và so sánh bạn với mình dù giống nhau nhiều trường hợp, nhưng có hoàn cảnh, lý do khác biệt. Mỗi một con người có hoàn cảnh khác nhau, không ai giống ai.

Buổi tiễn đưa Caroline và ba má về Áo, có chồng, đông đủ gia đình bên gia đình chồng, vợ chồng Bernard, vợ chồng Trai Josephine và có cả ông Tổng Lãnh Sự Áo cũng chạy ra tới phi trường tạo thành một đoàn xe ngành ngoại giao, có xe cảnh sát dẫn đường tránh bị ùn tắt giao thông vì là giờ cao điểm.

Hiếu trở về nhà ở Cần Thơ chỉ một mình cô đơn, thiếu vắng sự nồng nhiệt của người vợ làm chàng xúc động lại nhớ người yêu, người vợ tuyệt vời, đầu ấp tay gối luôn hoà hợp về chuyện chăn gối và tâm đồng ý hợp trên mọi lãnh vực. Để tránh cho vợ phải buồn lo nhiều, khóc và khóc bất cứ lúc nào sẽ ảnh hưởng đến thai nhi, theo lời mẹ vợ cho biết. Hiếu phải chịu khó lái xe từ Cần Thơ lên Sài Gòn "gặp" vợ mỗi sáng thứ bảy qua điện thoại viễn liên.

Để tránh phí phạm thời gian, Hiếu phải nhờ mẹ, chị hai lên Cần Thơ giúp Hiếu về khâu ăn uống , lo việc nhà cửa để Hiếu có thêm thì giờ làm việc cật lực, cấm cung không ra khỏi nhà suốt hai tháng, viết cho xong ba bài luận văn tốt nghiệp ba năm học cuối.

Mọi việc diễn tiến tốt đẹp, Hiếu gây một ấn tượng hiếu học, siêng năng với tài Y khoa thiên bẩm không ai sánh bằng tạo cho mình một tiếng vang trong giới y khoa trong nước và trên thế giới ở tuổi 21.

Biết rõ, chồng mình là một nhân tài tiềm ẩn trong ngành y học cũng làm cho Caroline, cha mẹ vợ và mọi người thân thêm tin yêu quý mến. Đó cũng là một niềm an ủi lớn, giúp vợ quên cảnh đơn côi của mình. Nhưng, đường tình có nhiều khúc khuỷu quanh co...

HẾT TẬP I

XIN MỜI ĐỌC TIẾP TẬP II

TẬP II

ĐƯỜNG TÌNH KHÚC KHUỶU

Thời gian qua mau, sau ba ngày trong ba tuần liên tiếp thảo luận về y học thành công vượt bực của Hiếu, vang dội khắp thế giới. Một nhà nghiên cứu y học Việt Nam quá trẻ mới có hai mươi mốt tuổi làm cho vợ, cha mẹ vợ, gia đình, bè bạn và trường Y Cần Thơ vô cùng hãnh diện...

Nhiều nhà báo quốc tế đã hết lòng ngưỡng mộ giới thiệu với các trường đại học nổi tiếng thế giới như Yale, Harvard cung cấp cho Hiếu những tài trợ quý báu nghiên cứu tiếp những công trình y khoa cần phải trải qua những thực nghiệm chính xác.

Với phương châm mình vì mọi người của một lương y như từ mẫu bị một mảng lưới tình giăng mắc chàng không thể khước từ, lương tâm của một thầy thuốc, không cho phép mình ích kỷ vì danh dự ngoảnh mặt làm ngơ để cho người bạn mình phải chết lần mòn trong đau khổ hối tiếc hay nàng tự tử không muốn sống vì cái phao cứu tử cuối cùng nhờ bạn giúp cho có con đã trôi dạt ra xa.

Ở vào ngõ bí, thế chẳng đặng đừng, một nhà khoa học đang vững bước lên đài danh vọng, lại bị hoen ố vào một con đường tình khúc khuỷu, gập ghềnh chông gai, bên bờ vực thẳm, tiến thối lưỡng nan rất khó xử. Nếu chàng mãi nhắm mắt buông xuôi ngụp lặn trong lưới tình sẽ mang tai tiếng thấp hèn phụ tình phản bội vợ. Lương tâm cắn rứt cũng vì tính nhân ái cứu người cứu bạn thoát cái chết trong gang tấc mà phải chuốc lấy sự vằn vặt khổ đau.

Quá nổi danh và ám ảnh sự mất nhân cách của một nhà khoa học lỗi lạc đang hoà quyện như mối tơ vò qua tập truyện thứ hai với con ĐƯỜNG TÌNH KHÚC KHUỶU. @

BẠT I

Ngôi Nhà Ma hay Ngôi Biệt Thự Ma trên đỉnh Núi Sam mà người ta đặt điều thêu dệt lại là nơi chất chứa đầy ắp tình yêu thương chân chính cao thượng, thật hiếm có trên thế gian này.

Đây quả thật là một Chuyện Tình bất hủ tuyệt vời. Tôi dựa vào một chuyện tình có thật của một nhà trí thức giàu sang, công tử của một đại gia quyền thế, sống ở tỉnh Châu Đốc.

Tôi có may mắn từng là giáo viên dạy học ở Núi Sam những năm 1954-1955 kể cả đầu năm 1956 lúc mới mười chín tuổi nên tôi biết, hiểu nhiều chuyện huyền bí, giật gân của vùng đất địa linh nhân kiệt này. Ngọn núi không cao lắm dưới ba trăm mét (284 mét – Google) so với mặt biển, từ xa nhìn thấy như một con Sam biển nằm trường dài trên giữa đại dương khi mùa nước nổi nhận chìm các ruộng lúa mênh mông bao quanh.

Điểm nổi bật của Núi Sam, quanh năm tươi xanh, có hàng ngàn lăng mộ am miếu chùa chiền bao quanh chân núi, lưng chừng núi và kể cả gần đỉnh núi.

Phụ huynh học sinh ở vùng Đá Chẹt (Núi Sam) và bà con xa với thầy giáo cho đất, giúp cất cho thầy giáo làng một ngôi nhà lá, được đắp nền cao, tránh nước mưa từ trên cao đổ xuống.

Khu vực này, có một hang dơi to rộng phía sau nhà thầy giáo, cách chừng trăm mét và dưới hang dơi có một khu đất cát khá rộng, có hàng trăm cây mai vàng lớn nhỏ mọc hoang mà vào dịp Tết Nguyên Đán, tôi có cơ may thưởng ngoạn sắc thắm tươi của mai vàng nở rộ như là cảnh thiên đàng trong sự tưởng tượng. Sau chừng năm năm, tôi có dịp trở lại thăm viếng cảnh cũ nhà xưa. Lúc bấy giờ, ngôi nhà xưa trở thành cái am của người chủ đất đang tu tập và vườn mai vàng tự nhiên, nay không còn một gốc vì thiên hạ đào bứng sạch làm của riêng hay đưa ra chợ bán nhân dịp Xuân về Tết đến.

Những buổi chiều, trời vừa tắt nắng, từng đợt từng đợt dơi bay ra khỏi hang gần cả giờ. Cảnh quang này vô cùng ngoạn mục, hùng vĩ, có hàng ngàn dơi bay rợp trời, che khuất ánh sáng của buổi chiều tà với những tiếng kêu chíu chít vang vang, âm thanh có một không hai làm cho lòng người thêm xao xuyến bâng khuâng, ngắm nhìn không chán mắt.

Tôi có nuôi một em học trò trai do mẹ gởi gắm, em đã vào tuổi mười lăm, mới học lớp ba do tôi dạy. Em học trò này còn rủ ren năm sáu đứa học cùng lớp với em, chạy bộ lên đỉnh núi Sam cùng với thầy giáo vào những ngày nghỉ lễ hay chúa nhựt. Khi thầy trò lên đến đỉnh núi, thường đến khuôn viên và gần hồ nước cạn của ngôi biệt thự của Bác sĩ Nu rất "hoành tráng" mà có nhà báo nói là ngôi biệt thự ma. Thầy trò chúng tôi thường ăn sáng tại đây với những củ khoai lang, khoai mì, bắp nấu hay xôi nếp mà các em học trò mang theo.

Vật đổi sao dời, tôi lưu lạc xa nhà xa tỉnh Châu Đốc, đi học lại và lập nghiệp xa quê hương yêu dấu Châu Đốc và Núi Sam tràn đầy kỷ niệm nên thơ thời thanh niên đầy nhựa sống của tôi. Sau cuộc đổi đời năm 1975, tôi lại có dịp đi học xa ở tận Sơn La, Yên Bái, Vĩnh Phú, Hàm Tân, những vùng rừng núi, thâm sơn cùng cốc đèo heo hút gió.

Có những lúc quạnh quẽ buồn hiu, tôi nhớ nhà nhớ quê hương da diếc, nhớ lại Châu Đốc quê hương mình cũng có núi rừng dù chỉ có Thất Sơn, không bằng núi rừng của vùng sơn cước miền Bắc trùng trùng điệp điệp.

Tôi còn nhớ lại Núi Sam huyền bí, một thời chôn chặt kỷ niệm nên thơ tuyệt vời của mình khi mới vào đời tự lập mưu sinh. Tự hứa với lòng, nếu còn sống, tôi phải về quê hương xứ mắm Châu Đốc của mình có năm non bảy núi và đặc biệt có Núi Sam linh thiêng huyền bí và ngôi biệt thự nghỉ mát xinh đẹp trên đỉnh Núi Sam, có một không hai ở khắp Nam Kỳ Lục Tỉnh năm xưa.

Sau mười năm học tập "thành tài", tôi về thăm lại quê hương và có lên thăm viếng lại cảnh cũ, ngôi biệt thự xưa của tư nhân trên đỉnh Núi Sam vẫn không có người ở. Nay, có nhiều "nhà báo nói láo ăn tiền" viết cái gọi là phóng sự điều tra mà viết sai sự thật, gọi ngôi biệt thự này là nhà ma hay ngôi biệt thự ma. Tên chủ nhân của ngôi biệt thự xinh đẹp, nhà báo như không biết gì hết, chỉ nói chủ nhân ngôi biệt thự này là một bác sĩ tên Nu, không biết họ, lại còn viết bừa, bác sĩ chủ nhân ngôi biệt thự là người Pháp. Thật sai quá quắt, chủ nhân của ngôi biệt thự là người địa phương, sanh trưởng tại Núi Sam. Ngôi nhà cổ của tổ tiên chủ nhân để lại vẫn còn, nay như là "phủ thờ"của dòng họ Trần, gần chợ Bến Đá, Núi Sam. Người ta viết gọi là điều tra mà không kiểm chứng vì gia tộc của bác sĩ Trần Văn Nu đang còn sống trong ngôi nhà cổ. Ngôi nhà này, có thể xây cất cùng thời gian với việc đào con kinh Vĩnh Tế, đến nay trên hai trăm năm. Các bài báo nói láo ăn tiền đó lại phổ biến nhan nhản trên Google, YouTube..., như ta đây biết tất tần tật ngôi biệt thự này mà còn tệ hại nói là ngôi biệt thự ma.

Nhưng, ở đây đang âm thầm nuôi dưỡng một mối tình bất hủ giữa một đôi tình nhân đang hưởng hạnh phúc tuyệt vời và đã xa hẳn trần gian ta bà đau khổ này.

Tại ngôi biệt thự xưa gần đỉnh Núi Sam, nơi mà chúng ta có thể phóng tầm nhìn bao quát qua bốn hướng đến tận chân trời xa thẳm. Chúng ta mới cảm nhận, chủ nhân của ngôi biệt thự nghỉ mát có sự hiểu biết tiên nghiệm sâu rộng trước xã hội hiện nay cả bảy tám chục năm. Dù bỏ ra cả khối tiền, nếu tính bằng vàng, thời đó, ước tính cũng đến hàng mấy trăm cây, chỉ có mục đích duy nhứt là chủ nhân thụ hưởng an lạc, vui chơi giải trí cho những ngày cuối tuần với bà con dòng họ ở Núi Sam và bạn bè từ xa đến.

Nhiều đêm trong giấc ngủ, hai nhân vật chánh trong câu chuyện tình bất hủ này lại theo tôi trong cơn mộng, cho tôi biết còn nhiều tình tiết đáng ngưỡng mộ nhân vật công tử con đại gia đã nhiệt tình giúp hai bạn học đàn em học cùng trường trung học ChasseLoup Laubat ở Sài Gòn thoát được cảnh lầm than, cơ cực. Hai bạn đó tiếp tục học lại và cũng đỗ bằng Y Khoa Bác Sĩ. Công tử con nhà giàu, không những tốt với người giúp việc mà còn tốt với bạn bè và bà con xa gần. Người giúp việc, sau thành người yêu, người vợ ngoan hiền có tinh thần nhân ái cao đẹp phục vụ tha nhân với phương châm "mình vì mọi người" nên xin phép cất trạm y tế và nhà bảo sanh giúp đỡ thiết thực cho người nghèo ở cùng ấp với gia đình mình. Cả hai nhân vật chánh thuộc hai giới giàu nghèo quá cách biệt lại đồng quy một điểm, có tình nhân ái cao đẹp với tấm lòng Bồ Tát, Đức Mẹ Maria và tinh thần thương người như thể thương thân.

Tôi đành dùng đến xảo thuật "tiểu thuyết hoá" mới viết nhiều về mối tình này.

Với đầu óc của một nhà báo, nhà giáo, tôi tưởng tượng thêm thắt cho câu chuyện tình bất hủ trên đỉnh Núi Sam thêm phần hấp dẫn.

Nếu chẳng may tâng bốc quá đáng hay có xúc phạm đến gia tộc bác sĩ Trần Văn Nu hay những ai khác, Anh Phương xin lỗi trước và muôn vàn cảm tạ vì đây là tác phẩm tiểu thuyết không phải là bài ký sự, phóng sự điều tra, tường thuật hay bài sưu tầm một địa danh… mà là một tiểu thuyết giả tưởng dựa vào một chuyện tình trên đỉnh Núi Sam.

II

Ven hai bờ kinh Vĩnh Tế di dân từ Quảng Nam vào khai khẩn đất hoang và lập nghiệp, hình thành một khu dân cư, cách Núi Sam chừng bốn cây số, dọc theo hai bờ kinh Vĩnh Tế (cách đầu kinh hơn 10 km – kinh Vĩnh Tế dài 87 km)

Kinh Vĩnh Tế vừa hoàn thành, khai thông, khu dân cư đó có cái tên dân gian rất thân thương như một đại gia đình, được mang danh là ấp Bà Bài, ấp cuối cùng cũa xã Vĩnh Nguơn, thuộc quận Châu Phú hay còn gọi là Quận Châu Thành - Châu Đốc. Ấp Bà Bài chính nằm dọc theo bờ kinh bên phải, giáp với biên giới Miên Việt và dọc bên bờ trái kinh Vĩnh Tế là xã Vĩnh Tế, có Núi Sam trong đó. Ấp Bà Bài tiếp giáp với xã Nhơn Hưng của quận Tịnh Biên.

Tác giả viết lại một chuyện tình đầy tính nhân bản trong một "ngôi nhà ma hay ngôi biệt thự ma" trên đỉnh Núi Sam, người ta thêu dệt

Tất cả những di sản quốc gia từ vùng bảy núi, rừng tràm sinh thái Trà Sư, kinh Vĩnh Tế chiến lược, Núi Sam huyền bí, lúa nổi (riz flottant), tơ tằm dệt lụa thuộc huyện Tân Châu, cá nước ngọt trùng điệp, bè nuôi cá... Ngoài ra, tỉnh Châu Đốc cũ còn là nơi thánh địa của ba tôn giáo gọi là tôn giáo dân tộc như Bửu Sơn Kỳ Hương, Phật Giáo Hoà Hảo, Tứ Ân Hiếu Nghĩa. Dù có người nghĩ không muốn các tôn giáo này thêm lớn mạnh mà cũng không thể triệt tiêu được vì đó là một thực tế lịch sử khó huỷ diệt.

Châu Đốc trở lại thành tỉnh sẽ hoá giải mọi sự nghi ngờ hiểu lầm về chủ trương của một chế độ và dân tâm thêm an lạc hạnh phúc vì tỉnh trực thuộc trung ương có nhiều quyền lợi hơn thành phố lớn hơn huyện mà nhỏ hơn tỉnh, đã làm giảm tầm mức quan trọng của một tỉnh ở vùng địa đầu biên giới.

Tên tỉnh Châu Đốc có từ xa xưa, từ thời bị Pháp đô hộ - thế kỷ 19. Cả trăm năm sau, đến thời Tổng Thống Ngô Đình Diệm (sau năm 1955) ở Miền Nam, có thể ông Diệm vì mục đích chánh trị, hay có mắc mứu với tín đồ Hoà Hảo nên ông Diệm huỷ bỏ tên tỉnh Châu Đốc sáp nhập vào tỉnh Long Xuyên thành tỉnh An Giang.

Sau cuộc đảo chánh ở miền Nam 1963, tên tỉnh Châu Đốc được phục hồi, tỉnh An Giang chỉ còn lãnh thổ của tỉnh Long Xuyên cũ. Sau năm 1975, tỉnh Châu Đốc lại mất tên, chế độ mới cũng sáp nhập tỉnh Châu Đốc vào tỉnh An Giang giống hệt chế độ "độc tài" Ngô Đình Diệm đánh mất dân tâm của tỉnh Châu Đốc. Có dư luận thời ông Diệm nêu lý do là tỉnh lỵ quá gần biên giới rất nguy hiểm nên sáp nhập vào tỉnh An Giang.

Sau năm 1965, chánh quyền tỉnh Châu Đốc cũng có kiến nghị với trung ương di dời tỉnh lỵ cách xa thêm biên giới hình như có quy hoạch về vùng Cái Dầu (cách biên giới trên dưới 25 km- cách xa tầm bắn đại bác 105 – 155 ly, thời điểm đó).

Đại đa số dân chúng, nhứt là giới cao niên của tỉnh Châu Đốc cũ rất bức xúc đau xót thấy Châu Đốc mất tên tỉnh và cầu nguyện, mong ước, hy vọng chánh phủ trung ương có kế hoạch tăng thêm một tỉnh vì tầm quan trọng của tỉnh Châu Đốc cũ đầy đủ yếu tố làm dân giàu nước mạnh.

Tỉnh Châu Đốc trở lại tên cũ lại phù hợp với đạo lý dân tộc và thế mạnh trên mọi lãnh vực của tỉnh biên thuỳ Châu Đốc.

Sự giàu có tài nguyên thiên nhiên của tỉnh Châu Đốc và dân chúng an cư lạc nghiệp, chánh quyền chinh phục được dân tâm của một chánh quyền vì dân phục vụ lợi ích cho dân và chắc chắn người dân Châu Đốc khẩu phục tâm phục đoàn kết một lòng sống chết với chế độ.

Anh Phương (Sacramento, ngày 12 tháng 12 năm 2022)

Lịch sử Châu Đốc (Google – Wikipedia Việt)

Tỉnh Châu Đốc được thành lập vào ngày 1 tháng 1 năm 1900, tồn tại vào thời Pháp thuộc và bị chính quyền Việt Nam Cộng hòa (Đệ Nhứt) giải thể vào cuối năm 1956, tuy nhiên sau đó tỉnh Châu Đốc lại được chính quyền Việt Nam Cộng Hòa (Đệ Nhị) tái lập vào năm 1964 tỉnh lỵ là thị xã Châu Phú, tiếp tục tồn tại và bị mất tên gọi đơn vị hành chính cấp tỉnh từ sau ngày 30 tháng 4 năm 1975 cho đến nay.

Châu Đốc nguyên là đất thuộc Chân Lạp, gọi là Tầm Phong Long (Kompong Long). Năm 1757, vua Chân Lạp dâng đất này cho Chúa Nguyễn. Chúa Nguyễn đặt đạo Châu Đốc nối liền với trấn Hà Tiên.

Năm 1876, Pháp chia Nam Kỳ thành 4 khu vực hành chính lớn, mỗi khu vực hành chính lại chia nhỏ thành các tiểu khu hay hạt tham biện (arrondissement administratif) thì Châu Đốc là hạt tham biện thuộc khu vực hành chính Bát Xắc (Bassac), vốn là phần đất tỉnh An Giang xưa.

Châu Đốc nguyên là đất thuộc Chân Lạp, gọi là Tầm Phong Long (Kompong Long). Năm 1757, vua Chân Lạp dâng đất này cho Chúa Nguyễn. Chúa Nguyễn đặt đạo Châu Đốc nối liền với trấn Hà Tiên.

Năm 1876, Pháp chia Nam Kỳ thành 4 khu vực hành chính lớn, mỗi khu vực hành chính lại chia nhỏ thành các tiểu khu hay hạt tham biện (arrondissement administratif) thì Châu Đốc là hạt tham biện thuộc khu vực hành chính Bát Xắc (Bassac), vốn là phần đất tỉnh An Giang xưa.

Theo Nghị định ngày 20 tháng 12 năm 1899 của Toàn quyền Đông Dương đổi tất cả các hạt tham biện thành tỉnh thì từ ngày 1 tháng 1 năm 1900 hạt tham biện Châu Đốc trở thành tỉnh Châu Đốc.Bản đồ tỉnh Châu Đốc của Nam Kỳ thuộc Pháp năm 1890

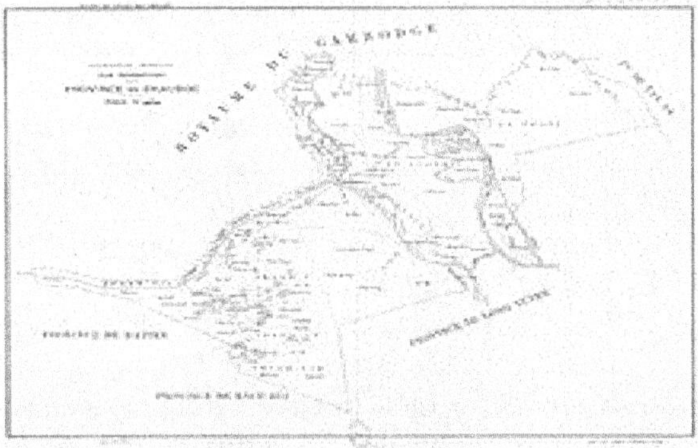

Lúc bấy giờ tỉnh Châu Đốc có 9 chợ là:

- *Châu Phú*: Ngay tại Châu Đốc, làng Châu Phú, tổng Châu Phú
- *Tịnh Biên*: Làng An Thạnh, tổng Quy Đức
- *Chợ Kinh*: Ngay tại Tân Châu, làng Long Phú, tổng Tân Thạnh
- *Cái Dầu*: Làng Bình Long, tổng An Lương
- *Trà Dư*: Làng Thường Thới, tổng An Phước
- *Hồng Ngự*: Làng Thường Lạc, tổng An Phước
- *Cây Mít*: Làng Nhơn Hòa, tổng Quy Đức
- *Phú An*: Làng Phú An, tổng An Thành
- *Xoài Tôn*: Làng Hưng Nhượng, tổng Thành Tín.

Năm 1903, tỉnh Châu Đốc có 3 quận: Tân Châu, Tri Tôn và Tịnh Biên. Đến năm 1919 có thêm quận Châu Phú và năm 1929 có thêm quận Hồng Ngự được tách từ tổng An Phước quận Tân Châu. Tỉnh lỵ đặt tại làng Châu Phú thuộc quận Châu Phú.

Từ năm 1913 đến năm 1924, tỉnh Hà Tiên bị giải thể, trở thành một quận thuộc tỉnh Châu Đốc. Sau đó, lại tách ra trở thành tỉnh Hà Tiên độc lập như trước.

Năm 1939, tỉnh Châu Đốc có 5 quận: Châu Thành, Tân Châu, Hồng Ngự, Tịnh Biên, Tri Tôn. Trong đó, quận Châu Thành được thành lập năm 1917, đến năm 1919 thì đổi tên là quận Châu Phú. Tuy nhiên năm 1939 lại đổi về tên quận Châu Thành như cũ.

*** Trước khi Miền Nam Việt Nam sụp đổ - 30.4.1975. (AP viết thêm):**

Tỉnh Châu Đốc có năm quận: Châu Phú - Tân Châu - An Phú - Tịnh Biên và Tri Tôn. Người Việt gốc Khơ Me - Cambốt định cư nhiều ở hai quận Tri Tôn và Tịnh Biên. Người sắc tộc Chăm - Champa còn gọi là Chàm sinh cư rải rác tại ba quận Châu Phú, An Phú và Tân Châu. Ngoài hai sắc tộc Khơ Me và Chăm còn có người Việt gốc Hoa (đa số Triều Châu), không nhiều như hai sắc dân Chăm và Khơ Me, ở rải rác cả năm quận chuyên nghề thương mại, kinh doanh nhà hàng, quán ăn uống và nhiều mặt hàng đa dụng ở các thị trấn, thành phố. Ngoài ra Châu Đốc còn là cái nôi của ba tôn giáo dân tộc: Phật Giáo Hoà Hảo - Tứ Ân Hiếu Nghĩa, Bửu Sơn Kỳ Hương.

Về kinh tế, nghề cá mắm. Châu Đốc có đường biên giới dài với Cao Miên tại các quận Châu Phú, An Phú dài trên 120 km và một vùng đất sông Tiền của quận Tân Châu, dồi dào thuỷ sản, cá nước ngọt, là thiên đường mắm khô của cả nước. Có nhiều danh lam thắng cảnh, di tích lịch sử, có năm non bảy núi hùng vĩ, có con kinh dài lịch sử Vĩnh Tế gần cả trăm cây số, một tuyến phòng thủ vững chắc chống ngoại xâm và là đường thuỷ giao thương thuận lợi...mà tỉnh An Giang không có. Thế mạnh của nông nghiệp vững chắc, Châu Đốc còn là nôi phát kiến sớm nhứt của cả nước nghề nuôi bè đa dạng phong phú.@

TÀI LIỆU ĐỌC THÊM

NGƯỜI YÊU DẤU - L'AMANT

Anh Phương Trần Văn Ngà

LỜI NÓI ĐẦU:

L'Amant, tác phẩm thứ 39 trong gần 50 tác phẩm của nhà văn nữ Pháp Marguerite Duras. L'Amant xuất bản năm 1984 do Minuit phát hành. Tám năm sau - 1992, L'Amant đã được thực hiện thành phim với 20 cảnh - phân đoạn (chapitres - scènes) do đạo diễn Jean-Jacques Annaud dàn dựng và Claude Berri trình bày.

Trong tập tiểu thuyết, L'Amant không chia từng chương từng đoạn rõ ràng mà tác giả chỉ để trống vài dòng chuyển qua một phân đoạn khác, câu chuyện nối tiếp khác. Đây là một loại tiểu thuyết như là tự truyện hay kể chuyện và không có tên nhân vật mà chỉ có cách xưng tôi - anh (nó).

So sánh giữa tập truyện và phim, phim L'Amant hấp dẫn hơn nhiều, người xem bị thu hút cách dàn dựng câu chuyện từ cảnh sống ở gia đình, hoạt cảnh tại bến phà Mỹ Thuận, con đường Quốc Lộ 4 gần trăm năm trước chật hẹp, cầu ván gập ghềnh. Bồn binh Sài Gòn, Chợ Lớn, thời xa xưa - thập niên 20 - 30 như là một cái chòi nhỏ, cảnh xe kéo (người kéo xe), xe ô tô máy nóng, tài xế đem thùng xuống rạch, xuống ruộng xách nước đổ vào bình nước chửa nóng...

Còn tập truyện chỉ dày có 142 trang mà tôi đọc phải mất nhiều ngày, có nhiều lúc cảm thấy quá đơn điệu vì cách kể chuyện cũng có những cảnh nói trên, nhưng không sống động bằng xem phim. Đặc biệt trong phim còn chứng kiến những pha gay cấn, cảnh tượng yêu nhau cụp lạc sôi nổi say đắm của 2 người trẻ. Phim luôn "action" về cảnh quang, nhân vật...Từng chi tiết một, như đôi hài cũ mòn, cô nàng, trong suốt mấy năm đi đây đó với người yêu hay đến trường học vẫn nình một bộ cánh cũ nói lên cảnh nhà nghèo của một gia đình người da trắng đối với một đại gia ở đất nước thuộc địa. Từ bộ quần áo tút xo thời trang Paris của chàng, chiếc xe limousine đen mới cáu cạnh, đôi giày nâu bóng láng. Người ta so sánh thấy rõ hai cảnh đời quá cách biệt của 2 gia đình.

Viết L'Amant, Marguerite Duras chỉ mất 3 tháng từ tháng 2 đến tháng 5 năm 1984 tại Neauphle-le-Château - Paris - Pháp quốc.

L'Amant xuất bản với số lượng kỷ lục 2,400,000 (2 triệu tư) và được giải thưởng văn chương cao qúy của nước Pháp - giải Goncourt năm 1984 (chỉ sau giải văn chương quốc tế Nobel) và lập tức được dịch ra 35 thứ tiếng phổ biến khắp thế giới.

Một điều quan trọng, tác giả người Pháp Marguerite Duras lúc nào cũng tưởng nhớ và yêu mến Sa Đéc - một tỉnh ở Miền Tây (đồng bằng sông Cửu Long) Việt Nam, một cách tha thiết như là quê hương thứ hai. Nhà văn Marguerite Duras đã sống với bà mẹ và hai anh em trai trong một ngôi nhà ngói nhỏ, gần trường nữ tiểu học do mẹ Marguerite làm Hiệu Trưởng.

Có thể với lý do đó mà nhà cầm quyền ở tỉnh Sa Đéc (sau năm 1975) đã dùng nhà của chàng trai (và nhà cô gái) làm nhà lưu niệm dựng lại mối tình tuyệt đẹp của một thiếu nữ người Pháp với một người bản xứ...thu hút du khách hiếu kỳ. Nay, người ta cùng tổ chức tua du lịch đi theo con đường tình tuyệt vời của đôi trai tài gái sắc Pháp - người Việt gốc Hoa. Trong Thành Phố Cần Thơ, cũng có một ngôi nhà cổ trưng bày hình ảnh cặp tình nhân đầy lãng mạn này đến thăm viếng nhằm thu hút khách ngoại quốc, nhứt là người Pháp và những ai đã từng đọc tiểu thuyết hay xem phim L'Amant.

Tôi xem phim trước viết phần I và khi đọc xong tập truyện L'Amant, viết tiếp phần II và gởi đến qúy vị đọc cho vui. Bài này viết khá lâu, nay edit lại chút chút để chúng ta hồi tưởng lại cảnh cũ người xưa của Miền Tây Việt Nam cả trăm năm trước với một mối tình lãng mạn thơ mộng, làm rung động bao con tim đã từng yêu, đang yêu và sẽ yêu tha thiết.

I

Trong một chuyến du lịch Pháp và Hòa Lan, năm 2005, tôi đã có quyết tâm tìm cho bằng được tác phẩm L'Amant - Người Tình cuả nữ tác giả Pháp Marguerite Duras, sách đã xuất bản năm 1984.

Người Tình (L'Amant) người Hoa gọi là Tình Nhân, dịch ra tiếng Anh The Lover. Nhưng, tôi đặt tên tiếng Việt là Người Yêu Dấu hoặc Người Tình Yêu Dấu.

Tôi phải tìm kiếm, lục lọi đến hiệu sách thứ tư ở Paris mới mua được L'Amant với 10 Euro, sách được tái bản tháng 6 năm 2006 cũng do nhà xuất bản Minuit phát hành. Tôi còn mua được cả bộ phim L'Amant với tài đạo diễn của Jean-Jacques Annaud thực hiện tại Việt Nam do hảng phim nổi tiếng từ rất lâu của Pháp - Pathé. Phim trường chính là tỉnh Sa Đéc và Chợ Lớn với sự cộng tác làm cố vấn (Historical Adviser) của nhà văn quá cố Sơn Nam - tác giả Hương Rừng Cà Mau. Phụ Tá Giám Đốc: ông Nguyễn Phú Hữu và Nguyễn Vĩnh Sơn cùng 2 người Pháp, production designer cũng là người Việt Nam - ông Thanh At Hoang và còn nhiều người Việt Nam trong nhóm cộng tác dàn dựng và sản xuất phim L'Amant. Đặc biệt có sự trợ giúp của Xưởng Phim Giải Phóng của nhà cầm quyền cộng sản tại thành phố Sài Gòn.

Bộ phim được xây dựng, hoàn toàn dựa vào nội dung cuốn tiểu thuyết

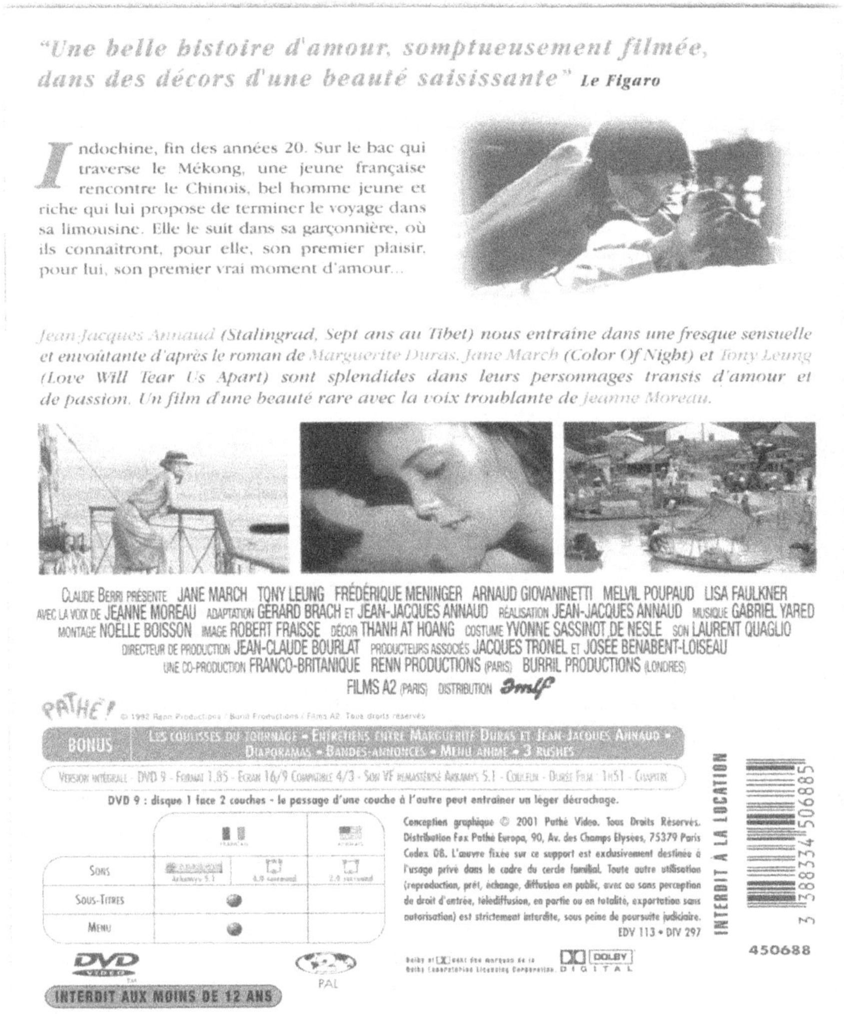

L'Amant của Marguerite Duras. Sách khá mỏng, chỉ có 142 trang, khổ giấy nhỏ.

Annaud còn hướng dẫn khán giả theo chân, hết cả lộ trình của Người Tình, đi từ bến phà (bắc) Mỹ Thuận đến khu học xá mà người tình đang ở trọ và học tại trường trung học Pháp ChasseLoup Laubat - Sài Gòn (sau đổi tên là Jean Jacques Rousseau, nay là trường Lê Quý Đôn- Lúc đó chưa có trường nữ riêng (Marie Curie). Tác giả còn đưa Người Tình đến bến bờ hạnh phúc đầu đời của cô nàng ở "gác trọ - garconnière" của chàng ở Chợ Lớn cuối thập niên 20, năm 1929, thế kỷ trước.

Khá mất thì giờ, tôi mới tìm gặp tập truyện Người Tình và khoe với vợ chồng đứa cháu - đang sinh sống tại kinh đô ánh sáng Ba Lê hàng mấy chục năm. Vợ chồng cháu nói rằng, ở Thủ Đô Paris khi tác phẩm điện ảnh L'Amant được trình chiếu cho công chúng xem vào khoảng năm 2001, cả Paris như chấn động, báo chí phê bình và khen ngợi bộ phim tả chân, lột tả tất cả sự thật "trần truồng", dù hơi tục nhưng lại thanh. Tờ nhật báo Le Figaro của Pháp đã hết lời ca ngợi bộ phim L'Amant, nguyên văn: Une belle histoire d'amour, somptueusement filmée, dans des décors d'une beauté saisissante - Một câu chuyện tình tuyệt đẹp được thực hiện thành phim "hoành tráng" trong những khung cảnh của cái đẹp "ấn tượng" (chữ trong ngoặc kép thường được sử dụng trong nước). Bộ phim này chẳng mấy chốc đã nhanh chóng lây lan sang các nước khác ở Âu Châu vì sự táo bạo của nhà đạo diễn tài danh Jean-Jacques Annaud. Nhà đạo diễn đã không ngần ngại đi sâu vào lãnh vực yêu đương cực nóng thường bị cấm kỵ hay bị hạn chế trong giới trí thức. Hơn nữa, đạo diễn Annaud không e ngại bị các nhà đạo đức giả phê phán, "em chả, em chả", nhưng lại thích xem phim và thích tìm đọc tác phẩm L'Amant. Đạo diễn Annaud phô bày tất cả sự thật về những cuộc mây mưa sôi nổi, như sấm chớp mưa sa, như giông tố bão bùng. Hình như thiên nhiên cũng quây cuồng và con người điên đảo, bị bốc lửa trong máu đang tuần hoàn trong cơ thể của người thưởng ngoạn. Đó là sự say đắm trong tình trường, sự hoan lạc không còn ở phòng the mà ngay trước mắt khán giả, chỉ cấm trẻ em từ 12 tuổi trở xuống của nước Pháp, không được xem.

Nếu ai hỏi một cư dân sinh sống lâu năm ở Pháp, có đi xem phim L'Amant hay có nghe nói hay nghe thấy người ta bàn tán gì không về sự kiện này, mọi người đều trả lời có.

Cuốn phim L'Amant do nữ tài tử Jane March, rất trẻ gốc người Anh và nam tài tử gốc người Hoa, ở Singapore, Tony Leung (nói được cả 2 thứ tiếng Pháp và Anh), đóng vai chính. Một cặp vai diễn tình nhân vô cùng diễm tuyệt, sống động như người thật việc thật. Họ đã lặn ngụp say đắm trong men tình nóng bỏng mối tình đầu của cô nhân tình, tuổi đôi tám, đôi chín và người tình của nàng là một chàng trai khá từng trải, người Việt gốc Hoa có bố là một doanh nhân "cực kỳ" giàu sang, đại gia, nổi tiếng ở địa phương, chàng từng du học ở Paris. Và chàng, lần đầu tiên được vui hưởng trọn vẹn hạnh phúc tuyệt vời với người tình trinh nữ bé bỏng da trắng, là người con gái xinh đẹp của một đất nước "mẫu quốc" mà người dân thuộc địa chỉ có trong mơ ước lại biến thành hiện thực tại quê hương Việt Nam.

Chúng ta đọc L'Amant và xem phim L'Amant của hảng phim Pathé - Pháp hay ấn bản tiếng Anh The Lover, không nên tự cho mình là nhà đạo đức, không chấp nhận những cảnh làm tình sôi nổi dù táo bạo, nhưng rất thật đối với tuổi trẻ luôn yêu đương với tất cả ham muốn của nhục dục, đam mê say đắm của tuổi thanh xuân đầy sức sống.

Sau những cảnh "yêu đương" quá sôi nổi, cụp lạc, luôn quấn quít và "ghiền" nhau, nói lên tình yêu của họ có thể sẽ không bao giờ phải bị phân ly, chia lìa, xa cách.

Nhưng, oái oăm cho mối tình lãng mạn sôi nổi này, sau cùng cả hai phải đành cắt đứt sợi dây tình ái trói buộc từ khi nàng trinh nữ mới 15 tuổi rưỡi đến năm 18 tuổi. Chàng trai hào hoa giàu có, phải vâng lệnh thân phụ đi cưới vợ, một phụ nữ mà chàng chưa bao giờ yêu. Người cha già của chàng sắp về bên kia thế giới, để lại một gia tài kết sù, cơ ngơi làm ăn đồ sộ và với những lời trối trăn như là mệnh lệnh, chàng không thể từ chối. Vì chữ hiếu, là con một, chàng phải bất đắc dĩ, trong ràng rụa nước mắt nói lời chia ly với người tình bé bỏng.

Nàng đứng tựa bên lan can cầu tàu chứng kiến cảnh pháo cưới của người yêu đang nổ dòn tan rơi lả tả trên dòng nước tình đang lờ lững trôi... với tất cả sự xa hoa của một đám cưới cực kỳ ấn tượng thuộc giới giàu sang, đủ lễ nghi truyền thống gia tộc. Chàng cất bước sang ngang cưới người con gái một gia đình người Hoa giàu có khác. Như lời thân phụ của chàng trối trăn chỉ bảo, khi ông gọi đến "trình diện", ông đang nằm thoải mái gối đầu lên nàng tiên nâu nhả khỏi. Cả hai gia đình người Việt gốc Hoa này đã có mối giao tình liên hệ sâu xa về thương trường từ lâu, những lời hứa hôn năm xưa còn đó, họ cùng chủng tộc - ăn rễ trong tư tưởng của những người lớn tuổi - lại còn môn đăng hộ đối nữa.

Người thưởng ngoạn phim L'Amant, nên chú ý thêm chi tiết, khi hai người tình nằm cận kề bên nhau tỉ tê tâm sự tại "nhà hạnh phúc - garconnière" lần cuối cùng trước khi chia tay xa cách vĩnh viễn. Nàng cảm thấy rạo rực con tim, yêu chàng quá, không kềm hãm được sự ham muốn xác thịt, muốn dâng hiến làm tình với chàng lần cuối cùng này. Nhưng, chàng là người có bản lãnh, nghị lực dù trong lòng rất mê thích, thần trí chàng không cho phép chàng dấn thân thêm sự bội phản nàng nữa. Chàng thẳng thừng từ chối làm tình, nàng bẽ bàng buồn tủi. Nhưng, nàng cảm thấy sự chân tình của người yêu, rất xứng đáng, chân tình, mà trọn đời nàng mang nặng trĩu trong tim hình ảnh người yêu tuyệt vời của cả một đời người con gái, biết yêu lần đầu tiên và cũng có thể là lần yêu cuối cùng của nàng.

Sau này, về quê hương nàng có cuộc sống mới, nhưng cũng có liên lạc bằng điện thoại với người yêu đầu tiên trong cuộc đời nàng những kỷ niệm thiết tha không bao giờ quên.

Một câu chuyện tình lãng mạn tuyệt đẹp và kết thúc trong đắng cay mà lại có hậu.

Nàng đã từng đau khổ cùng cực, âm thầm, lặng lẽ một mình chứng kiến cảnh tượng Người Yêu Dấu bước lên thuyền hoa với người tình khác, quá phũ phàng cay đắng nghẹn ngào. Thật trớ trêu cho con tạo đã làm trái tim yêu của nàng tan nát như xác pháo hờ hững trôi xuôi theo dòng nước định mệnh của cuộc đời. Nàng khóc cho mối tình đầu thơ mộng tan vỡ, vỡ tan như vầng mây trắng đang phiêu bạc trên nền trời xanh thăm thẳm vô định...

Sau đó cả gia đình cô gái bé bỏng, mẹ là Hiệu Trưởng Trường Nữ Tiểu Học tỉnh lỵ Sa Đéc và cùng đứa em trai giã từ Sa Đéc, Sài Gòn, Chợ Lớn - Việt Nam trở về Pháp. Nàng để lại con tim rướm máu với mối sầu tình chôn chặt trong tâm trí nàng của tuổi mới vào đời đã vướng khổ lụy ngang trái oái oăm, khổ đau cùng cực. Trước đó người anh cả của nàng cũng được mẹ nàng thu xếp cho về Pháp.

Tàu súp lê một còn trông còn đợi, tàu súp lê hai còn đợi còn chờ, tàu súp lê ba từ từ tách bến Sài Gòn và nàng liếc nhìn về phía xa xa, chiếc xe màu đen quen thuộc cực sang của người yêu đang đậu bên ven đường như ngầm tiễn đưa người tình về quê với một tâm sự ngổn ngang của một người đàn ông đấm ngực xưng tội "lỗi tại tôi, lỗi tại tôi". Tàu súp lê ba, tàu ra đi biền biệt cùng mang theo mối tình tan vỡ.

Kết thúc câu chuyện tình là sự chia tay trong nước mắt, cắt đứt tình yêu tha thiết tuyệt vời của cả hai tình nhân đầy ngang trái khôn nguôi - hạnh phúc và đau khổ của con người luôn kề cận bên nhau.

Tác giả Marguerite Duras, một nữ văn sĩ nổi tiếng của Pháp từng đoạt được giải Văn Chương cao quý Goncourt của nước Pháp. Với gần 50 tác phẩm đã xuất bản, tập truyện đầu tiên xuất bản năm 1943: Les Impudents và quay thành phim năm 1992. Cuốn tiểu thuyết C'est Tout xuất bản 1995, cũng có thể là tác phẩm cuối cùng của Marguerite Duras vì nhà văn đã lớn tuổi và cũng có thể đã qua đời khá lâu rồi.

L'Amant còn nhẹ nhàng lên án chế độ xã hội của Phương Đông thời xưa còn quá qúy trọng chữ hiếu hơn chữ tình. Tình cảm lứa đôi người cùng chủng tộc và môn đăng hộ đối của gia đình... Những rào cản này đã chặn bước con đường tình tươi đẹp của cả hai người đã ngụp lặn yêu nhau tha thiết không phân biệt màu da chủng tộc. Dù chàng có bộ ngực lép, màu da sậm, không đẹp trai...mà nàng vẫn yêu chàng tha thiết say đắm. Nhưng, với thực tại phũ phàng, nàng cũng đành phải chấp nhận cảnh chia ly dang dở, lâm ly bi đát với nhiều nuối tiếc.

Vì vậy cả hai người tình phải xa cách trong ngậm ngùi cay đắng mối tình đầu của nàng trinh nữ và mối tình nồng thắm nhất của chàng trai hào hoa giàu có - người Việt gốc Hoa, ở Sa Đéc, một tỉnh nằm giữa hai con sông Tiền và sông Hậu của dòng sông dài Cửu Long.

Hiện nay, ở Sa Đéc, có nhà bảo tàng lưu niệm của câu chuyện tình sống động L'Amant (ở Cần Thơ cũng có nhà lưu niệm, đôi tình nhân này cũng từng đến đây "du dương" say đắm men tình) và kết thúc trong đau thương nghiệt ngã của cô gái tuổi xuân thì phơi phới mới vừa tròn đôi chín. (Trong một chuyến du lịch, tôi ghé thăm lại Cần Thơ, cháu Bùi Chí Bửu - tiến sĩ Nông Học - có đưa Cậu Mười đến viếng ngôi nhà này).

Câu chuyện tình sôi nổi và lâm ly bi đát này, tôi đọc được trên mạng năm 2004 và đầu tháng 1.2012, nghe được một mẩu tin của đài truyền hình SBTN ở Nam California, tường thuật, ở Việt Nam bây giờ có mở tua du lịch đi theo chân đôi tình nhân - L'Amant từ bến phà Mỹ Thuận đến các nơi như Sa Đéc, Vĩnh Long, Sài Gòn, Chợ Lớn...

Đi theo Người Yêu Dấu - L'Amant bằng đường thủy, sông nước hữu tình đầy thơ mộng của miền Tây tạo thêm cảm giác lãng mạn với nhiều thích thú cho du khách. Đặc biệt, du khách người Pháp và những ai đã có xem qua bộ phim L'Amant hay The Lover hoặc đọc tác phẩm bất hủ của nữ văn sĩ Pháp Marguerite Duras - L'Amant, chắc chắn sẽ bị cám dỗ.

Đây cũng là cách làm du lịch biết khai thác một câu chuyện tình tuyệt đẹp và éo le ngang trái nhằm đánh động sự tò mò tìm hiểu, thu hút du khách phương xa.

Tác giả L'Amant, viết tiểu thuyết dưới một thể loại tự thuật, kể chuyện mà nhân vật chính trong L'Amant có thể là cuộc đời thực hồi lúc còn bé bỏng của tác giả Marguerite Duras đang sống với mẹ ở Việt Nam. Xin mời qúy độc giả theo dõi cốt chuyện tình tha thiết yêu đương với tất cả đam mê xác thịt của tuổi trẻ bồng bột và kết thúc quá đau thương, bi đát của mối tình đầu tan vỡ - vỡ tan, có ai "dư nước mắt khóc cho người thất tình (trầm luân)"?

Tôi viết bài này như là bài điểm sách và điểm phim được pha trộn với dịch thuật một tiểu thuyết tình cảm lãng mạn L'Amant của Margueriten Duras vào đầu năm 2012.

May mắn, tôi có lưu niệm cả phim nói tiếng Pháp, tiếng Anh cũng như truyện L'Amant nguyên bản chữ Pháp. Thỉnh thoảng xem lại phim hay nghiền ngẫm đọc bên ly rượu nồng hay ly cà phê không đường mới cảm thấy có nhiều khoái cảm rạo rực của thời tuổi trẻ.../.

II

MARGUERITE DURAS

L'AMANT

NGƯỜI YÊU DẤU - L'AMANT

THE LOVER (phỏng dịch)

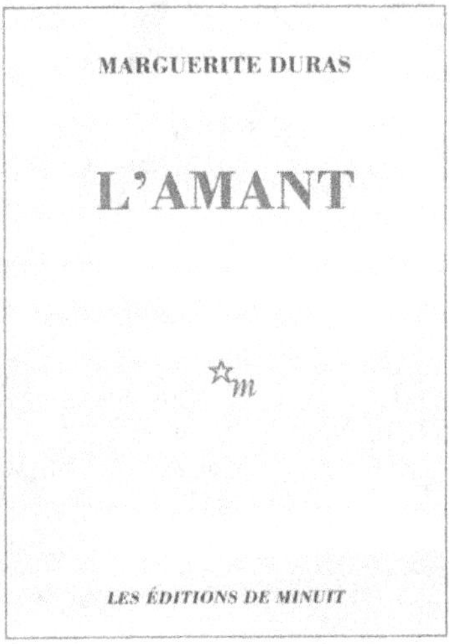

Một ngày đẹp trời, tôi đang đứng trong một khu khánh tiết công cộng, một người đàn ông khá bảnh trai, ăn diện tươm tất từ từ tiến đến trước mặt tôi, bạo dạn mở lời bằng một câu tán tỉnh nhằm thu phục cảm tình một cô con gái mới vào tuổi dậy thì, chưa có kinh nghiệm về chuyện yêu đương:

- Tôi biết cô khá lâu rồi. Cả thế gian này, ai cũng nói là cô đẹp quá lại rất trẻ trung nữa.

Tôi nghe qua, không biết gương mặt lúc đó thế nào có cưng lên, nở rộng ra hay không, nhưng tôi biết chắc, tim tôi đánh thình thịch và rung cảm vì sung sướng dù biết mấy chàng trai thường tấn công tán tỉnh, "cua" các cô gái đều có cách nói tương tự như ca, hát bản nhạc này từ muôn thủa trước.

Tôi yên lặng không đối đáp lời nào với chàng trai hào hoa và tán tỉnh táo bạo này. Dù vậy, tôi cũng có cảm giác như có một bầu đời đẹp đẽ và hạnh phúc đổ ập đến thình lình.

Lúc bấy giờ, tôi chưa tròn 18 tuổi, những khoảnh khắc hạnh phúc dù muộn màng ngắn ngủi cho một cô gái 18 tuổi, chưa nếm trải mùi vị của tình yêu, chưa biết cái chi chi gì hết kể như là cô gái già rồi.

* Lúc tôi mới 15 tuổi rưỡi với thân hình dáng vóc mảnh mai, ngực chưa nở nang còn như một đứa trẻ... Lúc bấy giờ, tôi đã thường xuyên trải qua những cảnh đi phà (bắc) Mỹ Thuận từ nhà của mẹ con tôi ở trong thị xã Sa Đéc đi lên xuống Sài Gòn - Sa Đéc. Ở Sài Gòn, tôi đang ở nội trú trong một ký túc xá Quốc Gia (une pension d'État à Saigon) và hàng ngày đi học tại một ngôi trường trung học đệ nhị cấp cạnh bên của người Pháp (lycée francais - Trường Chasseloup Laubat).

Mẹ tôi là một Hiệu Trưởng trường Nữ Tiểu Học của tỉnh Sa Đéc, một người anh trai và một chú em út cùng ở với mẹ trong một căn nhà ngói nhếch nhác, có thuê người giúp việc và một tài xế với chiếc xe quá cũ kỹ, thuộc loại xe thổ tả của một người Pháp hạng nghèo trên một đất nước thuộc địa. Mẹ tôi rất đảm đang, hy sinh hạnh phúc mình để nuôi dạy con ăn học nên người. Tôi không hiểu tại sao tôi không thích cái môn toán, học cho giỏi mà mẹ tôi thường khuyến khích. Bà có cảm nhận, môn toán học là chìa khóa của sự thông minh và thành công của con người. Tôi lại không thích môn học này có lẽ vì tính hay mơ mộng, suy nghĩ viễn vông và luôn nghĩ đến sự hy sinh cao cả của mẹ thay vì chỉ lo học. Tôi lại mơ mơ màng màng đến chuyện muốn giúp mẹ và gia đình thoát cảnh nghèo của một gia dình người Pháp đang ở xứ thuộc địa mà lại có cuộc sống không dư giả, thoải mái như những người Pháp giàu có khác.

Đất nước này chỉ có 2 mùa nắng và mưa mà thôi...Chúng tôi là người da trắng thường hãnh diện là người có cuộc sống sung túc hơn người bản xứ vì chúng tôi không bao giờ thiếu ăn như những người nghèo ở đây, nhưng lại không khá giả như những gia đình người Pháp khác mà tôi biết.

Khi đến tuổi 18, chính tôi lại sợ tôi và sợ Thượng Đế. Có nhiều lần tôi muốn kết liễu cuộc đời mình vì thấy gia đình tôi sống trong sự nghèo khổ, chật vật, thiếu thốn mọi thứ so sánh với các gia đình người da trắng khác...

Dòng sông Tiền, một nhánh của con sông to rộng Cửu Long chảy ngang qua tỉnh Sa Đéc và Vĩnh Long. Từ 2 tỉnh này muốn đi lên Sài Gòn, mọi người phải vượt qua sông bằng chiếc phà cổ lỗ xỉ thời thập niên 20 - phà Mỹ Thuận.

Từ nhà, mẹ tôi lên xe hơi nhà với chú tài xế dễ thương đưa tôi đến khu nhà thờ Sa Déc cũng là nơi xe đò đậu ở đó chở khách đi lên Sài Gòn.

Hễ mỗi lần xe chạy xuống bắc Mỹ Thuận, như thói quen, tôi xuống xe, đi lại bên hông chiếc bắc có cái lan can bằng sắt ống nhỏ chắn lại để bảo đảm an toàn cho hành khách không bị rớt xuống sông.

Hôm đó, cũng như thường nhật, tôi luôn ninh bộ đồ tơ lụa màu kem, với chiếc áo cánh sát nách, chiếc củng quá đầu gối và mang đôi hài có cườm kim tuyến lấp lánh, nhưng, mòn sờn vì không có nhiều quần áo hay giày dép để thay đổi. Đầu tôi vẫn đội chiệc mũ phớt cũng màu kem có ru băng đen nhỏ quanh giữa nón.

Tôi đi đâu cũng thường diện có bấy nhiêu đó thôi dù bộ đồ tơ và chiếc mũ màu kem cũng đã phai màu vì chúng đã có tuổi rồi.

Hôm nay, nắng không nhiều, trên dòng nước đục phù sa chảy xiết, một con trâu chết sình cùng với các giề lục bình và nhiều rác rưởi khác trôi chảy ngang phà, qua tầm mắt của tôi đang hững hờ ngắm cảnh tượng quen thuộc không biết chán mỗi khi đi phà qua dòng sông kỷ niệm này.

Chiếc phà nhỏ cũ kỹ chỉ chở được 2 chiếc ô tô cùng với mấy chục người dân buôn gánh bán bưng hay những nông dân đem thổ sản lên Sài Gòn bán như gà, vịt, heo, rau quả... đủ thứ tiếng của người và thú vật tạo ra một âm thanh hỗn tạp khá ồn ào, sinh động.

Thình lình có một chiếc xe màu đen bóng loáng, mới tinh cũng vội vã vừa chạy xuống phà vừa bóp còi hành khách tránh qua 2 bên để cho kịp chuyến phà sắp tách bến bên bờ Sa Đéc để qua bên kia bờ thuộc tỉnh Mỹ Tho. Đây là chiếc limousine mới cáu cạnh. Thời bấy giờ, loại xe sang trọng này rất hiếm thấy, nó giống như chiếc xe La Lancia màu đen của ông Đại Sứ Pháp ở Calcutta - Ấn Độ.

Chiếc xe sang trọng ấy với một tài xế mặc bộ com - lê trắng, đầu đội cát két bước ra khỏi xe, đứng khép nép phía cửa sau, một tay cầm cát kết, một tay mở cửa xe, đầu cúi thấp xuống một cách khúm núm lễ phép, kính trọng. Ông chủ trẻ từ trong xe khoan thai bước xuống để lộ đôi giày da màu nâu sáng và mặc bô com - lê tút - xo trắng tinh may kiểu Paris, với gương mặt người bản xứ da vàng mũi tẹt, không phải là người da trắng. Người ta thường thấy các chiếc xe sang trọng như vậy thường là những người da trắng giàu có qúy phái hay những chức sắc cao cấp của chính quyền mới sử dụng những chiếc xe hiếm có này tại một đất nước thuộc địa.

Người đàn ông trẻ rất chững chạc, tóc chảy tém gọn gàng, kiểu chảy tóc thập niên 20, 30 của thế kỷ trước, cũng đi lần đến lan can phà khi phà đã tách bến sang sông.

Đến gần cô gái trẻ da trắng, chàng muốn làm quen vì thấy cô nàng xinh đẹp lại đang đứng một mình thơ thẩn với đôi mắt mơ màng như có chất chứa một tâm sự ngổn ngang? Chàng lấy hộp thuốc lá Anh Cát Lợi mở ra lịch sự mời cô gái, nhưng cô nàng chỉ nói cám ơn và từ chối vì nàng không biết hút thuốc. Cách làm quen của chàng có kết quả, dù cô nàng luôn hững hờ nhìn dòng nước trôi chảy về hướng ra biển cả, nàng bất cần đời, bất cần tất cả mọi chuyện vì nàng ôm một mối tâm sự gì đó không được vui trong lòng. Tiếp theo, chàng thanh niên móc ra chiếc "quẹt máy" từ trong cái túi nhỏ ở lưng quần, bật lửa lên đốt thuốc. Chàng hít một hơi dài và từ từ nhả khói loảng bay lên trên không trung thênh thang như giúp chàng có thêm can đảm mở lời gợi chuyện, làm quen tiếp. Và sau cùng chàng mạnh dạn mời nàng lên xe chàng cùng về Sài Gòn cho có bạn.

Một cô gái bé bỏng mới vào đời đi học xa gia đình, con một gia đình người Pháp tầm thường, thiếu thốn nhiều thứ cho cuộc sống, kể cả sinh hoạt ăn uống hàng ngày tại gia đình. Ông anh cả thường dành ăn với đứa em trai út vì thức ăn ít, làm nàng bất mãn, luôn bênh vực thương em chống lại sự "ăn hiếp" của người anh vô tích sự chỉ biết ăn chơi đua đòi, làm khổ thêm cho mẹ nàng.

Chiêc xe hơi sang trọng, chủ nhân của nó ăn nói lại lịch sự, có duyên với giọng nói tiếng Pháp đúng giọng Paris vì chàng người Hoa này từng du học bên Pháp nhiều năm và cũng có nhà cao cửa rộng thuộc giới thượng lưu giàu có ở

Sa Đéc như chàng thố lộ với nàng. Nàng ríu ríu vâng theo lời mời mọc của chủ nhân chiếc xe sang trọng, gật đầu đồng ý qua xe chàng đi Sài Gòn khi phà gần cặp bến. Chú tài xế, theo sai biểu của chủ nhân, sang xe đò lấy cái vali nhỏ của nàng mang theo lên Sài Gòn.

Hai người ngồi băng sau, nép sang hai bên, đôi mắt nàng luôn hững hờ và có nhiều lo âu hay suy nghĩ điều gì cho cuộc đời mình đang sống trong một gia đình không khá giả như các gia đình của bạn bè cùng học chung trường?

Chiếc xe limousine bóng láng lướt trên con đường Quốc lộ 4 hồi thập niên 20 vẫn còn nhỏ xíu và băng qua những chiếc cầu gỗ, ván cầu gập ghềnh dằn xóc dữ dội...

Nhân cơ hội, ngàn năm một thuở, chàng trai hào hoa còn ít nhiều "nhát gái", cho bàn tay mặt mình làm việc, mới đầu chỉ một ngón út từ từ bò qua chạm vào ngón tay cái trái của nàng. Nàng yên lặng, đôi mắt vẫn mơ màng làm như không hay biết có một ngón tay của người khác phái đụng chạm vào. Chàng thấy nàng để yên, những ngón tay còn lại tiếp tục bò trườn tiếp lên bàn tay nhỏ nhắn mỹ miều của nàng. Nàng lim dim mắt như không hay biết. nhưng ngón tay cái của nàng cục cựa, đụng vào ngón tay trái của chàng. Thời cơ đã đến, chàng luồn 5 ngón tay mình vào bàn tay nàng và nàng nắm chặt, mắt vẫn lim dim, không hề nhìn chàng. Cả hai người cũng không trao đổi lời nói tình tứ yêu đương nào mà hai bàn tay của chàng và nàng đã nói thay những lời yêu đương nồng thắm nhất như vạn lời ái ân, "Tình trong như đã - mặt ngoài còn e - Kiều".

Tình cảm của đôi trai tài gái sắc cũng dừng tại đó, không lấn sâu vào cảnh "xáp lá cà", ôm ấp, hôn hít âu yếm đậm đà như trai gái thời nay.

Xe đến Sài Gòn, đưa nàng đến ký túc xá, nàng lưu luyến như không muốn rời xa chàng vì nàng đã bị tiếng sét ái tình "nháng" cho một cú thật mạnh, bắt đầu thực sự yêu chàng và chàng cũng vậy.

Tiếp tục những cuộc hẹn hò cuối tuần, chàng và nàng dung dăng dung dẻ sánh bước đi chơi đi ăn tại những nhà hàng sang trọng của Sài gòn hoa lệ và khu ăn chơi ở Chợ Lớn nhộn nhịp của giới người Hoa.

Cái gì đến tất phải đến. Chàng giới thiệu một căn nhà là chỗ dừng chân, ngơi nghỉ riêng của chàng trong cái ngõ hẻm ở khu buôn bán bình dân ở Chợ Lớn mà người ta gọi là "garconnière". Khi mới bước vào cái garconnière này, nàng ngỡ ngàng, chàng giải thích, trước kia, cha chàng mua căn phố này để mỗi khi ông lên Chợ Lớn giao dịch mua bán có chỗ nghỉ ngơi. Nay, chàng giữ garconnière này cũng với mục đích đó. Nàng dùng dằng, không chịu ngồi xuống chiếc giường có nệm êm với 2 chiếc gối như mời mọc cám dỗ.

Chàng nói với nàng:

- Nếu em không không thích ở đây, anh đi ra khỏi phòng để một mình em ở lại? Chàng vừa nói vừa quay lưng lại định ra cửa (không biết chàng đi ra thật hay là đóng kịch giả bộ "làm ngơ" với nàng?).

Nàng vội ném chiếc mũ phớt xuống đầu giường thay cho lời nói nàng sẽ ở lại đây với chàng. Thế là nàng "chịu đèn". Chàng vẫn nghiêm nghị ngồi trên ghế chỉ dùng cặp mắt đưa tình như có phép thôi miên, nàng từ từ xê lại, xích gần thêm chút nữa, chút nữa... Đúng tầm tay, chàng ôm nàng và với "10 ngón tay thiên thần", chàng tuột lần chiếc áo cánh và nàng cũng không có mặc áo ngực nên khỏi mất thêm thì giờ, chàng đặt nàng xuống giường trong khi quần áo và giày của chàng còn nguyên. Sau "thủ tục" đầu tiên của người đàn ông khi cận kề bên người đẹp, sự làm việc cần mẫn của hai bàn tay lướt trên "đôi gò bồng đảo sương còn ngậm" khi người tình đang nằm phơi phới chờ đợi. Chàng nhõm dậy cởi giày, nàng cũng ngồi dậy tiếp chàng mở nhanh những nút áo và tháo dây nịt để cho chàng thoải mái trong chuyện mây mưa với nàng.

Lần đầu tiên trong cuộc đời trinh nữ, nàng nếm trải được hương vị của tình yêu tuyệt đỉnh, cái "lạch đào nguyên nước chửa thông", nay thì "con ong đã tỏ đường đi lối về". Có lúc nàng nhăn mặt, hít hà vì đau buốt pha lẫn với tiếng rên khe khẻ của cảm giác sung sướng tuyệt vời trong đời con gái lần đầu mới biết yêu, biết mùi vị của người đàn ông...

Cuộc tình của chàng và nàng diễn tiến tốt đẹp hàng tuần, những ngày nghỉ học chàng và nàng luôn quấn quít bên nhau ngụp lặn trong tình trường trong hạnh phúc yêu đương.

Tình yêu và chăn gối tuy hai mà một, không những phải chờ đợi đến cuối tuần, lâu quá. Nàng cúp cua vài ngày đi chơi với người yêu, nhà trường gởi giấy báo cho mẹ nàng biết. Con gái cưng của bà đã bỏ học, nàng không còn tinh thần ngồi chăm chú nghe lời giảng của giáo sư vì nàng đã quá mỏi mệt, thường buồn ngủ ngáp vắn ngáp dài khi vào lớp học.

Được mẹ gọi về Sa Đéc, nàng mới tỏ hết nguồn cơn là vì đã yêu một chàng trai người (Việt gốc) Hoa cùng ở Sa Đéc. Chàng muốn mời cả nhà lên Sài Gòn để chàng ra mắt trong một bữa ăn tại một nhà hàng sang trọng.

Lần đầu tiên, người anh cả, đứa em trai út kể cả mẹ của nàng từ ngày sang cái xứ thuộc địa, chưa một lần được vào ăn một nhà hàng sang trọng với tiền ăn một bữa ăn cao hơn tiền lương một tháng của bà người Pháp Hiệu Trưởng một trường Nữ Tiểu Học tỉnh lỵ Sa Đéc. Với hóa đơn hơn 77 đồng tiền Đông Dương (lúc bấy giờ, thuế thân của một người dân thường Việt Nam đóng mỗi năm 1 đồng bạc Đông Dương, nhiều người còn không có, mỗi mét vải có mấy xu..., giá trị đồng bạc rất cao). Cả ba mẹ con há hóc mồm kinh ngạc vì số tiền chi trả chỉ có một bữa ăn dù sang trọng, nhưng sao cao quá, đắt quá. Thời bây giờ, những vương tôn công tử, giàu sang phú qúy hay cấp chức lớn trong guồng máy chính quyền mới dám gọi rượu hảo hạng Martell uống với soda Perrier chính hiệu từ Pháp nhập cảng vào. Anh cả của nàng, lợi dụng cơ hội tốt ngàn năm một thuở, uống rượu "chùa" thoải mái, gọi nhiều loại rượu khác nhau uống cho đã và ăn những món ăn thật đắt tiền. Cái anh này còn gọi ca ve xịn nhất của nhà hàng - vũ trường ra sàn nhảy với những cô ca ve tuyệt đẹp tha hồ mà hôn hít nựng nịu, chi trả do người em rể chưa chính thức lo hết.

"Thời gian thấm thoát thoi đưa, nó đi đi mãi có chờ ai đâu?".

Mới đó mà nàng con gái từ tuổi 15 rưỡi đi học ở Sài Gòn, đến nay cũng tuổi 18, 19 đang đi vào tuổi đôi mươi.

Tình yêu của chàng và nàng luôn mặn nòng, đặc biệt rất hòa hợp trong chuyện chăn gối và 2 người luôn nghĩ đến tình yêu tươi đẹp của chàng và nàng sẽ bất diệt, sống bên nhau mãi mãi...

Bỗng một ngày kia, chàng được lệnh gọi của phụ thân bảo chàng về gặp cha để cha bàn bạc chuyện gia đình. Về đến nhà, cha của chàng đang nằm cạnh bàn đèn đang vui đùa với nàng tiên nâu, nhả khỏi trắng đục loang loáng bay lên. Sau một ngao thuốc phiện mê tơi, cha chàng nói rằng ông đã già yếu rồi, nhà cửa cơ ngơi làm ăn bề bộn, chàng phải quán xuyến thay ông. Sau một ngụm nước trà thông cổ, ông như muốn nói điều gì quan trọng, ông biết hết mọi chuyện của chàng trong mấy năm qua. Nay ông quyết định chàng phải lấy vợ mà phải cưới vợ gốc người Hoa cơ. Ông nói tiếp, gia đình bên vợ chàng rất môn đăng hộ đối cũng là người Hoa chỉ biết lo buôn bán làm ăn và giàu có như ông. Hơn nữa, ông cho biết, từ hồi còn hàn vi hai bên đã từng hứa hôn, khi các con khôn lớn phải kết thành sui gia, hai trẻ phải thành hôn như lời hứa.

Chàng nghe tin bỏ người yêu mà chàng yêu say đắm đi cưới một người Hoa mà chàng chưa hề yêu cũng như chàng ít có dịp gặp người ấy, lòng chàng như muối xát kim châm, đau nhói trong tim.

Chàng gặp lại người tình bé bỏng của mình cũng tại căn nhà hạnh phúc - garconnière, chàng buồn bã nói hết nói thật đến chuyện cha chàng ép chàng phải đi cưới một người mà chàng chưa hề yêu như yêu nàng. Nghe tin, nàng như bị sét đánh bên tai, rướm rướm lệ, nàng cắn răng dìm sự đau khổ vào tim mình. Nàng nằm buồn dưới dượi thở ra thở vào một cách mệt nhọc. Bể tình đang lai láng, đến đây khô cạn hết sao? Nàng không tin, nhưng chuyện thật chàng đã giải bày tâm sự hết cho nàng nghe rồi. Một chuyện thật đau thương nghiệt ngã đã đến nhanh quá, nàng không bao giờ nghĩ tới.

Cái qúy giá nhất của đời con gái trinh trắng, nàng đã tự nguyện dâng hiến hết cho Người Yêu Dấu suốt mấy năm trường. Được chàng cư xử thật tuyệt vời đối với nàng và gia đình nàng, chàng cũng làm như vậy, luôn luôn như bát nước đầy, hết lòng giúp đở. Khi mẹ nàng cần tiền trang trải nợ nần, thiếu thốn, chàng không bao giờ từ nan. Còn đối với nàng, chàng có cách đối xử xem nàng như các bà tiên trong các chuyện thần thoại, cổ tích, chàng rất mực yêu thương chìu chuộng dù nàng không vòi vĩnh.

Đặc biệt là chuyện chăn gối, chàng và nàng luôn hòa hợp trong mọi lúc mọi nơi, từ trên giường và kể cả lăn lộn trên nền gạch... Ở đâu cũng có cả bầu trời hạnh phúc yêu đương mà cả hai tin là không bao giờ bị phân ly chia cắt.

Nàng miên man suy nghĩ, nằm bên cạnh chàng tỉ tê tâm sự như trút hết những u buồn phiền muộn của một mối tình đầu tan vỡ. Nàng thông cảm, dù yêu chàng đến mức độ nào nàng cũng phải để cho chàng vâng lời cha chàng như là lời trăn trối của ông để chàng lo quán xuyến tài sản, nhà cửa, cơ ngơi công việc làm ăn của cha chàng. Người Yêu Dấu của nàng lại là người con trai duy nhất, ông bố kỳ vọng sẽ nối bước thành công của ông trên thương trường và sẽ thành công hơn ông nữa vì chàng được học hành đàng hoàng.

Nằm sát cạnh Người Yêu Dấu, hơi hướm của người yêu làm nàng rạo rực như hồi thời còn mới biết yêu, nàng như quên đi sự sầu não của mối tình đầu tan vỡ. Nàng còn muốn dâng hiến cái qúy giá nhất của người con gái cho chàng lần cuối cùng trước khi chia tay. Chàng cưới vợ và nàng cùng gia đình sẽ rời quê hương Sa Đéc-Sài Gòn-Chợ Lớn và Việt Nam để trở về cố quốc mang theo trong lòng khôn nguôi mối sầu tình dang dở vỡ tan...

Nàng choàng qua ôm chàng, cởi nút áo như bao lần trước, chàng vụt ngồi dậy với đôi mắt u buồn, nước mắt lưng tròng, nói với nàng, anh không muốn làm cho em thêm sầu khổ, phụ bạc em thêm lần nữa. Nàng tiu nghỉu buồn bã rươm rướm nước mắt vì sự từ chối quá phũ phàng của chàng.

Nàng thật đau khổ và chỉ trong chốc lát, nàng trở lại bình tĩnh trong tâm hồn, nàng suy nghĩ và vô cùng khâm phục người tình của của mình có nhiều bản lãnh, nghị lực, thẳng thừng từ chối lời mời mọc, dâng hiến cuối cùng của nàng. Gần gũi bao năm, nàng biết rõ chàng lúc nào cũng muốn làm tình với nàng, nay chàng có thể dùng hết can đảm và thần trí mới mạnh dạn từ chối lời mời mọc, cám dỗ của nàng. Càng suy nghĩ, nàng càng khâm phục và yêu chàng thêm mãnh liệt. Nhưng, đời nàng hưởng hạnh phúc tuyệt vời với chàng chỉ đến đó thôi ư?

Nàng hỏi chàng cho biết ngày giờ cưới tại địa điểm nào để nàng đến chứng kiến và tiễn đưa Người Yêu Dấu đến bến bờ hạnh phúc yêu đương mới...

Đứng tựa lan can cầu nhìn ngắm những thuyền hoa được trang trí theo truyền thống của người Hoa rực rỡ với màu vàng và màu đỏ, tượng trưng cho song hỉ của đôi vợ chồng mới cưới. Những tràng pháo nổ vang hòa lẫn với những tiếng nhạc mừng lễ cưới được trổi lên rộn rã cũng là lúc làm cho con tim của người con gái bị tan nát đau khổ thêm. Xác pháo tung lên cao và lả tả rơi xuống dòng sông định mệnh đau khổ của nàng, nàng lặng lẽ lê bước đi, mang nặng khối tình cay đắng với muôn vàn suy nghĩ vấn vương...

Cuộc tình kết thúc trong đau khổ phũ phàng, nàng và gia đình nàng không còn gì lưu luyến Sa Đéc - Sài Gòn - Chợ Lớn nữa. Thế là hết, khép lại một mảnh tình tan vỡ trên miền đất mà nàng trước đó tin rằng cuộc đời nàng sẽ mãi mãi chôn chặt ở cái tỉnh Sa Đéc hay vùng Chợ Lớn. Gia đình nàng đã quyết định trở về Pháp. *(Bản dịch tiếng Anh - The Lover xuất bản năm 1986 - L'Amant xuất bản 1984)*

Tàu súp lê một còn trông còn đợi, tàu súp lê hai còn đợi còn chờ, tàu súp lê ba, tàu ra biển cả và mối tình đầu của nàng cũng biến tan nhấp nhô như những lượn sóng ngoài khơi xa thẳm...

Con tàu định mệnh rời Sài Gòn ra biển Đông mênh mông sóng nước, mất nhiều ngày đến Hồng Hải. Biển nối biển vẫn mênh mông như vô tận, tàu từ biển Hồng đến Ấn Độ Dương rồi chạy qua kinh đào Suez của xứ Ai Cập và về đến Marseille của nước pháp. Cả tháng vượt trùng dương, nàng vẫn cảm thấy hạnh phúc của nàng và chàng như vẫn còn đọng lại trong cái cabin nhỏ hẹp của chiếc tàu chở khách.

Về đến Pháp cuộc sống mới bắt đầu với nhiều đổi thay. Dù cuộc sống luôn bận rộn, nhưng, nàng có dịp có điều kiện, nàng đi du lịch bằng đường biển, đường thủy cũng là dịp nàng hồi tưởng lại những kỷ niệm tuyệt vời xa xưa cuả dòng sông Mékong với nước phù sa đục ngầu, vùng tỉnh Sa Đéc, đầy ấp kỷ niệm nên thơ của nàng mà nàng nhớ thương da diết mãi mãi.

Trong một chuyến du lịch khác, trên biển nước mênh mông, một người con trai cũng từng học trường trung học mà trước đây, nàng từng theo học ở Sài Gòn.

Bổng nhiên anh chàng trai trẻ này mất tích khá ly kỳ, sau khi từ cabin anh đi ra ngoài và có thể trượt rơi xuống biển hay anh tìm cái chết, không ai hiểu nổi. Nàng được biết lý lịch anh chàng này là con của một giới chức chính quyền ở tỉnh Sa Đéc. Nàng choáng váng vì 2 tiếng Sa Đéc. Bất cứ ai thốt ra hay nàng đọc trên sách báo gặp 2 chữ Sa Đéc cũng đều đánh động tâm trí nàng, một trời thương nhớ vụt đến, những kỷ niệm nên thơ tuyệt đẹp năm xưa của tỉnh Sa Đéc có dịp trổi dậy mãnh liệt trong lòng.

Sau nhiều năm chấm dứt Đệ Nhị Thế Chiến (1939 - 1945).

Sau những lần cưới hỏi, có nhiều con, nhiều lần ly dị, chàng đến Paris với người vợ (có thể người vợ mới nhất).

Chàng gọi điện thoại, bên kia đầu dây:

- Có em đây, nàng còn nhớ giọng nói trầm ấm dễ thương của chàng có ắc - xăng si - noa, làm sao nàng quên được dù xa cách hàng chục năm trường.

- Anh chỉ muốn nói chuyện với em và nghe lại giọng nói (ngọt ngào) của em.

- Chào anh, em đây. Chàng có vẽ e ngại hơn xưa với giọng nói hơi rung.

Chàng xa nàng với những thay đổi của cuộc sống, chàng về sống ở Sài Gòn, qua nhiều đổ vỡ và chàng đã viết sách.

Sau cùng chàng nói trong lúc tình cảm dạt dào, có lẽ những kỷ niệm tuyệt vời xa xưa như trổi dậy mảnh liệt trong người. Chàng nói tình yêu của anh ngày nay anh cũng dành trọn vẹn cho em như ngày xưa vậy. Anh còn nói tiếp, tình yêu của chúng ta sẽ còn tiếp tục mãi mãi và cho đến ngày anh chết mới quên em được./.@

LỜI BÀN CỦA ANH PHƯƠNG TRẦN VĂN NGÀ:

(H: Marguerite Duras ngồi)

Nhà văn Marguerite Duras, tác giả L'Amant - The Lover, một bậc thầy viết tiểu thuyết tình cảm thơ mộng và lâm ly bi đát. Nhưng, kết thúc rất có hậu.

Chấm dứt tập truyện, để cho người đọc, người xem phim tự tìm cách giải đáp sao cho thích hợp với suy nghĩ mong muốn của mình.

Nhà văn Marguerite Duras bỏ lững câu chuyện tình khi chàng gặp lại nàng tại Paris sau hàng chục năm chia ly xa cách.

Nay có dịp gặp lại nhau, câu chuyện tình này "Có tái hồi Kim Trọng", "Châu về hợp phố" hay đường anh anh đi, đường em, em đi, tình nghĩa đôi ta chỉ có thế thôi...

Bái phục sư phụ Marguerite Duras và nhà đạo diễn tài danh Jean-Jacques Annaud.

CHÚ Ý: L'Amant (French edition) & The Lover (English edition), hiện có bán trên Amazon, tùy theo sách mới, cũ, paperback - bìa mỏng hay hardcover - bìa cứng - giá cũng rất mềm từ $3.19 đến dưới $20, bao cả free shipping.

Anh Phương Trần Văn Ngà

VÀI DÒNG VỀ TÁC GIẢ

Anh Phương Trần Văn Ngà sanh năm 1935 tại ấp Bà Bài - Vĩnh Nguơn, Châu Phú - Châu Đốc

Bút hiệu thường sử dụng tại Việt Nam & Hoa Kỳ:

Trần Văn - Năm Voi - Bảo Bình - Thiên Lôi - Anh Phương

Nhà giáo thi hành lệnh tổng động viên nhập ngũ

Khoá 13 Ấp Chiến Lược - Liên Trường Võ Khoa Thủ Đức 1962

Phục vụ ngành Chiến Tranh Chánh Trị - Thông Tin Báo Chí:

Trung Đoàn 33 - Sư Đoàn 21 Bộ Binh

Bộ Tư Lệnh Quân Đoàn IV & Vùng IV Chiến Thuật

Tổng Cục Chiến Tranh Chánh Trị - Khối Thông Tin & Giao Tế Dân Sự - Trưởng Phòng Tâm Lý Chiến-Biệt Khu Thủ Đô

Cộng tác với nhiều nhựt báo Việt Ngữ & nhựt báo Nhật Bản

Tù cộng sản từ năm 1975 đến 1985 từ Nam ra Bắc trở về Nam

Định cư tại Hoa Kỳ diện HO từ năm 1993

TÁC PHẨM XUẤT BẢN TẠI HOA KỲ:

* Chuyện Đồng Quê I - 1999 * Chuyện Đồng Quê II - 2014

* Theo Chân Binh Đoàn 692 - 2011* Theo chân Binh Đoàn 2021

* Trung Tướng Đặng Văn Quang Vinh Quang & Đau Khổ - 2012 * Trung Tướng Đặng Văn Quang Vinh Quang & Đau Khổ 2013 * Thế Giới Quanh Ta - 2019 * Thế Giới Quanh Ta - 2021

* Hồi Ký - Công Tử Nhà Quê Bà Bài - 2020

Chuyện Tình Trên Đỉnh Núi trọn bộ ba tập

* Tập I: Tiếng Gọi Tình Yêu - 2022

* Tập II: Đường Tình Khúc Khuỷu - 2022

* Tập III: Tình Yêu Muôn Thuở - 2023

Chủ nhiệm Chủ Bút tạp chí Tiếng Vang USA tại Sacramento (2000 -2007)

Chủ trương nhà xuất bản Tiếng Vang USA (1999 - 2023)

Tái bản tác phẩm bất hủ Chú Tư Cầu của Lê Xuyên (2005)